നേതാജി സുഭാഷ് ചന്ദ്രബോസ്

എഴുത്ത് ജീവിതം ദർശനം

Nethaji Subhash Chandrabose

Translation
Dr. Vini A

CHINTHA PUBLISHERS
Thiruvananthapuram

First Edition
November 2021

Published & Typesetting
Chintha Publishers, Thiruvananthapuram

Cover Design
Vinod Mangoes

ISBN : 978-93-90301-93-5

CO - 3041 / 5623

₹ 330

Email: chinthapublishers@gmail.com
Website: www.chinthapublishers.com

Distribution
DESHABHIMANI BOOKHOUSE
H O Thiruvananthapuram 695035

Branch
Head Office Kunnukuzhi • Statue Thiruvananthapuram •
KSRTC Bus Station Thiruvananthapuram
KSRTC Bus Station Alappuzha • KSRTC Bus Station Ernakulam •
Machingal Lane Thrissur • IG Road Kozhikode •
Mavoor Road Kozhikode • NGO Union Building Kannur •
Central Bus Terminal Complex Thavakkara Kannur

നേതാജി സുഭാഷ് ചന്ദ്രബോസ്

എഴുത്ത് ജീവിതം ദർശനം

പരിഭാഷ:

ഡോ. വിനി എ

ചിന്ത പബ്ലിഷേഴ്സ്
തിരുവനന്തപുരം-695 035
വില : ₹ 330

ഡോ. വിനി എ

കാലിക്കറ്റ് സർവ്വകലാശാലയിൽ നിന്ന് മലയാളത്തിൽ ബിരുദാനന്തര ബിരുദവും ബി എഡും. തൃപ്പൂണിത്തുറ സെന്റർ ഫോർ ഹെറിറ്റേജ് സ്റ്റഡീസിൽ നിന്ന് ആർക്കൈവ്സ് ആന്റ് എപ്പിഗ്രാഫിയിൽ ഡിപ്ലോമയും നേടി. കേരളീയ നവോത്ഥാനവും കേരള കലാമണ്ഡലവും എന്ന വിഷയത്തിൽ കേരള കലാമണ്ഡലത്തിൽ നിന്ന് പി എച്ച് ഡി നേടി. നാഷണൽ മാനുസ്ക്രിപ്റ്റ് മിഷ(National Mission for Manuscripts, IGNCA-New Delhi) ന്റെ കീഴിൽ താളിയോല സംരക്ഷണത്തിലും പുരാരേഖ ക്രമപ്പട്ടികാ നിർമ്മാണത്തിലും പ്രൊജക്ട് അസിസ്റ്റന്റ്, തൃപ്പൂണിത്തുറ സെന്റർ ഫോർ ഹെറിറ്റേജ് സ്റ്റഡീസ്, ഹിൽ പാലസ് പുരാരേഖാ വിഭാഗം പ്രൊജക്ട് അസിസ്റ്റന്റ്, സുകൃതീന്ദ്ര ഓറിയന്റൽ റിസർച്ച് ഇൻസ്റ്റിറ്റ്യൂട്ട്, തമ്മനം റിസർച്ച് അസിസ്റ്റൻറ്, കേരള കലാമണ്ഡലം പുരാരേഖാ വിഭാഗം അസിസ്റ്റന്റ് എന്നീ നിലകളിൽ പ്രവർത്തിച്ചിട്ടുണ്ട്. നിളാപഠന ഗവേഷണ കേന്ദ്രം, നിളാസംരക്ഷണ പദ്ധതി എന്നിവയിൽ അംഗമാണ്. **കൃതികൾ:** *നവോത്ഥാനം ക്ലാസിക്കൽ കലകളിൽ, രജത മുദ്രാക്ഷരങ്ങൾ വാഴേങ്കട കുഞ്ചുനായരുടെ ജീവിത രേഖ, കുഡുംബികൾ കേരളത്തിൽ ചരിത്രവും സംസ്കാരവും, ഗൗഡസാരസ്വത ബ്രാഹ്മണർ പൂർവ വർത്തമാന ചരിത്രം, തലപ്പിള്ളി സ്വരൂപം സാംസ്കാരിക സംഭാവനകൾ, രവീന്ദ്രനാഥ ടാഗോർ ഒരു കാലാനുസൃത പഠനം* എന്നീ പുസ്തകങ്ങൾ പ്രസിദ്ധീകരിച്ചിട്ടുണ്ട്.

ഉള്ളടക്കം

പ്രസാധകക്കുറിപ്പ്

പാഠപുസ്തകത്താളുകളിലെ നിരുപദ്രവമായ കേവല വിവരണങ്ങൾ മാത്രമല്ല ചരിത്രം എന്ന് സമകാലിക ഇന്ത്യ നമ്മോട് പറയുന്നുണ്ട്. സങ്കുചിത പ്രത്യയശാസ്ത്രങ്ങൾ നമ്മിൽ അടിച്ചേല്പിക്കാൻ ചരിത്രം മുഖ്യ ആയുധമാകുന്നത് നാമിന്നു വ്യാപകമായി കാണുന്നു. ചരിത്രത്തെ വളച്ചൊടിക്കാനും സ്വന്തമാക്കാനും നടക്കുന്ന ഈ ശ്രമങ്ങളിൽ ഇന്ത്യൻ സ്വാതന്ത്ര്യ സമരവും അതിലെ പങ്കാളിത്തവും വലിയ ഒരു വിഷയമാണ്. സുഭാഷ് ചന്ദ്രബോസിന്റെ ജീവിതം പുനർവായിക്കപ്പെടേണ്ടതിന്റെ ആവശ്യകത ഇവിടെയാണ്.

ഗാന്ധിക്കും നെഹ്രുവിനുമൊപ്പം തലയെടുപ്പും ജനകീയതയുമുള്ള നേതാവായിരുന്നു നേതാജി എന്ന് വിളിക്കപ്പെട്ടിരുന്ന സുഭാഷ് ചന്ദ്ര ബോസ്. ഗാന്ധിയുടെ എതിർ ചേരിയിൽനിന്ന് പോലും കോൺഗ്രസ് പ്രസിഡന്റ് ആയി തിരഞ്ഞെടുക്കപ്പെട്ടയാൾ. കോൺഗ്രസിന്റെ ഒത്തുതീർപ്പ് സമരത്തിന് കുട പിടിക്കാൻ തയ്യാറാകാതെ ഒടുവിൽ ബ്രിട്ടീഷ് സാമ്രാജ്യത്വത്തോട് ആയുധമെടുത്തു പോരാടാൻ അദ്ദേഹം തുനിഞ്ഞു. അതിനുവേണ്ടി നടത്തിയ കൂട്ടുകെട്ടുകൾ ഇടതുപക്ഷ ചേരിയിൽനിന്നും അദ്ദേഹത്തെ തല്ക്കാലത്തേക്കെങ്കിലും അകറ്റിയിരുന്നു. അകാലമൃത്യുവോടെ അദ്ദേഹത്തിന്റെ പൂർവ്വകാല ചരിത്രം, എഴുത്തുകൾ ഇവയൊക്കെ വേണ്ട വിധത്തിൽ ശ്രദ്ധിക്കപ്പെടാതെ പോവുകയും ചെയ്തു. അതിന്റെയൊരു വീണ്ടെടുപ്പാണ് ഈ പുസ്തകം. ഇന്ത്യൻ ദേശീയപ്രസ്ഥാനം എത്ര വൈവിധ്യങ്ങൾ നിറഞ്ഞതായിരുന്നു എന്ന് അടിവരയിടുന്നവ കൂടിയാണ് ഈ സമാഹാരത്തിലെ ഉള്ളടക്കം.

ഈ ഉദ്യമത്തിന് മുൻകൈ എടുക്കുകയും ഇത് പരിഭാഷപ്പെടുത്തുകയും ചെയ്ത ഡോ. വിനിയോടുള്ള കൃതജ്ഞത രേഖപ്പെടുത്തുന്നു. ഇന്ത്യൻ സ്വാതന്ത്ര്യ പ്രസ്ഥാനത്തെ കൂടുതൽ അടുത്തുനിന്ന് കാണാൻ ഈ പുസ്തകം വായനക്കാരെ സഹായിക്കുമെന്ന് ഞങ്ങൾക്ക് ഉത്തമ ബോദ്ധ്യമുണ്ട്.

ചിന്ത പബ്ലിഷേഴ്സ്

ആമുഖം

സുഭാഷിണി അലി

ഡോ. വിനി പട്ടാമ്പിയിൽനിന്ന് ഒരു മെയിൽ ലഭിച്ചപ്പോൾ വളരെയധികം അത്ഭുതവും ആശ്ചര്യവും തോന്നി. എനിക്ക് ബന്ധമുള്ള നാട്ടിൽനിന്നുമുള്ള ഒരു വ്യക്തി. യു എ ഇയിലെ ഒരു സ്കൂൾ അദ്ധ്യാപിക. സിസിർ കെ ബോസ്, സുഗതോ ബോസ് (സിസിർ ബോസിന്റെ മകൻ, നേതാജിയുടെ അനന്തരവൻ) എന്നിവർ എഡിറ്റ് ചെയ്ത *സുഭാഷ് ചന്ദ്രബോസിന്റെ അവശ്യ രചനകൾ* മലയാളത്തിലേക്ക് വിവർത്തനം ചെയ്തതായി എന്നെ അറിയിച്ചു. ഈ പുസ്തകത്തിന് ഞാൻ ഒരു ആമുഖം എഴുതണമെന്ന് വിനി ആഗ്രഹിക്കുന്നുവെന്നും. എനിക്ക് മലയാളം അറിയില്ലെന്ന് ഞാൻ അവരോട് പറഞ്ഞു, പക്ഷേ, അവർ അക്കാര്യത്തിൽ ഉറച്ചുനില്ക്കുകയും ആമുഖം വിവർത്തനം ചെയ്യാമെന്ന് പറയുകയും ചെയ്തു.

എന്റെ ലൈബ്രറിയിൽ ആ പുസ്തകം ഉണ്ടായിരുന്നു. അത് എന്റെ അമ്മ ക്യാപ്റ്റൻ ഡോ. ലക്ഷ്മി സൈഗാളിന്റേതാണ്. ശ്രീമതി വിനിയോട് ഞാൻ വളരെ നന്ദിയുള്ളവളാണ്, ആ പുസ്തകത്തിന്റെ വായന അനിവാര്യമാക്കിയതിന്. ഞാൻ എന്റെ മാതാപിതാക്കളുടെ അനുഭവങ്ങളും ഐ എൻ എയെക്കുറിച്ചുള്ള ഓർമ്മകളും നേതാജിയുമായുള്ള ഇടപെടലുകളും കേട്ട് വളർന്നവളാണ്. അദ്ദേഹം എഴുതിയ കൃതികളിൽ അധികവും ഞാൻ വായിച്ചിരുന്നില്ല. അദ്ദേഹം ഒരു സമർത്ഥനായ എഴുത്തുകാരനായിരുന്നു. അദ്ദേഹത്തിന്റെ കത്തുകൾ, പൂർത്തിയാകാത്ത ആത്മകഥ, പ്രസംഗങ്ങൾ, നിരവധി ലേഖനങ്ങൾ എന്നിവ ഏറെ ശ്രദ്ധ അർഹിക്കുന്നു. രണ്ടാം ലോകമഹായുദ്ധസമയത്ത് അദ്ദേഹം അച്ചുതണ്ടു ശക്തികളുമായി സഖ്യമുണ്ടാക്കാൻ തീരുമാനിച്ചതുകാരണം സ്വാഭാവികമായും അക്കാലത്തെ ഇടതുപക്ഷക്കാരും പുരോഗമനവാദികളും മറ്റും

അദ്ദേഹത്തിന്റെ വളരെ രസകരവും ബുദ്ധിപരവും ചിന്തോദ്ദീപകവുമായ എഴുത്തുകൾ അവഗണിച്ചു.

ശ്രീമതി വിനി വിവർത്തനത്തിന് തെരഞ്ഞെടുത്ത ഈ പുസ്തക ത്തിൽ അദ്ദേഹത്തിന്റെ ലേഖനങ്ങൾ/കുറിപ്പുകൾ/പ്രസംഗങ്ങൾ (1912 നും 1946 നും ഇടയിൽ എഴുതിയത്) അടങ്ങിയിരിക്കുന്നു. ഏവരും ഈ ഗ്രന്ഥം വായിക്കുക ഏറെ ജിജ്ഞാസയോടെയാണ്. നേതാജിക്ക് വളരെ വിശാ ലമായ താല്പര്യങ്ങളുണ്ടായിരുന്നു. വളരെ നന്നായി വായിച്ചിരുന്നു. അദ്ദേഹം വിവിധ വിഷയങ്ങളെ വിശദമായി വിശകലനം ചെയ്ത വ്യക്തി യായിരുന്നു. ഊർജ്ജസ്വലവും നീതിപരവുമായ ഒരു സ്വതന്ത്ര ഇന്ത്യ സൃഷ്ടിക്കുന്നതിലേക്ക് നയിക്കുന്ന നിഗമനങ്ങളിലും പരിഹാരങ്ങളിലും എത്തിച്ചേരാൻ അദ്ദേഹത്തെ ഈ അറിവ് സഹായിച്ചു.

വിനിയുടെ പുസ്തകം ധാരാളം വായനക്കാരെ കണ്ടെത്തും. നേതാ ജിയെ ആരാധിക്കുകയും അതിലേറെ വിലപിക്കുകയും ചെയ്യുന്നുണ്ടെ ങ്കിലും അദ്ദേഹം വായിക്കപ്പെടുന്നില്ല എന്നതാണ് സത്യം. വിനി പരി ഭാഷപ്പെടുത്താൻ തെരഞ്ഞെടുത്ത പുസ്തകത്തിൽ വായിക്കുകയും അഭി നന്ദിക്കുകയും ചെയ്യേണ്ട ഒരുപാട് കാര്യങ്ങളുണ്ട്.

ഏതാനും വർഷങ്ങൾക്കുശേഷം, ബിരുദാനന്തരം, സിവിൽ സർ വ്വീസിന് തയ്യാറെടുക്കാൻ സുഭാഷ് ഇംഗ്ലണ്ടിലേക്കും കേംബ്രിഡ്ജിലേക്കും പോയി. അദ്ദേഹം പരീക്ഷയിൽ വളരെ മികച്ച പ്രകടനം കാഴ്ചവച്ചു, പക്ഷേ, രാജ്യത്തിന്റെ സേവനത്തിൽ തനിക്ക് എന്ത് ചെയ്യാൻ കഴിയുമെന്ന തായിരുന്നു ചിന്ത. സാമ്രാജ്യത്വ നയത്തിന് കീഴടങ്ങുന്ന ഒരു ഉദ്യോഗസ്ഥ സമൂഹത്തിന്, ജനങ്ങളെയും സമൂഹത്തെയും സേവിക്കാൻ കഴിയുമെന്ന് സൂചിപ്പിക്കുന്ന വാദങ്ങൾ അദ്ദേഹം നിരസിക്കുകയും സഹോദരന് ഇങ്ങനെ എഴുതുകയും ചെയ്തു, 'ബ്രിട്ടീഷ് സർക്കാരുമായുള്ള എല്ലാ ബന്ധത്തിലുംനിന്ന് നമ്മൾ കൈകഴുകേണ്ട സമയമാണിതെന്ന് ഞാൻ വിശ്വസിക്കുന്നു.. ഒരു സർക്കാർ അവസാനിപ്പിക്കാനുള്ള ഏറ്റവും നല്ല മാർഗ്ഗം അതിൽനിന്ന് പിന്മാറുക എന്നതാണ്.' ആ തീരുമാനം മാതാപിതാ ക്കൾക്കും കുടുംബാംഗങ്ങൾക്കും ഉണ്ടാക്കുന്ന വേദന അദ്ദേഹം മന സ്സിലാക്കി. യോഗ്യത നേടിയ ശേഷം ചേരുന്നതിന് മുമ്പ് ഐ സി എസിൽ നിന്ന് രാജിവയ്ക്കുന്ന ആദ്യ ഇന്ത്യക്കാരനായി അദ്ദേഹം മാറി.

ഇന്ത്യയിലേക്കുള്ള തിരിച്ചുവരവിൽ, അദ്ദേഹം ബംഗാളിലെ സ്വാതന്ത്ര്യ പ്രസ്ഥാനത്തിൽ സജീവമാവുകയും, ഉറച്ച മതേതരവാദി യായിരുന്ന ദേശബന്ധു സി ആർ ദാസിന്റെ പ്രതിബദ്ധതയുള്ള പിന്തുണ ക്കാരനായി മാറുകയും ചെയ്തു. സുഹൃത്തുക്കളിൽനിന്നും കുടുംബ ത്തിൽനിന്നും വളരെ അകലെയായി, മാണ്ഡലായ് ജയിലിലെ വിഷമക രമായ സാഹചര്യങ്ങളിൽ വർഷങ്ങളോളം തടവ് അനുഭവിക്കേണ്ടി വന്നു. മാൻഡലയിൽ നിന്നുള്ള അദ്ദേഹത്തിന്റെ പല കത്തുകളും പുസ്തക ത്തിൽ ഉദ്ധരിച്ചിട്ടുണ്ട്. സഹതടവുകാരോട് അദ്ദേഹം വലിയ താല്പര്യം കാണിക്കുകയും ജയിൽ പരിഷ്കരണത്തിൽ ആജീവനാന്ത താല്പര്യം

വളർത്തുകയും ചെയ്തിരുന്നു. പലപ്പോഴും അദ്ദേഹത്തിന്റെ നിർദ്ദിഷ്ട അഭ്യർത്ഥനപ്രകാരം അദ്ദേഹത്തിനയച്ച ധാരാളം പുസ്തകങ്ങൾ കൈകളിൽ ലഭിക്കാൻ ഭാഗ്യമുണ്ടായിട്ടുണ്ട്. ജയിലിൽ നിന്നെഴുതിയിട്ടുള്ള കത്തുകളിൽ അദ്ദേഹത്തിന്റെ നർമ്മബോധം, ചുറ്റുമുള്ള എല്ലാ കാര്യങ്ങളിലുമുള്ള താല്പര്യം, കൂടാതെ അദ്ദേഹത്തെ ചിന്താകുലനാക്കിയ നിരവധി തത്ത്വചിന്തകൾ എന്നിവ വെളിപ്പെടുത്തുന്നു. 'ബംഗാളി' വിശകലനം ചെയ്യുമ്പോൾ, മറ്റുള്ളവരിൽനിന്ന് വ്യത്യസ്തനാകുന്നതിനെക്കുറിച്ച് അദ്ദേഹം വളരെ രസകരമായ അഭിപ്രായങ്ങൾ പറയുന്നു. അകാലത്തിൽ മരണമടഞ്ഞതിനുശേഷം സി ആർ ദാസിനോടുള്ള ആദരസൂചകമായി അദ്ദേഹം ആ ചിന്തകൾ പിന്തുടരുകയും ചെയ്തു. മായാവാദത്തെയും മറ്റും തള്ളിക്കളഞ്ഞതിനെക്കുറിച്ചും ഇത് അദ്ദേഹത്തെ കൂടുതൽ വൈകാരികവും യുക്തിസഹവും കൂടുതൽ സന്തോഷവാനുമാക്കുന്നതിൽ എങ്ങനെ സഹായിച്ചുവെന്നും പങ്കുവയ്ക്കുന്നു.

1926 ൽ മോചിതനായ ശേഷം, സുഭാഷ് സ്വാതന്ത്ര്യത്തിനായുള്ള പ്രസ്ഥാനത്തിലും കോൺഗ്രസ് പാർട്ടിയുടെ കാര്യങ്ങളിലും പൂർണ്ണമായും മുഴുകി. മറ്റ് പല കോൺഗ്രസുകാരിൽനിന്നും, ബോദ്ധ്യങ്ങളുടെ ധൈര്യത്തിൽ അദ്ദേഹത്തെ വ്യത്യസ്തനാക്കുന്ന ഒരുപാട് കാര്യങ്ങളുണ്ട്. 1928 ലെ മഹാരാഷ്ട്ര പ്രൊവിൻഷ്യൽ കോൺഗ്രസിനുവേണ്ടിയുള്ള രാഷ്ട്രപതിയുടെ പ്രസംഗത്തിൽ അദ്ദേഹം പറയുന്നു, 'നിങ്ങൾക്ക് രാഷ്ട്രീയ ജനാധിപത്യം സ്ഥാപിക്കാനാവില്ല, അതേസമയം സമൂഹത്തിന്റെ ജനാധിപത്യവല്ക്കരണത്തെ ചെറുക്കാനും കഴിയില്ല. എന്റെ സുഹൃത്തുക്കൾ നമ്മുടെ രാഷ്ട്രീയ ജനാധിപത്യവാദികളുടെയും സാമൂഹിക യാഥാസ്ഥിതികരുടെയും ഒരു മിശ്രിതമാകരുത്.... ജനനം, ജാതി, മതം എന്നിവ അടിസ്ഥാനമാക്കിയുള്ള പദവികൾ പോകണം... സ്ത്രീകളുടെ നിലയും ഉയർത്തണം... കാര്യങ്ങൾ ഇന്നത്തെ നിലയിൽ നില്ക്കുമ്പോൾ, ഇന്ത്യയിൽ വസിക്കുന്ന വ്യത്യസ്ത സമുദായങ്ങൾ വളരെ സവിശേഷമാണ് എന്നതറിയണം. മതനിരപേക്ഷവും ശാസ്ത്രീയവുമായ പരിശീലനം അതിന് ആവശ്യമാണ്... മതേതരവും ശാസ്ത്രീയവുമായ വിദ്യാഭ്യാസത്തേക്കാൾ മതഭ്രാന്തിന് മറ്റൊരു പരിഹാരമില്ല.' ഡോ. അംബേദ്കർ പിന്നീട് ദുഃഖിച്ചതിനെ അനുസ്മരിപ്പിക്കുന്ന വാക്കുകളാണിത്.

1928 ലെ കൽക്കട്ടാ സമ്മേളനത്തിൽ ഇന്ത്യക്ക് ഡൊമീനിയൻ പദവി ആവശ്യപ്പെട്ട് ഗാന്ധി അവതരിപ്പിച്ച പ്രമേയത്തെ എതിർത്ത് സമ്പൂർണ്ണ സ്വാതന്ത്ര്യം എന്ന മുദ്രാവാക്യം മുന്നോട്ടുവയ്ക്കാൻ സുഭാഷ് ചന്ദ്രബോസ് ധൈര്യം കാട്ടി. ഈ പ്രമേയം പരാജയപ്പെട്ടു. എന്നാൽ ഗാന്ധിയെയും നെഹ്റുവിനെയും വിമർശിക്കുന്നത് പിന്നീടും അദ്ദേഹം തുടർന്നു.

വിപ്ലവാത്മകതയിലല്ല, ഒത്തുതീർപ്പുകളിലാണ് ഊന്നുന്നത് എന്നതാണ് കോൺഗ്രസ്നയത്തിന്റെയും പരിപാടിയുടെയും അടിസ്ഥാന ബലഹീനത എന്ന് 1931 ൽ കറാച്ചിയിലെ അഖിലേന്ത്യാ ഭാരത് നവജവാൻ

സഭയിൽ നടത്തിയ പ്രസംഗത്തിൽ അദ്ദേഹം പറഞ്ഞു. മുതലാളിക്കും കൂലിപ്പണിക്കാരനും ഇടയിൽ, ഉയർന്ന വർഗ്ഗങ്ങൾ എന്ന് വിളിക്കപ്പെടുന്നവർക്കും അല്ലാത്തവർക്കും ഇടയിൽ, പുരുഷനും സ്ത്രീക്കും ഇടയിൽ നടത്തുന്ന ഈ ഒത്തുതീർപ്പു രാഷ്ട്രീയത്തിന് സ്വാതന്ത്ര്യപ്രാപ്തിയിലേക്ക് മുന്നേറാൻ കെല്പുള്ള വിപ്ലവ ഘടകങ്ങളെ ഉണർത്താൻ കഴിയുമോ എന്ന് എനിക്ക് സംശയമുണ്ടെന്ന് അദ്ദേഹം പറഞ്ഞു.

ഈ അവസരത്തിൽ ഭഗത് സിംഗിന്റെയും ജതിൻ ദാസിന്റെയും ത്യാഗത്തെക്കുറിച്ച് സുഭാഷ് പറയുന്നത് സ്വാഭാവികമാണ്. തന്റെ ശക്തമായ വികാരങ്ങൾ പ്രകടിപ്പിക്കുവാൻ അദ്ദേഹം മടിക്കുന്നില്ല, അവർ ഒരേ സമയത്ത് മരിക്കേണ്ടി വന്നതാണ് നമ്മുടെ വലിയ ദുഃഖം. ഇന്ത്യൻ നാഷണൽ കോൺഗ്രസ് ബ്രിട്ടീഷ് സർക്കാരുമായി സന്ധി പ്രഖ്യാപിച്ച വേളയിൽ, ഭഗത് സിംഗിനോടും അദ്ദേഹത്തിന്റെ സഖാക്കളോടും ക്ഷമ കാണിക്കാതെ ബ്രിട്ടീഷ് സർക്കാർ തെറ്റുചെയ്തപ്പോൾ, അവർക്കുവേണ്ടി പൊതുമാപ്പ് ആവശ്യപ്പെടാത്തതിൽ കോൺഗ്രസും ഗുരുതരമായി തെറ്റ് ചെയ്തു. വാസ്തവത്തിൽ അതിൽ രാജ്യം പരാജയപ്പെട്ടുവെന്നും അദ്ദേഹം പറഞ്ഞു. ഒരുപക്ഷേ, ഇത്രയും ശക്തമായ ഭാഷയിൽ തന്റെ ചിന്തകൾ പ്രകടിപ്പിച്ച ഒരേയൊരു കോൺഗ്രസ് നേതാവ് സുഭാഷ് മാത്രമായിരിക്കും.

നെഹ്റുവിനും ഗാന്ധിക്കുമൊപ്പം കോൺഗ്രസിലെ ഏറ്റവും ജനകീയനായ നേതാവായി ഒരു കാലഘട്ടത്തിൽ സുഭാഷ് ചന്ദ്രബോസ് ഉയർന്നിരുന്നു. രണ്ടുതവണ കോൺഗ്രസ് പ്രസിഡന്റായി തിരഞ്ഞെടുക്കപ്പെടുകയും ചെയ്തു, ആദ്യം അവരുടെ പിന്തുണയോടെയും രണ്ടാമത് അവരെ എതിർത്തുകൊണ്ടും. രണ്ടു പേരുമായുള്ള ഭിന്നതയെ അദ്ദേഹം പൊതുജനങ്ങൾക്കിടയിൽത്തന്നെ പരസ്യമാക്കി. ഗാന്ധിയെക്കുറിച്ച് അദ്ദേഹം ഇപ്രകാരം എഴുതി. "പരസ്പരം പോരടിക്കുന്ന വിഭാഗങ്ങളെ – ഭൂപ്രഭുക്കളും കർഷകരും, മുതലാളികളും തൊഴിലാളികളും, സമ്പന്നരും ദരിദ്രരും – ഒരുമിപ്പിക്കുവാൻ അദ്ദേഹം പരിശ്രമിച്ചു. അദ്ദേഹത്തിന്റെ വിജയത്തിന്റെ രഹസ്യം അതാണ്, അതുതന്നെ ആത്യന്തികമായി അദ്ദേഹത്തിന്റെ പരാജയത്തിന്റെ കാരണമാകുകയും ചെയ്തു."

1939 ൽ നെഹ്റുവിന് അദ്ദേഹം ദീർഘമായ ഒരു കത്തെഴുതി. അങ്ങേയറ്റം വിമർശനപരവും സത്യസന്ധവും എന്നാൽ വളരെ വിനീതവുമായ ഒന്ന്. രണ്ടാം തവണ സുഭാഷ് ചന്ദ്രബോസ് കോൺഗ്രസ് പ്രസിഡന്റായി തിരഞ്ഞെടുക്കപ്പെട്ടതിനെത്തുടർന്ന് ഗാന്ധിയുടെ ആഹ്വാനം ചെവിക്കൊണ്ട് കോൺഗ്രസ് വർക്കിംഗ് കമ്മിറ്റിയിലെ സെക്രട്ടറി സ്ഥാനവും രാജിവച്ചതിനെത്തുടർന്നായിരുന്നു അത്. അക്കാലത്ത് ജവഹർലാൽ ഒരു ഇരട്ട ഗെയിം കളിച്ചു: അദ്ദേഹം രാജിവച്ചില്ല, സുഭാഷിനെ പിന്തുണച്ചുമില്ല. സുഭാഷ് എഴുതുന്നു: 'നിങ്ങൾ സ്വന്തം മനസ്സാക്ഷിക്കനുസരിച്ച് നിലകൊള്ളുകയും മറ്റാരെയും പ്രതിനിധീകരിക്കുകയും ചെയ്യുന്നില്ലെന്ന് പ്രഖ്യാപിക്കുന്നു. അതേ സമയം നിങ്ങൾ സ്വയം ഒരു സോഷ്യലിസ്റ്റ് എന്ന് വിളി

ക്കുകയും ചെയ്യുന്നു. ഒരാൾക്ക് ഒരേസമയം എങ്ങനെ ഒരു സോഷ്യലിസ്റ്റും വ്യക്തിവാദിയുമാകാനാകും.' നേരത്തെയുള്ള വർക്കിംഗ് കമ്മിറ്റി യോഗങ്ങളിൽ നെഹ്റുവിന്റെ പെരുമാറ്റത്തെക്കുറിച്ച് അദ്ദേഹം ഇങ്ങനെ തുടർന്നു പറയുന്നു 'നിങ്ങൾ സാധാരണയായി മണിക്കൂറുകളോളം ഒരുമിച്ച് നില്ക്കുകയും അവസാനം കീഴടങ്ങുകയും ചെയ്യും. സർദാർ പട്ടേലിനും മറ്റുള്ളവർക്കും നിങ്ങളെ കൈകാര്യം ചെയ്യുന്നതിനുള്ള ഒരു മികച്ച വൈദഗ്ദ്ധ്യം ഉണ്ടായിരുന്നു. അവർ നിങ്ങളെ സംസാരിക്കാൻ അനുവദിക്കുകയും ആത്യന്തികമായി അവരുടെ പ്രമേയം തയ്യാറാക്കാൻ നിങ്ങളോട് ആവശ്യപ്പെടുകയും ചെയ്യും. പ്രമേയം തയ്യാറാക്കാൻ നിങ്ങളെ അനുവദിച്ചുകഴിഞ്ഞാൽ, ആരുടെ പ്രമേയമായാലും നിങ്ങൾക്ക് സന്തോഷം തോന്നും. അവസാനം വരെ നിങ്ങൾ നിങ്ങളുടെ സ്ഥാനത്ത് ഉറച്ചുനില്ക്കുന്നതായി ഞാൻ അപൂർവ്വമായി കണ്ടെത്തിയിട്ടുണ്ട്. ഗാന്ധിയെയും നെഹ്റുവിനെയും പറ്റി മറ്റ് സമകാലികർ ആരും തരാത്ത രീതിയിലുള്ള ഉൾക്കാഴ്ചകൾ സുഭാഷ് നമുക്ക് നല്കുന്നു.

സുഭാഷിന് അന്താരാഷ്ട്ര സംഭവങ്ങൾ എപ്പോഴും പ്രധാനപ്പെട്ടതായിരുന്നു, ഇന്ത്യൻ തീരങ്ങളിൽനിന്ന് വളരെ ദൂരെ നടന്നുകൊണ്ടിരുന്ന രാഷ്ട്രീയ സംഭവവികാസങ്ങളെക്കുറിച്ച് കഴിയുന്നത്ര പഠിക്കാൻ അദ്ദേഹം ശ്രമിച്ചു. യൂറോപ്യൻ കാര്യങ്ങളെക്കുറിച്ച് അദ്ദേഹം ധാരാളം എഴുതുകയും നിരവധി രാജ്യങ്ങളിൽ സഞ്ചരിക്കുകയും ചെയ്തു. ജർമ്മനിയിലെ ഫാസിസത്തിന്റെ ഉയർച്ചയെക്കുറിച്ചും ജപ്പാനിലെ സാമ്രാജ്യത്വശക്തിയെക്കുറിച്ചുമുള്ള അദ്ദേഹത്തിന്റെ വിമർശനങ്ങൾ ശ്രദ്ധേയമാണ്. അദ്ദേഹത്തിന്റെ പിന്നീടുള്ള പ്രവർത്തനങ്ങളുടെ പശ്ചാത്തലത്തിലാണ് ഇത് വായിക്കേണ്ടത്.

ജർമ്മനിയിലെ പുതിയ ദേശീയത സങ്കുചിതവും സ്വാർത്ഥവും അഹങ്കാരത്തിൽ അധിഷ്ഠിതവുമാണെന്ന് 1936 മാർച്ചിൽ ഒരു ജർമ്മൻ സുഹൃത്തിന് സുഭാഷ് എഴുതുന്നുണ്ട്. "വളരെ ദുർബ്ബലമായ ശാസ്ത്രീയ അടിത്തറയുള്ള പുതിയ വംശീയ തത്ത്വചിന്ത വെളുത്ത വംശജരെ പ്രത്യേകിച്ച് ജർമ്മൻ വംശജരെ മഹത്വവല്ക്കരിക്കുന്നു. ഹിറ്റ്ലറുടെ പ്രസംഗത്തിനുശേഷം, ഞാൻ ഇന്ത്യൻ പത്രങ്ങൾക്ക് വളരെ ശക്തമായ ഒരു പ്രസ്താവന നല്കി." അതുപോലെ, കിഴക്കൻ രാജ്യങ്ങളിലെ ജപ്പാന്റെ പങ്കിനെക്കുറിച്ച് അദ്ദേഹം ലേഖനം അവസാനിപ്പിക്കുന്നത് ഇങ്ങനെയാണ് ജപ്പാനോടുള്ള നമ്മുടെ എല്ലാ ആദരവും നിലനിർത്തിക്കൊണ്ടുതന്നെ പറയട്ടെ. ഞങ്ങളുടെ മുഴുവൻ ഹൃദയവും വിചാരണയുടെ ഈ മണിക്കൂറിൽ ചൈനയ്ക്കൊപ്പമാണ്. ചൈന ജീവിക്കണം, അവൾക്ക് വേണ്ടിയും മനുഷ്യത്വത്തിന് വേണ്ടിയും. ഈ സംഘർഷത്തിന്റെ ചാരത്തിൽനിന്ന്, അവൾ പലപ്പോഴും ഫിനിക്സ് പക്ഷിയെപ്പോലെ ഉയർന്നുവരും.'

ഹിറ്റ്ലറുടെ ജർമ്മനിയെയും സാമ്രാജ്യത്വ ജപ്പാനെയും വിമർശിക്കുന്ന ഈ രണ്ട് പ്രസ്താവനകളും ഈ രാജ്യങ്ങൾ ഏറ്റവും മനുഷ്യത്വരഹിതമായ കുറ്റകൃത്യങ്ങളിൽ പങ്കാളികളാകുന്നതിനുമുമ്പ് നട

ത്തിയതാണ്. രണ്ടുപേരും നീങ്ങിക്കൊണ്ടിരുന്ന ദിശ നേരത്തേതന്നെ സുഭാഷ് തിരിച്ചറിഞ്ഞതും അവരെ അപലപിക്കാൻ മടിക്കാതിരുന്നതും ഇന്ത്യയിൽ അദ്ദേഹം നടത്തിയ യുദ്ധങ്ങളിൽനിന്ന് വളരെ അകലെയായിരുന്ന രാഷ്ട്രീയപ്രവണതകളെക്കുറിച്ചുള്ള അദ്ദേഹത്തിന്റെ ബുദ്ധിപരമായ വീക്ഷണത്തിന്റെ തെളിവാണ്. മാത്രവുമല്ല, പ്രത്യയശാസ്ത്രപരമായി അദ്ദേഹം രണ്ടിനും എതിരുമായിരുന്നു. ഇരുരാജ്യങ്ങളും കൈവശപ്പെടുത്തിയ ധാരാളം ഇന്ത്യൻ യുദ്ധത്തടവുകാരുടെ സഹായത്തോടെ ഇന്ത്യയെ മോചിപ്പിക്കാനുള്ള പദ്ധതിയുടെ ഭാഗമായി മാത്രമാണ് അദ്ദേഹം അവരുമായി ചർച്ച നടത്താൻ ശ്രമിച്ചത്.

ഈ പുസ്തകം അവസാനിക്കുന്നത് സുഭാഷിനെ ഏറ്റവും കൂടുതൽ ഓർമ്മിക്കുന്ന ഐ എൻ എ പ്രവർത്തനങ്ങളാലാണ്..

രാഷ്ട്രീയവും രാഷ്ട്രതന്ത്രജ്ഞതയും നിറഞ്ഞ ഈ ലേഖനങ്ങൾക്കിടയിൽ ഇടതൂർന്ന മുൾച്ചെടികളും ഇലകളും മറച്ച മഹത്തായ പുഷ്പം പോലെ, 1936 ൽ എമിലി ഷെൻകലിന് അയച്ച ആദ്യ പ്രണയലേഖനവുമുണ്ട്, അവളെയും യൂറോപ്പിനെയും വിട്ടുപോകുമ്പോൾ. അദ്ദേഹം ഇങ്ങനെ കത്ത് എഴുതുന്നു: 'മഞ്ഞുമലകൾ പോലും ചിലപ്പോൾ ഉരുകുന്നു, അതാണെന്റെയും അവസ്ഥ... ഏതാനും ആഴ്ചകൾക്കുള്ളിൽ ഞാൻ എന്റെ വിദൂരത്തുള്ള വീട്ടിലേക്കെത്തും. എന്റെ രാജ്യം എന്നെ വിളിക്കുന്നു. എന്റെ കടമ എന്നെ വിളിക്കുന്നു. ഞാൻ നിന്നെ ഉപേക്ഷിച്ച് എന്റെ ആദ്യ പ്രണയത്തിലേക്ക് മടങ്ങണം, എന്റെ രാജ്യം!

നാം രണ്ട് വ്യത്യസ്ത ദേശങ്ങളിൽ പെട്ടവരാണ്. നമുക്ക് പൊതുവായി എന്തെങ്കിലും ഉണ്ടോ? തല്ക്കാലം, നമ്മുടെ രാജ്യങ്ങളെ വേർതിരിക്കുന്ന വ്യത്യാസങ്ങളെല്ലാം ഞാൻ മറന്നു. നിങ്ങളിലെ സ്ത്രീയെ ഞാൻ സ്നേഹിച്ചു, നിങ്ങളിലെ ആത്മാവ്. ഞാൻ സ്നേഹിച്ച ആദ്യത്തെ സ്ത്രീയാണ് നീ. നിങ്ങൾ അവസാനത്തെ ആളാകാൻ ദൈവം അനുവദിക്കട്ടെ...'

ഇതാണ് സുഭാഷ്. ഒരു സ്ത്രീയോടുള്ള തന്റെ ആദ്യ പ്രണയം പ്രഖ്യാപിക്കുമ്പോഴും തന്റെ ആദ്യ പ്രണയമായ തന്റെ രാജ്യത്തോട് വിശ്വസ്തത പുലർത്തുന്നു.

സുഭാഷിന്റെ ഈ പ്രത്യേക വാല്യം പരിഭാഷപ്പെടുത്താൻ തെരഞ്ഞെടുത്തുകൊണ്ട് ഡോ. വിനി വളരെ അഭിനന്ദനാർഹമായ കാര്യമാണ് ചെയ്തത്.. ഡോ. വിനി പട്ടാമ്പി നിരവധി മലയാളം വായനക്കാർക്കായി നേതാജി സുഭാഷ് ചന്ദ്രബോസിന്റെ ജീവസ്സുറ്റ കുറിപ്പുകൾ പുറത്തുകൊണ്ടുവന്നിരിക്കുന്നു.

പരിഭാഷകയുടെ കുറിപ്പ്

വിപ്ലവകാരിയായ ഒരു മനുഷ്യനെയാണ് നേതാജി സുഭാഷ് ചന്ദ്ര ബോസിന്റെ കാഴ്ച്ചപാടുകളിലൂടെ കടന്നുപോകുമ്പോൾ നമുക്ക് കാണാൻ കഴിയുക. അദ്ദേഹത്തിന്റെ ജീവിതം, കത്തുകൾ, പ്രഭാഷണങ്ങൾ എല്ലാം രാഷ്ട്രത്തിനും ജനങ്ങൾക്കും വേണ്ടി ഒരു വ്യക്തി എങ്ങനെയാണ് രൂപപ്പെടേണ്ടതെന്ന് നമുക്ക് വ്യക്തമാക്കി തരുന്നവയാണ്. അദ്ദേഹത്തിന്റെ ജീവിതം എല്ലാ തരത്തിലും ഒരു പോരാട്ടമായിരുന്നു. ആയിരക്കണക്കിന് ആളുകൾ അദ്ദേഹത്തിന്റെ ആഹ്വാനത്തിനു പിന്നിൽ അണിനിരന്നു. ഇന്ത്യയുടെ അതിരുകൾക്കപ്പുറത്തുള്ള ആളുകളും അദ്ദേഹത്തിന്റെ ആശയങ്ങളോട് അഭിനിവേശം ഉള്ളവരായി മാറി. പ്രധാനപ്പെട്ട പല രാജ്യങ്ങളിലെയും രാഷ്ട്രത്തലവൻമാർ അദ്ദേഹത്തോടൊപ്പം നിന്നു. നേതാജി ഇന്ത്യയുടെ തീരത്തിനപ്പുറം സ്വാതന്ത്ര്യസമരത്തിന്റെ തീ കൊളുത്തി. നേതാജിയുടെ പോരാട്ടം പല രാജ്യങ്ങൾക്കും പ്രചോദനമായി. സ്വാതന്ത്ര്യത്തിന്റെ നായകൻ എന്ന് അദ്ദേഹത്തെ ലോകം വിശേഷിപ്പിച്ചു.

കലാമണ്ഡലം ചരിത്ര രചനയുടെ ഭാഗമായി കൽക്കത്തയിലെ നാഷണൽ ലൈബ്രറിയിലും മറ്റുമായി ഗവേഷണ സംബന്ധിയായ രചനകൾ തേടുന്ന കാലത്താണ് The Essential writings of Netaji Subhash Chandra Bose എന്ന ഗ്രന്ഥവും മറ്റു ചില കുറിപ്പുകളും എന്റെ കൈകളിൽ വന്നു ചേർന്നത്. നേതാജി സുഭാഷ് ചന്ദ്രബോസിന്റെ ജീവിതമറിയാനുള്ള താല്പര്യവും അദ്ദേഹത്തിന്റെ പ്രവർത്തനങ്ങളും ആണ് ഈ ഗ്രന്ഥ രചനക്കും പ്രേരണയായത്.

ചരിത്രം നിശബ്ദമായി ഉറങ്ങുന്ന ആനക്കര വടക്കത്ത് തറവാട് സ്ഥിതി ചെയ്യുന്നത് ഞങ്ങളുടെ സമീപ ദേശത്താണ്. സ്വാതന്ത്ര്യത്തിനായി

ജീവൻ അർപ്പിച്ചവർ ജനിച്ചയിടം. സ്വാതന്ത്ര്യ സമരങ്ങളിൽ സുവർണ ലിപികളാൽ രേഖപ്പെടുത്തിയ സ്ത്രീരത്നങ്ങളെ സംഭാവന ചെയ്ത തറവാട്. ഇന്ത്യയുടെ സ്വാതന്ത്ര്യ സമരത്തിന്റെ ചരിത്രം ആനക്കര വടക്കത്ത് തറവാടിനെ രേഖപ്പെടുത്താതെ എഴുതാനാവില്ല. സ്വാതന്ത്ര്യ സമര ചരിത്രത്തിലെ പെൺസിംഹം എന്നറിയപ്പെടുന്ന ക്യാപ്റ്റൻ ലക്ഷ്മിയുടെ ജൻമ ഗൃഹമാണ് ആനക്കര വടക്കത്ത് തറവാട് എന്നത് മലയാളികൾക്ക് ഏറെ അഭിമാനമാണ്. സുഭാഷ്ചന്ദ്രബോസിന്റെ ഐ എൻ എ യിൽ ആകൃഷ്ടയായി അതിനൊപ്പം പ്രവർത്തിച്ചാണ് ക്യാപ്ററൻ ലക്ഷ്മി സ്വാതന്ത്ര്യ സമര പോരാളിയാകുന്നത്. നേതാജിയുടെ നിർദ്ദേശപ്രകാരം ഝാൻസി റാണി വനിതാ റജിമെന്റ് സ്ഥാപിച്ച് അതിനെ നയിച്ചാണ് ക്യാപ്റ്റൻ ലക്ഷ്മിയായി മാറുന്നത്. 1998 ൽ പത്മ വിഭൂഷൻ നൽകി രാജ്യം ആ ധീര വനിതയെ ആദരിച്ചു.

ഈ രചനകൾ ക്രോഡീകരിച്ചതിനു ശേഷം ശ്രീമതി സുഭാഷിണി അലി യുമായി ഞാൻ ചർച്ച ചെയ്തതിൽ പ്രകാരം ഇത്തരം ഒരു ഗ്രന്ഥം മലയാളത്തിൽ വരേണ്ടതിന്റെ ആവശ്യം അവർ സൂചിപ്പിക്കുകയുണ്ടായി. എന്നോടുള്ള പ്രത്യേക വാത്സല്യത്താലും ഒരേ നാട്ടുകാരെന്ന സന്തോഷത്താലും നിരന്തരം ഞങ്ങൾ ബന്ധപ്പെടുകയുണ്ടായി. ആർക്കും കണ്ടുപിടിക്കാൻ സാധിക്കാത്ത ആ മഹാന്റെ ജീവിതം പുസ്തകത്താളു കളിൽ മാത്രമൊതുങ്ങുന്ന ഈ ലോകത്ത് അദ്ദേഹത്തിന്റെ ചിന്തകളും ആശയങ്ങളും ജനതെയ പ്രചോദിപ്പിക്കേണ്ടത് ഇന്നിന്റെ ആവശ്യ മാണെന്ന് പറയുകയും ശേഷം ഈ രചനക്ക് വളരെ നല്ല ഒരു അവതാരിക തയ്യാറാക്കി തരികയും ചെയ്തു.

ഈ ഗ്രന്ഥത്തിന്റെ രചനക്ക് വേണ്ടി എന്നെ സഹായിച്ച ശ്രീമതി. സുഭാഷിണി അലി, കൽക്കത്ത നാഷണൽ ലൈബ്രറിയിലെ കൊച്ചു കോശി സാർ, ഡൽഹിയിലുള്ള ഉണ്ണി രാജൻ ശങ്കർ (എഡിറ്റർ , ഇന്ത്യൻ എക്സ്പ്രസ്സ്), മിഷൻ നേതാജി സംഘടനയുടെ

സ്ഥാപകനായ ശ്രീജിത്ത് പണിക്കർ, പുസ്തകത്തിന്റെ സംശോ ധനയിൽ നിർദ്ദേശം നൽകിയ കലാചരിത്ര നിരൂപകൻ വിജയകുമാർ മേനോൻ എന്നിവരോടും പ്രസിദ്ധീകരണം ഏറ്റെടുത്ത ചിന്ത പബ്ലി ക്കേഷൻസ് എന്നിവരോട് ഞാനെന്റെ നന്ദിയും കടപ്പാടും രേഖ പ്പെടുത്തുന്നു.

കേംബ്രിഡ്ജിൽ

ഞാൻ ഇന്ത്യ വിടുമ്പോൾ അമൃത്സറിൽ ജാലിയൻ വാലാബാഗ് കൂട്ടക്കൊല നടന്നുകഴിഞ്ഞിരുന്നു. പക്ഷേ, അതിനെക്കുറിച്ചുള്ള വാർത്തകൾ പഞ്ചാബിന് പുറത്തേക്ക് എത്തിയിരുന്നില്ല. പഞ്ചാബ് പട്ടാളനിയമത്തിന് കീഴിലായിരുന്നു. അവിടെനിന്നും, പുറത്തേക്ക് പോകുന്ന വാർത്തകൾ കണിശമായ നിരീക്ഷണത്തിനും പരിശോധനയ്ക്കും (സെൻസർഷിപ്പ്) വിധേയമാകുമായിരുന്നു. അതിനാൽത്തന്നെ ലാഹോറിലും അമൃത്സറിലും ഭീകരമായ ചിലതെന്തൊക്കെയോ നടന്നുവെന്ന അഭ്യൂഹം മാത്രമാണ് കേട്ടിരുന്നത്. സിംലയിൽ ജോലി ചെയ്തുകൊണ്ടിരുന്ന എന്റെ സഹോദരരിൽ ഒരാൾ പഞ്ചാബിൽനടന്ന സംഭവങ്ങളെക്കുറിച്ചും ആംഗ്ലോ– അഫ്ഗാൻ യുദ്ധത്തിൽ അഫ്ഗാനികൾ ബ്രിട്ടീഷുകാരെ തോല്പിച്ചതിനെക്കുറിച്ചും നമുക്കായ് ചില വാർത്തകൾ അല്ലെങ്കിൽ അഭ്യൂഹങ്ങൾ എത്തിച്ചു തന്നിരുന്നു. പക്ഷേ, മൊത്തത്തിൽ പൊതുജനം ഉത്തര –പശ്ചിമ ദിക്കിൽ നടക്കുന്നതിനെക്കുറിച്ച് അജ്ഞരായിരുന്നു. ഒരു അലംഭാവത്തോടെ ഞാൻ യൂറോപ്പിലേക്ക് കപ്പൽ കയറുകയാണുണ്ടായത്.

ബോട്ടിൽ പ്രതീക്ഷിച്ചതിലും കൂടുതൽ ഇന്ത്യൻ യാത്രക്കാരായിരുന്നു, അവരിൽ ഭൂരിഭാഗവും വിദ്യാർത്ഥികളായിരുന്നു. അതുപ്രകാരം പ്രത്യേകമായൊരു മേശ നമുക്ക് മാത്രമായി തെരഞ്ഞെടുത്താൽ കൂടുതൽ സൗകര്യപ്രദമായിരിക്കുമെന്ന് കരുതി. ഞങ്ങളുടെ മേശയുടെ മേൽനോട്ടം വഹിച്ചത് ആദരണീയയായ ഒരു മുതിർന്ന സ്ത്രീയായിരുന്നു, അന്തരിച്ച ഒരു ഇന്ത്യൻ ഉദ്യോഗസ്ഥന്റെ ഭാര്യയായിരുന്നു അവർ. യാത്രക്കാരിൽ ഭൂരിഭാഗവും പൊങ്ങച്ചക്കാരും വെയിലേറ്റ് നിറംമങ്ങിയവരുമായ ബ്രിട്ടീഷുകാരായിരുന്നു. അവരുമായുള്ള ഒരു കൂട്ടുകൂടൽ സാദ്ധ്യമേയായിരുന്നില്ല. അതിനാൽ ഞങ്ങൾ ഇന്ത്യക്കാർ ഞങ്ങളിൽത്തന്നെ

ഒതുങ്ങി. ഇടയ്ക്കിടെ ഒരു ഇന്ത്യൻ യാത്രക്കാരനും ഒരു ബ്രിട്ടീഷുകാരനും തമ്മിൽ എന്തിനെയെങ്കിലും ചൊല്ലി ഉരസലുണ്ടാകാറുണ്ട്. ഇംഗ്ലണ്ട് എത്തുന്നതുവരേക്കും ഗുരുതരമായി ഒന്നും സംഭവിച്ചില്ലെങ്കിലും ഇന്ത്യക്കാരോട് ധാർഷ്ട്യത്തോടുകൂടിയുള്ള ബ്രിട്ടീഷുകാരുടെ പെരുമാറ്റം ഞങ്ങളിൽ അവരോട് അമർഷത്തിനിടയാക്കി. യാത്രയ്ക്കിടെ രസകരമായ ഒരു വസ്തുത ഞാൻ കണ്ടെത്തി. ഇന്ത്യക്ക് പുറത്ത് കടക്കുമ്പോൾ ഇന്ത്യയോടും ഇന്ത്യക്കാരോടും ആംഗ്ലോ ഇന്ത്യക്കാർക്ക് സ്നേഹം ഉണ്ടാവുന്നുണ്ട് എന്നതാണത്. ബോട്ടിൽ കുറച്ച് ആംഗ്ലോ ഇന്ത്യക്കാരായ യാത്രക്കാരുണ്ടായിരുന്നു. യൂറോപ്പിനോട് കൂടുതൽ അടുത്തെത്തുമ്പോഴും അവർ കൂടുതൽ ഗൃഹാതുരത്വം അനുഭവിക്കുന്നതായി കാണപ്പെട്ടു. ഇംഗ്ലണ്ടിൽ ആംഗ്ലോ-ഇന്ത്യക്കാരെ ആരും ഇംഗ്ലീഷുകാരായി കണക്കാക്കില്ല. അതിലുപരി അവർക്കവിടെ വീടില്ല, കൂട്ടുകൂടലുകളില്ല, മറ്റു ബന്ധങ്ങളില്ല. അതിനാൽത്തന്നെ ഇന്ത്യയിൽനിന്ന് ദൂരേക്ക് പോകുമ്പോൾ ഇന്ത്യയിലേക്ക് കൂടുതൽ അടുക്കുന്നതായി അവർക്ക് തോന്നുന്നത് സ്വാഭാവികം.

'സിറ്റി ഓഫ് കൽക്കട്ട'യേക്കാളും വേഗതകുറഞ്ഞ ഒരു ബോട്ട് ഞങ്ങൾക്ക് തെരഞ്ഞെടുക്കാൻ കഴിയുമായിരുന്നുവെന്ന് എനിക്ക് തോന്നുന്നില്ല. ടിൽബറിയിൽ മുപ്പത് ദിവസങ്ങൾക്കുള്ളിൽ എത്തേണ്ട ബോട്ട് അവിടെ എത്തിയത് ഒരാഴ്ചകൂടി സമയമെടുത്തിട്ടാണ്. ഇംഗ്ലണ്ടിലെ കൽക്കരി സമരം കാരണം സൂയസിൽ കൽക്കരിക്കുവേണ്ടി ബോട്ട് പിടിച്ചിട്ടതായിരുന്നു ഇതിന് കാരണം. വഴിമദ്ധ്യേ നിരവധി തുറമുഖങ്ങളിലേക്ക് ഫോൺ ചെയ്തു എന്നതായിരുന്നു ഞങ്ങളുടെ ഏക ആശ്വാസം. അഞ്ച് ആഴ്ചകൾ നീളുന്ന യാത്ര സഹനീയമാക്കാൻ വേണ്ടി ഞങ്ങൾക്ക് ജീവിതത്തിന് രസം പകരുന്ന നർമ്മത്തെ ആശ്രയിക്കേണ്ടിയിരുന്നു. ഞങ്ങളുടെ കൂടെ യാത്രചെയ്യുന്ന ഒരാളുടെ ഭാര്യ അദ്ദേഹത്തെ ബീഫ് കഴിക്കുന്നതിൽനിന്നും വിലക്കിയിരുന്നു. എന്നാൽ മറ്റൊരു യാത്രക്കാരൻ ഇദ്ദേഹത്തെ സൂത്രത്തിൽ ബീഫ് കൊണ്ടുള്ള 'കോപ്താ കറി' കഴിപ്പിച്ചു. മട്ടൻ കൊണ്ടുള്ള 'കോപ്താ കറി' ആണെന്ന ധാരണയിൽ ഇദ്ദേഹമത് ആസ്വദിച്ച് കഴിക്കുകയും ചെയ്തു. പന്ത്രണ്ട് മണിക്കൂറുകൾക്കുശേഷം തന്റെ അമളി മനസ്സിലാക്കിയപ്പോൾ അദ്ദേഹം അതിൽ ഏറെ പശ്ചാത്തപിച്ചു. എല്ലാ ദിവസവും തനിക്ക് കത്തെഴുതണമെന്ന് മറ്റൊരു യാത്രക്കാരന്റെ പ്രതിശ്രുതവധുവിന് നിർബ്ബന്ധമുണ്ട്. പ്രണയകാവ്യങ്ങൾ ചൊല്ലിയും പ്രണയിനിയെക്കുറിച്ച് സംസാരിച്ചും അദ്ദേഹം സമയം ചെലവഴിച്ചു. ഞങ്ങൾ അത് ഇഷ്ടപ്പെട്ടാലും ഇല്ലെങ്കിലും അത് കേട്ടിരിക്കേണ്ടിവന്നിരുന്നു. ഒരുദിവസം അദ്ദേഹത്തിന്റെ നിർബ്ബന്ധത്തിന് വഴങ്ങി അദ്ദേഹത്തിന്റെ പ്രതിശ്രുതവധുവിന് ഗ്രീക്ക് പ്രകൃതമുണ്ടെന്ന് ഞാൻ സൂചിപ്പിച്ചപ്പോൾ അദ്ദേഹം എന്റെ അരികിൽ സന്തോഷത്തോടെ അത് കേട്ടിരുന്നു.

എത്ര വലിയ ദിനമാണെങ്കിലും അതിനൊരു അവസാനമുണ്ടല്ലോ; ഞങ്ങൾ ഒടുവിൽ ടിൽബറിയിൽ എത്തിച്ചേരുകതന്നെ ചെയ്തു. അവിടെ

ഈർപ്പമുള്ളതും മൂടിക്കെട്ടിയതുമായ അന്തരീക്ഷമായിരുന്നു. ഇത് ലണ്ടന്റെ സ്വതസിദ്ധമായ കാലാവസ്ഥയായിരുന്നു. എന്നാൽ പുറത്തെ കാലാവസ്ഥയൊക്കെ മറക്കാൻപറ്റുന്ന തരത്തിൽ ആവേശം കൊള്ളിക്കുന്ന നിരവധി കാര്യങ്ങൾ അവിടെയുണ്ടായിരുന്നു. ആദ്യമായി ഒരു ട്യൂബ് സ്റ്റേഷന്റെ അടിയിലേക്ക് പോയത് ഞാൻ ആസ്വദിച്ചു. അതൊരു പുതിയ അനുഭവമായിരുന്നു.

അടുത്ത പകൽ ഞാൻ പുതിയ കാഴ്ചകൾ കാണാനായി കറങ്ങി നടക്കാൻ തുടങ്ങി. ക്രോംവെൽ റോഡിലെ ഇന്ത്യൻ വിദ്യാർത്ഥികൾക്കായുള്ള ഉപദേശകന്റെ കാര്യാലയത്തിലേക്ക് ഞാൻ ഫോൺ ചെയ്തു. അദ്ദേഹം എന്നോട് വളരെ നന്നായി തന്നെ പെരുമാറി. എനിക്ക് നിറയെ ഉപദേശങ്ങൾ തന്നു. എന്നാൽ കേംബ്രിഡ്ജിൽ പ്രവേശനം ലഭിക്കുന്നതുമായി ബന്ധപ്പെട്ട് ഒന്നും ചെയ്യാനാകില്ലെന്നും അദ്ദേഹം കൂട്ടിച്ചേർത്തു. അവിടെവെച്ച് ഞാൻ യാദൃച്ഛികമായി കേംബ്രിഡ്ജിൽ പഠിക്കുന്ന കുറച്ച് ഇന്ത്യൻ വിദ്യാർത്ഥികളെ കണ്ടു. ക്രോംവെൽ റോഡിൽ സമയം കളയുന്നതിന് പകരം കേംബ്രിഡ്ജിലേക്ക് നേരിട്ടുചെന്ന് എന്റെ ഭാഗ്യം പരീക്ഷിക്കാൻ അതിലൊരാൾ എന്നെ കാര്യമായി ഉപദേശിച്ചു. അതനുസരിച്ച് പിറ്റേന്ന് തന്നെ ഞാൻ കേംബ്രിഡ്ജിലെത്തി. എനിക്ക് മുന്നേതന്നെ നേരിയ പരിചയമുള്ള ഒറീസയിൽനിന്നുള്ള വിദ്യാർത്ഥികൾ എനിക്കുവേണ്ടി സഹായഹസ്തം നീട്ടി. അതിൽ ഫിറ്റ്സ്വില്യം ഹാളിന്റെ ഭാഗമായ ഒരു വിദ്യാർത്ഥി എന്നെ മിസ്റ്റർ റെഡ്എവെയുടെ അടുത്തേക്ക് കൂട്ടിക്കൊണ്ടുപോവുകയും എന്നെ അദ്ദേഹത്തെ പരിചയപ്പെടുത്തുകയും ചെയ്തു. വളരെയധികം കരുണയോടെയും അനുതാപത്തോടെയും അദ്ദേഹം ഞാൻ പറയുന്നത് ക്ഷമയോടെ കേട്ടിരുന്നു. നേരിട്ടുതന്നെ എനിക്ക് പ്രവേശനം നല്കാമെന്ന് പറഞ്ഞുകൊണ്ടാണ് അദ്ദേഹം സംഭാഷണം അവസാനിപ്പിച്ചത്. അങ്ങനെ പ്രവേശനവുമായി ബന്ധപ്പെട്ട പ്രശ്നത്തിൽ ഒരു തീർപ്പായി. ഈ വർഷത്തെ ക്ലാസ് രണ്ടാഴ്ചകൾക്ക് മുന്നേതന്നെ തുടങ്ങിയെന്നതായിരുന്നു അടുത്ത പ്രശ്നം. ഇപ്രാവശ്യം പ്രവേശനം ലഭിക്കാതിരുന്നാൽ ബിരുദ കോഴ്സിന് പരിഗണിക്കപ്പെടാൻ മിക്കവാറും ഞാൻ ഒരു വർഷം കൂടി കാത്തിരിക്കേണ്ടി വരും. അങ്ങനെയല്ലെങ്കിൽ 1921 ജൂണിലേക്ക് ഞാൻ ഒരു ബിരുദധാരിയാകും. ഇക്കാര്യത്തിലും മിസ്റ്റർ റെഡ്എവെ എന്റെ പ്രതീക്ഷയ്ക്കും അപ്പുറത്ത് എന്നോട് പരിഗണന കാണിച്ചു. സർവ്വകലാശാല അധികാരികളെ എനിക്ക് അനുകൂലമായി പാട്ടിലാക്കുന്നതിനുവേണ്ടി അദ്ദേഹം കൽക്കരി സമരത്തിന്റെയും എന്റെ സൈനിക സേവനത്തിന്റെയും കാര്യം ഉപയോഗിച്ചു. അദ്ദേഹം അതിൽ വിജയിച്ചു, ഫലമായി എനിക്ക് ഇപ്രാവശ്യത്തെ കോഴ്സ് നഷ്ടപ്പെട്ടില്ല. മി. റെഡ്എവെ ഇല്ലായിരുന്നുവെങ്കിൽ ഇംഗ്ലണ്ടിൽ വന്ന് ഞാൻ എന്തു ചെയ്യുമായിരുന്നുവെന്ന് എനിക്കറിയില്ല.

ഒക്ടോബർ ഇരുപത്തഞ്ചോടെയാണ് ഞാൻ ലണ്ടനിൽ എത്തിയത്. ഇപ്പോൾ നവംബർ ആദ്യവാരമായിരിക്കുന്നു. കേംബ്രിഡ്ജിലെ ജോലി

കൾ തുടങ്ങാൻ അവിടെ വാസമുറപ്പിക്കേണ്ടിയിരിക്കുന്നു. എനിക്ക് പതിവിലും കൂടുതൽ ലക്ചറുകൾക്ക് പങ്കെടുക്കേണ്ടിയിരിക്കുന്നു. അതിലൊരു ഭാഗം മാനസിക-ധാർമ്മിക ശാസ്ത്ര(മെന്റൽ ആന്റ് മോറൽ സയൻസ്)ത്തിന്റെ പരീക്ഷകൾക്കുവേണ്ടിയാണ്. ബാക്കിയുള്ളത് സിവിൽ സർവ്വീസ് പരീക്ഷയ്ക്കുള്ളതുമാണ്. ലക്ചർ ക്ലാസുകൾ കഴിഞ്ഞുള്ള സമയം എനിക്ക് കഠിനമായി പഠിക്കേണ്ടതുണ്ടായിരുന്നു. കഠിനാദ്ധ്വാനത്തിലൂടെ കിട്ടുന്നതല്ലാത്ത ഒരു ആഹ്ലാദത്തിനും സാദ്ധ്യതയേയില്ലായിരുന്നു. പഴയ സിവിൽ സർവ്വീസ് ചട്ടങ്ങൾക്കു കീഴിലാണ് ഞാൻ പരീക്ഷ എഴുതാൻ പോകുന്നത്. അതിനാൽ എനിക്ക് എട്ടോ ഒമ്പതോ വ്യത്യസ്ത വിഷയങ്ങൾ പഠിക്കേണ്ടത് ആവശ്യമായിരുന്നു. അതിൽ ചിലത് ഞാൻ ആദ്യമായി പഠിക്കുകയായിരുന്നു. ഇംഗ്ലീഷ് പ്രബന്ധരചന, സംസ്കൃതം, തത്ത്വചിന്ത, ഇംഗ്ലീഷ് നിയമം, രാഷ്ട്രമീമാംസ, ആധുനിക യൂറോപ്യൻ ചരിത്രം, ഇംഗ്ലീഷ് ചരിത്രം, സാമ്പത്തികശാസ്ത്രം, ഭൂമിശാസ്ത്രം എന്നിവയായിരുന്നു എന്റെ വിഷയങ്ങൾ. ഈ വിഷയങ്ങൾ പഠിക്കുന്നതിനുമപ്പുറം ഭൂമിശാസ്ത്ര വിഷയത്തിനുവേണ്ടി സർവ്വേ നടത്തലും മാപ്പ് നിർമ്മാണവും(കാർട്ടോഗ്രഫി) എനിക്ക് ചെയ്യേണ്ടതായി ഉണ്ടായിരുന്നു. ആധുനികശാസ്ത്ര വിഷയവുമായി ബന്ധപ്പെട്ട് ഫ്രഞ്ചിനെക്കുറിച്ചും ചിലത് പഠിക്കേണ്ടതായി ഉണ്ടായിരുന്നു.

മാനസിക-ധാർമ്മിക ശാസ്ത്ര(മെന്റൽ ആന്റ് മോറൽ സയൻസ്) വിഷയം കൂടുതൽ രസകരമായിരുന്നുവെങ്കിലും, ലക്ചറുകൾ കേൾക്കുന്നതിനപ്പുറം എനിക്ക് അതിനുവേണ്ടി കൂടുതൽ സമയം മാറ്റിവെക്കാൻ കഴിഞ്ഞില്ല. പ്രൊഫസർ സോർലി(എത്തിക്സ്), പ്രൊഫസർ മയേർസ് (മനഃശ്ശാസ്ത്രം), പ്രൊഫസർ മെക് ടഗ്ഗാർട്ട്(മെറ്റാ ഫിസിക്സ്) എന്നിവരായിരുന്നു എന്റെ അദ്ധ്യാപകർ. ആദ്യ മൂന്നു പാദങ്ങളിൽ ഞാൻ എന്റെ മുഴുവൻ സമയവും സിവിൽ സർവ്വീസ് പരീക്ഷയ്ക്കുവേണ്ടിയുള്ള തയ്യാറെടുപ്പുകൾക്കായാണ് മാറ്റിവെച്ചത്. അതിനിടയിലുള്ള സമയങ്ങളിൽ നേരംപോക്കിനായി ഇന്ത്യൻ മജ്‌ലിസിന്റെയും യൂണിയൻ സൊസൈറ്റിയുടെയും യോഗങ്ങളിൽ പങ്കെടുക്കാറുണ്ട്.

യുദ്ധത്തിനുശേഷമുള്ള കേംബ്രിഡ്ജിന് യാഥാസ്ഥിതിക സ്വഭാവമായിരുന്നു. ഓക്സ്ഫോഡും ഇതേപോലെ തന്നെയായിരുന്നു. എന്നാൽ കുറച്ച് ഉദാരസ്വഭാവം കാണിച്ചു തുടങ്ങിയിട്ടുണ്ടായിരുന്നു. സമാധാനവാദികൾക്കും സോഷ്യലിസ്റ്റുകൾക്കും നിർബ്ബന്ധിത സൈനികസേവനം നിരസിക്കാൻ അവകാശമുണ്ടെന്ന് വാദിക്കുന്നവർക്കും, ഇതുപോലെയുള്ള മറ്റുള്ളവർക്കും കേംബ്രിഡ്ജിലെ ഒരു പൊതുയോഗത്തിൽ എളുപ്പത്തിൽ സംസാരിക്കാൻ കഴിയുമായിരുന്നില്ല എന്നതിൽനിന്നുതന്നെ നിലനില്ക്കുന്ന അന്തരീക്ഷം എന്താണെന്ന് ഒരാൾക്ക് മനസ്സിലാക്കാൻ കഴിയും. പൊതുവിൽ ബിരുദവിദ്യാർത്ഥികൾ വന്ന് യോഗങ്ങൾ അലങ്കോലമാക്കുകയും പ്രസംഗിക്കുന്നയാൾക്കു നേരെ പൊടിനിറച്ച ബാഗുകൾ എറിഞ്ഞും അദ്ദേഹത്തെ പുഴയിൽ മുക്കിയും അതിക്രമങ്ങൾ നടത്താ

റുണ്ട്. ഒരാളെ അതിക്രമിക്കുക എന്നത് ബിരുദധാരികൾക്ക് ഒരു നേരം പോക്കാണ്. ഞാൻ അതിനെ അംഗീകരിക്കുന്ന ഒരാളാണ്. എന്നാൽ പ്രസംഗിക്കുന്നയാൾ തങ്ങളിൽനിന്ന് വ്യത്യസ്തമായ ഒരു ആശയധാരയെ പ്രതിനിധീകരിക്കുന്നു എന്നതിന്റെ പേരിൽ മാത്രം യോഗങ്ങൾ അലങ്കോലമാക്കുന്നതിനോട് എനിക്ക് യോജിപ്പില്ല.

വിദ്യാർത്ഥികൾക്ക് അനുവദിച്ചിട്ടുള്ള സ്വാതന്ത്ര്യമാണ് പുറംരാജ്യക്കാരൻ എന്ന നിലയിൽ എന്നെ ഏറ്റവുമധികം ആകർഷിച്ചത്. അവിടെ അവർക്ക് പൊതുവെ ലഭിച്ചിരുന്ന മതിപ്പും എന്നെ ആകർഷിച്ചിരുന്നു. ഇതിന് അവരുടെ വ്യക്തിത്വത്തിൽ വളരെ ആരോഗ്യകരമായ സ്വാധീനം ഉണ്ടാക്കാൻ കഴിഞ്ഞിട്ടുണ്ട് എന്നതിൽ സംശയമില്ല. വിപ്ലവകാരിയോ സംശയിക്കപ്പെടേണ്ട ആളോ ആയിത്തീരാൻ സാദ്ധ്യതയുള്ളവരായി ഓരോ വിദ്യാർത്ഥിയെയും നോക്കിക്കാണുന്ന പൊലീസ് ഭരിക്കുന്ന കൽക്കട്ട നഗരത്തിൽനിന്നും എന്തു വ്യത്യസ്തമാണ് ഇവിടെയെന്ന് ഞാൻ ചിന്തിച്ചു! കൽക്കട്ട പ്രസിഡൻസി കോളേജിൽ വിദ്യാർത്ഥികളോട് മോശമായി പെരുമാറുന്ന അദ്ധ്യാപകരെക്കുറിച്ചും അത്തരം സംഭവങ്ങളെക്കുറിച്ചും കേംബ്രിഡ്ജിന്റെ അന്തരീക്ഷത്തിൽ ജീവിക്കുമ്പോൾ ചിന്തിക്കാൻ പോലും കഴിയില്ല. ഇവിടെ ബിരുദവിദ്യാർത്ഥികളാൽ കൈയേറ്റം ചെയ്യപ്പെടുമെന്ന ഭീതിയിൽ കഴിയുന്നവരാണ് പ്രൊഫസർമാർ. വാസ്തവത്തിൽ അത്ര പ്രസിദ്ധരല്ലാത്ത ഡോണുകൾ പോലും ബിരുദവിദ്യാർത്ഥികളാൽ ആക്രമിക്കപ്പെടാറുണ്ട്. സൗഹൃദപരമായാണെങ്കിലും അവരുടെ മുറികൾ ഈ വിദ്യാർത്ഥികൾ കയറി പരിശോധിക്കുകയും ചെയ്യാറുണ്ട്. എന്തെങ്കിലും കേടുപാടുകൾ സംഭവിച്ചാൽ അതിന് നഷ്ടപരിഹാരം നല്കുകയും ചെയ്യാറുണ്ട്. കേംബ്രിഡ്ജിലെ തെരുവുകളിൽ അതിക്രമങ്ങൾ നടത്തുകയും പൊതുമുതലിന് നഷ്ടങ്ങൾ സംഭവിക്കുകയും ചെയ്യുമ്പോൾ പോലും പൊലീസ് സംയമനം പാലിക്കുമായിരുന്നു. അത് ഇന്ത്യയിൽ ഒരിക്കലും സാദ്ധ്യമാകാത്ത കാര്യമാണ്. വിദ്യാർത്ഥികൾ വലിയ തോതിൽ സ്വാതന്ത്ര്യം അനുഭവിച്ചിരുന്നുവെന്നത് സ്വതന്ത്രമായ അന്തരീക്ഷത്തിൽ ജനിക്കുകയും വളരുകയും ചെയ്ത ബ്രിട്ടീഷുകാരായ വിദ്യാർത്ഥികളെക്കാൾ എന്നെ സ്വാഭാവികമായും ആകർഷിച്ചിരുന്നു. വിദ്യാർത്ഥികൾക്ക് എവിടെയും കിട്ടിക്കൊണ്ടിരുന്ന പരിഗണനയും ബഹുമാനവും അത്ഭുതപ്പെടുത്തുന്നതായിരുന്നു. ആദ്യമായി അവിടെയെത്തുന്ന പുതുക്കക്കാർക്കുപോലും തന്നിൽനിന്ന് ഉയർന്ന നിലവാരത്തിലുള്ള സ്വഭാവവും പെരുമാറ്റവും പ്രതീക്ഷിക്കപ്പെടുന്നുണ്ടെന്ന തോന്നലുണ്ടാവുകയും അതിനൊത്ത് അവർക്ക് പെരുമാറേണ്ടിവരികയും ചെയ്യുമായിരുന്നു. ബിരുദ വിദ്യാർത്ഥികളോടുള്ള ഈ പരിഗണന കേംബ്രിഡ്ജിൽ മാത്രം ഒതുങ്ങുന്നതല്ല, അത് ഏതാണ്ട് രാജ്യത്ത് എല്ലായിടത്തും അങ്ങനെത്തന്നെയാണ്. ട്രെയിനുകളിൽ ഒരാൾ ചോദ്യം ചെയ്യപ്പെടുകയും അയാൾ മറുപടിയായി താൻ കേംബ്രിഡ്ജിൽ (അല്ലെങ്കിൽ ഓക്സ്ഫോഡ്) നിന്നോ ആണെന്ന് പറയുമ്പോൾ ചോദ്യം ചെയ്യുന്ന ആളുടെ സമീപനം

ഒറ്റയടിക്ക് മാറുന്നത് കാണാം. അയാൾ കൂടുതൽ സൗഹൃദരൂപേണയായിത്തീരും. അല്ലെങ്കിൽ കൂടുതൽ ബഹുമാനം കാണിക്കും. ഇതെന്റെ വ്യക്തിപരമായ അനുഭവമായിരുന്നു. കേംബ്രിഡ്ജിലോ ഓക്സ്ഫോഡിലോ എത്തിപ്പെടുന്നവർക്ക് അതിന്റെ പൊങ്ങച്ചമുണ്ടാവുകയാണെങ്കിൽ അതിനെ തീർച്ചയായും ഞാൻ പിന്താങ്ങില്ല. എന്നാൽ പൊലീസ് ഭരിക്കുന്ന അന്തരീക്ഷത്തിൽ ജനിച്ചുവളർന്ന ഞാൻ ഉത്തരവാദിത്വമുള്ള പൗരന്മാരായി വിദ്യാർത്ഥികളെയും ചെറുപ്പക്കാരെയും കൂടുതൽ സ്വാതന്ത്ര്യത്തോടെയും പരിഗണനയോടെയും കാണുന്നതിനോട് ശക്തമായി യോജിക്കുന്നു.

കൽക്കത്തയിൽ ഒരു കോളേജ് വിദ്യാർത്ഥിയായിരുന്നപ്പോഴുണ്ടായ ഒരു സംഭവം ഞാനോർത്തുപോവുകയാണ്. പുതിയ പുസ്തകങ്ങൾ വാങ്ങിക്കുകയെന്നത് അന്ന് എനിക്ക് ഏറെ ഇഷ്ടപ്പെട്ട കാര്യമായിരുന്നു. കടയുടെ കണ്ണാടിച്ചില്ലിനുള്ളിലെ ഒരു പുസ്തകത്തിനുമേൽ മനസ്സുടക്കിക്കഴിഞ്ഞാൽ പിന്നെ അത് സ്വന്തമാക്കുന്നതുവരെ എനിക്ക് വിശ്രമമുണ്ടാവാറില്ല. പുസ്തകം കൈയിൽ കിട്ടുന്നതുവരെ ഞാൻ വളരെയധികം അസ്വസ്ഥനായിരിക്കുമെന്നതിനാൽ വീട്ടിലേക്ക് തിരിക്കുന്നതിനുമുമ്പ് എനിക്ക് വാങ്ങേണ്ടതായി വരാറുണ്ട്. കോളേജ് സ്ട്രീറ്റിലുള്ള വലിയ കടകളിൽ ഒന്നിലേക്ക് ഒരുദിവസം ഞാൻ ചെന്നു. അക്കാലത്ത് എനിക്ക് വളരെ താല്പര്യമുണ്ടായിരുന്ന തത്ത്വചിന്തയിലുള്ള പുസ്തകം ഞാൻ ആവശ്യപ്പെട്ടു. അതിന്റെ വില പറഞ്ഞപ്പോഴാണ് അത്രയും പൈസ എന്റെ കൈയിലില്ലായെന്ന് എനിക്ക് മനസ്സിലായത്. ഉടനെതന്നെ മാനേജരെ കണ്ട്, പണം തികയില്ലെന്നും ബാക്കി പണം നാളെ തരാമെന്നും ഞാൻ പറഞ്ഞപ്പോൾ അത് സാദ്ധ്യമല്ലെന്നാണ് അദ്ദേഹം മറുപടി പറഞ്ഞത്. പുസ്തകം കിട്ടണമെങ്കിൽ മുഴുവൻ പണവും ആദ്യം അടയ്ക്കണം. അന്ന് പുസ്തകം കിട്ടാത്തതിന്റെ പേരിൽ മാത്രമല്ല ഞാൻ നിരാശനായത്. എന്നെ ഈ വിധത്തിൽ അവിശ്വസിച്ചത് എന്നെ വല്ലാതെ മുറിപ്പെടുത്തിയിരുന്നു. അതുകൊണ്ടുതന്നെ കേംബ്രിഡ്ജിലെ ഏത് കടയിൽ കയറി ഓർഡർ ചെയ്താലും അപ്പോൾത്തന്നെ മുഴുവൻ പണവും കൊടുക്കേണ്ടതില്ല എന്നത് എനിക്ക് വളരെ ആശ്വാസകരമായി തോന്നിയിരുന്നു.

യൂണിയൻ സൊസൈറ്റിയുടെ യോഗങ്ങളിൽ നടക്കാറുള്ള സംവാദങ്ങളാണ് എന്റെ ആരാധന പിടിച്ചുപറ്റിയ മറ്റൊരു സംഭവം. അവിടെയുണ്ടാകാറുള്ള അന്തരീക്ഷം തന്നെ ഉന്മേഷദായകമാണ്. നിങ്ങൾക്ക് ഇഷ്ടമുള്ളതെന്താണോ അത് സംസാരിക്കാനും, ആരെ വേണമെങ്കിലും ആശയസംവാദത്തിലൂടെ ആക്രമിക്കാനും പൂർണ്ണമായ സ്വാതന്ത്ര്യം അവിടെയുണ്ടായിരുന്നു. പ്രമുഖരായ പാർലമെന്റ് അംഗങ്ങളും, ചിലപ്പോൾ മന്ത്രിസഭയിലെ അംഗങ്ങളുംവരെ സമത്വം എന്ന ആശയത്തിന്റെ സത്ത ഉൾക്കൊണ്ടുകൊണ്ട് ഈ സംവാദങ്ങളിൽ പങ്കെടുക്കാറുണ്ട്. പലപ്പോഴും അവർക്കെതിരെ ശക്തമായ വിമർശനങ്ങളും ആക്ഷേപങ്ങളും അവിടെ ഉയരാറുണ്ട്. ഒരിക്കൽ എം പി ആയ ഹൊറാറ്റിയോ ബൊട്ടൊംലി ഒരു

സംവാദത്തിൽ പങ്കെടുക്കുകയായിരുന്നു. എതിർപക്ഷത്തുള്ള ഒരു പ്രഭാഷകൻ അദ്ദേഹത്തെ ഓർമ്മപ്പെടുത്തിയത് ഇതാണ്: "ഹൊറാറ്റിയോ, തന്റെ ജോൺ ബുള്ള് സ്വപ്നം കാണുന്നതിനപ്പുറമുള്ള കാര്യങ്ങൾ ഈ ലോകത്തിലുണ്ടെടോ..."

ചില തമാശ നിറഞ്ഞ നുറുങ്ങുകൾ ഇത്തരം സംവാദങ്ങൾക്ക് ജീവനും ഉശിരും നല്കാറുണ്ട്. അയർലന്റുമായി ബന്ധപ്പെട്ട ഒരു സംവാദത്തിനിടെ ഐറിഷ് ജനതയോട് ഐക്യപ്പെട്ടുനില്ക്കുന്ന ഒരു പ്രഭാഷകൻ, അവിടുത്തെ സർക്കാരിന്റെ യഥാർത്ഥ സ്വഭാവം തുറന്നു കാണിച്ചുകൊണ്ട് പറഞ്ഞത്, "നിയമവും ക്രമസമാധാനവും ഒരു ഭാഗത്തും ബോണാർ നിയമവും ക്രമസമാധാന തകർച്ചയും മറ്റൊരു ഭാഗത്തും."

ഈ സംവാദങ്ങളിലെ അതിഥികളുടെ കൂട്ടത്തിൽ പ്രമുഖരായ പാർലമെന്റേറിയന്മാരെ കൂടാതെ പൊതുസേവകരും പങ്കെടുക്കാറുണ്ട്. ഡോ. ഹ്യൂഗ് ഡാൾട്ടൺ ഈ സംവാദങ്ങളിൽ ഇടയ്ക്കിടെ പങ്കെടുക്കാറുണ്ടെന്ന് ഞാൻ ഓർക്കുന്നു. ആ സമയത്ത് ഏതോ ഒരു മണ്ഡലത്തെ പാർലമെന്റിൽ പ്രതിനിധീകരിക്കാൻ സാദ്ധ്യതയുള്ളയാളായിരുന്നു അദ്ദേഹം. അക്കാലത്ത് ഇടതു ലിബറലായിരുന്ന (ലേബർ പാർട്ടി അംഗം) സർ ഒസ്വാൾഡ് മൊസ്‌ലി ഇന്ത്യയെ സംബന്ധിച്ച ഒരു സംവാദത്തിൽ പങ്കെടുക്കുകയും ഡയർ, ഒ ഡയർ എന്നിവരുടെ നയങ്ങളെ ശക്തമായി അപലപിക്കുകയും ചെയ്തിരുന്നു. 1919 ൽ അമൃത്സറിൽ നടന്ന സംഭവങ്ങൾ വംശീയവെറിയുടെ പ്രകടനമായിരുന്നുവെന്ന അദ്ദേഹത്തിന്റെ പ്രസ്താവന ബ്രിട്ടീഷ് കേന്ദ്രങ്ങളിൽ ഒരു കൊടുങ്കാറ്റുതന്നെ സൃഷ്ടിച്ചു. ഖനികളിൽ ജോലി ചെയ്യുന്നവർക്കുവേണ്ടി സംസാരിക്കാൻ സർ ജോൺ സൈമൺ, മി ക്ലൈനസ് എന്നിവർ ഒരിക്കൽ കേംബ്രിഡ്ജിലെ ഗിൽഡ് ഹാളിലെത്തി. ബിരുദവിദ്യാർത്ഥികൾ ഹാളിലേക്കെത്തിയത് ഇവരെ നട്ടം തിരിയിക്കുക എന്ന ഉദ്ദേശ്യത്തോടുകൂടിയായിരുന്നു. സർ ജോൺ സൈമണിന് വിദ്യാർത്ഥികളുടെ ഇരുവശത്തുനിന്നുമുള്ള ആക്രമണത്തിനിടയിലൂടെ ഓടി രക്ഷപ്പെടേണ്ടി വരികതന്നെ ചെയ്തു. പക്ഷേ, മി. ക്ലൈനസ് ആത്മാർത്ഥതയോടെയും താല്പര്യത്തോടെയും സംസാരിച്ചു തുടങ്ങിയപ്പോൾ അവഹേളിക്കാൻ വന്നവർകൂടി അവസാനം വരെയും ഹാളിൽ നിന്നിട്ടാണ് മടങ്ങിയത്. അദ്ദേഹം ഒരു ഖനിത്തൊഴിലാളിയായിരുന്നുവെന്നാണ് എനിക്ക് തോന്നിയത്.

കേംബ്രിഡ്ജിലുണ്ടായിരുന്ന ആറുപാദത്തിലും ബ്രിട്ടീഷുകാരും ഇന്ത്യക്കാരുമായ വിദ്യാർത്ഥികൾ തമ്മിൽ സ്നേഹപൂർണ്ണമായ ബന്ധങ്ങളാണ് ഉണ്ടായിരുന്നത്. എന്നാൽ അതൊരു യഥാർത്ഥ സൗഹൃദമായി ഒരിക്കലും വളർന്നുവന്നില്ല. ഇത് ഞാനെന്റെ വ്യക്തിപരമായ അനുഭവത്തിൽനിന്നുകൊണ്ടു മാത്രം പറയുന്നതല്ല. പൊതുവായ എന്റെ നിരീക്ഷണത്തിലൂടെയും എനിക്ക് ഇങ്ങനെതന്നെയാണ് തോന്നുന്നത്. ഇതിന് കാരണമായ കുറേ ഘടകങ്ങളുണ്ട്. യുദ്ധത്തിന് ഇതിൽ പങ്കുണ്ടെന്ന് സംശയമില്ലാതെ പറയാം. വലിയ സൗഹൃദത്തിലാണെന്ന പുറംപൂച്ച്

കാണിക്കുമെങ്കിലും, ഒരു ശരാശരി ബ്രിട്ടീഷുകാരന്റെ ഉള്ളിൽ അധീശത്വ സ്വഭാവമുണ്ടെന്ന് നമുക്ക് പ്രകടമാവും. യുദ്ധാനന്തര സംഭവങ്ങൾക്കു ശേഷം, പ്രത്യേകിച്ച് അമൃത്സറിലെ ദുരന്തത്തിനുശേഷം ഇന്ത്യക്കാരുടെ ഉള്ളിൽ തങ്ങളുടെ ആത്മാഭിമാനവും രാജ്യത്തിന്റെ മാനവുമായി ബന്ധപ്പെട്ട സംഭവങ്ങളിൽ പ്രതികരിക്കാനുള്ള ത്വര കൂടുതലായിരുന്നു. ഇത് ചിലപ്പോഴൊക്കെ പെട്ടെന്നും കടുത്തതുമായ പ്രതികരണങ്ങളാകാറുണ്ട്. ജനറൽ ഡയറോട് മദ്ധ്യവർഗ്ഗ ഇംഗ്ലീഷുകാർക്കിടയിൽ വലിയ തോതിൽ അനുതാപമുണ്ടെന്ന തിരിച്ചറിവ് ഞങ്ങളിൽ വളരെയധികം വേദനയുണ്ടാക്കിയിരുന്നു. ബ്രിട്ടീഷുകാർക്കും ഇന്ത്യക്കാർക്കുമിടയിൽ ഒരു സൗഹൃദം രൂപപ്പെടുത്താനാവശ്യമായ അടിത്തറ ഇല്ലായിരുന്നു എന്നതാണ് സത്യം. മുമ്പത്തേതിനേക്കാളും കൂടുതൽ രാഷ്ട്രീയബോധമുള്ളവരും പ്രതികരണശേഷിയുള്ളവരുമായി ഞങ്ങൾ മാറിയിരുന്നു. ഇതിന്റെ ഫലമായി ഒരു ഇന്ത്യക്കാരന്റെ രാഷ്ട്രീയബോധത്തോട് അനുതാപമോ അല്ലെങ്കിൽ കുറഞ്ഞപക്ഷം സഹനമോ ഉണ്ടെങ്കിൽ മാത്രമേ ബ്രിട്ടീഷുകാരനുമായി സൗഹൃദം സ്ഥാപിക്കാൻ പറ്റുമായിരുന്നുള്ളു. അതു കണ്ടെത്തുക എന്നത് അത്ര എളുപ്പമുള്ള കാര്യമായിരുന്നില്ല. രാഷ്ട്രീയപ്പാർട്ടികൾക്കിടയിൽ ലേബർ പാർട്ടി മാത്രമാണ് ഇന്ത്യക്കാരുടെ ആവശ്യങ്ങളോട് അനുതാപം കാണിച്ചിരുന്നത്. അതുകൊണ്ടുതന്നെ ലേബർ പാർട്ടി അംഗങ്ങളുമായും അല്ലെങ്കിൽ അതിന്റെ കാഴ്ചപ്പാടുകളെ അനുകൂലിക്കുന്നവരുമായും സൗഹൃദം സ്ഥാപിക്കാൻ കൂടുതൽ സാദ്ധ്യതയുണ്ടായിരുന്നു.

ഇതുവരെ പറഞ്ഞതൊക്കെയും പൊതുവെയുള്ള കാര്യങ്ങളാണ്. എന്നാൽ തീർച്ചയായും ഇതിന് അപവാദങ്ങളുമുണ്ടാകാം. ബ്രിട്ടീഷ് രാഷ്ട്രീയത്തെക്കുറിച്ച് യാഥാസ്ഥിതിക കാഴ്ചപ്പാടുള്ള ആളുകളുമായും വിദ്യാർത്ഥികളുമായും വിദ്യാർത്ഥികളല്ലാത്തവരുമായും എനിക്ക് സൗഹൃദമുണ്ട്. ഇത്രയേറെ കാര്യങ്ങൾ എന്റെ ജീവിതത്തിൽ സംഭവിച്ചിട്ടുകൂടി ആ ബന്ധങ്ങൾ ഇപ്പോഴും തുടരുന്നുണ്ട്. അവർക്ക് എന്റെ ആശയങ്ങളോട് മതിയായ സഹനമുള്ളതുകൊണ്ടാണ് അത് സാദ്ധ്യമായത്. കഴിഞ്ഞ ദശാബ്ദത്തിൽ, പ്രത്യേകിച്ച് കഴിഞ്ഞ അഞ്ചുവർഷത്തിനിടെ ബൗദ്ധികമായ ഒരു വിപ്ലവത്തിലൂടെയാണ് ഗ്രേറ്റ് ബ്രിട്ടനിലെ ബുദ്ധിജീവികൾ കടന്നുപോയിക്കൊണ്ടിരുന്നത്. കേംബ്രിഡ്ജിലും ഓക്സ്ഫോഡിലും ലണ്ടനിലും മറ്റു സ്ഥലങ്ങളിലും അതിന്റെ പ്രതിഫലനമുണ്ടായിട്ടുണ്ടെന്ന് എനിക്ക് ധൈര്യത്തോടെ പറയാൻ കഴിയും. അതുകൊണ്ടുതന്നെ ഇന്നത്തെ അനുഭവം 1919 ലെയോ 1920 ലെയോ അനുഭവത്തിൽനിന്നും വ്യത്യസ്തമായിരിക്കും.

യുദ്ധാനന്തരം ബ്രിട്ടീഷുകാർക്കുണ്ടായിരുന്ന മാനസികസ്ഥിതിയെക്കുറിച്ച് ഞാൻ ധരിച്ചത് തെറ്റായിരുന്നില്ലെന്ന് ഒന്നോ രണ്ടോ സംഭവങ്ങളിലൂടെ വിശദീകരിക്കാനാകും. ഒരു ശരാശരി ബ്രിട്ടീഷുകാരൻ നീതിയുക്തനും സ്പോർട്സ്മാൻ സ്പിരിറ്റുള്ളയാളുമാണെന്നാണ് പൊതുവിൽ അവകാശപ്പെടാറുള്ളത്. കേംബ്രിഡ്ജിലുണ്ടായിരുന്ന സമയത്ത് ഞങ്ങൾ

ഇന്ത്യക്കാർക്ക് ഇത് വിശ്വസിക്കാൻ ബുദ്ധിമുട്ടുണ്ടായിരുന്നു. ആ വർഷത്തെ ടെന്നീസ് ജേതാവ് ഒരു ഇന്ത്യക്കാരനായിരുന്നു, സുന്ദർ ദാസ്. സ്വാഭാവികമായും അദ്ദേഹം ബ്ലൂ മെഡൽ കരസ്ഥമാക്കിയിരുന്നു. സർവ്വ കലാശാലകൾ തമ്മിലുള്ള മത്സരത്തിൽ ടീമിനെ നയിക്കാൻ അദ്ദേഹത്തെ ചുമതലപ്പെടുത്തുമെന്നാണ് ഞങ്ങൾ കരുതിയിരുന്നത്. എന്നാൽ കഴിഞ്ഞ വർഷത്തെ ബ്ലൂ മെഡൽ ജേതാവിനെ വിളിച്ചുവരുത്തുകയും അദ്ദേഹത്തെ ഒരുവർഷത്തേക്കുകൂടി നിലനിർത്തുകയുമാണ് ചെയ്തത്. അത് ഞങ്ങളെ അസ്വസ്ഥരാക്കി. കടലാസിൽ എല്ലാം ശരിയായിരുന്നു. ടീമിനെ നയിക്കുവാൻ സീനിയറായിട്ടുള്ള ബ്ലൂമെഡൽ ജേതാവിന് തന്നെയാണ് മുൻഗണന. എന്നാൽ തിരശ്ശീലയ്ക്ക് പുറകിൽ എന്താണ് സംഭവിച്ചതെന്ന് എല്ലാവർക്കുമറിയാമായിരുന്നു. ഇന്ത്യൻ വിദ്യാർത്ഥികൾക്കിടയിൽ അന്ന് നിശ്ശബ്ദമായ അമർഷം തളംകെട്ടിനിന്നിരുന്നു.

മറ്റൊരു സംഭവം കൂടി പറയാം. ഒരുദിവസം യൂണിവേഴ്സിറ്റി ഓഫീസേഴ്സ് ട്രെയിനിങ് കോപ്സിലേക്ക് ആളെ തെരഞ്ഞെടുക്കുന്നതിന്റെ ഭാഗമായി ബിരുദവിദ്യാർത്ഥികളിൽനിന്ന് അപേക്ഷകൾ ക്ഷണിച്ചുകൊണ്ടുള്ള നോട്ടീസ് ഞങ്ങൾ കണ്ടു. ഞങ്ങളിൽ കുറച്ചുപേർ അവിടെച്ചെന്ന് അതിൽ അപേക്ഷ കൊടുത്തു. അപേക്ഷ ഉന്നതാധികാരികളുടെ പരിഗണനയ്ക്ക് വിടേണ്ടിവരുമെന്നാണ് ഞങ്ങൾക്ക് കിട്ടിയ മറുപടി. കുറച്ചു സമയത്തിനുശേഷം ഒ ടി സിയിൽ തെരഞ്ഞെടുക്കപ്പെടുന്നതിനെ ഇന്ത്യൻ ഓഫീസ് തടഞ്ഞതായി ഞങ്ങൾക്ക് മറുപടി കിട്ടി. വിഷയം ഇന്ത്യൻ മജ്ലിസിനു മുമ്പാകെ കൊണ്ടുവന്നു. ഇന്ത്യക്കുവേണ്ടിയുള്ള അവിടുത്തെ സെക്രട്ടറിയുടെ അടുത്തേക്ക് വിഷയം എത്തിക്കാനായിരുന്നു അന്നു തീരുമാനമെടുത്തത്. ആവശ്യമെങ്കിൽ അദ്ദേഹത്തെ കണ്ടു സംസാരിക്കാൻ എന്നെയും മി. കെ എൽ ഗൗബയെയും ആയിരുന്നു ചുമതലപ്പെടുത്തിയിരുന്നത്. മി. ഇ എസ് മൊണ്ടേഗ് ആയിരുന്നു അപ്പോഴത്തെ സെക്രട്ടറി. അദ്ദേഹം ഞങ്ങളെ ഇന്ത്യക്കുവേണ്ടിയുള്ള അണ്ടർ സെക്രട്ടറിയുടെ അടുത്തേക്ക് അയച്ചു. 'ഏൾ ഓഫ് ലൈറ്റൺ' എന്ന പദവി നേടിയ ആളായിരുന്നു അണ്ടർ സെക്രട്ടറി. അദ്ദേഹം ഞങ്ങളെ ഉപചാരപൂർവ്വം സ്വീകരിക്കുകയും ഞങ്ങൾ പറയുന്നത് ക്ഷമാപൂർവ്വം കേൾക്കുകയും ചെയ്തു. ഇന്ത്യൻ ഓഫീസിന് ഇക്കാര്യത്തിൽ ഒരു എതിർപ്പുമില്ലെന്ന് അദ്ദേഹം ഞങ്ങൾക്കുറപ്പു നല്കി. വാർ ഓഫീസിൽ നിന്നാണ് എതിർപ്പ് വന്നതെന്നും അദ്ദേഹം ഞങ്ങളോട് പറഞ്ഞു. ഒ ടി സിയിലേക്ക് ഇന്ത്യൻ വിദ്യാർത്ഥികളെ തെരഞ്ഞെടുക്കുകയാണെങ്കിൽ അത് ബ്രിട്ടീഷ് വിദ്യാർത്ഥികൾക്കിടയിൽ അമർഷമുണ്ടാക്കുമെന്ന് വാർ ഓഫീസിന് വിവരം ലഭിച്ചിരുന്നു. കൂടാതെ ഒ ടി സിയിലെ അംഗങ്ങൾ മുഴുവൻ യോഗ്യതകളും നേടിക്കഴിഞ്ഞാൽ ബ്രിട്ടീഷ് സേനയുടെ ഉദ്യോഗസ്ഥ പദവിയിലെത്താൻ അവർക്ക് അർഹതയുണ്ട്. ഒ ടി സിയിൽനിന്ന് യോഗ്യത നേടിക്കഴിഞ്ഞ ഇന്ത്യൻ വിദ്യാർത്ഥികൾ ബ്രിട്ടീഷ് സേനയിൽ ഉദ്യോഗസ്ഥ പദവിക്കു മേൽ ആവശ്യമുന്നയിക്കുകയാണെങ്കിൽ അത് ഒരു വിഷമം പിടിച്ച അവ

സ്ഥയായിരിക്കും. ഇതായിരുന്നു വാർ ഓഫീസിന്റെ പേടി. ഇന്ത്യക്കാരും ബ്രിട്ടീഷുകാരും ഒരുമിച്ചുള്ള റെജിമെന്റുകളുടെ ചുമതല ഭാവിയിൽ ഇന്ത്യൻ ഉദ്യോഗസ്ഥർ തന്നെ വഹിക്കേണ്ടിവരുമെന്നത് അത്യന്താപേക്ഷിതമാണെന്നാണ് ലൈറ്റൺ പ്രഭു വിചാരിക്കുന്നത്. എന്നാൽ നിർഭാഗ്യവശാൽ നിരവധി കേന്ദ്രങ്ങളിൽ ഇന്ത്യക്കാർക്കെതിരെയുള്ള മുൻവിധികൾ നിലനിന്നിരുന്നു, അത് തള്ളിക്കളയാൻ പറ്റുന്ന തരത്തിലുള്ളതായിരുന്നില്ല. ഈ പ്രശ്നത്തിന് പരിഹാരമെന്നോണം ബ്രിട്ടീഷ് സേനയിൽ ഉദ്യോഗസ്ഥ പദവി ആവശ്യപ്പെടില്ലെന്ന ഉറപ്പ് തരാൻ തയ്യാറാണെന്ന് ഞങ്ങൾ അദ്ദേഹത്തോട് പറഞ്ഞു. ഒരു ജോലിയെന്ന നിലയിൽ സൈന്യത്തിൽ പ്രവേശിക്കുന്നതിനുമപ്പുറം പരിശീലനം കിട്ടാനായിരുന്നു ഞങ്ങൾ താല്പര്യപ്പെട്ടിരുന്നതെന്നും കൂട്ടിച്ചേർത്തു. കേംബ്രിഡ്ജിലേക്ക് തിരിച്ചു വരുന്ന വഴി ഞങ്ങൾ ഒന്നുകൂടി ഒ ടി സി ഉദ്യോഗസ്ഥനുമായി സംസാരിച്ചു. വിഷയത്തിൽ എതിർപ്പ് കാണിക്കുന്നത് വാർ ഓഫീസല്ല, ഇന്ത്യൻ ഓഫീസാണെന്നായിരുന്നു വീണ്ടും ഞങ്ങൾക്ക് കിട്ടിയ മറുപടി. സത്യമെന്തുതന്നെയായാലും, ഇന്ത്യക്കാരെക്കുറിച്ച് ചില ബ്രിട്ടീഷ് കേന്ദ്രങ്ങളിൽ മുൻവിധികളുണ്ടായിരുന്നുവെന്നതിൽ സംശയമില്ല. ഞാൻ അവിടെ ഉണ്ടായിരുന്നിടത്തോളം കാലം ഞങ്ങളുടെ ഈ ആവശ്യം നിറവേറ്റപ്പെട്ടിരുന്നില്ല. പതിനേഴ് വർഷങ്ങൾക്ക് മുമ്പുണ്ടായിരുന്ന അതേ അവസ്ഥ തന്നെയാണ് ഇന്നുള്ളതെന്ന് എനിക്ക് ധൈര്യത്തിൽ പറയാൻ കഴിയും.

അക്കാലത്ത് കേംബ്രിഡ്ജിലെ ഇന്ത്യൻ വിദ്യാർത്ഥികൾ പൊതുവിൽ എല്ലാ കാര്യങ്ങളിലും, പ്രത്യേകിച്ച് പഠനത്തിന്റെ കാര്യത്തിലും മികച്ച പ്രകടനമാണ് കാഴ്ചവെച്ചിരുന്നത്. അത് കായിക ഇനങ്ങളുടെ കാര്യത്തിലാണെങ്കിലും അവരുടെ പ്രകടനം ഒരിക്കലും മോശമായിരുന്നില്ല. കുറച്ചുകൂടി മെച്ചപ്പെട്ടിരുന്നെങ്കിലെന്ന് ഞങ്ങൾ ആഗ്രഹിച്ചിരുന്നത് ബോട്ടിങ്ങിന്റെ കാര്യത്തിൽ മാത്രമായിരുന്നു. ഇപ്പോൾ ഇന്ത്യയിൽ ബോട്ടിങ്ങിന് കൂടുതൽ ജനകീയത ലഭിച്ചുകൊണ്ടിരിക്കുകയാണ്. ബോട്ടിങ്ങിലും ഇന്ത്യൻ വിദ്യാർത്ഥികൾ മികച്ച പ്രകടനം കാഴ്ച വെക്കുമെന്ന് ഞങ്ങൾക്കിപ്പോൾ പ്രതീക്ഷിക്കാനാകും.

ഇന്ത്യൻ വിദ്യാർത്ഥികളെ വിദേശത്തേക്ക് അയക്കുന്നത് നല്ലതാണോ, ആണെങ്കിൽത്തന്നെ ഏത് പ്രായത്തിലാണ് നല്ലത് എന്ന ചോദ്യങ്ങൾ ഇടയ്ക്കിടെ ഉന്നയിക്കപ്പെടാറുണ്ട്. 1920 ൽ ലൈറ്റൺ പ്രഭുവിന്റെ അദ്ധ്യക്ഷതയിൽ ഗ്രെയ്റ്റ് ബ്രിട്ടനിലെ ഇന്ത്യൻ വിദ്യാർത്ഥികളുടെ കാര്യങ്ങൾ പരിഗണിക്കാനായി ഒരു ഔദ്യോഗിക സമിതി രൂപീകരിക്കപ്പെടുകയുണ്ടായി. ഇത്തരം ചോദ്യങ്ങളും സമിതിയിൽ ചർച്ചചെയ്യപ്പെട്ടിരുന്നു. ഒരു പരിധി വരെ പക്വത നേടിയെങ്കിൽ മാത്രമേ ഇന്ത്യൻ വിദ്യാർത്ഥികൾ വിദേശത്തേക്ക് പോകേണ്ടതുള്ളൂ എന്നതാണ് എന്റെ അഭിപ്രായം. ഈ അഭിപ്രായം തന്നെയായിരുന്നു എനിക്ക് അന്നും ഉണ്ടായിരുന്നത്. മറ്റൊരു തരത്തിൽ പറയുകയാണെങ്കിൽ ബിരുദത്തിനുശേഷം മാത്രമാണ് അവർ വിദേശത്തേക്ക് പോകേണ്ടത്. അത് നിയമത്തിലൂടെയാണ് ഉറപ്പു

വരുത്തേണ്ടത്. അങ്ങനെയാണെങ്കിൽ വിദേശത്തെ ജീവിതം അവർക്ക് പരമാവധി പ്രയോജനകരമാക്കാൻ കഴിയും. ഇന്ത്യൻ വിദ്യാർത്ഥികൾക്കായുള്ള സമിതിക്ക് മുമ്പാകെ കേംബ്രിഡ്ജ് ഇന്ത്യൻ മജ്‌ലിസിനെ പ്രതിനിധീകരിച്ച് ഞാൻ മുന്നോട്ട് വെച്ച ആശയങ്ങൾ ഇതായിരുന്നു. ബ്രിട്ടനിലെ പൊതുവിദ്യാലയങ്ങൾക്ക് ആവശ്യത്തിലധികമുള്ള പ്രാധാന്യമാണ് നല്കിക്കൊണ്ടിരിക്കുന്നത്. അത് എങ്ങനെയാണ് ബ്രിട്ടീഷ് ജനതയെയോ ബ്രിട്ടീഷ് വിദ്യാർത്ഥികളെയോ സ്വാധീനിക്കുന്നതെന്ന് അഭിപ്രായപ്പെടാൻ ഞാൻ ആഗ്രഹിക്കുന്നില്ല. പക്ഷേ, ഇന്ത്യൻ വിദ്യാർത്ഥികളെ സംബന്ധിച്ചാണെങ്കിൽ എന്റെ അഭിപ്രായം അത്ര നല്ല വാക്കുകൾ കൊണ്ട് പ്രകടിപ്പിക്കാൻ കഴിയില്ല. കേംബ്രിഡ്ജിൽ ആയിരുന്നപ്പോൾ ഇംഗ്ലീഷ് പൊതുവിദ്യാലയങ്ങളിലെ ഇന്ത്യൻ വിദ്യാർത്ഥികളെ ഞാൻ കണ്ടുമുട്ടിയിരുന്നു. എനിക്ക് അവരെക്കുറിച്ച് വളരെ മികച്ച അഭിപ്രായമല്ല ഉള്ളത് (തീർച്ചയായും എന്റെ ഈ അഭിപ്രായത്തിനും അപവാദങ്ങളുണ്ടാകാം). തങ്ങളുടെ മാതാപിതാക്കളുടെ കൂടെ താമസിക്കുന്നവരും സ്കൂൾ വിദ്യാഭ്യാസത്തിന്റെ കൂടെ വീട്ടിൽനിന്നും കാര്യങ്ങൾ പഠിക്കാൻ കഴിയുന്നവരുമായ വിദ്യാർത്ഥികൾ അവിടെയുണ്ടായിരുന്നു. ഇക്കൂട്ടത്തിൽപ്പെട്ടവർ ഒറ്റയ്ക്ക് താമസിച്ചു പഠിക്കുന്ന വിദ്യാർത്ഥികളേക്കാൾ മികച്ച രീതിയിലുള്ള പ്രകടനമാണ് കാഴ്ചവെച്ചിരുന്നത്. ആദ്യഘട്ടങ്ങളിലുള്ള പഠനം എപ്പോഴും 'ദേശീയ'മായിരിക്കണം. മണ്ണിൽ വേരുകൾ പടർത്തിക്കൊണ്ടുള്ള പഠനമായിരിക്കണം അത്. നമ്മുടെ മാനസിക വളർച്ചയ്ക്കുള്ള ഭക്ഷണം നമ്മുടെ സ്വന്തം രാജ്യത്തിന്റെ സംസ്കാരത്തിൽനിന്നുതന്നെ കണ്ടെത്തണം. വളരെ ചെറിയ പ്രായത്തിൽ ഒരു കുട്ടി പറിച്ചുനടപ്പെടുകയാണെങ്കിൽ അത് എങ്ങനെയാണ് സാദ്ധ്യമാവുക? അരുത്, പക്വതവരാത്ത പ്രായത്തിൽ ആൺകുട്ടികളെയും പെൺകുട്ടികളെയും വിദേശത്തെ സ്കൂളുകളിൽ പഠിക്കാൻ അയക്കുന്നതിനെ നമ്മളൊരിക്കലും പ്രോത്സാഹിപ്പിക്കരുത്. ഉന്നതപഠനത്തിന്റെ ഘട്ടങ്ങളിൽ മാത്രമാണ് വിദ്യാഭ്യാസം അന്താരാഷ്ട്രമാകുന്നത്. അപ്പോൾ മാത്രമേ വിദേശത്തുപോകുന്നതുകൊണ്ട് വിദ്യാർത്ഥികൾക്ക് ഉപകാരമുണ്ടാവുകയുള്ളൂ. അപ്പോൾ മാത്രമേ രണ്ടുപേർക്കും ഗുണകരമാകുന്ന വിധത്തിൽ കിഴക്കിനും പടിഞ്ഞാറിനും പരസ്പരം ഇടപഴകാൻ കഴിയുകയുള്ളൂ.

സിവിൽ സർവ്വീസ് ഉദ്യോഗസ്ഥർ ഇന്ത്യയിൽ എല്ലാം അറിയുന്ന ആൾക്കാരായാണ് പരിഗണിക്കപ്പെടാറുള്ളത്. അവർ എല്ലാതരത്തിലുമുള്ള ജോലികൾക്കുവേണ്ടിയും നിയമിക്കപ്പെടുമെന്നതിനാൽ ആ ധാരണ ശരിയുമായിരുന്നു. ഒരുതരത്തിലുള്ള ഇലാസ്തികത അവർക്ക് കിട്ടുന്നത് അവരുടെ വിദ്യാഭ്യാസത്തിലൂടെയാണ്. വളരെയധികം വിഷയങ്ങളിൽ ചെറിയ തോതിലെങ്കിലും അറിവുണ്ടാകുമെന്നത് ഭരണകാര്യങ്ങളിൽ അവർക്ക് സഹായകരമായിത്തീരാറുണ്ട്. ഒമ്പത് വിഷയങ്ങളിൽ പഠിച്ച് സിവിൽ സർവ്വീസ് പരീക്ഷ എഴുതാൻ തയ്യാറെടുക്കുമ്പോഴാണ് എനിക്കിത് മനസ്സിലായത്. അന്ന് പഠിച്ച എല്ലാ വിഷയങ്ങളും എനിക്ക് പിന്നീടുള്ള ജീവി

ത്തിൽ ഉപകാരപ്പെട്ടില്ലെങ്കിലും, രാഷ്ട്രമീമാംസയും സാമ്പത്തികശാസ്ത്രവും ഇംഗ്ലീഷ് ചരിത്രവും ആധുനിക യൂറോപ്യൻ ചരിത്രവും പിന്നീട് എന്നെ വളരെയധികം സഹായിച്ചിട്ടുണ്ട്. ആധുനിക യൂറോപ്യൻ ചരിത്രം പഠിച്ചതിനുശേഷം മാത്രമാണ് യൂറോപ്യൻ ഭൂഖണ്ഡത്തിന്റെ രാഷ്ട്രീയ കാര്യങ്ങളിൽ എനിക്ക് അറിവ് ഉണ്ടായത്. ഗ്രെയ്റ്റ് ബ്രിട്ടന്റെ ഒരു വലിയ പതിപ്പാണ് യൂറോപ്പ് എന്നാണ് ഇന്ത്യക്കാർ പഠിച്ചുവെച്ചിരുന്നത്. അതിന്റെ ഫലമായി യൂറോപ്യൻ ഭൂഖണ്ഡത്തെ മുഴുവനും യൂറോപ്പിന്റെ കണ്ണിൽക്കൂടി കാണുന്ന ശീലം നമുക്കുണ്ട്. ഇതൊരു ഗുരുതരമായ പിഴവാണ്. ബിസ്മാർക്കിന്റെ ആത്മകഥയും, മെട്ടേർണിക്കിന്റെ ഓർമ്മക്കുറിപ്പുകളും, കേവറുടെ കത്തുകളും ആധുനിക യൂറോപ്യൻ ചരിത്രത്തിന്റെ ഭാഗമായി പഠിച്ചുകഴിഞ്ഞപ്പോഴാണ് ഞാനിത് തിരിച്ചറിഞ്ഞത്. ഇത്തരം ചരിത്രഗ്രന്ഥങ്ങൾ, കേംബ്രിഡ്ജിൽനിന്ന് ഞാൻ പഠിച്ച മറ്റെന്തിനേക്കാളും എന്നിലെ രാഷ്ട്രീയ ബോധം ഉയർത്തുകയും രാജ്യാന്തര രാഷ്ട്രീയത്തിന്റെ അന്തർദ്ധാരകളെക്കുറിച്ചുള്ള എന്റെ അറിവിനെ പരിപോഷിപ്പിക്കുകയും ചെയ്തിട്ടുണ്ട്.

1920 ജൂലൈ ആദ്യമാണ് ലണ്ടനിൽ സിവിൽ സർവ്വീസ് ഓപ്പൺ മത്സര പരീക്ഷ തുടങ്ങുന്നത്. ഒരു മാസത്തോളം അത് നീണ്ടുനിന്നു. അതുകൊണ്ട് തന്നെ മരണവെപ്രാളവും കൂടുതൽ കാലം അനുഭവിക്കേണ്ടി വന്നു. മൊത്തത്തിൽ നോക്കുമ്പോൾ ഞാൻ നന്നായി കഷ്ടപ്പെട്ടിട്ടുണ്ട്. എന്നാൽ എന്റെ പ്രതീക്ഷയ്ക്കും എത്രയോ താഴെയായിരുന്നു എന്റെ തയ്യാറെടുപ്പ്. അതുകൊണ്ട് തന്നെ എനിക്ക് പ്രതീക്ഷയുണ്ടായിരുന്നില്ല. നിരവധി ബുദ്ധിശാലികളായ വിദ്യാർത്ഥികൾ വർഷങ്ങൾ നീണ്ട പരിശീലനത്തിന് ശേഷവും പരാജയപ്പെട്ടിട്ടുണ്ട്. എനിക്ക് സ്വയം മിഥ്യാഭിമാനം ഇല്ലാത്തതുകൊണ്ടുതന്നെ പരീക്ഷയിൽ ജയിക്കുന്നത് സംബന്ധിച്ച് പ്രതീക്ഷയും ഉണ്ടായിരുന്നില്ല. സംസ്കൃതം വിഷയത്തിൽ കിട്ടുമെന്ന് ഉറപ്പുണ്ടായിരുന്ന 150 മാർക്ക് വിഡ്ഢിയെപ്പോലെ കളഞ്ഞുകുളിച്ചപ്പോഴാണ് എന്റെ ആത്മവിശ്വാസം തകർന്നുപോയത്. ഇംഗ്ലീഷിൽനിന്ന് സംസ്കൃതത്തിലേക്കുള്ള വിവർത്തനമായിരുന്നു ചെയ്യേണ്ടിയിരുന്നത്. അത് ഞാൻ നന്നായി തയ്യാറെടുപ്പ് നടത്തിയ വിഷയവുമായിരുന്നു. ഉത്തരക്കടലാസിൽ പിന്നീട് വൃത്തിയിൽ എഴുതുന്നതിനായി ഞാനാദ്യം വിവർത്തനത്തിന്റെ പകർപ്പ് മറ്റൊരു കടലാസിൽ എഴുതിവെച്ചിരുന്നു. എന്നാൽ എന്റെ ഓർമ്മക്കേടുകൊണ്ട്, എഴുതിവെച്ച പകർപ്പിന്റെ ഒരു ഭാഗം മാത്രമേ ബെല്ലടിക്കുന്ന സമയമായപ്പോഴേക്കും എനിക്ക് ഉത്തരക്കടലാസിൽ എഴുതിച്ചേർക്കാൻ കഴിഞ്ഞുള്ളൂ. പക്ഷേ, അപ്പോഴേക്കും എനിക്കൊന്നും ചെയ്യാനുണ്ടായിരുന്നില്ല, ഉത്തരക്കടലാസ് തിരിച്ചു നല്കേണ്ട സമയമായിരുന്നു. വെറുതെ നഖം കടിച്ച് നില്ക്കാൻ മാത്രമേ എനിക്ക് കഴിഞ്ഞുള്ളൂ.

ഞാൻ നന്നായി പരീക്ഷ എഴുതിയില്ലെന്നും വിജയിക്കുന്ന ഉദ്യോഗാർത്ഥികൾക്കിടയിൽ സ്ഥാനം പിടിക്കില്ലെന്നും പ്രിയപ്പെട്ടവരെയെല്ലാം

അറിയിച്ചിരുന്നു. അതിനുശേഷം അവസാനപരീക്ഷയ്ക്കുവേണ്ടിയുള്ള തയ്യാറെടുപ്പുകൾ നടത്താനായിരുന്നു എന്റെ പദ്ധതി. അങ്ങനെയിരിക്കെ ഞാൻ ലണ്ടനിലായിരുന്നപ്പോൾ ഒരു രാത്രി എന്റെ ഒരു സുഹൃത്തിൽ നിന്നും എനിക്കൊരു ടെലഗ്രാം വന്നു. 'അഭിനന്ദനങ്ങൾ, മോണിങ് പോസ്റ്റ് വായിക്കൂ' എന്നതായിരുന്നു സന്ദേശം. എനിക്കുണ്ടായ ആശ്ചര്യത്തെക്കുറിച്ചൊന്ന് ചിന്തിച്ചുനോക്കൂ. പക്ഷേ, ആ സുഹൃത്ത് എന്താണുദ്ദേശിച്ചതെന്ന് എനിക്ക് മനസ്സിലായില്ല. പിറ്റേന്ന് രാവിലെ മോണിങ് പോസ്റ്റ് പത്രം കൈയിൽ കിട്ടിയപ്പോഴാണ് ഞാൻ പരീക്ഷയിൽ നാലാമനായി വിജയിച്ച വിവരം അറിയുന്നത്. ഞാൻ ഏറെ സന്തോഷിച്ചു. അപ്പോൾത്തന്നെ ഇന്ത്യയിലേക്ക് സന്ദേശം അയക്കുകയും ചെയ്തു.

മറ്റൊരു പ്രശ്നമാണ് എനിക്കപ്പോൾ അഭിമുഖീകരിക്കാൻ ഉണ്ടായിരുന്നത്. ഈ ജോലികൊണ്ട് ഞാനെന്താണ് ചെയ്യാൻ പോകുന്നത്? എന്റെ എല്ലാ സ്വപ്നങ്ങളോടും ആഗ്രഹങ്ങളോടും വിടപറഞ്ഞ് ഒരു സുഖകരമായ ജീവിതം നയിക്കാൻ ഞാൻ തയ്യാറാണോ? അങ്ങനെയാണെങ്കിൽ അതിൽ ഒരു പുതുമയുമില്ല. ചെറുപ്പത്തിൽ വലിയ വായിൽ വർത്തമാനം പറയുകയും എന്നാൽ വളർന്നുകഴിയുമ്പോൾ അതിന് വിപരീതമായി പ്രവർത്തിക്കുകയും ചെയ്യുകയെന്നത് പലരും മുൻപേ ചെയ്തുകഴിഞ്ഞിട്ടുള്ളതാണ്. കോളേജിൽ പഠിക്കുന്ന കാലത്ത് വിവേകാനന്ദനെക്കുറിച്ചും രാമകൃഷ്ണനെക്കുറിച്ചും വാതോരാതെ സംസാരിക്കാറുണ്ടായിരുന്ന കൽക്കട്ടയിലുള്ള ഒരു ചെറുപ്പക്കാരനെ എനിക്കറിയാം. എന്നാൽ അദ്ദേഹം പിന്നീട് ഒരു ധനിക കുടുംബത്തിൽനിന്ന് വിവാഹം കഴിക്കുകയും ഇന്ത്യൻ സിവിൽ സർവ്വീസിൽ വളരെ സുഗമമായി ഇടം പിടിക്കുകയും ചെയ്തു. ബോംബെയിലുള്ള ഒരു സുഹൃത്തിന്റെ കാര്യവും സമാനമാണ്. അന്തരിച്ച ലോകമാന്യതിലകിന്റെ സാന്നിദ്ധ്യത്തിൽ അദ്ദേഹം താൻ എങ്ങനെയെങ്കിലും ഇന്ത്യൻ സിവിൽ സർവ്വീസ് പരീക്ഷ ജയിക്കുകയാണെങ്കിൽ ജോലി രാജിവെച്ച് ദേശീയ പ്രവർത്തനങ്ങൾക്കുവേണ്ടി തന്റെ ജീവിതം സമർപ്പിക്കുമെന്ന് പ്രതിജ്ഞ ചെയ്തിരുന്നു. എന്നാൽ എന്റെ കാര്യത്തിൽ, എല്ലാവരും സഞ്ചരിക്കുന്ന വഴിയേ പോകില്ലെന്ന് ഞാനാദ്യമേ തീരുമാനമെടുത്തിരുന്നു. അതിനുമപ്പുറം ചില ആദർശങ്ങൾക്കുവേണ്ടി ജീവിക്കാനായിരുന്നു എനിക്ക് ആഗ്രഹം. അതുകൊണ്ടുതന്നെ എന്റെ കഴിഞ്ഞുപോയ കാലത്തെ പൂർണ്ണമായി മായ്ച്ചുകളയാൻ കഴിഞ്ഞാൽ മാത്രമേ സർവ്വീസിലെ ജോലിയിലേക്ക് പ്രവേശിക്കാൻ എനിക്ക് സാദ്ധ്യമാവുമായിരുന്നുള്ളൂ.

രാജിയെക്കുറിച്ച് ആലോചിക്കുന്നതിനുമുമ്പ് രണ്ട് പ്രധാനപ്പെട്ട വസ്തുതകൾക്ക് ഞാൻ പരിഗണന കൊടുക്കേണ്ടതായുണ്ടായിരുന്നു. എന്റെയാളുകൾ എന്തു വിചാരിക്കുമെന്നതായിരുന്നു അതിൽ ആദ്യത്തേത്. ഇപ്പോഴുള്ള ഒരു ആവേശത്തിൽ രാജി വെക്കുകയാണെങ്കിൽ ഭാവിയിൽ എപ്പോഴെങ്കിലും എന്റെ തീരുമാനത്തിൽ ദുഃഖിക്കേണ്ടിവരുമോ എന്നതായിരുന്നു രണ്ടാമത്തെ പ്രശ്നം. ശരിയായ കാര്യമാണ് ഞാൻ

ചെയ്യുന്നത് എന്നതിനെക്കുറിച്ച് എനിക്ക് പൂർണ്ണബോദ്ധ്യമുണ്ടായിരുന്നോ?

ഇക്കാര്യത്തിൽ ഒരു തീരുമാനമെടുക്കാൻ ഞാൻ ഏഴു മാസം സമയമെടുത്തു. അതിനിടയിൽ എന്റെ രണ്ടാമത്തെ സഹോദരൻ ശരത്തുമായി ഞാൻ സമ്പർക്കത്തിലേർപ്പെട്ടുതുടങ്ങിയിരുന്നു. ഭാഗ്യവശാൽ ഞാനന്ന് അയച്ച കത്തുകളെല്ലാം എന്റെ സഹോദരൻ സൂക്ഷിച്ചുവെച്ചിട്ടുണ്ട്. എനിക്ക് കിട്ടിയ കത്തുകളെല്ലാം തിരക്കുപിടിച്ച രാഷ്ട്രീയ ജീവിതത്തിന്റെ പ്രക്ഷുബ്ധതയിലും സമ്മർദ്ദങ്ങളിലും നഷ്ടപ്പെട്ടുപോയി. 1920കളിൽ ഞാൻ എങ്ങനെയൊക്കെയാണ് ചിന്തിച്ചിരുന്നതെന്ന് മനസ്സിലാകുമെന്നതിനാൽ തന്നെ ആ കത്തുകൾ വളരെ രസകരമാണ്.

1920 സെപ്തംബർ പകുതിയിലാണ് ഇന്ത്യൻ സിവിൽ സർവ്വീസ് പരീക്ഷയുടെ ഫലം പുറത്തുവരുന്നത്. കുറച്ച് ദിവസങ്ങൾക്ക് ശേഷം എസ്സെക്സിൽ ലേഓൺ സീയിൽ അവധിദിനം ചെലവഴിക്കുന്നതിനിടെ സെപ്തംബർ 22 ന് ഞാൻ അവനൊരു കത്തെഴുതി. അത് ഇങ്ങനെയായിരുന്നു:

'ടെലഗ്രാമിലൂടെ അഭിനന്ദനങ്ങൾ അറിയിച്ചതിൽ സന്തോഷം. ഇന്ത്യൻ സിവിൽ സർവ്വീസ് പരീക്ഷ പാസായതിലൂടെ കാര്യമായ എന്തെങ്കിലും ഞാൻ നേടിയോ എന്നെനിക്കറിയില്ല. എന്നാൽ ആ വാർത്ത പലരേയും സന്തോഷമേകിയെന്ന് അറിയാൻ കഴിഞ്ഞു. ഈ ദുരിതദിനങ്ങളിൽ ഈ വാർത്തകേട്ട് സന്തോഷിക്കുന്ന അച്ഛനേയും അമ്മയേയും കുറിച്ച് ആലോചിക്കുന്നത് തന്നെ മനസ്സിന് സുഖം തരുന്നുണ്ട്.'

'മി. ബിയുടെ കുടുംബത്തിന്റെ പേയിങ് ഗസ്റ്റായിട്ടാണ് ഞാനിവിടെ കഴിയുന്നത്. ഒരു ഇംഗ്ലീഷുകാരന്റെ സ്വഭാവത്തെ നല്ലപോലെ പ്രതിനിധീകരിക്കുന്ന ഒരാളാണ് മി. ബി. അദ്ദേഹം സംസ്കാരചിത്തനും ലിബറൽ കാഴ്ചപ്പാടുകൾ ഉള്ളയാളുമാണ്. എന്നാൽ വൈകാരികമായി അദ്ദേഹം ഒരു വിശ്വപൗരനാണ്. റഷ്യ, പോളണ്ട്, ലിതുവാനിയ, അയർലണ്ട് എന്നീ രാജ്യങ്ങൾ കൂടാതെ മറ്റ് രാജ്യങ്ങളിൽനിന്നും അദ്ദേഹത്തിന് സുഹൃത്തുക്കളുണ്ട്. റഷ്യയിലെയും അയർലണ്ടിലെയും ഇന്ത്യയിലെയും സാഹിത്യത്തെക്കുറിച്ച് അദ്ദേഹത്തിന് നല്ല മതിപ്പാണ്. അദ്ദേഹം രമേശ് ദത്തിന്റെയും ടാഗോറിന്റെയും രചനകളെ ആരാധനയോടെ ആസ്വദിക്കുന്ന വ്യക്തിയാണ്... മത്സരപരീക്ഷയിൽ നാലാമതെത്തിയതിനെത്തുടർന്ന് അഭിനന്ദനങ്ങളുടെ കൂമ്പാരമാണ് എനിക്കുമേൽ ചൊരിയുന്നത്. എന്നാൽ ഐ സി എസിന്റെ റാങ്ക് പട്ടികയിൽ ഇടംപിടിച്ചതിൽ ഞാൻ സന്തോഷവാനാണെന്ന് എനിക്ക് പറയാൻ കഴിയില്ല. ഉദ്യോഗത്തിൽ പ്രവേശിക്കണമെങ്കിൽ അത് ഐ സി എസ് പരീക്ഷയ്ക്കുവേണ്ടിയുള്ള പഠനം തുടങ്ങിയ അത്രതന്നെ വിമുഖതയോടുകൂടി മാത്രമേ സാധിക്കുകയുള്ളൂ. നല്ലൊരു തുക വരുമാനമായും ഉദ്യോഗസ്ഥജീവിതത്തിന് ശേഷം പെൻഷനായും കിട്ടും. പാദസേവ ചെയ്യാൻ തയ്യാറാണെങ്കിൽ കമ്മീഷണർ പദവിയിലേക്കും എത്താൻ കഴിഞ്ഞേക്കും. കഴിവുകളുണ്ടെങ്കിൽ ദാസ്യമനോഭാവമുള്ള ഒരാൾക്ക് ഏതെങ്കിലും പ്രവിശ്യയുടെ ചീഫ് സെക്രട്ടറി

ആകാനും ശ്രമിച്ചുനോക്കാവുന്നതാണ്. പക്ഷേ, എന്റെ ജീവിതത്തിലെ ഏറ്റവും പ്രധാനപ്പെട്ട ഒന്നായി ഈ ഉദ്യോഗത്തെ കാണേണ്ടതുണ്ടോ? സിവിൽ സർവ്വീസ് ഉദ്യോഗത്തിലൂടെ ലൗകികമായ എല്ലാ സുഖങ്ങളും ഒരാൾക്ക് നേടാനാകും. എന്നാൽ ഇത്തരം നേട്ടങ്ങൾ സ്വന്തം ആത്മാവിനെ നഷ്ടപ്പെടുത്തിയാണോ നേടേണ്ടത്? ഐ സി എസ് ഉദ്യോഗത്തിൽ പ്രവേശിക്കുന്ന ഒരു വ്യക്തി നിബന്ധനകൾക്കനുസരിച്ച് പ്രവർത്തിക്കാൻ സന്നദ്ധനായിരിക്കണം. എന്നാൽ ജീവിതത്തിലെ ഉന്നത ആദർശങ്ങൾ ഇതിനോട് യോജിച്ചു പോകുന്നതാണെന്ന് പറയുകയാണെങ്കിൽ അത് പൊള്ളത്തരമായാണ് എനിക്ക് തോന്നുന്നത്.'

'ഏതൊരാളും ഏറ്റവും മികച്ച ഉദ്യോഗമെന്ന് കരുതുന്ന ഒന്നാണ് സിവിൽ സർവ്വീസ് ഉദ്യോഗം. അതിന്റെ പടിവാതില്ക്കൽ എത്തിനില്ക്കുമ്പോൾ എന്റെ മാനസികാവസ്ഥയെന്താണെന്ന് നിനക്ക് മനസ്സിലാവുന്നതാണ്. ഇത്തരമൊരു ഉദ്യോഗത്തെ അനുകൂലിച്ചുകൊണ്ട് പറയാൻ ഒരുപാട് കാര്യങ്ങളുണ്ട്. അവനവന്റെയും കുടുംബത്തിന്റെയും വിശപ്പിന്റെ പ്രശ്നം എന്നെന്നേക്കുമായി പരിഹരിക്കാൻ ഈ ഉദ്യോഗത്തിന് കഴിയുമെന്നതാണ് അതിൽ ഒന്ന്. നമ്മൾ എല്ലാവരേയും ഏറ്റവും പ്രധാനമായി ബാധിക്കുന്ന പ്രശ്നവും അത് തന്നെയാണല്ലോ. സിവിൽ സർവ്വീസിൽ പ്രവേശിക്കുകയാണെങ്കിൽ ഒരാൾക്ക് ജീവിതത്തിൽ പ്രതിസന്ധികളോ അല്ലെങ്കിൽ അനിശ്ചിതത്വങ്ങളോ നേരിടേണ്ടി വരില്ല. പക്ഷേ, എന്റെ സ്വഭാവത്തിലുള്ള, നിരന്തരം അസാധാരണമായ ആശയങ്ങൾ ചിന്തിച്ചുകൊണ്ടിരിക്കുന്ന ഒരാൾക്ക് ഒരു തരത്തിലുമുള്ള സംഘർഷങ്ങളില്ലാത്ത ജീവിതരീതിയോട് യോജിച്ചുപോകാൻ കഴിയില്ല. പോരാടേണ്ടി വരില്ലെങ്കിൽ, പ്രതിസന്ധികളില്ലെങ്കിൽ ജീവിതത്തോടുള്ള താല്പര്യം തന്നെ ഇല്ലാണ്ടാകും. ഉള്ളിൽ ലൗകികമായ ആഗ്രഹങ്ങൾ ഇല്ലാത്തൊരാൾക്ക് ജീവിതത്തിന്റെ അനിശ്ചിതത്വങ്ങളെ പേടിക്കേണ്ട കാര്യമില്ല. പോരാത്തതിന് ഒരാൾ സിവിൽ സർവ്വീസിൽ കുടുങ്ങിക്കിടക്കുകയാണെങ്കിൽ തന്റെ കഴിവിന്റെ പരമാവധി രാജ്യത്തെ സേവിക്കാൻ അയാൾക്ക് കഴിയില്ല. ചുരുക്കത്തിൽ പറഞ്ഞാൽ, സിവിൽ സർവ്വീസ് നിബന്ധനകളോട് അനുസരണയുള്ളവനായിത്തീരുകയെന്നതും ദേശീയവും ആത്മീയവുമായ അഭിലാഷങ്ങൾക്കുവേണ്ടി ജീവിക്കുകയെന്നതും തീർത്തും വ്യത്യസ്തമായ കാര്യങ്ങളാണ്.'

'എന്റെ ആഗ്രഹങ്ങൾ എന്റേത് മാത്രമല്ലാത്തതുകൊണ്ട് തന്നെ ഈ രീതിയിൽ പറയുന്നതുകൊണ്ട് കാര്യമൊന്നുമില്ലെന്ന് എനിക്കറിയാം. സിവിൽ സർവ്വീസിനെക്കുറിച്ച് നിനക്ക് മതിപ്പൊന്നുമില്ലെന്ന് എനിക്കറിയാം. എന്നാൽ ഞാൻ സർവ്വീസിൽ ചേരാതിരിക്കുന്നതിനെ അച്ഛൻ എതിർക്കുമെന്നത് ഉറപ്പാണ്. നല്ലൊരു ജോലിയൊക്കെയായി ഞാൻ സുഖമായി ജീവിക്കുന്നത് കാണാനാണ് അദ്ദേഹത്തിന് താല്പര്യം. ഇങ്ങനെയുള്ള വൈകാരികവും സാമ്പത്തികവുമായ കാരണങ്ങളാൽ എന്റെ ആഗ്രഹങ്ങൾ എന്റേതുമാത്രമാണെന്ന് എനിക്ക് പറയാൻ കഴിയില്ല. പക്ഷേ,

തീരുമാനമെടുക്കാനുള്ള അവസരം എനിക്കു തരികയാണെങ്കിൽ സിവിൽ സർവ്വീസിൽ ചേരുന്ന ഏറ്റവും അവസാനത്തെ ആളായിരിക്കും ഞാൻ. ഇതുപറയുന്നതിൽ എനിക്കൊരു സങ്കോചവുമില്ല.'

'സർവ്വീസ് ഉദ്യോഗത്തെ അവഗണിക്കുന്നതിന് പകരം അതിനകത്ത് പ്രവേശിച്ച് തെറ്റുകളോട് പടപൊരുതുകയാണ് വേണ്ടതെന്ന് നീ പറയുമായിരിക്കും. അത് ഒരുതരത്തിൽ ശരിയുമാണ്. പക്ഷേ, ഞാനങ്ങനെ ചെയ്താലും, അതിനകത്തുള്ള എന്റെ അവസ്ഥ എനിക്ക് അസ്സഹനീയമാവുകയും ഏതു നിമിഷവും രാജിവെക്കാൻ ഞാൻ നിർബ്ബന്ധിതനാവുകയും ചെയ്യും. അഞ്ച് പത്തുവർഷം ഞാനീ പ്രതിസന്ധിയിൽ തുടരുകയാണെങ്കിൽ ജീവിതത്തെക്കുറിച്ച് മറ്റൊരു പദ്ധതി തയ്യാറാക്കാൻ എനിക്ക് കഴിഞ്ഞില്ലെന്ന് വരും. എന്നാൽ ഇപ്പോൾ എനിക്കതിന് സമയമുണ്ട്. ശ്രമിച്ചാൽ മറ്റൊരു ഉദ്യോഗത്തിലേക്ക് എനിക്ക് പ്രവേശിക്കാൻ കഴിയും.'

'ദോഷൈകദൃക്കായ ചിലരുണ്ട്, സർവ്വീസ് ഉദ്യോഗത്തിൽ പ്രവേശിച്ച് സുരക്ഷിതനായിക്കഴിഞ്ഞാൽ ഈ ആവേശമൊക്കെ കെട്ടടങ്ങുമെന്ന് അവർ പറയും. പക്ഷേ, ആ ഒരു ദുഃസ്വാധീനത്തിന് കീഴ്പ്പെടാതിരിക്കാനുള്ള നിശ്ചയദാർഢ്യം എനിക്കുണ്ട്. ഞാൻ വിവാഹം കഴിക്കാൻ ഉദ്ദേശിക്കുന്നില്ല. അതുകൊണ്ടുതന്നെ ഉള്ളിൽ ശരിയെന്നുറപ്പുള്ള ഒരുകാര്യത്തിനായി പ്രവർത്തിക്കുന്നതിൽനിന്ന് ലൗകികമായ കാര്യങ്ങളെ പരിഗണിക്കുന്നതിനായി എനിക്ക് പിന്തിരിയേണ്ടി വരില്ല.'

'ഞാനെന്ന വ്യക്തി സിവിൽ സർവ്വീസിന് യോജിച്ച ഒരാളാണോ എന്ന ആത്മാർത്ഥമായ സംശയമെനിക്കുണ്ട്. മറിച്ച് എനിക്കെന്തെങ്കിലും കഴിവുണ്ടെങ്കിൽ അത് എന്റെയും രാജ്യത്തിന്റെയും ക്ഷേമത്തിനുവേണ്ടി ഉപയോഗിക്കണമെന്നാണ് ഞാൻ കരുതുന്നത്.'

'ഇക്കാര്യത്തിൽ എനിക്ക് നിന്റെ അഭിപ്രായം അറിയാൻ താല്പര്യമുണ്ട്. എന്തുകൊണ്ടാണെന്നറിയില്ല, ഈ വിഷയം സംബന്ധിച്ച് അച്ഛന് ഞാനിതുവരെ ഒരെഴുത്ത് എഴുതിയിട്ടില്ല. അദ്ദേഹത്തിന്റെ കൂടി അഭിപ്രായം അറിയാൻ കഴിഞ്ഞെങ്കിലെന്ന് ഞാൻ ആഗ്രഹിക്കുന്നു.'

അന്ന് എന്നിലുണ്ടായിരുന്ന സംഘർഷങ്ങളെയാണ് ഈ കത്ത് സൂചിപ്പിക്കുന്നത്. അന്ന് അതിനെന്തെങ്കിലും പരിഹാരം കാണാൻ കഴിഞ്ഞിരുന്നില്ല. 1921 ജനുവരി 26 ന് ഇതേ വിഷയത്തിൽ ഞാൻ വീണ്ടുമൊരു കത്തെഴുതി:

'ദുഷിച്ച ഈ വ്യവസ്ഥയിൽനിന്ന് മാറിനില്ക്കുന്നതിനുപകരം അതിനകത്തുകടന്ന് അവസാനംവരേക്കും അതിനോട് പടപൊരുതുകയാണ് വേണ്ടതെന്ന് നീ പറയുമായിരിക്കും. പക്ഷേ, ആ ഒരു യുദ്ധത്തിൽ ഒരാൾ പൊരുതേണ്ടി വരുന്നത് ഒറ്റയ്ക്കായിരിക്കും. മേലുദ്യോഗസ്ഥരിൽ നിന്നുള്ള ശാസനകൾ, ആരോഗ്യകരമല്ലാത്തിടങ്ങളിലേക്കുള്ള സ്ഥലം മാറ്റം, സ്ഥാനക്കയറ്റം തടഞ്ഞുവെക്കുക തുടങ്ങി നിരവധി കാര്യങ്ങൾ അതിന് വിലങ്ങുതടിയായി ഉണ്ടാകും. ഒരാൾക്ക് പുറത്തുനിന്നാൽ ചെയ്യാൻ കഴിയുന്നത് വെച്ചുനോക്കുമ്പോൾ സർവ്വീസിൽ പ്രവേശിച്ച്

കൊണ്ട് ഒരാൾക്ക് ചെയ്യാൻ കഴിയുന്ന നല്ലകാര്യങ്ങൾ വളരെ തുച്ഛമാണ്. സർവ്വീസിൽ ഇരുന്നുകൊണ്ടും വളരെയധികം കാര്യങ്ങൾ ചെയ്ത വ്യക്തിയാണ് മി ആർ സി ദത്ത് എന്നതിൽ ഒരു സംശയവുമില്ല. എന്നാൽ അദ്ദേഹം ഉദ്യോഗസ്ഥവൃന്ദത്തിന് പുറത്തായിരുന്നെങ്കിൽ അദ്ദേഹത്തിന് ഇതിൽ കൂടുതൽ ചെയ്യാൻ കഴിയുമായിരുന്നു. ഇതിനുപുറമെ ഈ വിഷയത്തിലെ പ്രധാനപ്രശ്നം ധാർമ്മികത അല്ലെങ്കിൽ സ്വന്തം തത്ത്വങ്ങളെ സംബന്ധിച്ചുള്ളതാണ്. നമ്മൾ സംസാരിച്ചുകൊണ്ടിരിക്കുന്നത് ഉപയോഗശൂന്യമായിക്കഴിഞ്ഞ ഒരു സംവിധാനത്തെക്കുറിച്ചാണ്. അത് നിലവിൽ യാഥാസ്ഥിതികതയ്ക്കും സ്വാർത്ഥമായ അധികാരമോഹങ്ങൾക്കും ഹൃദയശൂന്യതയ്ക്കും വേണ്ടി നിലകൊള്ളുകയും ആവശ്യങ്ങളും പദ്ധതികളും ചുവപ്പുനാടകളിൽ കുടുക്കിയിടുകയും ചെയ്യുന്നു. ഈയൊരു സംവിധാനത്തിന്റെ ഭാഗമാവുകയെന്ന ആശയത്തെ എനിക്ക് തത്ത്വത്തിൽ അംഗീകരിക്കാൻ കഴിയില്ല.'

'എന്റെ മുന്നിൽ രണ്ടു വഴികളാണുള്ളത്, അതിൽ വിട്ടുവീഴ്ചകൾ സാദ്ധ്യമല്ലതാനും. ഒന്നുകിൽ ഈ ദുഷിച്ച ഉദ്യോഗം വേണ്ടെന്നുവെച്ച് എന്നെ മുഴുവനായും പൂർണ്ണമനസ്സോടെ രാജ്യസേവനത്തിനായി സമർപ്പിക്കണം. അല്ലെങ്കിൽ എന്റെ ആദർശങ്ങളോടും അഭിലാഷങ്ങളോടും വിടപറഞ്ഞ് ഉദ്യോഗത്തിൽ പ്രവേശിക്കണം. വീണ്ടുവിചാരമില്ലാതെ ഇങ്ങനെയൊരു അപകടം പിടിച്ച അഭ്യർത്ഥന മുന്നോട്ടുവെച്ചെന്നറിഞ്ഞാൽ നമ്മുടെ ബന്ധുക്കളിൽ പലരും നിലവിളിക്കുമെന്നെനിക്കറിയാം. പക്ഷേ, അവരുടെ അഭിപ്രായങ്ങൾ ഞാൻ കാര്യമായെടുക്കുന്നില്ല. അവരുടെ ഹർഷാരവങ്ങളോ അല്ലെങ്കിൽ ആക്ഷേപങ്ങളോ എന്നെ ബാധിക്കുകയില്ല. പക്ഷേ, ആദർശങ്ങളോട് നിനക്കുള്ള പ്രതിപത്തിയിൽ എനിക്ക് വിശ്വാസമുണ്ട്. അതുകൊണ്ടാണ് ഞാൻ നിന്നോട് കാര്യങ്ങൾ ചോദിക്കുന്നത്. ഏകദേശം അഞ്ച് വർഷങ്ങൾക്കുമുമ്പ് എന്റെ മേൽ ദാരുണമായ പ്രത്യാഘാതങ്ങൾക്ക് വഴിവരുത്തിയ ഒരു ഉദ്യമത്തിന് എനിക്ക് നിന്റെ ധാർമ്മികമായ പിന്തുണയുണ്ടായിരുന്നു. അന്ന് ഒരു വർഷത്തോളം എന്റെ ഭാവി ശൂന്യവും ഇരുളടഞ്ഞതുമായിരുന്നു. പക്ഷേ, ഞാൻ അന്നത്തെ പ്രത്യാഘാതങ്ങളെ സധൈര്യം നേരിട്ടു. എന്നെക്കുറിച്ച് ഞാൻ എന്നോടൊരിക്കലും പരിഭവപ്പെട്ടില്ല. ആ ത്യാഗം നിർവ്വഹിക്കാൻ ഞാൻ അന്നുകാണിച്ച മനക്കരുത്തിൽ ഇന്നെനിക്ക് അഭിമാനമുണ്ട്. എന്തെങ്കിലും ത്യജിക്കാനുള്ള സന്ദർഭം ഭാവിയിൽ എപ്പോഴെങ്കിലും വീണ്ടും ഉണ്ടാവുകയാണെങ്കിൽ അപ്പോൾ ഇതേ സഹനശക്തിയോടെയും ധൈര്യത്തോടെയും ശാന്തതയോടെയും പ്രവർത്തിക്കാൻ കഴിയണമെന്നാണ് എന്റെ വിശ്വാസം. വർഷങ്ങൾക്കുമുമ്പുള്ള ആ ഓർമ്മകൾ എന്റെയീ വിശ്വാസത്തിന് കൂടുതൽ ശക്തി പകരുകയാണ് ചെയ്യാറുള്ളത്. അഞ്ച് വർഷങ്ങൾക്ക് മുമ്പ് വളരെ താല്പര്യത്തോടെ നീയെന്നെ പിന്തുണച്ചു. ആ ധാർമ്മികമായ പിന്തുണ ഈയൊരു പുതിയ ഉദ്യമത്തിലും എനിക്ക് പ്രതീക്ഷിക്കാൻ കഴിയില്ലേ?...'

'ഇപ്രാവശ്യം അച്ഛന് പ്രത്യേകമായി ഞാൻ എഴുതുന്നുണ്ട്. എനിക്ക് അനുമതി നല്കാൻ ഞാൻ അദ്ദേഹത്തോട് അപേക്ഷിക്കാൻ പോവുകയാണ്. എന്റെ കാഴ്ചപ്പാട് നീ അംഗീകരിക്കുന്നുണ്ടെങ്കിൽ അച്ഛനെക്കൂടി അത് പറഞ്ഞു മനസ്സിലാക്കിക്കുമെന്നാണ് ഞാൻ പ്രതീക്ഷിക്കുന്നത്. നിന്റെ അഭിപ്രായത്തിന് ഈയൊരു അവസരത്തിൽ വലിയ വിലയുണ്ടെന്ന് എനിക്കുറപ്പാണ്.'

ഞാനൊരു തീരുമാനത്തോട് അടുത്തുകഴിഞ്ഞെങ്കിലും വീട്ടുകാരുടെ അനുമതിക്കായി കാത്തുനില്ക്കുന്ന സന്ദർഭത്തിലാണ് 1921 ജനുവരി 26 ൽ ഈ കത്ത് എഴുതുന്നത്.

ഇതേ വിഷയം സൂചിപ്പിച്ചുകൊണ്ട് 1921 ഫെബ്രുവരി 16 നാണ് ഞാൻ അടുത്ത കത്തെഴുതുന്നത്. അതിൽ ഞാനിങ്ങനെ എഴുതി:

'ഞാൻ മുന്നെ അയച്ച കത്ത് നിങ്ങൾക്ക് കിട്ടിയിട്ടുണ്ടായിരിക്കും. അത് നിങ്ങളെ ഞെട്ടിച്ചിരിക്കാം. കത്തിൽ പറഞ്ഞ കാര്യങ്ങളെക്കുറിച്ച് ഞാൻ വീണ്ടും ചിന്തിച്ചു. എന്റെ പദ്ധതികൾ കൂടുതൽ ശരിയാണെന്ന ഉറപ്പിലേക്കാണ് ഞാൻ എത്തിച്ചേർന്നത്.... സി ആർ ദാസ് എല്ലാം ഉപേക്ഷിച്ച് ജീവിതത്തിന്റെ അനിശ്ചിതത്വങ്ങളെ നേരിടാൻ തയ്യാറായി. ഈ പ്രായത്തിൽ അദ്ദേഹത്തിന് അത് സാദ്ധ്യമാണെങ്കിൽ ഒരു ചെറുപ്പക്കാരനെന്ന നിലയിൽ എനിക്കതിനേക്കാൾ കൂടുതൽ കഴിയേണ്ടതാണ്. കാരണം എനിക്ക് ലൗകികമായ ജീവിതത്തെക്കുറിച്ചുള്ള ആശങ്കകളൊന്നും തന്നെയില്ല. ഞാൻ സർവ്വീസ് ഉദ്യോഗം രാജിവെച്ചാലും കൈനിറയെ പണം കിട്ടുന്ന മറ്റൊരു ജോലി എനിക്കാവശ്യമില്ല. ആയിരക്കണക്കിന് ഊർജ്ജസ്വലരായ ചെറുപ്പക്കാരെ കർമ്മനിരതരാക്കാനുള്ള ജോലികൾ ഇവിടെയുണ്ട്. അദ്ധ്യാപനം, സാമൂഹികസേവനം, സഹകരണാടിസ്ഥാനത്തിലുള്ള ജോലികൾ, പത്രപ്രവർത്തനം, ഗ്രാമത്തിലെ ആളുകളെ സംഘടിപ്പിക്കുക തുടങ്ങിയവയാണ് അവയിൽ ചിലത്. വ്യക്തിപരമായി അദ്ധ്യാപനവും പത്രപ്രവർത്തനവുമാണ് നിലവിലെ എന്റെ താല്പര്യങ്ങൾ. നാഷണൽ കോളേജിലും പുതിയ *സ്വരാജ്* ദിനപത്രത്തിലും എന്റെ പ്രവർത്തനങ്ങൾക്ക് നിരവധിയായ അവസരങ്ങളുണ്ടാകും. ലളിതമായ ജീവിതവും ഉയർന്ന ചിന്താഗതിയും ത്യാഗപൂർണ്ണമായ ഒരു ജീവിതം തുടങ്ങാൻ ആവശ്യമാണ്. രാജ്യസേവനത്തിനായുള്ള ആത്മസമർപ്പണവും ഇതിന് ആവശ്യമാണ്. എന്റെ സങ്കല്പങ്ങളെയും താല്പര്യങ്ങളെയും ഏറ്റവുമധികം വശീകരിക്കുന്ന കാര്യങ്ങളാണ് ഇവയൊക്കെയും. പോരാതെ, ഒരു വിദേശ ഉദ്യോഗസ്ഥവൃന്ദത്തിനുകീഴിൽ പ്രവർത്തിക്കുകയെന്നത് എന്നെ ആഴത്തിൽ അരോചകപ്പെടുത്തുന്ന ഒന്നാണ്. എന്നെ സംബന്ധിച്ച് രമേശ് ദത്തിന്റെ വഴിയേക്കാളും കൂടുതൽ ശ്രേഷ്ഠവും, പ്രചോദനം നല്കുന്നതും നിസ്വാർത്ഥവും അരവിന്ദ് ഘോഷിന്റെ വഴിയാണ്, അത് കൂടുതൽ ദുർഘടമാണെങ്കിലും.'

'ദാരിദ്ര്യത്തിന്റെയും സേവനത്തിന്റെയും വഴി തെരഞ്ഞെടുക്കാനായി അനുവദിക്കണമെന്ന് ഞാൻ അച്ഛനെയും അമ്മയെയും അറിയിച്ചിരുന്നു.

ആ പാത ഭാവിയിൽ യാതനകളിലേക്ക് നയിക്കുമെന്ന ചിന്ത അവരെ ഭയപ്പെടുത്തിയിരിക്കണം. വ്യക്തിപരമായി യാതനകളെയോർത്ത് എനിക്ക് പേടിയില്ല. അതിൽനിന്ന് മാറിനില്ക്കുന്നതിന് പകരം അതിനെ സ്വാഗതം ചെയ്യാനാണ് എനിക്ക് താല്പര്യം.'

1921 ഫെബ്രുവരി 23 ലെ കത്തും വളരെ രസകരമാണ്. അതിൽ ഞാൻ പറയുന്നു:

'ഐ സി എസ്സിന്റെ ഫലം പുറത്തുവന്നതുതൊട്ട് ഞാൻ എന്നോട് തന്നെ ഒരു ചോദ്യം ചോദിച്ചുകൊണ്ടിരിക്കുകയാണ്. ഞാൻ സർവ്വീസ് ഉദ്യോഗത്തിൽ പ്രവേശിച്ചാലാണോ പ്രവേശിച്ചില്ലെങ്കിലാണോ രാജ്യത്തിന് വേണ്ടി കൂടുതൽ സേവനങ്ങൾ ചെയ്യാൻ കഴിയുക എന്നതാണ് ആ ചോദ്യം. ഉദ്യോഗസ്ഥവൃന്ദത്തിന്റെ ഭാഗമായാലല്ല, മറിച്ച് ജനങ്ങളിലൊരാളായാലാണ് ഈ രാജ്യത്തെ കൂടുതൽ നന്നായി സേവിക്കാൻ കഴിയുകയെന്നതിൽ എനിക്കിപ്പോൾ പൂർണ്ണബോദ്ധ്യമുണ്ട്. ഉദ്യോഗത്തിലിരിക്കെ ചില നല്ല കാര്യങ്ങൾ ചെയ്യാൻ കഴിയുമെന്നതിൽ എനിക്ക് തർക്കമൊന്നുമില്ല. എന്നാൽ ഉദ്യോഗസ്ഥനിയമങ്ങളുടെ ചങ്ങലകളാൽ ബന്ധിപ്പിക്കപ്പെടാത്ത ഒരാൾക്ക് ചെയ്യാൻ കഴിയുന്ന നല്ല കാര്യങ്ങളുമായി തട്ടിച്ചുനോക്കുമ്പോൾ അതൊന്നുമല്ല. അതിനുപുറമെ, ഞാൻ കത്തുകളിൽ സൂചിപ്പിച്ചതുപോലെ, വിഷയം ചില തത്ത്വങ്ങൾ അല്ലെങ്കിൽ ധാർമ്മികതയുമായി ബന്ധപ്പെട്ടതാണ്. ഒരു വിദേശ ഉദ്യോഗസ്ഥവൃന്ദത്തെ സേവിക്കുകയെന്ന തത്ത്വത്തോട് എനിക്ക് യോജിപ്പില്ല. അതിനുപുറമെ, പൊതുസേവനത്തിനായി സജ്ജമാകുന്ന ഒരാൾ ചെയ്യേണ്ടത് ലൗകികമായ താല്പര്യങ്ങളെയെല്ലാം ത്യജിക്കുകയെന്നതാണ്. ലക്ഷ്യത്തിൽനിന്ന് വ്യതിചലിപ്പിക്കുന്ന കാര്യങ്ങളെയെല്ലാം നശിപ്പിച്ചുകളഞ്ഞ്, രാജ്യസേവനത്തിനായി പൂർണ്ണമായി സമർപ്പിക്കുകയെന്നതാണ് ചെയ്യാനുള്ളത്. അരവിന്ദ് ഘോഷിന്റെ ജീവിതമാണ് എന്റെ ജീവിതവീക്ഷണത്തിന് മുന്നിൽ തെളിഞ്ഞുനില്ക്കുന്ന ഒരു മാതൃക. ആ ഒരു മാതൃക എന്നിൽനിന്നും ആവശ്യപ്പെടുന്നതുപോലെ ആത്മാർപ്പണത്തിന് ഞാൻ തയ്യാറാണെന്നാണ് എനിക്ക് തോന്നുന്നത്. എന്റെ സാഹചര്യങ്ങളും ഇതിന് അനുകൂലമാണ്.'

ഞാൻ അപ്പോഴും അരവിന്ദ് ഘോഷിന്റെ സ്വാധീനവലയത്തിന് അകത്തായിരുന്നുവെന്ന് ഈ കത്തിൽ പറഞ്ഞതിൽനിന്നും വ്യക്തമാണ്. അദ്ദേഹം സജീവരാഷ്ട്രീയത്തിലേക്ക് തിരിച്ചുവരുമെന്നുതന്നെയായിരുന്നു അന്ന് പരക്കെ വിശ്വസിച്ചിരുന്നത്.

അടുത്ത കത്ത് ഏപ്രിൽ 6 ന് ഓക്സ്ഫോഡിൽ അവധിദിനം ചെലവഴിക്കുന്നതിനിടെയാണ് ഞാനെഴുതിയത്. അപ്പോഴേക്കും എന്റെ പദ്ധതികളിൽ വിസമ്മതം രേഖപ്പെടുത്തിക്കൊണ്ടുള്ള അച്ഛന്റെ കത്ത് എനിക്ക് കിട്ടിയിരുന്നു. പക്ഷേ, രാജിവെക്കാനായി അപ്പോഴേക്കും ഞാനെന്റെ മനസ്സിൽ ഉറപ്പിച്ചുകഴിഞ്ഞിരുന്നു. കത്തിൽ നിന്നുള്ള ഈ ഭാഗങ്ങൾ രസകരമാണ്:

'ഇന്ത്യക്കാരനായ ഒരു സിവിൽ സർവ്വീസ് ഉദ്യോഗസ്ഥൻ ആത്മാഭിമാനത്തോടെ ജീവിക്കുന്നത് പുതിയ ഭരണകൂടത്തിന് അസ്സഹനീയമാകില്ലെന്നാണ് അച്ഛൻ കരുതുന്നത്. പത്ത് വർഷത്തിനുള്ളിൽ ഇന്ത്യയിൽ സ്വയംഭരണം വരുമെന്നും അദ്ദേഹം പ്രതീക്ഷിക്കുന്നു. പുതിയ ഭരണകൂടം എന്നെ വെച്ചുപൊറുപ്പിക്കുമോ ഇല്ലയോ എന്നതല്ല എന്റെ പ്രശ്നം. സത്യത്തിൽ ഞാൻ ഉദ്യോഗം സ്വീകരിച്ചാൽകൂടി ഗുണകരമായ ജോലികൾ ചെയ്യാൻ കഴിയുമെന്ന് എനിക്ക് വിശ്വാസമുണ്ട്. എന്നാൽ പ്രശ്നം മറ്റൊന്നാണ്. ഇവിടെ വിഷയം വിശ്വാസപ്രമാണത്തെ സംബന്ധിച്ചുള്ളതാണ്. നിലവിലെ സാഹചര്യത്തിൽ നമ്മുടെ കൂറ് നമ്മൾ ഒരു വിദേശ ഉദ്യോഗസ്ഥ വൃന്ദത്തോട് കാണിക്കേണ്ടതുണ്ടോ? ക്ഷണികമായ ആകർഷണത്തിന് വഴങ്ങി മൂല്യമില്ലാത്ത കാര്യങ്ങൾക്കുവേണ്ടി നമ്മൾ നമ്മെത്തന്നെ വില്ക്കേണ്ടതുണ്ടോ? നിലവിൽ സിവിൽ സർവ്വീസിൽ ഉള്ളവരും അതിൽ പ്രവേശിക്കാതിരിക്കാൻ കഴിയാത്തവരും അങ്ങനെ ചെയ്തുകൊള്ളട്ടെ. പക്ഷേ, എന്റെ ആഗ്രഹത്തിനൊത്ത് പ്രവർത്തിക്കാനുള്ള അനുകൂല സാഹചര്യമുള്ളപ്പോൾ ഞാനെന്തിന് എന്റെ കൂറ് അവരോട് കാണിക്കണം? ഉദ്യോഗത്തിൽ പ്രവേശിക്കാനുള്ള ധാരണാപത്രത്തിൽ ഒപ്പുവെക്കുന്ന ആ നിമിഷം എനിക്കെന്റെ സ്വാതന്ത്ര്യം നഷ്ടമാകും.'

'പത്ത് വർഷത്തിനുള്ളിൽ, വിലകൊടുക്കാൻ തയ്യാറാണെങ്കിൽ അതിനും മുന്നേ തന്നെ സ്വയംഭരണാവകാശം കിട്ടേണ്ടതാണെന്ന് ഞാൻ വിശ്വസിക്കുന്നു. ത്യാഗവും യാതനയുമാണ് അതിനുവേണ്ടി നമ്മൾ ഒടുക്കേണ്ട വില. നമ്മുടെ ദേശത്തെ കെട്ടിപ്പടുക്കേണ്ടത് ത്യാഗത്തിന്റെയും സഹനത്തിന്റെയും മണ്ണിലാണ്. നമ്മളെല്ലാം ഓരോരോ ഉദ്യോഗത്തിലേർപ്പെട്ട് സ്വന്തം താല്പര്യങ്ങൾക്കുവേണ്ടി മാത്രം ജീവിക്കുകയാണെങ്കിൽ അമ്പത് വർഷമായാലും നമ്മൾ സ്വരാജ് നേടുമെന്ന് എനിക്ക് തോന്നുന്നില്ല. ഈ ത്യാഗത്തിൽനിന്ന് എന്നെ രക്ഷിക്കാനാണ് അച്ഛൻ ശ്രമിക്കുന്നത്. അതിന് കാരണം അച്ഛന് എന്നോടുള്ള സ്നേഹമാണ്. അച്ഛന്റെ സ്നേഹത്തിനെ വിലമതിക്കാത്ത ഒരു കഠിനഹൃദയനല്ല ഞാൻ. യുവത്വത്തിന്റെ ചോരതിളപ്പിൽ തിടുക്കത്തിലും അത്യാവേശത്തിലുമാണ് ഞാൻ തീരുമാനത്തിലെത്തിയതെന്ന് അദ്ദേഹം ഭയപ്പെടുന്നുണ്ടാകാം. എന്നാൽ ആത്മാർപ്പണം നടത്തിയേതീരൂവെന്ന കാര്യത്തിൽ എനിക്ക് പൂർണ്ണമായ ബോദ്ധ്യമുണ്ട്. എല്ലാവർക്കും അതിന് കഴിയുന്നില്ലെങ്കിൽ ചിലരെങ്കിലും അത് ചെയ്തേ തീരൂ.'

'മറ്റാരെങ്കിലും കടന്നുവന്നിരുന്നെങ്കിൽ, എന്റെ ഉദ്യമത്തിൽനിന്ന് പിൻവാങ്ങാനോ കാത്തിരിക്കാനോ എനിക്ക് കാരണമുണ്ടാകുമായിരുന്നു. ആരും മുന്നോട്ട് വരുന്നില്ലെന്നത് ദൗർഭാഗ്യകരമാണ്. വിലപ്പെട്ട സമയം കടന്നുപോയ്ക്കൊണ്ടിരിക്കുകയാണ്. ഇതുവരേക്കും ഒരൊറ്റ സിവിൽ സർവ്വീസ് ഉദ്യോഗസ്ഥൻ പോലും ജനകീയ പ്രക്ഷോഭത്തിന്റെ ഭാഗമാകാൻ വേണ്ടി തന്റെ ജോലി വലിച്ചെറിയാൻ ധൈര്യം കാണിച്ചിട്ടില്ല. നാട്ടിൽ സമരങ്ങൾ കൊടുമ്പിരി കൊള്ളുമ്പോഴും ഇതാണ് അവസ്ഥ.

ഇന്ത്യയിൽ ഈ വെല്ലുവിളിയോട് ആരും ഇതുവരെ പ്രതികരിച്ചിട്ടില്ല. ഒന്നു കൂടി കടന്നുപറഞ്ഞാൽ, ബ്രിട്ടീഷ് ഇന്ത്യയുടെ ഇതുവരെയുള്ള ചരിത്രത്തിൽ ഒരു ഇന്ത്യക്കാരൻപോലും സിവിൽ സർവ്വീസ് ഉദ്യോഗം ദേശസ്നേഹത്തിന്റെ പേരിൽ സ്വമേധയാ വലിച്ചെറിഞ്ഞിട്ടില്ലെന്ന് പറയേണ്ടി വരും. ഇന്ത്യയിലെ ഏറ്റവും ഉന്നതമായ ഉദ്യോഗസ്ഥതലത്തിൽ ഇരിക്കുന്നവർ മറ്റ് സേവനങ്ങളിൽ ജോലിചെയ്യുന്നവർക്ക് മാതൃകയായിത്തീരേണ്ട സമയം അതിക്രമിച്ചിരിക്കുന്നു. സേവനത്തിലുള്ള ഉദ്യോഗസ്ഥർ തങ്ങളുടെ കൂറ് പിൻവലിക്കുകയോ അതിനായി ആഗ്രഹം പ്രകടിപ്പിക്കുകയോ ചെയ്താൽ മാത്രമേ ഈ ഉദ്യോഗസ്ഥ സംവിധാനം തകരുകയുള്ളൂ.'

'അതുകൊണ്ടുതന്നെ ആത്മാർപ്പണത്തിൽനിന്ന് എന്നെ പിന്തിരിപ്പിക്കാൻ ഒരു കാരണവും എനിക്ക് കണ്ടെത്താൻ കഴിയുന്നില്ല. ആത്മത്യാഗമെന്നാൽ എന്താണെന്ന് എനിക്കറിയാം. ദാരിദ്ര്യവും, യാതനകളും, കഠിനാദ്ധ്വാനവും, എന്നുവേണ്ട മറ്റ് ദുരിതങ്ങളും എനിക്ക് നേരിടേണ്ടി വരും. നന്നായി ആലോചിച്ച് ബോധപൂർവ്വം ചെയ്യേണ്ടുന്ന ഒന്നാണ് ആത്മത്യാഗം. ഇന്ത്യയിലേക്ക് തിരിച്ചെത്തിയതിനുശേഷം മാത്രമേ രാജിവെക്കാവൂയെന്ന് നിങ്ങൾ ആവശ്യപ്പെട്ടിരുന്നു. ആ ആവശ്യം ന്യായമാണെങ്കിലും ഒന്നു രണ്ട് കാര്യങ്ങൾ അതിന് എതിരായി പറയേണ്ടി വരും. ഒന്നാമതായി, അടിമപ്പണിയുടെ അടയാളമായി ഉടമ്പടിയിൽ ഒപ്പുവെക്കുകയെന്നത് എന്നെ സംബന്ധിച്ച് അങ്ങേയറ്റം വെറുപ്പുളവാക്കുന്ന കാര്യമാണ്. രണ്ടാമതായുള്ള കാര്യം, ഞാനിപ്പോൾ സർവ്വീസ് ഉദ്യോഗം സ്വീകരിച്ചാൽ നിബന്ധനകൾ പ്രകാരം എനിക്ക് ഡിസംബറിനോ ജനുവരിക്കോ മുമ്പായി നാട്ടിലേക്ക് തിരിച്ചുവരാൻ കഴിയില്ല. ഇപ്പോൾത്തന്നെ ഞാൻ രാജിവെക്കുകയാണെങ്കിൽ എനിക്ക് ജൂലൈയിൽത്തന്നെ മടങ്ങാം. ആറുമാസമെന്നത് വലിയൊരു കാലയളവാണ്. അതിനിടെ ഗംഗയിലൂടെ ഒഴുകിപ്പോയ വെള്ളത്തിന്റെ അളവ് ഒന്നാലോചിച്ചു നോക്കൂ. കൃത്യസമയത്ത് മതിയായ പ്രതികരണം കിട്ടിയില്ലെങ്കിൽ പ്രക്ഷോഭത്തിന് ക്ഷീണമേല്ക്കാൻ സാദ്ധ്യതയുണ്ട്. പ്രതികരണങ്ങൾ വൈകി ഉണ്ടായിട്ടും കാര്യമില്ല. ഇത്തരത്തിൽ ഇനിയൊരു പ്രക്ഷോഭത്തിന് തുടക്കംകുറിക്കാൻ വർഷങ്ങൾ വേണ്ടിവരുമെന്നാണ് ഞാൻ വിശ്വസിക്കുന്നത്. അതുകൊണ്ട് തന്നെ നിലവിലെ പ്രക്ഷോഭത്തെ പരമാവധി പ്രയോജനപ്പെടുത്തണമെന്നാണ് ഞാൻ കരുതുന്നത്. ഞാൻ രാജിവെക്കുകയാണെങ്കിൽ അത് ഇന്നാണെങ്കിലും ഒരു വർഷം കഴിഞ്ഞാണെങ്കിലും എനിക്കോ നമ്മളിൽ ആർക്കെങ്കിലുമോ വ്യത്യാസമൊന്നും ഉണ്ടാക്കില്ല. എന്നാൽ മറിച്ച് വൈകി രാജിവെക്കുന്നത് പ്രക്ഷോഭത്തിനെ പ്രതികൂലമായാണ് ബാധിക്കുക. പ്രക്ഷോഭത്തെ മുന്നോട്ടുകൊണ്ടുപോകുന്നതിനായി എനിക്ക് ചെയ്യാൻ കഴിയുന്നത് വളരെ കുറച്ചായിരിക്കുമെന്ന് എനിക്കറിയാം. എന്നാൽ എന്റെ ഭാഗം ചെയ്യാനായാൽ എനിക്കുണ്ടാകുന്ന സംതൃപ്തി വലുതായിരിക്കും. എന്തെങ്കിലും കാരണത്താൽ രാജിവെക്കാനുള്ള എന്റെ തീരുമാനത്തിൽ മാറ്റമുണ്ടാവുകയാണെങ്കിൽ അച്ഛന് ഞാൻ സന്ദേശം അയക്കുന്നതായി

രിക്കും, അത് അദ്ദേഹത്തിന്റെ ആശങ്കയ്ക്ക് ശമനമാവുമെങ്കിൽ.'

ഏപ്രിൽ 20 ന് കേംബ്രിഡ്ജിൽനിന്ന് എഴുതിയ കത്തിൽ ഏപ്രിൽ 22-ാം തീയതി ഞാനെന്റെ രാജിക്കത്ത് അയക്കാൻ പോവുകയാണെന്ന് ഞാൻ അറിയിച്ചു.

ഏപ്രിൽ 23 ന് കേംബ്രിഡ്ജിൽനിന്ന് അയച്ച കത്തിൽ ഞാനിങ്ങനെ എഴുതി:

'എന്റെ രാജിയെ സംബന്ധിച്ച് ഫിറ്റ്സ് വില്യംഹാളിലെ സെൻസറായ മി. റെഡ്എവെയുമായി ഞാൻ സംസാരിച്ചിരുന്നു. ഞാൻ പ്രതീക്ഷിച്ചതിൽനിന്നും വിരുദ്ധമായി എന്റെ ആശയങ്ങളെ അദ്ദേഹം പൂർണ്ണമനസ്സോടെ തന്നെ പിന്തുണച്ചു. അദ്ദേഹത്തിന്റെ അറിവിലുള്ള ഒരു ഇന്ത്യക്കാരനും ഇത്തരത്തിൽ രാജിവെച്ചിട്ടുണ്ടായിരുന്നില്ല. അതുകൊണ്ടുതന്നെ ഞാനെന്റെ മനസ്സ് മാറ്റിയ വിവരം കേട്ടപ്പോൾ താൻ ഞെട്ടിപ്പോയെന്നും അദ്ദേഹം എന്നോട് പറഞ്ഞു. ഭാവിയിൽ പത്രപ്രവർത്തനമായിരിക്കും ഞാൻ തെരഞ്ഞെടുക്കുന്ന ജോലി എന്ന് ഞാനദ്ദേഹത്തോട് പറഞ്ഞു. മടുപ്പുളവാക്കുന്ന സിവിൽ സർവ്വീസ് ഉദ്യോഗത്തേക്കാളും പത്രപ്രവർത്തനമായിരുന്നു തനിക്കും ഇഷ്ടമെന്ന് അദ്ദേഹം പ്രതികരിച്ചു.'

'ഇവിടേക്ക് വരുന്നതിന് മൂന്നാഴ്ചകൾമുമ്പ് ഞാൻ ഓക്സ്ഫോഡിലായിരുന്നു. അവിടെവെച്ചാണ് എന്റെ ആലോചനയുടെ അവസാനഘട്ടം നടന്നത്. പലരുടേയും മനസ്സിൽ, പ്രത്യേകിച്ച് അച്ഛന്റെയും അമ്മയുടെയും മനസ്സിൽ തീവ്രമായ വേദനയും ദുഃഖവും നിറയ്ക്കുന്ന ഒരു വഴി തെരഞ്ഞെടുക്കാനുള്ള എന്റെ തീരുമാനത്തെ ധാർമ്മികമായി നീതീകരിക്കാനാകുമോ? കഴിഞ്ഞ കുറച്ചു മാസങ്ങളായി എന്നെ വിഷമിപ്പിക്കുന്നത് ഈയൊരു ചോദ്യമാണ്. ഞാൻ പുതിയ ജീവിതത്തിലേക്ക് കടക്കുമ്പോൾ അച്ഛന്റെയും അമ്മയുടെയും ആഗ്രഹങ്ങൾക്ക് വിരുദ്ധമായാണ് ഞാൻ പ്രവർത്തിക്കുന്നത്. ഞാൻ തെരഞ്ഞെടുക്കുന്ന വഴിയിൽ എല്ലാ മംഗളങ്ങളും നീ നേർന്നെങ്കിലും നിന്റെ ഉപദേശത്തിന് എതിരായാണ് ഞാൻ പ്രവർത്തിക്കുന്നത്. സർവ്വീസിൽ ചേരുകയാണെങ്കിൽ ഉടമ്പടിയിൽ ഒപ്പുവെക്കേണ്ടി വരുമെന്നും അതുവഴി ഒരു വിദേശ ഉദ്യോഗസ്ഥവൃന്ദത്തിന് വേണ്ടി കൂറ് കാണിക്കേണ്ടി വരുമെന്നതുമാണ് ആ ഉദ്യോഗത്തിൽ പ്രവേശിക്കുന്നതിലുള്ള എന്റെ ഏറ്റവും വലിയ എതിർപ്പ്. ജീവിത വീക്ഷണത്തിൽ ഞാൻ ഒരിക്കൽ ആ ഉടമ്പടിയിൽ ഒപ്പുവെച്ചാൽ പിന്നെ സേവനമനുഷ്ഠിക്കുന്നത് മൂന്ന് ദിവസമാണെങ്കിലും മൂന്ന് വർഷമാണെങ്കിലും അത് ഒരുപോലെയാണ്. വിട്ടുവീഴ്ച ചെയ്യുകയെന്നത് ഒരു മോശം കാര്യമാണെന്നാണ് എന്റെ വിശ്വാസം. അത് മനുഷ്യനെ തരംതാഴ്ത്തുകയും അവന്റെ ഉദ്ദേശ്യങ്ങൾക്ക് പരിക്കേല്പിക്കുകയും ചെയ്യും. ഒരു നൈറ്റ് പദവിയും മന്ത്രിസ്ഥാനവും നേടിക്കൊണ്ട് സുരേന്ദ്രനാഥ് ബാനർജി തന്റെ ജീവിതം അവസാനിപ്പിക്കാൻ പോവുകയാണ്. എഡ്മണ്ട് ബൂർക്ക് ഉദ്ഘോഷിക്കുന്നതുപോലെ ധാർമ്മികതയ്ക്ക് പകരം പ്രായോഗികതയ്ക്ക് മാത്രം പ്രാധാന്യം നല്കുന്ന തത്ത്വത്തെ ആരാധിച്ചതുകൊണ്ടാണ് അദ്ദേഹത്തിന്

ഇങ്ങനെ ആകേണ്ടി വന്നത്. അത്തരമൊരു തത്ത്വത്തെ സ്വീകരിക്കാൻ കഴിയുന്ന ഒരു അവസ്ഥയിലേക്ക് നമ്മൾ ഇതുവരെ എത്തിക്കഴിഞ്ഞിട്ടില്ല. നമുക്ക് ഒരു ദേശത്തെ നിർമ്മിക്കാനുണ്ട്. ഹാംപ്ഡണിനെയും ക്രോംവെല്ലിനെയുംപോലെ ആദർശങ്ങളുടെ കാര്യത്തിൽ വിട്ടുവീഴ്ച ഇല്ലാതിരുന്നെങ്കിൽ മാത്രമേ ഒരു രാഷ്ട്രം കെട്ടിപ്പടുക്കാൻ കഴിയുകയുള്ളൂ. നമ്മൾ ബ്രിട്ടീഷ് സർക്കാരുമായുള്ള എല്ലാ ബന്ധങ്ങളും അവസാനിപ്പിക്കാനായുള്ള സമയമായെന്നാണ് ഞാൻ വിശ്വസിക്കുന്നത്. ഒരു സാധാരണ ചപ്രാസി ആണെങ്കിലും ഒരു പ്രവിശ്യയുടെ ഗവർണറാണെങ്കിലും സർക്കാർ സേവകനായി തുടരുന്നത് ഇന്ത്യയിലെ ബ്രിട്ടീഷ് സർക്കാരിനെ കൂടുതൽ സ്ഥിരതയുള്ളതാക്കിത്തീർക്കുകയാണ്. ഒരു സർക്കാരിനെ ഇല്ലാതാക്കാനുള്ള ഏറ്റവും നല്ല വഴി അതിൽനിന്ന് പിൻവാങ്ങുകയെന്നതാണ്. ഇത് ടോൾസ്റ്റോയിയുടെ ആശയസംഹിതയായതുകൊണ്ടോ ഗാന്ധി ഉദ്ഘോഷിക്കുന്നതുകൊണ്ടോ പറയുകയല്ല. എനിക്ക് ഈ കാര്യത്തിൽ വിശ്വാസം വന്നതുകൊണ്ടാണ് ഞാനിങ്ങനെ പറയുന്നത്. കുറച്ച് ദിവസങ്ങൾക്ക് മുമ്പ് ഞാനെന്റെ രാജിക്കത്ത് അയച്ചുകഴിഞ്ഞു. അത് സ്വീകരിച്ചോ ഇല്ലയോ എന്നത് സംബന്ധിച്ചുള്ള വിവരം ഇതുവരെ കിട്ടിയിട്ടില്ല.'

'എന്റെ ഒരു കത്തിന് മറുപടിയായി സി ആർ ദാസ് അവിടെ നടന്നുകൊണ്ടിരിക്കുന്ന പ്രവൃത്തികളെക്കുറിച്ച് അറിയിച്ചിരുന്നു. നിലവിൽ ആത്മാർത്ഥമായി പ്രവർത്തിക്കുന്നവരുടെ കുറവുണ്ടെന്നാണ് അദ്ദേഹം പരാതിപ്പെടുന്നത്. അതുകൊണ്ടുതന്നെ നാട്ടിലെത്തിയാൽ എനിക്കനുയോജ്യമായ നിരവധി ജോലികളുണ്ടാകും. മറ്റൊന്നും എനിക്ക് പറയാനില്ല. സുപ്രധാനമായ ഒരു കാര്യം ചെയ്യേണ്ട കാര്യത്തിൽ തീരുമാനമുറപ്പിച്ചുകഴിഞ്ഞു. അതിലൂടെ നല്ല കാര്യങ്ങൾ മാത്രം ഉണ്ടാകട്ടെയെന്ന് ഞാൻ ആത്മാർത്ഥമായി ആഗ്രഹിക്കുന്നു.'

മെയ് 18 ന് കേംബ്രിഡ്ജിൽനിന്ന് മറ്റൊരു കത്ത് ഞാനെഴുതി:

'എന്റെ രാജി പിൻവലിക്കാൻ എന്നെ പ്രേരിപ്പിക്കാനാണ് സർ വില്യം ഡ്യൂക്ക് ശ്രമിച്ചുകൊണ്ടിരിക്കുന്നത്. ഇതുസംബന്ധിച്ച് കേംബ്രിഡ്ജിലെ സിവിൽ സർവ്വീസ് ബോർഡ് സെക്രട്ടറിയായ 'ബാർദാദ'യ്ക്ക് അദ്ദേഹം കത്തെഴുതി. എന്റെ തീരുമാനം പുനഃപരിശോധിക്കണമെന്ന് മി. റോബോട്ട്സ് എന്നോട് ആവശ്യപ്പെട്ടു. ഇന്ത്യൻ ഓഫീസിന്റെ നിർദ്ദേശത്തിന് അനുസരിച്ചാണ് താനിത് ആവശ്യപ്പെടുന്നതെന്നും അദ്ദേഹം പറഞ്ഞു. പക്വതയോടെ ആലോചിച്ച് ബോധപൂർവ്വമെടുത്ത തീരുമാനമാണിതെന്ന് ഞാൻ സർ വില്ല്യമിന് മറുപടി നല്കി.'

ഈ കത്തിനെക്കുറിച്ച് ഒരു കുറിപ്പ് നല്കേണ്ടത് ആവശ്യമാണ്. ഞാൻ രാജിനല്കി അധികം വൈകാതെ തന്നെ ഇന്ത്യൻ ഓഫീസ് കെട്ടിടത്തിൽ ഒരു പൊട്ടിത്തെറി നടന്നു. ഇന്ത്യക്കു വേണ്ടിയുള്ള പെർമനന്റ് അണ്ടർ സെക്രട്ടറി, അന്തരിച്ച വില്ല്യം ഡൂക്ക് എന്റെ അച്ഛനെ അദ്ദേഹം ഒറീസയുടെ കമ്മീഷണർ ആയിരുന്നപ്പോൾ പരിചയമുണ്ടായിരുന്നു. സർ

വില്ല്യം എന്റെ മുതിർന്ന സഹോദരൻ സതീഷ് ചന്ദ്ര ബോസ് എവിടെയാണെന്ന് കണ്ടെത്തുകയും അദ്ദേഹത്തിലൂടെ എന്റെ രാജി പിൻവലിക്കാൻ ഉപദേശിക്കുകയും ചെയ്തു. കേംബ്രഡ്ജിലെ അദ്ധ്യാപകരും എന്റെ തീരുമാനം പുനഃപരിശോധിക്കണമെന്ന് എന്നോട് ആവശ്യപ്പെട്ടിരുന്നു. ഇത്രയും കാര്യങ്ങൾ നടന്നുകഴിഞ്ഞപ്പോഴാണ് കേംബ്രിഡ്ജിലെ സിവിൽ സർവ്വീസ് ബോർഡ് സെക്രട്ടറി ആയിരുന്ന, അന്തരിച്ച മി. റോബോർട്ട്സിന്റെ അഭ്യർത്ഥനയുണ്ടാകുന്നത്. വ്യത്യസ്തമായ ദിശകളിൽ നിന്നാണ് ഇക്കാര്യത്തിൽ എന്നെ അനുനയിപ്പിക്കാനുള്ള ശ്രമങ്ങൾ നടന്നിട്ടുള്ളത്. അതിൽ ഏറ്റവും അവസാനം നടന്ന ശ്രമമാണ് കൂട്ടത്തിൽ ഏറ്റവും രസകരം.

അതിന് കുറച്ചുമാസങ്ങൾക്ക് മുമ്പ് മി. റോബോർട്ട്സും ഞാനും തമ്മിൽ ഒരു തർക്കമുണ്ടായിരുന്നു. സിവിൽ സർവ്വീസിന്റെ പരിശീലന ഘട്ടത്തിലുള്ള ഉദ്യോഗാർത്ഥികളെ ഉദ്ദേശിച്ചുകൊണ്ട് ഇന്ത്യൻ ഓഫീസ് ചില നിർദ്ദേശങ്ങൾ അച്ചടിച്ചു പുറത്തിറക്കിയതിനെച്ചൊല്ലിയായിരുന്നു തർക്കം. 'ഇന്ത്യയിലെ കുതിരകളുടെ പരിപാലനം' എന്ന തലക്കെട്ടിലായിരുന്നു നിർദ്ദേശങ്ങൾ അച്ചടിച്ചിരുന്നത്. കുതിര കഴിക്കുന്ന ഭക്ഷണം തന്നെയാണ് ഇന്ത്യയിൽ കുതിരക്കാരനും കഴിക്കുകയെന്ന് സൂചിപ്പിക്കുന്ന കാര്യങ്ങൾ ആ നിർദ്ദേശങ്ങളിൽ ഉൾപ്പെടുത്തിയിരുന്നു. ബനിയ വിഭാഗത്തിൽപ്പെട്ട ഇന്ത്യൻ വ്യാപാരികൾ സത്യസന്ധരല്ലെന്നത് പഴഞ്ചൊല്ല് പോലെ പ്രസിദ്ധമാണെന്ന് തുടങ്ങിയ കാര്യങ്ങളും അതിനകത്തുണ്ടായിരുന്നു. സ്വാഭാവികമായും അത് കൈയിൽ കിട്ടിയപ്പോൾത്തന്നെ ഞാൻ അപമാനിക്കപ്പെട്ടതായി തോന്നി. ഇക്കാര്യം പരിശീലനം നേടിക്കൊണ്ടിരിക്കുന്ന മറ്റ് ഉദ്യോഗസ്ഥരുമായി ചർച്ച ചെയ്യുകയും ചെയ്തു. അതിൽ നല്കിയിട്ടുള്ള നിർദ്ദേശങ്ങളെല്ലാം തെറ്റാണെന്നും നിന്ദ്യമാണെന്നും ഇതിൽ കൂട്ടമായി പ്രതിഷേധിക്കണമെന്നും അവിടെ കൂടിയിട്ടുള്ള എല്ലാവരും ചേർന്ന് ധാരണയായി. പ്രതിഷേധം അറിയിക്കാനുള്ള സമയമായപ്പോൾ എല്ലാവരും അതിൽനിന്ന് പിന്തിരിയാനാണ് ശ്രമിച്ചത്. അവസാനം ക്ഷമ നഷ്ടപ്പെട്ട ഞാൻ ഒറ്റയ്ക്കുതന്നെ പ്രതിഷേധിക്കാൻ തീരുമാനിച്ചു.

ഞാൻ നേരെ മി. റോബോർട്ട്സിന്റെ മുറിയിലേക്ക് ചെല്ലുകയും അച്ചടിച്ച നിർദ്ദേശങ്ങളിലെ തെറ്റായ വസ്തുതകളിലേക്ക് അദ്ദേഹത്തിന്റെ ശ്രദ്ധ ക്ഷണിക്കുകയും ചെയ്തു. അദ്ദേഹം എന്നോട് ചൂടായിക്കൊണ്ട് പറഞ്ഞു, "നോക്കൂ, മി. ബോസ്, ഔദ്യോഗികമായ കാഴ്ചപ്പാടിനോട് നിങ്ങൾക്ക് വിയോജിപ്പുണ്ടെങ്കിൽ, നിങ്ങൾക്ക് ഇവിടെനിന്ന് സ്ഥലം വിടേണ്ടി വരുമെന്നാണ് എനിക്ക് തോന്നുന്നത്." എന്നെ അത്രയെളുപ്പത്തിൽ ഭയപ്പെടുത്തി അടക്കാൻ കഴിയില്ലായിരുന്നു. മാത്രമല്ല ഒരു അടിപിടിക്ക് തയ്യാറായിക്കൊണ്ട് തന്നെയാണ് ഞാനങ്ങോട്ട് ചെന്നത്. അതുകൊണ്ട് ഞാൻ സമാധാനത്തോടെ മറുപടി പറഞ്ഞു, "ശരി, പക്ഷേ, ഔദ്യോഗികമായ കാഴ്ചപ്പാട് എന്നതുകൊണ്ട് നിങ്ങൾ എന്താണ് ഉദ്ദേശിക്കുന്നത്?" ഭയ

പ്പെടുത്താൻ നോക്കിയിട്ട് കാര്യമില്ലെന്ന് മനസ്സിലാക്കിയ മി. റോബോർട്ട്സ് അദ്ദേഹത്തിന്റെ സംസാര രീതിയും ശബ്ദവും കൂടുതൽ സൗമ്യമാക്കിക്കൊണ്ട് പറഞ്ഞു, "നിങ്ങൾ അപമാനിക്കപ്പെടാനുള്ള കാര്യങ്ങൾ കണ്ടുപിടിച്ച് വരരുതെന്നാണ് ഞാൻ ഉദ്ദേശിച്ചത്." കുറ്റങ്ങൾ ഞാൻ തിരഞ്ഞു കണ്ടുപിടിച്ചതല്ലെന്നും നിർദ്ദേശങ്ങൾ എനിക്ക് മുന്നിൽത്തന്നെ ഉണ്ടായിരുന്നതായും ഞാൻ മറുപടി നല്കി. അവസാനം അദ്ദേഹം എന്റെ അഭിപ്രായത്തോട് യോജിക്കുകയും ഞാൻ പറഞ്ഞ കാര്യങ്ങൾ ഇന്ത്യൻ ഓഫീസിന്റെ ശ്രദ്ധയിൽ കൊണ്ടുവരുമെന്നും പറഞ്ഞു. ഞാൻ അദ്ദേഹത്തോട് നന്ദി പറഞ്ഞ് സ്ഥലം വിട്ടു.

രണ്ടാഴ്ച കഴിഞ്ഞ് മി. റോബോർട്ട്സ് എന്നെ വിളിപ്പിച്ചു. ഇത്തവണ അദ്ദേഹം വളരെ സ്നേഹപൂർണ്ണമായാണ് പെരുമാറിയത്. ഇന്ത്യൻ ഓഫീസിൽനിന്നുള്ള ഒരു കത്ത് അദ്ദേഹം എന്നെ വായിപ്പിച്ച് കേൾപ്പിച്ചു. അച്ചടിക്കപ്പെട്ട നിർദ്ദേശങ്ങളിലെ പിശകുകൾ അവരുടെ ശ്രദ്ധയിൽപ്പെടുത്തിയതിന് നന്ദി അറിയിച്ചുകൊണ്ടുള്ളതായിരുന്നു ആ കത്ത്. നിർദ്ദേശങ്ങൾ പുനഃപ്രസിദ്ധീകരിക്കുമ്പോൾ ആവശ്യമായ തിരുത്തലുകൾ വരുത്താമെന്ന് അവർ ഉറപ്പ് നല്കുകയും ചെയ്തു.

എന്റെ രാജിക്ക് ശേഷം വളരെ വ്യത്യസ്തനായ ഒരു റോബേർട്ടിനെയാണ് ഞാൻ കണ്ടത്. അദ്ദേഹം വളരെ മധുരമായാണ് എന്നോട് പെരുമാറിയത്. അന്ന് അദ്ദേഹം എന്നോട് വളരെയധികംനേരം ആശയസംവാദം നടത്തി. പുതിയ ഭരണഘടനയ്ക്കുകീഴിൽ രണ്ട് വർഷമെങ്കിലും സിവിൽ സർവ്വീസിൽ ചേരണമെന്ന് അദ്ദേഹം എന്നെ പ്രേരിപ്പിക്കുകയായിരുന്നു. പുതിയ ഭരണഘടന പ്രകാരം സർവീസിൽ ഇരുന്നുകൊണ്ട് രാജ്യത്തെ സേവിക്കുകയെന്നത് സാദ്ധ്യമായിരുന്നു. രണ്ടാം വർഷത്തിന്റെ അവസാനം ഇനിയും തുടരാൻ കഴിയില്ലെന്ന് തോന്നുമ്പോൾ മാത്രം രാജി വെച്ചിരുന്നെങ്കിൽ അത് ന്യായീകരിക്കപ്പെട്ടേനെ എന്നാണ് അദ്ദേഹത്തിന്റെ അഭിപ്രായം. ഞാൻ അദ്ദേഹത്തോട് നന്ദി പറഞ്ഞു. പക്ഷേ, രണ്ട് യജമാനന്മാരെ ഒന്നിച്ച് സേവിക്കാൻ എനിക്ക് കഴിയില്ലെന്നും അതുകൊണ്ട് ഞാൻ തീരുമാനമെടുത്തുകഴിഞ്ഞതായും അദ്ദേഹത്തെ അറിയിച്ചു.

ബർമ്മയിലെ തടവുജീവിതം

ദിലീപ് കുമാർ റോയ്ക്ക്

മണ്ഡലായ് സെൻട്രൽ ജയിൽ,
2 മെയ് 1925

എന്റെ പ്രിയപ്പെട്ട ദിലീപ്,

1925 മാർച്ച് 24 ന് താങ്കളയച്ച കത്ത് കിട്ടി, സന്തോഷം. ഇത്തവണ കത്തിന് ഇരട്ട പരിശോധനയ്ക്ക് വിധേയമാകേണ്ടി വന്നില്ല. അതെനിക്ക് കൂടുതൽ സന്തോഷം തരുന്നുണ്ട്.

താങ്കളുടെ കത്ത് എന്റെ ഹൃദയത്തിലെ ഏറ്റവും മൃദുലമായ തന്ത്രികളെയാണ് സ്പർശിച്ചിരിക്കുന്നത്. അതിനോട് പ്രതികരിച്ചുകൊണ്ട് യോജിച്ച മറുപടി അയക്കുകയെന്നത് എനിക്ക് അത്ര എളുപ്പമുള്ള കാര്യവുമല്ല. ഞാനെന്തെഴുതിയാലും അത് പരിശോധകന്റെ കൈയിലൂടെ കടന്നുപോകണമെന്നതും എന്നെ കാര്യങ്ങൾ തുറന്നെഴുതുന്നതിൽനിന്ന് സ്വയം വിലക്കുകയുമാണ്. ഹൃദയത്തിന്റെ ഏറ്റവും ആഴത്തിൽനിന്നുള്ള വാക്കുകൾ പകൽവെളിച്ചത്തിൽ ഏതൊരാൾക്കും സൂക്ഷ്മപരിശോധന നടത്തുവാൻ തക്ക വിധത്തിൽ പ്രകാശിപ്പിക്കപ്പെടുന്നത് ആർക്കും ഇഷ്ടമുള്ള കാര്യമല്ലല്ലോ. അതുകൊണ്ടുതന്നെ ഈ കൽമതിലിനും അഴികൾക്കും പുറകിൽ ഇന്ന് ഞാൻ ചിന്തിക്കുന്നതും അനുഭവിക്കുന്നതുമായ കാര്യങ്ങളിൽ വലിയൊരു ഭാഗവും ഒരിക്കലും പുറംലോകം അറിയാൻ പോകുന്നില്ല.

ചെയ്ത കുറ്റമെന്തെന്നറിയാതെ കുറേയധികംപേരെ തടവറയിൽ അടച്ചിരിക്കുകയാണല്ലോ. താങ്കളെപ്പോലെ ആർദ്രമായ മനസ്സുള്ള ഒരാൾക്ക് ഇത് കാണുമ്പോൾ രോഷം തോന്നുന്നത് സ്വാഭാവികമാണ്. പക്ഷേ, ഇത് ഒരു വസ്തുതയായി നമ്മൾ സ്വീകരിച്ചേ പറ്റൂ. ആത്മീയ

മായ ഒരു കാഴ്ചപ്പാടിൽ കൂടി നമ്മൾ ഇതിനെ നോക്കികാണേണ്ടതുണ്ട്.

ജയിലിൽ കഴിയുന്നത് ഇഷ്ടമാണെന്ന് എനിക്ക് പറയാൻ കഴിയില്ല. അങ്ങനെ പറയുകയാണെങ്കിൽ അത് വളരെ വ്യക്തമായ ഒരു ചതിയായിരിക്കും... ഒരു മനുഷ്യജീവിയെ ദുഷിപ്പിക്കുകയും മനുഷ്യത്വം കെടുത്തുകയുമാണ് ജയിൽ ജീവിതം ചെയ്യുന്നത്, ജയിൽ അന്തരീക്ഷം മുഴുവനായും അതിന് വേണ്ടിയുള്ളതാണ്. ഇത് ഏറിയും കുറഞ്ഞും എല്ലാ ജയിലുകളുടെയും കാര്യത്തിൽ ശരിയാണെന്നാണ് ഞാൻ കരുതുന്നത്. കുറ്റാരോപിതരായ മിക്കവർക്കും ജയിലിനകത്ത് ധാർമ്മികക്ഷയമാണ് സംഭവിക്കുന്നത്. ഇക്കാലയളവിൽ നിരവധി ജയിലുകളിൽ ഞാൻ കഴിഞ്ഞിട്ടുണ്ട്. അതുകൊണ്ടുതന്നെ തടവുജീവിതം സംബന്ധിച്ച് മൗലികമായ പരിഷ്കരണം അത്യന്താപേക്ഷിതമാണെന്ന് എനിക്ക് പറയാൻ കഴിയും. ഭാവിയിൽ അത്തരത്തിലൊരു പരിഷ്കരണത്തിനുവേണ്ടി പ്രവർത്തിക്കാൻ ഞാൻ പ്രതിജ്ഞാബദ്ധനായിരിക്കും. ജയിലുകളെ സംബന്ധിച്ച ബ്രിട്ടീഷ് മാതൃക മോശപ്പെട്ട ഒന്നാണ്. ആ മാതൃകയുടെ മോശപ്പെട്ട അനുകരണമാണ് ഇന്ത്യയിലെ ജയിൽ നിയന്ത്രണ സംവിധാനങ്ങൾ. കൽക്കട്ട സർവ്വകലാശാല പോലും ലണ്ടന്റെ മോശപ്പെട്ട അനുകരണമാണ്.

കുറ്റാരോപിതരായിട്ടുള്ളവരോട് അനുതാപപൂർണ്ണമായ കാഴ്ചപ്പാടിന്റെ അടിസ്ഥാനത്തിൽ മാറ്റങ്ങൾ കൊണ്ടുവരികയാണ് അത്യന്താപേക്ഷിതമായി വേണ്ടത്. അയാളുടെ തെറ്റായ ചോദനകളെ മാനസികമായ ക്രമക്കേടിന്റെ പ്രതിഫലനമായാണ് കണക്കാക്കേണ്ടത്. അതിനനുസരിച്ചുള്ള പരിഹാരങ്ങൾ ഒരുക്കുകയും വേണം. ഒരാളെ കുറ്റക്കാരനാക്കുകയെന്ന ലാക്കോടുകൂടിയുള്ളതാണ് നിലവിലെ ജയിൽ നിർദ്ദേശങ്ങൾ. ഇതിനുപകരം പരിഷ്കരണം സാദ്ധ്യമാകുന്ന തരത്തിലുള്ള അഭിവിന്യാസമാണ് ഉണ്ടാകേണ്ടത്.

ഞാനൊരു തടവുപുള്ളിയായി ജീവിച്ചില്ലായിരുന്നെങ്കിൽ ഒരു കുറ്റവാളിയെ അനുതാപത്തോടെ പരിഗണിക്കാൻ എനിക്ക് കഴിയുമായിരുന്നില്ല. നമ്മുടെ കലാകാരന്മാർക്കും സാഹിത്യകാരന്മാർക്കും ജയിൽ ജീവിതത്തിലൂടെ ചില പുതിയ അനുഭവങ്ങൾ ഉണ്ടാവുകയാണെങ്കിൽ അത് അവരുടെ സൃഷ്ടികൾക്കും ഗുണകരമായിരിക്കുമെന്നതിൽ എനിക്ക് സംശയമില്ല. കാസി നസ്റുൾ ഇസ്ലാമിന്റെ കവിതകൾ അദ്ദേഹത്തിന് ജയിൽ വാസത്തിനിടെയുണ്ടായ അനുഭവങ്ങളോട് എത്രമാത്രം കടപ്പെട്ടിരിക്കുന്നുവെന്നത് ഒരുപക്ഷേ, നമുക്ക് തിരിച്ചറിയാൻ കഴിഞ്ഞെന്നുവരില്ല.

ഞാൻ ഒന്ന് ശാന്തമായി ആലോചിച്ച് നോക്കുമ്പോൾ ഒരു നിശ്ചിതാവസ്ഥയ്ക്ക് ഇളക്കം തട്ടുന്നതായി എനിക്ക് മനസ്സിലാകുന്നുണ്ട്. നമ്മുടെ പനികളുടെയും അസ്വസ്ഥതകളുടെയും കേന്ദ്രത്തിൽ വിശാലമായ ഒരു ലക്ഷ്യത്തിന്റെ പണി നടക്കുന്നുണ്ട്. നമ്മുടെ ബോധപൂർവ്വമായ ജീവിതത്തിന്റെ ഓരോ നിമിഷവും ഈ വിശ്വാസം നമ്മളെ നയിക്കുകയാണെങ്കിൽ മാത്രമേ നമ്മുടെ യാതനകളുടെ തീവ്രത കുറയുക

യുള്ളൂ. തടവറയ്ക്കകത്താണെങ്കിലും ശരിയായ മോക്ഷം നേടാനാണെങ്കിൽ ഇതിലൂടെയേ കഴിയുകയുള്ളൂ. പക്ഷേ, പൊതുവിലുള്ള കാര്യങ്ങൾ നോക്കുമ്പോൾ അതിപ്പോൾ സാദ്ധ്യമല്ല. അതുകൊണ്ടുതന്നെ ശരീരവും ആത്മാവും തമ്മിലുള്ള ദ്വൈതമായ അവസ്ഥ നിരന്തരമായി തുടരുകയും വേണ്ടിവരും.

തടവറയുടെ ചുറ്റുപാടിൽ ജീവിക്കുമ്പോൾ സാധാരണയായി ഒരു തരം താത്ത്വികമായ ബോധം നമ്മുടെ ഹൃദയങ്ങളിൽ ശക്തി പകരാറുണ്ട്. തത്ത്വജ്ഞാനവുമായി ബന്ധപ്പെട്ട എന്റെ ചെറിയ വായനകളിൽനിന്ന് കിട്ടിയ അറിവും, അതിന്റെ കൂടെ ജീവിതത്തെ സംബന്ധിച്ച എന്റെ കാഴ്ചപ്പാടുമാണ് ഏത് സന്ദർഭത്തിലായാലും തടവറയിലെ ജീവിതത്തിൽ എനിക്ക് തുണയായി ഉണ്ടാകാറുള്ളത്. ചിന്തയെ ഉദ്ദീപിപ്പിക്കാൻ ആവശ്യമായ കാര്യങ്ങൾ ഒരാൾക്ക് കണ്ടെത്താൻ കഴിയുകയാണെങ്കിൽ തടവറയൊന്നും അയാളെ അലട്ടുന്ന പ്രശ്നമാവുകയില്ല. പക്ഷേ, ആരോഗ്യത്തിന് പ്രത്യേകിച്ച് കുഴപ്പമൊന്നുമില്ലെങ്കിൽ മാത്രമാണ് ഇത് സാദ്ധ്യമാവുക. നമ്മുടേത് ആത്മീയമായ യാതനകൾ മാത്രമല്ല, ശരീരവും എല്ലാത്തിന്റെയും ഭാഗമാണ്. അതുകൊണ്ടുതന്നെ നമ്മുടെ ആത്മാവ് തയ്യാറാണെങ്കിലും ശരീരത്തിന് ബലക്ഷയം സംഭവിച്ചെന്ന് വരാം.

ജയിലിലായിരിക്കുമ്പോഴാണ് ലോകമാന്യ തിലക് *ഗീത*യെക്കുറിച്ചുള്ള തന്റെ കാഴ്ചപ്പാടുകൾ എഴുതുന്നത്. മാനസികമായ ആനന്ദത്തിലായിരിക്കും അദ്ദേഹം തന്റെ നാളുകൾ അവിടെ കഴിഞ്ഞു കൂടിയതെന്ന് എനിക്ക് പറയാൻ കഴിയും. പക്ഷേ, മണ്ഡലായ് ജയിലിൽ ആറു വർഷത്തോളം കഴിയേണ്ടിവന്നതാണ് അദ്ദേഹത്തിന്റെ അകാലമരണത്തിന് കാരണമായതെന്നത് ഉറപ്പാണ്. അത് വളരെ നിർഭാഗ്യകരമാണ്.

പക്ഷേ, തടവുകാരനുമേൽ നിർബ്ബന്ധിതമായി അടിച്ചേല്പിക്കപ്പെട്ട ഏകാന്തത ഒരു അവസരമാണ്. ജീവിതത്തിന്റെ ആത്യന്തികമായ പ്രശ്നങ്ങളെക്കുറിച്ചുള്ള ചിന്തയിൽ മുഴുകിയിരിക്കാൻ അപ്പോൾ അയാൾക്ക് കഴിയും. ഇത് ഞാനെന്റെ അനുഭവത്തിൽനിന്ന് പറയുന്നതാണ്. വ്യക്തിജീവിതത്തിന്റെയും കൂട്ടായജീവിതത്തിന്റെയും അതിസങ്കീർണ്ണമായ പ്രശ്നങ്ങൾ നമ്മളെ ഒരു ചുഴലിക്കാറ്റുകണക്കെ കറക്കിയേക്കാം. എന്നാൽ അവയെല്ലാം ശമനത്തിന്റെ തീരത്തേക്ക് അണഞ്ഞുകൊണ്ടിരിക്കുകയാണ് ഇപ്പോൾ. വ്യക്തമായി പറയാൻ എനിക്ക് അറിയാതിരുന്ന കാര്യങ്ങളും താല്ക്കാലികമായി മാത്രം ഉപയോഗിച്ചിരുന്ന കാഴ്ചപ്പാടുകളും ഓരോ ദിവസം കഴിയുന്തോറും കൂടുതൽ കൂടുതൽ മിഴിവുറ്റതായിത്തീരുകയാണ്. ഇക്കാരണത്താലാണ് തടവുജീവിതത്തിലൂടെ ആത്മീയമായ നേട്ടമുണ്ടാക്കാൻ കഴിഞ്ഞുവെന്ന് എനിക്ക് തോന്നുന്നത്.

ഞാൻ തടവിലായതിനെ രക്തസാക്ഷിത്വത്തോടാണ് താങ്കൾ ഉപമിച്ചിരിക്കുന്നത്. ഇത് താങ്കളുടെ അനുതാപപൂർണ്ണമായ വ്യക്തിത്വത്തെയാണ് സാക്ഷ്യപ്പെടുത്തുന്നത്. താങ്കളൊരു മഹാമനസ്കനാണ്. പക്ഷേ, എന്റെ നർമ്മബോധംവെച്ച് നോക്കുമ്പോൾ രക്തസാക്ഷിയെന്ന ഒരു

ഉയർന്ന പദവി അന്യാധീനമായി ഞാൻ കൈക്കലാക്കുകയാണെന്നേ എനിക്ക് തോന്നുകയുള്ളൂ. അഹങ്കാരത്തിനും പൊങ്ങച്ചത്തിനും വശംവദനാകാതിരിക്കാൻ ഞാൻ ഉറക്കത്തിൽ പോലും ജാഗരൂകനാണ്. അതിൽ ഞാനെത്രത്തോളം വിജയിച്ചിട്ടുണ്ടെന്നത് എന്റെ സുഹൃത്തുക്കളാണ് വിലയിരുത്തേണ്ടത്. എന്നെ സംബന്ധിച്ച് രക്തസാക്ഷിത്വം എന്നത് ഒരു ആദർശം മാത്രമേ ആകുന്നുള്ളൂ.

ഒരു ദീർഘകാല തടവുകാരന്റെ ഉള്ളിലേക്ക് അയാൾ അറിയാതെ തന്നെ വാർദ്ധക്യം പടരുന്നുവെന്നതാണ് അയാളുടെ ഏറ്റവുംവലിയ ദുരന്തമായിട്ട് എനിക്ക് തോന്നിയിട്ടുള്ളത്. അതിനാൽത്തന്നെ ഒരു ദീർഘകാല തടവുകാരൻ ഇക്കാര്യത്തിൽ സദാ ജാഗരൂകനായിരിക്കണം. ദീർഘകാല ശിക്ഷ അനുഭവിക്കുന്നതിനിടെ അകാലത്തിൽ ഒരാളുടെ ശരീരവും മനസ്സും ക്ഷയിച്ചുപോകുന്നത് നമുക്ക് ചിന്തിക്കാൻ പോലും പറ്റാത്ത തരത്തിലാണ്. അതിന് തീർച്ചയായും നിരവധിയായ കാരണങ്ങളുണ്ട്. നല്ല ഭക്ഷണത്തിന്റെ അഭാവമാകാം, വ്യായാമവും മറ്റ് സൗകര്യങ്ങളും ഇല്ലാത്തതാകാം, സമൂഹത്തിൽ നിന്നുള്ള വേർതിരിവുകൊണ്ടാകാം, കീഴ്പ്പെട്ട ഒരാളാണെന്ന ബോധം കൊണ്ടാകാം, സുഹൃത്തുക്കളുടെ മരണം കാരണമാകാം, ഇതിന്റെയെല്ലാം കൂടെ വളരെ പ്രധാനമായ മറ്റൊരു കാര്യം കൊണ്ടുകൂടിയാകാം. അത് സംഗീതത്തിന്റെ അഭാവമാണ്. ഒരാൾക്ക് അയാളുടെ അകത്തുനിന്ന് തന്നെ നിറയ്ക്കാൻ പറ്റുന്ന ചില വിടവുകളുണ്ട്, എന്നാൽ എല്ലാ വിടവുകളും അങ്ങനെയല്ല. അതിനുപുറമെ നിന്നുള്ള കാര്യങ്ങളും ആവശ്യമാണ്. ഇവ നിഷേധിക്കപ്പെടുന്നതാണ് ഒരാൾ നേരത്തേ വാർദ്ധക്യം പുല്കുന്നതിന്റെ ഒരു പ്രധാന കാരണം. അലിപ്പോറിലെ ജയിലിൽ എല്ലാ ആഴ്ചയിലും യൂറോപ്യൻ വംശജരായ തടവുകാർക്കായി സംഗീത പരിപാടികൾ സംഘടിപ്പിക്കാറുണ്ട്. എന്നാൽ ഇവിടെ, നമ്മളെപ്പോലുള്ളവർക്കുവേണ്ടി ഇങ്ങനെയുള്ള ഒരു പരിപാടികളും ഇല്ല.

സുഹൃത്തുക്കളുടെയും ബന്ധുക്കളുടെയും പൊതുജനത്തിന്റെയും അനുഗ്രഹവും അനുതാപവുമാണ് തീർച്ചയായും ഒരു തടവുകാരന്റെ നില കാക്കുന്നത് എന്ന കാര്യം പറയാൻ വിട്ടുപോയിക്കൂടാ. കണക്കുകൂട്ടുവാനോ സങ്കല്പിക്കാനോ കഴിയാത്ത അതിന്റെ സ്വാധീനം നിഗൂഢവും ദുർഗ്രഹവുമാണെങ്കിൽക്കൂടി എന്റെ കാര്യത്തിൽ അത് തീരെ ചെറുതല്ലെന്ന് ഞാൻ തിരിച്ചറിയുന്നുണ്ട്. ഇതാണ് നിരവധിയായ രാഷ്ട്രീയ തടവുകാരും ഒരു സാധാരണ കുറ്റവാളിയും അനുഭവിക്കുന്ന കഷ്ടതകളിൽ തമ്മിലുള്ള വ്യത്യാസം. രാഷ്ട്രീയ തടവുകാർ തടവുജീവിതത്തിനുശേഷവും തങ്ങളെ സമൂഹം സ്വാഗതം ചെയ്യുമെന്ന് ഉറപ്പുള്ളവരാണ്. പക്ഷേ, എന്നാൽ ഒരു സാധാരണ കുറ്റവാളിയുടെ കാര്യം അങ്ങനെയല്ല. ഇങ്ങനെയൊരു അവസ്ഥ അവർക്ക് നേരിടേണ്ടിവരുന്നത് എനിക്ക് തൃപ്തികരമായി തോന്നുന്നില്ല. എന്തുകൊണ്ടാണ് ഈ അസന്തുഷ്ടരായ മനുഷ്യരോട് നമ്മുടെ പരിഷ്കൃതമായ സമൂഹത്തിന് അനുതാപം തോന്നാത്തത്?

തടവുജീവിതത്തിലെ ചിന്തകളും അനുഭവങ്ങളും എഴുതിത്തുടങ്ങിയാൽ അത് വളരെയധികമുണ്ടാകും. പക്ഷേ, ഒരു കത്ത് എവിടെയെങ്കിലും ഒന്ന് അവസാനിപ്പിക്കേണ്ടതായുണ്ടല്ലോ. പരിശ്രമിക്കാനുള്ള ഊർജ്ജം എന്തെങ്കിലും മിച്ചമുണ്ടായിരുന്നെങ്കിൽ ഞാൻ ഇന്ത്യയിലെ തടവറകളെക്കുറിച്ച് ഒരു മുഴുവൻ പുസ്തകം തന്നെ എഴുതിയേനെ. എന്നാൽ നിലവിലെ അവസ്ഥയിൽ അത്തരമൊരു ഉദ്യമത്തിന് ആവശ്യമായ ത്രാണി എനിക്കില്ല.

ശാരീരികമായ ബുദ്ധിമുട്ടുകളെക്കാളും മാനസികമായ ബുദ്ധിമുട്ടുകളാണ് ജയിൽ ജീവിതത്തിൽ അനുഭവിക്കേണ്ടിവരികയെന്നാണ് ഞാനിപ്പോൾ മനസ്സിലാക്കുന്നത്. ക്രൂരമായ അപമാനവും അവഹേളനവും സഹിക്കാൻ പറ്റുന്നതേയുള്ളൂ. ജയിൽജീവിതത്തിന്റെ പീഡകളും സഹനീയമാണ്. പക്ഷേ, നമ്മുടെ ഭൗതികമായ നിലനില്പിനെത്തന്നെ വളരെ വേഗം മറക്കാത്തപക്ഷം, പരമാനന്ദത്തിൽ മുങ്ങിയ ആന്തരിക ലോകം നിലനിർത്താൻ കഴിഞ്ഞില്ലെങ്കിൽ ഇവയൊക്കെയും നമ്മളെ വിരസവും അസന്തുഷ്ടവുമായ ചുറ്റുപാടിലേക്കാണ് ഉണർത്തിവിടുക.

നമ്മുടെ ഭൂമി, അതിന്റെ ഉപരിതലം തൊട്ട് കേന്ദ്രബിന്ദുവരെ മനുഷ്യത്വത്തിന്റെ കണ്ണീരിനാൽ എത്രത്തോളം കുതിർന്നിരിക്കുന്നുവെന്നതാണല്ലോ താങ്കളുടെ ആലോചന. ഇത്തരം ചിന്തയിൽത്തന്നെ മുഴുകിക്കൊണ്ട് എന്തെങ്കിലും ബോധോദയം വരുന്നതിനുപകരം താങ്കൾ ദിവസേന കൂടുതൽ ദുഃഖിതനാവുകയാണെന്നും എനിക്കെഴുതിയ കത്തിൽ താങ്കൾ പറഞ്ഞു. പക്ഷേ, ഈ കണ്ണീരെല്ലാം വേദനയുടെയും തീവ്രയാതനയുടെയും മാത്രമല്ല, അവ കനിവിന്റെയും സ്നേഹത്തിന്റെയും കൂടിയാണ്. പരമാനന്ദത്തിന്റെ വേലിയേറ്റങ്ങൾ കാത്തിരിക്കുന്നുണ്ടെന്നറിഞ്ഞു കഴിഞ്ഞാൽ വേദനയുടെയും യാതനയുടെയും പ്രതിബന്ധങ്ങൾ കുറുകെ കടക്കുന്നതിൽ നിന്ന് താങ്കൾക്ക് പിന്മാറാൻ കഴിയുമോ? എന്നെ സംബന്ധിച്ചിടത്തോളം വിഷാദപ്പെടാനോ അശുഭപ്രതീക്ഷയോടെയോ ഇരിക്കാനുള്ള സമയമല്ലയിത്. മറിച്ച്, വേദനകളും യാതനകളും കൂടുതൽ ഉന്നതമായ സഫലീകരണത്തിലേക്ക് നയിക്കാനുള്ള ധൈര്യമാണ് നല്കേണ്ടത്. വേദനയും പോരാട്ടവുമില്ലാതെ നേടുന്ന കാര്യങ്ങൾ എത്രയെങ്കിലും നിലനില്ക്കുമെന്ന് താങ്കൾ കരുതുന്നുണ്ടോ?

താങ്കൾ അയച്ച പുസ്തകങ്ങൾ കിട്ടി. ആ പുസ്തകങ്ങൾക്കെല്ലാം അത്യാവശ്യം വായനക്കാരുള്ളതുകൊണ്ടുതന്നെ എനിക്ക് അവയൊന്നും തിരിച്ചയക്കാൻ നിർവ്വാഹമില്ല. താങ്കളയച്ച പുസ്തകങ്ങളെല്ലാംതന്നെ വളരെ മനോഹരമായവയാണ്. അതുകൊണ്ടുതന്നെ അത്തരത്തിലുള്ള കൂടുതൽ പുസ്തകങ്ങൾ ഇനിയും സ്വീകാര്യമാണെന്ന് അറിയിക്കട്ടെ.

സ്നേഹപൂർവ്വം സ്വന്തം, സുഭാഷ്

മണ്ഡലായ് സെൻട്രൽ ജയിൽ
25 ജൂൺ 1925

എന്റെ പ്രിയപ്പെട്ട ദിലീപ്,

അവസാനമായി ഞാനയച്ച കത്തിനുശേഷം എനിക്കിതുവരെ താങ്കളുടെ മൂന്ന് കത്തുകളാണ് കിട്ടിയിട്ടുള്ളത്. മെയ് ആറിനും മെയ് 15 നും ജൂൺ 15 നും അയച്ചവയാണ് അവ.

താങ്കൾ പാർസൽ ആയി അയച്ച പുസ്തകങ്ങൾ കിട്ടി, എന്നാൽ അതിൽ തുർഗനേവിന്റെ *സ്മോക്* എന്ന നോവൽ കാണാനില്ല. ഓഫീസിൽ വെച്ച് പാർസൽ തുറന്നിട്ടുണ്ടായിരുന്നതിനാൽ വിഷയത്തിൽ അന്വേഷണം നടത്താൻ ഞാൻ സൂപ്രണ്ടിനോട് അഭ്യർത്ഥിച്ചിട്ടുണ്ട്.

ഇങ്ങോട്ട് സ്ഥലം മാറ്റം കിട്ടിയതിനിടയിൽ ബെർട്രാൺട് റസ്സലിന്റെ *പ്രോസ്പെക്ടസ് ഓഫ് ഇൻഡസ്ട്രിയൽ സിവിലൈസേഷൻ* എന്ന പുസ്തകം ബെർഹാംപൂരിൽവെച്ചിട്ടാണ് ഞാൻ വന്നത്. പുസ്തകം സൂക്ഷിക്കാൻ അവിടെ എന്റെകൂടെയുണ്ടായിരുന്ന തടവുകാർ ഉത്സാഹം കാണിച്ചിരുന്നു. പക്ഷേ, റസ്സലിന്റെ തന്നെ *ഫ്രീ തോട്ട് ആന്റ് ഒഫീഷ്യൽ പ്രൊപഗണ്ട* എന്റെ കൈയിലില്ല. അത് താങ്കൾ എനിക്ക് അയച്ചു തന്നിരുന്നില്ലല്ലോ, അല്ലേ?

എനിക്കുവേണ്ടി പുസ്തകങ്ങൾ തെരഞ്ഞെടുക്കുന്നതിന് ഞാൻ താങ്കളോട് നന്ദി പറയുകയാണ് ദിലീപ്. താങ്കൾ തുടങ്ങിയ ഉദ്യമം ദൈവത്തിന്റെ കൃപയാൽ പ്രസിദ്ധമായിത്തീരട്ടെയെന്ന് ഞങ്ങളെല്ലാവരും ആഗ്രഹിക്കുകയാണ്. താങ്കളുടെ രചന അതിന് അർഹിക്കുന്ന ബഹുമാനത്തോടെ ഞാൻ വായിക്കുമെന്ന് താങ്കളോട് പറയേണ്ടതില്ലല്ലോ.

ഇന്ന് എന്തായിരിക്കും എന്റെ ചിന്തയെ ഭരിച്ചുകൊണ്ടിരിക്കുന്നതെന്ന് താങ്കൾക്ക് സങ്കല്പിക്കാവുന്നതേയുള്ളൂ. എന്റെ മാത്രമല്ല, എല്ലാ മനസ്സുകളിലും ആ ഒരൊറ്റ ചിന്ത മാത്രമേയുള്ളൂവെന്നാണ് എന്റെ വിശ്വാസം. മഹാനായ നമ്മുടെ ദേശബന്ധുവിന്റെ മരണത്തെക്കുറിച്ചുള്ള ചിന്തയാണത്. ഞാനീ വാർത്ത ആദ്യം പത്രത്തിൽ വായിച്ചപ്പോൾ എനിക്ക് എന്റെ കണ്ണുകളെ വിശ്വസിക്കാൻ കഴിഞ്ഞില്ല. പക്ഷേ, നിർഭാഗ്യവശാൽ ആ വാർത്ത ഒരു ക്രൂരമായ സത്യമായിപ്പോയി. തീർച്ചയായും നമ്മുടേത് ഒരു ഗ്രഹപ്പിഴ പിടിച്ച ദേശമാണ്.

ഇപ്പോൾ എന്റെ മനസ്സിൽ കോലാഹലം സൃഷ്ടിച്ചുകൊണ്ടിരിക്കുന്ന ചിന്തകൾ ശിക്ഷയിൽ ചില ഇളവുകൾ കിട്ടാൻ വേണ്ടിയെങ്കിലും പുറത്തറിയാതിരിക്കുകയാണ് വേണ്ടത്. ചില സമയങ്ങളിൽ അത് പ്രസിദ്ധീകരിക്കാൻ എനിക്ക് തോന്നാറുണ്ടെന്നത് സത്യമാണ്. പക്ഷേ, ആ ചിന്തകളൊക്കെയും ഒരു അപരിചിതനോട് പങ്കുവെക്കാൻ കഴിയാത്തത്രയും വളരെ പവിത്രവും അമൂല്യവുമായവയാണ്. സെൻസർ സംവിധാനം ഒരു അപരിചിതനേക്കാൾ കഷ്ടമാണ്. അതിനാൽത്തന്നെ രാജ്യത്തിനിത് നികത്താനാകാത്ത നഷ്ടമാകുമെങ്കിൽ ബംഗാളിലെ യുവജനങ്ങളുടെ കാര്യത്തിൽ നഷ്ടം അതീവഗുരുതരമാണ്.

അദ്ദേഹത്തിന്റെ മരണവിയോഗത്തിൽ ഞാൻ ഏകാന്തനായതായി

എനിക്ക് തോന്നുകയാണ്. സ്മൃതികളുടെ ലോകത്തിൽ ഞാൻ വേർപെട്ടുപോയ ആ മഹാനുഭാവന്റെ വളരെ അടുത്താണ് ഉള്ളത്. അതുകൊണ്ട് തന്നെ അദ്ദേഹത്തിന്റെ മഹത്തരമായ ഗുണങ്ങൾ വിവരിച്ചുകൊണ്ട് എന്തെങ്കിലും എഴുതാൻ എനിക്ക് അസാദ്ധ്യമാണ്. അദ്ദേഹത്തെ ഏറ്റവും അടുത്തുനിന്ന് മനസ്സിലാക്കിയിരുന്നതിനാൽ അദ്ദേഹത്തെക്കുറിച്ചുള്ള ഓർമ്മകളും ചിന്തകളും ലോകവുമായി പങ്കിടാൻ സമയം ഒത്തുവരുമ്പോൾ എനിക്ക് കഴിയുമെന്നാണ് പ്രതീക്ഷിക്കുന്നത്. അദ്ദേഹത്തെക്കുറിച്ച് വളരെയധികം കാര്യങ്ങൾ അറിയാമായിരുന്നിട്ടും അതൊന്നും എഴുതാൻ തോന്നാതെ എന്നെപ്പോലുള്ള കുറേപ്പേരുണ്ട്. അദ്ദേഹത്തിന്റെ മഹനീയതയുടെ ഔന്നത്യം കുറയ്ക്കാൻ മാത്രമേ വാക്കുകൾകൊണ്ടുള്ള പുകഴ്ത്തലുകൾകൊണ്ട് കഴിയൂ.

ദുഃഖത്തിനും വേദനയ്ക്കും ശേഷം ബാക്കിയുണ്ടാകുന്നത് യാതനയല്ലെന്നാണ് താങ്കൾ പറയുന്നതെങ്കിൽ ഞാനും താങ്കളുടെ കൂടെയാണ്. എന്നാൽ നേരത്തെ പറഞ്ഞതുപോലെ ജീവിതത്തിൽ ചില ദുരിതങ്ങളുണ്ടാകും, അതെനിക്ക് ആർപ്പുവിളിച്ച് സ്വീകരിക്കാൻ കഴിയില്ല. ഞാനൊരു മുനിയോ വഞ്ചകനോ അല്ലാത്തതിനാൽത്തന്നെ എല്ലാ തരത്തിലുമുള്ള ദുരന്തങ്ങളും എനിക്ക് സ്വീകാര്യമാണെന്ന് പ്രഖ്യാപിക്കാൻ കഴിയില്ല. വിധിയുടെ ഇരകളാകാൻ വേണ്ടി ജനിച്ച ചില നിർഭാഗ്യശാലികൾ (ചിലപ്പോൾ അവരായിരിക്കും ഭാഗ്യശാലികൾ) ഉണ്ടെന്ന് ചിന്തിക്കുമ്പോൾ എനിക്ക് തോന്നാറുണ്ട്. ഇക്കാര്യം മാറ്റിവെച്ചുകൊണ്ട് പറയട്ടെ, ദുഃഖത്തിന്റെ പാനപാത്രം കുടിച്ച് വറ്റിക്കാൻ വിധിക്കപ്പെട്ട ഒരാൾ അത് ആത്മാർപ്പണത്തോടെ ചെയ്യുന്നതാകും ഭേദം. ആ ഒരു മനോഗതി ചൈനീസ് മതിൽ പോലെ നിലനില്ക്കാൻ പോകുന്നില്ലെന്ന് നമുക്കെല്ലാമറിയാം. എന്നാലും വിധിയുടെ പ്രഹരമേല്ക്കേണ്ടിവരുമ്പോൾ അത് നമ്മുടെ ആത്മധൈര്യത്തെ കൂടുതൽ ഉയർന്ന നിലയിലെത്തിക്കും. മനുഷ്യർക്ക് കഴിയുമെങ്കിൽ ഒഴിവാക്കാൻ പറ്റുന്നതോ തീവ്രത കുറയ്ക്കാൻ പറ്റുന്നതോ ആയ ദുരന്തങ്ങളെക്കുറിച്ച് റസ്സൽ പറയുന്നുണ്ട്. പക്ഷേ, അദ്ദേഹം ശുദ്ധ ലൗകികനായ ഒരാൾക്കുവേണ്ടിയാണ് അതിൽ സംസാരിക്കുന്നത്. ഒരുപക്ഷേ, ഏറ്റവും പരിശുദ്ധനായ മഹർഷിയും മറുവശത്ത് ഒരു കള്ളസന്ന്യാസിയും ഒരുപോലെ അദ്ദേഹത്തിന്റെ പ്രസ്താവനയെ നിരാകരിച്ചുകളയുമെന്നാണ് ഞാൻ കരുതുന്നത്.

പക്ഷേ, തത്ത്വജ്ഞാനികളല്ലാത്തവരും ചിന്താശീലമില്ലാത്തവരുമായ ആളുകൾ വേദനയിലൂടെ കണ്ടുമുട്ടുന്നത് വേദനയെ മാത്രമാണെന്ന് താങ്കൾ പറയുമ്പോൾ അതിൽ ഞാൻ സന്ദേഹിയാണ്. തത്ത്വജ്ഞാനികളല്ലാത്തവർക്കുപോലും (അമൂർത്തമായി ഞാനവരെ ഇങ്ങനെ വിശേഷിപ്പിക്കുന്നുവെന്നേയുള്ളൂ) അവരുടേതായ ആദർശങ്ങളുണ്ടാകാം. ആരാധിച്ചുപോരേണ്ടുന്ന ഒന്നായി അവരതിനെ സ്നേഹിക്കുകയും ചെയ്യുന്നുണ്ടാകാം. വേദനയിലും ദുഃഖത്തിലും അവർ ഉയിർത്തെഴുന്നേല്ക്കുന്നത് ഈ ആരാധനയിൽ നിന്നുണ്ടായ ധൈര്യത്തിന്റെയും പ്രതീക്ഷയുടെയും

പുറത്താണ്. ഇവിടെ ജയിലിലെ ദുരന്തജീവിതം സഹനത്തോടെ മുന്നോട്ട് കൊണ്ടുപോകുന്നവരിൽ ചിന്താശീലരോ തത്ത്വജ്ഞാനികളോ അല്ലാത്ത കുറച്ചുപേരുണ്ട്. എന്നിരുന്നാലും അവർ വേദനയെ നേരിടുന്നത് ശാന്തമായാണ്, യഥാർത്ഥ പോരാളികളായിട്ടാണ്. നമ്മൾ പൊതുവിൽ ഉപയോഗിക്കുന്ന അർത്ഥത്തിൽ ഇത് തത്ത്വജ്ഞാനപരമായ ഒന്നായിരിക്കില്ല. എന്നാൽ ഇതിനെയെല്ലാം ആശയലോകത്തിന്റെ പുറത്തേക്ക് വേർതിരിച്ചുനിർത്താൻ കഴിയുകയുമില്ല. ഒരുപക്ഷേ, സ്വാഭാവിക പ്രകൃതത്താൽ ലോകമെമ്പാടും സാമൂഹിക പ്രവർത്തകരോ പോരാളികളോ ആയിത്തീരേണ്ടിവന്നവരുടെ കാര്യത്തിൽ ഇത് ശരിയായിരിക്കും.

കുറ്റവാളികളുടെ മനഃശാസ്ത്രം പഠിച്ചത് എന്റെ കണ്ണ് തുറപ്പിച്ചു, ഒരുപാട്. 1922 ൽ ഞാൻ തടവിലായിരുന്നപ്പോൾ ഞങ്ങളുടെ മുറ്റത്ത് സേവകനായി ജോലിചെയ്തിരുന്ന മറ്റൊരു തടവുകാരനുണ്ടായിരുന്നു. ആ സമയത്ത് ഞാനും ദേശബന്ധുവും ഒരേ മുറിയിലായിരുന്നു താമസിക്കാറുള്ളത്. എട്ടോളം കുറ്റകൃത്യങ്ങൾ ചെയ്ത് അഗ്രഗണ്യനായ ആ കുറ്റവാളിയിലേക്ക് ദേശബന്ധു തന്റെ ഹൃദയത്തിലെ ആർദ്രത മുഴുവൻ ചൊരിഞ്ഞു. പിന്നീട് വളരെയധികം ഇഴുകിച്ചേരുന്നതുവരെ, ആ വ്യക്തി സ്വയം അറിയാതെതന്നെ ദേശബന്ധുവിലേക്ക് അടുക്കുകയായിരുന്നു. ദേശബന്ധു ജയിൽമോചിതനായ സമയത്ത് അദ്ദേഹം തന്റെ ഭക്തനോട് പറഞ്ഞത് ജയിലിൽനിന്ന് ഇറങ്ങിയാലുടൻ തന്റെ വീട്ടിലേക്ക് വരാനാണ്. പൂർവ്വകാല ജീവിതത്തിൽ കുറ്റകൃത്യങ്ങൾക്ക് കൂട്ടായി നിന്നവരുടെ നിഴൽ പോലും ഉപേക്ഷിക്കാൻ അദ്ദേഹം ആ വ്യക്തിയോട് ആവശ്യപ്പെട്ടിരുന്നു. സാധുവും ബഹിഷ്കൃതനുമായ ആ മനുഷ്യൻ എതിർത്തൊന്നും പറഞ്ഞതുമില്ല. ജീവിതം മുഴുവൻ മഹാപരാധിയായിരുന്ന ഒരു വ്യക്തി നമ്മുടെ മഹാനായ നേതാവിന്റെ വീട്ടിൽ വളരെ നന്നായി കഴിയുകയാണെന്ന് പറഞ്ഞാൽ താങ്കൾ അത്ഭുതപ്പെടുമായിരിക്കാം. ഇടയ്ക്കൊക്കെ ബാലിശമായ കോപാവേശത്തിന്റെ അവസ്ഥയിലേക്ക് അദ്ദേഹം മടങ്ങിപ്പോകാറുണ്ടെങ്കിലും മൊത്തത്തിൽ നോക്കുമ്പോൾ അദ്ദേഹം പുതിയൊരു മനുഷ്യനായി മാറിക്കഴിഞ്ഞതായി മനസ്സിലാക്കാൻ കഴിയും. അദ്ദേഹമിപ്പോൾ ആർക്കും ഉപദ്രവമേല്പിക്കാത്ത തരത്തിലുള്ള ജീവിതം നയിച്ചുകൊണ്ടിരിക്കുകയാണ്. ദേശബന്ധുവിന്റെ ദേഹവിയോഗം ഏറ്റവും ശക്തമായി പ്രഹരമേല്പിച്ചവരിൽ ഒരാളാണ് ഇന്നദ്ദേഹം എന്നതിൽ ഒരു സംശയവും വേണ്ട. ചിലർ പറയാറുണ്ട്, ഒരു മനുഷ്യന്റെ മഹത്ത്വം അളക്കേണ്ടത് അദ്ദേഹം ചെയ്യുന്ന കുഞ്ഞുപ്രവൃത്തികളിലൂടെയും കാര്യങ്ങളിലൂടെയുമാണെന്ന്. അദ്ദേഹം രാജ്യത്തിനുവേണ്ടി ചെയ്ത സേവനങ്ങൾ കണക്കിലെടുത്തില്ലെങ്കിൽക്കൂടി ഈയൊരു മാനദണ്ഡപ്രകാരം ദേശബന്ധു ഒരു മഹനീയനായിരുന്നു.

എന്നെന്നും സ്നേഹത്തോടെ

സ്വന്തം,

50 നേതാജി സുഭാഷ് ചന്ദ്രബോസ്

പരിഭാഷ: ഡോ. വിനി എ

സുഭാഷ്
മണ്ഡലായ് ജയിൽ
11 സെപ്തംബർ 1925

എന്റെ പ്രിയപ്പെട്ട ദിലീപ്,

ഞാൻ താങ്കൾക്ക് അവസാനമയച്ച കത്ത് പൂർണ്ണമായിരുന്നില്ല, അടുത്ത ആഴ്ച തന്നെ അതിന്റെ തുടർച്ചയായി മറ്റൊരു കത്ത് എഴുതാമെന്ന് കരുതിയതുമായിരുന്നു. പക്ഷേ, അതിനിടെയാണ് ഭയങ്കരമായ ഒരു ദുരന്തം സംഭവിച്ചത്. അത് ഞങ്ങളെയെല്ലാം തകർത്തുകളഞ്ഞു. ഇന്നിപ്പോൾ ഇതെഴുതുമ്പോൾ എന്തവസ്ഥയിലാണ് ഞാനുള്ളതെന്നുപോലും എനിക്കറിയില്ല. ഇവിടെ എല്ലാവരുടെയും സ്ഥിതി ഇതുതന്നെയാണെങ്കിലും എനിക്ക് വ്യക്തിപരമായി നികത്താനാകാത്ത ഒരു നഷ്ടമാണ് സംഭവിച്ചിരിക്കുന്നത്. അതെന്റെ കഷ്ടപ്പാടുകളുടെയും യാതനകളുടെയും ആഴവും കൂട്ടിയിരിക്കുകയാണ്. എനിക്ക് വ്യക്തിപരമായുണ്ടായ നഷ്ടം കാലത്തിനൊത്ത് മാഞ്ഞുപോയേക്കാം, എന്നാൽ പൊതുജനത്തിന് ഉണ്ടായിട്ടുള്ള നഷ്ടത്തിന്റെ തോതു കാലം കഴിയുന്തോറും കൂടുതൽ കൂടുതൽ വ്യക്തമായി വരികയേ ഉള്ളൂ. അദ്ദേഹം ബഹുമുഖമായ കഴിവുകളുള്ള ഒരു വ്യക്തിയായിരുന്നു, അദ്ദേഹം എല്ലാത്തരം പ്രവർത്തനങ്ങളിലും ഏർപ്പെട്ടിരുന്നു. അതുകൊണ്ടുതന്നെ വ്യത്യസ്തമായ മണ്ഡലങ്ങളിലുള്ളവരെയും ഈ നഷ്ടം പ്രഹരമേല്പിക്കും എന്നതിൽ സംശയമില്ല. ഒരേ സമയം കുറേ കാര്യങ്ങളിൽ ശ്രദ്ധചെലുത്തുന്നത് കാരണം ഞാൻ അദ്ദേഹത്തെ വിമർശിക്കാറുണ്ടായിരുന്നു. പക്ഷേ, നൈസർഗ്ഗികമായ കഴിവുകളുള്ള ഒരു വ്യക്തി പ്രായോഗികവും യുക്തിപരവുമായ പരിമിതികൾക്കുള്ളിൽ ഒതുങ്ങിക്കളയില്ലല്ലോ. ദേശത്തിന് വേണ്ടി സമർപ്പിക്കപ്പെട്ട ഞങ്ങളുടെ ജീവിതത്തിന്റെ പല മണ്ഡലങ്ങളിൽ അഴിച്ചുപണി നടത്താനുള്ള ശ്രമം അദ്ദേഹം നടത്തിയിരുന്നു. അത് അദ്ദേഹത്തിന് ജീവിതത്തെ പൂർണ്ണമായും തിരിച്ചറിയാൻ കഴിഞ്ഞതുകൊണ്ട് മാത്രമാണ്.

നിങ്ങൾക്കെല്ലാവർക്കും കുറഞ്ഞത് അദ്ദേഹത്തിന് അന്ത്യോപചാരം അർപ്പിക്കാനുള്ള അവസരമെങ്കിലും ലഭിച്ചല്ലോ. അദ്ദേഹത്തിന്റെ ഓർമ്മകൾ നിലനിർത്താൻ ശ്രമിക്കുന്നതിൽ ആശ്വാസം കണ്ടെത്താനെങ്കിലും നിങ്ങൾക്കെല്ലാവർക്കും കഴിയുന്നുണ്ട്. എന്നാൽ ഇതുപോലൊരു പ്രതിസന്ധിഘട്ടത്തിൽ മണ്ഡലായ് പോലെ ഒറ്റപ്പെട്ടിടത്ത് തടങ്കലിൽ കഴിയേണ്ടിവരുന്ന അവസ്ഥ അതിതീവ്രമാണ് അനാഥത്വമാണ് ഞങ്ങളിൽ നിറയ്ക്കുന്നത്. ദൈവം അതിൽ സന്തോഷിക്കുകയാണ്. ഞാൻ വളരെയധികം ശുഭപ്രതീക്ഷയുള്ള പ്രകൃതക്കാരനായതുകൊണ്ട് മാത്രമാണ് ഇപ്പോഴും എനിക്കെന്റെ സമചിത്തത നിലനിർത്താൻ കഴിയുന്നത്. ഒരാളുടെ വികാരങ്ങൾ അതിന്റെ ആഴങ്ങളിൽ കലങ്ങിമറിഞ്ഞുകൊണ്ടിരിക്കുമ്പോൾ അതിനെ പ്രകാശിപ്പിക്കാൻ വാക്കുകൾ മതിയാവുകയില്ല. അതു

കൊണ്ട് തന്നെ ഞാൻ മറ്റെന്തെങ്കിലും വിഷയത്തിലേക്ക് കടക്കാൻ ആഗ്രഹിക്കുകയാണ്.

താങ്കളുടെ പുസ്തകരചന എത്രത്തോളമായി? അത് അച്ചടിക്കാൻ തയ്യാറായിക്കഴിഞ്ഞോ? അത് എപ്പോഴേക്ക് പ്രകാശനം ചെയ്യപ്പെടുമെന്നാണ് താങ്കൾ കരുതുന്നത്? ഇന്ത്യൻ സംഗീതത്തെ പുനരുജ്ജീവിപ്പിക്കാനും ജനപ്രിയമാക്കാനുമുള്ള ആവശ്യകതയെക്കുറിച്ച് താങ്കൾക്കെന്തുകൊണ്ട് ഇംഗ്ലീഷിൽ ഒരു പ്രബന്ധം എഴുതിക്കൂടാ? അത് മറ്റ് പ്രവിശ്യകളിലുള്ളവർക്കും ഉപകാരപ്പെടുമല്ലോ....

മഹാനായ താങ്കളുടെ പിതാവിന്റെ എല്ലാ പുസ്തകങ്ങളുടേയും ഓരോ കോപ്പി ഞങ്ങൾക്കുവേണ്ടി അയച്ചുതരാമോ? അതൊക്കെ ഒന്നുകൂടി വായിക്കണമെന്ന് ഞങ്ങൾക്കെല്ലാവർക്കും ആഗ്രഹമുണ്ട്. താങ്കൾക്ക് കഴിയുമെങ്കിൽ ആ പുസ്തകങ്ങൾ പേരുവിവരങ്ങൾ ഉൾപ്പെടുത്തിയ ഒരു കത്തോടു കൂടി നേരിട്ട് ജയിൽ സൂപ്രണ്ടിന് അയച്ചാൽ മതിയാകും. ഞങ്ങൾക്കുള്ള എല്ലാ കത്തുകളും കൽക്കട്ടയിലുള്ള ഓഫീസിൽനിന്നുള്ള അനുമതിയോടു കൂടിയേ കിട്ടുകയുള്ളൂ, എന്നാൽ പുസ്തകങ്ങളുടെ കാര്യത്തിൽ പരിശോധന നടത്താൻ സൂപ്രണ്ടിന് അധികാരമുണ്ട്. അതുകൊണ്ട് പുസ്തകങ്ങൾ നേരിട്ട് അദ്ദേഹത്തിന് അയച്ചാൽ താങ്കൾക്ക് സമയം ലാഭിക്കാം. അതിനിടെ ഒരു കാര്യം ചോദിക്കട്ടെ, തുർഗനേവിന്റെ *സ്മോക്* എന്ന നോവൽ കണ്ടെത്താൻ കഴിഞ്ഞിരുന്നോ? കൽക്കട്ട സി ഐ ഡി എന്നെ അറിയിച്ചത് അത്തരത്തിലൊരു പുസ്തകവും അവരുടെ കൈവശം എത്തിയിട്ടില്ലെന്നാണ്. ആ പുസ്തകം നഷ്ടപ്പെട്ടുപോയി എന്നാണെങ്കിൽ അതിലെനിക്ക് ദുഃഖമുണ്ട്.

ഈ സ്ഥലത്തെ കാലാവസ്ഥയോട് എനിക്ക് യോജിക്കാൻ കഴിയുന്നില്ലെങ്കിലും ഓരോദിവസം കഴിയുന്തോറും ഞാൻ കൂടുതൽ സന്തോഷവാനായിത്തീരുകയാണ്. എന്നെ സംബന്ധിച്ച് പരിഹരിക്കാൻ പറ്റാതിരുന്ന പ്രശ്നങ്ങളൊക്കെ ഉടൻതന്നെ പരിഹരിക്കപ്പെടുമെന്നാണ് എനിക്ക് തോന്നുന്നത്. അതിന് ഈ ഏകാന്തതയോടാണ് ഞാൻ കടപ്പെട്ടിരിക്കുന്നത്. വീട്ടിൽ നിന്ന് മാറിനില്ക്കാൻ കഴിഞ്ഞതാണ് പ്രശ്നങ്ങളെ മാറിനിന്ന് നോക്കാൻ എന്നെ സഹായിച്ചത്. അങ്ങനെ മാത്രമേ പല പ്രശ്നങ്ങൾക്കും പരിഹാരം കാണാൻ കഴിയുകയുള്ളൂ. ശാരീരികമായി ഞാൻ കൂടുതൽ ആരോഗ്യവാനായിരുന്നെങ്കിൽ ഈയൊരു അവസ്ഥയെ എനിക്ക് ഇതിനേക്കാൾ കൂടുതൽ ഉപയോഗപ്പെടുത്താമായിരുന്നു. പക്ഷേ, നിലവിലെ അവസ്ഥയിൽ എന്നെക്കൊണ്ട് ആവുന്നതിന്റെ പരമാവധി ഞാൻ ശ്രമിക്കുന്നുണ്ട്. ബർമ്മ എന്നത് പലതരത്തിലും വളരെ അതിശയകരമായ ഒരു രാജ്യമാണ്. ആ രാജ്യത്തെ ജീവിതരീതിയെക്കുറിച്ചും സംസ്കാരത്തെക്കുറിച്ചും പഠിച്ചുകൊണ്ടിരിക്കേ എനിക്ക് കൂടുതൽ പുതിയ ആശയങ്ങളാണ് കിട്ടിയത്. മറ്റ് പല കുറവുകളുണ്ടെങ്കിലും ചൈനക്കാരെപ്പോലെ ബർമ്മക്കാരും സാമൂഹികമായ കാഴ്ചപ്പാടിൽ നോക്കുമ്പോൾ പുരോഗതി ആർജ്ജിച്ചു കഴിഞ്ഞവരാണ്. എന്നാൽ പുതിയ സംരംഭ

ങ്ങൾക്ക് തുടക്കം കുറിക്കാൻ കഴിയാത്തതാണ് അവരുടെ പോരായ്മ. അതുണ്ടെങ്കിൽ മാത്രമേ എല്ലാ പ്രതിബന്ധങ്ങളെയും മറികടന്ന് പുരോഗതിയുടെ പാതയിലേക്ക് സ്വയം നയിക്കാൻ കഴിയുകയുള്ളൂ. ഫ്രഞ്ച് തത്ത്വചിന്തകനായ ബർഗ്സൺ ഈയൊരു പ്രചോദനത്തെ 'എലാൻ വിറ്റൽ' എന്നാണ് വിളിക്കുന്നത്. സാമൂഹിക തലത്തിൽ കുറ്റമറ്റ ജനാധിപത്യരീതികൾ കൊണ്ടുവരാൻ ബർമ്മയിലുള്ളവർക്ക് കഴിഞ്ഞിട്ടുണ്ട്. ഏതൊരു യൂറോപ്യൻ രാജ്യത്തെ സ്ത്രീകളെക്കാളും പ്രബലരാണ് ഇവിടെയുള്ള സ്ത്രീകൾ. എന്നാൽ കഷ്ടമെന്ന് പറയട്ടെ, അവിടെ നിലവിലുള്ള കാലാവസ്ഥ എന്തെങ്കിലും പുതിയ തുടക്കംകുറിക്കാനുള്ള അവരുടെ ഊർജ്ജത്തെ നഷ്ടപ്പെടുത്തിക്കഴിഞ്ഞു. വളരെ കുറവ് ജനസംഖ്യയുള്ള ഒരു പ്രദേശമായ ബർമ്മയിൽ ധാന്യവിളകൾ സമൃദ്ധമായി ലഭ്യമാണ്. കഴിഞ്ഞ കുറേ നൂറ്റാണ്ടുകളായി ഇങ്ങനെയുള്ള അവസ്ഥ തുടരുന്നതിനാൽ അവിടെയുള്ള ജീവിതം അനായാസകരമാണ്. പക്ഷേ, അതിന്റെ ഫലമായി മനസ്സും ശരീരവും ആലസ്യത്തിന് കീഴടങ്ങിയെന്നതാണ് ബർമ്മീസുകാരുടെ ഇപ്പോഴത്തെ അവസ്ഥ. പക്ഷേ, ഒരു കാര്യം എനിക്കുറപ്പാണ്. എന്തെങ്കിലുംതരത്തിൽ പുതിയ സംരംഭങ്ങൾക്ക് തുടക്കംകുറിക്കപ്പെടുകയാണെങ്കിൽ അവർക്ക് നിസീമമായ പുരോഗതിനേടാൻ കഴിയും.

ഇന്ത്യയിലെ ഏതൊരു പ്രദേശത്തേക്കാളും കൂടുതലാണ് ബർമ്മയുടെ സാക്ഷരതാനിരക്കെന്ന് താങ്കൾക്കറിയുമായിരിക്കും. ഇത് സ്ത്രീകളുടെയും പുരുഷന്മാരുടെയും കാര്യത്തിൽ ശരിയാണ്. ഇത് സാദ്ധ്യമാകുന്നത് തനതായതും വളരെ ചെലവുകുറഞ്ഞതുമായ പ്രാഥമിക വിദ്യാഭ്യാസം പുരോഹിതന്മാരുടെ നേതൃത്വത്തിലൂടെ അവിടെയുള്ളവർക്ക് കിട്ടുന്നുണ്ട് എന്നതുകൊണ്ടാണ്. ഇക്കാലത്തുപോലും ബർമ്മയിൽ ഓരോ ആൺകുട്ടിയും കുറച്ച് മാസങ്ങൾ സന്ന്യാസിമാരുടെ മഞ്ഞപ്പുതപ്പ് അണിഞ്ഞ് ജീവിക്കണം. ഈയൊരു സംവിധാനം കുട്ടികളിൽ വിദ്യാഭ്യാസപരവും ധാർമ്മികവുമായ മൂല്യങ്ങൾ ഉയർത്തുക മാത്രമല്ല ചെയ്യുന്നത്. അത് ഉള്ളവനെയും ഇല്ലാത്തവനെയും ഒരുമിച്ചുകൊണ്ടുവരുന്നു, സമൂഹത്തിലെ വിടവ് താല്ക്കാലികമായെങ്കിലും നികത്തപ്പെടുന്നു. ഇത്രയും വിശാലമായ ഒരു പ്രാഥമിക വിദ്യാഭ്യാസ സംവിധാനം അവിടെ ഒരു ചെലവുമില്ലാതെയാണ് ലഭ്യമാകുന്നത്.

താത്ത്വികമായി ചിന്തിക്കാത്തവരെല്ലാം തടങ്കലിലെ യാതനകൾ അനുഭവിക്കാൻ വിധിക്കപ്പെട്ടവരാണെന്ന് താങ്കൾ കത്തിൽ സൂചിപ്പിച്ചിരുന്നല്ലോ. ഇത് പക്ഷേ, പൂർണ്ണമായും സത്യമല്ല. തത്ത്വചിന്താപരമായ സ്വാധീനങ്ങൾ ഇല്ലാത്ത, എന്നാൽ എന്തെങ്കിലും തരത്തിലുള്ള ആദർശങ്ങളിൽ വിശ്വസിക്കുന്ന ആളുകൾ ഇവിടെയുണ്ട്. കഴിഞ്ഞ യുദ്ധത്തിന്റെ സമയത്ത് അസംഖ്യം ജനങ്ങൾ എല്ലാ തരത്തിലുമുള്ള ദുഃഖങ്ങൾക്കും ദുരിതങ്ങൾക്കും പാത്രരായി. അവരെല്ലാം രാജ്യത്തോടുള്ള സ്നേഹത്തിന്റെ പേരിൽ മുന്നിട്ടിറങ്ങിയവരായിരുന്നു, അല്ലാതെ തത്ത്വചിന്തക

രായതുകൊണ്ടായിരുന്നില്ല അവരതിന് തയ്യാറായത്. അങ്ങനെയുള്ള ആദർശശാലികൾക്ക് യാതനകളെ സമചിത്തതയോടെയും ചിലപ്പോൾ സന്തോഷത്തോടുകൂടിപോലും നേരിടാൻ കഴിയുമെന്നാണ് ഞാൻ കരുതുന്നത്. താത്ത്വികമായി ചിന്തിക്കുന്ന ഒരാൾക്ക് തീർച്ചയായും അയാളുടെ ദുരിതങ്ങളെ സ്വയം പരിപോഷിപ്പിക്കപ്പെടുന്ന രീതിയിൽ കൂടുതൽ ഉന്നതമായ തലത്തിലേക്ക് മാറ്റാൻ കഴിയും. പക്ഷേ, നമ്മളെല്ലാവരും ഭ്രൂണാവസ്ഥയിൽത്തന്നെ തത്ത്വചിന്തകരായിരുന്നുവെന്നും യാതനകളുടെ സ്പർശമേറ്റാൽ മാത്രം മതി നമ്മളിലെ തത്ത്വചിന്തകൾ ഉണരുമെന്നും പറയുന്നത് എത്രമാത്രം ശരിയാണ്?

എന്നെന്നും സ്നേഹത്തോടെ സ്വന്തം,

സുഭാഷ്

ശരത് ചന്ദ്ര ചതോപാദ്ധ്യായയ്ക്ക്

മണ്ഡലായ് ജയിൽ
12 ആഗസ്ത് 1925

ബഹുമാന്യനായ സർ,

താങ്കൾ *ബസുമതി* മാസികയിൽ എഴുതിയ സ്മരണക്കുറിപ്പ് ഞാൻ മൂന്ന് തവണ വായിച്ചു, വളരെയധികം ഇഷ്ടപ്പെട്ടു. മനുഷ്യന്റെ വ്യക്തിത്വത്തെക്കുറിച്ചുള്ള താങ്കളുടെ ഉൾക്കാഴ്ച വളരെ ആഴത്തിലുള്ളതാണ്. ദേശബന്ധുവുമായുള്ള അടുപ്പത്തിന്റെയും സൗഹൃദത്തിന്റെയും സൗന്ദര്യവും സത്യവും കുഞ്ഞു കുഞ്ഞു കാര്യങ്ങളുടെ വിവരണത്തിലൂടെ വായനക്കാരനിൽ എത്തിക്കാൻ താങ്കൾക്ക് കഴിഞ്ഞു. ഈയൊരു ഘടകമാണ് താങ്കളുടെ എഴുത്തിനെ ഇത്രയും മനോഹരമാക്കിയത്.

അദ്ദേഹവുമായി അടുപ്പം സൂക്ഷിച്ചിരുന്നവരുടെയെല്ലാം ഹൃദയത്തിൽ ഇപ്പോൾ വേദന മാത്രം ബാക്കിയായി. ഇതുവരെ പുറത്തുപറയാൻ കഴിയാതിരുന്ന ആ ദുഃഖത്തെക്കുറിച്ചാണ് താങ്കളതിൽ പ്രതിപാദിച്ചിരിക്കുന്നത്. സത്യാവസ്ഥ പുറംലോകം അറിയുന്നതിന് അത് കാരണമായി, മാത്രമല്ല ഞങ്ങളുടെ മനസ്സിന്റെയും ഹൃദയത്തിന്റെയും ഭാരം കുറഞ്ഞുകിട്ടി. 'വിദേശാധിപത്യത്തിന് കീഴ്പ്പെട്ടുനില്ക്കുന്ന ഒരു രാജ്യത്തിന്റെ സ്വാതന്ത്ര്യത്തിനായി പൊരുതുമ്പോൾ, വിദേശികളെക്കാൾ സ്വന്തം നാട്ടുകാരോട് എതിരിടേണ്ടിവരുമെന്നത് ആ രാജ്യത്തിന്റെ ശാപമാണ്' എന്ന് താങ്കൾ പറഞ്ഞത് വളരെ സത്യമാണ്. ഈ ക്രൂരമായ സത്യം പ്രവർത്തകർക്കെല്ലാം ആഴത്തിൽ അനുഭവമുള്ളതുമാണ്.

'ഏറ്റവും പ്രിയപ്പെട്ടതും അടുപ്പമുള്ളതുമായ ഒരാളെയോർത്ത് ഒരു മനുഷ്യൻ അനുഭവിക്കുന്ന ഹൃദയം നുറുങ്ങുന്ന വേദനയാണിത്' താങ്കളുടെ പ്രബന്ധത്തിൽ എന്നെ ഏറ്റവും ആകർഷിച്ചത് ഈ വരികളാണ്. അദ്ദേഹത്തെ ചുറ്റിപ്പറ്റി എന്നുമുണ്ടായിരുന്ന ഞങ്ങൾക്ക് ഈ കയ്പേറിയ ദുഃഖം പ്രകടിപ്പിക്കാൻ വാക്കുകളില്ല, മറ്റുള്ളവരോട് ഞങ്ങളുടെ ദുഃഖം പറയാൻ തോന്നുന്നുമില്ല. 'ഒരാൾക്ക് തന്റെ ഉള്ളിലുള്ള വേദനകളെ അപ

രിചിതനുമായി പങ്കുവെക്കാൻ കഴിയുമോ? അപരിചിതന്റെ കുത്തുവാക്കുകൾ സഹിക്കാൻ കഴിയും. എന്നാൽ, പറഞ്ഞ കാര്യങ്ങളുടെ ആന്തരികാർത്ഥം മനസ്സിലാക്കാൻ അവർക്ക് കഴിഞ്ഞില്ലെങ്കിൽ അത് അസ്സഹനീയമായിരിക്കും.'

ദേശബന്ധുവിന്റെ ജോലികളാണ് ഞങ്ങൾ ചെയ്യുന്നതെന്ന് പറഞ്ഞതും എനിക്ക് വളരെയധികം ഇഷ്ടപ്പെട്ടു. അദ്ദേഹത്തിന്റെ കാഴ്ചപ്പാടുകളോട് യോജിപ്പില്ലെങ്കിലും അദ്ദേഹത്തിനുവേണ്ടി പ്രവർത്തിക്കുന്ന കുറേയധികം പേരെ എനിക്കറിയാം. അദ്ദേഹത്തിന്റെ വ്യക്തിപ്രഭാവമാണ് അവരെ അതിലേക്ക് ആകർഷിക്കുന്നത്. അഭിപ്രായവ്യത്യാസം കണക്കിലെടുക്കാതെ എല്ലാവരെയും സ്നേഹിക്കാനുള്ള മനസ്സ് അദ്ദേഹത്തിനും ഉണ്ടായിരുന്നു. നമ്മുടെ സമൂഹത്തിന്റെ പൊതുവായ മാനദണ്ഡങ്ങൾ വെച്ച് അദ്ദേഹം ആരെയെങ്കിലും വിലയിരുത്തുന്നതായി ഞാൻ കണ്ടിട്ടില്ല. നന്മയുടെയും തിന്മയുടെയും മിശ്രിതമായി ഒരു മനുഷ്യനെ പരിഗണിക്കേണ്ടതുണ്ടെന്നും സ്നേഹിക്കേണ്ടതുണ്ടെന്നുമാണ് അദ്ദേഹം വിശ്വസിച്ചത്. അദ്ദേഹത്തിന്റെ ജീവിതത്തിന്റെ അടിസ്ഥാനം ഈ വിശ്വാസമായിരുന്നു.

ഞങ്ങൾ അദ്ദേഹത്തെ അന്ധമായി പിന്തുടരുകയായിരുന്നുവെന്നാണ് പലരും ധരിച്ചിരിക്കുന്നത്. എന്നാൽ എല്ലാവരേക്കാളും കൂടുതൽ അദ്ദേഹം വഴക്കിടാറുള്ളത് ഞങ്ങളോടായിരുന്നു. അസംഖ്യം പ്രശ്നങ്ങളുടെ പേരിൽ ഞാൻ തന്നെ അദ്ദേഹത്തോട് പല തവണ വഴക്കിട്ടിട്ടുണ്ട്. എന്നാൽ എത്രതന്നെ വഴക്കിട്ടാലും എനിക്ക് അദ്ദേഹത്തോടുള്ള ആരാധനയ്ക്കും കൂറിനും ഇളക്കം തട്ടില്ലെന്ന് എനിക്ക് ഉറപ്പുണ്ടായിരുന്നു, അദ്ദേഹത്തിന് എന്നോടുള്ള സ്നേഹത്തിന് കുറവുണ്ടാകില്ലെന്നും. എന്തൊക്കെ പ്രശ്നങ്ങളുമായി വന്നാലും അവസാനം ഞാൻ അദ്ദേഹത്തിന്റെ ആജ്ഞാനുവർത്തി ആയിരിക്കുമെന്ന് അദ്ദേഹത്തിനും ഉറപ്പുണ്ടായിരുന്നു. അമ്മയുടെ(ബസന്തി ദേവി) ഇടപെടലിലൂടെയാണ് ഞങ്ങളുടെ തർക്കങ്ങൾ ഒത്തുതീർപ്പിലെത്താറുള്ളത്. പക്ഷേ, കഷ്ടം, താങ്കൾ പറഞ്ഞതുപോലെതന്നെ 'ഞങ്ങളുടെ പരാതികളും അസംതൃപ്തികളും അറിയിക്കാൻ ഞങ്ങളുടെ രക്ഷകൻ ഇനിയില്ലല്ലോ.

'ദേശബന്ധുവിന് വേണ്ടി സംസാരിക്കാൻ ഒരു വ്യക്തിയോ പത്രമോ ഇല്ല, ഫണ്ടുകൾ ഇല്ല, അപ്രസക്തരായവർ പോലും അദ്ദേഹത്തിന് മേൽ ശകാരം ചൊരിയുകയാണ്. എന്തൊരു ദുർദ്ദശയാണ് അദ്ദേഹത്തിന്റേത്' എന്ന് താങ്കൾ ഒരിടത്ത് പറഞ്ഞു. ആ കാലത്തെ ഓർമ്മകൾ ഇന്നലെ കഴിഞ്ഞതുപോലെ ഇന്നും എന്റെ മനസ്സിലുണ്ട്. ഗയയിലെ സമ്മേളനത്തിന് ശേഷം ഞങ്ങൾ കൽക്കട്ടയിലേക്ക് മടങ്ങിയപ്പോൾ ബംഗാളിലെ എല്ലാ പത്രങ്ങളും നുണകളാലും അർദ്ധസത്യങ്ങളാലും നിറഞ്ഞിരിക്കുകയായിരുന്നു. ഞങ്ങൾക്ക് എന്താണ് പറയാനുള്ളതെന്ന് പ്രസിദ്ധീകരിക്കാൻ ഒരാളും തയ്യാറാകാതിരുന്ന അവസ്ഥയിൽ ഞങ്ങൾക്ക് അനുകൂലമായി ആരെങ്കിലും നില്ക്കുമെന്ന് പ്രതീക്ഷിക്കാൻപോലും കഴിയി

ല്ലായിരുന്നു. അപ്പോഴേക്കും സ്വരാജ് ഫണ്ടും ഏതാണ്ട് പൂർണ്ണമായും തീർന്നിരുന്നു. പണത്തിന് ഏറ്റവും അത്യാവശ്യമുണ്ടായിരുന്ന ഘട്ടത്തിൽ ഫണ്ടുകളും ലഭ്യമല്ലാതായി. ഒരുകാലത്ത് ജനങ്ങൾ തിങ്ങിനിറഞ്ഞിരുന്ന വീട്ടിൽ സുഹൃത്തുക്കളും വിരോധികളും ഒരുപോലെ വരാതായി. അപ്പോൾ ഞങ്ങൾ കുറച്ചുപേർ ചേർന്നാണ് കാര്യങ്ങൾ മുന്നോട്ട് കൊണ്ടുപോയ്ക്കൊണ്ടിരുന്നത്. പിന്നീട് ആ വീട് മുമ്പത്തേതുപോലെ പ്രതാപം വീണ്ടെടുത്തപ്പോൾ പുറത്തുനിന്നുള്ളവരും സ്വന്തം കരിയർ ലക്ഷ്യംവെച്ചുള്ളവരും ഒരുപാട് അവിടേക്ക് എത്തിത്തുടങ്ങി. അപ്പോഴൊന്നും ഞങ്ങൾക്ക് ഞങ്ങളുടെ കാര്യം സംസാരിക്കാൻ അവിടെ അവസരം ലഭിക്കാറുണ്ടായിരുന്നില്ല. ഫണ്ട് രൂപീകരിക്കാനും സ്വന്തമായി ഒരു പത്രം തുടങ്ങാനും ഞങ്ങൾക്ക് അനുകൂലമായി പൊതു അഭിപ്രായം തിരിച്ചുപിടിക്കാനും എത്രത്തോളം കഠിന പ്രയത്നം വേണ്ടി വന്നിരുന്നുവെന്ന് പുറത്തുനിന്ന് വന്നവർക്ക് അറിയില്ല, മിക്കവാറും ഇനിയൊരിക്കലും അറിയാൻ പോകുന്നുമില്ല. പക്ഷേ, ഈയൊരു മഹത്തായ മുന്നേറ്റത്തിന് തുടക്കംകുറിക്കുകയും അതിന്റെ അമരക്കാരനായിരിക്കുകയും ചെയ്ത അദ്ദേഹം അതിന്റെ ലക്ഷ്യം സഫലമാകുന്നതിന് മുമ്പ് തന്നെ യാത്രയായിരിക്കുകയാണ്. അകത്തെരിയുന്ന അഗ്നിയുടെയും പുറമെനിന്നുള്ള ജോലിഭാരവും കൂടി ഒരുമിച്ച് താങ്ങാൻ ഇനിയും അദ്ദേഹത്തിന്റെ ശരീരത്തിന് കഴിയുമായിരുന്നില്ല.

തന്റെ ജീവിതം മുഴുവനായും ജന്മഭൂമിക്ക് വേണ്ടി ത്യജിക്കാനായിരുന്നു അദ്ദേഹം രാജ്യസേവനം നടത്തിയതെന്നാണ് മിക്കവരും കരുതുന്നത്. എന്നാൽ അദ്ദേഹത്തിന്റെ ലക്ഷ്യം അതിലും ഉയരത്തിലായിരുന്നുവെന്ന് എനിക്കറിയാം. ജന്മഭൂമിയെ സേവിക്കാനായി തന്റെ മുഴുവൻ കുടുംബത്തെയും സമർപ്പിക്കാൻ അദ്ദേഹം തയ്യാറായിരുന്നു. അതിൽ അദ്ദേഹം വിജയിച്ചിട്ടുമുണ്ട്. 1921 ൽ അറസ്റ്റുകൾ നടന്നുകൊണ്ടിരിക്കുമ്പോൾ അദ്ദേഹം തന്റെ കുടുംബാംഗങ്ങളെ ഓരോരുത്തരായി ജയിലിലേക്ക് അയക്കുകയും പിന്നീട് സ്വയം ജയിലിൽ പ്രവേശിക്കുകയും ചെയ്തു. സ്വന്തം കുട്ടികളെ ജയിലിലേക്ക് അയക്കാതെ മറ്റുള്ളവരുടെ കുട്ടികളെ അയക്കാൻ പറ്റാത്തതുകൊണ്ടാണ് അദ്ദേഹം അങ്ങനെ ചെയ്തതെന്ന് പറഞ്ഞേക്കാം. പക്ഷേ, എന്നെ സംബന്ധിച്ചിടത്തോളം ഇങ്ങനെ പറയുന്നത് വളരെ ഇടുങ്ങിയ ചിന്താഗതി കൊണ്ടുമാത്രമായിരിക്കും. അദ്ദേഹം ഉടൻതന്നെ അറസ്റ്റ് ചെയ്യപ്പെടുമെന്ന് ഞങ്ങൾക്ക് അറിയാമായിരുന്നു. അതുകൊണ്ടുതന്നെ അദ്ദേഹം അറസ്റ്റിലാകുന്നതിനുമുമ്പ് മകനെ ജയിലിലേക്ക് പറഞ്ഞയക്കുന്നതിന്റെ കാര്യമില്ലെന്ന് ഞങ്ങൾ പറഞ്ഞിരുന്നു. പുരുഷന്മാർ നില്ക്കേ ഒരു സ്ത്രീയേയും അറസ്റ്റ് ചെയ്തുകൊണ്ടുപോകാൻ അനുവദിക്കില്ലെന്നും ഞങ്ങൾ പറഞ്ഞു. ദീർഘനേരം വാദിച്ചിട്ടും ഒരു തീരുമാനത്തിലും എത്താൻ കഴിഞ്ഞില്ല, കാരണം ഞങ്ങൾ ഒരു തരത്തിലും അദ്ദേഹത്തിന്റെ തീരുമാനത്തെ ഉൾക്കൊള്ളാൻ തയ്യാറായിരുന്നില്ല. എന്നാൽ ഒടുവിൽ 'ഇതെന്റെ ആജ്ഞയാണ്, നടപ്പിലാക്കിയേപ്പറ്റൂ' എന്ന് പറഞ്ഞപ്പോഴാണ് പ്രതിഷേധത്തോടെയാണെങ്കിലും ഞങ്ങൾ അനുസരിച്ചത്.

അദ്ദേഹത്തിന്റെ മൂത്ത മകളുടെ വിവാഹം കഴിഞ്ഞതായിരുന്നു, അവർക്കുമേൽ അദ്ദേഹത്തിന് അധികാരമില്ലായിരുന്നു. അതുകൊണ്ട് തന്നെ അവരെ ജയിലിലേക്ക് അയക്കാൻ അദ്ദേഹത്തിന് കഴിഞ്ഞിരുന്നില്ല. ഇളയമകളുടെ വിവാഹ നിശ്ചയം അപ്പോഴേക്കും കഴിഞ്ഞിരുന്നു. അവരെ ജയിലിലേക്ക് അയക്കുന്നത് ശരിയാണോ എന്നതിനെപ്പറ്റി ചൂടേറിയ വാഗ്വാദം തന്നെ അവിടെ നടന്നു. അദ്ദേഹത്തിന് അത് ചെയ്യണമെന്നുണ്ടായിരുന്നു, മകളും തല്പരയായിരുന്നു എന്നതൊഴിച്ചാൽ ബാക്കിയെല്ലാവരും തീരുമാനത്തിന് എതിരായിരുന്നു. അവർക്ക് ശാരീരികമായ അസുഖമുണ്ടായിരുന്നുവെന്ന കാരണം ഒരു വശത്തും വിവാഹനിശ്ചയം കഴിഞ്ഞതാണെന്ന കാരണം മറുവശത്തും. ഈ സംഭവത്തിൽ പൊതുഅഭിപ്രായത്തെ മാനിക്കേണ്ടതായി അദ്ദേഹത്തിന് വന്നു. ഭോംബാൽ ആദ്യം പോകണമെന്നും പിന്നീട് ബസന്തി ദേവിയും അതിനുശേഷം ഊർമ്മിളാ ദേവിയും പോകണമെന്നും ഒടുവിൽ തീരുമാനമായി. ഇതിന് ശേഷം തന്റെ ഊഴത്തിനായി അദ്ദേഹവും തയ്യാറായിരിക്കണം.

പുറത്ത് എന്താണ് നടന്നതെന്ന് എല്ലാവർക്കുമറിയാം. പക്ഷേ, അതിന്റെ പിറകിലെ വികാരവും ആദർശവും പ്രേരണയും പുറംലോകത്തിന് അറിയില്ല. അദ്ദേഹത്തിന്റെ ദൗത്യം അദ്ദേഹത്തിൽ മാത്രം ഒതുങ്ങിനിന്നിരുന്നില്ല, അത് മുഴുവൻ കുടുംബത്തിനും ബാധകമായിരുന്നു. ഒരു മഹാനായ വ്യക്തിയുടെ മഹത്ത്വം വലിയ സംഭവങ്ങളിലൂടെയല്ല ചെറിയ കാര്യങ്ങളിലൂടെയാണ് പ്രകാശിതമാകുന്നതെന്നാണ് ഞാൻ കരുതുന്നത്. ദേശബന്ധുവിന്റെ കൂടെ പ്രവർത്തിച്ചിരുന്നവരുടെയും അനുയായികളുടെയും ലേഖനങ്ങൾ അഷാർ, ബസുമതി പോലുള്ള പ്രസിദ്ധീകരണങ്ങളിൽ ഞാൻ വളരെ ശ്രദ്ധാപൂർവ്വം വായിച്ചിരുന്നു. അതിൽ മിക്കവയും ഉപരിതലത്തെ മാത്രമേ സ്പർശിക്കുന്നുള്ളൂ. താങ്കൾ മാത്രമാണ് ചെറിയ സംഭവങ്ങളിലൂടെ ദേശബന്ധുവിന്റെ വ്യക്തിത്വത്തെ രേഖപ്പെടുത്താൻ ശ്രമിച്ചിട്ടുള്ളത്. അതുകൊണ്ടുതന്നെ താങ്കളുടെ ലേഖനം വായിച്ചതിൽപ്പിന്നെ ഞാനെത്ര സന്തോഷവാനാണെന്ന് എനിക്ക് പറഞ്ഞറിയിക്കാൻ കഴിയില്ല. ദേശബന്ധുവിന്റെ അനുയായികളിൽനിന്നും സഹപ്രവർത്തകരിൽനിന്നും ഞാൻ ഇതിൽക്കൂടുതൽ പ്രതീക്ഷിച്ചിരുന്നു. അവരൊന്നും എഴുതാതിരിക്കുന്നതായിരുന്നു ഇതിലും ഭേദം.

ദേശബന്ധുവിന്റെ കൂടെയുള്ളവരും അനുയായികളുമാണ് അദ്ദേഹത്തിന്റെ അകാലമരണത്തിന് കാരണക്കാരെന്ന് എനിക്ക് ഇടയ്ക്കിടെ തോന്നാറുണ്ട്. അദ്ദേഹത്തിന്റെ ഭാരം അവർ കൂടി പങ്കിട്ടെടുത്തിരുന്നെങ്കിൽ കഠിനാദ്ധ്വാനം ചെയ്ത് ഇത്രനേരത്തെ അദ്ദേഹത്തിന് മരണത്തെ വരിക്കേണ്ടി വരില്ലായിരുന്നു. ഒരിക്കൽ ഒരാളെ നേതാവായി അംഗീകരിച്ചുകഴിഞ്ഞാൽ അയാളുടെമേൽ എല്ലാ ഭാരവുമേല്പിച്ച് അളവറ്റ പ്രതീക്ഷയുമായി നില്ക്കുകയെന്നതാണ് നമ്മൾ തുടർന്നുപോരുന്ന ശീലം. ആ ഭാരം മുഴുവനും ചുമക്കാനോ എല്ലാ പ്രതീക്ഷകളും നിറവേറ്റിത്തരാനോ ഒരു മനുഷ്യനെക്കൊണ്ട് ഒറ്റയ്ക്ക് കഴിയില്ല. രാഷ്ട്രീയപരമായ എല്ലാ

ഉത്തരവാദിത്വങ്ങളും നേതാവിന്റെ തോളിൽ വെച്ച് മാറിനില്ക്കാൻ നമ്മൾ ശീലിച്ചുപോയി.

തുടങ്ങിയിടത്തുനിന്നും ഞാൻ ഒരുപാട് വ്യതിചലിച്ചുപോയി. സ്മരണക്കുറിപ്പ് എഴുതിയതുപോലെ ദേശബന്ധുവിനെക്കുറിച്ച് താങ്കൾ ഒരുപാട് കഥകളും ലേഖനങ്ങളും എഴുതണം. ഇത് എന്റെ മാത്രമല്ല, ഇവിടെയുള്ള എല്ലാവരുടെയും ആഗ്രഹമാണ്. അതിന് താങ്കൾക്കുള്ള ചാതുര്യം അത്ര പെട്ടെന്നൊന്നും നശിച്ചുപോകില്ലെന്ന് എനിക്കുറപ്പുണ്ട്. താങ്കൾ ഇനിയും എഴുതുകയാണെങ്കിൽ മണ്ഡലായി ജയിലിലെ ഒരുപറ്റം തടവുകാർ താങ്കളുടെ എഴുത്തുകൾ സന്തോഷത്തോടെയും ആസ്വദിച്ചും വായിക്കുമെന്നതിൽ സംശയം വേണ്ട.

ഞാൻ ഇനി അധികകാലം ഇവിടെ ഉണ്ടാകില്ല. എന്നാൽ സ്വതന്ത്രനാകാനുള്ള ഇച്ഛ എനിക്ക് നഷ്ടപ്പെട്ടിരിക്കുന്നു. പുറത്തിറങ്ങിയാൽ എനിക്ക് ചുറ്റും ഒരു ശ്മശാനസദൃശമായ ശൂന്യത നേരിടേണ്ടി വരുന്നതിനോട് ഹൃദയം പാകപ്പെട്ടിട്ടില്ല. എങ്ങനെയൊക്കെയോ ഇവിടെ ഞാനെന്റെ ദിവസങ്ങൾ തള്ളിനീക്കിക്കൊണ്ടിരിക്കുകയാണ്, ചിലപ്പോൾ സന്തോഷത്തിൽ, ചിലപ്പോൾ ദുഃഖത്തിൽ, ചിലപ്പോൾ ഓർമ്മകളെയും സ്വപ്നങ്ങളെയും കൂട്ടുപിടിച്ച്. ഈ തടവറയിലെ ഇരുമ്പഴികൾക്കുമേൽ പ്രഹരിക്കുമ്പോൾ കിട്ടുന്ന വേദനയിൽ സന്തോഷം അനുഭവിക്കാൻ കഴിയും. എനിക്ക് എന്റെ രാജ്യത്തോടുള്ള സ്നേഹം സത്യമാണെന്ന് ആ വേദനയാണ് എന്നെ ബോദ്ധ്യപ്പെടുത്തുന്നത്. ആ സ്നേഹമാണ് എന്നെ ഇവിടെ എത്തിച്ചതെന്ന് ഞാൻ മനസ്സിലാക്കുന്നു. ഹൃദയം മുറിവേല്ക്കുമ്പോൾ അതിൽ സന്തോഷവും സമാധാനവും സാഫല്യവും അനുഭവിക്കാൻ കഴിയുന്നത് അതുകൊണ്ടാണെന്നാണ് ഞാൻ കരുതുന്നത്. പുറത്ത് എന്നെ കാത്തിരിക്കുന്ന പ്രശ്നങ്ങളും ശൂന്യതയും ഉത്തരവാദിത്വങ്ങളും അഭിമുഖീകരിക്കാൻ നിലവിൽ ഞാൻ തയ്യാറല്ല.

ഞാനിവിടെ എത്തിപ്പെട്ടില്ലായിരുന്നുവെങ്കിൽ സുവർണ്ണ ബംഗാളിനോട് എനിക്കുള്ള സ്നേഹത്തിന്റെ ആഴം മനസ്സിലാക്കാൻ കഴിയുമായിരുന്നില്ല.

'എന്റെ സുവർണ്ണ ബംഗാളേ,
നിന്നെ ഞാൻ വളരെയധികം സ്നേഹിക്കുന്നു,
നിന്റെ ആകാശവും വായുവും
എന്റെ ഹൃദയത്തിൽ സംഗീതം പൊഴിക്കുന്നു' എന്ന് ടാഗോർ പാടിയത് ഒരു തടവുകാരന്റെ മനോനിലയെ പ്രകാശിപ്പിച്ചുകൊണ്ടാണെന്ന് എനിക്ക് ഇടയ്ക്കിടെ തോന്നാറുണ്ട്.

ബംഗാളിന്റെ മനോഹാരിതയെക്കുറിച്ച് ഓർക്കുമ്പോൾ ഞാൻ കടന്നുപോകുന്ന പ്രശ്നങ്ങളും മണ്ഡലായ് ജയിലിലെ ജീവിതവും ഒരു പ്രശ്നമേയല്ലെന്ന് തോന്നും. ഇവിടെയെത്തുന്നതിനുമുമ്പ് ബംഗാളിലെ മണ്ണിലും ജലത്തിലും വായുവിലും ആകാശത്തും ഒളിഞ്ഞുകിടന്നിരുന്ന സൗന്ദര്യത്തെ ആരും കണ്ടിരുന്നില്ല.

ഈ കത്ത് എന്തുകൊണ്ടാണ് ഞാനെഴുതിയതെന്ന് എനിക്കറിയില്ല. താങ്കൾക്ക് കത്തയക്കണമെന്ന് ഞാൻ മുമ്പേ വിചാരിച്ചിരുന്നതല്ല. പക്ഷേ, താങ്കളുടെ ലേഖനം വായിച്ചതിനുശേഷം എന്റെ മനസ്സിലേക്കെത്തിയ കാര്യങ്ങൾ ഞാൻ എഴുതിയെന്നേയുള്ളൂ. ഞാനിത് എഴുതിക്കഴിഞ്ഞുവെന്നതുകൊണ്ട് അയക്കുകയാണ്. ഞങ്ങൾ എല്ലാവരുടെയും പ്രണാമം സ്വീകരിച്ചാലും. താങ്കൾക്ക് ഇഷ്ടപ്പെടുകയാണെങ്കിൽ മാത്രം ദയവായി കത്തിന് മറുപടി അയക്കണം. താങ്കളിൽനിന്നും ഒരു മറുപടി ആവശ്യപ്പെടാൻ മാത്രമുള്ള ആത്മവിശ്വാസം എനിക്കില്ല. താങ്കൾ മറുപടി അയക്കും എന്ന പ്രതീക്ഷയിൽ ഞാൻ എന്റെ മേൽവിലാസം ഇവിടെ എഴുതട്ടെ.

ബിവാബതി ബോസിന്
'ദുർഗ്ഗാദേവി നമ്മുടെ കൂടെ ഉണ്ടായിരിക്കട്ടെ!'

എന്റെ പ്രിയപ്പെട്ട ദിലീപ്,

എന്റേത് സങ്കുചിതമായ കാഴ്ചപ്പാടാണെന്ന് ഒരിക്കലും താങ്കൾ കരുതരുത്. 'കൂടുതൽ പേർക്ക് കൂടുതൽ ഗുണമുണ്ടാക്കുന്ന' കാര്യത്തിൽ തീർച്ചയായും ഞാനും വിശ്വസിക്കുന്നുണ്ട്. പക്ഷേ, ഞാൻ ഗുണം എന്നതിനെ ഭൗതികമായ ഒന്നായി മാത്രമല്ല കാണുന്നത്. സാമ്പത്തിക ശാസ്ത്രജ്ഞർ പറയുന്നത് എല്ലാ പ്രയത്നവും ഒന്നുകിൽ സൃഷ്ടിപരമോ അല്ലെങ്കിൽ നിഷ്ഫലമോ ആയിരിക്കുമെന്നാണ്. എന്നാൽ ഏതൊക്കെയാണ് സൃഷ്ടിപരമായ പ്രയത്നങ്ങൾ എന്ന് ചോദിച്ചാൽ അത് ചൂടേറിയ ഒരു ചർച്ചയിലായിരിക്കും അവസാനിക്കുക. കലാപ്രവൃത്തികളെ സൃഷ്ടിപരമല്ലാത്തതായി കാണാൻ കഴിയില്ല, അതുപോലെതന്നെ താത്ത്വികമായ ആലോചനകളും ആത്മീയമായ അന്വേഷണങ്ങളും നിരർത്ഥകമാണെന്നോ പാഴ്‌വേലയാണെന്നോ പറയാൻ കഴിയില്ല. ഞാനൊരു കലാകാരനല്ലെന്ന് എനിക്കറിയാം, പക്ഷേ, അതിന്റെ ഉത്തരവാദി ഞാനല്ല. അതെന്റെ പ്രകൃതമാണ്, അല്ലെങ്കിൽ ദൈവമാണ് അതിന്റെ ഉത്തരവാദി. എന്റെ കഴിഞ്ഞ ജന്മത്തിലെ പ്രവൃത്തികളുടെ ഫലമാണ് ഞാൻ ഈ ജന്മം അനുഭവിക്കുകയെന്ന് പറഞ്ഞാൽ അതും എനിക്ക് സ്വീകാര്യമല്ല. ഞാനെന്തുകൊണ്ട് ഒരു കലാകാരനായില്ലെന്ന് ചോദിച്ചാൽ എനിക്കതിന് കഴിഞ്ഞില്ല എന്നതാണ് ഉത്തരം. പക്ഷേ, എന്നതുകൊണ്ട് ഒരു സാധാരണ വ്യക്തിക്ക് കല ആസ്വദിക്കാൻപോലും കഴിയില്ല എന്ന് അതിന് അർത്ഥമില്ല. ഒരു കല ആസ്വദിക്കാൻ ആവശ്യമായ പരിശീലനം സംസ്കാര ചിത്തനായ ഒരു വ്യക്തിക്ക് അപ്രാപ്യമാണെന്നും ഞാൻ കരുതുന്നില്ല.

നിങ്ങൾ ദിവസങ്ങൾ സംഗീതത്തിനുവേണ്ടി ചെലവഴിക്കുമ്പോൾ അതൊരു പാഴ്‌വേലയാണെന്ന് പരിതപിക്കാതിരിക്കുക. നമ്മുടെ രാജ്യത്തെ സംഗീതത്താൽ നിറയ്ക്കൂ പ്രിയ സുഹൃത്തേ, അങ്ങനെ നമുക്ക് നഷ്ടപ്പെട്ടുപോയ പരമാനന്ദത്തെ തിരിച്ചുപിടിക്കൂ. ഹൃദയത്തിൽ സംഗീ

തമില്ലാത്തവൻ ജീവിതത്തിൽ എന്തെങ്കിലും മഹത്തരമായ കാര്യം നേടുമെന്ന് എനിക്ക് തോന്നുന്നില്ല. ഉള്ളിൽ ഒരു പൊടിപോലും സംഗീതത്തിന്റെ അംശമില്ലാതിരുന്ന തനിക്ക് എന്ത് ദുഷ്പ്രവൃത്തിയും ചെയ്യാൻ കഴിഞ്ഞിരുന്നുവെന്ന് കാർലെയ്ൽ പറഞ്ഞിരുന്നു. ഇത് തെറ്റോ ശരിയോ ആയിക്കൊള്ളട്ടെ. പക്ഷേ, സംഗീതം ആസ്വദിക്കാൻ കഴിയാത്തൊരാൾ ഉന്നതമായ ചിന്തയോ പ്രവൃത്തിയോ ചെയ്യാൻ കഴിയില്ല. ആ പരമാനന്ദത്തിനെ നമ്മളെല്ലാവർക്കും ആവശ്യമുണ്ട്. അത് നമ്മുടെ ഓരോ തുള്ളി രക്തത്തെയും ഉണർത്തുന്നു. പരമാനന്ദത്തിന്റെ നിർവൃതിയിൽ മാത്രമേ നമ്മൾ സൃഷ്ടിപരമായ പ്രവൃത്തികൾ ചെയ്യുന്നുള്ളൂ. സംഗീതം പോലെ പരമാനന്ദം നിറയ്ക്കാൻ മറ്റെന്തിനാണ് കഴിയുക?

കലാപരവും അതോടനുബന്ധിച്ചതുമായ ആനന്ദം പക്ഷേ, നമ്മൾ ദരിദ്രരിൽ ദരിദ്രരായവരിലേക്ക് എത്തിക്കണം. സംഗീതത്തിലെ ഉന്നതമായ ഗവേഷണങ്ങൾ നടക്കുന്നത് ചെറിയ വിദഗ്ദ്ധ സംഘങ്ങൾക്കിടയിൽ തുടരുമായിരിക്കാം, പക്ഷേ, അതിന്റെ കൂടെത്തന്നെ ജനങ്ങളുടെ ആത്മീയമായ നിറവിനുവേണ്ടി സംഗീതം താഴേതട്ടിലേക്കുവരെ പടരേണ്ടതുണ്ട്. കലകളുടെ കാര്യത്തിൽ മതിയായ ഗവേഷണം നടക്കാതിരിക്കുമ്പോൾ സംഭവിക്കുന്നത് തന്നെയാണ് ജനഹൃദയങ്ങളിലേക്ക് എത്തിച്ചേരാതിരുന്നാലും സംഭവിക്കുക. രണ്ട് അവസ്ഥയിലും സംഗീതം മുരടിച്ചുപോകും, വറ്റിവരണ്ടുപോകും. നാടൻ പാട്ടിലൂടെയും നാടോടി നൃത്തങ്ങളിലൂടെയുമാണ് കല ജീവിതവുമായി കൂടിച്ചേരുന്നതെന്നാണ് എനിക്ക് തോന്നുന്നത്. സംഗീതവും ജീവിതവും തമ്മിലുള്ള നേരിയബന്ധംപോലും പാശ്ചാത്യ സംസ്കാരം പിഴുതുകളഞ്ഞതാണ്. അതിന് പകരം വെക്കാൻ ഒന്നും അവർ കണ്ടെത്തിയിട്ടില്ല. ജാത്ര, കഥാകത, കീർത്തനങ്ങൾ തുടങ്ങിയ കലാരൂപങ്ങൾ ഇപ്പോൾ നിലനില്ക്കുന്നത് കഴിഞ്ഞ കാലത്തിന്റെ അവശിഷ്ടമായിട്ടാണ്. കലയും ജീവിതവും തമ്മിലുള്ള ബന്ധം തിരിച്ചുപിടിക്കാൻ നമ്മുടെ കലാകാരന്മാരും സംഗീതജ്ഞരും പരാജയപ്പെട്ടാൽ ജീവിതം എത്രമേൽ ദരിദ്രമായിരിക്കുമെന്നോർത്ത് ആരും കിടുങ്ങിപ്പോകും. മാൽദയുടെ ഗംഭീര സംഗീതം കേട്ടപ്പോൾ ഞാനെത്രമാത്രം അത് ആസ്വദിച്ചിരുന്നുവെന്ന് ഞാൻ താങ്കളോട് പറഞ്ഞിരുന്നില്ലേ. അതിൽ സംഗീതത്തെ നൃത്തവുമായി മനോഹരമായി കൂട്ടിച്ചേർത്തിരിക്കുകയാണ്. ഇത്രയും ഭംഗിയായി സംഗീതവും നൃത്തവും അലിഞ്ഞുചേരുന്ന അവസ്ഥ ബംഗാളിലെ മറ്റേതെങ്കിലും ജില്ലയിൽ ഉണ്ടോയെന്ന് എനിക്കറിയില്ല. പക്ഷേ, മാൽദ ആസന്നമൃത്യു വരിക്കുമെന്നതിൽ തർക്കമില്ല. അങ്ങനെ സംഭവിക്കാതിരിക്കാൻ പുതിയൊരു ചേതന അതിന് നല്കേണ്ടതുണ്ട്. രണ്ടാമതായി ബംഗാളിന്റെ മറ്റു ഭാഗങ്ങളിൽ നിന്നുള്ളവർ കൂടി ഇത് ഏറ്റെടുക്കാൻ തയ്യാറാകണം. ബംഗാളിന്റെ നാടൻ പാട്ടുകളെ പ്രോത്സാഹിപ്പിക്കുന്നതിനായി താങ്കൾ ഒരിക്കലെങ്കിലും ആ പ്രദേശം സന്ദർശിക്കണം. ഗംഭീരയ്ക്ക് സങ്കീർണ്ണതകളൊന്നുമില്ലെന്ന് ഞാൻ താങ്കൾക്ക് മുന്നറിയിപ്പ് നല്കുകയാണ്. ലാളിത്യവും നൈസർഗ്ഗികതയുമാണ് അതിന്റെ സവി

ശേഷതകൾ. നമ്മുടെ തദ്ദേശീയ ജനതയുടെ സംഗീതവും നൃത്തവും മാൽദായിൽ മാത്രമുണ്ടെന്നാണ് ഞാൻ കരുതുന്നത്. അതുകൊണ്ട് നാടൻ കലകളെ പുനരുദ്ധരിക്കാൻ ആഗ്രഹിക്കുന്നവർക്ക് അവിടെ നിന്ന് തുടങ്ങാവുന്നതാണ്.

നാടോടി സംഗീതത്തിന്റെയും നൃത്തത്തിന്റെയും കാര്യത്തിൽ ബർമ്മ ഒരു അത്യുഗ്രൻ രാജ്യമാണ്. കലർപ്പില്ലാത്ത തദ്ദേശീയമായ നൃത്തവും സംഗീതവും ഇവിടെ നല്ല ലയത്തിലാണ്. അത് പതിനായിരക്കണക്കിന് ജനങ്ങൾക്കുവേണ്ടിയാണ് നിലകൊള്ളുന്നത്. ഉൾനാടൻ ഗ്രാമങ്ങളിൽ പോലും അത് ആഴത്തിൽ വേരുകളാഴ്ത്തിയിട്ടുണ്ട്. ഇന്ത്യൻ സംഗീതത്തിന്റെ വ്യത്യസ്ത ശൈലികൾ പഠിച്ചുകഴിഞ്ഞതിനുശേഷം താങ്കൾ ബർമ്മീസ് സംഗീതത്തെക്കുറിച്ചും പഠനം നടത്തണം. അതൊരുപക്ഷേ, പൂർണ്ണമായി വികസിച്ചു കഴിഞ്ഞ ഒരു കലാരൂപമായിരിക്കുകയില്ല. പക്ഷേ, നിരക്ഷരരും ദരിദ്രരുമായ ജനങ്ങളെ ആനന്ദിപ്പിക്കാനുള്ള അതിന്റെ കഴിവാണ് എന്നെ ആകർഷിച്ചത്. അവരുടെ നൃത്തവും വളരെ മനോഹരമാണെന്നാണ് ഞാൻ കേട്ടത്. കൂടുതൽ പറയുകയാണെങ്കിൽ ഇവിടുത്തെ കല വിദഗ്ദ്ധരുടെ ചില കൂട്ടങ്ങളിലേക്ക് മാത്രം ഒതുക്കിനിർത്തപ്പെടുന്നില്ല. അതിന് കാരണം ബർമ്മയിൽ ജാതി സമ്പ്രദായം ഇല്ലാത്തതാണെന്ന് ഞാൻ കരുതുന്നു. ജാതി സമ്പ്രദായം ഇല്ലാത്തതിനാൽ കലാരൂപങ്ങൾ എല്ലാ തലങ്ങളിലേക്കും കടന്നുചെല്ലുന്നുണ്ട് ഇവിടെ. അതിന് മറ്റൊരു കാരണം ഇന്നാട്ടിൽ നാടൻ പാട്ടിനും നൃത്തത്തിനും നല്ല രീതിയിലുള്ള പ്രചാരം എന്നുമുണ്ടായിരുന്നു എന്നതാണ്. അതുകൊണ്ട് തന്നെ സൗന്ദര്യത്തെ ആഴത്തിൽ മനസ്സിലാക്കാൻ ഇന്ത്യക്കാരെക്കാൾ കൂടുതൽ ബർമ്മയിലെ സാധാരണക്കാർക്ക് കഴിയുന്നുണ്ട്. ദേശുബന്ധുവിനെക്കുറിച്ച് താങ്കൾ എഴുതിയ എല്ലാ കാര്യങ്ങളോടും ഞാനും യോജിക്കുന്നു. വെള്ളിവെളിച്ചത്തിൽ തെളിയുന്ന രാഷ്ട്രീയ നേട്ടങ്ങളേക്കാളും പൊതുപ്രവർത്തനങ്ങളേക്കാളും ഒരു മനുഷ്യന്റെ മഹത്ത്വം കൂടുതൽ വെളിവാകുന്നത് സ്വകാര്യമായ ചെറിയ സംഭവങ്ങളിലൂടെയാണ്. ആരാധന കലർന്ന സ്നേഹവും ഭക്തിയും അദ്ദേഹത്തോട് എനിക്ക് തോന്നാൻ കാരണം രാഷ്ട്രീയ മണ്ഡലത്തിൽ ഞാൻ അദ്ദേഹത്തിന്റെ പിൻഗാമി ആയതിനാലല്ല, മറിച്ച് അദ്ദേഹത്തിന്റെ സ്വകാര്യ ജീവിതത്തെ കൂടുതൽ അടുത്തുനിന്ന് അറിയാൻ കഴിഞ്ഞുവെന്നതുകൊണ്ടാണ്. സഹപ്രവർത്തകർക്കും അനുയായികൾക്കും പുറത്ത് അദ്ദേഹത്തിന് ഒരു കുടുംബമില്ല. ഒരിക്കൽ എട്ട് മാസത്തോളം നമ്മൾ രണ്ടു പേരും ഒരുമിച്ച് ജയിലിൽ കഴിഞ്ഞിരുന്നു. അതിൽ രണ്ടുമാസം ഒരേ സെല്ലിലായിരുന്നു, ബാക്കി ആറ് മാസം തൊട്ടടുത്ത സെല്ലുകളിലായിരുന്നു അന്ന് താമസിച്ചിരുന്നത്. വളരെ അടുത്ത ബന്ധത്തിലൂടെ അദ്ദേഹത്തെ അറിയാൻ കഴിഞ്ഞിരുന്നതിനാൽ എന്റെ രക്ഷകനായാണ് ഞാൻ അദ്ദേഹത്തെ കണ്ടിരുന്നത്.

ശ്രീ അരബിന്ദോയെക്കുറിച്ച് താങ്കൾ പറഞ്ഞ പല കാര്യങ്ങളോടും

എനിക്ക് യോജിപ്പുണ്ട്. അദ്ദേഹം വിവേകാനന്ദനേക്കാൾ ആഴത്തിലേക്ക് ഇറങ്ങിച്ചെന്ന ഒരു ധ്യാനിയാണ്. വിവേകാനന്ദനോടുള്ള എല്ലാ ആരാധനയും വെച്ചുകൊണ്ടുതന്നെയാണ് ഇത് പറയുന്നത്. എല്ലാത്തിൽനിന്നും സ്വയം വേർപെട്ട് മൗനിയായി ഒരാൾ ഇടയ്ക്കിടെ ധ്യാനത്തിലിരുന്നേക്കാമെന്ന അഭിപ്രായത്തോട് ഞാൻ യോജിക്കുന്നു. പക്ഷേ, ഇതിൽ ഒരു അപകടമുണ്ട്. കുറേക്കാലത്തേക്ക് ജീവിതത്തിന്റെയും സമൂഹത്തിന്റെയും അല്ലലുകളിൽ നിന്ന് വേർപെട്ടുനിന്നാൽ പിന്നെ ഒരു മനുഷ്യന്റെ സജീവത നഷ്ടപ്പെട്ടേക്കും. അസാധാരണ കഴിവുകളുള്ള ചുരുക്കം ചിലരുടെ കാര്യത്തിലല്ല ഇത് പറയുന്നത്. പക്ഷേ, പൊതുവിൽ നമ്മുടെ ഭൂരിപക്ഷം ജനങ്ങളും സേവനത്തിന്റെ സത്ത ഉൾക്കൊണ്ട് പ്രവർത്തിക്കുകയാണ് വേണ്ടത്. പ്രവർത്തനത്തിന്റെ കാര്യത്തിൽ പലവിധ കാരണങ്ങളാൽ നമ്മുടെ രാജ്യം പൂജ്യത്തിൽ എത്തിനില്ക്കുകയാണ്. അതുകൊണ്ട് പ്രവർത്തിക്കാനുള്ള രജസ്സാണ് നമ്മുടെ രാജ്യം ആവശ്യപ്പെട്ടുകൊണ്ടിരിക്കുന്നത്.

നമ്മളോരോരുത്തരും നമ്മുടെ കഴിവുകളെ അതിന്റെ പൂർണ്ണതയിലേക്ക് എത്തിക്കാൻ പരിശ്രമിക്കണമെന്ന് പറയുന്നതിനോടും എനിക്ക് യോജിപ്പാണ്. നമ്മുടെ ഉള്ളിലുള്ള ഏറ്റവും മികച്ചത് പുറത്തെടുക്കാൻ കഴിഞ്ഞാൽ മാത്രമേ അത് യഥാർത്ഥ സേവനമാവുകയുള്ളൂ. നമ്മുടെ സ്വധർമ്മം സഫലീകരിക്കപ്പെടുന്നതുവരെ യഥാർത്ഥ സേവനത്തിനുള്ള അധികാരം അല്ലെങ്കിൽ അവകാശം നമുക്ക് കിട്ടുകയില്ല. എമേർസണിന്റെ ഭാഷയിൽ പറയുകയാണെങ്കിൽ നമ്മൾ രൂപീകരിക്കപ്പെടേണ്ടത് ഉള്ളിൽ നിന്നുതന്നെയാണ്. ഇതിന്റെയർത്ഥം നമ്മളെല്ലാവരും ഒരേ പാത പിന്തുടരണമെന്നല്ല. ഒരേ ആദർശത്താൽ നയിക്കപ്പെടുമ്പോഴും നമ്മുടെ പാതകൾ വ്യത്യസ്തമായിരിക്കാം. ഒരു കലാകാരന്റെ സാധന സാമൂഹിക പ്രവർത്തകന്റേതിൽനിന്നും വ്യത്യസ്തമാണ്. ധ്യാനത്തിലിരിക്കുന്ന ഒരാളുടെ സാധനയിൽനിന്നും വ്യത്യസ്തമാണ് ഒരു പൊതുസേവകന്റെ സാധന. അപഗ്രഥനം നടത്തുമ്പോൾ ഇവരെല്ലാവരുടെയും ആദർശം ഒന്നാണെങ്കിലും വഴികൾ വ്യത്യസ്തമാണ്. സ്വയം തിരിച്ചറിവിന്റെ പ്രായോഗിക തലത്തിൽ ഒരാൾ ഒരിക്കലും തനിക്ക് ചേരാത്ത വഴി തെരഞ്ഞെടുക്കരുത്. തന്നോട് തന്നെ സത്യസന്ധനായിരിക്കുന്ന ഒരാൾക്ക് മാത്രമേ മനുഷ്യത്വത്തെ വിലമതിക്കാൻ കഴിയുകയുള്ളൂ. ഓരോരുത്തരുടെയും പ്രകൃതമാണ് അയാൾ തെരഞ്ഞെടുക്കേണ്ടുന്ന വഴി നിശ്ചയിക്കുന്നത്. തെരഞ്ഞെടുക്കപ്പെട്ട വഴി ആ വ്യക്തിയെ സ്വയം വികാസത്തിലേക്ക് നയിക്കുന്നു. നമ്മുടെ ഓരോരുത്തരുടെയും കഴിവിനും പ്രകൃതത്തിനും അനുസരിച്ച് സാഫല്യം കണ്ടെത്താൻ നമുക്ക് കഴിയുകയാണെങ്കിൽ നമ്മുടെ രാജ്യത്തിനുമേലെ പുതിയൊരു സൂര്യോദയം ഉണ്ടാകും. ഒരു വ്യക്തിയുടെ സാധനയുടെ പ്രത്യേക ഘട്ടത്തിൽ പുറമെ സ്വാർത്ഥമെന്നും വ്യക്തികേന്ദ്രീകൃതമെന്നും തോന്നുന്ന തരത്തിലുള്ള ജീവിതം നയിക്കേണ്ടി വന്നേക്കാം. പക്ഷേ, ആ ഘട്ടത്തിലൂടെ കടന്നുപോകുന്നതുവ

രെയും തന്റെ ബോധത്തെയായിരിക്കണം അല്ലാതെ പൊതുഅഭിപ്രായത്തെ ആയിരിക്കരുത് അയാൾ ശ്രദ്ധിക്കേണ്ടത്. സാധനയുടെ ഫലം കാണുന്നതുവരേക്കും പൊതുജനം ആരെയും വിലയിരുത്താൻ പാടില്ല. സ്വയം പ്രകാശിപ്പിക്കാനുള്ള ശരിയായ മാർഗ്ഗം തെരഞ്ഞെടുത്തുകഴിഞ്ഞാൽ പിന്നെ പൊതുഅഭിപ്രായത്തെ അവഗണിക്കുകയാണ് നല്ലത്. അതുകൊണ്ട് തന്നെ താങ്കൾ വിചാരിക്കുന്നതുപോലുള്ള ഒരു അന്തരം ഞാനും താങ്കളും തമ്മിലില്ലെന്ന് മനസ്സിലായിക്കാണുമല്ലോ.

എന്നെന്നും സ്നേഹത്തോടെ സ്വന്തം,

സുഭാഷ്

ദേശബന്ധു ചിത്തരഞ്ജൻ ദാസ്

മണ്ഡലായ് ജയിൽ
20 ഫെബ്രുവരി 1926

അന്തരിച്ച ദേശബന്ധു ചിത്തരഞ്ജൻ ദാസിനെക്കുറിച്ച് എന്തെങ്കിലും പരസ്യമായി എഴുതാനുള്ള ആത്മവിശ്വാസം എനിക്കില്ല. എന്നെങ്കിലും അതിന് കഴിയുമെന്ന് തോന്നുന്നുമില്ല. അദ്ദേഹവുമായുണ്ടായിരുന്ന വളരെ ആഴത്തിലുള്ള ബന്ധത്തെക്കുറിച്ച് എനിക്കേറ്റവും അടുപ്പമുള്ളവരോടല്ലാതെ സംസാരിക്കാൻ തോന്നുന്നില്ല. അതിനേക്കാളുപരി മഹാനായ അദ്ദേഹത്തിന് മുന്നിൽ ഞാൻ വെറും ശിശുവാണ്. അദ്ദേഹത്തിലെ ബഹുമുഖപ്രതിഭയെ മുഴുവനായും മനസ്സിലാക്കാൻപോലും എനിക്കിതുവരെ കഴിഞ്ഞിട്ടില്ല. അദ്ദേഹത്തിന്റെ ഹൃദയം എത്ര വിശാലമായിരുന്നു, സ്വഭാവഗുണങ്ങൾ എത്രത്തോളം മഹനീയമായിരുന്നു എന്നതെല്ലാം ഇനിയും ഞാൻ മനസ്സിലാക്കിത്തീർന്നിട്ടില്ലാത്ത കാര്യങ്ങൾ. ആ മഹാത്മാവിനെക്കുറിച്ച് എന്റെ ബുദ്ധിയുടെയും ഹൃദയത്തിന്റെയും പരിമിതിയിൽ ഞാൻ മനസ്സിലാക്കിയ കാര്യങ്ങൾ എന്റെ മോശപ്പെട്ട ഭാഷയിൽ എഴുതാനൊരുങ്ങുകയാണെങ്കിൽ അതൊരു ധിക്കാരപ്രവൃത്തി ആയിപ്പോകും. പക്ഷേ, ആഗ്രഹവും കഴിവും ഇല്ലെങ്കിലും സുഹൃത്തുക്കളുടെ നിർബ്ബന്ധത്തിന് വഴങ്ങി നമുക്ക് പല കാര്യങ്ങളും ചെയ്യേണ്ടി വരാറുണ്ടല്ലോ. അതുപോലെ എന്റെ സുഹൃത്ത് ശ്രീജിത്ത് ഹേമേന്ദ്രനാഥ് ദാസ് ഗുപ്തയുടെ ആവശ്യത്തിന് വഴങ്ങിയാണ് ഞാൻ ഈ എളിയ ശ്രമം നടത്തുന്നത്. വ്യക്തിപരമായ അടുപ്പത്തിലൂടെ അദ്ദേഹത്തെക്കുറിച്ച് അറിഞ്ഞ കാര്യങ്ങൾ എഴുതുകയാണെങ്കിലും മറിച്ച് അദ്ദേഹത്തിന്റെ ജീവിതത്തെയും പ്രവർത്തനങ്ങളെയുംകുറിച്ച് എനിക്കറിയാവുന്നതുപോലെ എഴുതുകയാണെങ്കിലും ഒരു അദ്ധ്യായത്തിന്റെ അത്രയും വരുമത്. അത്രയും ദീർഘമായി കാര്യ

ങ്ങൾ എഴുതാനുള്ള കഴിവോ മാനസികാവസ്ഥയോ എനിക്കിപ്പോൾ ഇല്ല. ഒരു സുഹൃത്തിന്റെ അഭ്യർത്ഥന പ്രകാരം ചുരുക്കം ചില കാര്യങ്ങൾ പറയാൻ മാത്രമാണ് ഞാൻ ഉദ്ദേശിക്കുന്നത്.

വളരെയധികം ഉയർച്ചതാഴ്ചകളുണ്ടായിട്ടുള്ള ദേശബന്ധുവിന്റെ ജീവിതത്തെക്കുറിച്ച് എനിക്ക് ഒരുപാട് കാര്യങ്ങൾ അറിയാതെയുണ്ട്. ഇതുവരെ പ്രസിദ്ധീകരിക്കപ്പെട്ട ജീവിതകഥകളിൽ പറയുന്ന എല്ലാ കാര്യങ്ങളും എനിക്കറിയാൻ സാദ്ധ്യതയില്ല. ഞാൻ അദ്ദേഹത്തിന്റെ കൂടെ കൂടിയിട്ടും അനുയായിയായി പ്രവർത്തിക്കാൻ തുടങ്ങിയിട്ടും മൂന്ന് വർഷം മാത്രമേ ആയിട്ടുള്ളൂ. ഈ ചുരുങ്ങിയ കാലയളവിൽ തന്നെ വളരെയധികം കാര്യങ്ങളാണ് ഞാൻ അദ്ദേഹത്തിൽ നിന്ന് പഠിച്ചിട്ടുള്ളത്. പക്ഷേ, കണ്ണുള്ളപ്പോൾ കണ്ണിന്റെ വില അറിയില്ലല്ലോ. ദേശബന്ധുവിന്റെ കാര്യത്തിൽ അദ്ദേഹം ഇനിയും കുറേക്കാലം കൂടി ജീവിച്ചിരിക്കുമെന്നായിരുന്നു ഞാൻ കരുതിയിരുന്നത്. ഭൂമിയിൽ തുടങ്ങിവെച്ച ദൗത്യങ്ങൾ പൂർത്തീകരിക്കാതെ അദ്ദേഹം പോകില്ലെന്നായിരുന്നു എന്റെ തോന്നൽ. ജ്യോതിഷത്തിലൊക്കെ വളരെ വിശ്വാസമുള്ള വ്യക്തിയായിരുന്നു ദേശബന്ധു. ഞാൻ ഇത്തരം കാര്യങ്ങളിൽ വിശ്വസിക്കുന്ന ഒരാളല്ല. എന്നിരുന്നാലും തന്റെ ജാതകത്തെക്കുറിച്ച് അദ്ദേഹത്തിന് ഉണ്ടായിരുന്ന വിശ്വാസം എന്നെയും സ്വാധീനിച്ചിരുന്നുവെന്ന് പറയാതിരിക്കാനാവില്ല. വിദേശമണ്ണിലേക്ക് രണ്ടുവർഷത്തേക്ക് നാടുകടത്തപ്പെടാൻ വിധിക്കപ്പെട്ട ജാതകമാണ് തന്റേതെന്ന് അദ്ദേഹം പലവട്ടം എന്നോട് പറഞ്ഞത് ഞാൻ ഓർക്കുന്നുണ്ട്. ഭ്രഷ്ടിന്റെ കാലാവധി കഴിഞ്ഞാൽ അങ്ങേയറ്റം പ്രതാപശാലിയായി അദ്ദേഹം തിരിച്ചുവരും. സർക്കാർ അദ്ദേഹവുമായി ധാരണയിലെത്താൻ തയ്യാറാവുകയും അദ്ദേഹത്തിന് എന്തെങ്കിലും അധികാരം നല്കുകയും ചെയ്യും. അതിനുശേഷം മാത്രമേ അദ്ദേഹം മരിക്കുകയുള്ളൂ. നാടുകടത്തപ്പെടുമ്പോൾ ഞാനും കൂടെവരാൻ ആഗ്രഹിക്കുന്നുണ്ടെന്നാണ് അന്ന് ഞാൻ അദ്ദേഹത്തോട് പറഞ്ഞത്. സത്യം പറയുകയാണെങ്കിൽ നാടുകടത്തപ്പെട്ടതിന് ശേഷം ഞാൻ അദ്ദേഹത്തിന്റെ ജാതകത്തെക്കുറിച്ച് ആലോചിക്കാറുണ്ട്. അന്നൊക്കെ അദ്ദേഹത്തിനും ഇവിടേക്ക് വരേണ്ടി വരുമോയെന്ന് ഞാൻ ആശങ്കപ്പെടാറുണ്ട്. പക്ഷേ, അതിനേക്കാളുമൊക്കെ വലിയൊരു ദുരന്തം ബംഗാളിനും ഇന്ത്യക്കുമുണ്ടാകുമെന്ന് ആരറിഞ്ഞു.

* * *

അലിപ്പോർ സെൻട്രൽ ജയിലിൽ വെച്ചാണ് ഞങ്ങൾ അവസാനമായി കണ്ടുമുട്ടിയത്. ദേശബന്ധുവിന്റെ ആരോഗ്യം അന്ന് നല്ല നിലയിലായിരുന്നില്ല. കുറച്ചുദിവസത്തെ വിശ്രമത്തിനുവേണ്ടി അദ്ദേഹം സിംലയിലേക്ക് പോയിരിക്കുകയായിരുന്നു. ഞങ്ങളുടെ അറസ്റ്റ് വിവരം അറിഞ്ഞതിനെത്തുടർന്ന് പെട്ടെന്നുതന്നെ കൽക്കട്ടയിലേക്ക് തിരിച്ചെത്തുക

യായിരുന്നു. അലിപ്പോർ ജയിലിൽവെച്ച് ഞങ്ങൾ രണ്ടുതവണ കണ്ടുമുട്ടി. എന്നെ ബെർഹാംപൂർ ജയിലിലേക്ക് സ്ഥലം മാറ്റുന്ന ദിവസം വൈകുന്നേരമാണ് അദ്ദേഹത്തെ അവസാനമായി കണ്ടത്. സംസാരിച്ചു കഴിഞ്ഞപ്പോൾ അദ്ദേഹത്തിന്റെ കാലുതൊട്ട് വണങ്ങിക്കൊണ്ട് ഞാൻ പറഞ്ഞു: "ഒരുപക്ഷേ, ദീർഘകാലം കഴിഞ്ഞേ ഇനി കാണാൻ കഴിഞ്ഞെന്ന് വരുള്ളൂ." അദ്ദേഹം സ്വതസിദ്ധമായ ശൈലിയിൽ ശുഭാപ്തിവിശ്വാസത്തോടെ പറഞ്ഞു: "ഏയ് ഇല്ല. നീ വളരെ പെട്ടെന്നുതന്നെ പുറത്തിറങ്ങും." കഷ്ടം, അദ്ദേഹത്തെ ഇനി കാണാൻ കഴിയില്ലെന്ന് അപ്പോൾ അറിഞ്ഞിരുന്നില്ലല്ലോ. അവസാനത്തെ കൂടിക്കാഴ്ചയിലെ ഓരോ ചെറിയ കാര്യങ്ങളും, അദ്ദേഹം പറഞ്ഞ ഓരോ വാക്കുകളും എന്നിൽ ആഴത്തിൽ സ്പർശിച്ചിട്ടുണ്ട്. അതെന്റെ ജീവിതത്തിലുടനീളം കൂടെയുണ്ടാവുകയും ചെയ്യും. അവസാനത്തെ കൂടിക്കാഴ്ച മാത്രമാണ് എന്റെ ജീവിതത്തിലെ ഏകനിധി.

ജനങ്ങൾക്കുമേൽ അദ്ദേഹത്തിന് ഇത്രയും സ്വാധീനശക്തി ഉണ്ടാകാൻ രഹസ്യമെന്താണെന്ന് കണ്ടെത്താൻ പലരും ശ്രമിച്ചിട്ടുണ്ട്. അദ്ദേഹത്തിന്റെ അനുയായി എന്ന നിലയിൽ ഞാൻ മനസ്സിലാക്കിയ ഒരു കാര്യം പറയാം. ആളുകളുടെ പരാജയങ്ങളെയും പോരായ്മകളെയും കണക്കിലെടുക്കാതെ അവരെ സ്നേഹിക്കാൻ അദ്ദേഹത്തിന് കഴിയുമായിരുന്നു, അത് ഞാൻ നേരിട്ടു കണ്ടിട്ടുണ്ട്. അദ്ദേഹത്തെ സംബന്ധിച്ചിടത്തോളം സ്നേഹമെന്നത് ഹൃദയത്തിൽനിന്നുള്ള നൈസർഗ്ഗികമായ ഒരു ഒഴുക്കാണ്. മുന്നിൽ നില്ക്കുന്നയാളുടെ ഗുണമോ ചീത്തവശമോ ആ സ്നേഹത്തിന് അറിയേണ്ടതില്ല. നമ്മൾ പൊതുവിൽ വെറുക്കുകയും പുറത്താക്കുകയും ചെയ്യുന്ന വ്യക്തികളെ അദ്ദേഹം സ്നേഹത്തിലൂടെ തന്നിലേക്ക് ആകർഷിക്കുമായിരുന്നു. എല്ലാ തരത്തിലുള്ളവരും അദ്ദേഹത്തിൽ ആകൃഷ്ടരായിരുന്നുവെന്നതിനാൽ ജീവിതത്തിന്റെ എല്ലാ തുറകളിലേക്കും അദ്ദേഹത്തിന്റെ സ്വാധീനം പടർന്നു. കടലിലെ ചുഴിപോലെ ചുറ്റുമുള്ള എല്ലാവരെയും അദ്ദേഹം തന്നിലേക്ക് ആകർഷിച്ചു. ആളുകൾ അക്ഷരാർത്ഥത്തിൽ ദാസരാകാൻ തയ്യാറായ നിരവധി സംഭവങ്ങൾ എനിക്കറിയാം. അദ്ദേഹത്തിന്റെ മഹത്തരമായ അറിവിന് വഴങ്ങിക്കൊടുക്കാത്തവർ ഉണ്ടായേക്കാം. അദ്ദേഹത്തിന്റെ വാക്ചാതുര്യത്തിൽ ആകൃഷ്ടരാവാത്തവരും അത്യതിസാധാരണമായ ത്യാഗങ്ങളിൽ മതിപ്പ് തോന്നാത്തവരും ഉണ്ടായേക്കാം. പക്ഷേ, അവർക്കാർക്കും അദ്ദേഹത്തിന്റെ വിശാലഹൃദയത്തിന് മുന്നിൽ മുട്ടുമടക്കാതിരിക്കാൻ കഴിയുമായിരുന്നില്ല. അദ്ദേഹത്തിന്റെ അനുയായികളും സഹപ്രവർത്തകരും അദ്ദേഹത്തിന് കുടുംബാംഗങ്ങളെപ്പോലെ ആയിരുന്നു. അവരുടെ നന്മയ്ക്കും സൗഖ്യത്തിനുംവേണ്ടി അദ്ദേഹം എന്തും ചെയ്യുമായിരുന്നു. നിങ്ങളുടെ ജീവിതം മറ്റുള്ളവർക്കുവേണ്ടി സമർപ്പിക്കൂ, അവർ അവരുടെ ജീവൻ നിങ്ങളുടെ കാല്ക്കൽ വയ്ക്കും. അതിനുള്ള ദൃഷ്ടാന്തമായിരന്നു ദേശബന്ധുവിന്റെ ജീവിതം. അദ്ദേഹത്തിന്റെ അനുയായികൾ അദ്ദേഹത്തിനുവേണ്ടി എന്തും

ചെയ്യുമായിരുന്നു. പരിതപിക്കാതെ എന്തുതരം യാതനകളിലൂടെയും കഷ്ടപ്പാടിലൂടെയും അദ്ദേഹത്തിനുവേണ്ടി കടന്നുപോകാൻ അവർ തയ്യാറായിരുന്നു. ജീവൻ ത്യജിക്കാനുള്ള സന്ദർഭങ്ങൾ തീർച്ചയായും ഉണ്ടായിരുന്നില്ല. അതൊഴിച്ചുള്ള എല്ലാ കഷ്ടപ്പാടുകളിലൂടെയും കടന്നുപോയതിൽ അദ്ദേഹത്തിന്റെ അനുയായികൾ അഭിമാനിച്ചിരുന്നുവെന്ന് പറയാൻ കഴിയും. അഹിംസാവാദികളായ തന്റെ പോരാളികളെ എല്ലാ അവസരങ്ങളിലും തനിക്ക് ആശ്രയിക്കാൻ കഴിയുമെന്ന് ദേശബന്ധുവിനും അറിയാമായിരുന്നു. അഹിംസാവാദികളായ ഈ പോരാളികൾ അദ്ദേഹത്തിന്റെ അവസാന നാളുവരെ എല്ലാ അപകടസന്ധികളെയും തരണം ചെയ്ത് അദ്ദേഹത്തിന്റെ നിർദ്ദേശങ്ങൾ നടപ്പാക്കിയിരുന്നുവെന്ന് എനിക്ക് അഭിമാനത്തോടെ പറയാൻ കഴിയും.

അച്ചടക്കത്തോടെയുള്ള ധൈര്യശാലികളായ ഒരു കൂട്ടം അനുയായികളാണ് നമ്മുടെ നേതാക്കളെന്ന് പറയപ്പെടുന്ന ചിലർക്ക് ദേശബന്ധുവിനോട് അസൂയ തോന്നാൻ കാരണം. അതുപോലൊരു കൂട്ടം അനുയായികൾ തങ്ങൾക്കും വേണമെന്ന് അവരും ആഗ്രഹിച്ചിരുന്നിരിക്കാം. പക്ഷേ, അതിനുള്ള വില കൊടുക്കാൻ അവർ തയ്യാറായിരുന്നുവെന്ന് തോന്നുന്നില്ല. നിങ്ങളുടെ അനുയായികളെ സ്നേഹിക്കേണ്ടത് എങ്ങനെയെന്ന് മനസ്സിലാക്കാൻ കഴിഞ്ഞില്ലെങ്കിൽ എങ്ങനെയാണ് അവർ നിങ്ങൾക്ക് വേണ്ടി ത്യാഗങ്ങൾ ചെയ്യുമെന്ന് പ്രതീക്ഷിക്കാൻ കഴിയുക? സാധാരണ മനുഷ്യരെപ്പോലെ സ്വന്തമെന്നും മറ്റുള്ളവരുടേതെന്നും കാര്യങ്ങളെ അദ്ദേഹം വേർതിരിച്ചു കണ്ടിരുന്നില്ല. അദ്ദേഹത്തിന്റെ വീട് ഒരു പൊതുസ്വത്തായിരുന്നു. അദ്ദേഹത്തിന്റെ കിടപ്പുമുറിയിലേക്കുവരെ എല്ലാവർക്കും പോകാമായിരുന്നു. അദ്ദേഹത്തിന്റെ ഹൃദയത്തിന് മേൽ എല്ലാവർക്കും അവകാശമുണ്ടെന്നതുപോലെ അവിടെയുള്ള എല്ലാ സാധനങ്ങൾക്കുമേലും എല്ലാവർക്കും തുല്യാവകാശമുണ്ടായിരുന്നു. അദ്ദേഹം തന്റെ അനുയായികളെ സ്നേഹിക്കുക മാത്രമല്ല അവർക്കുവേണ്ടി അപമാനങ്ങൾ സഹിക്കാനും തയ്യാറായിരുന്നു. ഒരു ദിവസം ഞങ്ങളുടെ പ്രവർത്തകരിൽ ഒരാളുടെ ഭാഗത്തുനിന്നുണ്ടായ വീഴ്ച അദ്ദേഹത്തിന്റെ അടുത്ത ബന്ധു കണ്ടുപിടിക്കുകയും, 'ഞാനയാളെ വെറുക്കുന്നു'വെന്ന് പറയുകയും ചെയ്തു. ഇതുകേട്ട ദേശബന്ധുവിന് വേദനിച്ചുവെന്നത് വ്യക്തമായിരുന്നു. അദ്ദേഹം പറഞ്ഞു: “നീ അവനെ വെറുക്കുന്നുണ്ടാകാം, പക്ഷേ, എനിക്ക് അവനോട് വെറുപ്പില്ല. അതാണെനിക്ക് ബുദ്ധിമുട്ട്.” സഹപ്രവർത്തകർക്കുവേണ്ടി പല തവണ അദ്ദേഹം പുറമെയുള്ളവരുമായി വഴക്കിട്ടിട്ടുണ്ട്. ഇത് പലപ്പോഴും എന്റെ മുന്നിൽവെച്ചാണ് സംഭവിച്ചിട്ടുള്ളത്. അനുയായികളോട് അദ്ദേഹത്തിനുള്ള സ്നേഹം എത്ര മഹത്തരമായിരുന്നുവെന്നും അവർക്കുവേണ്ടി എത്രയും അപമാനം സഹിക്കാൻ തയ്യാറായിരുന്നുവെന്നും എനിക്കറിയാം.

അകത്തെ കാര്യങ്ങൾ അറിയാത്തവർ അദ്ദേഹത്തിന്റെ സംഘടനാപാടവത്തെക്കുറിച്ച് അതിശയിക്കുന്നത് കണ്ടിട്ടുണ്ട്. അത് അത്ഭുതപ്പെ

ടുത്തുന്ന ഒന്നുതന്നെയായിരുന്നു. ദേശബന്ധുവിന്റെ പ്രവർത്തനം ഇന്ത്യൻ രാഷ്ട്രീയ മണ്ഡലം അതുവരെ കണ്ടിട്ടില്ലാത്ത ഒന്നുതന്നെ ആയിരുന്നു. അദ്ദേഹം പടുത്തുയർത്തിയ പ്രസ്ഥാനം ഉരുക്കിനോളം ഉറപ്പുള്ളതായിരുന്നു. അതിന്റെ വേരുകൾ പടർന്നിരുന്നത് നേതാവും അനുയായികളും തമ്മിലുള്ള സ്നേഹബന്ധത്തിന്റെ പുറത്തായിരുന്നുവെന്ന് എനിക്ക് നിശ്ചയമായും പറയാൻ കഴിയും. ഗുണങ്ങളോ ദോഷങ്ങളോ പരിഗണിക്കാതെ എല്ലാവരേയും സ്നേഹിക്കാനുള്ള അദ്ദേഹത്തിന്റെ നിസ്സീമമായ കഴിവും അസാധാരണമായ അദ്ദേഹത്തിന്റെ പെരുമാറ്റ പാടവവുമാണ് വ്യത്യസ്ത രുചികളും ചിന്താരീതികളുമുള്ളവരെ ഒന്നിച്ചുനിർത്തുന്നതിൽ വിജയിച്ചത്. അദ്ദേഹത്തിന്റെ പാർട്ടിയിൽ അംഗമാകാത്തവരും ആശയങ്ങളോട് യോജിക്കാത്തവരുമായ വളരെയധികം പേർ അദ്ദേഹത്തെ സ്വകാര്യമായി സഹായിക്കാറുണ്ടായിരുന്നു.

ദേശബന്ധുവിന്റെ അനുയായികൾ അദ്ദേഹത്തിന്റെ അടിമകളാണെന്ന് നേതാക്കളെന്ന് പറയപ്പെടുന്ന പലരും പരസ്യമായി പറഞ്ഞിട്ടുണ്ട്. ദേശബന്ധുവിന്റെ വീട്ടിൽ ഞങ്ങൾ നടത്താറുള്ള ചർച്ചകളിൽ സന്നിഹിതരായ ഒരാൾക്കും അങ്ങനെ പറയാൻ കഴിയുമെന്ന് തോന്നുന്നില്ല. ചർച്ചകൾക്കിടെ പേടിയും കൂസലുമില്ലാതെ തങ്ങളുടെ കാഴ്ചപ്പാടുകൾ വെട്ടിത്തുറന്നു പറയുന്നവരെ എങ്ങനെയാണ് എനിക്ക് അടിമകളെന്ന് വിളിക്കാൻ കഴിയുക? അഭിപ്രായ വ്യത്യാസം നേതാവിനും അണികൾക്കുമിടയിൽ ഉണ്ടാകുന്നത് അതിസാധാരണമായിരുന്നു. അപ്പോഴൊക്കെ വാക്കുകൾ കൊണ്ടുള്ള യുദ്ധമാണ് അവിടെ നടക്കാറുണ്ടായിരുന്നത്. ഇടയ്ക്കിടെ ദേശബന്ധുവിന് ദേഷ്യം വരാറുണ്ട്, പക്ഷേ, വെട്ടിത്തുറന്നു സംസാരിച്ച ഒരു അംഗത്തോട് അദ്ദേഹം ഒരിക്കലും നീരസം കാണിച്ചിരുന്നില്ല. മറിച്ച് എതിർശബ്ദങ്ങൾക്ക് അദ്ദേഹം കൂടുതൽ ശ്രദ്ധ നല്കിയിരുന്നുവെന്നാണ് ഞങ്ങൾക്ക് തോന്നാറ്. അഭിപ്രായ വ്യത്യാസങ്ങൾ ഉണ്ടെങ്കിൽക്കൂടി അദ്ദേഹത്തിന്റെ അനുയായികൾ ഒരിക്കലും അച്ചടക്കമില്ലാത്ത തരത്തിൽ പെരുമാറിയിരുന്നില്ലെന്നത് തീർച്ചയായും സത്യമാണ്. അഭിപ്രായ വ്യത്യാസത്തിന്റെ പേരിൽ ഒരിക്കൽപ്പോലും അവർ തങ്ങളുടെ നേതാവിന് നേരെ പകപോക്കൽ നടത്തുകയോ ശത്രുവിന്റെ പാളയത്തിലേക്ക് ചേക്കേറുകയോ ചെയ്തിരുന്നില്ല. അഭിപ്രായ വ്യത്യാസങ്ങൾ ഉണ്ടാകാം, പക്ഷേ, വിഷയം വോട്ടിനിട്ടതിനുശേഷം തീരുമാനിക്കപ്പെടുന്ന വഴിയേ എല്ലാവരും അനുഗമിക്കുകയാണ് ചെയ്യാറ്. ഒരു പാർട്ടിയോടോ സമുദായത്തോടോ കൂറ് കാണിക്കുകയെന്നത് ഇന്ത്യയിൽ പുതിയ കാര്യമല്ല. 2500 വർഷങ്ങൾക്ക് മുമ്പ് ബുദ്ധ ദേവനിൽ നിന്നാണ് ഇന്ത്യക്കാർ ഇത് ആദ്യമായി പഠിക്കുന്നത്. എന്നാൽ ബുദ്ധമതവിശ്വാസികളുടെ ഈ പ്രാർത്ഥന ഇന്നും ലോകത്തെല്ലായിടത്തും അലയടിക്കുന്നുണ്ട്:

ഞാൻ എന്നെ ബുദ്ധന് സമർപ്പിക്കുന്നു;
ഞാൻ എന്നെ ധർമ്മത്തിന് സമർപ്പിക്കുന്നു;
ഞാൻ എന്നെ സംഘത്തിന് സമർപ്പിക്കുന്നു.

സംഘടനയും സംഘടനാപരമായ അച്ചടക്കവുമില്ലെങ്കിൽ ഒരു മഹത്തായ കാര്യവും, അത് മതപരമോ രാഷ്ട്രീയപരമോ ആയിക്കൊള്ളട്ടെ, ഈ ലോകത്ത് സാദ്ധ്യമല്ല.

അദ്ദേഹത്തിനെതിരെ ആരോപിക്കപ്പെട്ട മറ്റൊരു കാര്യം ഇനി പറയാം. രാഷ്ട്രീയത്തിന്റെ നീർച്ചുഴിയിൽപ്പെട്ട് ഒഴുകിക്കൊണ്ടിരുന്ന അദ്ദേഹത്തിന് വിദ്യാഭ്യാസമില്ലാത്തവരും സംസ്കാരമില്ലാത്തവരുമായി കൂട്ടുകൂടേണ്ടി വന്നുവെന്നതാണ് ആരോപണം. 1921 മുതൽ അദ്ദേഹം മരിക്കുന്നതുവരെ അസംഖ്യം തൊഴിലാളികളുമായി ദേശബന്ധു അടുത്തിടപഴകിയിട്ടുണ്ട്. അവരെയൊക്കെ അദ്ദേഹം വിദ്യാഭ്യാസമില്ലാത്തവരും സംസ്കാരമില്ലാത്തവരുമായിട്ട് കണക്കാക്കിയിരുന്നോയെന്ന് എനിക്ക് അറിയില്ല. അവരോടുമുള്ള ഇടപഴകലിൽ അദ്ദേഹം അങ്ങനെയൊരു സൂചനപോലും ഒരിക്കലും തന്നിരുന്നില്ല. ദുരഭിമാനത്തിൽനിന്നും സ്വതന്ത്രനായ ഒരു വ്യക്തിയായിരുന്നു അദ്ദേഹം. പ്രകൃതംകൊണ്ട് വളരെ വിനയാന്വിതനുമായിരുന്നതിനാൽ അവരോടുള്ള യാഥാർത്ഥ വികാരം അദ്ദേഹം മറച്ചുവെച്ചതുമായിരിക്കാം. ഒരു സംഭവം എനിക്ക് വളരെ വ്യക്തമായി ഓർമ്മയുണ്ട്. ജയിൽ മോചനത്തിനുശേഷം അദ്ദേഹത്തെ ആദരിക്കുന്നതിനായി കൽക്കട്ടയിലെ വിദ്യാർത്ഥികൾ ഒരു യോഗം സംഘടിപ്പിച്ചിരുന്നു. അദ്ദേഹത്തെ അഭിസംബോധന ചെയ്ത് നടത്തിയ പ്രസംഗത്തിൽ അദ്ദേഹത്തിന്റെ മഹത്തായ ഗുണങ്ങളെക്കുറിച്ചും രാജ്യത്തിനുവേണ്ടി നടത്തിയ ത്യാഗത്തെക്കുറിച്ചും പരാമർശിച്ചിരുന്നു. പ്രതീക്ഷിക്കാതെയുണ്ടായ ഈ സ്നേഹപ്രകടനം ദേശബന്ധുവിനെ വളരെ ആഴത്തിൽ സ്പർശിച്ചു. അദ്ദേഹത്തിന്റെയുള്ളിൽ എന്നും യുവത്വമായിരുന്നു. അതുകൊണ്ടുതന്നെ യുവതലമുറയുടെ വാക്കുകൾ അദ്ദേഹത്തിന്റെ ഹൃദയത്തിന്റെ തന്ത്രികളെ തൊട്ടു. വികാരാധീനനായിട്ടാണ് അദ്ദേഹം മറുപടി പ്രസംഗത്തിനായി എഴുന്നേറ്റത്. തന്റെ യാതനകളെയും ത്യാഗങ്ങളെയും പൂർണ്ണമായും തമസ്കരിച്ചുകൊണ്ട് അദ്ദേഹം രാജ്യത്തെ യുവതലമുറയുടെ ആത്മാർപ്പണത്തെക്കുറിച്ച് സംസാരിക്കാൻ തുടങ്ങി. വികാരാധീനനായി വാക്കുകൾ തൊണ്ടയിൽ കുരുങ്ങിയ അദ്ദേഹത്തിന് അധികം സംസാരിക്കാൻ കഴിഞ്ഞില്ല. അദ്ദേഹം അവിടെ നിശ്ശബ്ദനായി അനങ്ങാതെ നിന്നു, അപ്പോൾ അദ്ദേഹത്തിന്റെ കവിളിലൂടെ കണ്ണീർ ഒഴുകുന്നുണ്ടായിരുന്നു. യുവജനതയുടെ ആരാധനാപാത്രവും യുവാക്കളും ഒരുമിച്ച് കരയുകയായിരുന്നു.

ഏതെങ്കിലും മനുഷ്യൻ കൂട്ടുകൂടാൻ പറ്റാത്ത തരത്തിൽ അയോഗ്യനാണെന്ന് കരുതാൻ അദ്ദേഹത്തിന് കഴിയുമെന്ന് എനിക്ക് തോന്നുന്നില്ല. അദ്ദേഹത്തിന്റെ സ്നേഹവും അനുതാപവും അത്രയും മഹത്തരമാണ്.

ദേശബന്ധുവിന്റെ കൂടെ അന്ന് പ്രവർത്തിച്ചിരുന്നവരും അദ്ദേഹത്തിന് പ്രിയപ്പെട്ട വഴിയിൽ തുടരുന്നവരുമായ പ്രവർത്തകർക്കാർക്കുംതന്നെ വിദ്യാഭ്യാസം, സംസ്കാരം, സാമൂഹിക പദവി തുട

ങ്ങിയ കാര്യങ്ങളിൽ ഒരു തരത്തിലുമുള്ള ദുരഭിമാനവും ഉണ്ടാകില്ലെന്ന് ഉറപ്പാണ്. ലാളിത്യമുള്ളവരും വിനയാന്വിതരുമായി അവർ തുടരുമെന്നാണ് എന്റെ പ്രതീക്ഷ.

പാട്നയിൽ നിന്നാണ് ദേശബന്ധു എനിക്ക് അവസാനമായി കത്തെഴുതിയത്. അതെനിക്ക് ഇന്ന് ഏറ്റവും വിലപിടിപ്പുള്ള നിധിയാണ്. അദ്ദേഹത്തിന്റെ വിശ്വസ്തരായ അനുയായികൾ ഒന്നടങ്കം അറസ്റ്റ് ചെയ്യപ്പെട്ടതിന്റെ മനോദുഃഖം അതിൽ വ്യക്തമാണ്. ആ മനുഷ്യനുമായി അടുപ്പം സൂക്ഷിച്ചിരുന്നവർക്കേ അദ്ദേഹത്തിന്റെ വേദന എത്ര തീവ്രമായിരുന്നുവെന്ന് തിരിച്ചറിയാൻ കഴിയുകയുള്ളൂ.

1921–22 കാലഘട്ടത്തിൽ എട്ടു മാസത്തോളം ഒരേ ജയിലിൽ അദ്ദേഹത്തിന്റെ കൂടെ ഒന്നിച്ച് കഴിയാനുള്ള ഭാഗ്യം എനിക്ക് കിട്ടിയിരുന്നു. രണ്ട് മാസത്തോളം പ്രസിഡൻസി ജയിലിൽ തൊട്ടടുത്ത സെല്ലുകളിലായിരുന്നു ഞങ്ങൾ കഴിഞ്ഞിരുന്നത്. ബാക്കി ആറുമാസം അലിപ്പോർ സെൻട്രൽ ജയിലിൽ മറ്റ് സുഹൃത്തുക്കളുടെ കൂടെ ഒരു വലിയ ഹാളിലാണ് ഞങ്ങൾ കഴിഞ്ഞത്. ആ കുറഞ്ഞ കാലയളവിൽ അദ്ദേഹത്തിന് ആവശ്യമുള്ള കാര്യങ്ങളൊക്കെ ഞാനായിരുന്നു ചെയ്തുകൊണ്ടിരുന്നത്. അദ്ദേഹത്തിന് ഭക്ഷണം പാകം ചെയ്തുകൊടുക്കുന്നതും ഞങ്ങൾ തന്നെയായിരുന്നു. അദ്ദേഹത്തെ സേവിക്കാൻ എട്ടുമാസത്തോളം അവസരം കിട്ടിയത് വലിയ ഭാഗ്യമായാണ് ഞാൻ കാണുന്നത്. 1921 ഡിസംബറിലായിരുന്നു ഞങ്ങൾ അറസ്റ്റ് ചെയ്യപ്പെട്ടത്. അദ്ദേഹത്തിന്റെ കീഴിൽ ഞാൻ പ്രവർത്തിക്കാൻ തുടങ്ങിയിട്ട് അപ്പോൾ വെറും മൂന്നോ നാലോ മാസങ്ങൾ മാത്രമേ ആയിട്ടുണ്ടായിരുന്നുള്ളൂ. പക്ഷേ, അദ്ദേഹത്തിന്റെ കൂടെ താമസിക്കാൻ കഴിഞ്ഞ ആ ചുരുങ്ങിയ കാലയളവുകൊണ്ട് അദ്ദേഹത്തെ വളരെയടുത്ത് മനസ്സിലാക്കാൻ എനിക്ക് കഴിഞ്ഞിരുന്നില്ല. കൂടുതൽ അടുത്തറിയുമ്പോൾ വിഗ്രഹങ്ങൾ ഉടഞ്ഞുപോകുമെന്ന് പറയാറില്ലേ. പക്ഷേ, ദേശബന്ധുവിന്റെ കാര്യത്തിലെങ്കിലും അങ്ങനെയല്ലെന്ന് എനിക്ക് പറയേണ്ടി വരും. കൂടുതൽ അടുക്കുന്തോറും എനിക്ക് അദ്ദേഹത്തോടുള്ള സ്നേഹവും ആരാധനയും നൂറുമടങ്ങെങ്കിലും വർദ്ധിക്കുകയാണ് ഉണ്ടായത്. ഞാൻ പറയുന്നതിനോട് യോജിക്കുന്ന ഒരുപാട് പേരുണ്ടാകുമെന്ന് കരുതുന്നു.

അദ്ദേഹം വളരെ നല്ലൊരു ഫലിതപ്രിയനും രസികനുമായിരുന്നു. ഈയൊരു വെളിപാട് എനിക്കുണ്ടാകുന്നത് ഒരുമിച്ചുള്ള ജയിൽ വാസത്തിനിടയിലാണ്. നർമ്മോക്തകളിലൂടെ ഞങ്ങളുടെ ആത്മാവ് കെടാതെ സൂക്ഷിക്കാൻ അദ്ദേഹത്തിന് കഴിഞ്ഞിരുന്നു. പ്രസിഡൻസി ജയിലിൽ കൈയിൽ ബയോണറ്റ് തോക്കുമായി ഒരു ഗൂർഖ ഞങ്ങൾക്ക് കാവൽ നില്ക്കാറുണ്ടായിരുന്നു. ഗൂർഖ ഭടന് പകരം വന്ന ഹിന്ദുസ്ഥാനി കാവല്ക്കാരന്റെ കൈയിൽ ലാത്തി മാത്രമേ ഉണ്ടായിരുന്നുള്ളൂ. അപ്പോൾ അദ്ദേഹം വിളിച്ചു പറഞ്ഞു: "വളരെ നന്നായി, വാളിന് പകരം ഓടക്കുഴൽ വന്നല്ലോ. ഞങ്ങളത്രയും നിരുപദ്രവകാരികളാണെന്ന് അവർ സത്യ

ത്തിൽ കരുതുന്നുണ്ടോ?" ഫലിതത്തിനായി അദ്ദേഹത്തിന് ബോധപൂർവ്വം ഒരിക്കലും ശ്രമിക്കേണ്ടി വന്നിരുന്നില്ല. ഒരു കുന്നിന് മുകളിൽ നിന്ന് നീര രുവി ഒഴുകുന്നതുപോലെ അത് അദ്ദേഹത്തിൽനിന്ന് സ്വാഭാവികമായി ഒഴുകിവരികയായിരുന്നു. അദ്ദേഹത്തിനുള്ള ഈ പാടവത്തെക്കുറിച്ച് പ്രത്യേകം പരാമർശിക്കാൻ എനിക്കാഗ്രഹമുണ്ട്. കാരണം ലോകത്തെ മറ്റ് വംശജരെവെച്ച് നോക്കുമ്പോൾ ബംഗാളികൾക്ക് പൊതുവിൽ നർമ്മ ബോധം കുറവാണ്.

ചെറിയ അളവിൽ നർമ്മബോധമുള്ളവർക്കുപോലും ഏറ്റവും പ്രതി ലോമകരമായ അവസ്ഥകളിൽ മനോധൈര്യം കെടാതെ സൂക്ഷിക്കാൻ കഴിയും. ഒരു ജയിൽ അന്തരീക്ഷത്തിൽ എപ്പോഴെങ്കിലും കഴിഞ്ഞിരു ന്നെങ്കിൽ നിങ്ങൾക്കിത് എളുപ്പം മനസ്സിലാക്കാൻ കഴിയും. ദേശബന്ധു വിന്റെ ഫലിതങ്ങൾ വളരെ ലളിതവും നിഷ്കളങ്കവുമായിരുന്നു. പ്രായ ത്തിലും സാമൂഹിക പദവിയിലും വ്യത്യസ്തരായിരുന്നുവെങ്കിലും അത് അദ്ദേഹത്തിന്റെ ഫലിതങ്ങൾ ആസ്വദിക്കുന്നതിന് ഒരു വിഘാതമായി ഞങ്ങൾക്ക് തോന്നിയിരുന്നില്ല.

ഇംഗ്ലീഷിലെയും ബംഗാളിലെയും സാഹിത്യത്തെക്കുറിച്ച് അദ്ദേഹ ത്തിന് അസാമാന്യമായ അവഗാഹമുണ്ടായിരുന്നു. ഇംഗ്ലീഷ് കവികളുടെ കൂട്ടത്തിൽ അദ്ദേഹം ഏറ്റവും ആരാധിച്ചിരുന്നത് ബ്രൗണിങ്ങിനെ ആയി രുന്നു. ജയിലിൽ അദ്ദേഹം ഇടയ്ക്കിടെ ബ്രൗണിങ്ങിന്റെ പുസ്തകങ്ങൾ വായിക്കുന്നത് കാണാറുണ്ട്. വെറുതെയുള്ള സംസാരത്തിലും ഫലിത ങ്ങളിൽപ്പോലും അദ്ദേഹം സാഹിത്യകൃതികളിൽ നിന്നുള്ള ഭാഗങ്ങൾ ഉദ്ധരിക്കാറുണ്ടായിരുന്നു. ചിലപ്പോൾ കാര്യങ്ങൾ പിടികിട്ടാതിരിക്കുന്ന എനിക്ക് അദ്ദേഹം തന്നെ വിശദീകരിച്ചുതരും. അദ്ദേഹത്തിന് സാഹിത്യ മൊഴിച്ചുള്ള കാര്യങ്ങളിൽ മാത്രമേ മറവിയുണ്ടായിരുന്നുള്ളൂ. സാഹിത്യ രസമുള്ള കാര്യങ്ങൾ നിത്യജീവിതത്തിൽ ഉൾപ്പെടുത്തിയതുകൊണ്ട് സാഹിത്യമെന്നത് എന്നും താല്പര്യമുള്ള വിഷയമായി മാറുകയായിരുന്നു. എല്ലാവർക്കും ആസ്വദിക്കാനും മനസ്സിലാക്കാനും പറ്റിയ ഒന്നായി സാഹിത്യം മാറി.

ഒരിക്കൽ ഒരു ബന്ധുവിന്റെ കൈയിൽനിന്ന് ദേശബന്ധു 10000 രൂപ ഒൻപത് പൈസ പലിശ നിരക്കിൽ കടം വാങ്ങിച്ചു. സമയത്തിന് പണം അടയ്ക്കാൻ കഴിയാതിരുന്നതിനാൽ രേഖകൾ പുതുക്കാൻ കടം നല്കിയ ആളുടെ വക്കീൽ അദ്ദേഹത്തിനെ കാണാൻ വന്നു. അന്ന് ഞങ്ങളും അദ്ദേ ഹത്തിന്റെ കൂടെ അലിപ്പോർ ജയിലിലായിരുന്നു. അദ്ദേഹത്തിന്റെ മകൻ ചിത്തരഞ്ജനും കൂടെയുണ്ടായിരുന്നു. ആ കടത്തെക്കുറിച്ച് വീട്ടിൽ ആർക്കും അറിയില്ലെന്നാണ് അദ്ദേഹം ഞങ്ങളോട് പറഞ്ഞത്. കടം നല്കിയ ബന്ധു ലക്ഷാധിപനാണെങ്കിലും ദേശബന്ധു അപ്പോൾത്തന്നെ പുതിയ കരാറിൽ ഒപ്പുവെച്ചു. മറ്റുള്ളവർക്കുവേണ്ടി ഭാര്യയും മക്കളും അറിയാതെ കടമായി പണം വാങ്ങിയ സംഭവങ്ങൾ നിരവധിയുണ്ട്.

ദേശബന്ധുവിനെക്കുറിച്ച് കുറ്റം പറയാനുള്ള ഒരു അവസരവും നഷ്ട

പ്പെടുത്താത്തവരുണ്ട്. പക്ഷേ, അവരും ബുദ്ധിമുട്ടുള്ള സമയങ്ങളിൽ സഹായത്തിനായി ദേശബന്ധുവിനെയാണ് ആശ്രയിക്കാറ്. അങ്ങനെയുള്ള ഒരാൾ ഒരിക്കൽ 200 രൂപ കടം വാങ്ങാനായി ദേശബന്ധുവിന്റെ അരികിലെത്തി. അപ്പോൾ ദേശബന്ധു പറഞ്ഞു: "എന്റെ കൈയിൽ ആകെ 600 രൂപ മാത്രമേയുള്ളൂ, എനിക്കെങ്ങനെയാണ് താങ്കൾക്ക് 200 രൂപ തരാൻ കഴിയുക?" പക്ഷേ, ആ വ്യക്തി നിർബ്ബന്ധിച്ചതിനെത്തുടർന്ന് അദ്ദേഹം വീണ്ടും വാദിക്കാൻ നില്ക്കാതെ പണം നല്കി. ജയിലിൽനിന്ന് പുറത്തിറങ്ങിയതിന് ശേഷമാണ് ഇത് സംഭവിച്ചത്.

കൂടെ ചെലവഴിച്ച് എട്ട് മാസത്തിനിടെ അദ്ദേഹത്തെ വളരെ നന്നായി മനസ്സിലാക്കാൻ എനിക്ക് കഴിഞ്ഞിരുന്നു. രാഷ്ട്രീയ മണ്ഡലത്തിൽ അദ്ദേഹത്തിന് നിരവധി എതിരാളികളുണ്ട്. എന്നാൽ അവർക്കെതിരെ അദ്ദേഹത്തിന് പരാതികൾ ഉണ്ടായിരുന്നില്ല. മറിച്ച് ആവശ്യമുള്ളപ്പോഴൊക്കെ അവരെ സഹായിക്കാനും അദ്ദേഹം സന്നദ്ധനായിരുന്നു.

ജയിലിലെ സമയം കൂടുതലും അദ്ദേഹം ചെലവഴിച്ചിരുന്നത് പഠനത്തിലായിരുന്നു. ഇന്ത്യ എന്ന രാജ്യത്തിന്റെ പ്രശ്നങ്ങളെപ്പറ്റി ഒരു പുസ്തകം എഴുതുന്നതിനായി അദ്ദേഹം രാഷ്ട്രീയം, സാമ്പത്തിക ശാസ്ത്രം എന്നീ വിഷയങ്ങളിലുള്ള നിരവധി പുസ്തകങ്ങൾ വരുത്തിച്ചു. ആവശ്യമുള്ളത്രയും പുസ്തകങ്ങൾ ശേഖരിക്കുകയും പുസ്തകം എഴുതാൻ തുടങ്ങുകയും ചെയ്തതാണ്. പക്ഷേ, ജയിലിലായിരിക്കുമ്പോൾ അത് പൂർത്തിയാക്കാൻ അദ്ദേഹത്തിന് കഴിഞ്ഞില്ല. പുറത്തിറങ്ങിയപ്പോൾ നിരവധി പ്രശ്നങ്ങളിൽപ്പെട്ട് അദ്ദേഹത്തിന് തുടങ്ങിവെച്ച എഴുത്ത് പൂർത്തിയാക്കാൻ കഴിഞ്ഞില്ല. ആ ദിവസങ്ങളിൽ രാഷ്ട്രീയവും ദേശീയവുമായ പ്രശ്നങ്ങളെക്കുറിച്ച് ഞാൻ അദ്ദേഹവുമായി ഒരുപാട് നേരം ചർച്ച ചെയ്യാറുണ്ടായിരുന്നു. രാഷ്ട്രീയത്തിലായാലും സാമ്പത്തിക കാര്യങ്ങളിലായാലും മതപരമായാലും ഏതെങ്കിലും സിദ്ധാന്തങ്ങളെ പിന്തുടരുന്നതിൽ അദ്ദേഹം താല്പര്യപ്പെട്ടിരുന്നില്ല. നമ്മുടെ സമൂഹവും രാഷ്ട്രീയവും തത്ത്വചിന്തയും ഉരുത്തിരിഞ്ഞു വരേണ്ടത് നമ്മുടെ പൈതൃകത്തിൽ നിന്നും രാജ്യത്തെ ഞെരുക്കിക്കൊണ്ടിരിക്കുന്ന പ്രശ്നങ്ങളിൽ നിന്നുമാണ് എന്നാണ് അദ്ദേഹം വിശ്വസിച്ചിരുന്നത്. അതുകൊണ്ടുതന്നെ വർഗ്ഗങ്ങൾ തമ്മിലും സമുദായങ്ങൾ തമ്മിലും ഏതെങ്കിലും തരത്തിലുള്ള സംഘർഷം ഉടലെടുക്കുന്നതിനെ അദ്ദേഹത്തിന് പ്രോത്സാഹിപ്പിക്കാൻ കഴിയുമായിരുന്നില്ല. ഇക്കാര്യത്തിൽ അദ്ദേഹം കാൾ മാർക്സിന്റെ സിദ്ധാന്തത്തെ എതിർത്തിരുന്നു. മതസമുദായങ്ങൾ തമ്മിലുള്ള ഉടമ്പടികളിലൂടെ നമ്മുടെ ഭിന്നതകളെല്ലാം പരിഹരിക്കപ്പെടാൻ കഴിയുമെന്നും അങ്ങനെ ജാതിക്കും മതത്തിനും വംശത്തിനും അതീതരായി എല്ലാവരും സ്വരാജിന് വേണ്ടി പോരാടുമെന്നുമാണ് അന്ത്യനാളുവരെ അദ്ദേഹം പ്രതീക്ഷിച്ചിരുന്നത്. ഉടമ്പടികളിലൂടെ ഐക്യം കൊണ്ടുവരാനുള്ള ആശയത്തെ പലരും അധിക്ഷേപിച്ചിരുന്നു. അവരുടെ അഭിപ്രായത്തിൽ ഐക്യമെന്നത് പരസ്പരമുള്ള സത്യസന്ധമായ അനുതാപത്തിൽ നിന്ന് ഉണ്ടാകേണ്ട

താണ്, അത് വിലപേശലിലൂടെ ഉണ്ടാക്കാൻ കഴിയില്ല. മനുഷ്യ സമൂഹത്തിന്റെ അടിസ്ഥാനം തന്നെ ഉടമ്പടികളും വിട്ടുവീഴ്ചകളുമാണെന്നാണ് ദേശബന്ധുവിന്റെ വാദം. പരസ്പരധാരണയില്ലാതെ മനുഷ്യന് ഒരു ദിവസം പോലും ഈ ഭൂമിയിൽ ജീവിക്കാൻ കഴിയില്ലെന്നും അദ്ദേഹം പറയുമായിരുന്നു. കുടുംബജീവിതത്തിലും സുഹൃത്തുക്കൾ തമ്മിലും ഒരു സമുദായത്തിനുള്ളിലും രാഷ്ട്രീയ മണ്ഡലത്തിലും മനുഷ്യന് സാമൂഹിക ജീവിയായി തുടരണമെങ്കിൽ തന്റെ വ്യത്യസ്തമായ അഭിരുചികളിലും കാഴ്ചപ്പാടുകളിലും വിട്ടുവീഴ്ച ചെയ്യാൻ തയ്യാറാകണം. ലോകമെമ്പാടുമുള്ള വ്യാപാരവും വാണിജ്യവും കരാറുകളിലൂടെയും ഉടമ്പടികളിലൂടെയുമാണ് നടക്കുന്നത്. അവിടെയൊന്നും സ്നേഹത്തിന്റെയോ കരുണയുടെയോ ചോദ്യം ഉദിക്കുന്നില്ല.

ഹിന്ദു നേതാക്കൾക്കിടയിൽ ഇന്ത്യയിൽ ഇസ്ലാമിന് ദേശബന്ധുവിനേക്കാൾ മികച്ചൊരു സുഹൃത്തുണ്ടെന്ന് കരുതാനാകില്ല. ഇതേ ദേശബന്ധു തന്നെയാണ് താരകേശ്വറിലെ സത്യഗ്രഹ പ്രസ്ഥാനത്തെ നയിക്കാൻ മുന്നിട്ടിറങ്ങിയത്. അദ്ദേഹം ഹൃദയംകൊണ്ട് ഒരു ഹിന്ദുമത വിശ്വാസിയായിരുന്നു. തന്റെ മതത്തിനുവേണ്ടി ജീവൻ കളയാൻ പോലും അദ്ദേഹം തയ്യാറുമായിരുന്നു. പക്ഷേ, അതേസമയം അദ്ദേഹം മതത്തെ അന്ധമായി പിന്തുടരുന്ന ഒരാളായിരുന്നില്ല. അതുകൊണ്ടാണ് അദ്ദേഹത്തിന് ഇസ്ലാം മതത്തെയും സ്നേഹിക്കാൻ കഴിയുന്നത്. ഇസ്ലാം മതവിശ്വാസികളെ വെറുക്കുന്നില്ലെന്ന് സത്യം ചെയ്യാൻ ഇന്ത്യയിലെ ഹിന്ദുമതത്തിൽപ്പെട്ട എത്ര നേതാക്കൾക്ക് കഴിയുമെന്ന് ചോദിക്കാൻ ഞാൻ ആഗ്രഹിക്കുകയാണ്. അതുപോലെതന്നെ ഇസ്ലാം മതത്തിൽപ്പെട്ട എത്ര നേതാക്കൾക്ക് തങ്ങൾ ഹിന്ദുമതത്തെ വെറുക്കുന്നില്ലെന്ന് സത്യം ചെയ്യാൻ കഴിയും? മതപ്രകാരം അദ്ദേഹം ഒരു വൈഷ്ണവനായിരുന്നു. പക്ഷേ, എല്ലാവിധ വിശ്വാസികൾക്കും അദ്ദേഹത്തിന്റെ വിശാല ഹൃദയത്തിൽ സ്ഥാനമുണ്ടായിരുന്നു. തർക്കങ്ങൾ ഉടമ്പടികളിലൂടെ പരിഹരിക്കാൻ നമുക്ക് കഴിഞ്ഞേക്കാം, എന്നാൽ ഹിന്ദുക്കളും മുസ്ലീങ്ങളും തമ്മിൽ ഊഷ്മളമായ ബന്ധം നിലനിർത്താനുള്ള ഏകവഴി അതാണെന്ന് അദ്ദേഹം വിശ്വസിച്ചിരുന്നില്ല. സാംസ്കാരികമായ കൂടിച്ചേരലിലൂടെ എന്നും നിലനില്ക്കുന്ന ഹിന്ദു- മുസ്ലീം കൂടിച്ചേരൽ കൊണ്ടുവരാനാണ് അദ്ദേഹം ഉദ്ദേശിച്ചിരുന്നത്. ജയിലിലായിരിക്കുമ്പോൾ മൗലാന അക്രം ഖാനുമായി രണ്ട് സംസ്കാരങ്ങളും തമ്മിലുള്ള പൊരുത്തങ്ങളെക്കുറിച്ച് അദ്ദേഹം നിരന്തരം ചർച്ചകൾ നടത്താറുണ്ടായിരുന്നു. എന്റെ ഓർമ്മ ശരിയാണെങ്കിൽ രണ്ട് മഹത്തായ സമുദായങ്ങൾ തമ്മിലുള്ള സാംസ്കാരിക ഐക്യം ലക്ഷ്യം വെച്ച് ഒരു പ്രബന്ധമെഴുതാൻ മൗലാന സാഹിബ് സമ്മതിക്കുകയും ചെയ്തിരുന്നു.

ഇന്ത്യയിലെ സ്വരാജ് പ്രസ്ഥാനം പ്രാഥമികമായും ജനങ്ങളുടെ ഉയർച്ചയ്ക്ക് വേണ്ടിയുള്ളതാണെന്നും ഉന്നതശ്രേണിയിലുള്ളവരെ സംരക്ഷിക്കാൻ വേണ്ടിയുള്ളതല്ലെന്നും അദ്ദേഹം ഉറച്ചുവിശ്വസിച്ചിരുന്നു.

ഈയൊരു സിദ്ധാന്തത്തിന ഇത്രയേറെ ഊന്നൽനല്കിക്കൊണ്ട് മറ്റൊരു നേതാവും പ്രസംഗിക്കുന്നത് ഞാൻ കേട്ടിട്ടില്ല. ജനങ്ങളുടെ സ്വരാജ് എന്നത് ലോകത്ത് പുതുതായിട്ടുള്ള ഒരു കാര്യമല്ല. യൂറോപ്പിൽ ഇത് വളരെ മുമ്പുതന്നെ ഉണ്ടായിട്ടുണ്ട്. പക്ഷേ, ഇന്ത്യൻ രാഷ്ട്രീയത്തെ സംബന്ധിച്ച് ഇത് പുതിയൊരു കാര്യമാണ്. തീർച്ചയായും മുപ്പത് വർഷങ്ങൾക്ക് മുമ്പ് സ്വാമി വിവേകാനന്ദൻ *വർത്തമാൻ ഭാരത്* എന്ന തന്റെ പുസ്തകത്തിൽ ഇത് പരാമർശിച്ചിരുന്നു. പക്ഷേ, അന്ന് രാഷ്ട്രീയ മണ്ഡലത്തിൽ ഇത് ചർച്ചചെയ്യപ്പെട്ടില്ല.

ജയിലിലായിരുന്ന കാലത്ത് അദ്ദേഹം ആഴത്തിൽ അന്വേഷിച്ച് കണ്ടെത്തിയ കാര്യങ്ങളായിരുന്നു ജയിൽമോചിതനായതുതൊട്ട് മരണം വരെ അദ്ദേഹം പ്രചരിപ്പിച്ചുകൊണ്ടിരുന്നത്. ചിലപ്പോൾ ആ വിഷയങ്ങൾ ഞങ്ങളുമായും അദ്ദേഹം ചർച്ച ചെയ്യാറുണ്ട്. കൗൺസിലിൽ പ്രവേശിക്കുന്നത് സംബന്ധിച്ച തീരുമാനവും അങ്ങനെയാണ് എടുത്തിട്ടുള്ളത്. ദീർഘമായ ചർച്ചകളിലൂടെയാണ് അദ്ദേഹത്തിന്റെ കാഴ്ചപ്പാടിന് അനുകൂലമായി ഞങ്ങളെ മാറ്റാൻ അദ്ദേഹത്തിന് കഴിഞ്ഞത്. ഇതിനെക്കുറിച്ച് ചർച്ച ചെയ്ത് ഞങ്ങൾ ജയിലിനകത്ത് വഴക്കടിച്ച് സമയം കളഞ്ഞിട്ടുണ്ട്. ഇംഗ്ലീഷിൽ ഒരു ദിനപത്രം ഇറക്കുകയെന്ന ആശയവും അവിടെ വെച്ചാണ് ഉരുത്തിരിഞ്ഞിട്ടുള്ളത്. നിർഭാഗ്യകരമെന്ന് പറയട്ടെ, അദ്ദേഹത്തിന്റെ ചില പ്രിയപ്പെട്ട ആഗ്രഹങ്ങൾ ഇന്നും സഫലീകരിക്കാൻ കഴിഞ്ഞിട്ടില്ല.

അദ്ദേഹത്തിന്റെ ജയിൽ ജീവിതത്തെക്കുറിച്ച് വിവരിക്കുമ്പോൾ വിട്ടുപോകാൻ പാടില്ലാത്ത ഒരു കാര്യമുണ്ട്. കുറ്റവാളികളോട് അദ്ദേഹം കാണിച്ച സ്നേഹത്തെക്കുറിച്ചാണത്. ഞങ്ങൾ അലിപ്പോർ ജയിലിലായിരുന്നപ്പോൾ മാതുർ എന്ന് പേരുള്ള ഒരു കുറ്റവാളി ഞങ്ങളുടെ വാർഡിൽ ജോലി എടുത്തിരുന്നു. ജയിൽ ഭാഷയിൽ പറഞ്ഞാൽ മാതുർ ഒരു പഴയ കള്ളനായിരുന്നു. കള്ളനെന്ന് പറഞ്ഞാൽ മതിയാകില്ല, അയാൾ ഒരു കൊള്ളസംഘത്തിന്റെ ഭാഗമായിരുന്നു. മുമ്പ് എട്ടോ ഒൻപതോ പ്രാവശ്യം ജയിൽ ശിക്ഷ അനുഭവിച്ചിട്ടുള്ളയാളാണ്. പക്ഷേ, അദ്ദേഹത്തിന്റെ തരത്തിലുള്ളവരെപ്പോലെ അദ്ദേഹവും വളരെ സരളഹൃദയനായിരുന്നു. കുറച്ച് ദിവസത്തിനുള്ളിൽത്തന്നെ മാതുർ ദേശബന്ധുവുമായി വളരെ അടുപ്പത്തിലായി, പിന്നെ അദ്ദേഹത്തെ മാതുർ അച്ഛനെന്നാണ് വിളിക്കാറ്. ദേശബന്ധുവിനും മാതുറിനോട് വളരെ അടുപ്പമുണ്ടായിരുന്നു. പതുക്കെ ഈ മനുഷ്യൻ ഞങ്ങളെല്ലാവരുമായും അടുത്തു. ദേശബന്ധുവിന്റെ കാൽ തടവിക്കൊണ്ട് മാതുർ തന്റെ ജീവിത കഥ പറയുമായിരുന്നു. ജയിൽ മോചിതനാകുന്നതിന് മുമ്പ് മാതുറിനോട് തന്റെ വീട്ടിലേക്ക് വരാനും ഒരിക്കലും കൊള്ളസംഘത്തിലേക്ക് തിരികെ പോകരുതെന്നും ദേശബന്ധു ഉപദേശം നല്കിയിരുന്നു. ഇതുകേട്ട മാതുർ വളരെ സന്തോഷത്തോടെ തന്റെ പഴയ ജീവിതത്തിലേക്ക് തിരിച്ചുപോകില്ലെന്ന് ഉറപ്പുനല്കുകയും ചെയ്തു.

മാതുർ ജയിൽ മോചിതനാകുന്ന ദിവസം അദ്ദേഹത്തെ വീട്ടിലേക്ക്

കൂട്ടിക്കൊണ്ടുവരുന്നതിനായി ജയിലിലേക്ക് ദേശബന്ധു ആളെ വിട്ടിരുന്നു. മൂന്ന് വർഷത്തോളം മാതുർ അദ്ദേത്തിന്റെ കൂടെ കഴിഞ്ഞു. അദ്ദേഹത്തിന്റെ പരിചാരകനായി മാതുർ ഇന്ത്യയുടെ ഒരറ്റം മുതൽ മറ്റേയറ്റം വരെ സഞ്ചരിച്ചു. പഴയ കുറ്റവാളിയായതിനാൽ അദ്ദേഹം പലപ്പോഴും പൊലീസിന്റെ നിഴലിലായിരുന്നു. പക്ഷേ, ദേശബന്ധുവിന്റെ കൂടെയാണ് മാതുർ കൂടിയിരിക്കുന്നതെന്ന് കണ്ട് പൊലീസ് പിന്നെ സ്ഥലം വിടുകയായിരുന്നു. ഒരു അധമനിൽനിന്നും ദേശബന്ധു ഒരു മനുഷ്യനെ ഉണ്ടാക്കിയെന്ന് പൊലീസുകാർ പറയുമായിരുന്നു. മാതുർ പഴയ വഴി സ്വീകരിക്കില്ലെന്നായിരുന്നു ഞാൻ കരുതിയിരുന്നത്. പക്ഷേ, ദേശബന്ധുവിന്റെ മരണശേഷം നടത്തിയ അന്വേഷണങ്ങളിൽ നിന്ന് അറിയാൻ കഴിഞ്ഞത് മറ്റൊന്നാണ്. ഡാർജിലിങ്ങിൽ റൂസാ റോഡ് ഭനനത്തിൽ ദേശബന്ധുവിന്റെ കൂടെ താമസിക്കവേ കുറേ വെള്ളിപ്പാത്രങ്ങളുമായി മാതുർ കടന്നുകളഞ്ഞിരുന്നു. ഈ വിചിത്രമായ സംഭവം പാവങ്ങൾ എന്ന കഥയെയാണ് എന്നെ ഓർമ്മിപ്പിക്കുന്നത്. ദേശബന്ധു ജീവനോടെ ഉണ്ടായിരുന്നെങ്കിൽ ഇത്തരം പ്രലോഭനങ്ങൾക്ക് മാതുർ വിധേയനാകില്ലായിരുന്നുവെന്നാണ് ഇപ്പോഴും ഞാൻ വിശ്വസിക്കുന്നത്. നൈമിഷികമായ ഉൾപ്രേരണയാൽ സ്വയം ബലഹീനനായപ്പോഴായിരിക്കാം മാതുർ അത് ചെയ്തത്. പക്ഷേ, ദേശബന്ധു ഇപ്പോഴുമുണ്ടായിരുന്നെങ്കിൽ കണ്ണീരോടെ തിരികെ വന്ന് മാതുർ അദ്ദേഹത്തിന്റെ കാല്ക്കൽ വീഴുമായിരുന്നു. മാതുറിന് ഇനി എന്ത് സംഭവിക്കുമെന്ന് ദൈവത്തിന് മാത്രമേ അറിയുള്ളൂ.

ഒരാൾക്ക് ഒരേ സമയം അഭിഭാഷകനായിരിക്കാനും മനുഷ്യസ്നേഹി ആയിരിക്കാനും വിഷ്ണു ഭക്തനായിരിക്കാനും രാഷ്ട്രീയക്കാരനായിരിക്കാനും എല്ലാവരേയും കീഴ്പ്പെടുത്തുന്ന നായകനായിരിക്കാനും എങ്ങനെ കഴിയുന്നുവെന്നത് എല്ലാവരേയും അത്ഭുതപ്പെടുത്തുന്ന ഒന്നാണ്. നരവംശശാസ്ത്രത്തിലൂടെ ഇതിന് ഉത്തരം കണ്ടെത്താനാണ് ഞാൻ ശ്രമിച്ചത്. ആ ശ്രമത്തിൽ ഞാൻ വിജയിച്ചുവെന്ന് ഉറപ്പ് പറയാൻ എനിക്ക് കഴിയില്ല. ആര്യന്മാരുടെയും ദ്രാവിഡരുടെയും മംഗോളിയൻ വംശജരുടെയും മിശ്രിതമാണ് ഇപ്പോഴത്തെ ബംഗാളി വംശജർ. ഓരോ വംശത്തിനും അതിന്റേതായ ഗുണങ്ങളുണ്ട്. രക്തങ്ങൾ തമ്മിൽ കലരുമ്പോൾ വംശങ്ങളുടെ പ്രകൃതങ്ങളും തമ്മിൽ കലർന്നേക്കാം. ഈയൊരു മിശ്രിതം കാരണമാണ് ഒരു ബംഗാളികൾ ബഹുമുഖപ്രതിഭകളായിത്തീരുന്നതും ജീവിതം വർണ്ണശോഭമാകുന്നതും. മതവിശ്വാസികളും ആദർശവാദികളുമായ ആര്യവംശജരും കലാസ്നേഹികളും ഭക്തരുമായ ദ്രാവിഡരും ബൗദ്ധികമായി ഉന്നതനിലവാരം പുലർത്തുന്നവരും യഥാതഥവാദികളായ മംഗോളിയരും മനോഹരമായി ഒരു ബംഗാളിയിൽ അലിഞ്ഞു ചേർന്നിട്ടുണ്ട്. ബംഗാളികൾ ഒരേ സമയം ബുദ്ധിജീവികളും വികാരജീവികളും ആകുന്നതും, യഥാതഥവാദികളും ആദർശവാദികളും ആകുന്നതും, അനുകരിക്കുന്നവരും സർഗ്ഗാത്മകതയുള്ളവർ ആകുന്നതും ഈ മിശ്രിതം കാരണമാണ്. ഒരു പ്രത്യേക വംശത്തിന്റെ രക്തം നിങ്ങളിലൂടെ ഓടുന്നുണ്ടെ

ങ്കിൽ നിങ്ങളുടെ ജനനം തൊട്ട് നിങ്ങളിൽ ചില പ്രത്യേക സ്വഭാവസവിശേഷതകൾ പ്രകടമാകും. അത് ആ വംശത്തിന്റെ സംസ്കാരവുമായി ബന്ധപ്പെട്ടതാണ്.

ആര്യൻ സംസ്കാരവുമായി ബന്ധമുണ്ടെങ്കിലും ബംഗാളി സംസ്കാരം വ്യതിരിക്തമായി നില്ക്കുന്ന ഒന്നാണെന്ന് ബംഗാളിന്റെ ചരിത്രവും സാഹിത്യവും അറിയുന്ന ഏതൊരാളും സമ്മതിക്കും. സ്വാമി ദയാനന്ദന്റെ ആര്യസമാജ പ്രസ്ഥാനം ഉത്തരേന്ത്യയിൽ മുഴുവനും വലിയ ചലനമുണ്ടാക്കിയെങ്കിലും ബംഗാളിന്റെ മണ്ണിൽ അതിന് വേരുറപ്പിക്കാൻ കഴിഞ്ഞില്ല. എന്തുകൊണ്ടാണത് സാധിക്കാതിരുന്നത്? എന്തുകൊണ്ടാണ് ആയിരക്കണക്കിന് വിദ്യാസമ്പന്നരായ ബംഗാളികൾ കാളീദേവിയുടെ ഭക്തനായ രാമകൃഷ്ണ പരമഹംസദേവനെ ആരാധിക്കുകയും സ്വാധീനിക്കപ്പെടുകയും ചെയ്യുന്നത്? എന്തുകൊണ്ടാണ് ബംഗാളിൽ ദയാഭാഗ എന്ന സംവിധാനം നിലനില്ക്കുന്നത്? എല്ലായിടത്തുനിന്നും അകറ്റപ്പെട്ട ബുദ്ധിസം എന്തുകൊണ്ടാണ് ബംഗാളിൽ ആശ്രയം തേടുന്നത്? എന്തുകൊണ്ടാണ് നവന്യായങ്ങൾ ബംഗാളിൽ രൂപംകൊണ്ടത്? ശങ്കരന്റെ മായാവാദം എന്തുകൊണ്ടാണ് ബംഗാളിൽ സ്വീകാര്യമാകാതിരുന്നത്? ബുദ്ധിസം തുടച്ചുനീക്കപ്പെട്ടതിനുശേഷം എന്തുകൊണ്ടാണ് ബംഗാളിൽ ശങ്കരസിദ്ധാന്തങ്ങൾക്കെതിരെ അചിന്ത്യ ഭേദഭേദവാദം ഉയർന്നുവന്നത്? ഈ ചോദ്യങ്ങളെല്ലാം സൂചിപ്പിക്കുന്നത് ബംഗാളി സംസ്കാരത്തിന്റെ അസാധാരണ പ്രകൃതത്തെയാണ്. സാംസ്കാരികമായി മൂന്ന് വിഭാഗങ്ങളാണ് കാണാൻ കഴിയുക: ഒന്ന് – തന്ത്ര, രണ്ട് – വൈഷ്ണവവാദം, മൂന്ന് നവന്യായയും. രഘുനന്ദന്റെ സ്മൃതിയും. ന്യായത്തിന്റെയും സ്മൃതിയുടെയും കാര്യത്തിൽ ബംഗാളിന് ആര്യവർത്തവുമായി അടുത്ത ബന്ധമുണ്ട്. വൈഷ്ണവവാദത്തിലൂടെയാണ് ദക്ഷിണേന്ത്യയുമായുള്ള ബന്ധം അത് നിലനിർത്തുന്നത്. തന്ത്രങ്ങളിലൂടെ തിബറ്റിലും ബർമ്മയിലും ഹിമാലയൻ പ്രദേശങ്ങളിലുമുള്ള വംശങ്ങളുമായി അത് ബന്ധപ്പെട്ടുകിടക്കുന്നു.

ന്യായത്തിലുള്ള ഉപാസനയാണ് ബംഗാളികളെ യുക്തിപരമായി ചിന്തിക്കാനും വാദങ്ങളിൽ ഏർപ്പെടാനും സഹായിക്കുന്നത്. വംശീയമായ ഈ സ്വഭാവവിശേഷമാണ് ദേശബന്ധുവിനെ ഒരു നല്ല അഭിഭാഷകനാക്കിത്തീർത്തത്. ഒരു താർക്കികനും അഭിഭാഷകനും വാക്ചാതുര്യം ആവശ്യമാണ്. ഇന്ത്യയുടെ പുരാതന ന്യായ സംവിധാനങ്ങൾ അദ്ദേഹം പഠിച്ചിരുന്നോയെന്ന് എനിക്കറിയില്ല. പക്ഷേ, പാശ്ചാത്യ ന്യായവാദത്തെക്കുറിച്ച് അദ്ദേഹത്തിന് നല്ല അവഗാഹമുണ്ടായിരുന്നു. വലിയ ന്യായിക് പണ്ഡിറ്റിനെപ്പോലെ വാദിക്കാനും വാക്ചാതുര്യത്തിലൂടെ എതിരാളികളെ തരിപ്പണമാക്കാനും അദ്ദേഹത്തിന് കഴിയുമായിരുന്നു. നബദ്വീപയിൽ കുറച്ച് നൂറ്റാണ്ടുകൾക്ക് മുന്നെയാണ് ജനിച്ചിരുന്നതെങ്കിൽ അദ്ദേഹം ഒരു തർക്കശാസ്ത്രവിദഗ്ദ്ധനെന്ന നിലയിൽ പേരെടുക്കുമായിരുന്നുവെന്ന് എനിക്കുറപ്പുണ്ട്.

ബംഗാളിന്റെ വൈഷ്ണവവാദവും ദ്വൈതദ്വൈതവാദവുമാണ് അദ്ദേ

ഹത്തെ അജ്ഞേയതാവാദത്തിൽനിന്നും രക്ഷിച്ചത്. വേദാന്തം ഒടുവിൽ അദ്ദേഹത്തെ സ്നേഹത്തിന്റെ പാതയിലേക്ക് നയിച്ചു. അചിന്ത്യ ഭേദഭേദവാദമാണ് ഏറ്റവും കളങ്കമറ്റ താത്ത്വിക സിദ്ധാന്തമായി അദ്ദേഹം സ്വീകരിച്ചത്. പല കാര്യങ്ങളിലും അദ്ദേഹം ഒരു യോഗി ആയിരുന്നെങ്കിലും സന്ന്യാസം അദ്ദേഹം വിശ്വസിച്ച മതത്തിന്റെ ഭാഗമായിരുന്നില്ല. ദൈവവും അദ്ദേഹത്തിന്റെ ലീലകളും ഒരുപോലെ സത്യമാണ്. ദൈവം ശരിയായതുകൊണ്ട് ഈ ലോകം ശരിയല്ലാതാകുന്നില്ല. അതിനാൽത്തന്നെ ദൈവത്തെ പ്രാപിക്കാൻ ഈ ലോകത്തെ ജീവിതത്തിൽ നിന്ന് പിൻവാങ്ങേണ്ടതില്ല. ദൈവത്തിന്റെ ലീലകൾ അനശ്വരമാണ്; അത് പ്രകടമാകുന്നത് പുറമെയുള്ള ലോകത്ത് മാത്രമല്ല, ഓരോരുത്തരുടെയും ഉള്ളിൽക്കൂടിയാണ്. അനശ്വരമായ ഒരു വൃന്ദാവനമാണ് ഓരോ മനുഷ്യന്റെയും ആത്മാവ്. ജീവനുമായുള്ള ദൈവത്തിന്റെ ലീലകൾ എല്ലാ കാലവും നിലനില്ക്കുന്നതാണ്, അത് വൃന്ദാവനത്തിൽ കൃഷ്ണൻ രാധയോട് ചെയ്യുന്ന ലീലകൾ പോലെയാണ്. അവൻ പരമാനന്ദത്തിന്റെ അധിപനാണ്. സന്തോഷം തരുന്നതെന്തും അവനിലേക്കെത്താനും അറിയാനുമുള്ള വഴികളാണ്. ഇത്തരമൊരു വിശ്വാസം പുലർത്തുന്ന മനുഷ്യന് ശുഭാപ്തിവിശ്വാസി ആകാതിരിക്കാൻ കഴിയില്ലെന്ന് വ്യക്തമാണ്. ലോകത്തെയും മനുഷ്യ ജീവിതത്തെയും ഏറ്റവും പൂർണ്ണതയിലാണ് ദേശബന്ധു ഉൾക്കൊണ്ടിരുന്നത്. ദ്വൈതദ്വൈതവാദത്തിന്റെ സഹായത്തോടെ ജീവിതത്തിന്റെ എല്ലാ വൈരുദ്ധ്യങ്ങളെയും പരിഹരിക്കാനും ലയം പ്രാപിക്കാനും കഴിയുമെന്ന് അദ്ദേഹം വിശ്വസിച്ചിരുന്നു. രാഷ്ട്രീയത്തെയും സാമ്പത്തികശാസ്ത്രത്തെയും തത്ത്വചിന്തയെയും മതത്തെയും ഒറ്റപ്പെട്ടുനില്ക്കുന്ന കാര്യങ്ങളായി കണക്കാക്കാൻ കഴിയില്ലെന്ന് സംഭാഷണങ്ങളിലും പ്രഭാഷണങ്ങളിലും അദ്ദേഹം നിരന്തരം വ്യക്തമാക്കിയിട്ടുള്ളതാണ്. അവയെല്ലാം തന്നെ പരസ്പരം വളരെയധികം ബന്ധപ്പെട്ടിരിക്കുന്നു. ഇതിൽ ഏതെങ്കിലുമൊന്ന് വിട്ടുപോയാൽപ്പിന്നെ ജീവിതം അതിന്റെ പൂർണ്ണത നേടുകയില്ല.

മതപരമായ ആശയസംഘർഷങ്ങളെ പരിഹരിക്കാൻ സഹായിച്ച തത്ത്വചിന്ത തന്നെയാണ് പ്രായോഗിക തലത്തിൽ എല്ലാവരുമായും സൗഹൃദവും സ്നേഹബന്ധവും സ്ഥാപിക്കാൻ അദ്ദേഹത്തെ സഹായിച്ചത്. ജീവിതത്തിന്റെ വിവിധ ശ്രേണികളുടെ സങ്കലനം സാദ്ധ്യമായിരുന്നതുകൊണ്ട് പ്രായോഗികതലത്തിൽ വിവിധ അഭിരുചികളും സ്വഭാവഗുണങ്ങളും ഉള്ളവരെ സംഘടിപ്പിക്കാൻ അദ്ദേഹത്തിന് കഴിഞ്ഞു. മോശമായതും കപടമായതുമൊന്നും തന്നെ സ്വന്തം പ്രകൃതത്തിൽ ഇല്ലാതിരുന്നതിനാൽ മറ്റുള്ളവരിൽനിന്നും അദ്ദേഹം ഇതുതന്നെയാണ് പ്രതീക്ഷിച്ചിരുന്നത്.

സമഭാവനയോടെയുള്ള ഉദാരമനസ്കതയെക്കുറിച്ച് ജയിലിനകത്തെ ചർച്ചയ്ക്കിടയിൽ സൂചിപ്പിച്ചാൽ അദ്ദേഹം തിരിച്ചടിക്കാറുള്ളത് ഇങ്ങനെയാണ്: 'ആളുകൾ എന്നെ ചതിക്കുമ്പോൾ ഞാൻ വെറുമൊരു വിഡ്ഢി

യാവുകയാണെന്നാണോ നിങ്ങൾ കരുതിയിരിക്കുന്നത്? എനിക്കെല്ലാം അറിയാം. കൊടുക്കുക എന്നതാണ് എന്റെ കർത്തവ്യം. ഞാനതു ചെയ്യും. വിലയിരുത്തൽ നടത്തേണ്ടത് അവനാണ്, ഞാനല്ല.'

തന്ത്രങ്ങളുടെ സ്വാധീനമാണ് ബംഗാളികളെ ശക്തിയെ ആരാധിക്കാൻ പഠിപ്പിച്ചത്. അസാധാരണമായ ശക്തികളുള്ള ധീരനാക്കി ദേശബന്ധുവിനെ മാറ്റിയത് ഈയൊരു സ്വാധീനമായിരിക്കാം. എന്റെയറിവിൽ താന്ത്രിക കാര്യങ്ങളിൽ പരിശീലനം നേടിയ വ്യക്തിയല്ല ദേശബന്ധു. പക്ഷേ, കുലാചാർ, വീരാചാർ, ചക്രാനുസ്തൻ തുടങ്ങിയ പരിശീലനങ്ങൾ നേടിയില്ലെങ്കിൽ ഒരാൾക്ക് കരുത്തനാകാൻ കഴിയുകയില്ല. തന്ത്രങ്ങളുടെ സത്ത ശക്തിയോടുള്ള ആരാധനയാണ്. അവരെ സംബന്ധിച്ചിടത്തോളം ആത്യന്തികമായ പരമാർത്ഥം ആദിശക്തിയാണ്. ആ ശക്തിയാണ് സൃഷ്ടിക്കുന്നതും പരിപാലിക്കുന്നതും നശിപ്പിക്കുന്നതും. അതാണ് ബ്രഹ്മ, വിഷ്ണു, മഹേശ്വരന്മാർ. ആദിശക്തിയെ അമ്മയുടെ രൂപത്തിലാണ് ഒരു ഭക്തൻ ആരാധിക്കുന്നത്. തന്ത്രങ്ങളുടെ ആഴത്തിലുള്ള സ്വാധീനമാണ് ബംഗാളികളെ അമ്മയ്ക്കുവേണ്ടി ആത്മസമർപ്പണം നടത്താൻ സന്നദ്ധനാക്കുന്നത്. പരബ്രഹ്മത്തെ അമ്മയുടെ രൂപത്തിൽ കാണുന്നതിന്റെ കാരണവും ഇതാണ്. ജൂതന്മാർ, അറബികൾ, ക്രിസ്ത്യാനികൾ തുടങ്ങി മറ്റ് വംശത്തിലും മതത്തിലുമുള്ളവർ ദൈവത്തെ പിതാവായാണ് കാണുന്നത്. സ്ത്രീകളേക്കാൾ പ്രധാനസ്ഥാനം പുരുഷന്മാർ വഹിക്കുന്ന ആ സമുദായങ്ങളിൽ ദൈവത്തെ പിതാവായിക്കണ്ട് ആരാധിക്കുന്നത് സ്വാഭാവികമാണെന്നാണ് സിസ്റ്റർ നിവേദിത പറഞ്ഞിട്ടുള്ളത്. നേരെമറിച്ച് പുരുഷന്മാരെക്കാൾ പ്രാധാന്യം സ്ത്രീകൾക്കുള്ള സമൂഹത്തിൽ ദൈവത്തെ അമ്മയായിട്ടാണ് ആളുകൾ കാണുക. ബംഗാളികൾക്ക് ദൈവത്തെ അമ്മയായി കാണാനാണ് ഇഷ്ടമെന്ന് എല്ലാവർക്കുമറിയുന്ന കാര്യമാണ്. ദൈവത്തെ മാത്രമല്ല, ബംഗാളിനെയും ഇന്ത്യയെയും അവർ അമ്മയായാണ് കാണുന്നത്. നമ്മൾ നമ്മുടെ രാജ്യത്തെ മാതൃഭൂമിയായാണ് കണക്കാക്കുന്നത്. ഇംഗ്ലീഷുകാരുടെ കാഴ്ചപ്പാടിൽ മാതൃഭൂമിയെന്ന് വിളിക്കുന്നത് തെറ്റായ ഉപയോഗമായിരിക്കുമെന്നതിനാൽ ശരിയായ ഇംഗ്ലീഷ് പദം പിതൃഭൂമി എന്നാണ്.

അമ്മയെന്ന സങ്കല്പം നമ്മുടെ മഹാന്മാരായ മിക്ക എഴുത്തുകാരും ഉപയോഗിച്ചു കണ്ടിട്ടുണ്ട്.

ബങ്കിം എഴുതി:
'വാഴുക മാതാവേ;
ജലസമൃദ്ധമായി, ഫലഭൂയിഷ്ഠമായി,
പടിഞ്ഞാറൻ കാറ്റിൽ കുളിരണിഞ്ഞ്,
വിളകളാൽ പച്ചപ്പണിഞ്ഞ്,
എന്റെ മാതാവേ;'

ദ്വിജേന്ദ്രലാൽ പാടി:

'കടലിന്റെ നീലിമയാർന്ന ജലത്തിൽ നിന്ന് ഭാരതമാതാവ് ഉണ്ടായപ്പോൾ'.

രബീന്ദ്രനാഥ് പാടി:
'ഓ, എന്റെ മാതൃഭൂമിയേ,
നിന്റെ കാല്ക്കൽ വീഴാൻ എന്നെ അനുവദിച്ചാലും.'

മുകളിൽ നല്കിയ ഉദാഹരണങ്ങൾ വെളിപ്പെടുത്തുന്നത് മാതാവെന്ന താന്ത്രിക ആശയത്തിന്റെ സ്വാധീനമാണ്. മാതൃരൂപത്തിന്റെ ഒരു ആരാധകനായിരുന്നു ദേശബന്ധു. കുടുംബജീവിതത്തിൽ അദ്ദേഹം തന്റെ മാതാവിനോട് കാണിച്ച ഭക്തി എല്ലാവർക്കും അറിയാവുന്നതാണ്. അലിപ്പോർ ജയിലിലായിരിക്കുമ്പോൾ ബങ്കിംചന്ദ്രയുടെ രചനകൾ അദ്ദേഹം ഞങ്ങൾക്ക് തരാറുണ്ടായിരുന്നു. ബങ്കിം വരച്ച അമ്മയുടെ മൂന്ന് വ്യത്യസ്ത ചിത്രങ്ങൾ അദ്ദേഹത്തിന് വളരെയധികം ഇഷ്ടമായിരുന്നു. അതിന്റെ വിവരണങ്ങളിൽ അദ്ദേഹം അത്യാഹ്ലാദം അനുഭവിക്കാറുണ്ടായിരുന്നു. ആ അവസ്ഥയിൽ അദ്ദേഹത്തെ കാണുമ്പോൾ, അദ്ദേഹത്തിന്റെ വികാരങ്ങൾ എത്രത്തോളം ആഴത്തിലുള്ളതാണെന്ന് ആർക്കും മനസ്സിലാകും. വൈഷ്ണവവാദത്തെക്കുറിച്ചും ശക്തിവാദത്തെക്കുറിച്ചും അദ്ദേഹം തന്റെ പ്രസിദ്ധീകരണമായ *നാരായണ*യിൽ ചർച്ച ചെയ്തിരുന്നു. ദുർഗ്ഗാപൂജയെക്കുറിച്ച് ആ പ്രസിദ്ധീകരണത്തിൽവന്ന ചില പ്രബന്ധങ്ങൾ ഗഹനമായ ചിന്തകൾ അടങ്ങുന്നതാണ്.

അദ്ദേഹത്തിന്റെ നിത്യജീവിതത്തിൽപോലും തന്ത്രങ്ങളുടെ സ്വാധീനം പ്രകടമാണ്. സ്വന്തം അമ്മയോട് അദ്ദേഹത്തിനുള്ള ഭക്തി പ്രസിദ്ധമാണ്, അതുപോലെതന്നെ സ്ത്രീവിമോചനത്തിലും സ്ത്രീകൾക്ക് വിദ്യാഭ്യാസം നല്കുന്നതിലും അദ്ദേഹം വിശ്വസിച്ചിരുന്നു. സ്ത്രീകൾ നരകത്തിലേക്കുള്ള ചവിട്ടുപടിയാണെന്ന ശങ്കരാനുകൂലികളുടെ വാദം അദ്ദേഹം ഒരിക്കലും അംഗീകരിച്ചിരുന്നില്ല. അദ്ദേഹത്തിന്റെ ചിന്തയിലും പ്രവൃത്തിയിലും തന്ത്രങ്ങളുടെ സ്വാധീനം പ്രകടമായി കാണാൻ കഴിയും. ബംഗാളി സംസ്കാരത്തിന്റെയും പാരമ്പര്യത്തിന്റെയും ഏറ്റവും നല്ല ഘടകങ്ങൾ ദേശബന്ധുവിൽ ചേർന്നിട്ടുണ്ട്.

അദ്ദേഹത്തിന്റെ ഗുണങ്ങളും വീഴ്ചകളും അദ്ദേഹം ജനിച്ച വംശത്തിന്റെ പ്രത്യേക സ്വഭാവവിശേഷമാണ്. താനൊരു ബംഗാളിയാണെന്നതായിരുന്നു അദ്ദേഹത്തിന്റെ ജീവിതത്തിലെ ഏറ്റവും വലിയ അഭിമാനം. അതിനാലാണ് ബംഗാളികൾ അദ്ദേഹത്തെ ഇത്രയധികം ആരാധിക്കുകയും സ്നേഹിക്കുകയും ചെയ്തത്.

നല്ലതും മോശമായതുമായ കാര്യങ്ങളുടെ സങ്കലനമാണ് ഒരു ബംഗാളിയെന്ന് അദ്ദേഹം എപ്പോഴും പറയാറുണ്ട്. ബംഗാളികൾ വികാരാധീനരാണെന്ന് ആരെങ്കിലും കളിയാക്കിയാൽ അദ്ദേഹത്തിന് മുറിവേല്ക്കുമായിരുന്നു. വികാരങ്ങളോട് സംവേദനക്ഷമതയുള്ളവരാണെന്നതിൽ നാണക്കേട് തോന്നുകയല്ല അഭിമാനിക്കുകയാണ് വേണ്ടതെന്ന് അദ്ദേഹം

പറയും.

ബംഗാളിന് അതിന്റേതായ സ്വഭാവഗുണങ്ങളുണ്ട്. അത് അവിടുത്തെ ഭൂപ്രകൃതിയിലും സാഹിത്യത്തിലും നാടൻ പാട്ടുകളിലും പ്രകടമാണ്. ദേശബന്ധുവിന് മുമ്പ് ആരെങ്കിലും ഇത് ഇത്രയും ഊന്നിപ്പറഞ്ഞിരുന്നുവോയെന്ന് സംശയമാണ്. ഇതൊന്നും അദ്ദേഹത്തിന്റെ സ്വന്തം ആശയങ്ങളല്ലെന്നത് സത്യമാണ്. സാംസ്കാരിക – സാഹിത്യ മണ്ഡലങ്ങളിൽ ഇതിന്റെ തുടക്കം കുറിച്ചത് ബങ്കിം, ഭൂദേവ് തുടങ്ങിയവരാണ്. അവരെ അനുഗമിക്കുകയാണ് ദേശബന്ധു ചെയ്തത്. ഈ പ്രവണതകളെ ആഴത്തിൽ മനസ്സിലാക്കിയിരുന്ന അദ്ദേഹം *നാരായണ*ത്തിലെ പേജുകൾ ഇതിന് വേണ്ടി മാറ്റിവെച്ചും മറ്റ് വഴികളിലൂടെയും ഈ ആശയങ്ങൾ പ്രചരിപ്പിക്കാൻ ശ്രമിച്ചിരുന്നു. വിഷയങ്ങളിൽ ഗൗരവതരമായ ഗവേഷണം നടത്തുന്നതിന് അദ്ദേഹം ചെലവഴിച്ച പണവും അദ്ധ്വാനവും കൊണ്ടു തന്നെ ബംഗാളികൾ എന്നും അദ്ദേഹത്തോട് കടപ്പെട്ടവരായിരിക്കണം. ബംഗാളിന്റെ പ്രത്യേക സവിശേഷതകൾ അദ്ദേഹത്തിൽനിന്നും അദ്ദേഹത്തിന്റെ എഴുത്തിലൂടെയുമാണ് ഞാൻ മനസ്സിലാക്കിയിട്ടുള്ളത്.

സംസ്കാരമെന്നത് ഒന്നാണോ അതോ വൈവിദ്ധ്യമുള്ളതാണോ എന്ന ചോദ്യം ഉന്നയിക്കപ്പെട്ടിരുന്നു. സംസ്കാരമെല്ലാം ഒന്നാണെന്നും തമ്മിൽ വ്യത്യാസങ്ങളില്ലെന്നും പറയുന്ന വിഭാഗമാണ് അദ്വൈതവാദികൾ അഥവാ മോണിസ്റ്റുകൾ. വംശീയമായ സ്വഭാവസവിശേഷതകൾ സംസ്കാരത്തെ സ്വാധീനിക്കുമെന്നും അതുകൊണ്ടുതന്നെ പല വിധത്തിലുള്ള സംസ്കാരങ്ങൾ ഉണ്ടാകുമെന്നും വാദിക്കുന്നവരാണ് ദ്വൈതവാദികൾ അഥവാ ഡ്യുവലിസ്റ്റുകൾ. പക്ഷേ, ദേശബന്ധു ഇത് രണ്ടുമായിരുന്നു. സംസ്കാരം ഒന്നാണ്, എന്നാൽ പലതുമാണ്. അടിസ്ഥാനപരമായി അത് ഒന്നാണെങ്കിലും നിരവധിയായ വൈവിദ്ധ്യങ്ങളിലൂടെയും ആധിക്യങ്ങളിലൂടെയുമാണ് ആ ഐക്യം പ്രകാശിതമാകുന്നത്. ഒരു പൂന്തോട്ടത്തിൽ വ്യത്യസ്തങ്ങളായ പൂക്കൾ വിരിയുന്ന നിരവധി വൃക്ഷങ്ങൾ ഉള്ളതുപോലെ മനുഷ്യസമൂഹങ്ങളും വ്യത്യസ്തങ്ങളായ സംസ്കാരത്തെ വികസിപ്പിച്ചെടുക്കുകയാണ്. പലവിധ വൃക്ഷങ്ങളാലും പൂക്കളാലുമാണ് പൂന്തോട്ടം പൂർണ്ണമാകുന്നത് എന്നതുപോലെ, വിവിധങ്ങളായ സംസ്കാരങ്ങളാണ് മനുഷ്യകുലത്തിന്റെ സംസ്കാരം രൂപീകരിക്കുന്നത്. ഓരോ വംശത്തിലും അതിന്റേതായ സംസ്കാരം ഉടലെടുക്കുമ്പോൾ അത് മനുഷ്യകുലത്തിന്റെ സംസ്കാരത്തെ വികസിപ്പിക്കുകയാണ് ചെയ്യുന്നത്. താൻ പിറന്ന മണ്ണിന്റെ സംസ്കാരത്തെ മാറ്റിവെച്ചുകൊണ്ടോ ഒഴിവാക്കിക്കൊണ്ടോ മനുഷ്യരാശിയെ സേവിക്കുകയെന്നത് സാദ്ധ്യമല്ല. ദേശബന്ധുവിന്റെ ദേശീയവാദം സഫലമാകുന്നത് ആഗോളമൈത്രിയിലൂടെയാണ്. പക്ഷേ, സ്വന്തം മണ്ണിനോടുള്ള സ്നേഹം കളഞ്ഞുകുളിച്ചുകൊണ്ടാകരുത് വിശ്വപ്രേമം ഉടലെടുക്കേണ്ടത് എന്നത് അദ്ദേഹത്തിന്റെ ഉറച്ച തീരുമാനമായിരുന്നു. എന്നാൽപ്പോലും അദ്ദേഹത്തിന്റെ ദേശീയവാദം ഒരിക്കലും വ്യക്തികേന്ദ്രീകൃതമായ അവസ്ഥയിലേക്ക് അദ്ദേഹത്തെ നയിച്ചി

രുന്നില്ല.

ദേശത്തിനോടുള്ള സ്നേഹത്തിനുവേണ്ടി ദേശബന്ധു ബംഗാളിനെ മറക്കാൻ തയ്യാറല്ലായിരുന്നു. ബംഗാളിനോടുള്ള സ്നേഹത്തിനുവേണ്ടി ദേശത്തെയും മറക്കാൻ ഒരുക്കമല്ലായിരുന്നു അദ്ദേഹം. തന്റെ ജീവൻകൊടുത്തും അദ്ദേഹം ബംഗാളിനെ സ്നേഹിച്ചു. പക്ഷേ, ആ സ്നേഹം ബംഗാളിന്റെ അതിർത്തിക്കുള്ളിൽ മാത്രം ഒതുങ്ങിനിന്ന ഒന്നായിരുന്നില്ല. ഇതെനിക്ക് അദ്ദേഹത്തിന്റെ ബംഗാളികളല്ലാത്ത സുഹൃത്തുക്കളിൽനിന്നും മനസ്സിലാക്കാൻ കഴിഞ്ഞ കാര്യമാണ്. പരിചയപ്പെട്ടു കുറച്ചുനാളുകൾക്കുള്ളിൽത്തന്നെ അദ്ദേഹത്തിന്റെ വിശാലഹൃദയം അവരെയെല്ലാം വളരെയധികം ആകർഷിച്ചിരുന്നു. തിലക് മഹാരാജിനോടുള്ള വികാരതീഷ്ണമായ സ്നേഹവും ബഹുമാനവും തന്നെയായിരുന്നു മഹാരാഷ്ട്രക്കാർ ദേശബന്ധുവിനും നല്കിയിരുന്നത്. അദ്ദേഹം തിരിച്ചും അതേയളവിൽ സ്നേഹവും അനുതാപവും കാണിച്ചിരുന്നു.

സ്വരാജ് പ്രസ്ഥാനത്തിന്റെ മുന്നണിപ്പോരാളികളായിരിക്കണം ബംഗാൾ എന്ന് അദ്ദേഹം പറയാറുണ്ടായിരുന്നു. 1920 ൽ പ്രസ്ഥാനത്തിന്റെ നേതൃത്വം ബംഗാളിന് നഷ്ടപ്പെട്ടു. പക്ഷേ, അദ്ദേഹത്തിന്റെ നിരന്തരമായ ശ്രമത്തിന്റെയും അദ്ധ്വാനത്തിന്റെയും ഫലമായി 1923 ൽ അത് തിരിച്ചുപിടിക്കാൻ കഴിഞ്ഞു. ദേശബന്ധുവിന്റെ വിയോഗത്തോടെ അത് വീണ്ടും നഷ്ടമായിരിക്കുകയാണ്. നേതൃസ്ഥാനം വീണ്ടെടുക്കാൻ ഇനി കഴിയുമോയെന്നത് ദൈവത്തിന് മാത്രമേ അറിയൂ.

ഏതൊരു ഇന്ത്യൻ പ്രസ്ഥാനമോ മുന്നേറ്റമോ ബംഗാളിൽ പ്രവർത്തിക്കുകയാണെങ്കിൽ അത് ബംഗാളിന്റെ തനത് രീതിയിലായിരിക്കണമെന്നും അദ്ദേഹം പറയാറുണ്ടായിരുന്നു. ബംഗാളിൽ സത്യാഗ്രഹം നടത്തുകയാണെങ്കിൽ അത് ഈ പ്രദേശത്തിന് ഇണങ്ങുന്ന രീതിയിലായിരിക്കണം. നിലനില്ക്കുന്ന അവസ്ഥകളെ നേരിട്ട് ആഴത്തിൽ അറിയുന്ന ഒരാൾക്ക് ഈയൊരു അഭിപ്രായത്തിൽ ഉറച്ചുനില്ക്കാനേ കഴിയൂ.

സാമാന്യജനങ്ങൾക്കും ധനികവിഭാഗങ്ങൾക്കുമേൽപ്പോലും അദ്ദേഹത്തിനുള്ള വിചിത്രമായ സ്വാധീനം കണ്ട് ഏവരും അത്ഭുതപ്പെടാറുണ്ട്. അതിന്റെ രഹസ്യം കണ്ടെത്താനായി ചിലർ അതിനെ അപഗ്രഥിക്കാൻ ശ്രമിക്കുകയും ചെയ്തു. ഏതെങ്കിലും പ്രവർത്തനപദ്ധതി അദ്ദേഹം ഏറ്റെടുത്താൽ അത് യാഥാർത്ഥ്യമാക്കിയിരിക്കും. ഒന്നുകിൽ വിജയം അല്ലെങ്കിൽ നാശം എന്ന മന്ത്രം അദ്ദേഹത്തിന്റെ ഹൃദയത്തിൽ കൊത്തിവെച്ചിരുന്നുവെന്ന് തോന്നും. ഏതൊക്കെ വഴി സ്വീകരിക്കേണ്ടിവന്നാലും അടങ്ങാത്ത അഭിനിവേശത്തോടെ അദ്ദേഹം തന്റെ ലക്ഷ്യത്തെ പിന്തുടരുമായിരുന്നു. ആർക്കും അദ്ദേഹത്തെ തടുക്കാൻ കഴിയുമായിരുന്നില്ല. കടലിലെ തിരമാലകളെപ്പോലെ എല്ലാ ദുർഘടങ്ങളെയും മുക്കിക്കളഞ്ഞുകൊണ്ട് തന്റെ ഉൾപ്രേരണയാലും കരുത്താലും ആദർശങ്ങൾക്കുപിന്നാലെ അദ്ദേഹം കുതിക്കുമായിരുന്നു. പ്രിയപ്പെട്ടവരുടെ ആകുലതകളോ അനുയായികളുടെ മുന്നറിയിപ്പുകളോ അദ്ദേഹത്തെ പിന്തിരിപ്പിക്കാൻ

കെല്പുള്ളവയായിരുന്നില്ല. എവിടെനിന്നാണ് അദ്ദേഹത്തിന് ഈ ദിവ്യശക്തി ലഭിച്ചത്? ശരിയായ പരിശ്രമത്തിലൂടെയും പരിശീലനത്തിലൂടെയുമാണോ ഈ ശക്തി നേടേണ്ടത്?

ശക്തിയുടെ ഭക്തനായിരുന്നെങ്കിൽക്കൂടെ താന്ത്രികാചാരങ്ങൾ പ്രകാരമുള്ള അധികാരത്തെ ദേശബന്ധു ഒരിക്കലും ആരാധിച്ചിരുന്നില്ല. അദ്ദേഹം വിശാലഹൃദയനായിരുന്നു, അഭിലാഷങ്ങളും വിശാലമായിരുന്നു. മഹത്തായ കാര്യങ്ങൾക്ക് മാത്രമേ പരമാനന്ദം നല്കാൻ കഴിയുള്ളൂ, ചെറിയ കാര്യങ്ങൾക്ക് അതിന് കഴിയില്ല എന്നതായിരുന്നു അദ്ദേഹം നല്കിയിരുന്ന സന്ദേശം. എന്തിനുവേണ്ടിയാണോ താൻ ആഗ്രഹിക്കുന്നത് അതിനുവേണ്ടി അദ്ദേഹം തന്റെ ജീവനും മനസ്സും വാക്കുകളും നല്കിയിരുന്നു. അതിന്റെമേലെ ഭ്രാന്തമായ അഭിനിവേശമായിരിക്കും അദ്ദേഹത്തിന്. വലിയ പ്രതിബന്ധങ്ങൾക്കുപോലും അദ്ദേഹത്തെ ഭയപ്പെടുത്തി പിന്തിരിപ്പിക്കാൻ കഴിയുമായിരുന്നില്ല. മുന്നിൽ ആൽപ്സ് പർവ്വതനിരകളെക്കണ്ട നെപ്പോളിയൻ ബോണപ്പാർട്ട് 'ഇവിടെ ആൽപ്സ് ഉണ്ടാകരുതായിരുന്നു'വെന്ന് പറഞ്ഞതുപോലെ തടസ്സങ്ങളെയും പ്രതിബന്ധങ്ങളെയും തൃണവല്ഗണിച്ചുകൊണ്ട് അദ്ദേഹം മുന്നോട്ട് പോകുമായിരുന്നു. *ഫോർവേർഡ്* എന്ന പ്രസിദ്ധീകരണം എത്ര ചെറിയ മൂലധനത്തിന്റെ പുറത്താണ് തുടങ്ങിയതെന്നും കൗൺസിൽ പിടിക്കാനുള്ള അദ്ദേഹത്തിന്റെ ശ്രമങ്ങളെക്കുറിച്ചും അറിയുന്നവർ ഇതിനോട് യോജിക്കും. ബുദ്ധിമുട്ടുകളെക്കുറിച്ച് പരാമർശിച്ചാൽ ഞങ്ങളെ ഒരിക്കലും നേരെയാകാത്ത അശുഭാപ്തിവിശ്വാസികളെന്നാണ് ശകാരിച്ചിരുന്നത്. കാര്യങ്ങളുടെ അപകടസാദ്ധ്യതകളും ബുദ്ധിമുട്ടുകളും ശ്രദ്ധയിൽപ്പെടുത്തുകയെന്ന ജോലി ഞാൻ ഏറ്റെടുത്തിരുന്നു. അതുകൊണ്ടുതന്നെ എന്നെ അദ്ദേഹം യുവാവായ വൃദ്ധനെന്നാണ് വിളിക്കാറ്. ദേശബന്ധുവിനെ ഒരു മിതവാദിയായി പരിഗണിക്കുന്നവർക്ക് അദ്ദേഹത്തിന്റെ പ്രകൃതവും സ്വഭാവവും അറിയില്ലെന്നുവേണം മനസ്സിലാക്കാൻ. യുവാക്കളുടെ കൂട്ടത്തിൽ അവരുടെ സമ്മർദ്ദത്തിന് വഴങ്ങിമാത്രമാണ് അദ്ദേഹം തീവ്രവാദിയായി പ്രവർത്തിച്ചിരുന്നതെന്നാണ് അത്തരത്തിലുള്ളവർ കരുതിയിരിക്കുന്നത്. എന്നാൽ യുവാക്കളുടെ പ്രതീക്ഷകളും അഭിലാഷങ്ങളും മനസ്സിലാക്കാനുള്ള കഴിവ് അദ്ദേഹത്തിന് ഉണ്ടായിരുന്നു. സന്തോഷത്തിലും സങ്കടങ്ങളിലും അവരുടെകൂടെ അകമഴിഞ്ഞുനില്ക്കാൻ അദ്ദേഹത്തിന് കഴിയുമായിരുന്നു. അദ്ദേഹത്തിന് യുവാക്കളുടെ കൂടെ കൂട്ടുകൂടുന്നത് ഇഷ്ടമായിരുന്നു, അവർക്ക് തിരിച്ചും അത് തന്നെയായിരുന്നു സ്ഥിതി. ഇതുകൊണ്ടാണ് ഞാൻ എവിടെയോവെച്ച് അദ്ദേഹത്തെ യുവാക്കളുടെ രാജാവെന്ന് വിശേഷിപ്പിച്ചത്.

അദ്ദേഹത്തിന്റെ ത്യാഗങ്ങളെക്കുറിച്ചും പാണ്ഡിത്യത്തെക്കുറിച്ചും മറ്റുള്ളവരുമായി ഇടപഴകാനുള്ള പാടവത്തെക്കുറിച്ചും അദ്ദേഹത്തിന്റെ ദേശവാസികൾക്ക് നന്നായി അറിയാവുന്നതുകൊണ്ട് അതിനെക്കുറിച്ചൊന്നും ഇനി പറയാനില്ല.

അസാധാരണമായ സ്വാധീനവലയം തീർക്കാൻ അദ്ദേഹത്തിന് കഴിയുന്നതിന്റെ മറ്റൊരു കാരണംകൂടി പറഞ്ഞ് ഞാനീ കത്ത് അവസാനിപ്പിക്കുകയാണ്. ഞാനത് മുമ്പും സൂചിപ്പിച്ചിട്ടുണ്ട്. താൻ വിശ്വസിച്ചിരുന്ന വൈഷ്ണവവാദം സ്ഥാപിച്ചെടുക്കാൻ തന്റെ പ്രവർത്തനങ്ങളിലൂടെ അദ്ദേഹത്തിന് കഴിഞ്ഞിരുന്നു. ആദർശങ്ങളുടെയും പ്രായോഗിക ജീവിതത്തിന്റെയും അതിശയിപ്പിക്കുന്ന തരത്തിലുള്ള സങ്കലനം അദ്ദേഹമെന്ന മനുഷ്യനെ അഭിവൃദ്ധിപ്പെടുത്തിക്കൊണ്ടിരുന്നു. ഇതുകാരണം ദൈവലീലകളുടെ ഒരു ഉപകരണം മാത്രമായാണ് അദ്ദേഹം സ്വയം കണ്ടിരുന്നത്. ആന്തരികനൈർമ്മല്യം ഫലേച്ഛയില്ലാതെ കർത്തവ്യങ്ങൾ ചെയ്യുന്നതിലേക്കാണ് അദ്ദേഹത്തെ നയിച്ചത്, അഹംഭാവം അദ്ദേഹത്തെ തെല്ലും സ്പർശിച്ചില്ല. അഹംഭാവത്തെ തരണം ചെയ്തുകഴിഞ്ഞ അദ്ദേഹം ദൈവികശക്തി പ്രകാശിതമാകാനുള്ള ഉപകരണം മാത്രമായി മാറുകയായിരുന്നു. ഇങ്ങനൊരു മനുഷ്യന്റെ ഊർജ്ജത്തിനും കാന്തികാകർഷണത്തിനും മുന്നിൽ സാധാരണമനുഷ്യർക്ക് പിടിച്ചുനില്ക്കാൻ കഴിയില്ല. ഇതാണ് ദേശബന്ധുവിന്റെ കാര്യത്തിൽ സംഭവിച്ചത്. അന്ത്യനാളുകളോട് അടുക്കുമ്പോൾ അദ്ദേഹത്തിന്റെ തീവ്രശത്രുക്കൾപോലും അദ്ദേഹവുമായി മുഖത്തോട് മുഖം നില്ക്കുമ്പോൾ തകർന്നുപോകുന്നതാണ് കണ്ടത്. മി. ദാസ് എവിടെയുണ്ടെങ്കിലും അവിടെ ജയം ഉറപ്പാണെന്ന ധാരണ പതിയെ അദ്ദേഹത്തിന്റെ ദേശവാസികൾക്കിടയിലും വളരുകയായിരുന്നു.

വ്യത്യസ്തരായ മനുഷ്യരെ കർമ്മനിരതരാക്കാൻ അദ്ദേഹം എത്ര കണ്ട് പരിശ്രമിക്കാറുണ്ടെന്ന് ആരും അറിയാറില്ല. അദ്ദേഹം നല്കിയ പ്രോത്സാഹനം ഫലവത്തായാൽ മാത്രമേ ഇത് പുറംലോകം അറിയാറുള്ളൂ. അദ്ദേഹം ആദർശങ്ങളിലൂടെയായിരുന്നു പ്രോത്സാഹനം നല്കിക്കൊണ്ടിരുന്നത്, അദ്ദേഹത്തിന്റെ അടുത്തേക്ക് എത്തുന്നവരെല്ലാം ഒരുപോലെ ഊർജ്ജസ്വലരാവുകയും ചെയ്യും. ജീവിതത്തിലായാലും മരണത്തിലായാലും ഉറങ്ങുമ്പോഴും ഉണർന്നിരിക്കുമ്പോഴും ദേശബന്ധുവിന് ഒരുചിന്ത മാത്രമേ മനസ്സിൽ ഉണ്ടായിരുന്നുള്ളൂ, അത് ദേശസേവനമായിരുന്നു. അദ്ദേഹത്തിന്റെ മതപരമായ അന്വേഷണത്തിലേക്കുള്ള ചവിട്ടുപടിയായിരുന്നു ആ സേവനം.

ദേശബന്ധുവിന്റെ ജീവിതത്തെക്കുറിച്ച് സംസാരിക്കുമ്പോൾ അദ്ദേഹത്തിന്റെ ഭാര്യയെക്കുറിച്ച് പറയാതിരിക്കാൻ കഴിയില്ല. സേവനവും പ്രസന്നതയും പ്രതിനിധാനം ചെയ്യുന്ന ഒരു ദേവതയായിരുന്നു അവർ. പൊതുജനത്തിന്റെ കാഴ്ചയിൽനിന്ന് അകന്ന് എന്നാൽ എപ്പോഴും അദ്ദേഹത്തിന്റെ നിഴൽപോലെ കൂടെ അവർ ഉണ്ടായിരുന്നു. അവരെക്കുറിച്ച് പറഞ്ഞില്ലെങ്കിൽ ദേശബന്ധുവിന്റെ ജീവിതത്തിന്റെ വലിയൊരുഭാഗം ഒഴിവാക്കിയതുപോലെയാകും. ആഡംബരത്തിന്റെ ഔന്നത്യത്തിൽപ്പോലും ഹിന്ദുവിശ്വാസികളായ സ്ത്രീകൾ കാത്തുസൂക്ഷിക്കേണ്ടുന്ന വിനയവും ലാളിത്യവും സേവനതല്പരതയും അവർ മറന്നിരുന്നില്ല. അപകടനിമിഷങ്ങളിൽ സ്വയംസമർപ്പിതയായ ഒരു പത്നി നല്കേണ്ടുന്ന പിന്തുണ

അവർ അദ്ദേഹത്തിന് നല്കിയിരുന്നു. വിശ്വാസത്തിന്റെയും സമചിത്തതയുടെയും ആദർശങ്ങൾ എന്നും ഉയർത്തിപ്പിടിച്ചിരുന്ന അവരെക്കുറിച്ച് പറയാൻ എന്റെ വാക്കുകൾ മതിയാകില്ല. ദേശബന്ധു യുവാക്കളുടെ രാജാവാണ്, അദ്ദേഹത്തിന്റെ സപത്നിയാകട്ടെ അവരുടെ മാതാവും. ദേശബന്ധുവിന്റെ മരണശേഷം അവർ ചിത്തരഞ്ജന്റെ അമ്മ മാത്രമല്ല. ഈ ബംഗാളിയുടെ ഹൃദയം തന്നെ അവരുടെ കാല്ക്കൽ സമർപ്പിച്ചിരിക്കുകയാണ്.

അലിപ്പോർ കേസിൽ ശ്രീ. അരബിന്ദോയെ ന്യായീകരിച്ചുകൊണ്ട് ദേശബന്ധു ശ്രേഷ്ഠവും കരുത്തുള്ളതുമായ വാക്കുകളിൽ പറഞ്ഞത് ഇങ്ങനെയാണ്:

"ദേശസ്നേഹത്തിന്റെ കവിയായും ദേശീയതയുടെ പ്രവാചകനായും മനുഷ്യരാശിയോട് സ്നേഹമുള്ളവനായും അദ്ദേഹം അറിയപ്പെടും. അദ്ദേഹത്തിന്റെ വാക്കുകൾ ഇവിടെ വീണ്ടും വീണ്ടും പ്രതിദ്ധ്വനിക്കും...."

ദേശബന്ധുവിനെ കുറിക്കാൻ ഈ വാക്കുകൾ ഇന്ന് അനുയോജ്യമല്ലേ?

ബംഗാളിന്റെ ആത്മീയാന്വേഷണം

കെൽസൽ ലോഡ്ജ്, ഷില്ലോങ്
17 ജൂലൈ 1927

ബഹുമാനപ്പെട്ട അമ്മേ,

ജൂലൈ 10 ന് അമ്മ അയച്ച കത്ത് കിട്ടി. കത്തെഴുതാമെന്ന് വാക്കു നല്കിയിരുന്നെങ്കിലും ഞാനത് ചെയ്തില്ല, തെറ്റ് എന്റേത് തന്നെയാണ്, പൊറുക്കുമെന്ന് പ്രതീക്ഷിക്കുന്നു. ബന്ധങ്ങളെ അംഗീകരിക്കുന്നതോടൊപ്പം ചില ഉത്തരവാദിത്വങ്ങളും നിറവേറ്റേണ്ടതുണ്ട്. ആ ഉത്തരവാദിത്വങ്ങളിൽ വീഴ്ച വരുത്തുന്നത് തെറ്റാണ്. അത്തരത്തിൽ ഞാനൊരു തെറ്റുകാരനാണ്.

അമ്മ ഇടയ്ക്കിടെ പറയാറും എഴുതാറുമുണ്ടല്ലോ 'എന്റെ കൂട്ടുകെട്ട് ഈ ലോകത്ത് ഇനിയാർക്കും സന്തോഷം നല്കാൻ പോകുന്നില്ലെ'ന്ന്. അത് തീർച്ചയായും തെറ്റാണ്. ബംഗാളിലെ യുവാക്കൾ ഇന്നും അമ്മയെ എത്രത്തോളം ആരാധനയോടെയാണ് കാണുന്നതെന്ന് അമ്മയ്ക്ക് അറിയില്ലേ? അവരെ പുറമെനിന്നുള്ളവരായി പരിഗണിക്കുകയാണെങ്കിൽ അത് അവരോട് ചെയ്യുന്ന അനീതിയല്ലേ? കഴിവിന്റെ പരമാവധി അവർ അമ്മയുടെ കാല്ക്കലിൽ സമർപ്പിച്ചിരുന്നില്ലേ? ദേശബന്ധുവിന്റെ ദേഹവിയോഗത്തിന് ശേഷം അമ്മ മുന്നിട്ടിറങ്ങുമെന്നും അവരുടെ നേതൃത്വം ഏറ്റെടുക്കുമെന്നും അവരെത്ര പ്രതീക്ഷിച്ചിട്ടുണ്ടാകും? പ്രതീക്ഷകൾ സഫലീകരിക്കപ്പെടാതിരിക്കെ തങ്ങളുടെ കണക്കില്ലാത്ത സങ്കടവും നിരാശയും അവർക്കെങ്ങനെയാണ് സഹിക്കാൻ കഴിയുക? പൊതുപ്രവർത്തനങ്ങളിൽ പങ്കെടുക്കുന്നത് ദേശബന്ധു വിലക്കിയിരുന്നെങ്കിലും അദ്ദേഹത്തിന്റെ അസാന്നിദ്ധ്യം നിങ്ങൾക്കല്ലാതെ മറ്റാർക്കാണ് നികത്താൻ കഴിയുക?

ഒരു ഹിന്ദുസ്ത്രീയുടെ കടമ അവളുടെ കുടുംബത്തിനകത്ത് പരിമിതപ്പെട്ടതാണെന്ന് ഒരുപക്ഷേ, നിങ്ങൾ പറഞ്ഞേക്കാം. കടമകളെക്കുറിച്ച് അമ്മയ്ക്ക് ഉപദേശം നല്കാനുള്ള ധിക്കാരം ഞാൻ കാണിക്കില്ല. പക്ഷേ, നമ്മുടെ രാജ്യത്തെയും സമൂഹത്തെയും സംബന്ധിച്ച് ഇതൊരു അസാധാരണമായ സമയമാണ്. അമ്മേ, ഇന്ന് നമ്മുടെ വീട് തീയിൽ അകപ്പെട്ടിരിക്കുകയാണ്. അപകടസമയത്ത് പർദ്ദയ്ക്കുള്ളിലെ സ്ത്രീകൾ പോലും ധൈര്യവതികളായി തെരുവിലേക്ക് ഇറങ്ങി വരേണ്ടതുണ്ട്. തന്റെ കുഞ്ഞിനെ രക്ഷിക്കാനും വിലപിടിപ്പുള്ള സാധനങ്ങൾ നശിച്ചുപോകാതിരിക്കാനും അവൾ ഒരു പുരുഷനെപ്പോലെത്തന്നെ അദ്ധ്വാനിക്കേണ്ടിവരും. അത് അവളുടെ അന്തസ്സും സൗന്ദര്യവും ഇല്ലാതാക്കുമെന്ന് കരുതുന്നുണ്ടോ?

അമ്മ എന്ന രൂപത്തിലാണ് ബംഗാളിന്റെ ആത്മീയാന്വേഷണങ്ങൾ പ്രകാശിതമാകാറുള്ളത്. ദൈവമായാലും മാതൃഭൂമിയായാലും, ഞങ്ങൾ ആരാധിക്കുന്നതെല്ലാം അമ്മയുടെ രൂപത്തിലാണ്. പക്ഷേ, ബംഗാളിലെ പ്രദേശങ്ങളിൽ സ്ത്രീകൾക്കെതിരെ നടക്കുന്ന പീഡനങ്ങൾ തടുക്കാൻ കഴിവില്ലാത്തവരും ധൈര്യമില്ലാത്തവരുമായി ഇന്നത്തെ ബംഗാളിലെ പുരുഷന്മാർ മാറിയിരിക്കുന്നു. കഷ്ടം തന്നെ! കുറേമാസങ്ങൾക്ക് മുമ്പ് സഞ്ജീവനിയുടെ വാക്കുകളാണ് ഇത്: 'ഓ മാതാവേ, നിന്റെ അഭിമാനം സംരക്ഷിക്കാൻ നീ തന്നെ ആയുധമെടുക്കേണ്ടിയിരിക്കുന്നു.' ആഴത്തിൽ സ്പർശിക്കുന്നതായിരുന്നു ഈ വാക്കുകൾ. തീർച്ചയായും നമ്മുടെ രാജ്യത്തിന്റെ ഇന്നത്തെ അവസ്ഥ ഇതുതന്നെയാണ്. തന്റെ കുഞ്ഞുങ്ങളുടെ അഭിമാനം സംരക്ഷിക്കാനും അമ്മ തന്നെ മുന്നിട്ടിറങ്ങേണ്ടിവരുന്ന അവസ്ഥയാണ് ഉള്ളത്. നമ്മുടെയാളുകൾ അത്രകണ്ട് അധഃപതിച്ചിരിക്കുന്നു, ഭീരുക്കളായിരിക്കുന്നു.

പൊതുജനങ്ങൾക്കായുള്ള കാരുണ്യ പ്രവർത്തനങ്ങളിൽ മുഴുകിയാൽ നിങ്ങളുടെ മനസ്സിന്റെ ദുഃഖം കുറയ്ക്കാൻ അതിലൂടെ കഴിയുമെന്നാണ് ഞാൻ കരുതുന്നത്. വീട്ടിനകത്തുള്ള ദുഃഖവും സന്തോഷവും മാത്രം നമ്മുടെ ജീവിതത്തെ നിയന്ത്രിക്കുന്നത് ശരിയാണോ? ഒരു ചക്രവർത്തിനി ആയിരുന്ന നിങ്ങളിന്ന് നിരാശ്രയ ആയിരിക്കുന്നു. ഹൃദയത്തിന് പ്രഹരമേല്ക്കുന്നത് പോലെയേ അതിനെക്കുറിച്ച് ചിന്തിക്കാൻ കഴിയുന്നുള്ളൂ. പുരാതനകാലംതൊട്ട് ഇന്ത്യയിലുള്ളവർ രാജാവിന്റെ ഭാഗ്യങ്ങളെക്കാൾ ശ്രേഷ്ഠമായി കരുതിയിരുന്നത് പരിത്യാഗത്തിന്റെ മഹിമയായിരുന്നു. മഹത്തായ പരിത്യാഗത്തിന്റെ പശ്ചാത്തലത്തിൽ നിങ്ങൾ നമ്മുടെ ദേശക്കാരുടെ പ്രതീക്ഷയെ എത്രത്തോളമാണ് ഉയർത്തിയതെന്ന് ഒരുപക്ഷേ, നിങ്ങൾക്ക് അറിവില്ലായിരിക്കാം.

ഇത്തരത്തിൽ നിങ്ങളോട് സംസാരിക്കുന്നത് ബാലിശമാണോയെന്ന് എനിക്കറിയില്ല. അമ്മയുടെ മനസ്സിലെ ആഴത്തിലുള്ള വേദന എന്നെയും അതുപോലെതന്നെ കുറഞ്ഞ അളവിലെങ്കിലും ബംഗാളിലെ നിരവധിയായ യുവാക്കളെയും ബാധിക്കുന്നുണ്ട് എന്നതുമാത്രമാണ് ഇതിനുള്ള

ന്യായീകരണം.

കഴിഞ്ഞ കത്തിൽ നിങ്ങൾ എഴുതി: 'എന്റെ ശപിക്കപ്പെട്ട ജീവിതത്തിലെ എല്ലാം അവസാനിച്ചിരിക്കുന്നു. അവസാനനിമിഷത്തിനായി കാത്തിരിക്കുക എന്നല്ലാതെ മറ്റൊന്നും ഇനി എനിക്ക് ചെയ്യാനില്ല. പൂർണ്ണതയിലേക്കെത്താൻ ഞാൻ ഇനിയും എത്ര വർഷങ്ങൾ ജീവിച്ചിരിക്കണമെന്ന് എനിക്കറിയില്ല.'

ദീർഘനേരം ചിന്തയിലാണ്ടിരിക്കുന്നതിനാൽ ഞങ്ങളുടെയും ദേശവാസികളുടെയും ഹൃദയത്തിൽ നിങ്ങളുടെ സ്ഥാനമെന്താണെന്ന് നിങ്ങൾ മറന്നുപോകുന്നതായി ഞാൻ ആശങ്കപ്പെടുകയാണ്. ഇത് മറന്നില്ലായിരുന്നെങ്കിൽ നിങ്ങൾ ഒരിക്കലും നിങ്ങളുടെ ജീവിതത്തെ ശപിക്കപ്പെട്ടതെന്ന് പറയുമായിരുന്നില്ല. ദൈവം കൂടുതൽ സ്നേഹിക്കുന്നവരാണ് ദുഃഖത്തിനും ദുരന്തങ്ങൾക്കും ആവർത്തിച്ച് ഇരകളാക്കപ്പെടുന്നത്. അതല്ലേ ശരി? അതുപോലെതന്നെ ഒരു മനുഷ്യന്റെ ഹൃദയം എത്ര വലുതാണോ അത്രകണ്ട് കൂടുതലായിരിക്കും ആ ഹൃദയത്തിലെ ദുഃഖങ്ങളും എന്ന് പറയുന്നതും ശരിയല്ലേ? ദയവായി ഞങ്ങളുടെ ആഗ്രഹങ്ങളും പ്രതീക്ഷകളും നിറവേറ്റിയാലും. നമ്മുടെ ദേശവാസികളുടെ മനസ്സിൽ നിങ്ങൾക്കുള്ള സ്ഥാനം എന്നും സുരക്ഷിതമായിരിക്കും. ഈ രാജ്യത്തെ ജനങ്ങൾ നിങ്ങളുടെ കാൽക്കലിൽ സമർപ്പിച്ച, സമർപ്പിച്ചുകൊണ്ടിരിക്കുന്ന ഭക്തിയുടെയും ആദരവിന്റെയും സ്നേഹത്തിന്റെയും പത്തിലൊന്ന് പോലും ഭാഗ്യവാന്മാരെന്ന് പറയപ്പെടുന്ന പുരുഷന്മാർക്ക് കിട്ടുകയില്ല. നിരവധി പ്രതീക്ഷകളും സ്വപ്നങ്ങളും നിറവേറ്റാതെയാണ് ദേശബന്ധു നമ്മളെ വിട്ടുപിരിഞ്ഞിരിക്കുന്നത്. അദ്ദേഹം ബാക്കിവെച്ച സ്വപ്നങ്ങളാണ് അദ്ദേഹം നമുക്ക് നല്കിയ പൈതൃകം. ഞങ്ങളുടെ കൂടെ നിങ്ങളും ആ പൈതൃകം പിന്തുടരുന്നവരാണ്. അതുകൊണ്ട് ചെയ്യേണ്ടതെല്ലാം കഴിഞ്ഞുവെന്നും വിട്ടുപോകാൻ സമയമായെന്നും സത്യസന്ധമായി പ്രഖ്യാപിക്കാൻ നിങ്ങൾക്ക് കഴിയുമോ? ഞാൻ പറയുന്നത് ധിക്കാരമാണെന്ന് തോന്നാം, എങ്കിലും പറയുകയാണ്. നിങ്ങളുടെ തീരുമാനത്തെ പിന്താങ്ങുന്നതിന് പകരം നിങ്ങളുടെ ദൈവം എന്റെ കൂടെ നില്ക്കണമെന്നാണ് ഞാൻ ആഗ്രഹിക്കുന്നത്.

'നിശ്ശബ്ദമായ പ്രകൃതിയുമായി എന്റെ ആത്മാവ് ഇവിടെ സംഗമിച്ചിരിക്കുകയാണ്. ഇവിടുത്തെ കനത്ത, അഭേദ്യമായ ഇരുട്ടിനെ എനിക്ക് ഇഷ്ടമാണ്' അമ്മ ഇങ്ങനെ എഴുതിയിരുന്നല്ലോ. ഒരുപക്ഷേ, ഇപ്പോൾ നിങ്ങൾക്ക് കൂടുതലും ഇരുട്ടിനോടായിരിക്കും താല്പര്യം. ചിലപ്പോഴൊക്കെ എല്ലാവരും ഇരുട്ടിനെ ഇഷ്ടപ്പെടാറുണ്ട്. ഇരുട്ടിനെ സ്നേഹിക്കുകയാണെങ്കിൽ അതിൽ ഒളിച്ചിരിക്കുന്ന വെളിച്ചത്തെയും സ്നേഹിക്കാൻ കഴിയില്ലേ? അങ്ങനെ ചെയ്യുന്നതിൽ എന്താണ് തെറ്റ്? എല്ലാവരിലും സന്തോഷം പ്രദാനം ചെയ്യലാണ് വെളിച്ചത്തിന്റെ കടമ.

ജോലിയുടെ കാര്യത്തിലായാലും മനുഷ്യബന്ധങ്ങളുടെ കാര്യത്തിലായാലും, ഒരുപക്ഷേ, ഒരു തരത്തിലുമുള്ള കെട്ടുപാടുകളും വേണ്ടെ

ന്നായിരിക്കാം നിങ്ങൾ ആഗ്രഹിക്കുന്നത്. പക്ഷേ, നമുക്ക് വേറെ വഴികളില്ല. നിങ്ങളെ അമ്മേയെന്ന് വിളിച്ച ദിവസംതൊട്ട് ഞങ്ങൾ ആ ബന്ധം ഉൾക്കൊണ്ടുകഴിഞ്ഞു. ഞങ്ങളുടെ ജീവിതകാലം വരെയെങ്കിലും ഈ ബന്ധം മുറിച്ചുമാറ്ററുത്. ഭൗതികമായ ഈ ലോകത്ത് സങ്കുചിത താല്പര്യങ്ങളും, പ്രതിബന്ധങ്ങളും സാമൂഹികമായ കടമകളുമുണ്ട്. പക്ഷേ, അങ്ങനെയാണെങ്കിലും അത്മാവിന്റെ ബന്ധുത്വമുണ്ടല്ലോ, അത് ഒരിക്കലും ശരിയാകാതിരിക്കില്ല.

തർക്കങ്ങളോ, വിമർശനാത്മകമായ വിലയിരുത്തലുകളോ, ബൗദ്ധികമായ ആസ്വാദനങ്ങളോ ഇല്ലാത്ത ഒരു കോണിന് വേണ്ടിയാണ് മനുഷ്യർ തന്റെ ജീവിതത്തിൽ കൊതിക്കുന്നത്. അവിടെ അന്ധമായ ആരാധന മാത്രമേ ഉണ്ടാവുകയുള്ളൂ. ഇത് കാരണമാണ് 'അമ്മ'യെ സൃഷ്ടിച്ചത്. ഇതേ മനസ്സോടെ എന്നും 'അമ്മ'യെ ആരാധിക്കാൻ കഴിയണേയെന്ന് മാത്രമാണ് എനിക്ക് ദൈവത്തോട് പ്രാർത്ഥിക്കാനുള്ളത്...

എന്ന് സ്വന്തം ഭക്തൻ

സുഭാഷ്

കെൽസാൽ ലോഡ്ജ്, ഷില്ലോങ്
30 ജൂലൈ 1927

ബഹുമാനപ്പെട്ട അമ്മേ,

കടമകളെക്കുറിച്ച് അമ്മയെ ബോധവതിയാക്കാൻ കഴിഞ്ഞ കത്തിൽ നടത്തിയ ശ്രമം എന്റെ ധിക്കാരം കൊണ്ടാണ്. സ്നേഹത്തോടെ എന്റെ കുട്ടിത്തത്തെ പൊറുക്കുകയാണ് അമ്മ ചെയ്തത്. അപ്രാപ്യമായതിനെയാണ് ഞാൻ ആഗ്രഹിച്ചത്. എന്തുപറഞ്ഞാലും ഞങ്ങളെല്ലാം അലഞ്ഞുനടക്കുന്ന ഒരുകൂട്ടം ആളുകളാണ്.

അമ്മയെ ഞങ്ങൾ ആദരവോടെ കാണുന്നത് ഞങ്ങളുടെ ആത്മവിശ്വാസക്കുറവായി കണക്കാക്കരുതേ. മതിയായ, ഒരുപക്ഷേ, ആവശ്യത്തിലുമധികം ആത്മവിശ്വാസം ഞങ്ങൾക്കുണ്ട്. പക്ഷേ, എന്നിട്ടും എന്തിനാണ് ഞങ്ങൾ അമ്മ വേണമെന്ന് പറയുന്നത്? കാരണമെന്താണെന്നുവെച്ചാൽ, അമ്മയെ പുറത്തുനിർത്തിയാൽ ഒരു ആരാധനയും പൂർത്തിയാകില്ല. നമ്മുടെ സാമൂഹിക ചരിത്രത്തിൽ എപ്പോഴൊക്കെ അപകടങ്ങളും നിർഭാഗ്യങ്ങളും ഉണ്ടായിട്ടുണ്ടോ അപ്പോഴൊക്കെ അമ്മ എന്ന ബിംബത്തെ നമ്മൾ സ്മരിച്ചിട്ടുണ്ട്. നമ്മുടെ ജീവനിലെ ഏറ്റവും മികച്ച കാര്യങ്ങൾക്കൊണ്ടാണ് അമ്മ എന്ന ബിംബത്തെ നമ്മൾ സൃഷ്ടിച്ചിട്ടുള്ളത്. 'വന്ദേമാതരം' എന്ന ഗാനത്തിലൂടെയാണ് നമ്മുടെ ദേശീയ സമരം തുടങ്ങുന്നതുതന്നെ. അതിനാലാണ് ഇവ്വിധം ഞങ്ങളുടെ അമ്മയെ ഞങ്ങൾ വിളിച്ചുപോകുന്നത്. പക്ഷേ, ഹൃദയശൂന്യമായ ആ ബിംബം പ്രതികരിക്കില്ലെന്നാണോ?

ഞാൻ അമ്മയുടെ മകനാണെന്നാണ് സ്വയം അവകാശവാദം ഉന്നയിക്കാറുള്ളത്. അമ്മയുടെ പേരിന് കളങ്കം വരുത്തുന്ന ഒന്നുംതന്നെ ചെയ്യാതിരിക്കാനായി എന്നെ അനുഗ്രഹിക്കൂ. ഞാൻ അമ്മയുടെ ഒരു മേന്മയുള്ള മകനാണെന്ന് പ്രഖ്യാപിക്കാനുള്ള ധിക്കാരം എനിക്കില്ല. എന്റെ പാത മുഴുവൻ മുള്ളുകൾ നിറഞ്ഞതാണ്, അവസാനംവരേക്കും അതേ പാത പിന്തുടരാൻ എന്നെ അനുഗ്രഹിച്ചാലും. എന്റെ ജീവിതം സന്ന്യാസത്തിന്റെ നിരാനന്ദതയിൽ കൊഴിഞ്ഞുപോയേക്കില്ല. ഈ ഏകാന്തതയ്ക്ക് പിന്നിലുള്ള പ്രചോദനത്തിന്റെ സ്പർശത്താൽ എന്റെ ജീവിതം സാഫല്യം നേടി തളിരിടുമായിരിക്കും. ആ ആശിർവാദത്തിനായി ഞാൻ കേണപേക്ഷിക്കുകയാണ്. നിങ്ങളുടെ ആശിർവാദത്തെ ഞാനെത്ര വില മതിക്കുന്നുണ്ടെന്ന് പറയേണ്ടതില്ലല്ലോ.

ഒരു വശത്തുനിന്ന് നോക്കിയാൽ എന്റെ ധിക്കാരത്തിന് ഒരു അതിരുമില്ലെന്ന് തോന്നും, പക്ഷേ, മറുവശത്ത് എന്റെ അനർഹതയെക്കുറിച്ചോർത്ത് ഞാൻ വിഷമസന്ധിയിലാണ്. ഇതൊരു സാങ്കല്പിക സംഘർഷമല്ല, വളരെ യഥാർത്ഥമായ ഒന്നാണ്. ഞാനെന്നും ദൈവത്തോട് പ്രാർത്ഥിക്കാറുണ്ട്, 'അങ്ങയുടെ പതാകയേന്താനുള്ള കരുത്ത് എനിക്ക് തന്നാലും.' എന്നാലും ചിലസമയങ്ങളിൽ രാജ്യം എന്നിൽനിന്നും പ്രതീക്ഷിക്കുന്നത് കൊടുക്കാൻ എനിക്ക് കഴിയില്ലെന്ന് തോന്നും. പകുതിയിൽ വെച്ച് എന്റെ തോണി മുങ്ങിപ്പോകുമോയെന്ന് ഞാൻ ഭയപ്പെടുന്നു. ഒരു കുള്ളൻ ചന്ദ്രനെ എത്തിപ്പിടിക്കാൻ ശ്രമിക്കുന്നതുപോലെയാകും എന്റെ പരിശ്രമങ്ങളെന്ന് ഞാൻ ഭയപ്പെടുന്നു. എന്നോട് ധൈര്യം പകരുന്ന ഒരു വാക്കെങ്കിലും പറയില്ലേ?

മറ്റൊരുകാര്യം പറയാൻ കൂടി ഞാൻ ആഗ്രഹിക്കുന്നു. കുറച്ചുകാലമായി ഇത് പറയാൻ ഞാൻ ശ്രമിക്കുന്നു, പക്ഷേ, കഴിഞ്ഞിരുന്നില്ല. അമ്മയുടെ മകന് കടമയുള്ളത് പോലെത്തന്നെ അവകാശവുമുണ്ട്. അമ്മയെ സേവിക്കാനുള്ള എന്റെ അവകാശം എനിക്കെപ്പോഴും നിഷേധിച്ചുകൊണ്ടിരിക്കുമോ? ഞാനെന്നും അമ്മയ്ക്ക് പുറമെനിന്നുള്ള ഒരാളായിരിക്കുമോ? ഇത്രയും വിശാലമായ ലോകത്ത് മനുഷ്യർ നിർമ്മിച്ച കുടുംബമെന്ന ഇടുങ്ങിയ വട്ടമാണോ ഏറ്റവും വലിയ സത്യം? ഈ രാജ്യം അമ്മയിൽനിന്ന് പ്രതീക്ഷിക്കുന്നുണ്ട്, അത് കൊടുത്തേപറ്റൂ. ഇതെന്റെ തലയിൽ കിളിർത്ത ഒരു ആശയമല്ല, മറിച്ച് ഈ നാടിന്റെ ആവശ്യമാണ്. പക്ഷേ, അതിന് ചെവികൊടുക്കണോ വേണ്ടയോ എന്ന് അമ്മയ്ക്ക് തന്നെ തീരുമാനിക്കാം. പ്രതീക്ഷിക്കുന്നത് കിട്ടാത്ത രാജ്യം ഭാഗ്യദോഷമുള്ള രാജ്യമാണ്. അതിൽക്കൂടുതൽ ഞാനെന്താണ് പറയുക?

'ചിന്തിക്കുന്ന രീതിയും പ്രവർത്തനശൈലിയും പ്രായമായവർക്കും യുവാക്കൾക്കും ഒരുപോലെയാകില്ല' എന്ന് അമ്മ എഴുതിയിരുന്നല്ലോ. ശരിയാണ്, പക്ഷേ, യുവാക്കളെന്ന് പറയപ്പെടുന്നവർക്കിടയിൽ നിരവധി വൃദ്ധരെ കാണാൻ കഴിയും, വൃദ്ധരെന്ന് കരുതുന്നവർക്കിടയിൽ ഒരുപാട് യുവാക്കളും ഉണ്ടാകും. ഇന്നാട്ടിലെ യുവജനത അവരിലൊരാളായി

അമ്മയെ കാണുന്നുണ്ടെങ്കിൽ, അവരുടെ നേതൃത്വം ഏറ്റെടുക്കാൻ ആവശ്യപ്പെടുന്നുണ്ടെങ്കിൽ അതിന് എന്ത് തടസ്സവാദമാണ് അമ്മയ്ക്ക് ഉന്നയിക്കാനുള്ളത്?

കൽക്കട്ടയിൽ ആയിരുന്നപ്പോൾ ഞാൻ അമ്മയോട് ചോദിച്ച ചോദ്യത്തിന് ഉത്തരം ഞാൻ കണ്ടെത്തി. അമ്മ ഞങ്ങളുടെ നേതൃത്വം ഏറ്റെടുക്കുന്നില്ലെങ്കിൽ ബംഗാളിലെ വേറൊരാളെയും ഹൃദയപൂർവ്വം നേതാവായി അംഗീകരിക്കാൻ ഞങ്ങൾക്ക് കഴിയില്ല. ഒരു യോഗത്തിന്റെ അദ്ധ്യക്ഷനായി ആരെങ്കിലും ക്ഷണിക്കപ്പെട്ടതുകൊണ്ട് ആ വ്യക്തി നേതാവാകണമെന്നതിൽ നിർബ്ബന്ധമൊന്നുമില്ല. അങ്ങനെയുള്ള ഒരുപാട് നേതാക്കൾ ബംഗാളിലുണ്ട്. പക്ഷേ, ആരാധന നിറച്ച് ഹൃദയത്തെ കീഴടക്കാൻ കഴിയുന്ന യഥാർത്ഥനേതാവ് ഇന്ന് ബംഗാളിൽ വിരളമാണ്. അമ്മ ഞങ്ങളുടെ കൂടെ ഇല്ലെങ്കിൽ അലഞ്ഞുതിരിയുന്ന ഞങ്ങൾക്ക് നാഥയില്ലാതെയാകും. അമ്മയുടെ ആശിർവാദം ഞങ്ങൾക്ക് വിലപ്പെട്ടത് തന്നെയാണ്, എന്നാൽ ഞങ്ങൾ അതിലും കുറച്ച് കൂടുതൽ ആവശ്യപ്പെടുകയാണ്....

എന്ന് സ്വന്തം ഭക്തൻ

സുഭാഷ്.

ഇന്ത്യയിലെ ജനാധിപത്യം

1928 മെയ് 3 ന് പൂനെയിൽ മഹാരാഷ്ട്ര പ്രൊവിൻഷ്യൽ സമ്മേളനത്തിൽ അവതരിപ്പിച്ച അദ്ധ്യക്ഷ പ്രസംഗം

സുഹൃത്തുക്കളേ,

മഹാരാഷ്ട്ര പ്രൊവിൻഷ്യൽ സമ്മേളനത്തിന്റെ ആറാം സെഷന് അദ്ധ്യക്ഷത വഹിക്കാൻ ക്ഷണിച്ചുകൊണ്ട് വലിയൊരു അംഗീകാരം എനിക്ക് തന്നതിന് ഹൃദയത്തിന്റെ അടിത്തട്ടിൽനിന്നുള്ള നന്ദി ഞാൻ രേഖപ്പെടുത്തുകയാണ്. ഇങ്ങോട്ടുള്ള ക്ഷണം സ്വീകരിക്കാൻ ഞാൻ ആദ്യം സാഹസപ്പെട്ടിരുന്നില്ലെന്ന് നിങ്ങൾക്ക് അറിയാമായിരിക്കും. എന്നാൽ മഹാരാഷ്ട്രയും ബംഗാളും തമ്മിലുണ്ടായിരുന്ന പഴയ ബന്ധത്തെക്കുറിച്ച് എന്റെ ചില സുഹൃത്തുക്കൾ പരാമർശിച്ചപ്പോൾ അതെന്റെ ഹൃദയത്തിൽ തൊട്ടു. പിന്നെ ഈ അഭ്യർത്ഥന നിരസിക്കാൻ കഴിയുമായിരുന്നില്ല. മറ്റ് വിഷയങ്ങളൊന്നും പിന്നെ പ്രധാനങ്ങളാണെന്ന് തോന്നിയില്ല.

നമ്മുടെ നിലവിലെ നയങ്ങളും പദ്ധതികളും സംബന്ധിച്ച എന്റെ കാഴ്ചപ്പാടുകൾ അവതരിപ്പിക്കാൻ ഞാൻ ആഗ്രഹിക്കുകയാണ്. എന്നാൽ അതിനുമുമ്പ് നമ്മൾ നേരിടുന്ന ചില അടിസ്ഥാന പ്രശ്നങ്ങൾ ഉന്നയിക്കാനും അതിന് ഉത്തരം പറയാനും ഞാൻ ശ്രമിച്ചുകൊള്ളട്ടെ. ഇന്ത്യയിൽ ഉണ്ടായിട്ടുള്ള പുത്തനുണർവ്വ് വിദേശീയമായ ആദർശങ്ങളിൽ നിന്നും രീതികളിൽനിന്നും പ്രചോദനമുൾക്കൊണ്ട് രൂപപ്പെട്ടതാണെന്നാണ് വിദേശികൾ ചിലപ്പോൾ വാദിക്കാറുള്ളത്. ഇത് ഒരു കാരണവശാലും ശരിയല്ല. ബൗദ്ധികവും ധാർമ്മികവുമായ മയക്കത്തിൽനിന്ന് നമ്മളെ ഉണർത്തുന്നതിൽ പാശ്ചാത്യരുടെ പങ്കിനെക്കുറിച്ചാണെങ്കിൽ

അതിൽ ഒരു തർക്കത്തിന് ഞാൻ ഉണ്ടാകില്ല. പക്ഷേ, അതുകാരണം നമ്മുടെ ആളുകൾക്ക് ആത്മബോധം തിരിച്ചുകിട്ടിയിരുന്നു. അതിന്റെ ഫലമായി ഉണ്ടായതും ഇപ്പോഴും തുടരുന്നതുമായ മുന്നേറ്റങ്ങൾ യഥാർത്ഥ സ്വദേശി മുന്നേറ്റങ്ങൾ തന്നെയാണ്. അന്ധമായ അനുകരണമെന്ന സാമ്പ്രദായിക രീതിയിൽനിന്ന് ഇന്ത്യ മാറിനടക്കാൻ തുടങ്ങിയിട്ട് കാലം കുറേയായി. ഇന്ന് ഇന്ത്യ തന്റെ അന്തഃസത്ത തിരിച്ചുപിടിച്ചുകഴിഞ്ഞു. ദേശത്തിന്റെ താല്പര്യമനുസരിച്ചും ദേശീയമായ ആദർശങ്ങളുടെ വെളിച്ചത്തിലും ദേശീയ പ്രസ്ഥാനത്തെ പുനഃനിർമ്മിക്കാനുള്ള തിരക്കിലാണ് ഇന്ത്യ ഇന്ന്.

വ്യക്തികളെപ്പോലെത്തന്നെ ചാക്രികമായ രീതിയിൽ സംസ്കാരങ്ങളും വളരുകയും മരിക്കുകയും ചെയ്യുന്നുണ്ടെന്ന സർ ഫ്ലിൻഡേഴ്സ് പെട്രിയുടെ കണ്ടെത്തലിനോട് ഞാനും യോജിക്കുന്നു. അദ്ദേഹം പറയുന്നത് ഓരോ സംസ്കാരത്തിനും അതിന്റേതായ കാലപരിധിയുണ്ടെന്നാണ്. ഒരു സംസ്കാരം ഒരിക്കൽ നശിച്ചതിനുശേഷം വീണ്ടും പുനർജ്ജനിക്കാനുള്ള സാദ്ധ്യതകൾ ചില നിബന്ധനകളുടെ അടിസ്ഥാനത്തിൽ നിലനില്ക്കുന്നുണ്ടെന്ന അദ്ദേഹത്തിന്റെ അഭിപ്രായത്തോടും എനിക്ക് യോജിപ്പാണ്. പുനർജ്ജന്മത്തിന്റെ സമയത്ത് അതിന്റെ പ്രേരകശക്തി പുറമെ നിന്നുള്ളതായിരിക്കരുത് മറിച്ച് ഉള്ളിൽ നിന്നുള്ളതായിരിക്കണം. ഇങ്ങനെ നോക്കുമ്പോൾ ഇന്ത്യൻ സംസ്കാരം ഓരോ ചാക്രികവലയത്തിന്റെയും അവസാനം പിന്നെയും പിന്നെയും പുനർജ്ജനിച്ച ഒന്നാണ്. അതുകൊണ്ടാണ് അതിപുരാതനമായിരിക്കുമ്പോഴും യൗവനവും ഉന്മേഷവും അതിന് കാത്തുസൂക്ഷിക്കാൻ കഴിയുന്നത്.

ഒരു പാശ്ചാത്യ സംവിധാനമായ ജനാധിപത്യത്തെ പൂർണ്ണമായോ ഭാഗികമായോ സ്വീകരിക്കുന്നതിലൂടെ ഇന്ത്യയെ പാശ്ചാത്യവല്ക്കരിക്കുകയാണ് എന്നാണ് നമ്മൾക്കെതിരെയുള്ള ആരോപണം. ജനാധിപത്യം പൗരസ്ത്യദേശങ്ങൾക്ക് അനുയോജ്യമല്ലെന്നും ഈ ദിശയിലേക്ക് ഇന്ത്യയിലെ രാഷ്ട്രീയ നീക്കങ്ങൾ നടത്തരുതെന്നും പറയുന്ന അവസ്ഥയിലേക്ക് ലോർഡ് റൊണാൾഡ്ഷായെപ്പോലുള്ള യൂറോപ്യൻ എഴുത്തുകാരെത്തി. അജ്ഞാനത്തിന്റെയും ധിക്കാരത്തിന്റെയും അങ്ങേയറ്റമാണ് ഇതെന്നേ പറയാൻ പറ്റൂ. ജനാധിപത്യമെന്നത് ഒരു തരത്തിലും പാശ്ചാത്യസംവിധാനമല്ല; അത് മനുഷ്യനിർമ്മിതമായ ഒരു സംവിധാനം അല്ലെങ്കിൽ സ്ഥാപനമാണ്. രാഷ്ട്രീയ സ്ഥാപനങ്ങൾ രൂപീകരിക്കാൻ ശ്രമിച്ചിടത്തൊക്കെ മനുഷ്യൻ ജനാധിപത്യമെന്ന മഹത്തായ സംവിധാനം കണ്ടെത്തിയിട്ടുണ്ട്. ഇന്ത്യയുടെ പോയകാല ചരിത്രത്തിൽ ജനാധിപത്യ സ്ഥാപനങ്ങളുടെ സാന്നിദ്ധ്യം ധാരാളമുണ്ട്. *ഹിന്ദു പൊളൈറ്റി* എന്ന പുസ്തകത്തിൽ കെ പി ജയ്സ്വാൾ ഈ വിഷയം വളരെ വിശദമായി പ്രതിപാദിച്ചിട്ടുണ്ട്. പുരാതന ഇന്ത്യയിലെ 81 റിപ്പബ്ലിക്കുകളുടെ പട്ടികയും അദ്ദേഹം അതിൽ നല്കിയിട്ടുണ്ട്.

പുരോഗമനപരമായ രാഷ്ട്രീയസ്ഥാപനങ്ങളുമായി ബന്ധപ്പെട്ട

പ്രയോഗങ്ങളാൽ സമ്പുഷ്ടമാണ് ഇന്ത്യൻ ഭാഷകൾ. ഇന്ത്യയിലെ ചില ഭാഗങ്ങളിൽ ജനാധിപത്യ സ്ഥാപനങ്ങൾ ഇപ്പോഴും നിലനില്ക്കുന്നുണ്ട്. ഉദാഹരണത്തിന്, ആസാമിലെ ഖാസികൾ നാട്ടുമുഖ്യനെ തിരഞ്ഞെടുക്കുന്നത് കുലത്തിലെ അംഗങ്ങളെല്ലാം ചേർന്ന് വോട്ട് രേഖപ്പെടുത്തിക്കൊണ്ടാണ്. ഇത് അതിപുരാതനകാലത്ത് തുടങ്ങിയ സമ്പ്രദായമാണ്. ഇന്ത്യയിലെ ഗ്രാമങ്ങളുടെയും പട്ടണങ്ങളുടെയും ഭരണകാര്യങ്ങളിലും ജനാധിപത്യതത്ത്വങ്ങൾ പ്രാവർത്തികമാക്കിയിരുന്നു. ഇതിനിടെ ഉത്തര ബംഗാളിലെ വരേന്ദ്ര റിസേർച്ച് സൊസൈറ്റി മ്യൂസിയം സന്ദർശിച്ചപ്പോൾ വളരെ കൗതുകകരമായ ഒരു കാര്യം കാണാനിടയായി. പുരാതനകാലത്തെ ഭരണനിർവ്വഹണം നഗരശ്രേഷ്ഠൻ (മേയർ) അടങ്ങുന്ന അഞ്ചംഗ സമിതിയിൽ സംക്ഷിപ്തമായിരുന്നുവെന്ന് ലിഖിതം ചെയ്യപ്പെട്ട ഒരു ചെമ്പ് തകിടായിരുന്നു അത്. ഗ്രാമങ്ങളുടെ സ്വയംഭരണത്തിന്റെ കാര്യത്തിൽ ഗ്രാമപഞ്ചായത്തുകളുടെ പങ്കിനെക്കുറിച്ച് ഒരു ഇന്ത്യക്കാരനെയും ഓർമ്മപ്പെടുത്തേണ്ട കാര്യമില്ല. വളരെ പണ്ടുതൊട്ടുതന്നെ ജനാധിപത്യ സ്ഥാപനങ്ങൾ ഇന്ത്യയിലുണ്ടായിരുന്നുവെന്നതിന്റെ തെളിവാണ് ഇതൊക്കെ. അത്യാധുനികമായ മറ്റനേകം സാമൂഹിക - രാഷ്ട്രീയ സിദ്ധാന്തങ്ങളും ഇന്ത്യയുടെ ചരിത്രത്തിന്റെ ഭാഗമാണ്.

ഉദാഹരണത്തിന്, കമ്യൂണിസം ഒരു പാശ്ചാത്യ സ്ഥാപനമല്ല. ആസാമിലെ ഖാസികൾക്കിടയിൽ ഇന്നുപോലും സ്വകാര്യസ്വത്തെന്ന സ്ഥാപനം സങ്കല്പത്തിലേയില്ല. മുഴുവൻ ഭൂമിയുടെയും അവകാശം ആ കുലത്തിന് മുഴുവനുമാണ്. സമാനമായ നിരവധി ഉദാഹരണങ്ങൾ ഇന്ത്യയിൽ പലയിടത്തും ഇപ്പോഴും കാണാൻ കഴിയുമെന്ന് എനിക്കുറപ്പാണ്. ഇത്തരം സംവിധാനങ്ങൾ നമ്മുടെ രാജ്യത്തിന്റെ ചരിത്രത്തിന്റെ ഭാഗവുമായിരുന്നു.

പല സങ്കേതങ്ങളിൽ നിന്നായി ദേശീയതയ്ക്ക് മേൽ അക്രമം നടന്നുകൊണ്ടിരിക്കുകയാണെന്ന് എന്റെ സുഹൃത്തുക്കളെയും ഇവിടെ കൂടിയിരിക്കുന്ന യുവാക്കളെയും ഓർമ്മിപ്പിക്കേണ്ടത് ആവശ്യമാണെന്ന് തോന്നുന്നു. അന്തർദ്ദേശീയമായ സംസ്കാരം എന്ന കാഴ്ചപ്പാടിൽ നോക്കുമ്പോൾ ദേശീയത സങ്കുചിതവും അക്രമമനോഭാവമുള്ളതുമാണെന്ന് വിമർശിക്കപ്പെടാറുണ്ട്. സാംസ്കാരിക മണ്ഡലത്തിൽ അന്തർദ്ദേശീയമായ കൂട്ടായ്മകൾ ഉണ്ടാകുന്നതിനെ തടസ്സപ്പെടുത്തുന്ന ഒന്നായും ദേശീയതയെ കണ്ടുവരാറുണ്ട്. ഇന്ത്യൻ ദേശീയത സങ്കുചിതമല്ലെന്നും സ്വാർത്ഥമല്ലെന്നും അക്രമമനോഭാവത്തോടു കൂടിയതല്ലെന്നതുമാണ് ഇതിനുള്ള എന്റെ ഉത്തരം. മനുഷ്യകുലത്തിന്റെ ഉന്നതമായ ആദർശങ്ങളായ സത്യം, ശിവം, സുന്ദരം എന്ന സങ്കല്പത്തിൽ നിന്നാണ് ഇന്ത്യൻ ദേശീയത ഉണ്ടായിട്ടുള്ളത്. സത്യസന്ധത, മനുഷ്യത്വം, സേവനതല്പരത, ത്യാഗസന്നദ്ധത എന്നീ ഗുണങ്ങളാണ് അത് നമ്മിലേക്ക് പകർന്നിട്ടുള്ളത്. നമ്മുടെ ജനതയിൽ നൂറ്റാണ്ടുകളോളം നിഷ്ക്രിയമായിക്കിടന്നിരുന്ന സർഗ്ഗാത്മകശേഷിയെ ഉണർത്തിയതും ഇന്ത്യൻ കലാമണ്ഡലത്തിൽ ഇപ്പോഴനുഭവിക്കുന്ന നവോത്ഥാനത്തിന് കാരണമായതും ദേശീയത

യാണ്.

സാർവ്വദേശീയ കമ്യൂണിസത്തിന്റെ പേരിലാണ് ദേശീയത നേരിടുന്ന മറ്റൊരു അതിക്രമം നടക്കുന്നത്. ഇത് വിവേകശൂന്യതയാണെന്ന് മാത്ര മല്ല, നമ്മുടെ വിദേശ ഭരണാധികാരികളുടെ താല്പര്യങ്ങളെ ബോധപൂർവ്വ മല്ലെങ്കിലും സഹായിക്കുന്ന ഒന്നാണ്. സോഷ്യലിസ്റ്റ് രീതിയിലോ മറ്റ് മാർഗ്ഗങ്ങളുടെ അടിസ്ഥാനത്തിലോ ഇന്ത്യൻ സമൂഹത്തെ പുനർനിർമ്മി ക്കണമെന്ന് പറയുന്നതിനുമുമ്പ് നമ്മുടെ കാര്യങ്ങൾ തീരുമാനിക്കാനുള്ള അധികാരം നേടിയെടുക്കുകയാണ് വേണ്ടതെന്ന് ഏതൊരാൾക്കും വ്യക്ത മായ കാര്യമാണ്. ബ്രിട്ടന്റെ കാല്ക്കീഴിൽ അടിയറവ് പറഞ്ഞിരിക്കുന്ന കാലത്തോളം അതിനുള്ള അധികാരം നമ്മൾക്ക് നിഷേധിക്കപ്പെടും. അതു കൊണ്ടുതന്നെ ഇന്ത്യക്ക് രാഷ്ട്രീയ വിമോചനം നേടിയെടുക്കുകയെന്നത് ദേശീയവാദികളുടെ മാത്രമല്ല 'ദേശവിരുദ്ധരായ' കമ്യൂണിസ്റ്റുകളുടെയും സുപ്രധാന കടമയാണ്.

തൊഴിലാളികളും ദേശീയതയും തമ്മിൽ സന്ധി ഉണ്ടാകണമെന്ന് ആഗ്രഹിക്കുന്ന ഒരാളാണ് ഞാനെന്ന് മുന്നെ സൂചിപ്പിച്ചിരുന്നല്ലോ. ഇവിടെ കർഷകത്തൊഴിലാളികളെയും കൂടി ഉൾപ്പെടുത്തി വിശാലമായ അർത്ഥ ത്തിലാണ് തൊഴിലാളി എന്ന് ഉപയോഗിച്ചിരിക്കുന്നത്. തൊഴിലാളികളെ സംഘടിപ്പിക്കുന്നതിന്റെ ആവശ്യകതയെക്കുറിച്ച് കോൺഗ്രസ് വേദിയിൽ പ്രമേയം അവതരിപ്പിച്ചിരുന്നെങ്കിലും അക്കാര്യത്തിൽ എന്തെങ്കിലും ചെയ്യാൻ നമ്മൾക്ക് കഴിഞ്ഞിട്ടില്ല.

കഴിഞ്ഞ കുറച്ചുവർഷങ്ങളായുള്ള കോൺഗ്രസിന്റെ പദ്ധതികൾ നോക്കുകയാണെങ്കിൽ അതിൽ ഖാദി പദ്ധതി മാത്രമാണ് സാമാന്യജ നത്തിന് വരുമാനമാർഗ്ഗം തുറക്കുന്ന തരത്തിലായിട്ടുള്ളൂ. ഇന്ത്യയിലുട നീളമുള്ള പതിനായിരക്കണക്കിന് പട്ടിണിപ്പാവങ്ങൾക്ക് വയറുനിറയ്ക്കാൻ ഖാദി പദ്ധതി സഹായിച്ചിട്ടുണ്ട്. പണവും സംഘടനയും ഉണ്ടെങ്കിൽ ഖാദിയെ കേന്ദ്രീകരിച്ച് പ്രവർത്തിക്കുന്നത് കൂടുതൽ സാദ്ധ്യതകൾ തുറക്കും. പട്ടിണികിടന്ന് നരകിക്കുന്ന ലക്ഷക്കണക്കിന് ദരിദ്രരായ ഇന്ത്യ ക്കാർക്ക് ജീവിതമാർഗ്ഗം ഒരുക്കാൻ ഖാദിയിലൂടെ കഴിയും. പക്ഷേ, ഖാദിക്കുവേണ്ടിയുള്ള ആവശ്യം എല്ലായിടത്തും ബാധകമാകില്ല. കയ്പ്പേറിയ അനുഭവങ്ങൾ ബംഗാളിന്റെ ചില ഭാഗത്ത് കാണാൻ കഴി യും. സാമ്പത്തികമായി ചെറുതായി മെച്ചപ്പെടുമ്പോഴേക്കും ആളുകൾ ചർക്ക മൂലയിൽ ഉപയോഗിക്കാതെ തള്ളിയിരിക്കുകയാണ്. നെല്ലിൽനിന്നും ചണയിൽനിന്നും കൂടുതൽ വരുമാനം കണ്ടെത്തുന്ന കർഷകർ പരുത്തി കൃഷി ചെയ്യാൻ ഒരുക്കമല്ല. ഉത്തർപ്രദേശിലെ കർഷ കമുന്നേറ്റത്തിലും, ബംഗാളിൽ ചണക്കൃഷിയുടെ കാര്യത്തിലും, നിയമ വിരുദ്ധമായ നികുതിക്കും ക്രൂരനിയമങ്ങൾക്കുമെതിരെ ഗുജറാത്തിൽ നികുതി അടയ്ക്കാതെ പ്രതിഷേധിക്കാനുള്ള പ്രചാരണത്തിനും അല്ലാതെ കോൺഗ്രസ് പ്രവർത്തകർക്ക് സാമാന്യജനത്തിന്റെ സാമ്പത്തിക കാര്യ ങ്ങളിൽ നേരിട്ട് ഇടപെടാൻ കഴിഞ്ഞിട്ടില്ല. ഇത്രയെങ്കിലും ചെയ്യാത്തിട

ത്തോളം കാലം സാമാന്യജനം സ്വാതന്ത്ര്യ സമരത്തിന് കീഴിൽ അണി നിരക്കുമെന്ന് പ്രതീക്ഷിക്കാൻ കഴിയുമോ?

സാമാന്യജനത്തിന്റെ താല്പര്യങ്ങളിൽ കൂടുതൽ സജീവമായി കോൺഗ്രസ് ഇടപെടേണ്ടത് അത്യന്താപേക്ഷിതമാണെന്ന് പറയാൻ മറ്റൊരു കാരണം കൂടിയുണ്ട്. നിസ്സഹകരണ പ്രസ്ഥാനക്കാലത്ത് നടന്ന വളരെ ബൃഹത്തായ പ്രചാരണങ്ങളുടെ ഫലമായി ഇന്ത്യയിലെ സാമാന്യ ജനങ്ങൾ ഉണർന്നുകഴിഞ്ഞു. ജനമുന്നേറ്റങ്ങൾ ചെറുക്കുകയെന്നതും ഇനി സാദ്ധ്യമായ കാര്യമായിരിക്കില്ല. ജനമുന്നേറ്റങ്ങൾ ഏതുവിധത്തിൽ പ്രത്യ ക്ഷപ്പെടുമെന്ന കാര്യമേ ഇനി അന്വേഷിക്കേണ്ടതുള്ളൂ. കോൺഗ്രസ് സാമാന്യജനത്തെ അവഗണിക്കുകയാണെങ്കിൽ അത് ഒരു ദേശവിരുദ്ധ പ്രസ്ഥാനം ഉടലെടുക്കാൻ കാരണമാകും. രാഷ്ട്രീയ വിമോചനം നേടു ന്നതിനുമുമ്പ് തന്നെ നമ്മുടെ ജനങ്ങൾ തമ്മിൽ വർഗ്ഗ യുദ്ധം തുടങ്ങും. ഇന്ത്യൻ ജനത മുഴുവനും അടിമത്തത്തിൽ തുടരുമ്പോൾ ഇവിടെ വർഗ്ഗ സമരം തുടങ്ങുകയാണെങ്കിൽ അത് നമ്മുടെ പൊതുശത്രുവിനെ ആയി രിക്കും കൂടുതൽ സന്തോഷപ്പെടുത്തുക. ഇപ്പോൾതന്നെ ഇന്ത്യൻ തൊഴിലാളി പ്രസ്ഥാനങ്ങളിലുള്ള ചിലർക്കെങ്കിലും കോൺഗ്രസിനെ ചെറുതാക്കികാണിക്കാനും കോൺഗ്രസ് പദ്ധതികളെ അധിക്ഷേപിക്കാ നുമുള്ള ഒരു പ്രവണത കണ്ടുവരുന്നുണ്ട്. പരസ്പരം പഴിചാരുന്നത് നിർത്തി കോൺഗ്രസും സംഘടിത തൊഴിലാളി പ്രസ്ഥാനങ്ങളും കൈകോർത്ത് പൊതുജനത്തിന്റെ സാമ്പത്തിക താല്പര്യങ്ങൾക്കും ഇന്ത്യയുടെ രാഷ്ട്രീയ വിമോചനത്തിനും വേണ്ടി പ്രവർത്തിക്കുകയാണ് വേണ്ടത്.

ഇന്നിന്റെ യാഥാർത്ഥ്യങ്ങളിൽനിന്ന് തെല്ലിടമാറി ഭാവികാലത്തിന്റെ അവസ്ഥകളെക്കുറിച്ച് ആലോചിക്കാൻ ഞാൻ നിങ്ങളോട് സവിനയം ആവശ്യപ്പെടുകയാണ്. എന്തിനു പുറകെയാണ് ഓടുന്നതെന്ന് നമ്മൾ നമ്മുടെ ഹൃദയത്തോട് ചോദിക്കണം. അങ്ങനെയെങ്കിൽ മാത്രമേ നമ്മൾക്കും നമ്മുടെ വരുംതലമുറയ്ക്കും ആദർശങ്ങളുടെ വെളിച്ചത്തിൽ വളരാൻ കഴിയുകയുള്ളൂ. അതിനനുസരിച്ച് വേണം നമ്മൾ നമ്മുടെ കർമ്മ പദ്ധതി ആവിഷ്കരിക്കാൻ.

ഒരു സ്വതന്ത്ര ഫെഡറൽ റിപ്പബ്ലിക്കിന് വേണ്ടിയാണ് ഞാൻ നിലകൊള്ളുന്നത്. എന്റെ മുന്നിലുള്ള പരമമായ ലക്ഷ്യം അതാണ്. ഇന്ത്യ യുടെ ഭാഗധേയം ഇന്ത്യതന്നെ നിർണ്ണയിക്കും. കോളനിയായി തുടർന്നുകൊണ്ടുള്ള സ്വയംഭരണം കൊണ്ട് നമ്മൾ തൃപ്തിപ്പെടില്ല. നമ്മൾ എന്തിന് ബ്രിട്ടീഷ് ഭരണത്തിന് കീഴിൽ തന്നെ തുടരണം? പ്രകൃതിവിഭവ ങ്ങളുടെയും മനുഷ്യവിഭവങ്ങളുടെയും കാര്യത്തിൽ ഇന്ത്യ സമ്പന്നമാണ്. ഇന്ത്യ ശൈശവഘട്ടത്തിലാണെന്നത് ബ്രിട്ടീഷുകാർ അടിച്ചേല്പിക്കുന്ന ഒരു കാര്യമാണ്. എന്നാൽ ഇന്ത്യ അതിനെ മറികടന്നിട്ടുണ്ടെന്ന് മാത്ര മല്ല സ്വന്തം കാര്യം നോക്കാനും സ്വതന്ത്രമായി നില്ക്കാനും പ്രാപ്തി നേടിക്കഴിയുകയും ചെയ്തിട്ടുണ്ട്. കാനഡയോ ഓസ്ട്രേലിയയോ

ദക്ഷിണ ആഫ്രിക്കയോ അല്ല ഇന്ത്യ. പൗരസ്ത്യദേശമാണ് ഇന്ത്യ, ഇവിടെയുള്ളത് മറ്റൊരു വംശത്തിൽപ്പെട്ടവരുമാണ്. ഇന്ത്യയും ബ്രിട്ടനും തമ്മിൽ പൊതുവായി ഒന്നുംതന്നെയില്ലാത്തതുകൊണ്ട് ബ്രിട്ടീഷ് ഭരണത്തിന് കീഴിൽ സ്വയംഭരണം അനുവദിക്കാമെന്ന് പറയുന്നത് സ്വീകാര്യമല്ല. ബ്രിട്ടീഷ് സാമ്രാജ്യത്തിന് കീഴിൽ തുടരുന്നത് ഇന്ത്യക്ക് നഷ്ടം മാത്രമേ ഉണ്ടാക്കുകയുള്ളൂ. ദീർഘകാലം ബ്രിട്ടീഷിന്റെ അധീനതയിൽ കഴിഞ്ഞതിനാൽ ഇന്ത്യക്കാർക്ക് ഇംഗ്ലണ്ടുമായുള്ള ബന്ധത്തിൽ അപകർഷതാബോധം കുടഞ്ഞെറിയാൻ ബുദ്ധിമുട്ടായിരിക്കും. ബ്രിട്ടീഷ് സാമ്രാജ്യത്തിന്റെ ഭാഗമായി തുടരുന്നിടത്തോളം കാലം ബ്രിട്ടനിൽനിന്നുള്ള ചൂഷണം ചെറുക്കുകയെന്നതും ബുദ്ധിമുട്ടായിരിക്കും.

ബ്രിട്ടന്റെ സഹായമില്ലാതെ ഇന്ത്യക്ക് സ്വയം പ്രതിരോധിക്കാൻ കഴിയില്ലെന്ന സ്ഥിരം വാദം ബാലിശമാണ്. ഇന്നത്തെ ഇന്ത്യയെ പ്രതിരോധിക്കുന്നത് ബ്രിട്ടീഷ് സൈന്യത്തേക്കാൾ ഇന്ത്യൻ സൈന്യം തന്നെയാണ്. ഇംഗ്ലണ്ടിനുവേണ്ടി അതിന്റെ അതിർത്തികൾക്കപ്പുറത്ത് തിബറ്റിനോടും ചൈനയോടും മെസൊപ്പൊട്ടാമിയയോടും പേർഷ്യയോടും ഈജിപ്തിനോടും ഫ്ലാണ്ടേഴ്സിനോടും ഏറ്റുമുട്ടാനുള്ള കരുത്ത് ഇന്ത്യക്കുണ്ടെങ്കിൽ വിദേശ രാജ്യങ്ങളുടെ അക്രമങ്ങളിൽനിന്ന് സ്വയം പ്രതിരോധിക്കാനും അതിന് കഴിയും. മാത്രവുമല്ല, ഒരിക്കൽ സ്വതന്ത്രമാകാൻ കഴിഞ്ഞാൽ ലോകത്തെ മറ്റ് ശക്തികൾക്ക് ഇന്ത്യയെ സഹായിക്കാൻ കഴിയും, ചൈനയുടെ കാര്യത്തിൽ സംഭവിച്ചതുപോലെ. ദേശങ്ങളുടെ സഖ്യം ചില നിയമങ്ങളുടെ അടിസ്ഥാനത്തിൽ ഒരു സംഘടനാരൂപം കൈവരിക്കുകയാണെങ്കിൽ കടന്നുകയറ്റവും അതിക്രമവും പഴങ്കഥയായി മാറും.

സ്വാതന്ത്ര്യം നേടാനുള്ള പരിശ്രമത്തിനിടെ അതിന്റെ എല്ലാ വിവക്ഷകളെക്കുറിച്ചും നമ്മൾക്ക് ധാരണയുണ്ടായിരിക്കണം. ആത്മാവിന്റെ ഒരു പാതി മാത്രം മോചിപ്പിച്ച് മറുപാതി കെട്ടുപാടുകളിൽ തുടരാൻ കഴിയില്ല. ഒരു മുറിയിലേക്ക് വെളിച്ചത്തെ കടത്തിവിട്ടതിനുശേഷം അതിന്റെ ഒരു മൂല മാത്രം ഇരുട്ടിൽ തുടരുമെന്ന് ആഗ്രഹിക്കാൻ നമ്മൾക്കാവില്ല. രാഷ്ട്രീയ ജനാധിപത്യം സ്ഥാപിച്ചുകൊണ്ട് സമൂഹത്തിന്റെ ജനാധിപത്യവല്ക്കരണം തടയാൻ കഴിയുമെന്ന് ആഗ്രഹിക്കാൻ നിങ്ങൾക്ക് കഴിയില്ല. അതിന് കഴിയില്ല സുഹൃത്തുക്കളേ. രാഷ്ട്രീയപരമായ ജനാധിപത്യവാദവും സാമൂഹികമായ യാഥാസ്ഥിതികതയും ചേർന്ന് വിചിത്രമായൊരു മിശ്രിതമാകാതിരിക്കാനാണ് നമ്മൾ ശ്രമിക്കേണ്ടത്. ജനങ്ങളുടെ സാമൂഹിക ജീവിതത്തിൽനിന്ന് വളർന്ന രാഷ്ട്രീയ സ്ഥാപനങ്ങളെ അവരുടെ സാമൂഹികമായ ആശയങ്ങളും ആദർശങ്ങളുമാണ് രൂപപ്പെടുത്തുന്നത്. ഇന്ത്യയെ ഒരു മഹത്തായ രാജ്യമാക്കി മാറ്റാൻ നമ്മൾ ആഗ്രഹിക്കുന്നുണ്ടെങ്കിൽ രാഷ്ട്രീയ ജനാധിപത്യം കെട്ടിപ്പടുക്കേണ്ടത് ജനാധിപത്യ സമൂഹത്തിന്റെ മേലെയാണ്. ജനനമോ ജാതിയോ മതമോ പ്രത്യേകപരിഗണനയ്ക്ക് പാത്രമാകാത്ത, എല്ലാവർക്കും തുല്യമായ അവസരങ്ങൾ കിട്ടുന്ന ഒരു അവസ്ഥയാണ് സംജാതമാകേണ്ടത്. സമൂഹത്തിൽ

സ്ത്രീകളുടെ അവസ്ഥ മെച്ചപ്പെടുത്തണം. കൂടുതൽ ബൃഹത്തായ രീതിയിൽ പൊതുകാര്യങ്ങളിൽ ബൗദ്ധികമായി ഇടപെടാനുള്ള പരിശീലനം അവർക്ക് നല്കണം.

സാമുദായിക കലഹങ്ങൾ പരിഹരിക്കുന്നതിന് ആവശ്യമായി നടന്നുകൊണ്ടിരിക്കുന്ന പ്രവർത്തനങ്ങളെ അധിക്ഷേപിക്കുകയല്ല, പക്ഷേ, വർഗ്ഗീയ ലഹളകൾക്ക് കുറേക്കൂടി ആഴത്തിലുള്ള പരിഹാരം കണ്ടെത്തേണ്ടത് അത്യാവശ്യമാണെന്നാണ് ഞാൻ കരുതുന്നത്. ഓരോ മതങ്ങളും മറ്റ് മതങ്ങളുടെ ആചാരങ്ങളെക്കുറിച്ചും ആദർശങ്ങളെക്കുറിച്ചും ചരിത്രത്തെക്കുറിച്ചും അറിയേണ്ടത് അത്യന്താപേക്ഷിതമാണ്. കാരണം സാംസ്കാരികമായ അടുപ്പത്തിലൂടെ മാത്രമേ സമുദായങ്ങൾ തമ്മിൽ സമാധാനം നിലനിർത്താൻ കഴിയൂ. സാംസ്കാരികമായി ബന്ധങ്ങൾ പുനഃസ്ഥാപിക്കുന്നതാണ് വ്യത്യസ്ത സമുദായങ്ങൾ തമ്മിലുള്ള രാഷ്ട്രീയ ഐക്യത്തിന്റെ അടിസ്ഥാനമെന്ന് പറയാൻ ഞാൻ മുതിരുകയാണ്. ഇന്നത്തെ സ്ഥിതിവെച്ച് ഇന്ത്യയിലെ വിവിധ സമുദായങ്ങൾ പരസ്പരം ബഹിഷ്കരിക്കാനാണ് ശ്രമിക്കുന്നത്.

സാംസ്കാരികമായ ബന്ധങ്ങൾ പുനഃസ്ഥാപിക്കുന്നതിന് മതനിരപേക്ഷവും ശാസ്ത്രീയവുമായ പരിശീലനം അത്യന്താപേക്ഷിതമാണ്. സാംസ്കാരികമായ കൂടിച്ചേരലിന് വിഘാതമായി നില്ക്കുന്നത് മതഭ്രാന്താണ്. മതനിരപേക്ഷവും ശാസ്ത്രീയവുമായ വിദ്യാഭ്യാസത്തേക്കാൾ നല്ലൊരു മരുന്ന് മതഭ്രാന്ത് പരിഹരിക്കാനായി കണ്ടെത്താൻ കഴിയില്ല. ഇത്തരത്തിലുള്ള പഠനം മറ്റൊരു തരത്തിലും സഹായകരമാണ്, സാമ്പത്തിക കാര്യങ്ങളെക്കുറിച്ചുള്ള നമ്മുടെ അറിവിനെ ഉണർത്താൻ ഇതിന് കഴിയും. സാമ്പത്തിക കാര്യങ്ങളിലുള്ള അറിവ് മതഭ്രാന്തിന് അറുതി വരുത്തും. ഒരു ഹിന്ദു കർഷകത്തൊഴിലാളിയും മുസ്ലീം കർഷകത്തൊഴിലാളിയും തമ്മിലുള്ള കുറേയധികം സാമ്യതകളുണ്ട്. അത് ഒരു മുസ്ലീം കർഷകത്തൊഴിലാളിയും മുസ്ലീം ഭൂവുടമയും തമ്മിലുള്ള സാമ്യതയെക്കാൾ വളരെ വലുതാണ്. സാമ്പത്തികമായ താല്പര്യങ്ങളിൽ സാമാന്യജനം അറിവ് നേടിയാൽപ്പിന്നെ സാമുദായിക വിദ്വേഷത്തിന്റെ ഇരകളാകാൻ അവർ നിന്നുകൊടുക്കില്ല. സാംസ്കാരികവും വിദ്യാഭ്യാസപരവും സാമ്പത്തികവുമായ വശങ്ങളിലൂടെ പ്രവർത്തിച്ചുതുടങ്ങിയാൽ മതഭ്രാന്തിനെ പതുക്കെ നിർവീര്യമാക്കാൻ നമ്മൾക്ക് കഴിയും. അതുവഴി രാജ്യത്ത് ആരോഗ്യകരമായ ദേശീയത വളരുന്നത് സാദ്ധ്യമാക്കാനും കഴിയും.

രാജ്യത്തെ യുവാക്കൾക്കിടയിൽ ഉണ്ടായിട്ടുള്ള ഉണർവ്വാണ് ഇക്കാലത്തെ ഏറ്റവും പ്രതീക്ഷ നല്കുന്ന കാര്യം. യുവാക്കളുടെ മുന്നേറ്റം രാജ്യത്തിന്റെ ഒരറ്റം മുതൽ മറ്റേയറ്റം വരെ പടർന്നിട്ടുണ്ടെന്ന് മാത്രമല്ല, അതിൽ യുവതികളും പങ്കാളികളാകുന്നുണ്ട്. ആത്മബോധം ഉള്ളവരാണ് ഇക്കാലത്തെ യുവാക്കൾ. ഒരു ആദർശത്താൽ പ്രചോദിതരായ അവർ തങ്ങളുടെ ഉൾവിളിക്കൊത്ത് പരിശ്രമിക്കാനും ലക്ഷ്യം പൂർത്തീകരി

ക്കാനും അത്യുത്സാഹം കാണിക്കുന്നവരാണ്. ദേശത്തിന്റെ, ആത്മാവിന്റെ നൈസർഗ്ഗികമായ സ്വയം പ്രകാശനമാണ് ഈ മുന്നേറ്റങ്ങൾ. ദേശത്തിന്റെ ഭാവി നിർണ്ണയിക്കാൻ പോകുന്നത് ഈ മുന്നേറ്റമാണ്. അതുകൊണ്ടു തന്നെ പുതുതായി ജനിച്ച ഈയൊരു ഉണർവ്വിനെ തകർത്തുകളയുക യല്ല നമ്മുടെ കടമ, മറിച്ച് അതിന് ആവശ്യമായ പിന്തുണയും മാർഗ്ഗനിർദ്ദേശവും നല്കുകയെന്നതാണ്.

യുവമുന്നേറ്റങ്ങളുടെ സംഘാടനത്തിൽ പങ്കാളികളാകണമെന്ന് സുഹൃത്തുക്കളേ, നിങ്ങളോട് ഞാൻ അഭ്യർത്ഥിക്കുകയാണ്. ആത്മബോധമുള്ള യുവജനതയ്ക്ക് പ്രവർത്തിക്കാൻ മാത്രമല്ല, സ്വപ്നം കാണാനും അറിയാം; നശിപ്പിക്കുക മാത്രമല്ല അവർ കെട്ടിപ്പടുക്കുകയും ചെയ്യും. നിങ്ങൾ തോല്ക്കുന്നിടത്തുപോലും അതിന് ജയിക്കാനാകും; നിങ്ങൾക്കു വേണ്ടി അത് പുതിയൊരു ഇന്ത്യയെ, സ്വതന്ത്രയായൊരു ഇന്ത്യയെ കെട്ടിപ്പടുക്കും. വർഗ്ഗീയതയുടെയും മതഭ്രാന്തിന്റെയും വ്രണങ്ങളിൽനിന്ന് ഇന്ത്യയെ രക്ഷിക്കലാണ് നമ്മുടെ ലക്ഷ്യമെങ്കിൽ നമ്മൾ യുവാക്കൾക്കിടയിലാണ് പ്രവർത്തിക്കേണ്ടത്.

ഈ രാജ്യത്തെ മുന്നേറ്റങ്ങളിൽ ഏതാണ്ട് പൂർണ്ണമായും അവഗണിക്കപ്പെട്ട ഒന്നാണ് സ്ത്രീകളുടെ മുന്നേറ്റം. രാജ്യത്തിന്റെ ഒരു പകുതിയുടെ ആത്മാർത്ഥമായ പിന്തുണയും പ്രവർത്തനങ്ങളുമില്ലാതെ മറ്റേ പകുതിക്ക് സ്വാതന്ത്ര്യം നേടാൻ കഴിയുമെന്ന് വിചാരിക്കരുത്. ഇംഗ്ലണ്ടിലെ ലേബർ പാർട്ടിയിലടക്കം മറ്റനേകം രാജ്യങ്ങളിലും സ്ത്രീ സംഘടനകൾ വിലമതിക്കാനാത്ത സംഭാവനകളാണ് നല്കിയിട്ടുള്ളത്. രാഷ്ട്രീയ പരമല്ലാത്ത നിരവധി സ്ത്രീ സംഘടനകൾ രാജ്യത്തിന്റെ പല ഭാഗങ്ങളിലായി നിലനില്ക്കുന്നുണ്ട്. എന്നാൽ ദേശീയാടിസ്ഥാനത്തിൽ സ്ത്രീകളുടേതായ രാഷ്ട്രീയ സംഘടനയ്ക്ക് സാദ്ധ്യതയുണ്ടെന്നാണ് ഞാൻ കരുതുന്നത്. പൂർണ്ണമായും സ്ത്രീകളുടെ നടത്തിപ്പിൽ സ്ത്രീകൾക്കിടയിൽ രാഷ്ട്രീയ പ്രചാരണം നടത്തി ഇന്ത്യൻ നാഷണൽ കോൺഗ്രസിന്റെ പ്രവർത്തനങ്ങളെ സഹായിക്കലായിരിക്കണം അതിന്റെ പ്രാഥമിക ലക്ഷ്യം.

കാരുണ്യവാന്മാരായ നമ്മുടെ ഭരണാധികാരികളും സ്വയംപ്രഖ്യാപിത ഉപദേശികളും സ്വരാജിന് നമ്മൾ എത്രത്തോളം തയ്യാറല്ലെന്ന് പഠിപ്പിക്കാനാണ് ശ്രമിച്ചുകൊണ്ടിരിക്കുന്നത്. ചിലർ പറയുന്നത് സ്വാതന്ത്ര്യം നേടാൻ ആഗ്രഹിക്കുന്നതിന് മുമ്പ് നമ്മൾ കൂടുതൽ വിദ്യാസമ്പന്നരായി മാറണമെന്നാണ്. മറ്റൊരു കൂട്ടം പറയുന്നത് രാഷ്ട്രീയ പരിഷ്കരണത്തിന് മുമ്പ് സാമൂഹിക പരിഷ്കരണം നടക്കണമെന്നാണ്. ഇനിയും മറ്റൊരു കൂട്ടം പറയുന്നത് വ്യാവസായിക വിപ്ലവം നടക്കാതെ ഇന്ത്യയിൽ സ്വരാജ് സാദ്ധ്യമാകില്ലെന്നാണ്. ഈ പ്രസ്താവനകളൊന്നുംതന്നെ ശരിയല്ല. രാഷ്ട്രീയമായ സ്വാതന്ത്ര്യമില്ലെങ്കിൽ, നമ്മുടെതന്നെ കാര്യങ്ങളിൽ തീരുമാനമെടുക്കാനുള്ള അധികാരം നമ്മൾക്കില്ലെങ്കിൽ നിർബ്ബന്ധിത സൗജന്യ വിദ്യാഭ്യാസമോ സാമൂഹിക പരിഷ്കരണമോ വ്യാവസായിക പുരോഗ

തിയോ നടപ്പിലാക്കാൻ നമ്മൾക്കാവില്ല. ശ്രീ. ഗോഖലെ വളരെമുമ്പ് തന്നെ ഇവിടുത്തെ ജനങ്ങൾക്ക് വിദ്യാഭ്യാസം നല്കണമെന്ന് ആവശ്യപ്പെട്ടിരുന്നു, എന്നാൽ സർക്കാർ അതിനുള്ള പണമില്ലെന്ന ന്യായമാണ് പറഞ്ഞത്. നിങ്ങളുടെ രാജ്യത്തുള്ളവരുടെ ഉന്നമനത്തിനായി സാമൂഹിക നിയമങ്ങൾ കൊണ്ടുവന്നാൽ മിസ് മായോയെ പിന്തുണയ്ക്കുന്ന നിങ്ങളുടെ നാട്ടുകാർതന്നെ എതിർപ്പുമായി വരും. അവർ സാമൂഹിക പരിഷ്കരണമാണ് വേണ്ടതെന്ന് വാദിക്കുന്നവരുടെ കൂടെ നില്ക്കും. ഇന്ത്യയിലെ സാമ്പത്തികരംഗവും വ്യാവസായിക രംഗവും പുനർജ്ജീവിപ്പിക്കാൻ നിങ്ങൾ കഠിനാദ്ധ്വാനം ചെയ്യുമ്പോൾ നിങ്ങളെ അങ്ങേയറ്റം നിരാശനാക്കിക്കൊണ്ട് ഇംപീരിയൽ ബാങ്കുകളും റെയിൽവേകളും സ്റ്റോർസ് വകുപ്പുകളും നിങ്ങളുടെ ദേശീയ സംരംഭങ്ങളെ സഹായിക്കാൻ ഒരണുപോലും സന്നദ്ധരല്ലെന്ന് അറിയിക്കും. മദ്യനിരോധനത്തെ അനുകൂലിച്ചുകൊണ്ട് മുനിസിപ്പാലിറ്റികളിലും കൗൺസിലുകളിലും നിങ്ങൾ പ്രമേയം പാസാക്കുമ്പോൾ സർക്കാർ നിങ്ങളുടെ തീരുമാനത്തോട് കാണിക്കുക എതിർപ്പും അനാസ്ഥയും മാത്രമായിരിക്കും. നമ്മുടെ എല്ലാ പ്രശ്നങ്ങൾക്കുമുള്ള ഏക പരിഹാരം സ്വരാജ് മാത്രമാണെന്ന് എനിക്ക് നല്ല തീർച്ചയുണ്ട്. സ്വരാജ് സ്വായത്തമാക്കാനുള്ള മാനദണ്ഡം സ്വതന്ത്രമാകാനുള്ള ഇച്ഛാശക്തി മാത്രമാണ്.

ഏറ്റവും കുറഞ്ഞ കാലയളവിനുള്ളിൽ എങ്ങനെ ദേശത്തിന്റെ ഇച്ഛാശക്തി ഉണർത്താമെന്നതാണ് നമ്മുടെ മുന്നിലെ ചോദ്യം. ഈയൊരു ലക്ഷ്യം മുന്നിൽക്കണ്ട് നമ്മുടെ നയങ്ങളും പദ്ധതികളും കൊണ്ടുവരാൻ കഴിയുകയാണ് വേണ്ടത്. 1921 മുതലുള്ള കോൺഗ്രസിന്റെ നയങ്ങൾ വിനാശവും പ്രതിബന്ധങ്ങളും എതിർപ്പും ഏകീകരണവും അടങ്ങിയ ഇരട്ട നയമായിരുന്നു. ഈ രാജ്യത്ത് ബ്യൂറോക്രസി അതിന്റെ സ്ഥാനം ഉറപ്പിച്ചത് സംഘടനകളുടെയും സ്ഥാപനങ്ങളുടെയും ഒരു ശൃംഖല ഉണ്ടാക്കി അതിൽ അധികാരശ്രേണിയിൽ ഉദ്യോഗസ്ഥരെ നിയമിച്ചുകൊണ്ടാണ്. ഇവിടെയാണ് ബ്യൂറോക്രസിയുടെ അധികാരം ഇരിക്കുന്നത്, അതിലൂടെ ബ്യൂറോക്രസിക്ക് ജനഹൃദയങ്ങൾക്കുമേൽ ഒരു നിയന്ത്രണം സാദ്ധ്യമാകുന്നു. ഈ അധികാരകേന്ദ്രങ്ങളെ തകർത്തെറിയേണ്ടതുണ്ട്. അതിനുവേണ്ടി സമാന്തര സ്ഥാപനങ്ങൾ കെട്ടിപ്പടുക്കേണ്ടതുണ്ട്. നമ്മുടെ കോൺഗ്രസ് കാര്യാലയങ്ങളാണ് ഈ സമാന്തര സ്ഥാപനങ്ങൾ. കോൺഗ്രസ് സമിതികൾ സംഘടിപ്പിക്കുന്നതിലൂടെ നമ്മുടെ അധികാരവും സ്വാധീനവും കൂടുമ്പോൾ ഉദ്യോഗസ്ഥവൃന്ദങ്ങളുടെ അധികാരം പിടിച്ചെടുക്കാനും നമ്മൾക്ക് സാധിക്കും. കോൺഗ്രസ് സമിതികൾ വളരെ നല്ല രീതിയിൽ സംഘടിതമായ ഇടങ്ങളിൽ തദ്ദേശീയ ഭരണസ്ഥാപനങ്ങൾ ബുദ്ധിമുട്ടുകളില്ലാതെ പിടിച്ചെടുക്കാൻ സാദ്ധ്യമായതിന്റെ അനുഭവം നമ്മൾക്കുണ്ട്. അതുകൊണ്ട് നമ്മൾ നമ്മളെത്തന്നെ കൂടുതൽ ശക്തിപ്പെടുത്തേണ്ട ഇടങ്ങളാണ് കോൺഗ്രസിന്റെ കാര്യാലയങ്ങൾ. ഉദ്യോഗസ്ഥ അധികാരകേന്ദ്രങ്ങളെ നിലംപരിശാക്കാൻ നമ്മൾ അവിടെനിന്ന്

തന്നെയാണ് പുറപ്പെടേണ്ടത്. കോൺഗ്രസ് സമിതികളാണ് നമ്മുടെ സൈന്യം. കരുത്തും കഴിവുറ്റതുമായ, അച്ചടക്കമുള്ള സൈന്യം നമ്മുടെ കൈയിലില്ലെങ്കിൽ എത്ര മികച്ച രീതിയിൽ പ്രചാരണം നടത്തിയാലും വിജയം നമ്മുടെ കൂടെയുണ്ടാകില്ല.

സുഹൃത്തുക്കളേ, 1922 ലെ ഗയാ കോൺഗ്രസ്സിന് ശേഷം നിർമ്മാണാത്മകമായ പദ്ധതികളിലേക്ക് മാത്രം ഊന്നൽ കൊടുക്കാനുള്ള പ്രവണത നമ്മുടെ നാട്ടുകാർക്കിടയിൽ ഉണ്ടായിരുന്നു. അത് നിങ്ങൾ ഓർക്കുന്നുണ്ടായിരിക്കും. ഉദ്യോഗസ്ഥഭരണത്തിനെതിരെയുള്ള പ്രതിരോധം ഊർജ്ജിതമാക്കേണ്ടത് അത്യാവശ്യമാണെന്ന് സ്വരാജ് പാർട്ടിയുടെ മാനിഫെസ്റ്റോയിൽ ദേശബന്ധു ദാസ് സൂചിപ്പിച്ചത് അന്ന് അവഗണിക്കപ്പെട്ടു. എതിർപ്പിന്റെ അന്തരീക്ഷം നിലനില്ക്കുന്നില്ലെങ്കിൽ നിർമ്മാണാത്മകമായ പദ്ധതികൾ മുന്നോട്ട് കൊണ്ടുപോകാനോ അതിൽ വിജയിക്കാനോ കഴിയില്ലെന്ന് അദ്ദേഹം ഉറച്ചു വിശ്വസിച്ചിരുന്നു. പക്ഷേ, ഈ അടിസ്ഥാന തത്ത്വം പോലും നമ്മൾ മറന്ന മട്ടിലാണ്. 'നിസ്സഹകരണംകൊണ്ട് പ്രയോജനമില്ല', 'എതിർപ്പ് പരാജയപ്പെട്ടുകഴിഞ്ഞു', 'പ്രതിബന്ധങ്ങൾ തീർക്കുന്നതിൽ ഫലമില്ല' തുടങ്ങിയ വാചകങ്ങൾ ബോധവാന്മാരല്ലാത്ത പൊതുജനങ്ങളെ കബളിപ്പിക്കുകയാണ് ചെയ്യുന്നത്. നമ്മൾ മുന്നോട്ട് നോക്കാൻ തയ്യാറല്ലെന്നതും പരാജയങ്ങളിൽ എളുപ്പം അസ്വസ്ഥരാകുന്നുവെന്നതുമാണ് ഏറ്റവും ദാരുണമായ കാര്യം. ജോൺ ബുള്ളിനെപ്പോലെ വിട്ടുവീഴ്ചയില്ലാത്ത നിർബ്ബന്ധബുദ്ധി നമ്മൾക്കില്ല, അതുകൊണ്ടുതന്നെ ദീർഘനേരം പോരാടാൻ നമ്മളെക്കൊണ്ട് കഴിയില്ല.

ഇതിന്റെ അന്ത്യം എങ്ങനെയായിരിക്കും, നമ്മുടെ വ്യവസ്ഥകളെ അംഗീകരിക്കാൻ ഉദ്യോഗസ്ഥ വൃന്ദം നിർബ്ബന്ധിതമാകുന്നത് എങ്ങനെയായിരിക്കും എന്ന ചോദ്യം പലരും ചോദിക്കാറുണ്ട്. ഇക്കാര്യത്തിൽ എനിക്കൊരു സന്ദേഹവുമില്ല, എന്തായിരിക്കും സംഭവിക്കുകയെന്നതിനെക്കുറിച്ച് എനിക്കിപ്പോൾ തന്നെ ധാരണയുണ്ട്. മുന്നേറ്റം അതിന്റെ ഏറ്റവും അവസാന ഘട്ടത്തിലെത്തുന്നത് രാജ്യവ്യാപകമായി ഹർത്താലോ പണിമുടക്കോ നടത്തിക്കൊണ്ടായിരിക്കും. അതിന്റെ കൂടെത്തന്നെ ബ്രിട്ടീഷ് ഉല്പന്നങ്ങളുടെ ബഹിഷ്കരണവും നടക്കുന്നുണ്ടാവും. തൊഴിലാളി സംഘടനയും നാഷണൽ കോൺഗ്രസും ഒന്നിച്ചുചേർന്നുകൊണ്ടുള്ള ഹർത്താലിന്റെകൂടെ നിയമത്തെ വെല്ലുവിളിച്ചുകൊണ്ടുള്ള സമരരൂപങ്ങളും നടക്കണം. കാരണം സമരം നടക്കുമ്പോൾ ബ്യൂറോക്രസി വെറുതെയിരിക്കുമെന്ന് കരുതാനാകില്ല. നികുതി അടയ്ക്കാതിരുന്നുകൊണ്ടുള്ള പ്രതിഷേധവും നടന്നേക്കാം. പ്രതിസന്ധി ഘട്ടമെത്തുമ്പോൾ, ഇന്ത്യയെ രാഷ്ട്രീയമായി പട്ടിണിക്കിടുന്നത് തങ്ങളെ സാമ്പത്തിക ക്ഷാമത്തിലേക്കാണ് നയിക്കുകയെന്ന് ഓരോ ശരാശരി ബ്രിട്ടീഷുകാരനും മനസ്സിലാക്കും. രാജ്യവ്യാപകമായി നിസ്സഹകരണ പ്രസ്ഥാനം അലയടിക്കുമ്പോൾ ഭരണം തുടരൽ സാദ്ധ്യമല്ലെന്ന് ഇന്ത്യയിലെ ഉദ്യോഗസ്ഥവൃന്ദം തിരിച്ചറിയും. 1921 ലേതുപോലെ ജയിലുകൾ നിറയും. സേവകരുടെയും

ജീവനക്കാരുടെയും കൂറും ഭക്തിയും ആശ്രയിക്കാൻ കഴിയാത്തതിനാൽ ഉദ്യോഗസ്ഥർക്കിടയിൽ മനോവീര്യത്തിന് ഇടിവ് സംഭവിക്കും. ഭരണകാര്യങ്ങളും ചിലപ്പോൾ വിദേശ വ്യാപാരവും വാണിജ്യവും വരെ നിശ്ചലാവസ്ഥയിലാകും. കുഴപ്പം പിടിച്ച അവസ്ഥയായിട്ടായിരിക്കും ബ്യൂറോക്രസി ഇതിനെ വിശേഷിപ്പിക്കുക. എന്നാൽ ജനങ്ങളുടെ കാഴ്ചപ്പാടിൽ രാജ്യം അച്ചടക്കത്തോടെയും നിശ്ചയദാർഢ്യത്തോടെയും സംഘടിതമായും മുന്നേറുകയായിരിക്കും. അപ്പോൾ അനാവശ്യ കുഴപ്പങ്ങളിൽനിന്നും ആശങ്കകളിൽനിന്നും രക്ഷപ്പെടാനും ഇന്ത്യയുമായുള്ള വ്യാപാരം പുനഃസ്ഥാപിക്കാനും ജനപ്രതിനിധികളുടെ ആവശ്യങ്ങൾക്ക് മുമ്പിൽ ബ്യൂറോക്രസിക്ക് വഴങ്ങേണ്ടിവരും.

ഏറ്റവും അടുത്തതായി നമ്മുടെ ജോലി സൈമൺ കമ്മീഷൻ ബഹിഷ്കരണം പൂർണ്ണവും കാര്യക്ഷമവുമാക്കുകയെന്നതാണ്. 1919 ലെ ഗവൺമെന്റ് ഓഫ് ഇന്ത്യാ നിയമത്തിന്റെ ആമുഖാദ്ധ്യായം നമ്മൾ കോൺഗ്രസ് പ്രവർത്തകർ ഒരിക്കലും സ്വീകരിച്ചിരുന്നില്ല. ഈ നിയമം നിർബ്ബന്ധിതമായി അടിച്ചേല്പിക്കാൻ ശ്രമിച്ചിരുന്നെങ്കിലും അതിനോട് നമ്മളൊരിക്കലും കൂറ് പ്രഖ്യാപിച്ചിരുന്നില്ല, മാത്രവുമല്ല കഴിവിന്റെ പരമാവധി അതിനോട് നിസ്സഹകരിക്കാനുള്ള ശ്രമങ്ങളാണ് നടത്തിയത്. മനുഷ്യാവകാശത്തിനും സ്വയം നിർണ്ണയാവകാശത്തിനും വേണ്ടിയാണ് ഞങ്ങൾ നിലകൊള്ളുന്നത്. ഇന്ത്യയാണ് ആവശ്യങ്ങൾക്കനുസൃതമായി അതിന്റെ ഭരണഘടന തയ്യാറാക്കേണ്ടതെന്നും ബ്രിട്ടൻ അത് സ്വീകരിക്കുകയാണ് വേണ്ടതെന്നുമാണ് ഞങ്ങളുടെ നിലപാട്. ഐറിഷ് ഫ്രീ സ്റ്റേറ്റ് ഉൾപ്പെടെ ബ്രിട്ടീഷ് സാമ്രാജ്യത്തിന് കീഴിലുള്ള സ്വയംഭരണപ്രദേശങ്ങളിൽ ഇത് നടപ്പിലാക്കിയിട്ടുണ്ട്.

ബഹിഷ്കരണത്തിന്റെ ഗുണാത്മകമായ ഭാഗം അത് ഒരു ദേശീയ ഭരണഘടനയെ രൂപകല്പന ചെയ്യുമെന്നതാണ്. സർവ്വകക്ഷിസമ്മേളനം ഈ വിഷയം ഏറ്റെടുത്തിട്ടുണ്ട്. ഓരോ ഇന്ത്യക്കാരനും പൂർണ്ണ വിജയത്തിനായി പ്രാർത്ഥിക്കണമെന്നുമാണ് പറയാനുള്ളത്. കുറ്റമറ്റ ഭരണഘടന നിർമ്മിച്ചുനല്കാൻ ഇന്ത്യക്കായുള്ള സെക്രട്ടറി വെല്ലുവിളിച്ചിരിക്കുകയാണ്. നമ്മുടെ ഉള്ളിൽ ഒരു തുള്ളിയെങ്കിലും ആത്മാഭിമാനമുണ്ടെങ്കിൽ ഒരു ഭരണഘടന നിർമ്മിച്ച് അവർക്ക് തക്കതായ മറുപടി നല്കുകയാണ് ചെയ്യേണ്ടത്.

രൂപകല്പന ചെയ്യപ്പെടേണ്ട ഭരണഘടനയെക്കുറിച്ച് ഇവിടെ ചർച്ച ചെയ്ത് സദസ്യരെ മുഷിപ്പിക്കാൻ ഞാൻ ആഗ്രഹിക്കുന്നില്ല. ആ ജോലി ഭരണഘടനാ നിർമ്മാതാക്കൾക്ക് നല്കുന്നതാണ് അഭികാമ്യം. എന്നിരുന്നാലും മൂന്ന് പ്രധാനപ്പെട്ട കാര്യങ്ങൾ പറയാൻ ഞാൻ ആഗ്രഹിക്കുകയാണ്.

1) ദേശത്തിന്റെ പരമാധികാരം അല്ലെങ്കിൽ ജനങ്ങളുടെ പരമാധികാരം ഉറപ്പുതരുന്നതായിരിക്കണം ഭരണഘടന. ജനങ്ങളാൽ, ജനങ്ങൾക്കുവേണ്ടി, ജനങ്ങളുടെ സർക്കാരാണ് നമ്മൾക്കാവശ്യം.

2) പൗരന്മാരുടെ മൗലികമായ അവകാശങ്ങൾ ഉറപ്പുവരുത്തുന്ന 'അവകാശപ്രഖ്യാപനം' ഭരണഘടനയുടെ ആമുഖമായി ചേർക്കപ്പെടണം. അവകാശപ്രഖ്യാപനമില്ലാത്ത ഭരണഘടനയ്ക്ക് അതെഴുതിയ കടലാസിന്റെ വിലപോലും ഉണ്ടാകില്ല. അടിച്ചമർത്തൽ നിയമങ്ങളും ഓർഡിനൻസുകളും നിയന്ത്രണങ്ങളും സ്വതന്ത്ര ഇന്ത്യയിൽ ഉണ്ടാകാൻ പാടില്ല.

3) പങ്കാളിത്ത ഇലക്ടറേറ്റ് സംവിധാനം ഉണ്ടായിരിക്കണം. അതിൽ സീറ്റുകൾക്ക് ആവശ്യമെങ്കിൽ താല്ക്കാലികമായെങ്കിലും സംവരണം ഏർപ്പെടുത്തണം. പക്ഷേ, എല്ലാ തരത്തിലും ഒരു പങ്കാളിത്ത ഇലക്ടറേറ്റിന് വേണ്ടിയായിരിക്കണം നമ്മൾ നിർബ്ബന്ധം പിടിക്കേണ്ടത്. വ്യത്യസ്ത വിഭാഗങ്ങൾക്കായി പ്രത്യേക ഇലക്ടറേറ്റുകളെന്ന സങ്കല്പം ദേശീയതയുമായി ഒത്തുപോകുന്നതല്ല. പ്രത്യേക ഇലക്ടറേറ്റുകൾ തത്ത്വത്തിൽ തന്നെ തെറ്റാണ്. ഒരു ദേശത്തെ ശരിയല്ലാത്ത തത്ത്വത്തിന് മേൽ പണിയാനുള്ള ശ്രമം പാഴ്ശ്രമമാവുകയേയുള്ളൂ. വ്യത്യസ്ത ഇലക്ടറേറ്റുകൾ കാരണം കയ്പ്പുള്ള അനുഭവങ്ങൾ നമ്മൾക്കുണ്ടായിട്ടുണ്ട്. അതുകൊണ്ട് ആ സംവിധാനം എത്രയും പെട്ടെന്ന് ഒഴിവാക്കുന്നതാണ് നമ്മുടെ രാജ്യത്തിന് നല്ലത്.

നമ്മുടെ ദേശത്തിന്റെ ആവശ്യം ശക്തിപ്പെടുത്താൻ നമ്മുടെ അധികാരത്തിൽപ്പെടുന്ന ഇത്തരം ചുവടുവെപ്പുകൾ വെക്കേണ്ടത് അത്യാവശ്യമാണ്. കാരണം ബ്രിട്ടീഷുകാരുടെ കാരുണ്യത്തിന് കാത്തുനിന്നതുകൊണ്ട് പ്രയോജനമുണ്ടാകില്ല. നമ്മളെത്രതന്നെ അശക്തരും നിരായുധരുമായാൽക്കൂടി ഭരണവർഗ്ഗത്തിന്റെ ദയയാൽ പ്രവിശ്യകൾ നമ്മൾക്ക് തന്ന ഒരു ആയുധം വളരെ കാര്യക്ഷമതയോടെ ഉപയോഗിക്കാൻ കഴിഞ്ഞാൽ ഫലമുണ്ടാകുമെന്ന് ഉറപ്പാണ്. സാമ്പത്തിക ബഹിഷ്കരണം, അതായത് ബ്രിട്ടീഷ് ഉല്പന്നങ്ങളുടെ ബഹിഷ്കരണമാണ് ആ ആയുധം. ചൈനയിലും അയർലാന്റിലും വളരെ കാര്യക്ഷമമായി പ്രാവർത്തികമാക്കിയ ഒന്നാണിത്. ഇരുപതുവർഷം മുമ്പെ സ്വദേശി മുന്നേറ്റത്തിലും ഭാഗികമായി നിസ്സഹകരണ പ്രസ്ഥാനത്തിലും വളരെ ഫലവത്തായി ഇത് ഉപയോഗിക്കാൻ കഴിഞ്ഞിട്ടുണ്ട്. സ്വദേശിയുടെ പുനർജ്ജീവനത്തിനും നമ്മുടെ രാഷ്ട്രീയ വിമോചനത്തിനും ബ്രിട്ടീഷ് ഉല്പന്നങ്ങൾ ബഹിഷ്കരിക്കുകയെന്നത് സുപ്രധാനമായ കാര്യമാണ്.

രാഷ്ട്രീയപോരാട്ടം നടക്കുന്നതിനിടെ നമ്മളിൽ ചിലരെങ്കിലും ഗ്രാമീണപ്രദേശങ്ങളുടെ പുനഃസംഘാടനത്തിൽ ശ്രദ്ധ കേന്ദ്രീകരിക്കേണ്ടത് അത്യാവശ്യമാണ്. ഇന്ത്യപോലുള്ള വിശാലമായൊരു രാജ്യത്ത് വൈവിദ്ധ്യമാർന്ന കഴിവുകൾക്കും ഗുണവിശേഷങ്ങൾക്കുമുള്ള സാദ്ധ്യത അനന്തമാണ്. ഇവിടുത്തെ സാമാന്യജനത പ്രത്യേകിച്ച് തൊഴിലാളികൾ രൂക്ഷമായൊരു സാമ്പത്തിക പ്രതിസന്ധിയിലൂടെയാണ് കടന്നുപോകുന്നതെന്ന് മനസ്സിലാക്കുമ്പോൾ വേദനിക്കാതിരിക്കാൻ കഴിയില്ല. വലിയതോതിലുള്ള ചെലവ് വെട്ടിക്കുറയ്ക്കൽ പരിപാടിയാണ് റെയിൽവേകളിൽ നടക്കുന്നത്,

പ്രത്യേകിച്ച് റെയിൽവേ പണിപ്പുരകളിൽ. റെയിൽവേക്ക് വേണ്ടി കോടികൾ മതിക്കുന്ന റെയിൽവേ ഉപകരണങ്ങളാണ് ഗ്രേറ്റ് ബ്രിട്ടനിൽനിന്ന് ഇറക്കുമതി ചെയ്തിട്ടുള്ളത്. നമ്മുടെ പണിപ്പുരകൾ കൂടുതൽ വിശാലമാക്കിയാൽ ഇതൊക്കെയും ഇവിടെത്തന്നെ എളുപ്പത്തിൽ ഉല്പാദിപ്പിക്കാവുന്നതായിരുന്നു എന്ന് നമ്മൾ മനസ്സിലാക്കേണ്ടതുണ്ട്. ഇത്തരം ഉപകരണങ്ങളുടെ ഉല്പാദനം ഇവിടെത്തന്നെ നടക്കുകയായിരുന്നുവെങ്കിൽ നിലവിലുള്ള തൊഴിലാളികളേക്കാൾ കൂടുതൽ പേർക്ക് തൊഴിൽ നല്കാൻ ഭരണകർത്താക്കൾക്ക് കഴിയുമായിരുന്നു. എന്നാൽ നിലവിലെ തൊഴിലാളികളുടെ എണ്ണം വെട്ടിച്ചുരുക്കുകയാണ് അവരിപ്പോൾ ചെയ്യുന്നത്. ദരിദ്രമായ ഇന്ത്യയുടെ ചെലവിലാണ് ബ്രിട്ടീഷുകാരുടെയും അവരുടെ വ്യവസായങ്ങളുടെയും താല്പര്യങ്ങൾ സംരക്ഷിച്ചുപോരുന്നത്.

തൊഴിലാളികൾ പ്രതിസന്ധിഘട്ടത്തിലൂടെ കടന്നുപോകുമ്പോൾ അവരുടെ കൂടെനില്ക്കുകയെന്നത് എല്ലാ ഇന്ത്യക്കാരുടെയും പ്രത്യേകിച്ച് കോൺഗ്രസ് പ്രവർത്തകരുടെയും ഉത്തരവാദിത്വമാണ്. നമ്മുടെ കഴിവിന്റെ പരമാവധി എല്ലാ മാർഗ്ഗങ്ങളും ഉപയോഗിച്ച് നമ്മൾക്ക് അവരെ സഹായിക്കാം.

സുഹൃത്തുക്കളേ, നമ്മുടെ രാജ്യത്തിന്റെ ചരിത്രം വളരെ തീക്ഷ്ണമായൊരു പ്രതിസന്ധിഘട്ടത്തിൽ എത്തിനില്ക്കുകയാണ്. നമ്മളിലെ എല്ലാ ശക്തികളും ഒന്നിക്കാനും അധികാരത്തിനെതിരെ ധീരമായ നിലപാടെടുക്കാനുമാണ് അത് നമ്മളോട് ആവശ്യപ്പെടുന്നത്. ടെന്നിസൺ ഉളിസസിൽ പറഞ്ഞതുപോലെ 'പരിശ്രമിക്കാനും, അന്വേഷിക്കാനും, കണ്ടെത്താനും, അതേസമയം വഴങ്ങിക്കൊടുക്കാതിരിക്കാനും' എന്ന മുദ്രാവാക്യം ഒരേ സ്വരത്തിലും മനസ്സോടെയും ഏറ്റുപറയാൻ നമ്മൾ തോളോടുതോൾ ചേർന്ന് നില്ക്കേണ്ടിയിരിക്കുന്നു.

പൂർണ്ണസ്വാതന്ത്ര്യം

കോൺഗ്രസിന്റെ കൽക്കട്ടാ സമ്മേളനത്തിൽ അവതരിപ്പിച്ച
പ്രസംഗം, ഡിസംബർ 1928

മഹാത്മാഗാന്ധി അവതരിപ്പിച്ച പ്രമേയത്തിന് ഭേദഗതി നിർദ്ദേശിക്കേണ്ടി വന്നുവെന്നതിൽ എന്നോട് ക്ഷമിക്കുക. ആ പ്രമേയത്തിന് ചില മുതിർന്ന നേതാക്കളുടെ പിന്തുണയുമുണ്ടായിരുന്നു. ഭേദഗതി നിർദ്ദേശിക്കാനായി ഞാനിന്ന് എഴുന്നേറ്റുവെന്നത് കോൺഗ്രസിനകത്തെ പഴയ ചിന്താധാരയും പുതിയ ചിന്താധാരയും തമ്മിലുള്ള മൗലികമായ വിടവിനെയാണ് കാണിക്കുന്നത്.

നെഹ്റുറിപ്പോർട്ടിൽ ഒപ്പുവെച്ച ഒരാളായ ഞാൻ എന്തിനാണ് സ്വാതന്ത്ര്യത്തെക്കുറിച്ച് സംസാരിക്കാനായി എഴുന്നേറ്റുനിന്നതെന്ന് എന്നോട് ചില സുഹൃത്തുക്കൾ ചോദിക്കുകയുണ്ടായി. റിപ്പോർട്ടിൽ അവതരിപ്പിച്ചിട്ടുള്ള ഭരണഘടനയുടെ മൂലതത്ത്വങ്ങൾ മുഴുവനായും ഒരു സ്വതന്ത്ര ഭരണഘടനയ്ക്ക് അനുയോജ്യമായുള്ളതാണെന്ന് ആ റിപ്പോർട്ടിൽ തന്നെ പറയുന്നുണ്ട്. ഈ ഭേദഗതി നിർദ്ദേശിച്ചതുകൊണ്ട് എന്റെ പ്രവൃത്തികൾ പരസ്പരം വിരുദ്ധമാണെന്ന് പറയാൻ കഴിയില്ലെന്ന ഉറപ്പ് എനിക്കുണ്ട്.

വ്യക്തിപരമായ വിശദീകരണം എന്ന നിലയ്ക്ക് മറ്റൊരു കാര്യം കൂടി ഞാൻ ശ്രദ്ധയിൽപ്പെടുത്താൻ ആഗ്രഹിക്കുകയാണ്. മുതിർന്ന നേതാക്കളുടെ വഴിയിൽ തടസ്സമായി നില്ക്കാൻ ഞാൻ ആഗ്രഹിക്കുന്നില്ലെന്ന് സ്വകാര്യ സംഭാഷണങ്ങളിലും അല്ലാതെയും ഞാൻ പറഞ്ഞിട്ടുള്ളതാണ്. ഞങ്ങളുടെ ഭേദഗതി സ്വീകരിക്കപ്പെടുകയാണെങ്കിൽ അത് സഭയിൽ ഉണ്ടാക്കാനിടയുള്ള ഭിന്നിപ്പിന്റെ ഉത്തരവാദിത്വം ഏറ്റെടുക്കാൻ തയ്യാറല്ലാതിരുന്നതിനാലാണ് ഞാനന്ന് അങ്ങനെ ചെയ്തത്. ഇന്ന് ഭേദഗതി സ്വീകരിക്കപ്പെടുകയാണെങ്കിൽ അതിന്റെ പ്രത്യാഘാതങ്ങൾ ഏറ്റെടു

ക്കാനും പ്രശ്നത്തെ അഭിമുഖീകരിക്കാനും ഞാൻ തയ്യാറാണ്.

ചില സംഭവങ്ങളാണ് എന്റെ മുമ്പുള്ള കാഴ്ചപ്പാടിൽനിന്നും മാറി ചിന്തിക്കാൻ കാരണമായത്. ബംഗാളിൽ നിന്നുള്ള ഭൂരിപക്ഷം അംഗങ്ങളും അവരുടെ താല്പര്യാർത്ഥം ഈയൊരു ഭേദഗതി മുന്നോട്ടുവെക്കാൻ കൂടിയിരുന്ന് തീരുമാനമെടുത്തിട്ടുള്ളതാണെന്ന് നിങ്ങൾക്കെല്ലാം അറിവുള്ളതായിരിക്കും. സഭയുടെ തീരുമാനം എന്താണെങ്കിലും, പ്രത്യാഘാതങ്ങൾ എന്താണെങ്കിലും അത് നേരിടാൻ അവർ തയ്യാറുമായിരുന്നു. ഞാനിവിടെ ഈ ഭേദഗതി നിർദ്ദേശിച്ചില്ലെങ്കിലും മറ്റാരെങ്കിലും അവരുടെ താല്പര്യാർത്ഥം അത് ചെയ്യുമെന്നത് ഉറപ്പാണ്.

മറ്റൊരു കാര്യം കൂടിയുണ്ട്. ഇൻഡിപെൻഡൻസ് ഫോർ ഇന്ത്യാ ലീഗ് എന്ന സഖ്യവും ഭേദഗതിയെ പിന്തുണയ്ക്കാനും സഭയുടെ തീരുമാനം എന്താണെങ്കിലും അത് സ്വീകരിക്കാനും തയ്യാറായിട്ടുണ്ട് എന്നതാണത്.

ഇന്ത്യക്ക് ബ്രിട്ടീഷ് ഭരണത്തിന് കീഴിൽ സ്വയംഭരണാധികാരം (ഡൊമീനിയൻ സ്റ്റേറ്റസ്) വേണോ അതോ സ്വാതന്ത്ര്യം വേണോയെന്ന ചോദ്യത്തിന് ആശങ്കകൾക്കിടയില്ലാത്ത വിധം വ്യക്തമായ ഉത്തരം നല്കേണ്ടുന്ന സമയം അതിക്രമിച്ചിരിക്കുന്നുവെന്ന് ആത്മാർത്ഥമായി കരുതുന്നവരാണ് ഭേദഗതിയെ പിന്തുണച്ചിരിക്കുന്നത്. അത് അവരുടെ കടമയായിട്ടാണ് അവർ കണക്കാക്കുന്നത്. ലാല ലജ്പത് റായിയുടെ മരണത്തിനും, ലഖ്നൗവിലെയും കാൺപൂരിലെയും സംഭവങ്ങൾക്കും, വൈസ്രോയിയുടെ പ്രസംഗത്തിനുംശേഷം കോൺഗ്രസ് ആത്മാഭിമാനം കാക്കാൻ ധീരമായൊരു നിലപാടെടുക്കും എന്ന് ഞങ്ങൾ പ്രതീക്ഷിക്കുമെന്ന് ഞാൻ നമ്മുടെ നേതാക്കളോട് പറഞ്ഞിട്ടുള്ളതാണ്. അതിനുപകരം മദ്രാസ് പ്രമേയത്തിൽ ചില കാര്യങ്ങളിൽ ഇളവ് കൊണ്ടുവരുന്നതാണ് കാണാൻ കഴിഞ്ഞത്.

സ്വാതന്ത്ര്യത്തിന്റെ പതാക ഒരു ദിവസത്തേക്കുപോലും താഴ്ത്തിക്കെട്ടാൻ ഞങ്ങൾ തയ്യാറല്ലെന്നാണ് ഞങ്ങൾക്ക് പറയാനുള്ളത്. ഈ സഭയിൽ ഞങ്ങൾ ജയിക്കുമോ ഇല്ലയോ എന്നത് ഞങ്ങളുടെ പരിഗണനാവിഷയമല്ല. ഇന്ത്യയെ സ്വതന്ത്രമാക്കാനുള്ള പ്രതിജ്ഞ ഏറ്റെടുത്തുകഴിഞ്ഞ ഇന്ത്യൻ യുവതലമുറയെസംബന്ധിച്ച് ഇതൊരു പരിഗണനാ വിഷയമല്ലാതായി മാറിയിട്ട് കുറേക്കാലമായി. ഞങ്ങൾക്ക് നമ്മുടെ നേതാക്കളെ ആവശ്യമാണ്, ഞങ്ങളവരെ സ്നേഹിക്കുന്നുണ്ട്, ആരാധിക്കുന്നുണ്ട്, എന്നാൽ ഞങ്ങൾക്ക് ആവശ്യപ്പെടാനുള്ളത് അവർ കാലത്തിനൊത്ത് സഞ്ചരിക്കണമെന്നാണ്. തീവ്രവാദികൾക്കിടയിൽ ഞാനും ജവഹർലാലും മിതവാദികളായാണ് പരിഗണിക്കപ്പെടാറുള്ളതെന്ന് ഞാൻ നമ്മുടെ നേതാക്കളോട് പറഞ്ഞിട്ടുള്ളതാണ്. മുതിർന്ന നേതാക്കൾ മിതവാദികളോട് പോലും അനുരഞ്ജനത്തിന് തയ്യാറല്ലെങ്കിൽപ്പിന്നെ പഴയതും പുതിയതും തമ്മിലുള്ള പിളർപ്പ് ഒരിക്കലും നേരെയാക്കാൻ കഴിയില്ല. രാജ്യത്തെ യുവജനതയ്ക്ക് മുമ്പില്ലാത്തവിധത്തിൽ ഒരു പുതിയ ബോധോദയമുണ്ടായി

ട്ടുണ്ട്. അവർ ഇനിയും അന്ധമായി പിന്തുടരാൻ ഒരുക്കമല്ല. നാളെയുടെ അവകാശികൾ തങ്ങളാണെന്നും ഇന്ത്യയെ സ്വതന്ത്രമാക്കേണ്ടത് തങ്ങളുടെ ഉത്തരവാദിത്വമാണെന്നും അവർ തിരിച്ചറിഞ്ഞുകഴിഞ്ഞു. ഈ പുതിയ തിരിച്ചറിവോടുകൂടി തങ്ങൾക്ക് മുന്നിലുള്ള ശ്രമകരമായ ഒരു ദൗത്യത്തിന് സ്വയം തയ്യാറെടുത്തുകൊണ്ടിരിക്കുകയാണ്.

ഞാൻ ശക്തമായി യോജിക്കുന്ന മറ്റൊരു വാദം കൂടിയുണ്ട്. അന്താരാഷ്ട്രതലത്തിലെ അവസ്ഥയെക്കുറിച്ചാണ് അത്. മദ്രാസ് പ്രമേയത്തിന് ശേഷം ഇന്ത്യക്ക് ആഗോള രാഷ്ട്രീയത്തിൽ പുതിയ പദവി ലഭിച്ചത് നിങ്ങൾ ഓർക്കുന്നുണ്ടാകും. ഈ പ്രമേയം പാസാക്കുകയാണെങ്കിൽ മദ്രാസ് സമ്മേളനത്തിലൂടെ പിടിച്ചെടുത്ത പദവി ഭാഗികമായെങ്കിലും നമ്മൾ നഷ്ടപ്പെടുത്തുകയാണെന്ന ആശങ്ക എനിക്കുണ്ട്. മദ്രാസ് പ്രമേയത്തിന് ശേഷം ലോകത്തിന്റെ പല ഭാഗങ്ങളിൽ നിന്നുപോലും നമ്മളെത്തേടി സന്ദേശങ്ങൾ എത്തിയിരുന്നു. മദ്രാസിൽ നമ്മളെടുത്ത തീരുമാനത്തിൽനിന്ന് പിന്നോട്ടാണോ അതോ മുന്നോട്ടാണോ നമ്മുടെ പോക്ക് എന്നതാണ് ചോദ്യം. സർക്കാരിന്റെ നിലപാടിന് യോജിക്കുന്ന വിധത്തിൽ മറുപടി പറയാൻ നമ്മൾ തയ്യാറാണോ? ലാലാജിയുടെ അപലപനീയമായ മരണം, ലഖ്നൗവിലെയും കാൺപൂരിലെയും നിർഭാഗ്യകരമായ സംഭവങ്ങൾ– ഇതാണ് സർക്കാരിന്റെ നിലപാട്. ഈ സന്ദർഭങ്ങളെല്ലാം കാലത്തിന് അനുസരിച്ച് ധീരമായ തീരുമാനമെടുക്കാൻ നമ്മളെ പ്രേരിപ്പിക്കുന്നില്ലേ?

വളച്ചുകെട്ടില്ലാതെ ഒരു ചോദ്യം ചോദിക്കാൻ ഞാൻ ആഗ്രഹിക്കുകയാണ്. പ്രധാന പ്രമേയത്തിൽ നിങ്ങൾ ബ്രിട്ടീഷ് സർക്കാരിന് 12 മാസത്തെ സമയമാണ് അനുവദിച്ചിരിക്കുന്നത്. അക്കാലയളവിനുള്ളിൽ സ്വയംഭരണാധികാരം കിട്ടാൻ സാദ്ധ്യതയുണ്ടെന്ന് നെഞ്ചിൽ കൈവെച്ച് നിങ്ങൾക്ക് പറയാൻ കഴിയുമോ? അതിന് സാദ്ധ്യതയില്ലെന്ന് പണ്ഡിറ്റ് മോത്തിലാൽ തന്റെ പ്രസംഗത്തിൽ വ്യക്തമാക്കിയിട്ടുണ്ട്. പിന്നെ ഈ 12 മാസത്തേക്ക് നമ്മളെന്തിന് നമ്മുടെ പതാക താഴ്ത്തിക്കെട്ടണം. ബ്രിട്ടീഷ് സർക്കാരിലെ അവസാന പ്രതീക്ഷയും നഷ്ടപ്പെട്ടുവെന്നും ഒരു ധീരമായ നിലപാടെടുക്കാൻ പോവുകയാണെന്നും വിളിച്ചുപറയാൻ നമ്മൾക്കെന്തുകൊണ്ടാണ് കഴിയാത്തത്?

സ്വാതന്ത്ര്യത്തിനായുള്ള പ്രമേയം പാസാക്കിയതിലൂടെ നമ്മൾ എന്തു നേടുമെന്ന് നിങ്ങൾ ചോദിച്ചേക്കാം. ഒരു പുതിയ മനോഗതി വളർത്തിയെടുക്കാൻ പറ്റുമെന്നതാണ് എന്റെ ഉത്തരം. നമ്മുടെ രാഷ്ട്രീയമായ അപചയത്തിന്റെ മൗലികമായ കാരണം എന്താണ്? അത് മനോഗതിയെ സംബന്ധിച്ച ഒരു പ്രശ്നമാണ്. ദാസ്യമനോഗതിയെ മറികടക്കണമെന്നാണ് നിങ്ങളുടെ ആഗ്രഹമെങ്കിൽ നിങ്ങൾ കൂടെയുള്ളവരെ പൂർണ്ണസ്വാതന്ത്ര്യത്തിനുവേണ്ടി നിലകൊള്ളാൻ പ്രചോദിപ്പിക്കും. കുറച്ചുകൂടി കടന്നുപറയുകയാണെങ്കിൽ ഇതിനുവേണ്ടി പ്രവർത്തിച്ചില്ലെങ്കിലും സ്വാതന്ത്ര്യമെന്ന ലക്ഷ്യം സത്യസന്ധമായ പ്രസംഗത്തിലൂടെയും പ്രചാരണ

ത്തിലൂടെയും നമ്മുടെ രാജ്യത്തുള്ളവർക്ക് മുന്നിലേക്ക് വെച്ചാൽ നമ്മൾ ഒരു പുതിയ തലമുറയെ ആയിരിക്കും വാർത്തെടുക്കുക.

പക്ഷേ, കൈകൾ കൂട്ടിക്കെട്ടി വെറുതെയിരിക്കാനല്ല നമ്മുടെ ഉദ്ദേശ്യം. യുവജനത അവരുടെ ഉത്തരവാദിത്വം തിരിച്ചറിയുകയും പ്രവർത്തിക്കാൻ സജ്ജരുമാണ്. നമ്മൾ നമ്മുടേതായ പദ്ധതികൾ രൂപീകരിക്കുകയും അത് ചവറ്റുകൊട്ടയിലേക്ക് എത്താതിരിക്കാൻ കഴിവിന്റെ പരമാവധിക്കനുസരിച്ച് അത് പ്രാവർത്തികമാക്കുകയുമാണ് വേണ്ടത്.

പ്രസംഗം അവസാനിപ്പിക്കുന്നതിന് മുമ്പ് മറ്റൊരുകാര്യം കൂടി പറയാൻ ഞാൻ ആഗ്രഹിക്കുകയാണ്. മറ്റൊരു ലോകയുദ്ധം ആസന്നമാണെന്നാണ് എല്ലാ സംഭവങ്ങളും സൂചിപ്പിക്കുന്നത്. പല കാരണങ്ങളാലാണ് ഞാനിത് പറയുന്നത്. ഒരു യുദ്ധത്തിലേക്ക് നയിക്കപ്പെടാവുന്ന കാര്യങ്ങൾ ലോകത്തിന്റെ വിവിധ പ്രദേശങ്ങളിൽ ഇന്ന് നിലനില്ക്കുന്നുണ്ട്. വെർസെയ്ൽ ഉടമ്പടി പ്രകാരം ഉണ്ടായിട്ടുള്ള പരിഹാരനിർദ്ദേശങ്ങൾ ഇറ്റലി, ബാൾക്കനുകൾ, റഷ്യ, ഓസ്ട്രേലിയ, ഹംഗറി തുടങ്ങിയ രാജ്യങ്ങളിലുള്ളവരുടെ ദേശതാല്പര്യങ്ങളെ തൃപ്തിപ്പെടുത്തിയിരുന്നില്ല. ഏഷ്യയുമായി ബന്ധപ്പെട്ട സ്ഥിതിഗതികളും നിലനില്ക്കുന്നുണ്ട്. സോവിയറ്റ് റഷ്യക്കെതിരെ അണിനിരക്കാൻ തയ്യാറായിട്ടുള്ള മുതലാളിത്ത രാജ്യങ്ങളുടെ ഒരുകൂട്ടം ഇവിടെയുണ്ട്. യുദ്ധസാമഗ്രികൾക്കായുള്ള മത്സരയോട്ടവും മറ്റൊരു വശത്ത് നടക്കുന്നുണ്ട്. ഈ ഘടകങ്ങളെല്ലാം വിരൽ ചൂണ്ടുന്നത് ഒരു ലോകയുദ്ധത്തിലേക്കാണ്. നിരായുധീകരണത്തെക്കുറിച്ചുള്ള ചർച്ചകളെല്ലാം വലിയൊരു പ്രഹസനമാണെന്ന് ഞാൻ നിങ്ങളോട് പറയുകയാണ്. സ്വതന്ത്രമായ എല്ലാ രാജ്യങ്ങളും മറ്റൊരു യുദ്ധത്തിനുള്ള കോപ്പുകൂട്ടുകയാണ് എന്നതാണ് സത്യം. ഇത് സംബന്ധിച്ച് ഇന്ത്യ ജാഗ്രതയോടെ ഇരിക്കണമെങ്കിൽ നമ്മളിവിടെ ഒരു പുതിയ മനോഗതി വളർത്തിയെടുക്കേണ്ടതുണ്ട്. ഞങ്ങൾക്ക് പൂർണ്ണ സ്വാതന്ത്ര്യമാണ് വേണ്ടതെന്ന് ആവശ്യപ്പെടുന്നതായിരിക്കണം ആ മനോഗതി. പൂർണ്ണ സ്വാതന്ത്ര്യം എന്ന ആദർശം ആശങ്കകൾക്ക് ഇടയില്ലാത്ത വിധം വ്യക്തമായി പ്രഖ്യാപിച്ചാൽ മാത്രമേ ഇത് സാദ്ധ്യമാകൂ.

ഒരുനിമിഷം പോലും നമ്മൾക്ക് കളയാനുണ്ടെന്ന് എനിക്ക് തോന്നുന്നില്ല. രാജ്യത്ത് ദേശീയ പ്രസ്ഥാനം തുടങ്ങിയതുമുതൽ പൂർണ്ണമായ സ്വാതന്ത്ര്യത്തിനുവേണ്ടി നിലകൊണ്ടവരാണ് ബംഗാളികളെന്ന് നിങ്ങൾക്കെല്ലാവർക്കും അറിയുന്ന കാര്യമാണ്. ബ്രിട്ടീഷ് ഭരണത്തിന് കീഴിൽ സ്വയംഭരണം എന്നതല്ല ഞങ്ങൾ സ്വപ്നം കണ്ട സ്വാതന്ത്ര്യത്തിന്റെ അർത്ഥം. ഞങ്ങളുടെ കുറേയധികം രാജ്യവാസികൾ ജീവൻ നഷ്ടപ്പെടുത്തിയതിനുശേഷം, ഞങ്ങളുടെ കവികളുടെ വചനങ്ങളിലൂടെയാണ് പൂർണ്ണമായ സ്വാതന്ത്ര്യത്തെക്കുറിച്ച് ഞങ്ങൾ മനസ്സിലാക്കുന്നത്. സ്വയംഭരണാധികാരത്തെക്കുറിച്ചുള്ള ചർച്ച ഞങ്ങൾക്കിടയിൽ, യുവജനതയ്ക്കിടയിൽ ചെറിയതരത്തിൽപ്പോലും സ്വീകാര്യമല്ല. നാളെയുടെ അവകാശികൾ യുവതലമുറയാണെന്ന കാര്യം നമ്മളെന്നും ഓർക്കണം.

അവസാനമായി ഒരു ആവശ്യം കൂടി ഉന്നയിക്കാൻ ഞാൻ ആഗ്രഹിക്കുകയാണ്. ഭേദഗതി അംഗീകരിക്കുകയെന്നത് മുതിർന്ന നേതാക്കളെ നേരിയ തോതിൽപോലും അപമാനിക്കാനുള്ള ഒരു കാര്യമായിട്ട് എനിക്ക് തോന്നുന്നില്ല. നേതാക്കളോടുള്ള ബഹുമാനവും സ്നേഹവും ആരാധനയും, അത് ഒരുകാര്യം; തത്ത്വങ്ങളോടുള്ള ബഹുമാനം മറ്റൊരു കാര്യമാണ്. ഞാൻ മുന്നോട്ടുവെച്ച ഭേദഗതി അംഗീകരിച്ച് പുതിയ ബോധതലത്താൽ യുവജനതയെ പ്രചോദനമേകിയാലും.

വ്യക്തി, ദേശം, ആദർശം

ചിൻസുറയിൽ വെച്ചുനടന്ന ഹൂഗ്ലി ജില്ലാ വിദ്യാർത്ഥി സമ്മേളനത്തിൽ നടത്തിയ പ്രസംഗം, 22 ജൂലൈ 1929, ഞായറാഴ്ച

സ്വീകരണ സമിതിയുടെ ചെയർമാൻ, പിന്നെ വിദ്യാർത്ഥികളെ,

വിദ്യാർത്ഥികളുടെ ഈ സമ്മേളനത്തിലേക്ക് എന്നെ ക്ഷണിച്ചതെന്തിനാണെന്ന് ഏറ്റവും നന്നായി നിങ്ങൾക്കറിയാമല്ലോ. ഇവിടേക്ക് വരാൻ ഞാൻ താല്പര്യം അല്ലെങ്കിൽ ധൈര്യം കാണിച്ചത് നിങ്ങളെപ്പോലെത്തന്നെ ഒരു വിദ്യാർത്ഥിയായാണ് ഞാൻ എന്നെ ഇന്നും കാണുന്നത് എന്നതിനാലാണ്. 'ജീവിതത്തിന്റെ വേദങ്ങൾ' ശ്രദ്ധയോടെ പഠിക്കുകയാണ് ഞാൻ. ഒരു മനുഷ്യന്റെ യഥാർത്ഥ ജീവിതാനുഭവങ്ങളിലൂടെ വെളിപ്പെടുന്ന അറിവ് ശേഖരിച്ചുകൊണ്ടിരിക്കുകയാണ് ഞാനിപ്പോൾ.

സ്വന്തമായ ഒരു അടയാളമോ ആദർശമോ ഏതൊരു വ്യക്തിക്കും ദേശത്തിനും ഉണ്ടാകും. ആ ആദർശത്തിന് അനുസരിച്ചായിരിക്കും അവൻ സ്വന്തം ജീവിതം രൂപപ്പെടുത്തുക. ജീവിതത്തിന്റെ ഏക ലക്ഷ്യം തന്നെ ആ ആദർശത്തെ മുഴുവനായും മനസ്സിലാക്കാൻ കഴിയുക എന്നതാണ്. ആ ആദർശം കണ്ടെത്താൻ കഴിഞ്ഞില്ലെങ്കിൽ അവന്റെ ജീവിതം അർത്ഥശൂന്യവും പ്രയോജനമില്ലാത്തതുമാകും. വ്യക്തിയുടെ കാര്യത്തിലെന്നതുപോലെതന്നെ ഒരു ദേശത്തിന്റെ കാര്യത്തിലും തലമുറകളിൽനിന്ന് തലമുറകളിലേക്ക് കൈമാറ്റം ചെയ്യപ്പെട്ട ഒരു ആദർശം നിലനില്ക്കുന്നുണ്ടാകും. ജീവനില്ലാത്തതും ചലനമില്ലാത്തതുമായ ഒന്നല്ല ആദർശമെന്ന് ജ്ഞാനികൾ പറയുന്നത് വെറുതെയല്ല. അതിന് വേഗതയുണ്ട്, ജീവൻ നല്കാനുള്ള ശേഷിയുമുണ്ട്.

കഴിഞ്ഞ നൂറുവർഷമായി നമ്മുടെ സമൂഹത്തിൽ വെളിപ്പെടാൻ ശ്രമി

ച്ചുകൊണ്ടിരിക്കുന്ന ആദർശത്തിന്റെ സാന്നിദ്ധ്യം ചെറുതായി മനസ്സിലാക്കാൻ പോലും നമ്മൾക്ക് കഴിഞ്ഞെന്നുവരില്ല. പക്ഷേ, ചിന്താശീലനായ, ശരിയായ ഉൾക്കാഴ്ചയോടുകൂടിയ ഒരു വ്യക്തിക്ക് കാണാൻ സാദ്ധ്യമായ എല്ലാ പ്രതിഭാസങ്ങൾക്ക് പിന്നിലും ഈ ആദർശത്തെയാണ് വായിച്ചെടുക്കാൻ കഴിയുക. ഫാൽഗൂ പുഴ നിരന്തരം താഴ്ന്ന പ്രദേശങ്ങളിലേക്ക് ഒഴുകിക്കൊണ്ടിരിക്കുന്നതിന് പിന്നിലും ഒരു ആദർശമുണ്ട്. ഒരു കാലത്തിന്റെ ആശയങ്ങളെ നിർമ്മിക്കുന്നത് ഇതേ ആദർശമാണ്. ആദർശത്തെക്കുറിച്ച് പൂർണ്ണധാരണ നേടിക്കഴിഞ്ഞാൽ തന്റെ ലക്ഷ്യവും വഴിയിലെ മാർഗ്ഗനിർദ്ദേശങ്ങളും കണ്ടെത്താൻ ആ വ്യക്തിക്ക് എളുപ്പത്തിൽ കഴിയും. ഈയൊരു ധാരണ എല്ലായ്പ്പോഴും ഉണ്ടാക്കിയെടുക്കാൻ കഴിയില്ലെന്നതിനാൽത്തന്നെ തെറ്റായ ആദർശങ്ങൾക്ക് വേണ്ടി തെറ്റായ പ്രവാചകരെ പിന്തുടരേണ്ടി വരും. എന്തെങ്കിലും ലക്ഷ്യത്തിലൂടെ നിങ്ങളുടെ ജീവിതം രൂപപ്പെടുത്താൻ ആഗ്രഹിക്കുന്നുവെങ്കിൽ വിദ്യാർത്ഥികളെ, തെറ്റായ മാർഗ്ഗദർശികളിൽനിന്നും ആദർശങ്ങളിൽനിന്നും നിങ്ങൾ നിങ്ങളെത്തന്നെ സംരക്ഷിക്കേണ്ടിയിരിക്കുന്നു. ജീവിതത്തിന്റെ ആദർശത്തെ നിങ്ങൾ സ്വയം തെരഞ്ഞെടുക്കൂ.

ബംഗാളിലെ വിദ്യാർത്ഥി സമൂഹത്തെ ഒരു പതിനഞ്ച് വർഷം മുമ്പു വരെ സ്വാധീനിച്ചിരുന്നത് സ്വാമി വിവേകാനന്ദന്റെ ആദർശങ്ങളായിരുന്നു. ആ മഹത്തായ ആദർശത്തിന്റെ മാന്ത്രിക വലയത്തിൽ, ബംഗാളിലെ യുവജനത സ്വാർത്ഥതയിൽനിന്നും ജീർണ്ണതയിൽനിന്നും മോചിതമായ നിർമ്മലജീവിതവും ആത്മീയമായ ശക്തികളും നേടാനുള്ള നിശ്ചയദാർഢ്യത്തോടെ സഞ്ചരിച്ചു. സമൂഹനിർമ്മിതിയുടെയും ദേശനിർമ്മിതിയുടെയും വേരുകൾ സ്വയം പ്രകാശിതനായ ഒരു വ്യക്തിയിലാണ് കിടക്കുന്നത്. മനുഷ്യനെ നിർമ്മിക്കലാണ് തന്റെ ഉദ്യമമെന്ന് സ്വാമി വിവേകാനന്ദൻ എപ്പോഴും തളരാതെ പറഞ്ഞുകൊണ്ടിരുന്നത് വെറുതെയല്ല.

വിവേകാനന്ദന്റെ കാലത്തിന് മുന്നെ, നമ്മുടെ നാട്ടിൽ ഒരു പുതുയുഗപ്പിറവി ഉണ്ടായപ്പോൾ രാജാ റാം മോഹൻ റോയ് ആയിരുന്നു നമ്മുടെ മാർഗ്ഗദർശി. റാം മോഹന്റെ കാലം തൊട്ട് സ്വാതന്ത്ര്യത്തിനുവേണ്ടിയുള്ള അഭിലാഷം ഇന്ത്യയിൽ എല്ലാ തരത്തിലുമുള്ള മുന്നേറ്റങ്ങളിലൂടെയും പ്രകടമായിത്തുടങ്ങിയിരുന്നു. പത്തൊമ്പതാം നൂറ്റാണ്ടിന്റെ അവസാന ദശകത്തിലും ഇരുപതാം നൂറ്റാണ്ടിന്റെ ആദ്യ ദശകത്തിലും സ്വാമി വിവേകാനന്ദന്റെ ഒരു സന്ദേശം ഇവിടെയുള്ള മനുഷ്യരുടെ ആത്മാവിനെ പ്രക്ഷുബ്ധമാക്കി. 'സ്വാതന്ത്ര്യം, സ്വാതന്ത്ര്യമാണ് ആത്മാവിന്റെ സംഗീതം' എന്ന സന്ദേശം സ്വദേശി ഹൃദയങ്ങളെ ബന്ധിപ്പിച്ചിരുന്ന താഴുകളെ പൊട്ടിച്ചെറിഞ്ഞു. തടുക്കാനാവാത്ത നിശ്ചയദാർഢ്യത്തോടെയുള്ള മലവെള്ളപ്പാച്ചിൽ പോലെ രാജ്യം മുഴുവനും അത് ഏറ്റുപിടിച്ചു, വിഭ്രാന്തിയുടെ വക്കോളമെത്തി.

എല്ലാ വിധത്തിലുമുള്ള ചങ്ങലകൾ പൊട്ടിച്ചെറിഞ്ഞ് ഒരു മനുഷ്യന്റെ യഥാർത്ഥ സത്തയ്ക്ക് അനുസരിച്ച് ജീവിക്കാൻ തന്റെ സഹജീവികളോട്

ആവശ്യപ്പെടുകയാണ് സ്വാമി വിവേകാനന്ദൻ ഒരു വശത്ത് ചെയ്തത്. മറുവശത്ത് അദ്ദേഹമാണ് എല്ലാ മതങ്ങളുടെയും വിഭാഗങ്ങളുടെയും ഐക്യത്തിലൂടെ ഉണ്ടായിവരേണ്ട യഥാർത്ഥ ദേശീയതയുടെ അടിത്തറ ഇന്ത്യയിൽ പാകിയതും. എന്നാൽ വിവേകാനന്ദൻ പ്രചരിപ്പിച്ച സമ്പൂർണ്ണ മായ സ്വാതന്ത്ര്യം എന്ന സങ്കല്പം അക്കാലത്തെ രാഷ്ട്രീയ മണ്ഡല ത്തിൽ പ്രതിഫലിച്ചിരുന്നില്ല. രാഷ്ട്രീയ സ്വാതന്ത്ര്യത്തിന്റെ സന്ദേശം നമ്മൾ ആദ്യമായി കേട്ടത് അരബിന്ദോയുടെ ശബ്ദത്തിലൂടെയായിരു ന്നു. *ബന്ദേമാതര*ത്തിന്റെ പംക്തികളിൽ അദ്ദേഹം 'ബ്രിട്ടീഷ് നിയന്ത്രണ ത്തിൽ നിന്നുള്ള സമ്പൂർണ്ണമായ പരമാധികാരമാണ് ഞങ്ങൾക്ക് വേണ്ടത്' എന്ന് എഴുതിയപ്പോൾ സ്വാതന്ത്ര്യ മോഹികളായ ബംഗാളി ജനത തങ്ങ ളുടെ ഹൃദയത്തിന് ഇണങ്ങിയ വ്യക്തിയെ കണ്ടെത്തിക്കഴിഞ്ഞുവെന്ന് കരുതി.

സമ്പൂർണ്ണ സ്വാതന്ത്ര്യത്തിന്റെ പ്രേരണ നേടിക്കഴിഞ്ഞതിനുശേഷം വഴിയിലെ തടസ്സങ്ങളെയെല്ലാം നീക്കിക്കൊണ്ട് ബംഗാളി ജനത മുന്നേ റിക്കൊണ്ടിരിക്കുകയായിരുന്നു. 1921 ൽ എത്തുമ്പോഴേക്കും നിസ്സഹകര ണത്തിന്റെ സന്ദേശങ്ങൾക്കൊപ്പം മറ്റൊരു സന്ദേശവും മഹാത്മാ ഗാന്ധി നല്കി: 'ജനങ്ങളെക്കൂടാതെ, അവർക്കിടയിൽ സ്വാതന്ത്ര്യത്തിനുള്ള വിശപ്പിനെ ഉണർത്താതെ സ്വരാജ് സാദ്ധ്യമല്ല.' ദേശബന്ധു ചിത്തര ഞ്ജന്റെ ജീവിതത്തിലൂടെ ഈ സന്ദേശം കൂടുതൽ വ്യക്തമായിത്തീർന്നു. ലാഹോർ പ്രസംഗത്തിൽ കുറച്ചുപേർക്ക് മാത്രമായുള്ള സ്വരാജ് അല്ല വേണ്ടതെന്നും, പൊതുജനത്തിന്റെ സ്വരാജാണ് നേടേണ്ടതെന്നും അദ്ദേഹം വ്യക്തമായി പറഞ്ഞു. 'ജനങ്ങളുടെ സ്വരാജ്' എന്ന ആശയം ഓൾ ഇന്ത്യാ ലേബർ കോൺഫറൻസിൽ വെച്ചാണ് അദ്ദേഹം ജനങ്ങൾക്ക് മുന്നിൽ അവതരിപ്പിക്കുന്നത്.

ദേശബന്ധുവിന്റെ ജീവിതത്തിലൂടെ മറ്റൊരു സന്ദേശംകൂടി നമ്മൾക്ക് ലഭിച്ചു. മനുഷ്യന്റെ ജീവിതം – അത് ദേശത്തിന്റേതാണെങ്കിലും ഒരു വ്യക്തിയുടേതാണെങ്കിലും – അത് പരിവർത്തന വിധേയമല്ലാത്ത സത്യ ത്തിന്റെ ഒരു കഷണമാണെന്നാണ് അദ്ദേഹം പറഞ്ഞത്. നമ്മുടെ ജീവി തത്തെ പരസ്പരം ബന്ധമില്ലാത്ത രണ്ടോ അതിലധികമോ അറകളാക്കി മാറ്റാൻ സാദ്ധ്യമല്ല. ഒരു മനുഷ്യന്റെ ജീവിതം ബോധോദയത്തിലേക്ക് എത്തുമ്പോൾ ഈ പുതിയ ഉണർവ്വിന്റെ ദൃഷ്ടാന്തങ്ങൾ എല്ലായിടത്തു നിന്നും നമ്മൾക്ക് കിട്ടും. ചുറ്റിലും പുതിയൊരു ജീവിതം തുടിക്കുന്ന തായി നമ്മൾക്ക് തോന്നും. ലോകവും അതുപോലെത്തന്നെ മനുഷ്യന്റെ ജീവിതവും വൈവിദ്ധ്യങ്ങൾ നിറഞ്ഞതാണ്. ഈ വൈവിദ്ധ്യത്തെ ഇല്ലാ താക്കിയാൽ ജീവിതത്തിന്റെ സഫലത നഷ്ടപ്പെടും. അതിനേക്കാൾ നല്ലത് മരണത്തിന്റെയോ നാശത്തിന്റെയോ വക്കിലേക്ക് സ്വയം നയിക്കു ന്നതാണ്. അതുകൊണ്ടാണ് വ്യക്തിയുടെയും ദേശത്തിന്റെയും പ്രകാ ശനം ഈ വൈവിദ്ധ്യത്തിലൂടെ നേടണമെന്ന് പറയുന്നത്.

ആത്മീയ ലോകത്തിൽ 'ഒന്നും', 'പലതും' തമ്മിലുള്ള ഒത്തുചേ

രൽ സ്ഥാപിച്ചത് രാമകൃഷ്ണനും വിവേകാനന്ദനും ചേർന്നാണ്. അത് ദേശത്തിന്റെ ജീവിതത്തിലും രാഷ്ട്രീയ മണ്ഡലത്തിലും നേടാൻ ശ്രമിച്ച വ്യക്തിയാണ് ദേശബന്ധു. ഒറ്റവാക്കിൽ പറഞ്ഞാൽ അദ്ദേഹം വിശ്വസിച്ചിരുന്നത് സംസ്കാരങ്ങളുടെ സംയുക്തമായ നിലനില്പിലാണ്. രാഷ്ട്രീയ മണ്ഡലത്തിൽ ഒരു കേന്ദ്രീകൃത ഭരണകൂടത്തേക്കാൾ ഇന്ത്യയിൽ അദ്ദേഹം ആഗ്രഹിച്ചിരുന്നത് ഒരു സംയുക്തഭരണ മാതൃകയായിരുന്നു.

എല്ലാ വിധത്തിലുമുള്ള വികാസവും ആത്മസഫലീകരണവുമാണ് ദേശബന്ധു ഉറച്ച് വിശ്വസിച്ചിരുന്ന ആദർശം. ഇതാണ് ഇക്കാലത്തിന്റെ ആദർശം. ഈയൊരു സാധന ഫലവത്താകണമെങ്കിൽ ആദ്യം തന്നെ നമ്മുടെ മനസ്സിൽ സ്വാതന്ത്ര്യത്തെക്കുറിച്ച് വ്യക്തമായ ഒരു ചിത്രമുണ്ടാകണം. തന്റെ ആദർശത്തെക്കുറിച്ച് പൂർണ്ണമായി തിരിച്ചറിയാത്തിടത്തോളം ഒരു മനുഷ്യന് തന്റെ ജീവിതയുദ്ധത്തിൽ വിജയിക്കാൻ കഴിയുമെന്ന് പ്രതീക്ഷിക്കാൻ കഴിയില്ല. നമ്മളെല്ലാം സ്വപ്നം കാണുന്ന സ്വതന്ത്ര ഇന്ത്യയിൽ എല്ലാവരും സ്വതന്ത്രരായിരിക്കും. സാമൂഹികവും രാഷ്ട്രീയവും സാമ്പത്തികവുമായ എല്ലാ തരം പ്രതിബന്ധങ്ങളിൽനിന്നും അവർ മോചിതരായിരിക്കും. ഇത് എല്ലാ ഇന്ത്യക്കാരോടും പ്രത്യേകിച്ച് യുവജനതയോടും പറയേണ്ടത് അത്യാവശ്യമാണ്.

ഇന്നത്തെ വിദ്യാർത്ഥി സമൂഹം ജനിച്ച കാലത്തിന്റെ ആശയം അല്ലെങ്കിൽ ആദർശം സമ്പൂർണ്ണവും സാർവ്വത്രികവുമായ സ്വാതന്ത്ര്യം നേടുകയെന്നതാണ്. ഇത് അവരോട് പറയാനാണ് ഞാനിവിടെ വന്നത്. സ്വതന്ത്രമായ അന്തരീക്ഷത്തിൽ, സ്വതന്ത്രമായ രാജ്യത്ത് ജീവിക്കാനും വളരാനും നമ്മുടെ ജനങ്ങൾ ആഗ്രഹിക്കുന്നുണ്ട്. സ്വാതന്ത്ര്യമെന്ന ആശയത്തെക്കുറിച്ചോർത്ത് നമ്മൾ ഭയപ്പെടേണ്ടതില്ല. തെറ്റുകൾ വരുത്താനുള്ള അവകാശം കൂടിയാണ് സ്വാതന്ത്ര്യത്തിനൊപ്പം നമ്മൾ ആവശ്യപ്പെടുന്നത്. അതുകൊണ്ട് നമ്മുടെ രാഷ്ട്രീയ വിമോചനത്തിന് ശേഷം ഉണ്ടാകാനും ഉണ്ടാകാതിരിക്കാനും സാദ്ധ്യതയുള്ള കുഴപ്പങ്ങളെ സങ്കല്പിച്ച് ദുഃസ്വപ്നങ്ങളിൽ അസ്വസ്ഥരാകേണ്ട കാര്യമില്ല. തങ്ങളിൽത്തന്നെയുള്ള അടിയുറച്ച വിശ്വാസത്തോടെ നമ്മുടെ ജന്മാവകാശം, അത് തരാൻ മടിക്കുന്ന കൈകളിൽനിന്നും നമ്മൾക്ക് പിടിച്ചെടുക്കാം.

നമ്മുടെ രാജ്യത്തെ മൂന്ന് വലിയ വിഭാഗങ്ങൾ പൂർണ്ണമായും നിഷ്ക്രിയരാണ്. സ്ത്രീകൾ, പിന്നോക്ക വിഭാഗമെന്ന് വിളിക്കപ്പെടുന്നവർ, പിന്നെ തൊഴിലാളിവർഗ്ഗം എന്നീ വിഭാഗങ്ങളാണ് അവ. അവരുടെയടുത്ത് പോയി നമ്മൾ പറയേണ്ടത് ഇതാണ്: 'നിങ്ങളും മനുഷ്യജീവികളാണ്, ഒരു മനുഷ്യന്റെ പൂർണ്ണമായ അവകാശങ്ങൾ നിങ്ങളും നേടേണ്ടതുണ്ട്. അതുകൊണ്ട് എഴുന്നേല്ക്കൂ, ഉണരൂ, നിഷ്ക്രിയമായിരിക്കുന്ന മനോഗതി തകർത്തെറിഞ്ഞ് നിങ്ങളുടെ അവകാശങ്ങൾ പിടിച്ചെടുക്കൂ.'

ബംഗാളിലെ വിദ്യാർത്ഥികളെ, യുവജനങ്ങളെ, സമ്പൂർണ്ണ സ്വാതന്ത്ര്യത്തിനുവേണ്ടി വാദിക്കുന്നവരായിരിക്കണം നിങ്ങൾ. നാളത്തെ ഇന്ത്യയുടെ അവകാശികളാണ് നിങ്ങൾ. അതുകൊണ്ട് മുഴുവൻ ദേശത്തെയും

ഉണർത്തേണ്ടതും ഊർജ്ജസ്വലമാക്കേണ്ടതും നിങ്ങളുടെ കടമയായിക്കണ്ട് പ്രവർത്തിക്കുക. സമത്വത്തിന്റെയും സ്വാതന്ത്ര്യത്തിന്റെയും സന്ദേശവാഹകരായി ബംഗാളിന്റെ ഉൾഗ്രാമങ്ങളിലേക്കും എല്ലാ കോണുകളിലേക്കും നിങ്ങൾ പോകുക. ഞാൻ നിങ്ങളുടെ മുന്നിൽ അവതരിപ്പിച്ച സ്വാതന്ത്ര്യത്തിന്റെ ചിത്രം നിങ്ങൾ ഈ രാജ്യത്തിന് മുഴുവനും കാട്ടിക്കൊടുക്കുക. ശരിയായ സത്ത ഉൾക്കൊണ്ടുകൊണ്ട് പോവുക, നിങ്ങളുടെ വിജയം സുനിശ്ചിതമാണ്. നിങ്ങളുടെ സാധനയ്ക്ക് മികച്ച ഫലങ്ങൾ ഉണ്ടാകട്ടെ – ഇന്ത്യ വീണ്ടും സ്വതന്ത്രമാകട്ടെ, നിങ്ങളുടെ ജീവിതത്തിൽ കീർത്തിയും ഔന്നത്യവും ഉണ്ടാകട്ടെ.

'വന്ദേമാതരം.'

പഞ്ചാബും ബംഗാളും വിദ്യാർത്ഥികളും രാഷ്ട്രീയവും

പഞ്ചാബി വിദ്യാർത്ഥി സമ്മേളനത്തിന്റെ ലാഹോർ സെഷനിൽ അവതരിപ്പിച്ച പ്രസംഗം, 19 ഒക്ടോബർ 1929

പഞ്ചാബിലെ സഹോദരീ സഹോദരന്മാരേ,

അഞ്ചു നദികളുടെ നാടായ ഈ പുണ്യഭൂമിയിലേക്കുള്ള എന്റെ ആദ്യ സന്ദർശനത്തിൽ എന്നെ ഹൃദ്യമായി സ്വാഗതം ചെയ്ത നിങ്ങളേവരോടും ഞാനെന്റെ ഹൃദയത്തിന്റെ അടിത്തട്ടിൽനിന്നുള്ള നന്ദി അറിയിക്കട്ടെ. നിങ്ങളിന്ന് എന്റെമേൽ ചൊരിഞ്ഞ ആദരവും സ്നേഹവും ഞാൻ അർഹിക്കുന്നതിനേക്കാൾ എത്രയോ വലുതാണ്. ഇവിടെനിന്ന് ലഭിച്ച ആതിഥ്യവും കരുണയും എന്നെ കുറച്ചുകൂടി യോഗ്യനായ മനുഷ്യനാക്കണേയെന്നതാണ് ഇപ്പോൾ ഞാൻ ആഗ്രഹിക്കുന്നത്.

നിങ്ങളോട് സംസാരിക്കാനായി ദൂരെയുള്ള കൽക്കട്ടയിൽനിന്ന് നിങ്ങൾ എന്നെ ഇങ്ങോട്ട് വിളിച്ചു വരുത്തിയിരിക്കുകയാണ്. നിങ്ങളോട് പ്രതികരിക്കാൻ തയ്യാറായി ഞാനിന്ന് ഇവിടെ വന്നുനില്ക്കുകയാണ്. പക്ഷേ, എന്തുകൊണ്ടാണ് മറ്റാരെയും വിളിച്ചുവരുത്താതെ നിങ്ങൾ എന്നെത്തന്നെ വിളിച്ചുവരുത്തിയത്? കിഴക്കിനും പടിഞ്ഞാറിനും പൊതുവായുള്ള പ്രശ്നങ്ങൾ പരിഹരിക്കാൻ അവർ ഒത്തുകൂടേണ്ടതുണ്ട് എന്നതുകൊണ്ടാണോ? വിദേശഭരണത്തിന്റെ കീഴിൽ ആദ്യം വന്ന ബംഗാളും ഏറ്റവും അവസാനംവന്ന പഞ്ചാബും തമ്മിൽ സഹായിക്കേണ്ടതുണ്ട് എന്നതുകൊണ്ടാണോ? അതുമല്ലെങ്കിൽ നിങ്ങളും ഞാനും തമ്മിൽ ചിന്തകളുടെ കാര്യത്തിൽ, അഭിനിവേശങ്ങളുടെ കാര്യത്തിൽ സാമ്യത ഉള്ളതുകൊണ്ടാണോ?

ഒരിക്കൽ ഒരു സർവ്വകലാശാലയിൽനിന്ന് പുറത്താക്കപ്പെട്ട ഞാൻ

ലാഹോറിൽ കൂടിയിരിക്കുന്ന വിദ്യാർത്ഥികളെ അഭിസംബോധന ചെയ്യുന്നുവെന്നത് എന്തൊരു വിധിവൈപരീത്യമാണ്. വിചിത്രരായ മനുഷ്യരെയും പുതിയതരം ആശയങ്ങളെയും ഈ ലോകം ഇന്ന് അനുകൂലിക്കുന്നു എന്നതിനാൽ നമ്മുടെ മുതിർന്നവർ സമയം ശരിയല്ലെന്ന് പറയുമ്പോൾ നിങ്ങൾക്കതിനെ ഇനി എതിർക്കാനാകുമോ? എന്റെ കഴിഞ്ഞ കാല ചരിത്രത്തെക്കുറിച്ച് നിങ്ങൾക്ക് നല്ല ബോദ്ധ്യമുണ്ടെങ്കിൽ ഞാൻ എന്താണ് പറയാൻ പോകുന്നതെന്ന് നിങ്ങൾക്ക് ഊഹിക്കാൻ കഴിയും.

സുഹൃത്തുക്കളേ, ജതീന്ദ്രനാഥ് ദാസ് പഞ്ചാബ് ജയിലിൽ കഴിയുമ്പോൾ അദ്ദേഹത്തിനും കൂടെ ബംഗാളിൽനിന്നുണ്ടായിരുന്ന സഹതടവുകാർക്കും വേണ്ടി പഞ്ചാബിലെ യുവജനത ചെയ്ത കാര്യങ്ങൾ ഓർക്കുമ്പോൾ എന്നിൽ നിറയുന്ന നന്ദി പരസ്യമായി അറിയിക്കാൻ ഞാൻ ഈ അവസരം ഉപയോഗിക്കുന്നതിൽ ക്ഷമിക്കുമല്ലോ. അവരുടെ പ്രതിരോധത്തിനുവേണ്ടി ചെയ്ത സജ്ജീകരണങ്ങളും, അവർ നിരാഹാര സമരത്തിലായിരുന്നപ്പോൾ കാണിച്ച അതീവ ഉൽക്കണ്ഠയും, ജതിന്റെ ജീവിതകാലത്തും മരണശേഷവും അദ്ദേഹത്തിൽ ചൊരിഞ്ഞ സ്നേഹവും ആദരവും–ഇതെല്ലാം ബംഗാളിന്റെ ഹൃദയം ആഴത്തിൽ ഇളക്കിമറിച്ച സംഭവങ്ങളാണ്.

ലാഹോറിൽ ചെയ്യാൻ കഴിഞ്ഞതിൽ തൃപ്തരാകാതെ പ്രതിരോധ സമിതിയുടെ പ്രമുഖ അംഗങ്ങൾ ധീരരക്തസാക്ഷിയുടെ തിരുഅവശേഷിപ്പുകളെ കൽക്കട്ടവരെ അനുഗമിക്കുകയും അത് ഞങ്ങൾക്ക് കൈമാറുകയും ചെയ്തു. ഞങ്ങൾ വികാരാധീനരായ മനുഷ്യരാണ്. നിങ്ങളുടെ ഹൃദയവിശാലത നിങ്ങളെ ഞങ്ങൾക്ക് ഏറ്റവും പ്രിയപ്പെട്ടവരാക്കി മാറ്റിയിരിക്കുകയാണ്. ബംഗാളിന്റെ ഏറ്റവും ഇരുളടഞ്ഞ ദിനങ്ങളിൽ പഞ്ചാബ് അവൾക്കുവേണ്ടി ചെയ്ത കാര്യങ്ങൾ ഞങ്ങളെന്നും നന്ദിയോടെ സ്മരിക്കും.

പഞ്ചാബിലെ പ്രമുഖനായ നേതാവ് ഡോ. ആലം കൽക്കട്ടയിൽവെച്ച് ധീരരക്തസാക്ഷിയെക്കുറിച്ച് വിവരിക്കുകയായിരുന്നു. കിഴക്കിൽനിന്നുദിച്ച സൂര്യൻ എങ്ങനെയാണോ പടിഞ്ഞാറ് അസ്തമിക്കുന്നത്, സൂര്യാസ്തമനത്തിനുശേഷം ചന്ദ്രൻ എങ്ങനെയാണോ പടിഞ്ഞാറ് ഉദിച്ച് കിഴക്കോട്ടേക്ക് യാത്രയാവുന്നത്, അതുപോലെയാണ് ജതിൻ ജീവിച്ചതും മരിച്ചതും. ജീവിച്ചിരിക്കുമ്പോൾ കൽക്കട്ടയിൽനിന്ന് ലാഹോറിലേക്ക് അദ്ദേഹം യാത്ര ചെയ്തു, മരണശേഷം അദ്ദേഹത്തിന്റെ അവശേഷിപ്പുകൾ തിരിച്ചു കൽക്കട്ടയിലേക്കും. അവ തിരിച്ചെത്തിയത് കളിമണ്ണായിട്ടല്ല, മറിച്ച് നിർമ്മലതയുടെയും, ശ്രേഷ്ഠതയുടെയും, ദിവ്യതയുടെയും പ്രതീകമായാണ്. ജതിൻ ഇന്ന് മരിച്ചിട്ടില്ല. വരുംതലമുറകൾക്ക് നിർമ്മലമായ പ്രകാശം ചൊരിഞ്ഞുകൊണ്ട് മാർഗ്ഗദർശിയായി അദ്ദേഹം സ്വർഗ്ഗത്തിൽ ജീവിക്കുകയാണ്. അദ്ദേഹത്തിന്റെ മരണമില്ലാത്ത ത്യാഗത്തിലും ദിവ്യമായ യാതനയിലും അദ്ദേഹം ജീവിക്കുന്നു. അദ്ദേഹം ജീവിക്കുന്നത് ഒരു ദർശനമായിട്ടാണ്, ഒരു ആദർശമായിട്ടാണ്, മനുഷ്യത്വത്തിന്റെ പരി

ശുദ്ധവും ശ്രേഷ്ഠവുമായ ചിഹ്നമായിട്ടാണ്. അദ്ദേഹം തന്റെ ആത്മാഹുതിയിലൂടെ ഇന്ത്യയുടെ ആത്മാവിനെ ഉണർത്തിയെന്ന് മാത്രമല്ല, അദ്ദേഹം ജനിച്ചതും മരിച്ചതുമായ രണ്ട് പ്രവിശ്യകൾ തമ്മിലുള്ള ബന്ധത്തെ ഉറപ്പിക്കുകയും ചെയ്തു. ആധുനിക 'ദാധിചി'യുടെ നിർവ്വാണത്തിന് വേദിയായ നിങ്ങളുടെ മഹാനഗരത്തോട് അതിനാൽ എനിക്ക് അസൂയ തോന്നുന്നു.

സ്വാതന്ത്ര്യത്തിന്റെ പുലരിയോട് നമ്മൾ പതുക്കെ അടുക്കുന്തോറും നമ്മുടെ യാതനയുടെയും ദുഃഖത്തിന്റെയും പാനപാത്രം നിറഞ്ഞുകൊണ്ടിരിക്കുകയാണ്. അധികാരം കൈയിൽനിന്ന് മെല്ലെ വഴുതിപ്പോവുകയാണെന്ന് അറിയുമ്പോൾ നമ്മുടെ ഭരണാധികാരികൾ, മറ്റെവിടെയുമുള്ള ഏകാധിപതികളെപ്പോലെ കൂടുതൽ നിർദ്ദയരാകുന്നത് സ്വാഭാവികമാണ്. സംസ്കാരസമ്പന്നതയുടെ നാട്യങ്ങളെല്ലാം അവർ ഒഴിവാക്കി, മാന്യതയുടെ മൂടുപടം മാറ്റി, ചുരുട്ടിയ മുഷ്ടി മടിയൊന്നും കൂടാതെ പ്രയോഗിക്കാൻ തുടങ്ങിയാൽ ആരും അത്ഭുതപ്പെടേണ്ടതില്ല. വലിയ രീതിയിലുള്ള അടിച്ചമർത്തലാണ് നിലവിൽ പഞ്ചാബും ബംഗാളും അനുഭവിക്കുന്നത്. സ്വരാജിന് ഏറ്റവും യോഗ്യരെന്ന നിലയിൽ അഭിനന്ദനമർഹിക്കുന്നവരാണ് ഈ രണ്ട് പ്രവിശ്യകളും. അടിച്ചമർത്തലിലൂടെ ഭഗത്സിങ്ങും ബതുകേശ്വർ ദത്തയും അടങ്ങിയ ധീരന്മാർ ഉണർത്തിയ ആവേശം അണയ്ക്കാൻ കഴിയില്ല. മറിച്ച് അടിച്ചമർത്തലിലൂടെയും യാതനകളിലൂടെയും അപമാനത്തിലൂടെയും ദുഃഖത്തിലൂടെയും ധീരന്മാർ ഉണ്ടാവുകയാണ് ചെയ്യുന്നത്. അതിനാൽ അടിച്ചമർത്തലുകളെ ഹൃദയപൂർവ്വം വരവേല്ക്കാം, അതിനെ പരമാവധി ഉപയോഗിക്കാം.

പഞ്ചാബിന്റെ ആദ്യകാല ചരിത്രത്തിൽനിന്ന് ബംഗാളി സാഹിത്യം അതിനെ സമ്പന്നമാക്കാനും വായനക്കാരെ പ്രബുദ്ധരാക്കാനുമായി കുറേ കാര്യങ്ങൾ സ്വാംശീകരിച്ചിട്ടുണ്ട്. രബീന്ദ്രനാഥ് ടാഗോർ ഉൾപ്പെടെയുള്ള ഞങ്ങളുടെ മഹാന്മാരായ കവികൾ പഞ്ചാബിലെ ധീരരുടെ കഥകൾ ഈണമിട്ട് പാടിയിട്ടുണ്ട്. അവരിൽ ചിലർ ഇന്ന് എല്ലാ ബംഗാളി വീടുകളിലും പരിചിതരാണ്. നിങ്ങളുടെ സന്ന്യാസിമാരുടെ സൂക്തങ്ങൾ ബംഗാളി ഭാഷയിലേക്ക് വിവർത്തനം ചെയ്യപ്പെട്ടിട്ടുണ്ട്. അത് ലക്ഷക്കണക്കിന് ബംഗാളികൾക്ക് ശാന്തിയും പ്രചോദനവുമേകുന്നു. സാംസ്കാരികമായ ബന്ധങ്ങൾ രാഷ്ട്രീയ മണ്ഡലത്തിലും അനുരണനങ്ങൾ ഉണ്ടാക്കിയിട്ടുണ്ട്. ഇന്ത്യയിലെ മാത്രമല്ല, ബർമ്മയിലെയും ആൻഡമാനിലെയും ജയിലുകളിൽ നിങ്ങളുടെയും ഞങ്ങളുടെയും രാഷ്ട്രീയ തീർത്ഥാടകർ കണ്ടുമുട്ടുന്നു.

സുഹൃത്തുക്കളെ, ഈ ചർച്ചയിൽ ദീർഘമായി രാഷ്ട്രീയ പ്രശ്നങ്ങൾ ഉന്നയിക്കുന്നതിനും അതിന് ഉത്തരങ്ങൾ തേടുന്നതിനും ഞാൻ ക്ഷമാപണം നടത്തുകയില്ല. അധീനരായ മനുഷ്യർക്ക് രാഷ്ട്രീയമില്ലെന്ന് വിശ്വസിക്കുന്ന, വിദ്യാർത്ഥികൾക്ക് പ്രത്യേകിച്ച് രാഷ്ട്രീയത്തിൽ ഒന്നും ചെയ്യാനില്ലെന്ന് വിശ്വസിക്കുന്ന ഒരുപാട് പേർ നമ്മുടെ രാജ്യത്തുണ്ടെന്ന്

എനിക്കറിയാം. അതിൽ പ്രമുഖ വ്യക്തിത്വങ്ങളും പെടും. പക്ഷേ, അധീനതയിലാക്കപ്പെട്ട ഒരു വംശത്തിന് രാഷ്ട്രീയം മാത്രമേയുള്ളൂവെന്നാണ് എന്റെ കാഴ്ചപ്പാട്. ഒരു ആശ്രിത രാജ്യത്തിന്റെ ഏതൊരു പ്രശ്നത്തെക്കുറിച്ച് ചിന്തിച്ചാലും അതിന്റെ അപഗ്രഥനത്തിൽ അടിസ്ഥാനപരമായി അതൊരു രാഷ്ട്രീയപ്രശ്നമാണെന്ന് മനസ്സിലാകും. അന്തരിച്ച ദേശബന്ധു സി ആർ ദാസ് പറയുന്നതുപോലെ, ജീവിതമെന്നത് ഏകമായ ഒന്നാണ്, അതുകൊണ്ട് നിങ്ങൾക്ക് രാഷ്ട്രീയത്തെ സാമ്പത്തികശാസ്ത്രത്തിൽനിന്നോ വിദ്യാഭ്യാസത്തിൽനിന്നോ വേർപ്പെടുത്താൻ കഴിയില്ല. അറകളായി മനുഷ്യജീവിതം വേർപെടുത്താൻ കഴിയില്ല. ദേശത്തിന്റെ, ജീവിതത്തിന്റെ എല്ലാ ഘട്ടങ്ങളും വശങ്ങളും പരസ്പര ബന്ധിതമാണ്, എല്ലാ പ്രശ്നങ്ങളും ഇഴചേർന്നുകിടക്കുന്നു. കാര്യം ഇങ്ങനെയാണെന്നിരിക്കെ, ആശ്രിതവംശത്തിന്റെ എല്ലാ പോരായ്മകളെയും കുഴപ്പങ്ങളെയും ഒരു രാഷ്ട്രീയ വിഷയത്തിലേക്ക് കൊണ്ടുചെന്നെത്തിക്കാൻ കഴിയും. അത് രാഷ്ട്രീയ അടിമത്തമാണ്. അതുകൊണ്ടുതന്നെ എല്ലാ പ്രധാന പ്രശ്നങ്ങളെയും പരിഗണിച്ചുവേണം വിദ്യാർത്ഥികൾ രാഷ്ട്രീയ വിമോചനത്തിനുവേണ്ടി പരിശ്രമിക്കേണ്ടത്.

ദേശീയതലത്തിൽ പ്രവർത്തനങ്ങളിലേർപ്പെടുന്നതിന് പൊതുവിൽ വിലക്കില്ലാത്ത സാഹചര്യത്തിൽ രാഷ്ട്രീയത്തിൽ പങ്കെടുക്കുന്നതിന് മാത്രമെന്താണ് വിലക്കേർപ്പെടുത്തിയിരിക്കുന്നത് എന്നാണ് എനിക്ക് മനസ്സിലാകാത്തത്. ദേശീയതലത്തിലുള്ള എല്ലാ ജോലികൾക്കും വിലക്കേർപ്പെടുത്തുകയാണെങ്കിൽ മനസ്സിലാക്കാം, പക്ഷേ, രാഷ്ട്രീയ പ്രവർത്തനത്തിന് മാത്രം വിലക്കേർപ്പെടുത്തുന്നത് അർത്ഥശൂന്യമാണ്. ഒരു ആശ്രിത രാജ്യത്ത് എല്ലാ പ്രശ്നങ്ങളും അടിസ്ഥാനപരമായി രാഷ്ട്രീയ പ്രശ്നമായിരിക്കുമ്പോൾ എല്ലാതരത്തിലുള്ള ദേശീയ പ്രവർത്തനവും രാഷ്ട്രീയ സ്വഭാവമുള്ളവയാണ്. സ്വതന്ത്രമായ ഒരു രാജ്യത്തും രാഷ്ട്രീയത്തിൽ പങ്കാളികളാകുന്നതിന് വിലക്കില്ല, മാത്രവുമല്ല വിദ്യാർത്ഥികൾ രാഷ്ട്രീയത്തിൽ പങ്കെടുക്കുന്നത് അവിടെയെല്ലാം പ്രോത്സാഹിപ്പിക്കപ്പെടുകയാണ് ചെയ്യുന്നത്. ഈ പ്രോത്സാഹനം ബോധപൂർവ്വം നല്കുന്ന ഒന്നാണ്. കാരണം, രാഷ്ട്രീയ ചിന്തകരും പ്രവർത്തകരും ഉണ്ടായിവരുന്നത് വിദ്യാർത്ഥികൾക്കിടയിൽ നിന്നാണ്. ഇന്ത്യയിൽ വിദ്യാർത്ഥികൾ സജീവ രാഷ്ട്രീയത്തിൽ പങ്കാളികളാകുന്നില്ലെങ്കിൽ പിന്നെ എവിടെനിന്നാണ് ഞങ്ങൾ രാഷ്ട്രീയ പ്രവർത്തകരെ കണ്ടെത്തുക, എവിടെയാണ് അവരെ പരിശീലിപ്പിക്കുക? മനുഷ്യത്വത്തിന്റെയും വ്യക്തിത്വത്തിന്റെയും വികാസത്തിന് രാഷ്ട്രീയ പങ്കാളിത്തം ആവശ്യമാണെന്നതും അംഗീകരിക്കേണ്ടി വരും. ഒരു വ്യക്തിത്വ രൂപീകരണത്തിന് ചിന്ത മാത്രം പോരാ പ്രവർത്തനവും വേണം. അതുകൊണ്ടുതന്നെ രാഷ്ട്രീയവും സാമൂഹികവും കലാപരവുമായ എല്ലാ കാര്യങ്ങളിലും ആരോഗ്യകരമായ പങ്കാളിത്തമാണ് വ്യക്തിത്വം രൂപീകരിക്കപ്പെടുന്നതിന് ആവശ്യം. പുസ്തകപുഴുക്കളെയും സ്വർണ്ണപ്പതക്ക ജേതാക്കളെയും ഓഫീസ് ക്ലാർക്കുകളേ

യുമല്ല സർവ്വകലാശാലകൾ ഉല്പാദിപ്പിക്കാൻ ശ്രമിക്കേണ്ടത്, മറിച്ച് വ്യക്തിത്വമുള്ള മനുഷ്യരെയാണ്. അവർ രാജ്യത്തിനുവേണ്ടി ജീവിതത്തിന്റെ വിവിധ മണ്ഡലങ്ങളിൽ മഹത്തായ കാര്യങ്ങൾ നേടി മഹാന്മാരായി മാറും.

ഇന്ത്യയിൽ എല്ലായിടത്തും ശക്തിപ്പെടുന്ന യഥാർത്ഥമായ വിദ്യാർത്ഥി മുന്നേറ്റമാണ് ഇന്നത്തെ ഏറ്റവും ഉന്മേഷദായകമായ സൂചനകൾ. കൂടുതൽ വിശാലമായ യുവജനമുന്നേറ്റത്തിന്റെ ഒരു ഘട്ടമായിട്ടാണ് ഞാനീ മുന്നേറ്റത്തെ പരിഗണിക്കുന്നത്. ഇന്നത്തേതും കഴിഞ്ഞ ദശകത്തിലേതും വിദ്യാർത്ഥി സമ്മേളനങ്ങൾ തമ്മിൽ വലിയൊരു അന്തരമാണ് ഉള്ളത്. ഔദ്യോഗികമായ സംരക്ഷണയിലായിരുന്നു കഴിഞ്ഞ ദശകത്തിൽ വിദ്യാർത്ഥി സമ്മേളനങ്ങൾ നടന്നിരുന്നത്. 'നിങ്ങൾ രാഷ്ട്രീയത്തിൽ ഇടപെടരുത്' എന്ന വാചകം കവാടത്തിൽ പ്രത്യക്ഷപ്പെടുകയും ചെയ്യും. ഇന്ത്യൻ നാഷണൽ കോൺഗ്രസിന്റെ ആദ്യ പ്രമേയം ചക്രവർത്തിയോടുള്ള ഞങ്ങളുടെ കൂറ് ഉറപ്പുവരുത്തിക്കൊണ്ടായിരുന്നു പാസാക്കിയത്. കോൺഗ്രസിന്റെ ചരിത്രത്തിലെ ആദ്യ ഘട്ടങ്ങളോട് താരതമ്യപ്പെടുത്താൻ കഴിയുന്ന തരത്തിലായിരുന്നു സമ്മേളനങ്ങൾ നടത്തപ്പെട്ടിരുന്നത്. ഭാഗ്യവശാൽ ഈ ഘട്ടം ഇന്ത്യൻ നാഷണൽ കോൺഗ്രസും വിദ്യാർത്ഥി പ്രസ്ഥാനങ്ങളും മറികടന്നിരിക്കുന്നു. കുറേക്കൂടി സ്വതന്ത്രമായ അന്തരീക്ഷത്തിലാണ് ഇന്നത്തെ വിദ്യാർത്ഥി സമ്മേളനങ്ങൾ നടക്കുന്നത്. ഈ സമ്മേളനങ്ങളിൽ പങ്കെടുക്കുന്നവർ ചിന്തിക്കുന്നതും സംസാരിക്കുന്നതും അവർ ഇഷ്ടപ്പെടുന്നതുപോലെയാണ്. ഇന്ത്യൻ ശിക്ഷാ നിയമത്തെ (ഇന്ത്യൻ പീനൽ കോഡ്) മാത്രമേ അവർക്ക് ഭയപ്പെടേണ്ടതുള്ളൂ.

നിലവിലെ കാര്യങ്ങളുടെ അവസ്ഥയോടുള്ള അസ്വസ്ഥതയും അക്ഷമയുമാണ് ഇന്നത്തെ യുവമുന്നേറ്റത്തിന്റെ സവിശേഷത. പുതിയതും മികച്ചതുമായ ഒരു ലോകക്രമത്തിലേക്ക് എത്തിച്ചേരാനുള്ള അതിയായ ആഗ്രഹമാണ് അവരെ നയിക്കുന്നത്. ഉത്തരവാദിത്വബോധവും സ്വാശ്രയബോധവും ഈ മുന്നേറ്റത്തിൽ കാണാൻ കഴിയും. മുതിർന്നവർക്ക് എല്ലാ ഉത്തരവാദിത്വവും കൈമാറുന്നതിൽ സംതൃപ്തരാകുന്ന യുവതലമുറയല്ല ഇന്നത്തേത്. രാജ്യവും രാജ്യത്തിന്റെ ഭാവിയും മുതിർന്ന തലമുറയേക്കാൾ തങ്ങളുടേതാണെന്നും അതുകൊണ്ട് തന്നെ രാജ്യത്തിന്റെ ഭാവിയുടെ മുഴുവൻ ഉത്തരവാദിത്വവും തങ്ങൾ ഏറ്റെടുക്കണമെന്നും ആ ഉത്തരവാദിത്വം നിറവേറ്റുന്നതിനായി സ്വയം സജ്ജരാകണമെന്നുമാണ് അവർക്ക് തോന്നുന്നത്. യുവജനമുന്നേറ്റത്തിന്റെ ഭാഗമാണ് വിദ്യാർത്ഥി മുന്നേറ്റമെന്നതിനാൽ അതേ വീക്ഷണഗതിയും മനോനിലയുമാണ് അതിനേയും നയിക്കുന്നത്.

ഉത്തരവാദിത്വമുള്ള, സൂക്ഷ്മമായി ഇടപെടുന്ന പുരുഷന്മാരും സ്ത്രീകളുമടങ്ങുന്ന ഒന്നാണ് ഇന്നത്തെ വിദ്യാർത്ഥി പ്രസ്ഥാനം. ഒരു ആദർശത്താൽ പ്രചോദിതരായി തങ്ങളുടെ വ്യക്തിത്വവും സ്വഭാവഗു

ണവും വികസിപ്പിക്കാനും അതുവഴി രാജ്യത്തിനുവേണ്ടി ഏറ്റവും കാര്യക്ഷമമായും ഉപയോഗപ്രദമായും സേവനം നല്കാനും അവർക്ക് കഴിയുന്നു. ഈ പ്രസ്ഥാനത്തിന് രണ്ട് ദിശയിലുള്ള പ്രവർത്തനങ്ങൾ ഉണ്ടായിരിക്കണം. ഇന്നത്തെ വിദ്യാർത്ഥികളുമായി മാത്രം ബന്ധപ്പെട്ട പ്രശ്നങ്ങൾ പരിഹരിക്കാനായിരിക്കണം അതിന്റെ ആദ്യത്തെ പരിഗണന. ശാരീരികമായും ബൗദ്ധികമായും ധാർമ്മികമായുമുള്ള അവരുടെ പുനഃസൃഷ്ടിക്ക് വേണ്ടിയായിരിക്കണം പ്രസ്ഥാനം പരിശ്രമിക്കേണ്ടത്. രണ്ടാമതായി, ഓരോ വിദ്യാർത്ഥിയെയും ഒരു ഭാവി പൗരനായി കണ്ടുകൊണ്ട് ജീവിതയുദ്ധത്തിന് അവനെ സജ്ജനാക്കുകയാണ് ചെയ്യേണ്ടത്. യഥാർത്ഥ ജീവിതത്തിലേക്ക് കടക്കുമ്പോൾ നേരിടേണ്ടി വന്നേക്കാവുന്ന പ്രശ്നങ്ങളെക്കുറിച്ചും പ്രവർത്തനങ്ങളെക്കുറിച്ചും ഒരു മുൻധാരണ ഉണ്ടാക്കിയെടുക്കാൻ ഇതിലൂടെ ഒരു വിദ്യാർത്ഥിക്ക് കഴിയും.

വിദ്യാർത്ഥി പ്രസ്ഥാനത്തിന്റെ ആദ്യ ദിശയിലുള്ള പ്രവർത്തനം സാധാരണഗതിയിൽ അധികാര വർഗ്ഗത്തിന്റെ അപ്രീതി പിടിച്ചുപറ്റേണ്ട കാര്യമില്ല. പക്ഷേ, അതിന്റെ രണ്ടാമത്തെ ദിശയിലുള്ള പ്രവർത്തനം നിരുത്സാഹപ്പെടുത്തിയേക്കും, അധിക്ഷേപത്തിനിരയാക്കപ്പെട്ടേക്കും, അടിച്ചമർത്തപ്പെടുകയും ആകാം. ആദ്യം പറഞ്ഞ പ്രവർത്തനങ്ങൾക്കായി നിങ്ങൾ ഏതൊക്കെ പദ്ധതികൾ ആവിഷ്കരിക്കണമെന്നതിനെക്കുറിച്ച് ഞാൻ പറയേണ്ടതില്ല. അത് ഭാഗികമായി നിങ്ങളുടെ പ്രത്യേകമായ ആവശ്യങ്ങളെയും പോരായ്മകളെയും ആശ്രയിച്ചാണ് ഇരിക്കുന്നത്. ഭാഗികമായി അത്, വിദ്യാഭ്യാസ സ്ഥാപനങ്ങൾ ഈ ആവശ്യങ്ങൾ നിറവേറ്റാനും പോരായ്മകൾ പരിഹരിക്കാനും വേണ്ടി നടത്തിയിട്ടുള്ള ക്രമീകരണങ്ങളെയും ആശ്രയിച്ചിരിക്കുന്നു. കരുത്തുള്ളതും ആരോഗ്യകരവുമായ ഒരു ശരീരം, മികച്ച സ്വഭാവഗുണങ്ങൾ, ബുദ്ധിയിൽ നിറയെ ആവശ്യമായ വിവരങ്ങളും പുതിയതരം ആശയങ്ങളും ഇതൊക്കെയാണ് എല്ലാ വിദ്യാർത്ഥികൾക്കും ആവശ്യമായുള്ളത്. അധികാരികൾ നല്കുന്ന സജ്ജീകരണങ്ങൾ ശാരീരികവും ബൗദ്ധികവും വ്യക്തിത്വപരമായതുമായ വികാസത്തിന് പര്യാപ്തമല്ലെങ്കിൽ ഇതിനുവേണ്ടി നിങ്ങൾക്ക് നിങ്ങളുടേതായ സൗകര്യങ്ങൾ ചെയ്യേണ്ടതായി വരും. ഇനി അധികാരികൾ നിങ്ങളുടെ നന്മയ്ക്കുവേണ്ടിയുള്ള കാര്യങ്ങൾ ചെയ്യാൻ തയ്യാറാണെങ്കിൽ അത് വളരെ നല്ലത്. അങ്ങനെയല്ലെന്നാണെങ്കിൽ അവരെ വിട്ടേക്കുക, നിങ്ങൾ നിങ്ങളുടെ വഴിയിലൂടെ പോവുക. നിങ്ങളുടെ ജീവിതം നിങ്ങളുടേതാണ്, അതിനെ കൂടുതൽ ഉന്നമനത്തിലേക്ക് നയിക്കാനുള്ള ഉത്തരവാദിത്വം, അതുകൊണ്ട് തന്നെ മറ്റാരേക്കാളും നിങ്ങളുടേതാണ്.

ഇതുമായി ബന്ധപ്പെട്ട മറ്റൊരു കാര്യത്തിലുള്ള എന്റെ നിർദ്ദേശങ്ങളിലേക്ക് നിങ്ങളുടെ ശ്രദ്ധ ഞാൻ ക്ഷണിക്കുകയാണ്. വിദ്യാർത്ഥികളുടെ ആവശ്യങ്ങൾക്ക് മാത്രമായി വിദ്യാർത്ഥി കൂട്ടായ്മകൾക്ക് അവരുടെ അധികാരപരിധിക്ക് അകത്ത് സഹകരണ സ്വദേശി സ്റ്റോറുകൾ തുടങ്ങാൻ കഴിഞ്ഞിരുന്നുവെങ്കിലെന്ന് ഞാൻ ആഗ്രഹിക്കുകയാണ്. ഈ സ്റ്റോറുകൾ

കാര്യക്ഷമമായി നടത്തിക്കൊണ്ടുപോകാൻ പറ്റുന്നപക്ഷം അത് രണ്ട് തരത്തിൽ ഉപകാരപ്പെടും. കുറഞ്ഞ വിലയിൽ വിദ്യാർത്ഥികളിലേക്ക് സ്വദേശി ഉല്പന്നങ്ങൾക്ക് എത്തിച്ചേരാൻ കഴിയും, അതുവഴി നമ്മുടെ വ്യവസായങ്ങൾക്ക് പ്രോത്സാഹനം കിട്ടുകയും ചെയ്യും. അതുപോലെ തന്നെ വിദ്യാർത്ഥികൾക്ക് ഒരു സഹകരണ സ്റ്റോർ നടത്തുന്നതിനാവശ്യമായ പരിചയസമ്പത്ത് കിട്ടുകയും ചെയ്യും, അതിന്റെ ലാഭം വിദ്യാർത്ഥികളുടെ ഉന്നമനത്തിനായി ഉപയോഗിക്കാനും കഴിയും. വിദ്യാർത്ഥികളുടെ ക്ഷേമത്തിനായുള്ള മറ്റ് പരിപാടികളിൽ സാംസ്കാരിക കൂട്ടായ്മകൾ, ജിംനേഷ്യം, പഠന സർക്കിളുകൾ, സംവാദ കൂട്ടായ്മകൾ, മാസികകൾ, സംഗീത ക്ലബ്ബുകൾ, ഗ്രന്ഥശാലകൾ, വായനാമുറികൾ, സാമൂഹ്യസേവന സഖ്യങ്ങൾ തുടങ്ങിയവ ഉണ്ടാകണം.

ഭാവി പൗരന്മാർക്ക് നല്കാനുള്ള പരിശീലനം സംബന്ധിച്ച് വിദ്യാർത്ഥി പ്രസ്ഥാനത്തിന് ചെയ്യാനുള്ളത് വളരെ പ്രധാനപ്പെട്ട കാര്യങ്ങളാണ്. ഈ പരിശീലനം ബൗദ്ധിക തലത്തിലും പ്രാവർത്തിക തലത്തിലും ഒരുപോലെ ഊന്നൽ കൊടുക്കേണ്ടതുണ്ട്. സ്വന്തം ജീവിതത്തിൽ ഓരോ വിദ്യാർത്ഥിയും യാഥാർത്ഥ്യമാക്കാൻ പരിശ്രമിക്കേണ്ട ഒരു ആദർശ സമൂഹത്തിന്റെ ചിത്രം അവർക്കുമുന്നിലേക്ക് വെക്കാൻ നമ്മൾക്ക് കഴിയണം. അതേസമയം ഒരു വിദ്യാർത്ഥിയുടെ കടമകൾ പാലിക്കുന്നതിനൊപ്പം സർവ്വകലാശാലാ പഠനത്തിനുശേഷം തന്റെ കരിയറിനുവേണ്ടി പരിശീലനം നടത്താനുള്ള കർമ്മപദ്ധതികളും വിദ്യാർത്ഥികൾക്കുവേണ്ടി നമ്മൾ ആസൂത്രണം ചെയ്യണം. ഇത്തരത്തിലുള്ള പ്രവർത്തനങ്ങളിലാണ് അധികാരികളുമായി സംഘർഷം ഉണ്ടാകാൻ സാദ്ധ്യതയുള്ളത്. പക്ഷേ സംഘർഷം ഉണ്ടാകുമോ ഇല്ലയോ എന്നുള്ളത് വിദ്യാഭ്യാസ സ്ഥാപനത്തിന്റെ അധികാരികളുടെ നിലപാട് അനുസരിച്ചായിരിക്കും. നിർഭാഗ്യവശാൽ സംഘർഷം അല്ലെങ്കിൽ തർക്കം ഉണ്ടാവുകയാണെങ്കിൽ അതിൽ ഒന്നും ചെയ്യാൻ കഴിയില്ല. സർവ്വകലാശാലാ പഠനത്തിന് ശേഷമുള്ള കരിയറിനുവേണ്ടി ഭയം ലവലേശമില്ലാതെ, സ്വയംപര്യാപ്തരായി ചിന്തയിലൂടെയും പ്രവൃത്തിയിലൂടെയും സ്വയം തയ്യാറെടുപ്പുകൾ നടത്താൻ വിദ്യാർത്ഥികൾ സന്നദ്ധരായിരിക്കണം.

ആദർശത്തെക്കുറിച്ചുള്ള എന്റെ ചിന്തകൾ പങ്കുവെക്കുന്നതിന് മുമ്പ് നിങ്ങളുടെ അനുവാദത്തോടെ പ്രസക്തമായ മറ്റൊരു വിഷയത്തിലേക്ക് ഞാൻ വ്യതിചലിക്കുകയാണ്. ഏഷ്യ യൂറോപ്പിന്റെ കാൽപ്പാദങ്ങളിൽ ഞെരിഞ്ഞമരുകയാണെന്നതിൽ വേദനയും അപമാനവും തോന്നാത്ത ഒരു ഏഷ്യക്കാരനും ഇന്നുണ്ടാവില്ല. പക്ഷേ, എല്ലാ കാലവും ഏഷ്യയുടെ അവസ്ഥ ഇതായിരുന്നുവെന്ന തോന്നലിൽനിന്ന് നിങ്ങൾ മുക്തരാകണം. ഇന്ന് യൂറോപ്പായിരിക്കാം അധികാരത്തിന്റെ കാര്യത്തിൽ ഏറ്റവും മുകളിൽ നില്ക്കുന്നത്. എന്നാൽ ഏഷ്യക്കും അങ്ങനെയൊരു കാലമുണ്ടായിരുന്നു. പുരാതനകാലത്ത് എങ്ങനെയാണ് യൂറോപ്പിന്റെ ഭൂരിഭാഗം പ്രദേശങ്ങളെയും ഏഷ്യ പിടിച്ചടക്കിയതെന്നും അന്ന് യൂറോപ്പ് ഏഷ്യയെ എത്ര

ഭയപ്പെട്ടിരുന്നുവെന്നും ചരിത്രം നിങ്ങൾക്ക് പറഞ്ഞുതരും. ഇപ്പോൾ സ്ഥിതിഗതികൾ മാറിയിട്ടുണ്ട്, പക്ഷേ, ഭാഗ്യത്തിന്റെ ചക്രം കറങ്ങിക്കൊണ്ടിരിക്കുകയാണ്, അതുകൊണ്ടുതന്നെ നിരാശരാകേണ്ട കാര്യമില്ല. അടിമത്തത്തിന്റെ ഭാരം വലിച്ചെറിയാനുള്ള പ്രയത്നത്തിൽ മുഴുകിയിരിക്കുകയാണ് ഏഷ്യ ഇപ്പോൾ. കഴിഞ്ഞകാലത്തിന്റെ ഇരുട്ടിൽനിന്നും പുതുഉന്മേഷവുമായി ഏഷ്യ ഉയർന്നുവരികയും സ്വതന്ത്ര രാജ്യങ്ങൾക്കിടയിൽ തന്റെ സ്ഥാനം കണ്ടെത്തുകയും ചെയ്യുന്ന കാലം വിദൂരമല്ല.

കിഴക്കിനെക്കുറിച്ചുള്ള പാശ്ചാത്യനാടിന്റെ സ്ഥിരം വാർപ്പുമാതൃകകളിൽ ഒന്നാണ് അത് ഒരിക്കലും മാറ്റമില്ലാതെ തുടരുന്ന പ്രദേശമാണെന്നത്. യൂറോപ്പിന്റെ 'രോഗി'യെന്നായിരുന്നു തുർക്കിയെ പണ്ട് വിശേഷിപ്പിച്ചിരുന്നത്. പക്ഷേ, ഏഷ്യയോ പ്രത്യേകിച്ച് തുർക്കിയോ ഈ അധിക്ഷേപത്തിന് ഇനിയും പാത്രരാകേണ്ടതില്ല. ജപ്പാൻ മുതൽ തുർക്കിവരെ സൈബീരിയ മുതൽ സിലോൺ വരെയുള്ള മുഴുവൻ ഏഷ്യൻ പ്രദേശങ്ങളും പ്രക്ഷുബ്ധത്തിലാണ്. എല്ലായിടത്തും മാറ്റങ്ങളുണ്ടാകുന്നു, പുരോഗതി ഉണ്ടാകുന്നു, പരമ്പരാഗത ശൈലികളോടും അധികാരികളോടും പാരമ്പര്യത്തോടും സംഘർഷങ്ങൾ നടന്നുകൊണ്ടിരിക്കുകയാണ്. കിഴക്ക് മാറ്റമില്ലാതെ തുടർന്നത് അതിന്റെ താല്പര്യത്തിന് അനുസരിച്ചാണ്. മാറണമെന്ന് തീരുമാനിച്ചുകഴിഞ്ഞാൽ പടിഞ്ഞാറിനേക്കാൾ വേഗത്തിൽ പുരോഗമിക്കാൻ കിഴക്കൻ പ്രദേശങ്ങൾക്ക് കഴിയും. നിലവിൽ ഏഷ്യയിൽ സംഭവിക്കുന്നത് ഇതാണ്.

ഏഷ്യയിൽ, പ്രത്യേകിച്ച് ഇന്ത്യയിൽ ഇന്ന് കാണുന്ന പ്രവർത്തനങ്ങളും പ്രതിഷേധങ്ങളും യഥാർത്ഥ ജീവന്റെ സൂചനകളാണോ അതോ പുറത്തുനിന്നുള്ള കാര്യങ്ങളോടുള്ള വെറും പ്രതികരണം മാത്രമാണോ എന്ന ചോദ്യം ചിലപ്പോഴൊക്കെ ഞങ്ങൾക്ക് നേരിടേണ്ടി വരാറുണ്ട്. ഞങ്ങളുടെ പ്രസ്ഥാനം മരിച്ചുകഴിഞ്ഞ പേശികളുടെ അനൈച്ഛിക ചേഷ്ടകളല്ലെന്ന കൃത്യമായബോധം നമ്മൾക്കെല്ലാവർക്കും ഉണ്ടായിരിക്കേണ്ടതാണ്. സർഗ്ഗാത്മക പ്രവർത്തനങ്ങളിലാണ് ജീവിതത്തിന്റെ പരീക്ഷ കിടക്കുന്നതെന്നാണ് എന്റെ ദൃഢമായ വിശ്വാസം. ഇന്നുള്ള മുന്നേറ്റങ്ങൾ മൗലികവും സർഗ്ഗാത്മകവുമായ കഴിവുകളുടെ പ്രകടനങ്ങളാകുമ്പോൾ നമ്മുടെ ദേശം ജീവസ്സുറ്റ ഒന്നാണെന്ന തീർച്ച നമ്മൾക്കുണ്ടാകുന്നു. നമ്മുടെ ദേശത്തിന്റെ വിവിധ മണ്ഡലങ്ങളിൽ ഇന്ന് കാണാൻ കഴിയുന്ന നവോത്ഥാനം അകത്തുനിന്നുള്ള ഉയിർത്തെഴുന്നേല്പാണ്.

ഇന്ന് ഇന്ത്യയിൽ എല്ലാ വിധത്തിലുമുള്ള ആശയങ്ങൾക്ക് നടുവിലാണ് നമ്മൾ ഉള്ളത്. അസംഖ്യം ഒഴുക്കുകൾ, അതിനെ ഭേദിച്ചുകൊണ്ടുള്ള ഒഴുക്കുകൾ, അടിയൊഴുക്കുകൾ– ഇതെല്ലാം ഇവിടെയുണ്ട്. വിചിത്രമായ ഒരു കൂടിച്ചേരലാണ് നടന്നുകൊണ്ടിരിക്കുന്നത്. ഇപ്പോൾ ഉയർന്നുവന്നിട്ടുള്ള ആശയങ്ങളെ സംബന്ധിച്ച അവ്യക്തതകൾക്കിടയിൽ ഒരാൾക്ക് നല്ലതും ചീത്തയും ശരിയും തെറ്റും തിരിച്ചറിയാൻ കഴിഞ്ഞെന്നുവരില്ല.

പക്ഷേ, നമ്മുടെ രാജ്യത്തെ പുതുക്കാനും ശരിയായ വഴിയിലൂടെ നയിക്കാനുമാണ് നമ്മൾ ഉദ്ദേശിക്കുന്നതെങ്കിൽ നമ്മുടെ ലക്ഷ്യത്തെക്കുറിച്ചും അവിടെയെത്താനായി സഞ്ചരിക്കേണ്ട മാർഗ്ഗത്തെക്കുറിച്ചും ഒരു വ്യക്തമായ ധാരണ നമ്മൾക്കുണ്ടായിരിക്കണം.

ഇരുണ്ട യുഗങ്ങളിൽനിന്ന് പുറത്തുവന്ന ഇന്ത്യൻ സംസ്കാരം ഒരു പുതിയ ജീവിതത്തിലേക്ക് പ്രവേശിക്കുന്നതേയുള്ളൂ. ഫീനിഷ്യയിലെയും ബാബിലോണിലെയും സംസ്കാരങ്ങൾക്ക് സംഭവിച്ചതുപോലെ ഇന്ത്യൻ സംസ്കാരവും മൃതിയിലേക്കാണോ പോകുന്നത് എന്നത് സംബന്ധിച്ച ആശങ്ക ഒരു കാലത്ത് നിലനിന്നിരുന്നു. പക്ഷേ, അത് ഒരിക്കൽക്കൂടി കാലത്തെ അതിജീവിച്ചിരിക്കുന്നു. ഒരിക്കൽ തുടങ്ങിക്കഴിഞ്ഞ പുനരുദ്ധാരണ പ്രവർത്തനങ്ങൾ തുടരണമെന്ന് നമ്മൾ ആഗ്രഹിക്കുന്നുണ്ടെങ്കിൽ ചിന്താലോകത്ത് ആശയങ്ങളുടെ വിപ്ലവത്തിലൂടെ മാത്രമേ അത് സാധിക്കുകയുള്ളൂ. ജൈവീകമായി വ്യത്യസ്ത വംശജർ തമ്മിലുള്ള സമ്പർക്കവും ഒഴിച്ചുകൂടാനാകാത്തതാണ്. ചരിത്രത്തിന്റെ വിധിയെഴുത്ത് അംഗീകരിക്കാൻ തയ്യാറല്ലെങ്കിൽ, സർ ഫ്ലിൻഡേഴ്സ് പെട്രിയെപ്പോലുള്ള ചിന്തകരുടെ അഭിപ്രായം മുഖവിലയ്ക്കെടുക്കാൻ തയ്യാറല്ലെങ്കിൽ പഴയതും ജീർണ്ണിച്ചതുമായ സംസ്കാരങ്ങൾ പുനരുദ്ധരിക്കാൻ ഇതുമാത്രമേ മാർഗ്ഗമുള്ളൂവെന്ന് നമ്മൾക്ക് സമ്മതിക്കേണ്ടി വരും. എന്റെ ഈ കാഴ്ചപ്പാട് അംഗീകരിക്കാൻ തയ്യാറല്ലെങ്കിൽ സംസ്കാരങ്ങളുടെ ഉയർച്ചയ്ക്കും പതനത്തിനും പിന്നിലുള്ള നിയമത്തെക്കുറിച്ച് നിങ്ങളുടേതായ അന്വേഷണങ്ങൾ നടത്തേണ്ടി വരും. ഈ നിയമം കണ്ടെത്തുന്നതിൽ ഒരിക്കൽ നമ്മൾ വിജയിച്ചാൽ, നമ്മുടെ ഈ പുരാതന ഭൂമിയിൽ പുതിയതും ആരോഗ്യകരവും പുരോഗമനപരവുമായ ഒരു രാജ്യം കെട്ടിപ്പടുക്കാൻ എന്തൊക്കെയാണ് ആവശ്യമെന്ന് സഹവാസികളോട് നിർദ്ദേശിക്കാൻ നമ്മൾക്ക് കഴിയും. ആശയങ്ങളുടെ ഒരു വിപ്ലവംതന്നെ കൊണ്ടുവരാൻ നമ്മൾ ആഗ്രഹിക്കുന്നുവെങ്കിൽ നമ്മുടെ ജീവിതം മഹത്തരമാക്കാൻ കഴിയുന്ന ഒരു ആദർശത്താൽ നമ്മൾ നയിക്കപ്പെടണം. ആ ആദർശമാണ് സ്വാതന്ത്ര്യം. എന്നാൽ വ്യത്യസ്തമായ വിവക്ഷകളുള്ള ഒരു പദമാണ് സ്വാതന്ത്ര്യം എന്നത്. സ്വാതന്ത്ര്യത്തെക്കുറിച്ചുള്ള ധാരണ നമ്മുടെ രാജ്യത്ത് വലിയ തോതിൽ പരിവർത്തനവിധേയമായ ഒന്നാണ്. സമഗ്രമായ സ്വാതന്ത്ര്യത്തിനുവേണ്ടിയാണ് ഞാൻ നിലകൊള്ളുന്നത്. അത് സമൂഹത്തിന്റെയും വ്യക്തിയുടെയും സ്വാതന്ത്ര്യമാണ്, പുരുഷന്റെയും സ്ത്രീയുടെയും സ്വാതന്ത്ര്യമാണ്, ധനികന്റെയും ദരിദ്രന്റെയും സ്വാതന്ത്ര്യമാണ്, എല്ലാ വ്യക്തികളുടെയും എല്ലാ വിഭാഗങ്ങളുടെയും സ്വാതന്ത്ര്യമാണ്. ഈ സ്വാതന്ത്ര്യം രാഷ്ട്രീയ അടിമത്തത്തിൽനിന്നുള്ള മോചനത്തിനുവേണ്ടി മാത്രമുള്ളതല്ല, സമ്പത്തിന്റെ തുല്യമായ വിതരണം, ജാതിവിവേചനങ്ങളുടെയും സാമൂഹിക അസമത്വങ്ങളുടെയും നിരോധനം, വർഗ്ഗീയതയുടെയും മതപരമായ അസഹിഷ്ണുതയുടെ നാശം എന്നീ ലക്ഷ്യങ്ങളും അതിനുണ്ട്. പലർക്കും ഇത് ഒരു യൂറോപ്യൻ ആദർശ

മായി തോന്നാം, പക്ഷേ, ഇതിന് മാത്രമേ നമ്മുടെ ആത്മാവിന്റെ വിശപ്പ് കെടുത്താൻ കഴിയൂ.

നമ്മുടെ ജീവിതത്തിന് വിവിധ വശങ്ങളുണ്ടെന്നതുപോലെ സ്വാതന്ത്ര്യത്തിനും വിവിധ വശങ്ങളുണ്ട്. ചില വ്യക്തികൾ സ്വാതന്ത്ര്യത്തെക്കുറിച്ച് സംസാരിക്കുമ്പോൾ അതിന്റെ ചില വശങ്ങളെക്കുറിച്ച് മാത്രമേ ചിന്തിക്കുന്നുള്ളൂ. കഴിഞ്ഞ കുറേ ദശാബ്ദങ്ങളായുള്ള വളർച്ചയിലൂടെയാണ് സ്വാതന്ത്ര്യത്തെക്കുറിച്ചുള്ള സങ്കുചിതമായ ധാരണകളെ മറികടന്ന് അതിന്റെ സമഗ്രമായ ആശയത്തിലേക്ക് നമ്മൾ എത്തിച്ചേരുന്നത്. നമ്മൾ യഥാർത്ഥത്തിൽ സ്വാതന്ത്ര്യം ആഗ്രഹിക്കുന്നുണ്ടെങ്കിൽ, അതിനെ സ്നേഹിക്കുന്നുണ്ടെങ്കിൽ, ശരിയായ സ്വാതന്ത്ര്യം എല്ലാ തരത്തിലുമുള്ള കെട്ടുപാടുകളിൽ നിന്നുള്ള മോചനമാണെന്നും വ്യക്തികളുടെ മാത്രമല്ല മുഴുവൻ സമൂഹത്തിന്റേതുമാണെന്ന തിരിച്ചറിവ് നമ്മൾക്കുണ്ടാകേണ്ടതുണ്ട്. ഇതാണ് എന്നെ സംബന്ധിച്ച് വർത്തമാനകാലത്തിന്റെ ആദർശം. സ്വാതന്ത്ര്യവും വിമോചനവും പൂർണ്ണമായ അർത്ഥത്തിൽ നേടിയ ഇന്ത്യയെന്ന ദർശനമാണ് എന്റെ മനസ്സിനെ കീഴടക്കിയിരിക്കുന്ന ദർശനം.

സ്വയം സ്വതന്ത്രരായ വ്യക്തികളായി മനസ്സിലാക്കുന്നതിലൂടെയേ സ്വാതന്ത്ര്യം നമ്മൾക്ക് നേടാൻ കഴിയുകയുള്ളൂ. നമ്മുടെയുള്ളിൽ സമൂലമായ ഒരു പരിവർത്തനം നടക്കട്ടെ, സ്വാതന്ത്രത്തിന്റെ ലഹരിയാൽ നമ്മളെല്ലാവരും ഉന്മത്തരാകട്ടെ. സ്വാതന്ത്ര്യത്തിന്റെ ലഹരിയിൽ അകപ്പെട്ട സ്ത്രീകൾക്കും പുരുഷന്മാർക്കും മാത്രമേ മനുഷ്യരെ വിമോചിപ്പിക്കാൻ സാധിക്കൂ. സ്വതന്ത്രമാകാനുള്ള അഭിനിവേശം ഉള്ളിൽ ഉണർന്നാൽപ്പിന്നെ പ്രവർത്തനങ്ങളുടെ സമുദ്രത്തിലേക്ക് എടുത്തുചാടുകയാണ് നമ്മൾ വേണ്ടത്. മുന്നറിയിപ്പുകൾക്കൊന്നും നമ്മളെ പിന്നെ പിന്തിരിപ്പിക്കാൻ കഴിയില്ല, സത്യത്തിന്റെയും ശ്രേഷ്ഠതയുടെയും പ്രലോഭനം നമ്മളെ നമ്മുടെ ലക്ഷ്യത്തിലേക്ക് എത്തിക്കും.

സുഹൃത്തുക്കളേ, എന്റെ ജീവിതലക്ഷ്യത്തെക്കുറിച്ച് എനിക്ക് തോന്നുന്നതും ചിന്തിക്കുന്നതും സ്വപ്നം കാണുന്നതുമായ കാര്യങ്ങളെക്കുറിച്ചും ഇന്നത്തെ എന്റെ പ്രവർത്തനങ്ങൾക്കുപിന്നിലെ പ്രചോദനങ്ങളെക്കുറിച്ചും സംസാരിക്കാനാണ് ഞാൻ ശ്രമിച്ചത്. ഇത് നിങ്ങളെ ആകർഷിക്കുമോ ഇല്ലയോ എന്നത് എനിക്കറിയില്ല. പക്ഷേ, എനിക്കൊരു കാര്യം വളരെ വ്യക്തമാണ്, ജീവിതത്തിന് ഒരു ലക്ഷ്യം മാത്രമേയുള്ളൂ, അത് എല്ലാത്തരം കെട്ടുപാടുകളിൽ നിന്നുമുള്ള മോചനമാണ്. സ്വാതന്ത്ര്യത്തിനുവേണ്ടിയുള്ള വിശപ്പ് ആത്മാവിന്റെ സംഗീതമാണ്. പുതുതായി പിറന്ന കുഞ്ഞ് കരയുന്നത് താൻ പിറന്നുവീണ കെട്ടുപാടുകൾക്ക് എതിരെയുള്ള പ്രതിഷേധമായിട്ടാണ്. നിങ്ങളിലും നിങ്ങളുടെ സഹവാസികളിലും സ്വാതന്ത്ര്യത്തിനുവേണ്ടിയുള്ള ശക്തമായ അഭിനിവേശം വളർത്തിയെടുക്കുക. അതിനുകഴിഞ്ഞാൽ അധികം വൈകാതെ തന്നെ ഇന്ത്യ സ്വതന്ത്രമാകുമെന്നതിൽ എനിക്ക് ഒരു സംശയവുമില്ല.

ഇന്ത്യ സ്വതന്ത്രമാകേണ്ടതുതന്നെയാണ്, അതിൽ നേരിയ സംശയം

പോലുമില്ല. രാത്രിക്കുശേഷം പകൽ വരുമെന്നതുപോലെ സുനിശ്ചിതമാണത്. ഇനിയും ഇന്ത്യയെ അടിമയാക്കി നിർത്താൻ ലോകത്തിലെ ഒരു ശക്തിക്കും കഴിയില്ല. പക്ഷേ, നമ്മുടെ പ്രിയപ്പെട്ടതെല്ലാം സമർപ്പിച്ചും ജീവൻപോലും ത്യാഗം ചെയ്തും നേടാനുള്ള ഒരു ഇന്ത്യയെക്കുറിച്ച് സ്വപ്നം കാണാം. സ്വാതന്ത്ര്യത്തെക്കുറിച്ചുള്ള എന്റെ ധാരണ ഞാൻ നിങ്ങളുടെ മുന്നിൽ അവതരിപ്പിച്ചു കഴിഞ്ഞു. എന്റെ മനസ്സിലുള്ള ഇന്ത്യ എങ്ങനെയാണെന്ന് വിവരിക്കാനാണ് ഞാൻ ശ്രമിച്ചത്. പൂർണ്ണമായും വിമോചിതമായ ഒരു ഇന്ത്യ ലോകത്തോട് സ്വാതന്ത്ര്യത്തിന്റെ സൂക്തം ഉരുവിടട്ടെ.

ഇന്ത്യക്ക് പൂർത്തിയാക്കാൻ ഒരു ദൗത്യമുണ്ടെന്നും അതിന് വേണ്ടിയാണ് ഇന്ത്യ ജീവിക്കുന്നതെന്നും എന്റെ രാജ്യവാസികളോട് ഞാൻ പറഞ്ഞാൽ അതിതീവ്രമായ ദേശീയത പ്രകടിപ്പിക്കുന്നയാളെന്ന് അവരെന്നെ കണക്കാക്കിയേക്കാം. 'ദൗത്യം' എന്ന വാക്കിൽ നിഗൂഢമായി ഒന്നുമില്ല. മനുഷ്യജീവിതത്തിന്റെ എല്ലാ മണ്ഡലങ്ങളിലും ലോകസംസ്കാരത്തിന് വേണ്ടി സംഭാവന ചെയ്യാൻ ഇന്ത്യക്ക് കഴിയും. നിലവിലെ അപചയത്തിനും അടിമത്തത്തിനും ഇടയിൽ ഇന്ത്യക്ക് നല്കാൻ കഴിയുന്ന സംഭാവന വളരെ തുച്ഛമാണ്. തന്റെ തന്നെ രീതികളിൽ വികസിക്കാൻ ഇന്ത്യക്ക് അവസരം കിട്ടുകയാണെങ്കിൽ അതിന്റെ സംഭാവന എത്രത്തോളം വലുതായിരിക്കുമെന്ന് ഒന്ന് ആലോചിച്ചുനോക്കൂ.

സമഗ്രമായ സ്വാതന്ത്ര്യം എന്ന സങ്കല്പത്തിൽ വിശ്വസിക്കാത്ത പലരും ഈ രാജ്യത്തുണ്ട്. അതിൽ പ്രമുഖരും ബഹുമാന്യരുമായ വ്യക്തികളും പെടും. അവരെക്കൂടി ആകർഷിക്കാൻ കഴിയാത്തതിൽ ഞങ്ങൾക്ക് വിഷമമുണ്ട്, പക്ഷേ, സത്യത്തിന്റെയും നീതിയുടെയും സമത്വത്തിന്റെയും അടിസ്ഥാനത്തിലുള്ള ആദർശത്തെ ഒരു പ്രതിസന്ധിഘട്ടത്തിലും ഉപേക്ഷിക്കാൻ ഞങ്ങൾ തയ്യാറല്ല. മറ്റുള്ളവർ കൂടെ ചേർന്നാലും ഇല്ലെങ്കിലും ഞങ്ങൾ മുന്നോട്ട് പോവുകതന്നെ ചെയ്യും. പക്ഷേ, കുറച്ചുപേർ ഞങ്ങളെ ഒറ്റപ്പെടുത്തിയാലും ലക്ഷക്കണക്കിന് പേർ അവസാനം ഞങ്ങളുടെ കൂടെത്തന്നെ അണിനിരക്കുമെന്ന് ഉറപ്പുവരുത്താൻ നിങ്ങൾക്ക് കഴിയും. അടിമത്തത്തോടും അനീതിയോടും അസമത്വത്തോടും സന്ധികളില്ലാതിരിക്കട്ടെ. സുഹൃത്തുക്കളേ, സ്വാതന്ത്ര്യത്തെ സ്നേഹിക്കുന്ന എല്ലാവരെയും സാഹോദര്യം കൂട്ടിച്ചേർക്കട്ടെ. അവർ സ്വാതന്ത്ര്യത്തിന്റെ സൈന്യം രൂപീകരിക്കട്ടെ.

സ്വാതന്ത്ര്യത്തിന് വേണ്ടി യുദ്ധം ചെയ്യാനുള്ള കാലാൾപ്പടകളെ മാത്രമല്ല ഈ സൈന്യം പുറത്തേക്ക് വിടേണ്ടത്. സ്വാതന്ത്ര്യത്തെക്കുറിച്ചുള്ള പുതിയ ചിത്രം പ്രചരിപ്പിക്കാനുള്ള ദൂതന്മാരും ഈ സൈന്യത്തിൽനിന്ന് പുറപ്പെടേണ്ടതുണ്ട്. നിങ്ങളിൽ നിന്നാണ് ഈ ദൂതന്മാരും ഭടന്മാരും ഉണ്ടാകേണ്ടത്. നമ്മുടെ കർമ്മപദ്ധതിയിൽ ഉണ്ടാകേണ്ടത് തീവ്രവും വിശാലവുമായ ഒരു പദ്ധതിരേഖയാണ്, കൂടാതെ രാജ്യവ്യാപകമായി ഒരു സന്നദ്ധസംഘടനയും ആവശ്യമാണ്. നമ്മുടെ ദൂതന്മാർ കർഷകരെയും ഫാക്

ടറി തൊഴിലാളികളെയും നേരിട്ടുകണ്ട് നമ്മുടെ സന്ദേശം അവരിൽ എത്തിക്കും. അവരാണ് നമ്മുടെ യുവജനതയെ പ്രചോദിപ്പിക്കേണ്ടത്, യുവാക്കളുടെ സഖ്യം രാജ്യമെമ്പാടും സംഘടിപ്പിക്കേണ്ടത്. അവസാന മായി ഒന്നുകൂടി പറയാം, പക്ഷേ, അത് വളരെ പ്രധാനപ്പെട്ടതാണ്. അവ രാണ് ഈ രാജ്യത്തെ സ്ത്രീകളെ മുഴുവനായും ഉണർത്തേണ്ടത്. സമൂ ഹത്തിൽ തന്റെ സ്ഥാനം ഏറ്റെടുക്കാൻ സ്ത്രീകൾ മുന്നോട്ട് വന്നേതീരൂ. അവർ ജൈവീകമായി പുരുഷന്മാരുടെ തുല്യരായ പങ്കാളികളാണെന്ന് പ്രഖ്യാപിക്കണം.

സുഹൃത്തുക്കളേ, നിങ്ങളിൽ പലരും ഇപ്പോൾ ഇന്ത്യൻ നാഷണൽ കോൺഗ്രസിന്റെ അംഗങ്ങളാകാനുള്ള പരിശീലനത്തിൽ ആയിരിക്കും. ഇന്ത്യയിലെ പരമപ്രധാനമായ ദേശീയ സംഘടനയാണ് ഇന്ത്യൻ നാഷ ണൽ കോൺഗ്രസ് എന്നതിൽ തർക്കമില്ല, നമ്മുടെയെല്ലാം പ്രതീക്ഷകൾ കേന്ദ്രീകരിക്കപ്പെട്ടിരിക്കുന്നതും അവിടെയാണ്. പക്ഷേ, ഇന്ത്യൻ നാഷ ണൽ കോൺഗ്രസ് അതിന്റെ ശക്തിക്കും സ്വാധീനത്തിനും അധികാര ത്തിനുമായി തൊഴിലാളികളുടെയും യുവാക്കളുടെയും സ്ത്രീകളുടെയും വിദ്യാർത്ഥികളുടെയും കർഷകരുടെയും മുന്നേറ്റങ്ങളെയാണ് ആശ്രയി ക്കുന്നത്, അല്ലെങ്കിൽ ആശ്രയിക്കേണ്ടുന്നത്. നമ്മുടെ തൊഴിലാളികളെയും കർഷകരെയും അടിച്ചമർത്തപ്പെട്ട വിഭാഗങ്ങളെയും യുവാക്കളെയും വിദ്യാർത്ഥികളെയും സ്ത്രീകളെയും വിമോചിപ്പിക്കാൻ കഴിഞ്ഞാൽ, ആ ശക്തിയുടെ ബലത്തിൽ ഇന്ത്യൻ നാഷണൽ കോൺഗ്രസിന് ഈ രാജ്യ ത്തിന്റെ വിമോചനം സാദ്ധ്യമാക്കാൻ കഴിയും. അതുകൊണ്ട് നിങ്ങൾക്ക് ഇന്ത്യൻ നാഷണൽ കോൺഗ്രസിന് വേണ്ടി സേവനമനുഷ്ഠിക്കാനാണ് ആഗ്രഹമെങ്കിൽ അതിനോടനുബന്ധമായി നടക്കുന്ന ഇത്തരം മുന്നേറ്റ ങ്ങളെക്കൂടി പ്രോത്സാഹിപ്പിക്കേണ്ടി വരും.

നമ്മുടെ തൊട്ടടുത്തുള്ള ഒരു പ്രദേശമാണ് ചൈന. വളരെ അടുത്ത കാലത്തെ ചൈനയുടെ ചരിത്രം പരിശോധിക്കുകയാണെങ്കിൽ അവി ടുത്തെ വിദ്യാർത്ഥികൾ തങ്ങളുടെ മാതൃരാജ്യത്തിന് വേണ്ടി എന്തൊക്കെ ചെയ്തുവെന്ന് കാണാൻ കഴിയും. അതേ കാര്യങ്ങൾ ഇന്ത്യക്കുവേണ്ടി നമ്മൾക്കും ചെയ്തുകൂടെ? ആണും പെണ്ണും ഉൾപ്പെടുന്ന ചൈനീസ് വിദ്യാർത്ഥികളുടെ പ്രവർത്തനങ്ങളാണ് ആധുനിക ചൈനയുടെ നവോ ത്ഥാനത്തിലേക്ക് വഴിവെച്ചത്. ഒരു വശത്ത് അവർ ഓരോ ഗ്രാമങ്ങളിലും പട്ടണങ്ങളിലും ഫാക്ടറികളിലും സ്വാതന്ത്ര്യത്തിന്റെ പുതുസന്ദേശവു മായി സഞ്ചരിച്ചു. മറുവശത്ത് രാജ്യത്തിന്റെ ഒരറ്റം തൊട്ട് മറ്റേയറ്റം വരെ അവർ സംഘടിതരായി പ്രവർത്തിച്ചു. ഇതേ കാര്യം നമ്മൾ ഇന്ത്യയിലും ചെയ്യണം. സ്വാതന്ത്ര്യത്തിലേക്ക് സുഖകരമായ വഴികളൊന്നും തന്നെ യില്ല. സ്വാതന്ത്ര്യത്തിലേക്കുള്ള വഴി മുള്ളുകൾ നിറഞ്ഞതാണെങ്കിലും ആ വഴി മഹത്വത്തിലേക്കും അനശ്വരതയിലേക്കും നമ്മളെ നയിക്കും. കഴിഞ്ഞ കാലത്തിനോട് വിടപറഞ്ഞ്, കാലങ്ങളായി നമ്മളെ ബന്ധിച്ച എല്ലാ ചങ്ങലകളും കുടഞ്ഞെറിഞ്ഞ്, യഥാർത്ഥ തീർത്ഥാടകരായി

തോളോടുതോൾ ചേർന്ന് നമ്മുടെ ലക്ഷ്യത്തിലേക്ക് നീങ്ങാം. സ്വാതന്ത്ര്യമെന്നാൽ ജീവനാണ്, സ്വാതന്ത്ര്യത്തിനുവേണ്ടിയുള്ള യാത്രയിൽ മരണപ്പെടുന്നത് അനശ്വരവും ഉന്നതവുമായ കീർത്തിയാണ്. ഒന്നുകിൽ സ്വാതന്ത്ര്യം, അല്ലെങ്കിൽ അതിനുവേണ്ടി പോരാടിയുള്ള മരണമെന്ന പ്രതിജ്ഞ നമ്മുടെ നെഞ്ചിലേറ്റാം. നമ്മുടെ സ്വഭാവഗുണങ്ങളിലൂടെയും വ്യക്തിത്വത്തിലൂടെയും മഹാനായ രക്തസാക്ഷി ജതീന്ദ്രനാഥ് ദാസിന് യോഗ്യരായ സഹജീവികളാണെന്ന് തെളിയിക്കാം.

'വന്ദേ മാതരം'

ഇന്ത്യയിലെ സോഷ്യലിസം

കറാച്ചിയിൽ അഖിലേന്ത്യാ നവ്ജവാൻ ഭാരത്സഭയിൽ
നടത്തിയ പ്രസംഗം, 5 ഏപ്രിൽ 1931

എന്റെ പ്രിയപ്പെട്ട സുഹൃത്തുക്കളേ,

കറാച്ചിയിൽ നടക്കുന്ന അഖിലേന്ത്യാ നവജവാൻ ഭാരത്സഭയുടെ രണ്ടാമത്തെ സെഷന് അദ്ധ്യക്ഷത വഹിക്കുവാനാണ് നിങ്ങളെന്നെ ക്ഷണിച്ചിരിക്കുന്നത്. നിങ്ങളെന്നോട് കാണിച്ച ആദരവിനും സ്നേഹത്തിനും ഞാനെന്നും കൃതജ്ഞതയുള്ളവനായിരിക്കും. ചരിത്രപ്രധാനമായ ഒരു കാലഘട്ടത്തിലാണ് നിങ്ങൾ ഈ സമ്മേളനം സംഘടിപ്പിച്ചിരിക്കുന്നത്. നമ്മുടെ മുന്നിലുള്ള പ്രശ്നങ്ങളിലേക്കും സഞ്ചരിക്കേണ്ട പാതയിലേക്കും എനിക്ക് വെളിച്ചം വീശാനാകുമെന്ന് ഞാൻ പ്രതീക്ഷിക്കുന്നു.

മെച്ചപ്പെട്ട സാമൂഹിക ക്രമങ്ങൾക്കുവേണ്ടിയുള്ള തിരച്ചിൽ മനുഷ്യരാശി അതിന്റെ പുരാതന കാലഘട്ടത്തിൽ തന്നെ തുടങ്ങിയിട്ടുണ്ട്. പൗരസ്ത്യ- പാശ്ചാത്യ ഭേദമില്ലാതെ രാഷ്ട്രീയക്കാരും ഭരണകർത്താക്കളും ഇതിനായി പരിശ്രമിച്ചിട്ടുണ്ട്. ആദർശപരമായ സമൂഹം അല്ലെങ്കിൽ ഭരണകൂടത്തെക്കുറിച്ചുള്ള കാഴ്ചപ്പാട് വ്യത്യസ്തമായ ദേശങ്ങളിൽ വിവിധ രൂപങ്ങളിൽ ഉണ്ടായിട്ടുണ്ട്. പക്ഷേ, അതിന്റെ പിന്നിലുണ്ടായിരുന്ന പ്രചോദനം ഒന്നുതന്നെയായിരുന്നു. മാതൃകാപരമായ ഒരു റിപ്പബ്ലിക്കിനെയാണ് പൗരസ്ത്യദേശങ്ങളിലുള്ളവർ സ്വപ്നം കണ്ടത്. ചില കാലങ്ങളിൽ മനുഷ്യർ പ്രാകൃതമായ അവസ്ഥയിലേക്ക് തിരികെപ്പോകാനുള്ള ഉദ്യമങ്ങളിൽ ഏർപ്പെടാറുണ്ട്. എന്നാൽ ചിലപ്പോൾ, ഇന്നലെകളുടെ അവശേഷിപ്പുകൾക്ക് മേലെ മഹനീയവും ശ്രേഷ്ഠവുമായ മറ്റൊരു ഘടന സാമൂ

ഹിക, സാമ്പത്തിക, രാഷ്ട്രീയ മണ്ഡലങ്ങളിൽ കെട്ടിപ്പൊക്കാനും അവർ ശ്രമിക്കാറുണ്ട്.

സാർവ്വത്രികമായ ഈ മാനുഷിക പരിശ്രമത്തിനുപിന്നിലുള്ള മാനസികമായ ഉൾപ്രേരണ നിലവിലെ ക്രമങ്ങളോടും പരിസ്ഥിതിയോടുമുള്ള അതൃപ്തിയാണ്, സമൂലമായ മാറ്റത്തിനുവേണ്ടിയുള്ള ആഗ്രഹമാണ്. നിസ്സഹായാവസ്ഥയിൽ ഉഴലുന്ന മനുഷ്യർ ഈയൊരു ഉൾപ്രേരണയാൽ ഭൂമിക്കും മനുഷ്യന്റെ നിലനില്പിനും അപ്പുറത്ത് ഒരു സ്വർഗ്ഗീയ രാജധാനി സൃഷ്ടിച്ചെടുക്കുകയും അവിടെ മനുഷ്യർ മാതൃകാപരമായ ചുറ്റുപാടുകളിൽ ആദർശപരമായ ജീവിതം നയിക്കുമെന്ന് സ്വപ്നം കാണുകയും ചെയ്യുന്നു. മറ്റുള്ളവരുടേത് വ്യത്യസ്തമായ ഒരു പ്രവർത്തന പദ്ധതിയാണ്. സ്വർഗ്ഗം ഓരോരുത്തരുടെയും ഉള്ളിലാണെന്നും തപസ്സിലൂടെയും ആരാധനയിലൂടെയും പ്രാർത്ഥനയിലൂടെയും ഭൂമിയിൽ തന്നെ സമാധാനവും സന്തോഷവും അനുഭവിക്കാൻ കഴിയുമെന്നും അവർ വിശ്വസിക്കുന്നു.

നമ്മൾ ഈ രണ്ട് ചിന്താധാരകളെക്കുറിച്ചും ചിന്തിക്കേണ്ടതില്ല, അതിനെ സ്വീകരിക്കേണ്ടതോ തിരസ്കരിക്കേണ്ടതോ നമ്മുടെ പരിഗണനാ വിഷയമല്ല. പരമാവധി ആനന്ദം കൊണ്ടുവരാൻ കഴിയുന്നതും മനുഷ്യത്വം വളർത്താൻ കഴിയുന്നതുമായ സാമൂഹിക - സാമ്പത്തിക - രാഷ്ട്രീയ ഘടനയെക്കുറിച്ചാണ് നമ്മൾ ചിന്തിക്കുന്നത്. മനുഷ്യക്കൂട്ടായ്മയുടെ ഉന്നതമായ ആദർശങ്ങളെ യഥാർത്ഥ്യമാക്കാൻ വേണ്ടിയാണിത്. ഇപ്പറഞ്ഞ ലക്ഷ്യം ഏറ്റവും വേഗത്തിൽ നേടിയെടുക്കാൻ കഴിയുന്ന മാർഗ്ഗങ്ങൾ കണ്ടെത്തുകയെന്നതിലും നമ്മൾ തല്പരരാണ്.

മികച്ച ഒരു ക്രമം കണ്ടെത്തുന്നതിനായി മനുഷ്യരാശി കാലങ്ങളോളം ഇരുട്ടിലും വെളിച്ചത്തിലും തപ്പിത്തടഞ്ഞിട്ടുണ്ട്. അതിലേക്ക് വെളിച്ചം വീശാൻ മതവും തത്ത്വജ്ഞാനവും സാഹിത്യവും ശ്രമിച്ചിട്ടുമുണ്ട്. ഓരോ പരിഷ്കൃത രാജ്യങ്ങളിലും കാലങ്ങളായി ഇത്തരത്തിൽ നടന്ന പരിശ്രമങ്ങളെക്കുറിച്ച് പഠിക്കുകയെന്നത് വളരെ താല്പര്യജനകമായ കാര്യമാണെങ്കിലും അതിന് വളരെയധികം സമയം ആവശ്യമായി വരും. അത് നമ്മുടെ അതിപ്രധാനമായ പ്രശ്നത്തിൽനിന്നും നമ്മളെ വ്യതിചലിപ്പിച്ചേക്കും. പുരോഗമന സിദ്ധാന്തം മനുഷ്യരാശി സ്വീകരിച്ചുകഴിഞ്ഞെന്നും മനുഷ്യന്റെ അധഃപതനത്തെ മുൻനിർത്തിക്കൊണ്ടുള്ള സിദ്ധാന്തങ്ങൾ തിരസ്കരിച്ചുകഴിഞ്ഞെന്നും ഇപ്പോൾ പറയാൻ കഴിയും. നമ്മുടെ ചർച്ച ഈ പുരോഗമന സിദ്ധാന്തത്തിൽനിന്നു തുടങ്ങാം.

മനുഷ്യന്റെ പരിശ്രമത്തെയും പ്രവർത്തനത്തെയും പ്രചോദിപ്പിച്ചിട്ടുള്ള വ്യത്യസ്തമായ സാമൂഹിക - രാഷ്ട്രീയ ആദർശങ്ങളെ താരതമ്യം ചെയ്ത് അപഗ്രഥിക്കുകയാണെങ്കിൽ നമ്മൾ എത്തിച്ചേരുക ഏതാനും പൊതുവായ തത്ത്വങ്ങളിലായിരിക്കും. എന്തുതരം ആദർശങ്ങളും തത്ത്വങ്ങളുമാണ് ജീവിതത്തിന്റെ മൂല്യം വർദ്ധിപ്പിക്കുന്നതെന്ന് സ്വയം ചോദിച്ചാലും ഈ ഉത്തരങ്ങൾ തന്നെയായിരിക്കും നമ്മൾക്ക് കിട്ടുക. ഇതിൽ

ഏത് രീതിയിൽ പരിശോധിച്ചാലും നമ്മുടെ കൂട്ടായ ജീവിതത്തിന് അടിസ്ഥാനമാകേണ്ട തത്ത്വങ്ങൾ നീതി, തുല്യത, സ്വാതന്ത്ര്യം, അച്ചടക്കം, സ്നേഹം എന്നിവയാണ് എന്ന് മനസ്സിലാക്കാൻ കഴിയും. നമ്മുടെ എല്ലാ ഇടപെടലുകളെയും ബന്ധങ്ങളെയും നയിക്കേണ്ടത് നീതിബോധമാണെന്നതിന് തർക്കമില്ല. നിഷ്പക്ഷവും നീതിപൂർവ്വവുമായി ഇരിക്കണമെങ്കിൽ നമ്മൾ എല്ലാ മനുഷ്യരെയും തുല്യരായി കാണേണ്ടതുണ്ട്. മനുഷ്യരെ തുല്യരാക്കി മാറ്റണമെങ്കിൽ അവരെ ആദ്യം സ്വതന്ത്രരാക്കിത്തീർക്കണം. സാമൂഹിക – സാമ്പത്തിക – രാഷ്ട്രീയ വ്യവസ്ഥയിൽ അടങ്ങിയിട്ടുള്ള ഉടമ്പടികൾ മനുഷ്യന് തന്റെ സ്വാതന്ത്ര്യം നിഷേധിക്കുന്നു. അത് വ്യത്യസ്ത തരത്തിലുള്ള അസമത്വങ്ങളെയാണ് ഉല്പാദിപ്പിക്കുന്നത്. അതുകൊണ്ട് തന്നെ സമത്വം ഉറപ്പുവരുത്തുന്നതിനായി സാമൂഹികവും രാഷ്ട്രീയവും സാമ്പത്തികവുമായ ഉടമ്പടികളിൽനിന്ന് മനുഷ്യർ ഒന്നടങ്കം പൂർണ്ണമായി സ്വതന്ത്രരാകണം. പക്ഷേ, സ്വാതന്ത്ര്യം എന്നാൽ അച്ചടക്കമില്ലായ്മയല്ല, എന്തും ചെയ്യാനുള്ള അനുമതിപത്രവുമല്ല. സ്വാതന്ത്ര്യം നിയമരാഹിത്യത്തെയല്ല സൂചിപ്പിക്കുന്നത്. ബാഹ്യമായി അടിച്ചേല്പിക്കപ്പെട്ട നിയമത്തിനും അച്ചടക്കത്തിനും പകരം നമ്മുടേതായ നിയമവും അച്ചടക്കവും പാലിക്കുക എന്നതാണ് അതിന്റെ അർത്ഥം. നമ്മൾ സ്വയം അച്ചടക്കം പാലിക്കേണ്ടത് സ്വാതന്ത്ര്യം കിട്ടിയതിന് ശേഷം മാത്രമല്ല, മറിച്ച് അത് നേടാനുള്ള പോരാട്ടത്തിലും അച്ചടക്കമുണ്ടാകേണ്ടത് അത്യാവശ്യമാണ്. അതിനാൽ തന്നെ അച്ചടക്കമെന്നത് വ്യക്തിയുടെ കാര്യത്തിലായാലും സമൂഹത്തിന്റെ കാര്യത്തിലായാലും ജീവിതത്തിന്റെ അടിസ്ഥാനമായിട്ടാണ് കാണേണ്ടത്. നീതി, സമത്വം, സ്വാതന്ത്ര്യം, അച്ചടക്കം തുടങ്ങിയ അടിസ്ഥാന തത്ത്വങ്ങളെല്ലാം തന്നെ മറ്റൊരു ഉന്നതമായ തത്ത്വത്തിലേക്കാണ് വിരൽ ചൂണ്ടുന്നത്, അത് സ്നേഹമാണ്. മനുഷ്യരാശിയോടുള്ള സ്നേഹത്താൽ പ്രചോദിതരാകാത്ത പക്ഷം എല്ലാവരോടും നീതിപൂർവ്വമായിരിക്കാനോ, എല്ലാവരെയും തുല്യരായി പരിഗണിക്കാനോ നമ്മൾക്ക് കഴിയില്ല. സ്വാതന്ത്ര്യത്തിനുവേണ്ടി സഹിക്കാനോ ത്യജിക്കാനോ കഴിയില്ല, ശരിയായ രീതിയിൽ അച്ചടക്കം നടപ്പിലാക്കാനും കഴിയില്ല. അതിനാൽത്തന്നെ ഈ അഞ്ച് തത്ത്വങ്ങളായിരിക്കണം നമ്മുടെ കൂട്ടായജീവിതത്തിന്റെ അടിസ്ഥാനം. ഞാൻ മനസ്സിലാക്കിയ സോഷ്യലിസത്തിന്റെ സത്തയും ഈ തത്ത്വങ്ങളെ അടിസ്ഥാനപ്പെടുത്തിയിട്ടുള്ളതാണ്. ഇത്തരത്തിലൊരു സോഷ്യലിസമാണ് ഇന്ത്യയിൽ നടപ്പാക്കിക്കാണണമെന്ന് ഞാൻ ആഗ്രഹിക്കുന്നത്.

ബോൾഷവിക് സിദ്ധാന്തം ഇന്ന് ലോകത്തിന് പല തരത്തിലുള്ള പാഠങ്ങളും നല്കിക്കൊണ്ടിരിക്കുന്നതുപോലെ ലോകത്തിന് മാതൃകയാകുന്ന തരത്തിൽ ഇന്ത്യയുടെ സാമൂഹിക – സാമ്പത്തിക – രാഷ്ട്രീയ ഘടനകൾ ഭാവിയിൽ രൂപപ്പെട്ടുവരുമെന്നാണ് ഞാൻ വിശ്വസിക്കുന്നത്. എന്നാൽ അമൂർത്തമായ തത്ത്വങ്ങൾ വ്യത്യസ്തമായ രാജ്യങ്ങളിലും പ്രദേശങ്ങളിലും ഒരേതരത്തിൽ നടപ്പിലാക്കാൻ കഴിയുമെന്ന് ഞാൻ വിശ്വസി

ക്കുന്നില്ല. മാർക്സിയൻ സിദ്ധാന്തങ്ങൾ റഷ്യയിൽ, ആ നാടിന്റെ സ്ഥിതി കൾക്കനുസരിച്ച് നടപ്പിലാക്കിയപ്പോഴാണ് ബോൾഷവിസം ജനിച്ചത്. അതുപോലെതന്നെ ഇന്ത്യയിൽ അല്ലെങ്കിൽ ഇന്ത്യൻ സാഹചര്യത്തിൽ സോഷ്യലിസം നടപ്പിലാക്കുകയാണെങ്കിൽ അത് ഇന്ത്യൻ സോഷ്യലി സമെന്ന പുതിയ രൂപത്തിനാണ് പിറവികൊടുക്കുക. പരിസ്ഥിതിയും വംശീയമായ സ്വഭാവസവിശേഷതകളും സാമൂഹിക - സാമ്പത്തിക സ്ഥിതികളും അത്ര എളുപ്പത്തിൽ മാറ്റാൻ കഴിയുന്ന ഒന്നല്ല. അതി നാൽത്തന്നെ തത്ത്വങ്ങൾ പ്രാവർത്തികമാക്കുമ്പോൾ ഇത്തരം ഘടക ങ്ങൾ അതിനെ സ്വാധീനിക്കുകയും പരിഷ്കരിക്കുകയും ചെയ്യും.

വിദേശത്തുനിന്ന് വെളിച്ചവും പ്രചോദനവും തേടുമ്പോഴും മറ്റുള്ള വരെ അന്ധമായി പിന്തുടരാൻ നമുക്ക് കഴിയില്ല. നമ്മുടെ ദേശത്തിന്റെ ആവശ്യങ്ങളെയും കഴിവിനെയും പരിഗണിച്ചുകൊണ്ട് അതിന് യോജി ക്കുന്ന രീതി നമ്മൾ രൂപപ്പെടുത്തേണ്ടിയിരിക്കുന്നു. ഒരു മനുഷ്യന് ഗുണ കരമാകുന്നത് മറ്റൊരാൾക്ക് ഗുണകരമാകണമെന്നില്ല, മറിച്ച് ചിലപ്പോൾ ദോഷമാവുകയും ചെയ്തേക്കാം. അതുകൊണ്ടുതന്നെ ബോൾഷവിക് തത്ത്വങ്ങളെയും രീതികളെയും അന്ധമായി പിന്തുടരാൻ ആഗ്രഹിക്കു ന്നവർക്ക് ഒരു മുന്നറിയിപ്പ് നല്കാൻ ഞാൻ ആഗ്രഹിക്കുകയാണ്. ബോൾഷവിക് സിദ്ധാന്തം നിലവിൽ ഒരു പരീക്ഷണ ഘട്ടത്തിലൂടെയാണ് കടന്നുപോകുന്നത്. മാർക്സിന്റെ യഥാർത്ഥ സിദ്ധാന്തത്തിൽനിന്നും, അധികാരം പിടിച്ചടക്കുന്നതിന് മുമ്പ് ലെനിനും മറ്റ് ബോൾഷവിക്കുകളും പ്രചരിപ്പിച്ച തത്ത്വങ്ങളിൽനിന്നും അത് വ്യതിചലിച്ചിട്ടുണ്ട്. മാർക്സിന്റെ യഥാർത്ഥ സിദ്ധാന്തത്തിൽനിന്നും ബോൾഷവിക് സിദ്ധാന്തത്തിൽ നിന്നുമുള്ള പരിഷ്കരണം നിർബ്ബന്ധിതമായ സാഹചര്യം റഷ്യയിൽ നില നിന്നിരുന്നതിനാലാണ് ഈയൊരു വ്യതിചലനം ഉണ്ടായത്. റഷ്യയിൽ ബോൾഷവിക്കുകൾ നടപ്പാക്കിയ രീതികൾ ഇന്ത്യൻ സാഹചര്യങ്ങൾക്ക് അനുയോജ്യമായിരിക്കണമെന്നില്ല. സാർവ്വദേശീയതയും മാനുഷികതയും ഉയർത്തിപ്പിടിക്കുന്ന കമ്യൂണിസത്തിന് ഇന്ത്യയിൽ വലിയൊരു മുന്നേറ്റം ഉണ്ടാക്കാൻ കഴിഞ്ഞിട്ടില്ലെന്നതാണ് ഇതിന്റെ തെളിവ്. സാദ്ധ്യമാകുമാ യിരുന്ന സൗഹൃദങ്ങളും സഖ്യങ്ങളും സ്ഥാപിക്കുന്നതിന് പകരം കമ്യൂ ണിസ്റ്റുകളുടെ രീതികളും തന്ത്രങ്ങളും അത്തരത്തിലുള്ള ബന്ധങ്ങളിൽ നിന്ന് അവരെ അകറ്റുകയാണ് ചെയ്തത്.

ചുരുക്കിപ്പറഞ്ഞാൽ ഇന്ത്യയിൽ ഒരു സോഷ്യൽ റിപ്പബ്ലിക് ഉണ്ടാക ണമെന്നാണ് ഞാൻ ആഗ്രഹിക്കുന്നത്. സോഷ്യലിസ്റ്റ് ഭരണകൂടത്തെക്കു റിച്ച് കൂടുതൽ വിശദീകരിക്കാൻ ഇപ്പോൾ കഴിയില്ല. സോഷ്യലിസ്റ്റ് ഭര ണകൂടത്തിന്റെ പ്രധാനപ്പെട്ട തത്ത്വങ്ങളുടെയും സവിശേഷതകളുടെയും ഒരു രേഖാചിത്രം മാത്രമേ ഇപ്പോൾ സങ്കല്പിക്കാൻ കഴിയൂ.

പൂർണ്ണവും, എല്ലാ അർത്ഥത്തിലും വിട്ടുവീഴ്ചയില്ലാത്തതുമായ സ്വാതന്ത്ര്യമെന്ന ആശയമാണ് എനിക്ക് നല്കാനുള്ളത്. നമുക്ക് വേണ്ടത് രാഷ്ട്രീയമായ സ്വാതന്ത്ര്യമാണ്, ബ്രിട്ടീഷ് സാമ്രാജ്യത്വത്തിന്റെ നിയന്ത്ര

ണത്തിൽനിന്നും സ്വതന്ത്രമായി ഒരു ഇന്ത്യൻ ഭരണകൂടത്തെ നിർമ്മിക്കാനുള്ള സ്വാതന്ത്ര്യം. സ്വാതന്ത്ര്യമെന്നത് ബ്രിട്ടീഷുകാരുടെ നിയന്ത്രണത്തിൽ നിന്നുള്ള മോചനമാണെന്നതിൽ ആർക്കും അവ്യക്തത ഉണ്ടായിരിക്കരുത്. രണ്ടാമതായി നമ്മൾ നേടേണ്ടത്, സാമ്പത്തികമായ വിമോചനമാണ്. ജോലിചെയ്യാനും ജീവിക്കാനാവശ്യമായ കൂലി നേടാനും എല്ലാവർക്കും അവകാശമുണ്ടായിരിക്കണം. നമ്മുടെ സമൂഹത്തിൽ എല്ലാവർക്കും തുല്യമായ അവസരങ്ങൾ ഉണ്ടായിരിക്കണം. സമ്പത്തിന്റെ വിതരണം നീതിപൂർണ്ണവും സമത്വത്തിൽ അധിഷ്ഠിതമായിരിക്കുകയുമാണ് പ്രധാനം. ഇക്കാരണത്താൽ ഉല്പാദനോപാധികൾ, സമ്പത്തിന്റെ വിതരണം എന്നിവയ്ക്ക് മേൽ ഭരണകൂടത്തിന്റെ നിയന്ത്രണം ഉണ്ടായിരിക്കുകയെന്നത് ഒഴിച്ചുകൂടാനാകാത്ത ഒന്നാണ്. മൂന്നാമതായി, പൂർണ്ണമായ സാമൂഹിക സമത്വമാണ് നമ്മൾ ആഗ്രഹിക്കുന്നത്. ജാതിയോ, അടിച്ചമർത്തപ്പെട്ട വിഭാഗങ്ങളോ ഉണ്ടായിരിക്കാൻ പാടില്ല. സമൂഹത്തിൽ എല്ലാ മനുഷ്യർക്കും തുല്യമായ അവകാശങ്ങളും അധികാരവുമാണ് ഉണ്ടായിരിക്കുക. എല്ലാ തരത്തിലും സ്ത്രീകളും പുരുഷന്മാർക്ക് തുല്യരായിരിക്കും.

അതിനാൽ സമൂഹത്തിലെ ചൂഷണം ചെയ്യപ്പെട്ട, അടിച്ചമർത്തപ്പെട്ട ഓരോ വ്യക്തിയോടും വിഭാഗങ്ങളോടും പുതിയൊരു സന്ദേശം നല്കാനാണ് നമ്മൾ ആഗ്രഹിക്കുന്നത്. രാഷ്ട്രീയ പ്രവർത്തകർക്കും കൂലിത്തൊഴിലാളികൾക്കും ഭൂമിയില്ലാത്തവർക്കും സമൂഹത്തിലെ ദുർബ്ബല വിഭാഗങ്ങൾക്കും ലിംഗ പദവിയിൽ താഴെ നില്ക്കുന്നവർക്കുമായി കൈമാറാനുള്ള സന്ദേശം നമ്മുടെ കൈയിലുണ്ട്. നമ്മുടെ സമൂഹത്തിന്റെ സമൂലപരിവർത്തനത്തിന്റെ കണ്ണികളാണ് അടിച്ചമർത്തപ്പെട്ട ഈ വിഭാഗങ്ങൾ. പൂർണ്ണവും വിട്ടുവീഴ്ചയില്ലാത്തതുമായ സ്വാതന്ത്ര്യത്തെക്കുറിച്ച് നമ്മൾ അവരോട് സംസാരിക്കുകയാണെങ്കിൽ അവർകൂടി ഈ ആശയത്താൽ പ്രചോദിതരാകുമെന്നതിൽ ഒരു സംശയവുമില്ല. ഈ വിഭാഗങ്ങളിലുള്ളവർ പ്രക്ഷുബ്ധരാകാത്തിടത്തോളം നമുക്ക് സ്വാതന്ത്ര്യം നേടാൻ സാധിക്കുകയില്ല. ഏറ്റവും ആത്മാർത്ഥമായി, ഒരു പുതിയ സന്ദേശം നല്കി അവരെ പ്രചോദിപ്പിക്കാൻ കഴിഞ്ഞില്ലെങ്കിൽ നമ്മുടെയുള്ളിലും വിപ്ലവകരമായ മുന്നേറ്റങ്ങൾ ഉണ്ടാക്കാൻ നമുക്ക് കഴിയില്ല.

കോൺഗ്രസിന്റെ നയങ്ങളുടെയും പരിപാടികളുടെയും ബലഹീനതയുടെ അടിസ്ഥാന കാരണം അതിന്റെ നേതാക്കൾക്ക് കാര്യങ്ങളിൽ വ്യക്തതയില്ലെന്നതും അവർ സത്യം തുറന്നു പറയാൻ മടിക്കുന്നുവെന്നതുമാണ്. മാത്രവുമല്ല സമൂല പരിഷ്കരണമെന്നത് അതിന്റെ പരിപാടികളുടെ ലക്ഷ്യമല്ല. കോൺഗ്രസിന്റെ പരിപാടികൾ ലക്ഷ്യം വെക്കുന്നത് ക്രമീകരണങ്ങളിൽ ചെറുതായ മാറ്റങ്ങൾ വരുത്താൻ മാത്രമാണ്. ഭൂജന്മിയും കുടിയാനും തമ്മിലുള്ള ബന്ധത്തിൽ, മുതലാളിയും ദിവസക്കൂലിക്ക് ജോലിചെയ്യുന്നവനും തമ്മിലുള്ള ബന്ധത്തിൽ, ഉയർന്ന വിഭാഗത്തിൽപ്പെട്ടവരെന്ന് പറയപ്പെടുന്നവരും താഴ്ന്ന വിഭാഗത്തിൽപ്പെട്ടവരെന്ന്

പറയപ്പെടുന്നവരും തമ്മിലുള്ള ബന്ധത്തിൽ, പുരുഷനും സ്ത്രീയും തമ്മിലുള്ള ബന്ധത്തിൽ ചെറിയ മാറ്റങ്ങൾ വരുത്തിക്കൊണ്ട് നേരെയാക്കാനാണ് അത് ശ്രമിച്ചുകൊണ്ടിരിക്കുന്നത്. തൽസ്ഥിതി തുടരണമെന്ന് ആഗ്രഹിക്കുന്നവർക്ക് മാത്രം പ്രവർത്തിക്കാൻ പറ്റുന്ന രീതിയാണത്. താല്ക്കാലികമായ ഇത്തരം അനുരഞ്ജനങ്ങൾക്ക് സമൂഹത്തിൽ വിപ്ലവകരമായ മാറ്റങ്ങൾ ഉണ്ടാക്കാൻ കഴിയുമെന്ന് കരുതാനാകില്ല. അത്തരമൊരു മാറ്റമില്ലാതെ സ്വാതന്ത്ര്യം നേടാൻ കഴിയുകയുമില്ല. വ്യവസ്ഥകളിൽ ചെറിയ മാറ്റങ്ങൾ വരുത്തിക്കൊണ്ടാണ് നിലവിൽ വിവാദവിഷയങ്ങളെ കോൺഗ്രസ് നേരിട്ടുകൊണ്ടിരിക്കുന്നത്. ഈ രീതിയിൽ സ്വാതന്ത്ര്യം നേടിയെടുക്കാൻ കഴിഞ്ഞാൽ അതിന് വിലയില്ലാതായിത്തീരും. പക്ഷേ, ഈ രീതിയിൽ സ്വാതന്ത്ര്യം നേടിയെടുക്കാൻ കഴിയുമോ എന്നതാണ് സംശയം.

പരിഹാരം കണ്ടെത്താനുള്ള ഭീമമായ പ്രശ്നങ്ങളുടെ മേൽ വെറുതെ അറ്റകുറ്റപണികൾ നടത്താൻ ഞങ്ങൾ ആഗ്രഹിക്കുന്നില്ല. അതുകൊണ്ടുതന്നെ പോരാട്ടത്തിലൂന്നിയ, സമൂലമായ പരിവർത്തനത്തിനു വേണ്ടിയുള്ള പദ്ധതികളാണ് ആവശ്യം. പദ്ധതിയെക്കുറിച്ച് ആഴത്തിൽ സംസാരിക്കാൻ ഇപ്പോൾ ഉദ്ദേശിക്കുന്നില്ല. മറിച്ച് അതിന്റെ പ്രധാനസവിശേഷതകളെക്കുറിച്ച് പറയാനാണ് ഞാൻ ആഗ്രഹിക്കുന്നത്. 5 തത്ത്വങ്ങളുടെ അടിസ്ഥാനത്തിലും സ്വാതന്ത്ര്യത്തിന്റെ വ്യത്യസ്ത തലങ്ങളെ പരിഗണിച്ചുകൊണ്ടും താഴെ പറഞ്ഞിരിക്കുന്ന കാര്യങ്ങൾക്ക് അനുസരിച്ചായിരിക്കണം നമ്മുടെ പ്രവർത്തികളെ രൂപപ്പെടുത്തേണ്ടത്.

1) ഒരു സോഷ്യലിസ്റ്റ് പദ്ധതിക്കുകീഴിൽ കർഷകരെയും തൊഴിലാളികളെയും സംഘടിപ്പിക്കുക.
2) കർശനമായ ചിട്ടയോടെ യുവാക്കളെ സ്വയംസന്നദ്ധ സംഘങ്ങളിലേക്ക് സംഘടിപ്പിക്കുക.
3) ജാതിയുടെ നിർമ്മാർജ്ജനം, സാമൂഹികവും മതപരവുമായ എല്ലാ അന്ധവിശ്വാസങ്ങളെയും തുടച്ചുനീക്കുക.
4) പുതിയ സംഹിതയെ സ്വീകരിക്കുന്നതിലേക്കും പുതിയ പദ്ധതിക്കനുസരിച്ച് പ്രവർത്തിക്കുന്നതിലേക്കും സ്ത്രീകളെ എത്തിക്കാനായി സ്ത്രീകളുടെ കൂട്ടായ്മകളെ സംഘടിപ്പിക്കുക.
5) ബ്രിട്ടീഷ് ഉല്പന്നങ്ങൾ ബഹിഷ്കരിക്കുന്നതിനായി വ്യാപക പ്രചാരം നടത്തുക.
6) പുതിയ സങ്കല്പത്തെ വിശദീകരിക്കാനും പുതിയൊരു പാർട്ടി സംഘടിപ്പിക്കാനുമായി രാജ്യവ്യാപകമായി പ്രചാരണം നടത്തുക.
7) പുതിയ സങ്കല്പവും പദ്ധതികളും പ്രചരിപ്പിക്കുന്നതിന് ആവശ്യമായ പുതിയ പുസ്തകങ്ങൾ ഉല്പാദിപ്പിക്കുക.

പുതിയ സങ്കല്പത്തിലേക്കും പദ്ധതികളിലേക്കും ആകൃഷ്ടരാകുന്ന തൊഴിലാളികളും സഖാക്കളും ഒരു കാര്യം ഗൗരവതരമായി ആലോചിക്കേണ്ടതുണ്ട്. ഇന്ത്യൻ നാഷണൽ കോൺഗ്രസിന്റെ ഇടതുപക്ഷമായി

അവർ സംഘടിക്കേണ്ടതുണ്ടോ ഇല്ലയോ എന്നതിനെക്കുറിച്ചായിരിക്കണം അത്. അങ്ങനെ ചെയ്യുന്നതിന് വളരെയധികം ഗുണങ്ങളുണ്ട്. ഇന്ത്യൻ നാഷണൽ കോൺഗ്രസിന് ഒരു പാരമ്പര്യമുണ്ട് എന്നതാണ് ആദ്യത്തെ ഗുണം. അതിന് അന്താരാഷ്ട്ര തലത്തിൽ തന്നെ ഖ്യാതിയുണ്ട്. തലമുറകൾ തുടർച്ചയായി നടത്തിയ ഭീമമായ ത്യാഗങ്ങൾക്കുമേലാണ് അതിനെ പടുത്തുയർത്തിയിരിക്കുന്നത്. ഇടതുപക്ഷം ശരിയായ രീതിയിൽ സംഘടിക്കപ്പെടുകയാണെങ്കിൽ, കോൺഗ്രസിന്റെ അമരത്തേക്ക് അവർ ക്ഷണിക്കപ്പെടുമെന്നതിൽ സംശയമൊന്നുമില്ല. സ്വന്തമായ പദ്ധതികളുമായി ഈ പാർട്ടി ഉണ്ടായാൽ അത് നിലവിലെ വ്യവസ്ഥയ്ക്കും പദ്ധതികൾക്കും എതിരേയുള്ള ഒരേയൊരു ബദലായിരിക്കും.

സർക്കാരുമായി താല്ക്കാലികമായി സമാധാനത്തിൽ കഴിയാൻ കോൺഗ്രസിന്റെ പ്രവർത്തന സമിതി തീരുമാനിച്ചതിനെക്കുറിച്ചുള്ള എന്റെ അഭിപ്രായമറിയാൻ നിങ്ങൾക്ക് താല്പര്യമുണ്ടാകുമെന്ന് എനിക്കറിയാം. പക്ഷേ, അതിനുമുമ്പ് ഇന്ത്യയെ മുഴുവനും പിടിച്ചുകുലുക്കിയ ഒരു കാര്യത്തെക്കുറിച്ച് സംസാരിക്കാൻ ഞാൻ ആഗ്രഹിക്കുകയാണ്. സർദ്ദാർ ഭഗത്സിങ്ങും അദ്ദേഹത്തിന്റെ സഖാക്കളും വധശിക്ഷയ്ക്ക് വിധേയമാക്കപ്പെട്ടതിനെക്കുറിച്ചാണ് എനിക്ക് സംസാരിക്കാനുള്ളത്. ഇത് ചരിത്രപരമായ ഒരു സംഭവമാണ്. ഭാവിയിലേക്കുള്ള നിരവധി പാഠങ്ങൾ കണ്ടെത്താനായി ഇതിനെക്കുറിച്ച് നിങ്ങൾ ദീർഘമായി പഠനം നടത്തണമെന്നാണ് ഞാൻ ആഗ്രഹിക്കുന്നത്.

ഭഗത്സിങ് അന്തരിച്ചിരിക്കുന്നു! ഭഗത്സിങ് നീണാൾ വാഴട്ടെ! ലാഹോറിൽ അരങ്ങേറിക്കൊണ്ടിരുന്ന ദുരന്ത നാടകത്തിന്റെ അന്ത്യത്തിനായി അത്യന്തം ഉൽക്കണ്ഠയോടെ മാസങ്ങളോളമാണ് ഇന്ത്യയിലെ ജനങ്ങൾ കാത്തിരുന്നത്. ഒടുവിൽ അതിന് അന്ത്യമായി. നിസ്സ്വാർത്ഥമായതും വിവരണാതീതവുമായ ഒരു രംഗത്തിനുമേൽ ഒടുവിൽ തിരശ്ശീല വീണു. തുടക്കം തൊട്ട് ഒടുക്കംവരെ വൈവിദ്ധ്യങ്ങളാൽ സമ്പന്നവും ജീവസ്സുറ്റതുമായ നാടകം നാമെല്ലാം കണ്ടുതീർത്തത് ഉൽക്കണ്ഠയോടെ, ശ്വാസം അടക്കിപ്പിടിച്ചുകൊണ്ടായിരുന്നു. ഭഗത്സിങ്ങിന്റെയും ജഗത്സിങ്ങിന്റെയും ജീവത്യാഗത്തോടുകൂടിയാണ് ആ നാടകം അവസാനിച്ചത്. ചരിത്രത്തിന്റെ സൃഷ്ടികളായ, വിരളമായി മാത്രം സംഭവിക്കുന്ന ഈ രണ്ട് രക്തസാക്ഷിത്വത്തെയും ആരാധനയോടുകൂടി മാത്രമേ നമുക്ക് കാണാൻ കഴിയൂ. ജതിൻദാസിന്റെ ജീവസ്സുറ്റ ശരീരവും വഹിച്ചുകൊണ്ടുള്ള ഘോഷയാത്ര ഒരു ജയഘോഷയാത്രയായി മാറിയിരുന്നു. അതുപോലെതന്നെ ഭഗത്സിങ്ങിനെ തൂക്കിലേറ്റിയത് രാജ്യത്തെ മുഴുവനും പ്രചോദിപ്പിക്കാൻ തക്കവിധമുള്ള ഒരു സംഭവമാണ്. ഭഗത്സിങ്, രാജ്ഗുരു, സുഖ്ദേവ് എന്നിവരുടെ വധശിക്ഷയ്ക്ക് കാരണമായ സംഭവങ്ങൾ (ലാഹോർ കോൺസ്പിറസി) രാജ്യത്തിന്റെ ഹൃദയത്തെ വളരെ ആഴത്തിൽ കലക്കിമറിച്ചിട്ടുണ്ടെന്നതിൽ അതിശയമില്ല. പക്ഷേ, സർക്കാർ അത് മനസ്സിലാക്കിയിട്ടുണ്ടോ? ഞാൻ വീണ്ടും പറയുകയാണ്, 'ഭഗത്സിങ് അന്തരിച്ചിരിക്കുന്നു! ഭഗ

ത്സിങ് നീണാൾ വാഴട്ടെ!' ഭഗത്സിങ് ഒരു വ്യക്തിയല്ല, രാജ്യത്തിന്റെ ഒരറ്റം മുതൽ മറ്റേയറ്റം വരെ പടർന്നുകഴിഞ്ഞ വിപ്ലവാഭിമുഖ്യത്തെയാണ് അദ്ദേഹം പ്രതിനിധീകരിക്കുന്നത്. ആ ആവേശത്തെ ആർക്കും പിടിച്ചട ക്കാൻ കഴിയില്ല, അത് പകർന്ന ജ്വാല കെടുകയുമില്ല. അതിനാൽ തന്നെ ഭഗത്സിങ്ങും രാജ്ഗുരുവും സുഖ്ദേവും ഇനിയില്ലെന്നോർത്ത് നമ്മൾ ദുഃഖിച്ചിരിക്കേണ്ടതില്ല. ഇന്ത്യക്ക് സ്വതന്ത്രയാകാൻ ഇനിയും കുറേയധികം പുത്രന്മാരെ നഷ്ടപ്പെടേണ്ടതുണ്ടായിരിക്കും. പക്ഷേ, ഇന്ത്യൻ നാഷണൽ കോൺഗ്രസ് ബ്രിട്ടീഷ് സർക്കാരുമായി യുദ്ധമില്ലാസന്ധിയിൽ ഏർപ്പെട്ടി രിക്കുന്ന സമയത്താണ് അവരെ നഷ്ടമായത് എന്നതിൽ വിഷമിക്കേണ്ട തുണ്ട്. ഹർകിഷൻലാൽ, ദിനേഷ് ഗുപ്ത, രാമകൃഷ്ണ ബിശ്വാസ് എന്നി വരുടെ വിധി എന്തായിത്തീരുമെന്ന് ഇപ്പോൾ മുൻകൂട്ടി കാണാൻ കഴി യുന്ന ഒന്നല്ല. ഇത്തരം പ്രതികാര നടപടികൾ തുടർന്നുകൊണ്ടിരിക്കു കയും നമ്മുടെ വീരന്മാരുടെ ജീവൻ രക്ഷിക്കാൻ കഴിയാതിരിക്കുകയും ചെയ്യുമ്പോൾ യുദ്ധമില്ലാസന്ധിക്ക് എന്ത് വിലയാണുള്ളത്? ഈ ചോദ്യം നമ്മൾ തുടരെത്തുടരെ ചോദിച്ചുകൊണ്ടിരിക്കണം.

വധശിക്ഷകൾ നടപ്പിലാക്കാതിരിക്കാനുള്ള വ്യവസ്ഥകളൊന്നും തന്നെ യുദ്ധമില്ലാസന്ധിയിൽ ഇല്ലെന്ന് വേണമെങ്കിൽ യുക്തിപരമായി വാദിക്കാം. അത് ഞാൻ അംഗീകരിക്കുന്നു. എന്നാൽ സന്ധിയുടെ കാര്യ മെന്താണെന്ന് ചോദിക്കേണ്ടതില്ലേ? വട്ടമേശ സമ്മേളനത്തിൽ നടക്കുന്ന ചർച്ചകൾക്ക് മുന്നോടിയായി സമാധാനത്തിന്റെ അന്തരീക്ഷം സൃഷ്ടി ച്ചെടുക്കുകയാണ് സന്ധിയുടെ ലക്ഷ്യം. പ്രശ്നങ്ങളൊന്നുമില്ലാതെ നിഷ്പ ക്ഷമായി, മുൻധാരണകളും വിദ്വേഷവുമില്ലാതെ ചർച്ചകൾ നടക്കാൻ വേണ്ടിയായിരുന്നു അത്. വധശിക്ഷകൾ വിധിക്കപ്പെടുകയും നടപ്പിലാ ക്കപ്പെടുകയും ചെയ്യുമ്പോൾ, നിരവധി രാഷ്ട്രീയത്തടവുകാർ ജയിലിൽ തുടരുമ്പോൾ, അത്തരത്തിലൊരു അന്തരീക്ഷം സൃഷ്ടിക്കാൻ കഴിയുമോ? സന്ധിയുടെ വ്യവസ്ഥകളടങ്ങിയ കത്തിനെക്കുറിച്ച് നിലവിലെ സർ ക്കാരിന് അത്രയ്ക്ക് കണിശമായ സമീപനമാണെങ്കിൽ ചർച്ചകളുടെ സമ യത്ത് അവർ അധികാരം കൈയൊഴിയുമെന്നതിന് എന്ത് പ്രതീക്ഷയാണ് ഉള്ളത്? ഒത്തുതീർപ്പിനോ അല്ലെങ്കിൽ അതിനായുള്ള ചർച്ചകൾക്കോ ഒരു ങ്ങുന്നതിന് മുമ്പ് ഹൃദയത്തിലാണ് മാറ്റങ്ങൾ ഉണ്ടാകേണ്ടതെന്ന് മഹാത്മാഗാന്ധി നിർബ്ബന്ധം പിടിച്ചത് വെറുതെയല്ല. പകയോടെയുള്ള മനോഭാവം വെച്ചുപുലർത്തുന്ന ഉദ്യോഗസ്ഥ വൃന്ദങ്ങളുടെ ഭരണം തുട രുന്ന സർക്കാർ ഒരിക്കലും സ്വമനസ്സാലെ ഇന്ത്യയിലെ ജനപ്രതിനിധി കളുടെ കൈകളിലേക്ക് ഭരണം കൈമാറാൻ പോകുന്നില്ല. ഭരണകൈമാ റ്റവുമായി ബന്ധപ്പെട്ട ചർച്ചകൾ ഇന്ത്യൻ സിവിൽ സർവ്വീസ് ഉദ്യോഗ സ്ഥന്മാരുമായോ ഇന്ത്യൻ സർക്കാരുമായോ അല്ല നടത്തേണ്ടതെന്നും ബ്രിട്ടീഷ് മന്ത്രിസഭയുമായോ അല്ലെങ്കിൽ ബ്രിട്ടീഷ് ജനതയോട് ഒന്നട ങ്കമായോ വേണം നടത്താൻ എന്നതിൽ നമ്മൾ നിർബ്ബന്ധം പിടിക്കേണ്ട തുണ്ട്. പൊലീസ് അതിക്രമത്തിൽ അന്വേഷണം നടത്തുന്നതോ അല്ലെ

ങ്കിൽ വധശിക്ഷയിൽ ഇളവ് നല്കുന്നതോ സംബന്ധിച്ച വിഷയത്തിൽ പ്രാദേശികമായ അധികാരികളുടെ ഇച്ഛയോട് ബ്രിട്ടീഷ് സർക്കാരിന് കീഴ്പ്പെടേണ്ടി വരാറുണ്ട്. അധികാര കൈമാറ്റം പോലുള്ള വലിയ കാര്യങ്ങളിൽ ഇതേ സർക്കാർ ഇരുമ്പുചട്ടകൾ നിർദ്ദേശിക്കുന്ന രീതിയിലേക്ക് പോകില്ലെന്ന് എങ്ങനെ പ്രതീക്ഷിക്കാനാകും?

സർക്കാറിന്റെ നിലപാടിൽ മാറ്റങ്ങളൊന്നുമില്ലെന്നതിന്റെ വ്യക്തമായ സൂചനയായിട്ടാണ് ഈയിടെ നടപ്പിലാക്കപ്പെട്ട വധശിക്ഷകളെ ഞാൻ മനസ്സിലാക്കുന്നത്. പരസ്പരം ബഹുമാനത്തോടെയുള്ള പ്രശ്നപരിഹാരത്തിന് ഇനിയും നേരമായിട്ടില്ല. സഹനത്തിന്റെയും ത്യാഗത്തിന്റെയും വഴികളിലൂടെ ഇനിയും ഒരുപാട് നമുക്ക് സഞ്ചരിക്കേണ്ടതായുണ്ട്, എങ്കിൽ മാത്രമേ സ്വരാജ് കൈവരിക്കാൻ നമുക്ക് കഴിയുകയുള്ളൂ. അയർലന്റിന്റെ ഇടക്കാല ചരിത്രം എന്റെയീ വാദത്തെ സാധൂകരിക്കുന്നതാണ്. കോർക്കിന്റെ ലോർഡ് മേയറായ ആൽഡർമാൻ മെക്സ്വീനി തനിക്ക് കിട്ടിയ ജയിൽശിക്ഷയിൽ പ്രതിഷേധിച്ച് നിരാഹാര സമരം നടത്തി. അദ്ദേഹം മരണത്തോട് അടുത്തപ്പോൾ ബ്രിട്ടീഷുകാരുടെയും അയർലന്റുകാരുടെയും താല്പര്യാർത്ഥം രാജാവിന് അപേക്ഷകൾ ലഭിച്ചുകൊണ്ടിരുന്നു. രാജാവിന്റെ സവിശേഷാധികാരം ഉപയോഗിച്ച് മെക്സ്വീനിയുടെ ജീവൻ രക്ഷിക്കണമെന്ന് ആവശ്യപ്പെട്ടുകൊണ്ടുള്ളതായിരുന്നു അപേക്ഷകൾ. രാജാവിനെ ഇത് ആഴത്തിൽ സ്പർശിച്ചെങ്കിലും മന്ത്രിമാർ ദയാവായ്പ് കാണിക്കുന്നതിന് എതിരാണെന്നതിനാൽ തനിക്ക് ഒന്നും ചെയ്യാൻ കഴിയില്ലെന്ന് അദ്ദേഹം പ്രഖ്യാപിച്ചു. അതിനാൽ തന്നെ രാജാവിന് അടിയറവ് പറയേണ്ടി വന്നു. അയർലന്റിൽ ബ്രിട്ടനുമായുള്ള പോര് കൂടുതൽ ശക്തിമായിത്തീർന്നു എന്നതായിരുന്നു ഇതിന്റെ ഫലം. കുറച്ചുകാലത്തിനുശേഷം പ്രശ്ന പരിഹാരത്തിനായി ഉടമ്പടിയിൽ ഏർപ്പെടാമെന്ന ആഗ്രഹം ഇരുവിഭാഗങ്ങൾക്കും ഉണ്ടായി. രാഷ്ട്രീയത്തടവുകാർക്ക് പൊതുമാപ്പ് നല്കുന്നതുസംബന്ധിച്ച വിഷയം അപ്പോൾ അവതരിപ്പിക്കപ്പെടുകയും തൂക്കിലേറ്റാൻ വിധിച്ചവർക്ക് പോലും പൊതുമാപ്പ് ബാധകമാക്കണമെന്ന ആവശ്യം സിൻ ഫെയ്നിന്റെ നേതാക്കൾ ഉന്നയിക്കുകയും ചെയ്തു. വധശിക്ഷയ്ക്ക് വിധിക്കപ്പെട്ട സിയോൺ മെക്ഇയോൺ ഒഴികെ മറ്റെല്ലാവരെയും പുറത്തുവിടാൻ ബ്രിട്ടീഷ് മന്ത്രിസഭയ്ക്ക് സമ്മതമായിരുന്നു. ഇരുപത്തിനാല് മണിക്കൂറിനുള്ളിൽ സിയോൺ മെക്ഇയോണിനെ ജയിൽമോചിതനാക്കിയില്ലെങ്കിൽ ഉടമ്പടിയിൽനിന്ന് പിൻമാറുമെന്ന് സിൻ ഫെയ്നിന്റെ നേതാക്കൾ ഭീഷണി മുഴക്കി. രാജ്യവ്യാപകമായി പ്രതിഷേധം തുടരുന്ന സാഹചര്യത്തിലും ടെറൻസ് മെക്സ്വീനിയുടെ വധശിക്ഷ നടപ്പിലാക്കുന്നതിൽനിന്ന് പിന്തിരിയാതിരുന്ന അതേ മന്ത്രിസഭ, ഈ അന്ത്യശാസനത്തിന് വഴങ്ങി സിയോൺ മെക്ഇയോണിനെ ഇരുപത്തിനാല് മണിക്കൂറിനുള്ളിൽ ജയിൽമോചിതനാക്കി. മെക്സ്വീനിക്ക് മരിക്കേണ്ടി വന്നത് അന്ന് പ്രശ്നപരിഹാരത്തിനായുള്ള കാലം എത്തിയിട്ടില്ലാത്തതുകൊണ്ടായിരുന്നു. സമാധാനം തുടരാൻ സാദ്ധ്യത

യുള്ളതുകൊണ്ടും ബ്രിട്ടീഷുകാരുടെ മനഃസ്ഥിതിയിൽ മാറ്റമുണ്ടായതു കൊണ്ടുമാണ് സിയോൺ മെക്ഇയോണിന്റെ ജീവൻ രക്ഷിക്കാൻ കഴിഞ്ഞത്. ഇതേ തത്ത്വം ഇന്ത്യൻ ചരിത്രത്തിലും നമുക്ക് കാണാൻ കഴിയില്ലേ?

ഭഗത്സിങ്ങും അദ്ദേഹത്തിന്റെ സഖാക്കളും ധീരരായതിനാലാണ് ദയാവായ്പിനായി അപേക്ഷിക്കാതിരുന്നത്. ഇന്ത്യ സ്വതന്ത്രമാകുന്നതിനായി തങ്ങളുടെ എല്ലാം നല്കാൻ അവർ തീരുമാനിച്ചിരുന്നു. പക്ഷേ, രാജ്യം മുഴുവനും അവരുടെ ജീവൻ നഷ്ടപ്പെടരുതെന്ന് ആഗ്രഹിച്ചു. അന്ന് സന്ധിസംഭാഷണം പ്രഖ്യാപിച്ചിരുന്നെങ്കിൽ, സമാധാനത്തിന്റെ സൂചനകളെങ്കിലും ഉണ്ടായിരുന്നെങ്കിൽ ധൈര്യശാലികളും നിസ്വാർത്ഥരുമായ ഈ മനുഷ്യരുടെ സേവനം രാജ്യത്തിന്റെ പുനരുദ്ധാരണത്തിനായി ചെലവഴിക്കാൻ കഴിഞ്ഞേനെ. വധശിക്ഷയിൽ ഇളവുനല്കണമെന്ന് ആവശ്യപ്പെട്ട് വ്യത്യസ്ത അഭിപ്രായക്കാരായ രാഷ്ട്രീയ പാർട്ടികൾ ഉൾപ്പെടെ ഈ രാജ്യം മുഴുവനും അണിനിരന്നിരുന്നു. ജനങ്ങളുടെ ഭാഗത്തുനിന്ന് സാദ്ധ്യമായ എല്ലാവിധ പരിശ്രമങ്ങളും നടന്നിരുന്നെങ്കിലും, ഒരു ഭാഗത്തുനിന്നുള്ള പരിശ്രമം മാത്രം നടന്നില്ല. യുദ്ധമില്ലാസന്ധിക്കായുള്ള ചർച്ചകൾ നടത്തിക്കൊണ്ടിരിക്കുമ്പോൾ രാജ്യത്തെ മുഴുവൻ പ്രതിനിധീകരിക്കുന്ന ഒരു ദേശീയ പ്രസ്ഥാനം എന്ന നിലയിൽ കോൺഗ്രസിന് വിപ്ലവകാരികൾക്കും ലേബർ പാർട്ടി ഓഫ് ഇന്ത്യക്കും പിന്തുണ നല്കാമായിരുന്നു. അങ്ങനെ ചെയ്തതുകൊണ്ട് കോൺഗ്രസിന് വിപ്ലവകാരികളുടെയോ ലേബർപാർട്ടിയുടെയോ രീതികളെയും നയതന്ത്രങ്ങളെയും പിന്താങ്ങേണ്ട കാര്യമുണ്ടാകില്ല. ഈ രണ്ട് പാർട്ടികളും നിലനില്ക്കുന്നുണ്ടെന്നതും അവയും അവരുടേതായ കാഴ്ചപ്പാടിൽ ഇന്ത്യയുടെ വിമോചനത്തിനായി പ്രവർത്തിക്കുന്നുണ്ടെന്നതും കോൺഗ്രസ് അവിടെ വ്യക്തമാക്കിയാൽ മതിയാകുമായിരുന്നു. ഇവരെയും ഉൾക്കൊള്ളാതെ സമാധാനം നടപ്പിലാക്കാൻ കഴിയില്ലെന്നത് കോൺഗ്രസ് മനസ്സിലാക്കേണ്ടിയിരുന്നു.

ഉദാരമായ ഒരു സമീപനം ഈയൊരവസരത്തിൽ സർക്കാരിന്റെ ഭാഗത്തുനിന്ന് ഉണ്ടാവുകയായിരുന്നെങ്കിൽ അത് ഈ രണ്ട് പാർട്ടികളുടെ കാര്യത്തിലും രാജ്യത്ത് മുഴുവനായും മാറ്റങ്ങൾ ഉണ്ടാക്കിയേനെ. ഔദ്യോഗിക പക്ഷത്തുനിന്നുള്ള ഉദാരമായ സമീപനത്തിന് ശേഷവും ഏതെങ്കിലും സംഘമോ പാർട്ടിയോ വ്യക്തിയോ അതിനോട് യോജിച്ച് പ്രവർത്തിച്ചില്ലെങ്കിൽ ഈ വ്യക്തി അല്ലെങ്കിൽ സംഘടന ലോകത്തിന് മുന്നിൽ തെറ്റുകാരായിരിക്കും. ഈ രണ്ട് കാര്യങ്ങളിലും സർക്കാരിന് അതിന്റെ ശക്തിയും വിഭവങ്ങളും നഷ്ടം വരുന്നില്ല. മാത്രവുമല്ല, അനുരഞ്ജനത്തിലൂടെ അവർക്ക് എല്ലാ സമരോത്സുകമായ പാർട്ടികളെയും സമാധാനപ്പെടുത്താൻ കഴിയും. അത് അവർക്ക് ധാർമ്മികമായ ഒരു വിജയമായിരിക്കും സമ്മാനിക്കുക. അതേസമയം അനുരഞ്ജനം പരാജയപ്പെടുകയാണെങ്കിൽ അവർക്ക് അടിച്ചമർത്തൽ പരിപാടികൾ തുടരുന്ന

തിന് കൂടുതൽ ന്യായീകരണം കണ്ടെത്താനാണ് അത് സഹായിക്കുക.

സർക്കാർ എന്തെങ്കിലും അബദ്ധം കാണിച്ചുവെന്നാണെങ്കിൽ കോൺഗ്രസും അത് തന്നെയാണ് ചെയ്തിരിക്കുന്നത്. സിൻ ഫെയ്ൻ അയർലന്റ് എന്ന രാജ്യത്തിന് മുഴുവനായും സംസാരിച്ചതുപോലെ, സന്ധി സംഭാഷണത്തിൽ കോൺഗ്രസിന് മുഴുവൻ രാജ്യത്തിനുവേണ്ടി സംസാരിക്കാമായിരുന്നു. വിപ്ലവകാരികളുടെയും ലേബർ പാർട്ടികളുടെയും രീതികളെ പ്രതിനിധാനം ചെയ്യാതെ തന്നെ അവയുടെ ആവശ്യങ്ങളെ വ്യക്തമായി സ്ഥാപിച്ചെടുക്കാൻ കോൺഗ്രസിന് കഴിയുമായിരുന്നു. പക്ഷേ, കോൺഗ്രസ് ഇക്കാര്യത്തിൽ പരാജയപ്പെട്ടിരിക്കുന്നു, അതുകൊണ്ടുതന്നെ രാജ്യത്തിന്റെയും ലോകത്തിന്റെയും കണ്ണിൽ അതിന്റെ വില താഴ്ന്നുപോയിരിക്കുന്നു. ഭഗത്സിങ്ങിന്റെയും കൂട്ടരുടെയും വധശിക്ഷയിൽ ഇളവ് നല്കണമെന്ന് ആവശ്യപ്പെട്ട് നല്കിയ അപേക്ഷ സർക്കാർ നിരസിച്ചപ്പോഴെങ്കിലും കോൺഗ്രസിന് അതിന്റെ നിലപാട് മാറ്റാമായിരുന്നു.

വധശിക്ഷയിൽ ഇളവ് നല്കണമെന്ന് കോൺഗ്രസ് ഔദ്യോഗികമായി ആവശ്യപ്പെട്ടിരുന്നെങ്കിൽ അതിന് ഒന്നുംതന്നെ നഷ്ടമാകുമായിരുന്നില്ല. മറിച്ച് അത് രാജ്യത്തിന്റെ മുഴുവൻ പ്രതീക്ഷയും ഉയർത്തുമായിരുന്നു. അങ്ങനെയെങ്കിൽ ഭഗത്സിങ്ങിന്റെ ജീവൻ രക്ഷിക്കാനുള്ള സാദ്ധ്യതയും ഉണ്ടായിരുന്നു. സർക്കാർ കോൺഗ്രസിന്റെ ആവശ്യം നിരസിച്ചാൽ പോലും അതിന്റെ കടമ അത് നിറവേറ്റിയെന്ന ചാരിതാർത്ഥ്യം കോൺഗ്രസിന് ഉണ്ടാകുമായിരുന്നു. അങ്ങനെയെങ്കിൽ ഭഗത്സിങ്ങിനും കൂട്ടാളികൾക്കുംവേണ്ടി പരമാവധി പരിശ്രമിച്ചില്ലെന്ന പരാതിയും പരിഭവവും കോൺഗ്രസിനെതിരെ ആർക്കും ഉണ്ടാകുമായിരുന്നില്ല.

ഇനി ഗാന്ധി-ഇർവിൻ ഉടമ്പടിയെക്കുറിച്ച് സംസാരിക്കുകയാണെങ്കിൽ അത് അങ്ങേയറ്റം അതൃപ്തികരവും നിരാശാജനകവുമാണെന്ന് പറയേണ്ടി വരും. ഈ ഉടമ്പടി തയ്യാറാക്കിയ സമയത്ത് രേഖയിൽ കാണുന്നതിനേക്കാൾ ശക്തരായിരുന്നു നമ്മൾ എന്നതാണ് എന്നെയേറെ വേദനിപ്പിക്കുന്നത്. സന്ധിവ്യവസ്ഥയിലെ ചില തൃപ്തികരമല്ലാത്ത കാര്യങ്ങൾ ഞാൻ സംക്ഷിപ്തമായി പറയാം.

1) വെറും സംശയത്തിന്റെ പേരിൽ ആളുകളെ വിചാരണപോലുമില്ലാതെ തടവിലാക്കാൻ കഴിയുന്ന ബംഗാൾ ഓർഡിനൻസും ബർമ്മാ ഓർഡിനൻസും പിൻവലിച്ചിട്ടില്ല.

2) കണ്ടുകെട്ടിയ സ്വത്തുക്കളും പിഴകളും തിരികെ നല്കുന്നതിനുള്ള നിബന്ധനകൾ തൃപ്തികരമല്ല.

3) പോലീസ് അതിക്രമങ്ങളെക്കുറിച്ച് അന്വേഷണം നടത്തണമെന്ന ആവശ്യം ഉപേക്ഷിക്കരുതായിരുന്നു. പ്രത്യേകിച്ച് അത് കോൺഗ്രസ് തന്നെ ഉന്നയിച്ച ഒരു ആവശ്യമാണെന്നതുകൊണ്ട്. ആയുധമില്ലാത്ത മനുഷ്യർക്കുനേരെ നിറയൊഴിക്കാൻ വിസമ്മതിച്ച ഗർവാളികൾക്ക് വേണ്ടിയും രാഷ്ട്രീയ കാരണങ്ങളാൽ പുറത്താക്കപ്പെട്ട പൊലീസുകാർക്കുവേണ്ടി

യുമായിരുന്നു കോൺഗ്രസ് നിലകൊള്ളേണ്ടിയിരുന്നത്. പല അതിക്രമങ്ങൾ കാണിച്ചിട്ടുണ്ടെങ്കിലും സർക്കാർ അതിന്റെ ആളുകളെ സംരക്ഷിച്ചുനിർത്തി, പക്ഷേ, കോൺഗ്രസ് ഇന്നാട്ടിലെ മനുഷ്യരുടെ കൂടെ നിന്നില്ല.

4) ബ്രിട്ടീഷ് ഉല്പന്നങ്ങൾ ബഹിഷ്കരിക്കുകയെന്ന കാഴ്ചപ്പാടിൽ നിന്ന് കോൺഗ്രസ് പിന്നോട്ട് പോകരുതായിരുന്നു. ഇത് നിസ്സഹകരണ പ്രസ്ഥാനത്തിന്റെ ഭാഗമല്ലാത്തതിനാൽ പ്രത്യേകിച്ചും. കഴിഞ്ഞ വർഷം നിസ്സഹകരണ പ്രസ്ഥാനം തുടങ്ങുന്നതിന് മുമ്പ് ബ്രിട്ടീഷ് ഉല്പന്നങ്ങൾ ബഹിഷ്കരിക്കാൻ നമുക്ക് കഴിഞ്ഞിരുന്നു, എന്നാൽ ഇപ്പോൾ അതിന് നിർവ്വാഹമില്ല. അതുകൊണ്ടുതന്നെ നിസ്സഹകരണ പ്രസ്ഥാനം തുടങ്ങുന്നതിന് മുമ്പുള്ള അവസ്ഥയെക്കാൾ മോശമാണ് നമ്മുടെ ഇപ്പോഴത്തെ അവസ്ഥയെന്ന് പറയേണ്ടി വരും.

5) ഉപ്പ് ഉല്പാദിപ്പിക്കാനുള്ള നിയമങ്ങൾ പര്യാപ്തമല്ല. വളരെ പരിമിതമായ സ്ഥലം ഉപയോഗിച്ച് മാത്രമേ ഇത് ചെയ്യാനാകൂ എന്നതാണ് ഇതിന്റെ പോരായ്മ.

6) വഴിതടയൽ സമരവുമായി ബന്ധപ്പെട്ട് അംഗീകരിക്കപ്പെട്ടിരിക്കുന്ന നിയന്ത്രണങ്ങൾ നമ്മളെ നിസ്സഹകരണ പ്രസ്ഥാനം തുടങ്ങുന്നതിന് മുന്നുള്ള കാലത്തേതിൽനിന്നും കൂടുതൽ പ്രയാസകരമായ അവസ്ഥയിലേക്കാണ് എത്തിച്ചിരിക്കുന്നത്. ഈ നിയന്ത്രണങ്ങൾ കർശനമായി നടപ്പിലാക്കിത്തുടങ്ങിയാൽ വഴിതടയൽ സമരം അസാദ്ധ്യമാവില്ലെങ്കിലും കൂടുതൽ പ്രയാസകരമായിത്തീരും.

7) എല്ലാത്തിലുമുപരി പൊതുമാപ്പ് സംബന്ധിച്ച വ്യവസ്ഥകൾ തീരെ തൃപ്തികരമല്ലാത്തതാണ്. നിസ്സഹകരണ പ്രസ്ഥാനത്തിലൂടെ ജയിലിലായവർക്ക് ഇതുവരെയും പുറത്തിറങ്ങാൻ കഴിഞ്ഞിട്ടില്ലെന്നതാണ് ആദ്യത്തെ കാര്യം. മാത്രവുമല്ല, സന്ധിവ്യവസ്ഥകൾ പ്രകാരം തടവിലാക്കപ്പെട്ട വിപ്ലവകാരികൾക്കോ ലേബർപാർട്ടി അംഗങ്ങൾക്കോ പൊതുമാപ്പിന് അർഹതയുണ്ടാകില്ല. ചിറ്റാഗോങ് ആർമി റെയ്ഡ് കേസ്, മീററ്റ് ഗൂഢാലോചനാ കേസ് എന്നിവ നിലനില്ക്കുന്ന സാഹചര്യത്തിലും വധശിക്ഷ നിർത്തിവെക്കാൻ കഴിയില്ല. പട്ടാളനിയമത്തിന് കീഴിൽ പഞ്ചാബിൽ തടവിൽ കഴിയുന്നവരെപ്പോലെ പത്ത്, പന്ത്രണ്ട് വർഷമായി ജയിലിൽ കഴിയുന്ന രാഷ്ട്രീയ തടവുകാർക്കും മോചനം സാദ്ധ്യമാകില്ല. കൂടാതെ, വിചാരണ കൂടാതെ ജയിലിലായ ബംഗാളിലെ രാഷ്ട്രീയത്തടവുകാരെയും മോചിപ്പിക്കാൻ പോകുന്നില്ല. എങ്കിൽപ്പിന്നെ പൊതുമാപ്പിന് എന്ത് വിലയാണുള്ളത്? അക്രമകാരികൾ, സമാധാനകാംക്ഷികൾ എന്നിങ്ങനെ തടവുകാരെ തരംതിരിക്കുന്നത് കോൺഗ്രസിന്റെ പുതിയൊരു അടവാണെന്നാണ് ഞാൻ മനസ്സിലാക്കുന്നത്. 1929 ലെ ഡൽഹി മാനിഫസ്റ്റോയിലും മഹാത്മാഗാന്ധിയുടെ ഏറെ ആഘോഷിക്കപ്പെട്ട പതിനൊന്ന് ആശയങ്ങളിലും ഇങ്ങനൊരു കാര്യം പറഞ്ഞിരുന്നില്ല.

സന്ധിവ്യവസ്ഥകൾ തൃപ്തികരമല്ലെന്ന് വെളിവാക്കുന്നതിന് ഇതിൽ

ക്കൂടുതൽ വാദങ്ങൾ ആവശ്യമില്ലെന്ന് തോന്നുന്നു. കോൺഗ്രസ് പരാജിത മനോഭാവത്തോടുകൂടിയാണ് സന്ധിവ്യവസ്ഥകളെ അംഗീകരിച്ചിട്ടുള്ളതെന്ന് അത് വായിക്കുന്ന ആർക്കും തോന്നും. അതിൽ പലയിടത്തും ഉപയോഗിച്ചിട്ടുള്ള ഭാഷ നമ്മുടെ ആത്മാഭിമാനത്തെയും അന്തസ്സിനെയും ചോദ്യംചെയ്യുന്ന തരത്തിലുള്ളതാണ്. സന്ധിയിൽ ഏർപ്പെടുന്ന സമയത്ത് നമ്മൾ തീർത്തും അശക്തരായിരുന്നെങ്കിൽ ഇത്തരത്തിലൊരു പ്രതിഷേധം എന്റെ ഭാഗത്തുനിന്ന് ഉണ്ടാകുമായിരുന്നില്ല. പക്ഷേ, ആ സന്ദർഭത്തിൽ നമ്മൾ ഇത്രയേറെ അശക്തരായിരുന്നോ എന്നത് സംബന്ധിച്ച് എനിക്ക് സംശയമുണ്ട്.

സന്ധിയെന്നത് ഇപ്പോൾ ഒരു പൂർത്തീകരിക്കപ്പെട്ട വസ്തുതയാണ്. ആവേശത്തിൽ എന്തെങ്കിലും നടപടികൾ എടുക്കുന്നതിനുമുമ്പ് നമ്മൾ വളരെ ശ്രദ്ധാപൂർവ്വം ഇതിനെ പഠിക്കേണ്ടതുണ്ട്. ഗുണകരമല്ലാത്ത തരത്തിൽ വിമർശനങ്ങൾ നടത്തി നമ്മുടെ ഊർജ്ജം കളയുന്നതിന് പകരം നമ്മൾ ഗുണകരമാകുന്ന എന്തെങ്കിലും കാര്യം ചെയ്യുകയാണ് വേണ്ടത്. സന്ധിവ്യവസ്ഥകളിൽ ഉത്തരവാദികളായിരുന്നവരുടെ ദേശസ്നേഹത്തെ ഒരുനിമിഷം പോലും ചോദ്യംചെയ്യാൻ ഞാൻ ആഗ്രഹിക്കുന്നില്ല. അതുകൊണ്ടുതന്നെ ദേശത്തെയും ദേശത്തിന്റെ ആവശ്യങ്ങളെയും കൂടുതൽ ശക്തിപ്പെടുത്താൻ കഴിയുന്ന ഗുണകരമായ പ്രവൃത്തികളിലാണ് നമ്മൾ മുഴുകേണ്ടത്. ഈയൊരു സന്ദർഭത്തിലാണ് രാജ്യത്തെ സമൂല പരിവർത്തനം ആവശ്യപ്പെടുന്ന വിഭാഗങ്ങൾക്ക് പ്രവർത്തിക്കാനായി ഒരു പുതിയ പദ്ധതിയുടെ സംക്ഷിപ്തം ഞാനിവിടെ അവതരിപ്പിച്ചത്. കോൺഗ്രസിന്റെ നേതാക്കളുമായി ഉണ്ടാകാനിടയുള്ള അനാവശ്യമായ സംഘട്ടനം ഇതുവഴി ഒഴിവാക്കാനാകും. ഇങ്ങനെയുള്ള സംഘട്ടനങ്ങൾ രാജ്യത്തെ ജനങ്ങളെ അശക്തരാക്കാൻ കഴിയുന്ന ഒരു സമയമാണ് ഇത്. അത് സർക്കാരിനെ ശക്തിപ്പെടുത്തും. എല്ലാത്തിലുമുപരി, മറ്റുള്ളവരെ വിമർശിക്കുമ്പോഴും നമുക്ക് ആത്മനിയന്ത്രണമുണ്ടായിരിക്കുക എന്നതാണ് പ്രധാനം. മര്യാദയോടെയും ആത്മനിയന്ത്രണത്തോടെയും പ്രവർത്തിച്ചാൽ നമുക്ക് ഒന്നും നഷ്ടപ്പെടാൻ പോകുന്നില്ല, മറിച്ച് നേട്ടങ്ങൾ ഉണ്ടാവുകയും ചെയ്യും. നമ്മുടെ പദ്ധതിയിൽ നമ്മൾക്ക് വിശ്വാസമുണ്ടെങ്കിൽ നമ്മുടെ കഴിവിന്റെ പരമാവധി അത് പ്രാവർത്തികമാക്കാനാണ് നമ്മൾ ശ്രമിക്കേണ്ടത്. നമ്മുടെ പദ്ധതി സത്യത്തെ അടിസ്ഥാനമാക്കിയുള്ളതാണെങ്കിൽ അത് കാലക്രമത്തിൽ ജനങ്ങൾ സ്വീകരിക്കുന്നതായിരിക്കും. കാരണം അവസാനം സത്യം മാത്രമേ ലോകത്തിൽ നിലനില്ക്കുകയുള്ളൂ. സുഹൃത്തുക്കളേ, ഞാൻ നിങ്ങളുടെ വിലയേറിയ സമയം ഒരുപാട് അപഹരിച്ചിരിക്കുന്നു. നമ്മുടെ ദൗത്യം അത്യന്തം ഗൗരവതരമായും ഇളക്കമില്ലാത്ത ധീരതയോടെയും എന്നാൽ വിനയത്തോടെയും നടപ്പിലാക്കാൻ നമുക്ക് കഴിയട്ടെ. പൂർണ്ണമായി സ്വതന്ത്രമായതും വിമോചിതമായതുമായ ഇന്ത്യയാണ് എന്റെ ആത്മാവിനെ വശീകരിച്ചുകൊണ്ടിരിക്കുന്നത്. അതെന്റെ ജീവിതാഭിലാഷമാണ്, എന്റെ എല്ലാ

പ്രവൃത്തികളുടെയും ലക്ഷ്യം അതാണ്. മാനവിക സംസ്കാരത്തിന് ഒരുപാട് സംഭാവനകൾ നല്കാൻ കഴിയുന്ന ഒരു രാജ്യമാണ് ഇന്ത്യ. ആ ഉപഹാരത്തിനായി ലോകം മുഴുവനും ഉൽക്കണ്ഠയോടെ കാത്തിരിക്കുകയാണ്. പുതിയൊരു സാമൂഹിക – സാമ്പത്തിക ക്രമത്തിലൂടെയായിരിക്കും ഇന്ത്യ അതിന്റെ ഏറ്റവും അവസാനത്തെ ഉപഹാരം ലോകത്തിന് നല്കുക. ഇന്ത്യയിൽ ഉരുത്തിരിയുന്ന രാഷ്ട്രീയ പ്രവർത്തനത്തിന് മാനവരാശിക്ക് നല്കാൻ ഒരുപാട് പാഠങ്ങൾ ഉണ്ടായിരിക്കും. ലോകത്തിന്റെ ആണിക്കല്ലാണ് ഇന്ന് ഇന്ത്യ. ലോകത്തെല്ലായിടത്തും സാമ്രാജ്യത്വം പരാജയപ്പെടാൻ പോകുന്നത് സ്വതന്ത്ര ഇന്ത്യ സാദ്ധ്യമാകുന്നതിലൂടെ ആയിരിക്കും. അതിനാൽ അവസരത്തിനൊത്ത് ഉയർന്ന് ഇന്ത്യയെ സ്വതന്ത്രമാക്കി മുഴുവൻ മാനവരാശിയെയും രക്ഷിക്കാൻ നമുക്ക് കഴിയട്ടെ.

തൊഴിലാളി യൂണിയനും തൊഴിലില്ലായ്മയുടെ പ്രശ്നങ്ങളും

അഖിലേന്ത്യാ തൊഴിലാളി യൂണിയൻ കോൺഗ്രസ്
കൽക്കട്ടയിലെ സെഷനിൽ നടത്തിയ അദ്ധ്യക്ഷ പ്രസംഗം
4 ജൂലൈ 1931

കഴിഞ്ഞ പതിനെട്ട് മാസങ്ങൾക്കിടയിൽ ഇന്ത്യയിൽ ട്രേഡ് യൂണിയൻ പ്രസ്ഥാനങ്ങൾ കൂടുതൽ വ്യാപിച്ചതായോ ശക്തിപ്പെട്ടതായോ അവകാശപ്പെടാൻ കഴിയുമെന്ന് എനിക്ക് തോന്നുന്നില്ല. മറിച്ച്, ഈ കാലയളവിൽ ഈ പ്രസ്ഥാനം പിന്നോട്ടടി നേരിടേണ്ടിവന്നിട്ടുണ്ടെന്നാണ് എനിക്ക് തോന്നുന്നത്. ഇതിന്റെ പിന്നിൽ പല കാരണങ്ങൾ ഉണ്ട്. അതിൽ ഏറ്റവും പ്രധാനപ്പെട്ടതെന്ന് എനിക്ക് തോന്നിയത് ഇവയാണ്: ഒന്ന്, നാഗ്പൂരിൽ വെച്ചുണ്ടായ പിളർപ്പ്. രണ്ടാമത്, നിസ്സഹകരണ പ്രസ്ഥാനം നടപ്പിലാക്കിയതിനാൽ സംഭവിച്ച വ്യതിചലനം. പിളർപ്പ് നമ്മളെ അശക്തരാക്കിയിട്ടില്ലെന്ന് കരുതാൻ താല്പര്യപ്പെടുന്ന സഖാക്കൾ ഉണ്ടായിരിക്കാം. പക്ഷേ, എനിക്ക് ഈ കാഴ്ചപ്പാട് പങ്കുവെക്കാൻ കഴിയില്ല. കാരണം പിളർപ്പിനാൽ നമ്മൾ അശക്തരായിട്ടുണ്ടെന്നതിൽ എനിക്ക് തെല്ലും സംശയമില്ല. അതിനാൽത്തന്നെ പിളർപ്പിനെ ആത്മാർത്ഥമായി അപലപിക്കുന്ന ഒരാളാണ് ഞാൻ. ഭിന്നതകൾ മറന്ന് ഒരുമിക്കാൻ നമുക്ക് സാദ്ധ്യമാണെങ്കിൽ അതിനെ ഹൃദയപൂർവ്വം സ്വാഗതം ചെയ്യുന്ന ഒരാളായിരിക്കും ഞാൻ. രണ്ടാമതായി പറഞ്ഞതുപോലെ രാജ്യത്തിന്റെ ശ്രദ്ധ മുഴുവനായും നിസ്സഹകരണ പ്രസ്ഥാനത്തിന്റെ ആകർഷണവലയത്താൽ തൊഴിലാളി യൂണിയനുകളിൽനിന്ന് മാറിപ്പോയി എന്നതാണ് എനിക്ക് പറയാനുള്ളത്. മറ്റ് സാഹചര്യങ്ങളിലാണെങ്കിൽ നിസ്സഹകരണ പ്രസ്ഥാനം കാരണം തൊഴിലാളി യൂണിയനുകൾക്ക് ഗുണമാണ് ഉണ്ടാകേണ്ടിയിരുന്നത്. തൊഴിലാളി

യൂണിയനുകൾ കൂടുതൽ ശക്തിപ്പെടുന്നതിനായിരിക്കും നിസ്സഹകരണ പ്രസ്ഥാനം വഴിവെക്കുക. എന്നാൽ നിലവിലെ സാഹചര്യത്തിൽ തൊഴിലാളി യൂണിയന്റെ സാധാരണമായ വളർച്ചപോലും തടയപ്പെട്ടിരിക്കുകയാണ്.

തൊഴിലാളി യൂണിയൻ പ്രസ്ഥാനത്തിന്റെ വിവിധ ശ്രേണിയിൽപ്പെട്ടവരെ ഒന്നിപ്പിക്കാനുള്ള ശ്രമങ്ങൾ കാലാകാലങ്ങളായി നിരവധി വ്യക്തികളുടെയും സംഘങ്ങളുടെയും ആഭിമുഖ്യത്തിൽ നടന്നിട്ടുണ്ട്. അതുകൊണ്ട് തന്നെ, നമ്മൾ തമ്മിൽ അഭിപ്രായ വ്യത്യാസമുള്ള പ്രധാനപ്പെട്ട പ്രശ്നങ്ങളെന്താണെന്നും എങ്ങനെയാണ് ഈ ഘട്ടത്തിൽ ഒന്നിച്ചു നില്ക്കാൻ കഴിയുക എന്നതു സംബന്ധിച്ചും വിശദീകരിക്കുന്നത് കരണീയമായിരിക്കും. ഇവയാണ് പ്രധാനപ്പെട്ട പ്രശ്നങ്ങൾ: 1) വിദേശബന്ധം സംബന്ധിച്ച ആരോപണം, 2) ജനീവയിലെ പ്രസ്താവന, 3) തൊഴിലാളി യൂണിയൻ കോൺഗ്രസിന്റെ തീരുമാനങ്ങൾക്ക് നിർബ്ബന്ധിതമായ സ്വഭാവം.

ആദ്യത്തെ പ്രശ്നവുമായി ബന്ധപ്പെട്ട് ഇപ്പോൾ നമുക്ക് വിദേശബന്ധത്തിന്റെ ആവശ്യമില്ലെന്നതാണ് എന്റെ വ്യക്തിപരമായ അഭിപ്രായം. ഇന്ത്യയിലെ തൊഴിലാളിയൂണിയൻ പ്രസ്ഥാനങ്ങൾ സ്വയം പര്യാപ്തമാണ്. ഏതൊരു മൂലയിൽനിന്നുമുള്ള കാര്യങ്ങൾ പഠിക്കാൻ നമ്മൾ തയ്യാറാകണം, ലോകത്തിന്റെ ഏതൊരു ഭാഗത്തുനിന്നും വരുന്ന സഹായങ്ങൾ സ്വീകരിക്കാൻ സന്നദ്ധരായിരിക്കുകയും വേണം. എന്നാൽ, ആംസ്റ്റർഡാമിലെയും മോസ്കോയിലെയും സ്വേച്ഛാധിപതികൾക്ക് മുന്നിൽ നമ്മൾ വഴങ്ങിക്കൊടുക്കേണ്ടതില്ല. ഇന്ത്യക്ക് അതിന്റേതായ രീതികൾ പ്രാവർത്തികമാക്കേണ്ടതായുണ്ട്. അത് അവളുടെ പരിസ്ഥിതിയോടും ആവശ്യങ്ങളോടും ഇണങ്ങിക്കൊണ്ടായിരിക്കുകയും വേണം.

ജനീവയിലെ പ്രസ്താവന സംബന്ധിച്ച് പറയുകയാണെങ്കിൽ, ഈ വിഷയത്തിന് അമിതമായ പ്രാധാന്യം കൊടുത്തുവരുന്നതായാണ് എനിക്ക് തോന്നുന്നത്. തുറന്ന മനസ്സോടെ എല്ലാ വർഷവും ഈ പ്രശ്നവുമായി ബന്ധപ്പെട്ട് തീരുമാനത്തിലെത്തുന്നതായിരിക്കും നല്ലത്. ജനീവയിലേക്ക് പ്രതിനിധികളെ അയക്കണമോ വേണ്ടയോ എന്നത് സംബന്ധിച്ച് എല്ലാ കാലത്തേക്കുമായി മുൻകൂട്ടി തീരുമാനം എടുക്കേണ്ട ആവശ്യമില്ല. വ്യക്തിപരമായി എനിക്ക് ജനീവയിൽ വിശ്വാസമില്ല. എന്നിരുന്നാലും ജനീവ സംബന്ധിച്ച പ്രശ്നം ഓരോവർഷവും തീരുമാനിക്കാമെന്ന രീതിയിൽ പരിഹരിക്കുന്നത് ഏതെങ്കിലും സുഹൃത്തിന് തൃപ്തികരമാകുമെങ്കിൽ എനിക്ക് അതിനോട് എതിർപ്പില്ല.

തൊഴിലാളി യൂണിയൻ സമ്മേളനത്തിലെ തീരുമാനങ്ങൾ സംബന്ധിച്ച പ്രശ്നത്തിൽ തൊഴിലാളി യൂണിയൻ നിലനില്ക്കണമെന്നും പ്രവർത്തിക്കണമെന്നും ഉണ്ടെങ്കിൽ എന്തെങ്കിലും ഒത്തുതീർപ്പ് സാദ്ധ്യമാകുമെന്ന് എനിക്ക് തോന്നുന്നില്ല. രാജ്യത്തെ തൊഴിലാളി വർഗ്ഗത്തിന്റെ ഐക്യത്തിനുവേണ്ടി പ്രവർത്തിക്കുകയാണ് അതിന്റെ ലക്ഷ്യമെങ്കിൽ

തൊഴിലാളി യൂണിയൻ സമ്മേളനത്തിലെ തീരുമാനങ്ങൾ അതിന്റെ ഭാഗമായിട്ടുള്ള എല്ലാ തൊഴിലാളി യൂണിയനുകൾക്കും ബാധകമായിരിക്കും. തൊഴിലാളി യൂണിയൻ കോൺഗ്രസിനെ അയഞ്ഞ രീതിയിലുള്ള ഒരു സംയുക്ത ഭരണമായിട്ടോ അല്ലെങ്കിൽ ഓൾ പാർട്ടി കോൺഫറൻസ് പോലെയോ ആയിട്ടാണ് കാണുന്നതെങ്കിൽ അത് ആത്മഹത്യാപരമായിരിക്കും.

തൊഴിലാളിയൂണിയനുകളുടെ ഐക്യവുമായി ബന്ധപ്പെട്ട എന്റെ നിലപാട് വ്യക്തമാണ്. ഐക്യം വേണമെന്ന് ഞാൻ ആവശ്യപ്പെടുന്നത് അതുവഴി സംഘടനയെ കൂടുതൽ ശക്തിപ്പെടുത്തുന്നതിനുവേണ്ടിയാണ്. എന്നാൽ ഇനിയും വഴക്കിട്ടു പിരിയാനാണെങ്കിൽ ഇപ്പോൾ താല്ക്കാലികമായിട്ടൊരു ഐക്യത്തിൽ എത്തിച്ചേരേണ്ട കാര്യമില്ല. തൊഴിലാളി യൂണിയൻ കോൺഗ്രസ് ഒരു പൊതുസ്വത്താണ്. കോൺഗ്രസിൽ എല്ലാ യൂണിയനുകൾക്കും ചേരുകയും പ്രവർത്തിക്കുകയും ചെയ്യാം. അങ്ങനെയാകുമ്പോൾ, കോൺഗ്രസിന്റെ അധികാരം ഏതെങ്കിലും ഒരു പാർട്ടിയുടെ കൈയിലാകുന്നതിനെതിരെ ആർക്കും പരാതി ഉന്നയിക്കാൻ കഴിയില്ല. അതുകൊണ്ട് എല്ലാ യൂണിയനുകളെയും തൊഴിലാളി യൂണിയൻ കോൺഗ്രസിലേക്ക് ചേരാനും അവരാഗ്രഹിക്കുന്നുവെങ്കിൽ ഭരണം പിടിച്ചെടുക്കാനും ഞാൻ സ്വാഗതം ചെയ്യുകയാണ്.

മഹാത്മാഗാന്ധിയും ഇർവിൻ പ്രഭുവും തമ്മിൽ എത്തിച്ചേർന്നിരിക്കുന്ന ഒത്തുതീർപ്പിൽ നമ്മുടെ ചില തൊഴിലാളികൾ ആശങ്കാകുലരാണ്. ഒത്തുതീർപ്പിനെ വിമർശിക്കാൻ ഞാനൊരുങ്ങുന്നില്ല, കാരണം അങ്ങനെ ചെയ്താൽ അത് പോസ്റ്റ്മോർട്ടം പരിശോധനയുടെ ഫലമാണ് ഉണ്ടാക്കുക. യുദ്ധമില്ലാസന്ധിയെന്നത് ഒരു യാഥാർത്ഥ്യമാണ്, അത് ഈ ഘട്ടത്തിൽ നമ്മൾ തിരിച്ചറിഞ്ഞില്ലെന്നു വരാം. ഭാവിയെക്കുറിച്ച് ചിന്തിക്കുമ്പോൾ നമ്മുടെ സമയവും ഊർജ്ജവും കൂടുതൽ ഉപകാരപ്രദമായി ഉപയോഗിക്കാനും അതിനുവേണ്ട ഒരുക്കങ്ങൾ നടത്താനും നമുക്ക് കഴിയും. കഴിഞ്ഞ വർഷത്തെ നിസ്സഹകരണ പ്രസ്ഥാനവുമായി ബന്ധപ്പെട്ട് എന്തെങ്കിലും കൂടുതൽ തൊഴിലാളി യൂണിയൻ കോൺഗ്രസിന് ചെയ്യാനുണ്ടായിരുന്നില്ല. എന്നാൽ ഭാവിയിലെ മുന്നേറ്റങ്ങളിൽ വലിയ പങ്കുവഹിക്കണോ വേണ്ടയോ എന്നത് തീരുമാനിക്കേണ്ടത് കോൺഗ്രസ് തന്നെയാണ്. അങ്ങനെ ചെയ്യണമെങ്കിൽ അതിനുവേണ്ടിയുള്ള ഒരുക്കങ്ങൾ ഇന്നുമുതൽ തുടങ്ങണം.

ഇന്ത്യൻ നാഷണൽ കോൺഗ്രസിന്റെ കറാച്ചി സെഷനിലാണ് മൗലികാവകാശങ്ങളെ സംബന്ധിച്ച പ്രമേയം പാസാക്കിയത്. പ്രമേയവുമായി ബന്ധപ്പെട്ട് നിരവധി അഭിപ്രായങ്ങൾ അന്ന് പ്രകടിപ്പിക്കുകയുണ്ടായി. ഒരു വിഭാഗം ആളുകൾ അതിനെ അപര്യാപ്തമെന്നും അതൃപ്തികരമെന്നും പറഞ്ഞ് പൂർണ്ണമായും അപലപിച്ചപ്പോൾ മറ്റൊരു വിഭാഗം വാക്ചാതുര്യത്താൽ അതിനെ മിനുക്കുകയാണ് ചെയ്തത്. ഈ രണ്ട് കാഴ്ചപ്പാടുകളും ഏകപക്ഷീയമാണെന്ന് എനിക്ക് തോന്നുന്നു. പ്രമേയം

എത്രതന്നെ അതൃപ്തികരമാണെങ്കിൽക്കൂടിയും അത് പരമ്പരാഗത രീതിയിൽനിന്നും മാറിനടക്കാൻ ശ്രമിക്കുന്നുണ്ടെന്നത് തർക്കമില്ലാത്ത കാര്യമാണ്. അത് തൊഴിലാളികളെയും കർഷകരെയും അഭിസംബോധന ചെയ്യുകയും സോഷ്യലിസത്തിന്റെ പാതയിലേക്കുള്ള ചായ്‌വ് പ്രകടമാക്കുകയും ചെയ്യുന്നുണ്ട്. പ്രത്യക്ഷരൂപത്തിൽ എന്തൊക്കെ ഉൾക്കൊണ്ടിട്ടുണ്ട് എന്നതിലല്ല ആ പ്രമേയത്തിന്റെ വില ഇരിക്കുന്നത്, മറിച്ച് പരോക്ഷമായി എന്തൊക്കെ ഉൾക്കൊള്ളുന്നുവെന്നതിലാണ്. പ്രമേയത്തിന്റെ ഉള്ളടക്കത്തേക്കാൾ അതിന്റെ സാദ്ധ്യതകളാണ് എന്നെ ആകർഷിച്ചത്. പ്രമേയത്തിന്റെ ഉള്ളടക്കം ഇനിയും വികസിപ്പിക്കേണ്ടതും പരിഷ്കരിക്കേണ്ടതും ആവശ്യമാണ്, എന്നാൽ മാത്രമേ അത് തൃപ്തികരമായിത്തീരുള്ളൂ. ഇതിനായി ഒരു സമിതി പ്രവർത്തിച്ചു തുടങ്ങിയെന്നത് സന്തോഷം തരുന്ന കാര്യമാണ്.

ഈ രാജ്യത്തെ ജനങ്ങൾ ഇപ്പോൾ വട്ടമേശ സമ്മേളനത്തിന്റെ ഫലത്തിനായി കാത്തിരിക്കുകയാണ്. ബ്രിട്ടീഷ് സർക്കാരിന്റെ നിലവിലെ സമീപനവും രീതിയും വെച്ച് സാരമായ എന്തെങ്കിലും സമ്മേളനത്തിൽനിന്ന് ഉണ്ടാകുമെന്ന് കരുതാൻ എനിക്ക് കഴിയുന്നില്ല. ജനകീയമായ ആവശ്യങ്ങളും കാഴ്ചപ്പാടുകളും ആവർത്തിച്ച് അവതരിപ്പിക്കാൻ കഴിയുന്ന തരത്തിലല്ല വട്ടമേശ സമ്മേളനം നടക്കുന്നത്. സമ്മേളനത്തിന്റെ ഫലം പ്രഖ്യാപിച്ചുകഴിഞ്ഞാൽ തങ്ങൾക്ക് ഉചിതമെന്ന് തോന്നുന്ന നടപടികളിലേക്ക് ജനങ്ങൾ കടക്കും. മാനസികമായി അത്തരമൊരു നിമിഷം ജനങ്ങൾ നഷ്ടപ്പെടുത്തിക്കൂടാ.

വിറ്റ്‌ലീ കമ്മീഷനെ ബഹിഷ്കരിക്കുകയെന്നത് കോൺഗ്രസിന്റെ നാഗ്പൂർ സെഷനിൽ തീരുമാനിച്ച കാര്യമായിരുന്നു. ആ കമ്മീഷൻ ഇപ്പോൾ അതിന്റെ റിപ്പോർട്ട് പുറത്തിറക്കിയതേയുള്ളൂ. ഒരു താർക്കികനായിട്ടാണ് ഞാൻ പ്രവർത്തിക്കുന്നതെങ്കിൽ ആ റിപ്പോർട്ടിനെ പൂർണ്ണമായും അവഗണിക്കുകയാണ് ചെയ്യുക. പക്ഷേ, ഞാൻ അങ്ങനെ ചെയ്യാൻ പാടില്ല. നല്ലതാണെങ്കിലും ചീത്തയാണെങ്കിലും പ്രത്യേകിച്ച് ഗുണങ്ങളൊന്നും ഇല്ലാത്തതാണെങ്കിലും അത്തരത്തിൽ പൊതുജനസമക്ഷമുള്ള ഒരു രേഖയെ നമ്മൾ അവഗണിക്കാൻ പാടില്ല. അതിനെ ഗൗരവത്തോടെ പരിഗണിച്ച് വിമർശിക്കാനുള്ള ഉത്തരവാദിത്വം പൊതുജനത്തിന് ഉണ്ട്.

ഒരു കമ്മീഷന്റെ റിപ്പോർട്ടിന്റെ വില അതിന്റെ ഉള്ളടക്കത്തിലല്ല, മറിച്ച് ഒടുക്കം അതിലൂടെ എന്താണ് സംഭവിക്കാൻ പോകുന്നത് എന്നതിലാണ്. കമ്മീഷന് വേണ്ടി ചെലവഴിച്ച തുക ന്യായീകരിക്കാനാകുമോ? ഈയൊരു ചോദ്യമായിരിക്കും തെരുവിലുള്ള മനുഷ്യർ പോലും ചോദിക്കുക. റിപ്പോർട്ട് പുറത്തിറക്കുക എന്നല്ലാതെ മറ്റൊരു പ്രയോജനവുമില്ലാത്ത നിരവധി കമ്മീഷനുകളെ ഇന്ത്യക്കാർ കണ്ടിട്ടുണ്ട് എന്നതുകൊണ്ടുതന്നെ ഇതിന്റെ ഫലത്തെക്കുറിച്ച് നമ്മളെല്ലാവർക്കും സംശയങ്ങളുണ്ട്. മുൻപത്തെ ചില കമ്മീഷനുകളുടെ നല്ല ശുപാർശകളെപ്പോലും നടപ്പിലാക്കുന്നതിൽ സർക്കാർ പരാജയപ്പെട്ടതിനെത്തുടർന്ന് ആ റിപ്പോർട്ടു

കൾ മുഴുവനായി തന്നെ തെറ്റാണെന്ന് മനസ്സിലാക്കപ്പെട്ടിട്ടുണ്ട്.

നിലവിലെ റിപ്പോർട്ട് തൊഴിലാളിക്ഷേമ പദ്ധതികൾക്കാണ് കൂടുതൽ പ്രാമുഖ്യം നല്കിയിട്ടുള്ളത്. വിറ്റ്ലി കമ്മീഷനെ ബഹിഷ്കരിക്കാനാണ് ഞാൻ വോട്ട് ചെയ്തതെങ്കിലും ഇത്തരത്തിലുള്ള ശുപാർശകൾ നടപ്പിലാക്കപ്പെടുകയാണെങ്കിൽ നിലവിലെ സാഹചര്യത്തിന് അത് മാറ്റങ്ങൾ ഉണ്ടാക്കും. എന്നിരുന്നാലും ചില പ്രധാനപ്പെട്ട ചോദ്യങ്ങളെ വേണ്ടുംവിധം ഇതിൽ പരിഗണിച്ചിട്ടില്ലെന്ന് പറയാൻ ഞാൻ നിർബ്ബന്ധിക്കപ്പെടുകയാണ്. ഇന്നത്തെ തൊഴിലാളികൾക്ക് ആവശ്യം ജോലി ചെയ്യാനുള്ള അവകാശമാണ്. പൗരന്മാർക്ക് തൊഴിൽ നല്കുകയെന്നത് ഭരണകൂടത്തിന്റെ കടമയാണ്. ഈ കടമ നിറവേറ്റാൻ പരാജയപ്പെടുമ്പോൾ അതിനെ രക്ഷിക്കാനുള്ള ഉത്തരവാദിത്വമെങ്കിലും ഭരണകൂടം ഏറ്റെടുക്കണം. മറ്റൊരുതരത്തിൽ പറഞ്ഞാൽ, തൊഴിൽദാതാവിന്റെ ദയാവായ്പിലായിരിക്കരുത് തൊഴിലാളിയുടെ ജീവിതം. തൊഴിൽ ദാതാവിന് തോന്നുമ്പോൾ ജോലിയിൽനിന്ന് പുറത്താക്കാനും അങ്ങനെ തൊഴിലാളിയെ പട്ടിണിക്കിടാനും കഴിയുന്ന സാഹചര്യം നിലനില്ക്കരുത്. തൊഴിലാളികളെ വെട്ടിച്ചുരുക്കുന്നതുമായി ബന്ധപ്പെട്ട പ്രതിസന്ധിയാണ് ഇന്ത്യ ഇന്ന് നേരിട്ടുകൊണ്ടിരിക്കുന്നത്. തൊഴിൽദാതാക്കളുടെ പ്രശ്നങ്ങളെ കുറിച്ച് ചിന്തിക്കാതെയല്ല ഞാൻ സംസാരിക്കുന്നത്. മുതിർന്ന തൊഴിലാളികളെ നിലനിർത്താൻ ചിലപ്പോൾ അവർക്ക് കഴിഞ്ഞെന്നുവരില്ല. തൊഴിലാളികളെ വെട്ടിച്ചുരുക്കാൻ അവർ നിർബ്ബന്ധിതരാകുന്നതുമാവാം. പക്ഷേ, അത്തരത്തിലുള്ള സംഭവങ്ങളിൽപ്പോലും ഭരണകൂടത്തിന് അതിന്റെ ഉത്തരവാദിത്വങ്ങളിൽ നിന്ന് ഒഴിഞ്ഞുമാറി നില്ക്കാനാകില്ല. ദരിദ്രരായ തൊഴിലാളികളെ ഉപയോഗിച്ച് ഒരു കാലത്ത് ലാഭമുണ്ടാക്കിയെങ്കിൽ അവരുടെ പ്രയാസ ഘട്ടത്തിൽ അവരെ വിധിക്ക് വിട്ടുകൊടുക്കാൻ കഴിയില്ലെന്നാണ് ഭരണകൂടം തൊഴിൽദാതാക്കളോട് പറയേണ്ടത്. തൊഴിലാളികളെ വെട്ടിച്ചുരുക്കുന്നതുമായി ബന്ധപ്പെട്ട പ്രശ്നത്തിൽ തൃപ്തികരമായ ഒരു പരിഹാരം ഉണ്ടായില്ലെങ്കിൽ ഈ രാജ്യത്ത് വ്യവസായ മണ്ഡലത്തിൽ സമാധാനം ഉണ്ടാവുകയില്ല.

തൊഴിലിനായുള്ള അവകാശം ഏതൊരു തൊഴിലാളിക്കും ഉന്നയിക്കാമെന്നതുപോലെ ജീവിക്കാനാവശ്യമായ വേതനത്തിനുള്ള അവകാശവും അവർക്ക് ഉന്നയിക്കാം. ഇന്ത്യയിലെ ഇന്നത്തെ ഫാക്ടറി തൊഴിലാളികൾക്ക് ജീവിക്കാനാവശ്യമായ വേതനം ലഭിക്കുന്നുണ്ടോ? ചണം സംസ്കരിക്കുന്ന വ്യവസായ ശാലകളുടെയും നെയ്ത്തുമില്ലുകളുടെയും കാര്യം നോക്കൂ. ദരിദ്രരായ, അടിച്ചമർത്തപ്പെട്ട തൊഴിലാളികൾക്കുവേണ്ടി അവരുടെ ഭീമമായ ലാഭത്തിൽനിന്ന് എത്ര തുക അവർ മാറ്റിവെക്കുന്നുണ്ട്? ഈയിടെയായി അവസ്ഥ മോശമാണെന്ന് അവർ പറയുമെന്ന് എനിക്കറിയാം. അത് അംഗീകരിച്ചാൽത്തന്നെയും ഇത്രയും കാലത്തിനിടെ അവരെത്രമാത്രം സമ്പാദിച്ചിട്ടുണ്ട് എന്ന ചോദ്യം നമ്മൾ ചോദിക്കേണ്ടതല്ലേ? ഇങ്ങനെ നോക്കുമ്പോൾ ഇന്ത്യൻ റെയിൽവേയെക്കുറിച്ച്

നമ്മൾ മറന്നുപോകാൻ പാടില്ല. ഇപ്പോൾ തൊഴിലാളികളെ വെട്ടിച്ചുരുക്കുന്നതിൽ വ്യാപൃതരായിരിക്കുകയാണ് അവർ. പക്ഷേ, ഇപ്പോൾ തൊഴിലാളികളെ വെട്ടിച്ചുരുക്കുന്ന നടപടിയിൽ ഏർപ്പെട്ടിരിക്കുന്നവർ, അവരുടെ ലാഭങ്ങൾക്കും സമ്പത്തിനും വേണ്ടി പരിശ്രമിച്ചവരോട് ചെയ്യേണ്ടതായ കടമകൾ ബാക്കിയുണ്ട്. തേയില പ്ലാന്റേഷനുകളുടെയും സ്ഥിതി വ്യത്യസ്തമല്ല. അവർ ഉണ്ടാക്കിക്കൊണ്ടിരിക്കുന്ന ലാഭത്തിന്റെ കണക്ക് എന്താണ്? അവരെങ്ങനെയാണ് അവരുടെ തൊഴിലാളികളെ കൈകാര്യം ചെയ്യുന്നത്. അടിമത്തത്തിന് തുല്യമായ അവസ്ഥയിലാണ് ചിലയിടങ്ങളിലെങ്കിലും ദരിദ്രരായ തൊഴിലാളികൾ കഴിയുന്നതെന്നത് വാസ്തവമല്ലേ? ഇന്ത്യയിലെ തൊഴിലാളികൾക്ക് ജീവിക്കാനാവശ്യമായ വേതനവും മാന്യമായ പരിഗണനയും ഉറപ്പുവരുത്താൻ ലേബർ കമ്മീഷൻ എന്താണ് ചെയ്തിട്ടുള്ളത്? ചണം, നെയ്ത്ത് തുടങ്ങിയ വ്യവസായശാലകളിൽ മിനിമം വേതനം നല്കണമെന്നാണ് അത് ശുപാർശ ചെയ്തിട്ടുള്ളത്. മിനിമം വേതനമെന്നത് ജീവിക്കാനാവശ്യമായ വേതനമാണെന്ന് നമുക്ക് ഉറപ്പുപറയാൻ കഴിയുമോ?

വിറ്റ്ലി കമ്മീഷന്റെ വിവിധ ശുപാർശകളെ വിശദമായി പരിശോധിക്കേണ്ടതിന്റെ ആവശ്യമുണ്ടെന്ന് തോന്നുന്നില്ല. പ്രത്യക്ഷത്തിൽ പ്രസക്തമല്ലെന്ന് തോന്നുന്ന ഒരു വസ്തുതയിൽ ഊന്നാൻ ഞാൻ ആഗ്രഹിക്കുകയാണ്. അത് ഇന്ത്യയിലെ തൊഴിലാളിയൂണിയൻ പ്രസ്ഥാനത്തിന്റെ വളർച്ചയിൽ വളരെ പ്രധാനപ്പെട്ട ഒരു കാര്യമാണ്. റിപ്പോർട്ട് പറയുന്നത് ഇപ്രകാരമാണ്: 'ട്രേഡ് യൂണിയൻ നിയമത്തിന്റെ 22-ാം വകുപ്പ് ഭേദഗതി ചെയ്യേണ്ടതുണ്ട്. രജിസ്റ്റർ ചെയ്യപ്പെട്ട ട്രേഡ് യൂണിയന്റെ കാര്യവാഹികളിൽ മൂന്നിൽ രണ്ട് എന്ന അനുപാതത്തിൽ കുറയാതെ ആ യൂണിയൻ ബന്ധപ്പെട്ടു നില്ക്കുന്ന വ്യവസായശാലയിൽ ജോലി ചെയ്യുന്നവരായിരിക്കണം.' ട്രേഡ് യൂണിയന്റെ ഭാരവാഹികളായി പ്രവർത്തിക്കാൻ സന്നദ്ധരായ തൊഴിലാളികളെ നിസ്സാരമായ കാരണങ്ങളുടെ പേരിൽ മുതലാളികൾ ഉപദ്രവിക്കാറുണ്ടെന്ന കാരണത്താൽ ഇന്ത്യയിലെ ട്രേഡ് യൂണിയൻ ഭാരവാഹിത്വം തൊഴിലാളികൾ അല്ലാത്തവരും ഏറ്റെടുക്കാറുണ്ടെന്ന വസ്തുത കമ്മീഷൻ മനസ്സിലാക്കി കാണണം. അതുകൊണ്ട് തൊഴിലാളികൾ തന്നെ ഭാരവാഹികളാകാൻ നിർബ്ബന്ധിക്കപ്പെടുന്ന സാഹചര്യത്തിൽ മുതലാളികളിൽനിന്നുള്ള ഉപദ്രവങ്ങൾ തടയാനുള്ള നടപടികളും ഉണ്ടാകേണ്ടതാണ്. അങ്ങനെയല്ലാതെ, ഭാരവാഹിത്വം ഏറ്റെടുക്കുന്ന തൊഴിലാളികളെ ഇരകളാക്കാനുള്ള ശ്രമങ്ങൾ നടന്നുകൊണ്ടിരിക്കെ അത്തരത്തിലൊരു ഉത്തരവാദിത്വം വഹിക്കാൻ തൊഴിലാളികൾക്ക് കഴിയില്ല.

ചുരുക്കി പറയുകയാണെങ്കിൽ തൊഴിലില്ലായ്മ, ചെലവ് വെട്ടിച്ചുരുക്കൽ, തൊഴിലാളികൾക്ക് ജീവിക്കാനാവശ്യമായ വേതനം എന്നീ ഗുരുതരമായ പ്രശ്നങ്ങളൊന്നും ശരിയായ വിധത്തിൽ കൈകാര്യം ചെയ്യപ്പെട്ടിട്ടില്ല. കമ്മീഷൻ ശുപാർശ ചെയ്തിട്ടുള്ള, പരിഷ്കരണത്തിൽ ഊന്നി

ക്കൊണ്ടുള്ള പദ്ധതികൾ ആകർഷണീയം തന്നെയാണ്. പക്ഷേ, ആരാണ് അത് നടപ്പിലാക്കാൻ പോകുന്നത്? വ്യക്തമായി തൊഴിലാളി വിരുദ്ധ നയം വെച്ചുപുലർത്തുന്ന ഈ സർക്കാരിൽനിന്നും എന്തെങ്കിലും പ്രതീക്ഷിക്കാൻ കഴിയുമോ? അതുകൊണ്ട് തന്നെ തൊഴിലാളികളുടെ പ്രശ്നം ഒരു രാഷ്ട്രീയപ്രശ്നമാണ്. ഇന്ത്യ സ്വതന്ത്രയായി ജനാധിപത്യം സ്ഥാപിക്കപ്പെടുന്നതുവരേക്കും തൊഴിലാളികളുടെ ക്ഷേമത്തിനായുള്ള ഒരു പദ്ധതിയും നടപ്പിലാക്കാൻ കഴിയില്ല. എല്ലാ കാര്യങ്ങളും പ്രാവർത്തികമാക്കേണ്ടത് സർക്കാരാണെന്ന് റിപ്പോർട്ടിൽനിന്നും വ്യക്തമാണ്. സർക്കാർ സംവിധാനങ്ങളെ പിടിച്ചടക്കാനോ സ്വാധീനിക്കാനോ തൊഴിലാളികൾക്ക് എങ്ങനെ കഴിയുമെന്നതിനെക്കുറിച്ച് റിപ്പോർട്ട് ഒന്നും തന്നെ പറയുന്നില്ല. പക്ഷേ, ഇതിന് കഴിയാത്തിടത്തോളം എത്ര റിപ്പോർട്ടുകൾ വന്നാലും അതുകൊണ്ട് തൊഴിലാളികൾക്ക് ഗുണമുണ്ടാവുകയുമില്ല. പുതിയ ഭരണഘടനയുമായി ബന്ധപ്പെട്ട് പ്രായപൂർത്തിയായവർക്ക് വോട്ട് ചെയ്യാനുള്ള അവകാശത്തിനായുള്ള ശുപാർശ കമ്മീഷൻ മുന്നോട്ടുവെക്കേണ്ടതായിരുന്നു. ഇതിന്റെ കൂടെയോ അല്ലെങ്കിൽ ഇതിന് പകരമായോ പ്രവിശ്യകളിലെയും കേന്ദ്രത്തെയും നിയമനിർമ്മാണ സഭകളിൽ ഒരു നിശ്ചിത ശതമാനം സീറ്റുകൾ തൊഴിലാളികളുടെ പ്രതിനിധികൾക്കായി നീക്കിവെക്കുകയും ചെയ്യാമായിരുന്നു.

താല്ക്കാലികമായ തോൽവികളിൽ പതറാതെ കൂടുതൽ ശക്തമായും വ്യാപകമായും വളരാൻ ഉറച്ച പ്രസ്ഥാനമാണ് തൊഴിലാളി യൂണിയൻ പ്രസ്ഥാനം. വ്യത്യസ്ത ദിശയിലുള്ള നിരവധി ചിന്താപ്രവാഹങ്ങൾ തൊഴിലാളി യൂണിയൻ പ്രവർത്തകരെ ഏത് വഴി തെരഞ്ഞെടുക്കണമെന്നത് സംബന്ധിച്ചും എന്ത് തരത്തിൽ പ്രവർത്തിക്കണമെന്നത് സംബന്ധിച്ചും ആശയക്കുഴപ്പത്തിൽ ആക്കിയിരിക്കാം. ഒരു വശത്തുള്ളത്, എല്ലാത്തിലുമുപരി പരിഷ്കരണ പദ്ധതികൾ നടപ്പിലാക്കാൻ ആഗ്രഹിക്കുന്ന വലതുപക്ഷമാണ്. മറ്റൊരു വശത്ത്, ഞാനവരെ മസ്സിലാക്കിയത് ശരിയാണെങ്കിൽ, മോസ്കോ പക്ഷക്കാരായ കമ്യൂണിസ്റ്റ് സുഹൃത്തുക്കളാണുള്ളത്. ഈ രണ്ട് വിഭാഗങ്ങളുടെ കാഴ്ചപ്പാടുകളോട് യോജിച്ചാലും ഇല്ലെങ്കിലും ഇവരെ മനസ്സിലാക്കുന്നതിൽ നമ്മൾ വീഴ്ച വരുത്താൻ പാടില്ല. ഈ രണ്ട് വിഭാഗങ്ങൾക്കുമിടയിലാണ് സോഷ്യലിസത്തിന് വേണ്ടി നിലകൊള്ളുന്ന മറ്റൊരു സംഘമുള്ളത്. അവർ ആഗ്രഹിക്കുന്നത് എല്ലാംകൊണ്ടും തികഞ്ഞ ഒരു സോഷ്യലിസത്തെയാണ്. ഇന്ത്യ അതിന്റേതായ രൂപത്തിലും രീതിയിലും ഉള്ള സോഷ്യലിസം രൂപപ്പെടുത്തിയെടുക്കണമെന്നാണ് അവർ ആഗ്രഹിക്കുന്നത്. ഈ വിഭാഗത്തിലാണ് ഞാൻ പെടുന്നതെന്ന് വിനീതമായി അറിയിക്കട്ടെ.

ലോകത്തെയെന്ന പോലെ ഇന്ത്യയുടെയും വിമോചനം സോഷ്യലിസത്തിലാണെന്നതിൽ എനിക്ക് ഒരു സംശയവുമില്ല. മറ്റ് രാഷ്ട്രങ്ങളുടെ അനുഭവങ്ങളിൽനിന്നും ഇന്ത്യ പഠിക്കണം. പക്ഷേ, അതിന്റെ ആവശ്യത്തിനും പരിസ്ഥിതിക്കും അനുസരിച്ച ഒരു സോഷ്യലിസ്റ്റ് മാതൃക

രൂപപ്പെടുത്തിയെടുക്കാനും അതിന് കഴിയണം. ഒരു സിദ്ധാന്തത്തെ പ്രയോഗവല്ക്കരിക്കുമ്പോൾ ആ പ്രദേശത്തിന്റെ ഭൂമിശാസ്ത്രവും ചരിത്രവും നിങ്ങൾക്ക് മറക്കാൻ കഴിയില്ല. നിങ്ങളതിന് ശ്രമിക്കുകയാണെങ്കിൽ നിങ്ങൾ പരാജയപ്പെടുമെന്നത് ഉറപ്പാണ്. അതുകൊണ്ട്, ഇന്ത്യ അതിന് യോജിച്ച മാതൃകയിലുള്ള സോഷ്യലിസം രൂപപ്പെടുത്തി എടുക്കേണ്ടതുണ്ട്. ലോകം മുഴുവനും സോഷ്യലിസത്തിന് വേണ്ടിയുള്ള പരീക്ഷണങ്ങൾ നടത്തുമ്പോൾ നമ്മളെന്തിന് മാറി നില്ക്കണം? ഇന്ത്യ രൂപപ്പെടുത്തിയെടുക്കുന്ന സോഷ്യലിസ്റ്റ് മാതൃക തനതും പുതിയതുമാണെന്നതിനാൽ അത് മുഴുവൻ ലോകത്തിനും ഗുണകരമായിരിക്കും.

സാമ്രാജ്യത്വ വിരുദ്ധ പോരാട്ടവും സാമ്യവാദവും

രാഷ്ട്രീയ സ്വാതന്ത്ര്യം നേടുന്നതിനായി ബ്രിട്ടീഷ് സർക്കാരുമായി അഹിംസാത്മകമായ യുദ്ധത്തിൽ ഏർപ്പെട്ടുകൊണ്ടിരിക്കുകയായിരുന്നു നമ്മൾ. പക്ഷേ, ദീർഘകാലത്തെ സാഹസികമായ പ്രചാരണത്തിനിടയിൽ ശത്രുവിന്റെ മുന്നിൽ നിരുപാധികം കീഴടങ്ങിയ ഒരു സൈന്യത്തിന്റേതിന് തുല്യമാണ് നമ്മുടെ ഇന്നത്തെ അവസ്ഥ. രാഷ്ട്രം ആവശ്യപ്പെട്ടതുകൊണ്ടല്ല കീഴടങ്ങൽ ഉണ്ടായത്. പോരാളികൾ നേതാക്കൾക്കെതിരെ പ്രതിഷേധിച്ച് പോരാടാൻ വിസമ്മതിച്ചതുകൊണ്ടുമല്ല. യുദ്ധസാമഗ്രികളുടെ ലഭ്യത കുറഞ്ഞതുകൊണ്ടുമല്ല. നിരന്തരമായ നിരാഹാരസമരത്തിനൊടുവിൽ സൈന്യനായകൻ ക്ഷീണിച്ചതാണ് അതിന് കാരണം. അതല്ലെങ്കിൽ പുറത്തുനിന്ന് ഒരാൾക്ക് മനസ്സിലാക്കാൻ കഴിയാത്ത തന്റേതായ കാരണങ്ങളിൽ മനസ്സും നിലപാടും മറഞ്ഞുകിടക്കുന്നത് കൊണ്ടാകാം.

മറ്റൊരു രാജ്യത്ത് ഇതുപോലൊരു സംഭവം നടന്നാൽ അവിടെ എന്തായിരിക്കും സംഭവിക്കുകയെന്ന് ഞാൻ സ്വയം ചോദിക്കുകയാണ്. ഒരു മഹായുദ്ധത്തിന്റെ അവസാന നിമിഷം ശത്രുവിന് മുന്നിൽ കീഴടങ്ങിയ എല്ലാ സർക്കാരുകൾക്കും എന്താണ് സംഭവിച്ചിട്ടുള്ളത്? പക്ഷേ, ഇന്ത്യ വിചിത്രമായ ഒരു പ്രദേശമാണ്.

1933 ലെ ഈ കീഴടങ്ങൽ എന്നെ ഓർമ്മിപ്പിക്കുന്നത് 1922 ലെ ബാർഡോളി പിൻവാങ്ങലിനെയാണ്. പക്ഷേ, 1922 ൽ തൃപ്തികരമായിരുന്നില്ലെങ്കിലും ചില വിശദീകരണങ്ങൾ പിൻവാങ്ങലിനെ ന്യായീകരിക്കാനായി നല്കാൻ കഴിയുമായിരുന്നു. ചൗരി ചൗരയിൽ നടന്ന അക്രമങ്ങളാണ് അന്ന് നിസ്സഹകരണ പ്രസ്ഥാനം പിൻവലിക്കാനുള്ള കാരണമായി പറഞ്ഞിരുന്നത്. 1933 ലെ ഈ കീഴടങ്ങലിന് എന്ത് വിശദീകരണമാണ് നിർദ്ദേശിക്കാനുള്ളത്?

1920 ൽ തുടക്കം കുറിച്ച നിസ്സഹകരണ പ്രസ്ഥാനമായിരുന്നു ഇന്ത്യക്ക് ഏറ്റവും യോജിച്ച മുന്നേറ്റമെന്നതിൽ സംശയമുണ്ടാകാനിടയില്ല. 1920 ൽ ഇന്ത്യയിലെ രാഷ്ട്രീയ മുന്നേറ്റങ്ങൾ കൂടുതൽ സമരോത്സുകമായ പദ്ധതികൾക്കായി തയ്യാറെടുക്കുമ്പോൾ, ജനങ്ങളുടെ അനിഷേദ്ധ്യനായ നേതാവാകാനും അവരെ വിജയങ്ങളിൽ നിന്ന് വിജയങ്ങളിലേക്ക് നയിക്കാനും കഴിഞ്ഞിരുന്ന ഒരേയൊരു മനുഷ്യൻ മഹാത്മാ ഗാന്ധിയാണെന്നതിനും സംശയമില്ല. ഒരു നൂറ്റാണ്ടുകാലത്തിന്റെ പോരാട്ടം ഇന്ത്യ കഴിഞ്ഞ ദശകത്തിൽ പൂർത്തിയാക്കിയെന്നതും സംശയമില്ലാത്ത കാര്യമാണ്. പക്ഷേ, ഇന്ത്യൻ ചരിത്രത്തെ അപഗ്രഥിക്കുമ്പോൾ, ഇന്നലെകളുടെ തെറ്റുകളെ കണ്ടെത്താൻ ശ്രമിക്കുന്നത് വളരെ ഉചിതമായ കാര്യമായിട്ടാണ് തോന്നുന്നത്. അങ്ങനെയാകുമ്പോൾ നമ്മുടെ ഭാവി പ്രവർത്തനങ്ങളെല്ലാം ശരിയായ പാതയിലൂടെ നയിക്കപ്പെടാനും ഇടയിൽ സംഭവിച്ചേക്കാവുന്ന പരാജയങ്ങളെ ഒഴിവാക്കാനും കഴിയും.

സ്വാതന്ത്ര്യം നേടുന്നതിനായി രണ്ടുതരത്തിലുള്ള വഴികളാണ് നമ്മുടെ മുന്നിലുള്ളത്. വിട്ടുവീഴ്ചയില്ലാത്ത സമരോത്സുകതയുടേതാണ് ഒരു വഴി, മറ്റേത് വിട്ടുവീഴ്ചകളുടേതും. നമ്മൾ ആദ്യത്തെ പാതയാണ് പിന്തുടരുന്നതെങ്കിൽ രാഷ്ട്രീയാധികാരം പൂർണ്ണമായും നമ്മുടേതാകുന്നതുവരെ നമ്മൾ സ്വാതന്ത്ര്യത്തിനുവേണ്ടി പോരാടേണ്ടി വരും. സ്വാതന്ത്ര്യത്തിലേക്കുള്ള വഴിയിൽ വിട്ടുവീഴ്ചയെക്കുറിച്ചുള്ള ചോദ്യമേ ഉദിക്കുന്നില്ല. എന്നാൽ രണ്ടാമത്തെ പാതയാണ് പിന്തുടരുന്നതെങ്കിൽ നമ്മുടെ ശത്രുക്കളുമായി ഇടയ്ക്കിടെ വിട്ടുവീഴ്ചകളിൽ ഏർപ്പെടേണ്ടതായി വരും.

നമ്മുടെ പ്രസ്ഥാനം കഴിഞ്ഞ പതിമൂന്ന് വർഷങ്ങളായി ഈ രണ്ട് പാതകളിൽ ഏതിലാണ് സഞ്ചരിക്കുന്നത് എന്നത് സംബന്ധിച്ച് വ്യക്തതയില്ലെന്നത് എല്ലാവരും തിരിച്ചറിയണം. ആശയപരമായുള്ള ഈ അവ്യക്തത ഒരുപാട് കുഴപ്പങ്ങൾക്ക് കാരണമായിട്ടുണ്ട്. വിട്ടുവീഴ്ചയില്ലാത്ത പോരാട്ടമായിരുന്നു നമ്മുടെ നയമെങ്കിൽ 1922 ലെ ബർദോളി കീഴടങ്ങൽ ഒരിക്കലും നടക്കുമായിരുന്നില്ല, 1931 മാർച്ചിൽ ഡൽഹി സന്ധിയെ അംഗീകരിക്കുകയും ചെയ്യുമായിരുന്നില്ല. ഇനി നമ്മൾ വിട്ടുവീഴ്ചയുടെ മാർഗ്ഗമായിരുന്നു പിന്തുടർന്നുകൊണ്ടിരുന്നതെങ്കിൽ 1921 ഡിസംബറിൽ വളരെ സാദ്ധ്യതകളുണ്ടായിരുന്ന ഒരു അവസരത്തിൽ ബ്രിട്ടീഷ് സർക്കാരുമായി വിലപേശൽ നടത്തുന്നതിൽ പരാജയപ്പെടുമായിരുന്നില്ല. 1931 മാർച്ചിൽ ഒരു വിട്ടുവീഴ്ചയ്ക്ക് അനുകൂലമല്ലാത്തവിധത്തിൽ കാര്യങ്ങൾ കിടക്കുമ്പോൾ ഇന്ത്യൻ നാഷണൽ കോൺഗ്രസും ബ്രിട്ടീഷ് സർക്കാരും തമ്മിൽ യുദ്ധമില്ലാ സന്ധിയിൽ ഏർപ്പെട്ടു. 1931 മാർച്ചിലെ നമ്മുടെ കരുത്ത് പരിഗണിച്ചാൽപോലും ഉടമ്പടി വ്യവസ്ഥകൾ മൊത്തത്തിൽ തൃപ്തികരമല്ലാത്തതാണ്. ചുരുക്കിപ്പറഞ്ഞാൽ രാഷ്ട്രീയ പോരാളികൾ എന്ന നിലയിൽ നമ്മൾ ആവശ്യത്തിന് സമരോത്സുകരുമല്ല, എന്നാൽ മറിച്ച് നയതന്ത്രവിദഗ്ദ്ധരുമല്ല.

ബ്രിട്ടീഷ് ഭരണത്തിന് അധീനതയിലുള്ള നിരായുധരായ ഇന്ത്യക്കാരും ബ്രിട്ടനെപ്പോലുള്ള ഒരു സാമ്രാജ്യത്ത ശക്തിയും തമ്മിലുള്ള പോരാട്ടത്തിൽ ജനങ്ങളിലുള്ള ഉത്സാഹവും സർക്കാരിനോടുള്ള എതിർപ്പും കൂടുതൽ ശക്തമാക്കുക എന്നത് മാത്രമാണ് നമുക്ക് ചെയ്യാനുള്ളത്. യുദ്ധത്തിലേർപ്പെടുന്ന രണ്ടുപേരും തുല്യമായ സൈനിക പിൻബലമുള്ള തുല്യശക്തികളാണെങ്കിൽ മാനസികമായ ഘടകങ്ങൾക്ക് നമ്മുടെ കാര്യത്തിൽ എന്നതുപോലുള്ള ഒരു പ്രാധാന്യം ഉണ്ടാവുകയില്ല. 1922 ൽ മുഴുവൻ ദേശവും വികാരതീവ്രതയോടെ പ്രവർത്തനങ്ങളിൽ മുഴുകി സധൈര്യം മഹത്തായ ത്യാഗങ്ങൾ നടത്താൻ മുന്നോട്ടുവന്നപ്പോൾ നമ്മുടെ സൈന്യാധിപതി പൊടുന്നനെ വെള്ളക്കൊടി വീശി. കുറച്ച് മാസങ്ങൾക്ക് മുമ്പ് നിലവിലെ സാഹചര്യത്തിൽ ഉദ്യോഗസ്ഥഭരണവുമായി മാന്യമായ വിട്ടുവീഴ്ച നടത്താനുള്ള ഒരവസരം വിട്ടുകളഞ്ഞതിന് ശേഷമാണ് ഇത് സംഭവിക്കുന്നത്.

കഴിഞ്ഞകാല ചരിത്രത്തിന്റെ പാഠങ്ങൾ പഠിക്കുകയെന്നതും ഓർക്കുകയെന്നതും എളുപ്പമുള്ള കാര്യമല്ല. 1921 ലെയും 1922 ലെയും പാഠങ്ങൾ ഇന്ത്യ ഇനിയും പഠിച്ചിട്ടില്ലെന്നാണ് ഏറ്റവുമൊടുവിലത്തെ സംഭവവികാസങ്ങൾ സൂചിപ്പിക്കുന്നത്. മാത്രവുമല്ല നമ്മുടെ നിർഭാഗ്യമെന്ന് പറയട്ടെ 1925 ൽ ദേശബന്ധു സി ആർ ദാസിനെയും 1931 ൽ പണ്ഡിറ്റ് മോത്തിലാൽ നെഹ്റുവിനെയും നമുക്ക് നഷ്ടമായിരിക്കുന്നു. ഈ രാഷ്ട്രീയ അതികായന്മാർ ഇന്ത്യ ഇന്ന് എത്തിനില്ക്കുന്ന രാഷ്ട്രീയ പ്രശ്നങ്ങളിൽ നിന്ന് അതിനെ മോചിപ്പിക്കാൻ കെൽപ്പുള്ളവരായിരുന്നു.

1927 ഡിസംബറിൽ ഇന്ത്യൻ നാഷണൽ കോൺഗ്രസ് മദ്രാസിൽ വെച്ച് കൂടിച്ചേർന്നപ്പോൾ സ്വാതന്ത്ര്യത്തിന്മേലുള്ള പ്രമേയത്തിന് എതിരില്ലാതെ സ്വീകാര്യത കിട്ടിയത് ജനങ്ങളുടെ ഉയരുന്ന ആവേശത്തിന്റെ സൂചനയാണ്. പിന്നെ, 1928 ൽ സൈമൺ കമ്മീഷൻ ബോംബെയിൽ എത്തിയപ്പോൾ ഉണ്ടായ പ്രതിഷേധ പ്രകടനങ്ങൾ 1921 ലെ ഉജ്ജ്വല ദിനങ്ങളെ ഓർമ്മപ്പെടുത്തുന്നതായിരുന്നു. ഒരു തരത്തിൽ പറഞ്ഞാൽ 1928ലെ സ്ഥിതിഗതികൾ 1921 ൽ ഉള്ളതിനേക്കാൾ കൂടുതൽ അനുകൂലമാണ്. കാരണം, 1921 ൽ ഇന്ത്യൻ ലിബറലുകളാണ് ബ്രിട്ടീഷ് സർക്കാരിനെതിരെ സജീവമായി പ്രതിഷേധിച്ചതെങ്കിൽ, സൈമൺ കമ്മീഷനെതിരായ പ്രചാരണത്തിൽ കോൺഗ്രസിന്റെയും ലിബറൽ പാർട്ടിയുടെയും ഐക്യമുന്നണിയാണ് സജീവമായി പങ്കെടുത്തത്. അതിനാൽത്തന്നെ സൈമൺകമ്മീഷന്റെ വരവായിരുന്നു പ്രസ്ഥാനത്തെ പുനർജ്ജീവിപ്പിക്കാനുള്ള അവസരം. എന്നാൽ 1922 ൽ സ്വേച്ഛയാ മഹാത്മാഗാന്ധി മുന്നേറ്റത്തെ താല്ക്കാലികമായി നിശ്ചലാവസ്ഥയിൽ ആക്കുകയാണ് ചെയ്തത്. പോരാത്തതിന്, രണ്ട് വർഷത്തോളം മുഴുവനായും നമ്മൾ മുന്നേറുന്നതിന് പകരം പിൻവാങ്ങാൻ തുടങ്ങി. 1928 ഡിസംബറിൽ ഏകദേശം 900 വോട്ടുകൾക്ക് മേൽ 1300 വോട്ടുകൾ എന്ന നിലയിൽ ഒരു പ്രമേയം പാസാക്കപ്പെട്ടു. സ്വയംഭരണാധികാരമുള്ള കോളനി എന്ന പദവി സ്വീകരിക്കാൻ

കോൺഗ്രസ് തയ്യാറാകുന്നതിലൂടെ നമ്മൾ വീണ്ടും പിന്നോട്ടുനടന്നു. 1927 ഡിസംബറിൽ മദ്രാസിൽ വെച്ചെടുത്ത നിലപാടിൽ നിന്ന് മാത്രമല്ല, 1920 ഡിസംബറിൽ നാഗ്പൂറിൽ വെച്ചെടുത്ത നിലപാടിൽനിന്നും നമ്മൾ പിൻവാങ്ങി. കാരണം ഇന്ത്യൻ ജനതയ്ക്ക് വേണ്ടത് സ്വാതന്ത്ര്യമാണെന്നും സ്വയംഭരണപദവി അല്ലെന്നുമായിരുന്നു നാഗ്പൂരിൽ സ്വരാജിന്മേലുള്ള പ്രമേയം അവതരിപ്പിക്കപ്പെട്ടത്.

കൽക്കട്ടാ കോൺഗ്രസിലെ പ്രമേയം ഇന്ത്യക്ക് സ്വയംഭരണ പദവി നല്കുന്നതിന് ഒരു വർഷത്തെ കാലാവധിയാണ് ബ്രിട്ടീഷ് സർക്കാരിന് അനുവദിച്ചത്. പക്ഷേ, ബ്രിട്ടീഷ് സർക്കാരിന് അത്തരത്തിലൊരു വാഗ്ദാനം ഇന്ത്യക്ക് നല്കാൻ ഉദ്ദേശമുണ്ടായിരുന്നില്ല. സ്വയംഭരണ പദവി എന്ന ആവശ്യം പരിഗണിക്കപ്പെടാതിരുന്നപ്പോൾ 1929 ൽ കോൺഗ്രസിന്റെ അവസ്ഥ കൂടുതൽ നിർണ്ണായകമായി. 1929 നവംബറിൽ ലാഹോർ കോൺഗ്രസിലും ഇത്തരത്തിലൊരു നീക്കം കോൺഗ്രസ് നേതാക്കൾ നടത്തി, പക്ഷേ, അതിനും ഫലമുണ്ടായില്ല. ഇപ്പോൾ ഡൽഹി മാനിഫെസ്റ്റോ എന്ന് അറിയപ്പെടുന്ന സംയുക്ത മാനിഫെസ്റ്റോയിലും ഇന്ത്യക്ക് സ്വയംഭരണ പദവി നല്കാമെന്ന് വാക്ക് തരികയാണെങ്കിൽ ലണ്ടനിൽ നടക്കുന്ന വട്ടമേശ സമ്മേളനത്തിൽ പങ്കെടുക്കാമെന്ന് നേതാക്കൾ സമ്മതിച്ചിരുന്നു.

1928 ൽ കൽക്കട്ടാ കോൺഗ്രസിൽ വെച്ച് സ്വയംഭരണ പദവിയുമായി ബന്ധപ്പെട്ട മഹാത്മാ ഗാന്ധിയുടെ പ്രമേയത്തെ എതിർക്കാനും 1929 ലെ ഡൽഹി മാനിഫെസ്റ്റോയെ അപലപിക്കാനും തയ്യാറായവരിൽ ഒരാളാണ് ഞാൻ. വട്ടമേശ സമ്മേളനം എന്നത് തന്നെ ചേരാത്ത ഒരു പേരാണ്. കാരണം അത് എതിർവശത്തെ പാർട്ടികളുടെ പൂർണ്ണമായ അധികാരമുള്ള സ്ഥാനപതികളുടെ ഒരു സമ്മേളനമല്ല. വിദേശ സർക്കാർ നിയമിച്ച അനവധി ഇന്ത്യക്കാർ കൗശലക്കാരായ ബ്രിട്ടീഷുകാരുടെ ഭാഗത്തുനിന്ന് പ്രവർത്തിക്കാനായി അവിടെ സന്നിഹിതരായിരിക്കും. സമ്മേളനം എന്തെങ്കിലും തരത്തിൽ ഇന്ത്യക്ക് അനുകൂലമായി വരികയാണെങ്കിൽ അവർ ബ്രിട്ടീഷ് സർക്കാരിന്റെ ഭാഗത്ത് തുടരുകയുമില്ല. ഇന്ത്യക്കാരെ ഇംഗ്ലണ്ടിലേക്ക് കൊണ്ടുചെന്ന് അവരെ ബ്രിട്ടീഷുകാരുടെ നേരംപോക്കിനായി തമ്മിൽത്തല്ലിക്കുക എന്നതാണ് സർക്കാരിന്റെ പ്രാഥമികമായ ലക്ഷ്യം. ലോയ്ഡ് ജോർജ്ജിന്റെ കണ്ടപിടിത്തമായിരുന്ന അയർലാന്റ് കൺവെൻഷൻസിൻ ഫെയ്നേഴ്സ് ബഹിഷ്കരിച്ചതുപോലെ ഇന്ത്യൻ നാഷണൽ കോൺഗ്രസും വട്ടമേശ സമ്മേളനത്തിൽ പങ്കെടുക്കാൻ പാടില്ലെന്നാണ് ഞങ്ങൾക്ക് പറയാനുള്ളത്.

പക്ഷേ, നമ്മുടെ നിലവിളി ആരും കേൾക്കുന്നില്ല. സർക്കാരുമായി പ്രതിദിനം ഒഴിവാക്കാൻപറ്റാത്ത തരത്തിൽ ആസന്നമായിക്കൊണ്ടിരിക്കുന്ന ഏറ്റുമുട്ടലിൽനിന്ന് രക്ഷപ്പെടാനുള്ള മാന്യമായ മാർഗ്ഗം കണ്ടെത്താനുള്ള തിരക്കിലാണ് നമ്മുടെ നേതാക്കൾ. പക്ഷേ, സർക്കാർ അത്തരത്തിൽ ഒരു മാർഗ്ഗവും അവർക്ക് അനുവദിക്കുന്നില്ലതാനും. അതിന്റെ

ഫലമായി 1929 ഡിസംബറിലെ ലാഹോർ കോൺഗ്രസിൽ ജനവികാരം ഉണർന്നതിനെത്തുടർന്ന് സ്വാതന്ത്ര്യത്തെ പിന്താങ്ങുന്ന പ്രമേയത്തെ അംഗീകരിക്കാതിരിക്കാൻ നേതാക്കൾക്ക് കഴിയാതെ വരികയായിരുന്നു.

പക്ഷേ, ബ്രിട്ടീഷുമായുള്ള ബന്ധവിച്ഛേദനം ഉദ്ദേശിച്ചുകൊണ്ടുള്ള 'സ്വാതന്ത്ര്യം', രുചിക്കാൻ കയ്പും, ദഹിക്കാൻ ബുദ്ധിമുട്ടുമുള്ള മരുന്നായിട്ടായിരുന്നു അവർക്ക് അനുഭവപ്പെട്ടിരുന്നത്. സ്വാതന്ത്ര്യത്തിന് മേലുള്ള പ്രമേയം കോൺഗ്രസ് ഐകകണ്ഠ്യേന പാസാക്കിയപ്പോൾ ഒൻപത് വർഷമായി തുടർന്നുകൊണ്ടിരുന്ന, തീരുമാനങ്ങൾ എടുക്കുന്നതിലെ അനിശ്ചിതാവസ്ഥ അവസാനിക്കുകയും അതുവഴി രാജ്യത്തെ മിതവാദികൾ ഉണരുകയും ചെയ്തു. അവരെയൊക്കെ സമാശ്വസിപ്പിക്കാനുള്ള പരിശ്രമങ്ങൾ നടത്തുന്നതിന് നമ്മുടെ നേതാക്കൾ ഒട്ടും നേരം കളയാതെ ഇറങ്ങി. അതിനുവേണ്ടി ഭംഗിയുള്ള പദപ്രയോഗങ്ങളും ആകർഷണീയമായ മുദ്രാവാക്യങ്ങളും ഉണ്ടാക്കി. സ്വാതന്ത്ര്യമെന്നാൽ 'പൂർണ്ണ സ്വരാജ്' ആണെന്നാണ് നമ്മളോട് പറഞ്ഞിരുന്നത്. ഇത് അവനവന്റെ സൗകര്യത്തിനനുസരിച്ച് വ്യഖ്യാനിക്കാൻ പറ്റുന്ന ഒരു പ്രയോഗമാണ്. മഹാത്മാ ഗാന്ധി 1930 ൽ അദ്ദേഹത്തിന്റെ പ്രസിദ്ധമായ പതിനൊന്ന് ആശയങ്ങൾ പുറത്തിറക്കി. അദ്ദേഹത്തെ സംബന്ധിച്ച് അത് സ്വാതന്ത്ര്യമെന്ന ആവശ്യത്തെ പ്രതിനിധീകരിക്കുന്ന, ബ്രിട്ടീഷ് സർക്കാരുമായി ഒരു ഒത്തുതീർപ്പിന് അടിസ്ഥാനമാക്കാവുന്ന രേഖയാണ്. അങ്ങനെ സ്വാതന്ത്ര്യം സംബന്ധിച്ച ലാഹോർ കോൺഗ്രസിലെ പ്രമേയത്തിന് നേതാക്കളുടെ പ്രവൃത്തികളാൽ പ്രസക്തിയും ഫലവും വലിയൊരു പരിധി വരെ നഷ്ടപ്പെട്ടു.

ലാഹോർ കോൺഗ്രസിന് ശേഷം നേതാക്കൾക്ക് ഒന്നും ചെയ്യാതിരിക്കാൻ കഴിയില്ലായിരുന്നു. അതുകൊണ്ട് 1930 ജനുവരി 26 ന് സ്വാതന്ത്ര്യദിനം ആഘോഷിച്ചുകൊണ്ട് ഒരു മുന്നേറ്റത്തിന് തുടക്കം കുറിച്ചു. ഏപ്രിൽ ആകുമ്പോഴേക്കും ഇന്ത്യ മുഴുവനും ഒരു വിപ്ലവത്തിനായുള്ള പേറ്റുനോവ് അനുഭവിക്കുകയായിരുന്നു (ഒരു അഹിംസാത്മക വിപ്ലവമായിരിക്കാം അത്). സമരത്തിൽ പങ്കാളികളാകാനുള്ള ആവശ്യത്തോട് ജനങ്ങൾ വലിയ തോതിലായിരുന്നു പ്രതികരിച്ചത്. അതുകണ്ട് ആശ്ചര്യപ്പെട്ട മഹാത്മാഗാന്ധിക്ക് പോലും ഈയൊരു മുന്നേറ്റം രണ്ടുവർഷം മുമ്പ് തുടങ്ങേണ്ടതായിരുന്നുവെന്ന് പറയേണ്ടി വന്നു.

1921 ലെ മുന്നേറ്റം പോലെത്തന്നെ 1930 ലെ മുന്നേറ്റവും സർക്കാർ മുൻകൂട്ടി കണ്ടിരുന്നില്ല. അതുകൊണ്ടുതന്നെ അതിനെ തകർക്കാനുള്ള ഏറ്റവും കാര്യക്ഷമമായ വഴി എന്താണെന്ന് കണ്ടുപിടിക്കാൻ വളരെ കാലതാമസമെടുത്തു. അന്താരാഷ്ട്രതലത്തിലെ സാമ്പത്തികവും രാഷ്ട്രീയവുമായ സ്ഥിതികളും ഇന്ത്യയെ അന്ന് സഹായിച്ചു. അതുകൊണ്ട് തന്നെ 1931 മാർച്ചിലെ ഡൽഹി പാക്ട് എന്നറിയപ്പെടുന്ന ഗാന്ധി- ഇർവിൻ ഉടമ്പടിയുടെ അടിസ്ഥാനത്തിൽ പ്രവർത്തനങ്ങൾ നിർത്തിവെച്ചത് ഒരു തെറ്റായിരുന്നു. നേതാക്കൾക്ക് ആവശ്യം ഒരു ഒത്തുതീർപ്പ് ആണെ

ങ്കിൽക്കൂടി അവർ കൂടുതൽ നല്ലൊരു അവസരത്തിനായി കാത്തിരിക്കണമായിരുന്നു. പിന്നെയും ആറുമാസത്തേക്കോ ഒരു വർഷത്തേക്കോ പ്രവർത്തനങ്ങൾ തുടരുകയായിരുന്നുവെങ്കിൽ അത്തരത്തിലൊരു സന്ദർഭം തീർച്ചയായും വന്നുചേരുമായിരുന്നു. പക്ഷേ, ഒരിക്കൽ കൂടി നേതാക്കളുടെ കാഴ്ചപ്പാടിന് അനുസരിച്ചുള്ള കാര്യങ്ങൾ നടപ്പിലാക്കപ്പെട്ടു. ഡൽഹി ഉടമ്പടിയിൽ പ്രവേശിക്കുമ്പോൾ വസ്തുനിഷ്ഠമായ കാര്യങ്ങളും ഘടകങ്ങളും പരിഗണിച്ചിരുന്നില്ല. നമ്മുടെ നേതാക്കൾക്ക് കൂടുതൽ രാജ്യതന്ത്രജ്ഞതയും നയതന്ത്രജ്ഞതയും പ്രയോഗിക്കാനുള്ള കഴിവ് ഉണ്ടായിരുന്നെങ്കിൽ 1931 മാർച്ചിൽ നിലനിന്നിരുന്ന സാഹചര്യത്തിൽ സർക്കാരിൽനിന്നും കൂടുതൽ മികച്ച വ്യവസ്ഥകൾ മേടിച്ചെടുക്കാൻ കഴിയുമായിരുന്നു.

കാര്യങ്ങൾ വെച്ചുനോക്കിയാൽ ഡൽഹി പാക്ട് സർക്കാരിന് ഗുണകരവും ജനങ്ങൾക്കും ഉപദ്രവകരവുമായാണ് തീർന്നത്. 1930 ലും 1931 ലും കോൺഗ്രസ് കൈക്കൊണ്ട തന്ത്രങ്ങൾ പഠിക്കാൻ സർക്കാരിന് സമയം ലഭിച്ചിരുന്നു. അതിനാൽ കോൺഗ്രസ് വീണ്ടുമൊരു മുന്നേറ്റത്തിന് ഒരുങ്ങുമ്പോഴൊക്കെയും അതിനെ തകർക്കാനുള്ള സംവിധാനം സന്നദ്ധമാക്കാൻ അവർക്ക് കഴിഞ്ഞു. 1932 ജനുവരിയിൽ സർക്കാർ വിളംബരം ചെയ്ത ഓർഡിനൻസുകളെക്കുറിച്ച് ഇന്ന് എല്ലാവർക്കുമറിയാം. ആ വർഷം മുഴുവൻ അവർ സ്വീകരിച്ച നയങ്ങൾ 1931 അവസാനിക്കുന്നതിന് മുമ്പുതന്നെ ശ്രദ്ധയോടെ രൂപപ്പെടുത്തി എടുത്തിട്ടുള്ളതാണ്. പക്ഷേ, കോൺഗ്രസ് എന്താണ് ചെയ്തിട്ടുള്ളത്? ഫ്രണ്ടിയർ പ്രവിശ്യയിലും യുണൈറ്റഡ് പ്രവിശ്യകളിലും ബംഗാളിലും അതൃപ്തികൾ തിളച്ചുമറിയുന്നുണ്ടായിരുന്നെങ്കിലും ഒഴിവാക്കാനാവാത്ത പോരാട്ടം വീണ്ടും തുടങ്ങുന്നതിനുവേണ്ടി നേതാക്കൾ ഒന്നുംതന്നെ ചെയ്തില്ല. പോരാട്ടപ്രവർത്തനങ്ങൾ പുനരാരംഭിക്കുന്നത് ഒഴിവാക്കുന്നതിനുള്ള എല്ലാ കാര്യങ്ങളും ചെയ്തുകഴിഞ്ഞിരുന്നു എന്ന് പറഞ്ഞാൽ അത് തെറ്റാകില്ല.

ജനങ്ങളുടെ ഉത്സാഹത്തെ മയക്കിക്കിടത്തുന്ന ഫലമാണ് ഡൽഹി പാക്ട് ഉണ്ടാക്കിയത്. എന്നിരുന്നാലും മൃദുലമായ വാക്കുകളിലൂടെ ആശ്വസിപ്പിക്കാനാകാത്ത വിധം സമരോത്സുകരായിരുന്നു ജനങ്ങൾ. ഇങ്ങനെ അല്ലായിരുന്നു കാര്യങ്ങളെങ്കിൽ, ശത്രുതാപരമായ പ്രവൃത്തികൾ പുനരാരംഭിക്കുന്നതിനെ നേതാക്കൾ വിജയകരമായി തടഞ്ഞേനെ. 1932 ലെ മുന്നേറ്റം നേതാക്കൾ ആസൂത്രണം ചെയ്യുകയോ സംഘടിപ്പിക്കുകയോ ചെയ്തതല്ലെന്നും അവർ അതിലേക്ക് വലിച്ചിഴയ്ക്കപ്പെട്ടതാണെന്നും നാളെയുടെ പ്രവർത്തകർ മനസ്സിലാക്കണം. ഈ പ്രസ്താവന സത്യമാണെങ്കിൽ, 1932 ജനുവരിയിൽ നിർബ്ബന്ധിതരായി പെട്ടുപോയ പ്രശ്നങ്ങളിൽ നിന്ന് രക്ഷപ്പെടാൻ നേതാക്കൾക്ക് ഉൽക്കണ്ഠ ഉണ്ടാകുന്നുവെങ്കിൽ ആരെങ്കിലും അതിൽ ആശ്ചര്യപ്പെടേണ്ടതുണ്ടോ?

നമ്മൾ കൂടുതൽ പഠിക്കുന്തോറും 1931 മാർച്ചിലെ ഡൽഹി പാക്ട് കൂടുതൽ വേദനയാണ് ഉണ്ടാക്കുന്നത്:

1) സ്വരാജുമായി ബന്ധപ്പെട്ട പ്രധാന വിഷയത്തിൽ ഒരു വാക്കു കൊണ്ട് പോലും ബ്രിട്ടീഷ് സർക്കാർ വാഗ്ദാനം നല്കാൻ ഉദ്ദേശിച്ചിട്ടില്ല.

2) ഇന്ത്യയിലെ രാജാക്കന്മാരുമായി സംയുക്ത ഭരണത്തിനുള്ള പ്രസ്താവനയ്ക്ക് മൗനാനുവാദം കൊടുക്കുകയാണ് ഉണ്ടായിട്ടുള്ളത്. ഇത് രാജ്യത്തിന്റെ രാഷ്ട്രീയ പുരോഗതിയെ പ്രതികൂലമായി ബാധിക്കാൻ പോകുന്ന കാര്യമാണ്.

3) തടവിലാക്കപ്പെട്ട ഗർവാളി പട്ടാളക്കാരെ വിമോചിപ്പിക്കാനുള്ള ഒരു വ്യവസ്ഥയും ഇതിൽ ഇല്ല. അവരുടെ രാജ്യത്തെ നിരായുധരായ സഹോദരങ്ങളെ വെടിവെച്ചിടാൻ തയ്യാറാകാതിരുന്ന സമാധാനത്തിന്റെ അപ്പോസ്തലന്മാരാണ് അവർ.

4) രാഷ്ട്രീയ തടവുകാരെയും വിചാരണയോ കുറ്റപത്രമോ ന്യായമോ ഇല്ലാതെ തടവിലാക്കപ്പെട്ടവരെയും വിട്ടയക്കാനുള്ള ഒരു വ്യവസ്ഥയും ഇതിൽ ഇല്ല.

5) വർഷങ്ങളായി തുടർന്നുകൊണ്ടിരിക്കുന്ന മീററ്റ് ഗൂഢാലോചനാ കേസ് പിൻവലിക്കാനുള്ള വ്യവസ്ഥയും ഇതിൽ ഇല്ല.

6) നിസ്സഹകരണ പ്രസ്ഥാനത്തിൽ പങ്കെടുത്തവരല്ലാത്ത, ശിക്ഷിക്കപ്പെട്ട മറ്റ് ക്ലാസുകളിൽ പെട്ട രാഷ്ട്രീയ തടവുകാരെ പുറത്തിറക്കാനുള്ള വ്യവസ്ഥയും ഇതിൽ ഇല്ല.

ഗർവാളി പട്ടാളക്കാരുടെയും ഭരണകൂടത്തിന്റെ തടവുകാരുടെയും മീററ്റ് ഗൂഢാലോചനക്കേസിലെ പ്രതികളുടെയും വിപ്ലവകാരികളായ തടവുകാരുടെയും പക്ഷം പിടിക്കാതിരിക്കുന്ന ഡൽഹി പാക്ടിലൂടെ ഇന്ത്യൻ നാഷണൽ കോൺഗ്രസിന് ഇന്ത്യയിലെ സാമ്രാജ്യത്വ വിരുദ്ധ സമരത്തിന്റെ കേന്ദ്ര സംഘടനയെന്ന അവകാശവാദം നഷ്ടപ്പെട്ടിരിക്കുകയാണ്. ഇന്ത്യയിലെ സാമ്രാജ്യത്വ വിരുദ്ധ പോരാളികളായവർക്കുവേണ്ടി സംസാരിക്കാൻ വിസമ്മതിച്ച ഇന്ത്യൻ നാഷണൽ കോൺഗ്രസ് ഇന്ത്യൻ പൊതുജനത്തിന് മുന്നിലിപ്പോൾ സത്യഗ്രഹികളുടെ വക്താക്കളും പ്രതിനിധികളുമായി മാറിയിരിക്കുകയാണ്.

1931 മാർച്ചിലെ ഡൽഹി പാക്ട് ഒരു മണ്ടത്തരമായിരുന്നുവെങ്കിൽ 1933 മേയിലെ കീഴടങ്ങൽ ഒരു ദുരന്തമാണ്. രാഷ്ട്രീയ നയതന്ത്രത്തിന്റെ തത്ത്വങ്ങൾ പ്രകാരം ഇന്ത്യയുടെ പുതിയ ഭരണഘടനയെക്കുറിച്ചുള്ള ചർച്ചകൾ നടന്നുകൊണ്ടിരിക്കുന്ന ഘട്ടത്തിൽ നിയമലംഘനപ്രസ്ഥാനം ശക്തിപ്പെടുത്തി പരമാവധി സമ്മർദ്ദം സർക്കാരിന് മേൽ ചെലുത്താനാണ് നോക്കേണ്ടത്. ഇത്രയും നിർണ്ണായകമായ സമയത്ത് പ്രസ്ഥാനം നിർത്തിവെച്ചത്, കഴിഞ്ഞ പതിമൂന്ന് വർഷത്തെ രാജ്യത്തിന്റെ യാതനകളെയും ത്യാഗങ്ങളെയും ഇല്ലാതാക്കുകയാണ് ചെയ്തത്. ഈ കൊടുംചതിക്കെതിരെ ശക്തമായി പ്രതിഷേധിക്കാൻ കഴിവുള്ളവരെ സുരക്ഷിതമായി തടവറയിൽ ആക്കിയിരിക്കുകയാണ് എന്നതാണ് ഇതിന്റെ ദുരന്തം. മഹാത്മാ

ഗാന്ധിയുടെ 21 ദിവസത്തെ സത്യഗ്രഹം കാരണം ജയിലിന് പുറത്തുള്ള വർക്കും ശരിയായ രീതിയിൽ പ്രതിഷേധങ്ങൾ നടത്താൻ കഴിയുന്നില്ല.

ചൂതാട്ടത്തിൽ കരുക്കൾ നീക്കിക്കഴിഞ്ഞു. നിയമലംഘന പ്രസ്ഥാനം ഒരു മാസത്തേക്ക് നിർത്തലാക്കുകയെന്ന് പറഞ്ഞാൽ എല്ലാ കാലത്തേ ക്കുമാണെന്നാണ്. കാരണം ജനകീയ മുന്നേറ്റങ്ങളെ ഒറ്റരാത്രികൊണ്ട് ഉണ്ടാക്കാൻ കഴിയില്ല. അപ്പോൾ ഈയൊരു മോശം അവസ്ഥയിൽ പരമാവധി നമ്മൾക്ക് എന്ത് ചെയ്യാൻ കഴിയുമെന്നും, അതിനുവേണ്ടി എന്തൊക്കെ നയങ്ങളും പദ്ധതികളുമാണ് ഭാവിയിൽ ആവശ്യമെന്നുമാണ് നമ്മൾ ആലോചിക്കേണ്ടത്.

ഈ പ്രശ്നം പരിഹരിക്കുന്നതിന് മുമ്പ്, രണ്ട് ചോദ്യങ്ങൾക്ക് നമ്മൾ ഉത്തരം നല്കേണ്ടതുണ്ട്:

1) നമ്മുടെ ലക്ഷ്യത്തെ സംബന്ധിച്ച്, ഇന്ത്യയും ഇംഗ്ലണ്ടും തമ്മിൽ ഒരു ഒത്തുതീർപ്പ് സാദ്ധ്യമാണോ?

2) നമ്മുടെ രീതി സംബന്ധിച്ച്, ഇടക്കിടെയുള്ള വിട്ടുവീഴ്ചകളിലൂന്നിയ മാർഗ്ഗത്തിലൂടെ സഞ്ചരിച്ചാൽ, വിട്ടുവീഴ്ചയില്ലാത്ത കർമ്മപദ്ധതി ഇല്ലാതെ ഇന്ത്യക്ക് രാഷ്ട്രീയ സ്വാതന്ത്ര്യം നേടാൻ കഴിയുമോ?

ആദ്യത്തെ ചോദ്യത്തിന് ഉത്തരമായി ഞാൻ പറയുക, അത്തരത്തിലൊരു ഒത്തുതീർപ്പ് സാദ്ധ്യമല്ലെന്നാണ്. താല്പര്യമുണ്ടെങ്കിൽ മാത്രമേ രാഷ്ട്രീയമായ ഒത്തുതീർപ്പ് സാദ്ധ്യമാവുകയുള്ളൂ. പക്ഷേ, ഇന്ത്യയുടെയും ഇംഗ്ലണ്ടിന്റെയും കാര്യത്തിൽ രണ്ട് രാഷ്ട്രങ്ങളും തമ്മിൽ ഒത്തുതീർപ്പിലെത്താൻ സഹായിക്കുന്ന പൊതുതാല്പര്യങ്ങൾ ഒന്നും തന്നെയില്ല:

1) രണ്ട് രാജ്യങ്ങളുടെയും സമൂഹങ്ങൾക്ക് പൊതുവായ ഗുണങ്ങൾ ഉള്ള അവസ്ഥ ഇല്ല.

2) ഇന്ത്യയുടെയും ബ്രിട്ടന്റെയും സംസ്കാരങ്ങൾ തമ്മിൽ പൊതുവായി ഒന്നും തന്നെയില്ല.

3) സാമ്പത്തികമായ മാനദണ്ഡത്തിൽ, ഇന്ത്യ ബ്രിട്ടനുവേണ്ട അസംസ്കൃത വസ്തുക്കൾ ലഭ്യമാക്കുന്ന രാജ്യമാണ്, ബ്രിട്ടീഷ് ഉല്പാദകരുടെ ഉപഭോക്താക്കളുമാണ്. മറുവശത്ത്, ഇന്ത്യ ഒരു ഉല്പാദക രാജ്യമാകാനാണ് ആഗ്രഹിക്കുന്നത്. അങ്ങനെയാകുമ്പോൾ ഉല്പന്നങ്ങളുടെ കാര്യത്തിൽ സ്വയം പര്യാപ്തമാകാനും അസംസ്കൃത വസ്തുക്കളുടെ കൂട്ടത്തിൽ ഉല്പന്നങ്ങൾ കൂടി കയറ്റി അയക്കാനും ഇന്ത്യക്ക് കഴിയും.

4) ഇന്ത്യ നിലവിൽ ബ്രിട്ടന്റെ ഏറ്റവും വലിയ വിപണികളിലൊന്നാണ്. ഇന്ത്യയുടെ വ്യാവസായിക പുരോഗതി അതുകൊണ്ട് തന്നെ ബ്രിട്ടന്റെ സാമ്പത്തിക താല്പര്യത്തിന് വിരുദ്ധമാണ്.

5) സൈന്യത്തിലും ഇന്ത്യയിലെ ഭരണകാര്യാലയങ്ങളിലും യുവാക്കളായ ബ്രിട്ടീഷുകാർക്ക് തൊഴിൽ നല്കേണ്ടതായി വരുന്നുണ്ട്. എന്നാൽ ഇത് ഇന്ത്യൻ താല്പര്യങ്ങൾക്ക് വിരുദ്ധമാണ്. ഇത്തരത്തിലുള്ള എല്ലാ

തൊഴിൽ അവസരങ്ങളും ഇന്ത്യക്കാർ തന്നെ കൈകാര്യം ചെയ്യണമെന്നതാണ് ദേശതാല്പര്യം.

6) ഇന്ത്യയിൽ മതിയായ വിഭവങ്ങൾ ഉള്ളതുകാരണം ബ്രിട്ടന്റെ സഹായമില്ലാതെ തന്നെ സ്വന്തം കാലിൽ നില്ക്കാൻ ഇന്ത്യക്ക് കഴിയും. ഇത്തരത്തിൽ നോക്കുമ്പോൾ സ്വയംഭരണപദവിയുള്ള കോളനികളുടെ അവസ്ഥയിൽനിന്ന് വ്യത്യസ്തമാണ് ഇന്ത്യയുടെ അവസ്ഥ.

7) കാലങ്ങളായി ബ്രിട്ടൻ ഇന്ത്യയെ ചൂഷണം ചെയ്യുകയും അധീനപ്പെടുത്തുകയും ചെയ്തതിനാൽ രണ്ട് രാജ്യങ്ങളും തമ്മിലുള്ള രാഷ്ട്രീയ ഒത്തുതീർപ്പിൽ ഇന്ത്യക്ക് നഷ്ടങ്ങളും ബ്രിട്ടന് നേട്ടങ്ങളുമാണ് ഉണ്ടാവുകയെന്നത് ഒരു പൊതുധാരണയാണ്. മാത്രവുമല്ല, ഏറെ നാളത്തെ ദാസ്യത്തിന്റെ ശേഷിപ്പായി ഇന്ത്യക്ക് അപകർഷതാ ബോധവും ഉണ്ടായി വന്നിട്ടുണ്ട്. ബ്രിട്ടനിൽനിന്ന് ഇന്ത്യ പൂർണ്ണമായി സ്വതന്ത്രരാകുന്നതുവരേക്കും ഈ അപകർഷതാ ബോധം നിലനില്ക്കും.

8) ഒരു സ്വതന്ത്ര രാജ്യത്തിന്റെ പദവിയാണ് ഇന്ത്യ ആവശ്യപ്പെടുന്നത്. അതിന് സ്വന്തമായി പതാക ഉണ്ടായിരിക്കണം, സ്വന്തമായി സൈന്യമുണ്ടായിരിക്കണം, സ്വതന്ത്രരായ മറ്റ് രാജ്യങ്ങളുടെ തലസ്ഥാനങ്ങളിൽ സ്വന്തമായി അംബാസഡർമാരും ഉണ്ടായിരിക്കണം. ജീവൻ നല്കാൻ കെൽപ്പുള്ള, ഊർജ്ജസ്വലമാക്കാൻ കെൽപ്പുള്ള സ്വാതന്ത്ര്യം ഇല്ലാതെ ഇന്ത്യക്കാർക്ക് ഒരു മനുഷ്യന്റെ അന്തസ്സിലേക്ക് ഉയരാൻ കഴിയുകയില്ല. ഇന്ത്യയെ സംബന്ധിച്ച് സ്വാതന്ത്ര്യമെന്നത് മാനസികവും ധാർമ്മികവും സാംസ്കാരികവും സാമ്പത്തികവും രാഷ്ട്രീയവുമായ ഒരു ആവശ്യമാണ്. ഇന്ത്യയുടെ പുതിയ ഉണർവ്വിന് അത് അത്യന്താപേക്ഷിതമാണ്. ഇന്നത്തെ ഇന്ത്യ ആവശ്യപ്പെടുന്ന സ്വാതന്ത്ര്യം, ഓസ്ട്രേലിയയിലും കാനഡയിലും കാണുന്നതുപോലെ സ്വയംഭരണം നേടിയ കോളനിയായി തുടരാനല്ല. മറിച്ച് അമേരിക്കൻ ഐക്യനാടുകളും ഫ്രാൻസും നേടിയെടുത്തതുപോലുള്ള പൂർണ്ണാധികാരമാണ്.

9) ഇന്ത്യ ബ്രിട്ടീഷ് ഭരണത്തിന് കീഴിൽ തുടരുന്നിടത്തോളം കാലം ബ്രിട്ടീഷ് സാമ്രാജ്യത്തിന്റെ മറ്റിടങ്ങളിൽ താമസമാക്കിയ ഇന്ത്യക്കാരുടെ താല്പര്യങ്ങൾ സംരക്ഷിക്കാൻ ഇന്ത്യക്ക് കഴിയില്ല. വെളുത്ത വംശജർക്കുവേണ്ടി മാത്രമേ ബ്രിട്ടൻ പ്രവർത്തിക്കുകയുള്ളൂ. സ്വതന്ത്ര ഇന്ത്യക്ക് മറിച്ച്, ബ്രിട്ടീഷ് സാമ്രാജ്യത്വത്തിന്റെ മറ്റിടങ്ങളിൽ കഴിയുന്ന ഇന്ത്യക്കാർക്ക് മികച്ച പരിഗണന നല്കാൻ കഴിയും.

അതുകൊണ്ടുതന്നെ ബ്രിട്ടനും ഇന്ത്യയും തമ്മിൽ ഒത്തുതീർപ്പ് സാദ്ധ്യമാകുന്ന ഒരു അടിത്തറ നിലനില്ക്കുന്നില്ലെന്ന് മനസ്സിലാക്കാനാകും. ഈ അടിസ്ഥാന വസ്തുത തള്ളിക്കളഞ്ഞ് ഇന്ത്യൻ നേതാക്കൾ ബ്രിട്ടീഷ് സർക്കാരുമായി ഒരു ഒത്തുതീർപ്പിന് ശ്രമിക്കുകയാണെങ്കിൽ അത് അധികകാലം നീണ്ടുനില്ക്കില്ല. 1931 മാർച്ചിലെ ഗാന്ധി – ഇർവ്വിൻ പാക്ട് പോലെ അതിന് അല്പകാലത്തെ ആയുസ്സ് മാത്രമേ ഉണ്ടാകൂ.

ഇന്ത്യയുടെ ന്യായമായ അഭിലാഷങ്ങൾ നിറവേറ്റപ്പെടുന്നതുവരേക്കും ഇന്ത്യയും ബ്രിട്ടനും തമ്മിൽ സമാധാന ബന്ധം സാദ്ധ്യമല്ലെന്നാണ് രാജ്യത്തിന്റെ സാമൂഹികവും സാമ്പത്തികവും രാഷ്ട്രീയവുമായ ചലനങ്ങൾ സൂചിപ്പിക്കുന്നത്.

ഇപ്പോഴത്തെ ഈ നിശ്ചലാവസ്ഥയ്ക്ക് പരിഹാരം ഇന്ത്യക്ക് സ്വാതന്ത്ര്യം ലഭിക്കുന്നതിലൂടെ മാത്രമേ സാദ്ധ്യമാവുകയുള്ളൂ. അത് സൂചിപ്പിക്കുന്നത് ഇന്ത്യയിൽ ബ്രിട്ടീഷ് സർക്കാരിന്റെ പതനമാണ്. ഇന്ത്യക്ക് എങ്ങനെയാണ് സ്വാതന്ത്ര്യം നേടാൻ കഴിയുകയെന്നത് നമ്മളിപ്പോൾ ആലോചിക്കണം.

രണ്ടാമത്തെ ചോദ്യം പരിഗണിക്കുകയാണെങ്കിൽ, അതായത് ഏത് രീതിയിലൂടെ നീങ്ങണമെന്ന് ആലോചിക്കുകയാണെങ്കിൽ, ഇടയ്ക്കിടെയുള്ള ഒത്തുതീർപ്പിന്റെ പാത രാജ്യം നിരാകരിച്ചു കഴിഞ്ഞിരിക്കുന്നുവെന്നാണ് എനിക്ക് തോന്നുന്നത്. ഇന്ത്യക്കുവേണ്ടി സ്വാതന്ത്ര്യം നേടുമെന്നും അത് സാദ്ധ്യമാകുന്നതുവരെ പോരാടുമെന്നും വാക്കുനല്കിയതിനാലാണ് ഇന്ത്യക്കാർ ഇന്ത്യൻ നാഷണൽ കോൺഗ്രസിനെ ഇതുവരെ പിന്തുണച്ചുകൊണ്ടിരുന്നത്. അതുകൊണ്ടുതന്നെ ഇടയ്ക്കിടെയുള്ള ഒത്തുതീർപ്പിന്റെ വഴി എന്നെന്നേക്കുമായി തിരസ്കരിച്ചേ പറ്റുള്ളൂ.

നിസ്സഹകരണത്തിലൂടെയും നിയമലംഘനത്തിലൂടെയും രാജ്യത്തിന്റെ ഭരണസംവിധാനത്തെ നിശ്ചലമാക്കി സ്വാതന്ത്ര്യം നേടാൻ കഴിയുമെന്ന പ്രതീക്ഷയിലാണ് കോൺഗ്രസ് പ്രവർത്തിച്ചിരുന്നത്. അങ്ങനെ ചെയ്യുന്നതിൽ പറ്റിയ വീഴ്ചകൾ എന്തൊക്കെയാണെന്ന് ഭാവിയിൽ ഉപകാരപ്പെടുന്നതിനായി നമ്മൾ മനസ്സിലാക്കേണ്ടതുണ്ട്.

നിറയെ ആയുധങ്ങളും സന്നാഹങ്ങളോടും കൂടിയ വലിയ കോട്ട, അതിനോടുള്ള എതിർപ്പ് പൊടുന്നനെ ഉയർന്നുവന്ന ഒരു പ്രദേശത്ത് നിലനില്ക്കുന്നത് പോലെയാണ് ഇന്ത്യയിലെ ബ്രിട്ടീഷ് സർക്കാരിന്റെ അവസ്ഥ. എത്രതന്നെ ആയുധങ്ങളും സന്നാഹങ്ങളും ഉള്ള കോട്ടയാണെങ്കിലും അതിന് ചുറ്റും സൗഹാർദ്ദപരമായി കഴിയുന്ന ജനതയാണ് അതിന്റെ സുരക്ഷിതമായി നിലനില്പിന് ആവശ്യം. പക്ഷേ, കോട്ടയ്ക്ക് ചുറ്റും കഴിയുന്ന ജനത എതിർപക്ഷത്തായിക്കഴിഞ്ഞാലും അവർ സജീവമായി കോട്ട പിടിച്ചെടുക്കാൻ നോക്കാത്തിടത്തോളം കാലം കോട്ടയ്ക്കകത്തുള്ളവർക്ക് പേടിക്കാനില്ല. ബ്രിട്ടീഷ് സർക്കാർ കൈയേറിയിട്ടുള്ള കോട്ട പിടിച്ചെടുക്കുക എന്ന ലക്ഷ്യമാണ് ഇന്ത്യൻ നാഷണൽ കോൺഗ്രസിനുള്ളത്. ഇതിനു വേണ്ടി കോട്ടയ്ക്ക് ചുറ്റുമുള്ള ജനതയുടെ സഹാനുഭൂതിയും പിന്തുണയും കോൺഗ്രസ് നേടിക്കഴിയുകയും ചെയ്തു. ഇന്ത്യയുടെ ഭാഗത്തുനിന്നുള്ള സമരഘട്ടത്തിന്റെ ആദ്യ പടി ആയിരുന്നു ഇത്. അടുത്ത സമരഘട്ടത്തിൽ ഈ പറയുന്ന കാര്യങ്ങളിൽ ഏതെങ്കിലും ഒന്നോ അല്ലെങ്കിൽ രണ്ടുമോ സ്വീകരിക്കേണ്ടതായുണ്ട്:

1) കോട്ടയ്ക്ക് അകത്തേക്കുള്ള സാമ്പത്തിക സ്രോതസ്സുകളെല്ലാം തടഞ്ഞുവെക്കുക, അതിലൂടെ കോട്ടയ്ക്കകത്തുള്ളവർക്ക് ആവശ്യമായ

വിഭവങ്ങളിൽ ക്ഷാമം ഉണ്ടാവുന്നു.

2) സായുധമായി കോട്ട പിടിച്ചെടുക്കാൻ ശ്രമിക്കുക.

യുദ്ധങ്ങളുടെ ചരിത്രത്തിൽ ഈ രണ്ട് രീതികളും വിജയകരമായി പരീക്ഷിച്ചിട്ടുണ്ട്. ഏറ്റവും ഒടുവിലത്തെ മഹായുദ്ധത്തിൽ സായുധമായ മുന്നേറ്റത്തിൽ ജർമ്മനി ആയിരുന്നു ജേതാവ്. എന്നാൽ, സഖ്യരാജ്യങ്ങളുടെ സാമ്പത്തിക ഉപരോധത്തിന് മുന്നിൽ ജർമ്മനിക്ക് മുട്ടുമടക്കേണ്ടി വന്നു. ജർമ്മനിയിലേക്കുള്ള കടൽമാർഗ്ഗങ്ങൾക്കും ആശയവിനിമയമാർഗ്ഗങ്ങൾക്കും മേലുള്ള നിയന്ത്രണം സഖ്യരാജ്യങ്ങൾക്കാണ് എന്നതുകൊണ്ടാണ് ഇത് സാധിച്ചത്.

കോൺഗ്രസിന്റെ നയങ്ങൾ അഹിംസാവാദത്തിൽ ഉറച്ചതായതുകൊണ്ട് ഇന്ത്യയിൽ ശത്രുവിന്റെ കോട്ടയ്ക്കകത്തേക്ക് സായുധമായ ആക്രമണങ്ങൾ നടത്തിയിട്ടില്ല. സാമ്പത്തിക ഉപരോധം ഏർപ്പെടുത്താൻ കോൺഗ്രസ് ശ്രമിച്ചെങ്കിലും മൂന്ന് കാരണങ്ങളാൽ അത് പരാജയപ്പെടുകയായിരുന്നു:

എ) ഇന്ത്യക്ക് പുറത്തുനിന്ന് വരുന്ന എല്ലാ ആശയവിനിമയമാർഗ്ഗങ്ങളെയും സർക്കാരാണ് നിയന്ത്രിക്കുന്നത്.

ബി) ഇന്ത്യക്കകത്തെ സംഘാടനത്തിന്റെ പാകപ്പിഴവ് കാരണം തുറമുഖങ്ങളിൽനിന്ന് ഉൾഭാഗത്തേക്കും രാജ്യത്തിന്റെ ഒരു ഭാഗത്തുനിന്ന് മറ്റൊരു ഭാഗത്തേക്കുമുള്ള ആശയവിനിമയ മാർഗ്ഗങ്ങളും കോൺഗ്രസല്ല, സർക്കാരാണ് നിയന്ത്രിക്കുന്നത്.

സി) നികുതി പിരിക്കുന്ന സംവിധാനമാണ് ഇന്ത്യയിലെ ബ്രിട്ടീഷ് സർക്കാരിനെ നിലനിർത്തിപ്പോരുന്നത്. അതിന് കാര്യമായ കോട്ടം വരുത്താൻ കഴിഞ്ഞിട്ടില്ല. മിക്ക പ്രവിശ്യകളിൽനിന്നുമുള്ള നികുതി വരുമാനത്തിൽ ഇടിവുണ്ടെന്നതിൽ സംശയമില്ല. പക്ഷേ, നികുതിപ്പണം കൂട്ടിക്കൊണ്ടോ അല്ലെങ്കിൽ കടം വാങ്ങിയോ ആണ് സർക്കാർ അതിനെ മറികടക്കുന്നത്.

താഴെപ്പറയുന്ന കാര്യങ്ങൾ ഒറ്റയ്ക്കായോ അല്ലെങ്കിൽ എല്ലാം കൂടിയോ ചെയ്താലേ ഒരു വിദേശ സർക്കാരിനെ മരവിപ്പിക്കുന്നതിൽ ദേശീയപ്രസ്ഥാനത്തിന് വിജയിക്കാൻ കഴിയുകയുള്ളൂ എന്ന് നമ്മൾ ഓർക്കേണ്ടതുണ്ട്.

1) നികുതി പിരിക്കുന്നത് തടയുക.

2) ആപത്ഘട്ടങ്ങളിൽ മറ്റ് സ്ഥലങ്ങളിൽ നിന്ന് സാമ്പത്തികമായോ സൈനികമായോ ഉള്ള സഹായങ്ങൾ സർക്കാരിന് ലഭിക്കുന്നത് തടയാനുള്ള നടപടികൾ സ്വീകരിക്കുക.

3) ബ്രിട്ടീഷ് സർക്കാരിനെ പിന്തുണയ്ക്കുന്ന ഇന്ത്യയിലെ പട്ടാളക്കാരുടെയും പൊലീസുകാരുടെയും സർക്കാർ ഉദ്യോഗസ്ഥരുടെയും പിന്തുണയും അനുതാപവും പിടിച്ചുപറ്റുക. അങ്ങനെയാകുമ്പോൾ പ്രസ്ഥാനത്തെ തകർക്കാൻ സർക്കാർ പുറപ്പെടുവിക്കുന്ന ഉത്തരവുകൾ നടപ്പിലാക്കപ്പെടാതെ വരും.

4) സായുധമായി അധികാരം പിടിച്ചെടുക്കാൻ ശ്രമിക്കുക.

കോൺഗ്രസ് അഹിംസാ തത്ത്വത്തിൽ അടിയുറച്ചു നില്ക്കുന്നതിനാൽ അവസാനത്തെ ആശയം വേണ്ടെന്ന് വെക്കാം. എന്നിരുന്നാലും നിലവിലെ ഭരണകൂടത്തെ മരവിപ്പിക്കാനും നമ്മുടെ ആവശ്യങ്ങൾക്ക് മുന്നിൽ വഴങ്ങിപ്പിക്കാനും താഴെ പറയുന്ന നടപടികൾ സ്വീകരിക്കുകയാണെങ്കിൽ നമുക്ക് സാധിക്കും:

1) നികുതി പിരിക്കുന്നത് തടയുക.

2) പ്രതിസന്ധിഘട്ടത്തിൽ സർക്കാരിന് ലഭിക്കുന്ന സഹായങ്ങൾ തൊഴിലാളികളുടെയും കർഷകരുടെയും സംഘടനകളിലൂടെ തടയുക.

3) നമ്മുടെ പ്രചരണപ്രവർത്തനങ്ങളുടെ ശക്തിയിലൂടെ സർക്കാരിനെ അനുകൂലിക്കുന്നവരുടെ പിന്തുണയും അനുതാപവും പിടിച്ചുപറ്റുക.

ഈ മൂന്ന് കാര്യങ്ങൾ നടപ്പിലാക്കാൻ കഴിഞ്ഞാൽ സർക്കാർ സംവിധാനത്തെ താളം തെറ്റിക്കാൻ നമുക്ക് കഴിയും. ഭരണകാര്യങ്ങളുടെ ചെലവുകൾ നിറവേറ്റാൻ അവരുടെ കൈയിൽ പണമുണ്ടാകില്ല എന്നതാണ് ആദ്യം സംഭവിക്കുക. സർക്കാരിന്റെ ഉത്തരവുകൾ നടപ്പിലാക്കാൻ അവരുടെതന്നെ ഉദ്യോഗസ്ഥർ തയ്യാറാവുകയില്ല എന്നതാണ് രണ്ടാമതായി സംഭവിക്കുക. മറ്റിടങ്ങളിൽനിന്നുള്ള സഹായങ്ങൾ സർക്കാരിന്റെ പക്കലേക്ക് എത്തുകയുമില്ല.

രാഷ്ട്രീയമായ സ്വാതന്ത്ര്യം നേടുന്നതിന് സുഖകരമായ പാത പിന്തുടരാൻ കഴിയില്ല. വിജയിക്കുകയാണ് വേണ്ടതെങ്കിൽ ഈ മൂന്ന് കാര്യങ്ങളും ഭാഗികമായോ മുഴുവനായോ നടപ്പിലാക്കാൻ കഴിയണം. ഈ മൂന്ന് കാര്യങ്ങളിൽ തൃപ്തികരമായ ഫലമുണ്ടാക്കാൻ കഴിയാതിരുന്നിടത്താണ് കോൺഗ്രസ് പരാജയപ്പെട്ടത്. ഔദ്യോഗികമായ നിരോധനത്തെ എതിർത്തുകൊണ്ട് കഴിഞ്ഞ കുറച്ചു വർഷങ്ങളായി നടത്താറുള്ള സമാധാനപരമായ ചർച്ചകളും ജാഥകളും പ്രകടനങ്ങളും അധികാരത്തെ വെല്ലുവിളിക്കുക തന്നെയാണ് ചെയ്യുന്നത്, അത് സർക്കാരിന് ചില അലോസരങ്ങൾ ഉണ്ടാക്കുകയും ചെയ്യുന്നുണ്ട്. എന്നാൽ അതൊന്നുംതന്നെ സർക്കാരിന്റെ നിലനിൽപ്പിനെ അപകടത്തിലാക്കുന്ന കാര്യങ്ങളല്ല. നമ്മുടെ പ്രതിഷേധ പ്രകടനങ്ങൾ തുടർന്നുകൊണ്ടിരിക്കുമ്പോഴും, 1932 ജനുവരി മുതൽ ഏതാണ്ട് എഴുപതിനായിരത്തോളം പേർ ജയിലിൽ അടയ്ക്കപ്പെട്ടുവെന്ന വസ്തുത നിലനില്ക്കുമ്പോഴും, സർക്കാരിന് താഴെപ്പറയുന്ന അവകാശവാദങ്ങൾ ഇനിയും ഉന്നയിക്കാൻ കഴിയും:

1) അവരുടെ സൈന്യത്തിന്റെ കൂറ് ഇപ്പോഴും അവർക്കൊപ്പമാണെന്ന്.
2) അവരുടെ പൊലീസ് സേനയുടെ കൂറ് ഇപ്പോഴും അവർക്കൊപ്പമാണെന്ന്.
3) അവരുടെ ഭരണസംവിധാനങ്ങൾ (നികുതികൾ പിരിക്കുന്നത്, കോടതിയുടെയും ജയിലുകളുടെയും ഭരണകാര്യങ്ങൾ, തുടങ്ങിയവ) ഇപ്പോഴും കുറ്റമറ്റ രീതിയിൽ പ്രവർത്തിക്കുന്നുണ്ട്.

4) സർക്കാർ ഉദ്യോഗസ്ഥരുടെയും അവരുടെ അനുകൂലികളുടെയും ജീവനും സ്വത്തിനും ഒരുവിധത്തിലുമുള്ള ഭീഷണിയും ഉണ്ടായിട്ടില്ലെന്ന്.

നിഷ്ക്രിയമായ ശത്രുത ഇന്ത്യയിലെ ജനങ്ങൾക്കിടയിൽ നിലവിൽ ഉണ്ടെന്നതിനെ തങ്ങൾ വകവെക്കുന്നില്ലെന്ന് അവർക്ക് ഇപ്പോഴും വീമ്പിളക്കാം. സായുധമായോ, കാര്യക്ഷമമായ സാമ്പത്തിക ഉപരോധത്തിലൂടെയോ സർക്കാരിനും അതിനെ അനുകൂലിക്കുന്നവർക്കും ഭീഷണിയാകാൻ ജനങ്ങൾക്ക് കഴിഞ്ഞില്ലെങ്കിൽ ഇനിയും ദീർഘകാലം നിലവിലെ സർക്കാരിന് ഇവിടെ തുടരാനാകും. നിസ്സഹകരണ പ്രസ്ഥാനവും നിയമലംഘനപ്രസ്ഥാനവും നിലനില്ക്കെത്തന്നെ സർക്കാരിന് ഇത് സാധിക്കും.

കഴിഞ്ഞ ദശകത്തിൽ മുമ്പില്ലാത്ത തരത്തിലുള്ള ഉണർവ്വാണ് ഇന്ത്യയിൽ മുഴുവനും ഉണ്ടായിരിക്കുന്നത്. സംഘർഷങ്ങളൊന്നുമില്ലാതെ ജനങ്ങൾ അലംഭാവത്തിൽ തുടരുന്ന അവസ്ഥയ്ക്ക് മാറ്റമുണ്ടായിട്ടുണ്ട്. പുതുജീവനാൽ തുടിക്കുകയാണ് രാജ്യം മുഴുവനും, അത് സ്വാതന്ത്ര്യത്തിനായി തീവ്രമായി കൊതിക്കുന്നു. ഉദ്യോഗസ്ഥരുടെ ഭാഗത്തുനിന്നുള്ള ഭീഷണിയെയും ജയിൽവാസത്തെയും ലാത്തിച്ചാർജ്ജിനെയും ഭയക്കുന്ന കാലം കടന്നുപോയി. ബ്രിട്ടന്റെ പ്രശസ്തി അതിന്റെ അധഃപതനത്തിൽ എത്തിയിരിക്കുകയാണ്. ബ്രിട്ടീഷ് സർക്കാരിന് ക്ഷേമം വരുന്ന കാര്യമൊന്നുംതന്നെ ഇനി ഇന്ത്യയുടെ ഭാഗത്തുനിന്ന് ഉണ്ടാകില്ല. ബ്രിട്ടീഷ് ഭരണത്തിന്റെ ധാർമ്മിക അടിത്തറ നശിച്ചിരിക്കുന്നു. ലോകത്തിന്റെ ശ്രദ്ധ പിടിച്ചുപറ്റുന്നതിൽ ഇന്ത്യ വിജയിക്കുകയും ചെയ്തിരിക്കുന്നു.

'സ്വതന്ത്ര ഇന്ത്യ' എന്നത് ഇപ്പോഴും ഭാവിയിലെ കാര്യം മാത്രമാണെന്നത് നമ്മളോർക്കണം! അധികാരം വിട്ടുപോകാൻ ഇപ്പോഴും അവർ തയ്യാറല്ലെന്നാണ് ഏറ്റവും ഒടുവിൽ പ്രസിദ്ധീകരിച്ച ധവളപത്രവും സൂചിപ്പിക്കുന്നത്. ഇന്ത്യക്കാരുടെ ആവശ്യങ്ങളെ കാര്യക്ഷമമായ രീതിയിൽ ചെറുക്കാൻ തങ്ങൾക്ക് കഴിയുമെന്നാണ് തീർച്ചയായും ബ്രിട്ടീഷ് സർക്കാർ വിചാരിക്കുന്നത്. നമ്മളെ ചെറുക്കാനുള്ള കരുത്ത് അവർക്കുണ്ടെങ്കിൽ അതിന്റെയർത്ഥം, 1920 മുതൽ ഇന്ത്യൻ ജനത നടത്തിയ പരിശ്രമങ്ങൾ 'സ്വരാജ്' എന്ന സ്വപ്നത്തിന് അടുത്തേക്ക് അവരെ എത്തിക്കുന്നതിൽ പരാജയപ്പെട്ടിരിക്കുന്നുവെന്നാണ്.

അതിനാൽത്തന്നെ കൂടുതൽ ബൃഹത്തായതും ആഴത്തിലുള്ളതുമായ ഒരു പോരാട്ടത്തിലേക്ക് ഇന്ത്യ കടക്കേണ്ടിയിരിക്കുന്നു. ഇതിനുവേണ്ടിയുള്ള ബൗദ്ധികമായതും പ്രാവർത്തികമായതുമായ തയ്യാറെടുപ്പുകൾ ശാസ്ത്രീയവും വസ്തുതകളെ അടിസ്ഥാനപ്പെടുത്തി ഉള്ളതുമായിരിക്കണം. ഇതിനുവേണ്ടിയുള്ള ബൗദ്ധികമായ തയ്യാറെടുപ്പിന് താഴെപ്പറയുന്ന കാര്യങ്ങളാണ് ചെയ്യേണ്ടതായുള്ളത്:

1) ഇന്ത്യൻ ജനതയുമായി ബന്ധപ്പെടുത്തി ബ്രിട്ടീഷ് ഭരണത്തിന്റെ ശക്തി വെളിവാക്കുന്ന കാര്യങ്ങൾ എന്തൊക്കെയാണെന്നും ദൗർബല്യം വെളിവാക്കുന്ന കാര്യങ്ങൾ എന്തൊക്കെയാണെന്നും ശാസ്ത്രീയമായി

പരിശോധിക്കുക.

2) ഇന്ത്യയിലെ ബ്രിട്ടീഷ് ഭരണവുമായി ബന്ധപ്പെടുത്തി ഇന്ത്യൻ ജനതയുടെ ശക്തി-ദൗർബല്യങ്ങളെ ശാസ്ത്രീയമായി പരിശോധിക്കുക.

3) ലോകത്തിന്റെ മറ്റ് ഭാഗങ്ങളിൽ സാമ്രാജ്യങ്ങൾ ഉയരുന്നതും പതിക്കുന്നതും എങ്ങനെയെന്ന് ശാസ്ത്രീയമായി പരിശോധിക്കുക.

4) മറ്റ് പ്രദേശങ്ങളിലെ സ്വാതന്ത്ര്യപ്രസ്ഥാനങ്ങളുടെ ചരിത്രം ശാസ്ത്രീയമായി പരിശോധിക്കുകയും പൂർണ്ണമായ അർത്ഥത്തിലുള്ള സ്വാതന്ത്ര്യം അവിടെ രൂപം കൊണ്ടതിനെക്കുറിച്ച് പഠിക്കുകയും ചെയ്യുക.

ഇത്തരത്തിലൊരു പഠനം കഴിഞ്ഞാൽ മാത്രമേ നമ്മുടെ മുന്നിലുള്ള ദൗത്യത്തിന്റെ ആഴവും വ്യാപ്തിയും നമുക്ക് മനസ്സിലാക്കാൻ കഴിയുകയുള്ളൂ.

നിശ്ചയദാർഢ്യത്തോടെ പ്രവർത്തിച്ച് എന്തൊക്കെ യാതനകളും ത്യാഗങ്ങളും സഹിക്കേണ്ടിവന്നാലും ഇന്ത്യക്ക് സ്വാതന്ത്ര്യം നേടിത്തരാൻ കഴിവുള്ള യുവതീയുവാക്കളടങ്ങിയ ഒരു പാർട്ടിയാണ് നമുക്ക് അടുത്തതായി ആവശ്യം. ഇന്ത്യ സ്വതന്ത്രയായിത്തീരണമെങ്കിൽ അതിന് ആവശ്യമായ നേതൃത്വത്തിനെ ഉല്പാദിപ്പിക്കാൻ അതിന് കഴിയണം. കഴിവുള്ള നേതൃത്വത്തെ ഉല്പാദിപ്പിക്കാനുള്ള ഇന്ത്യയുടെ കഴിവായിരിക്കും ഈ പ്രദേശത്തിന് 'സ്വരാജ്' നേടാനുള്ള അർഹതയായി പരിഗണിക്കപ്പെടുക.

ശാസ്ത്രീയമായ കർമ്മപദ്ധതിയും ശാസ്ത്രീയമായ ഭാവി പദ്ധതിയുമാണ് പിന്നെ നമുക്ക് ആവശ്യം. ഇന്ന് തുടങ്ങി അധികാരം പിടിച്ചെടുക്കുന്നതുവരെ തുടരുന്ന പ്രവർത്തനരീതികൾ നമ്മളാൽ സാദ്ധ്യമാകുന്നതിന്റെ പരമാവധി ആസൂത്രണം ചെയ്യണം. ചരിത്രത്തെക്കുറിച്ചും മനുഷ്യരുടെ പ്രകൃതത്തെക്കുറിച്ചുള്ള വസ്തുതകളെ അടിസ്ഥാനപ്പെടുത്തിയും ശാസ്ത്രീയമായ രീതിയിലുമായിരിക്കണം ഭാവിയിലേക്കുള്ള നമ്മുടെ മുന്നേറ്റം. ഇതുവരെ 'ആന്തരിക വെളിച്ച'ത്തിനും ഓരോരുത്തരുടെയും വികാരങ്ങൾക്കും അടിസ്ഥാനത്തിലാണ് രാഷ്ട്രീയ മുന്നേറ്റം നടന്നുകൊണ്ടിരുന്നത്.

ഇന്ത്യയിൽ പുതിയൊരു ഭരണകൂടം ഉണ്ടാവുമ്പോൾ അതിനുവേണ്ട പദ്ധതികളും നമ്മൾ രൂപീകരിക്കേണ്ടതായുണ്ട്. ഒരു കാര്യവും ആസൂത്രണത്തോടുകൂടിയല്ലാതെ സംഭവിക്കാൻ പാടില്ല. ബ്രിട്ടനുമായുള്ള സമരത്തിന്റെ നേതൃത്വം ഏറ്റെടുക്കാൻ പോകുന്ന യുവതീയുവാക്കൾ പുതിയ ഭരണകൂടത്തെ, അതിലൂടെ ഇന്ത്യയിലെ മുഴുവൻ ജനതയെയും നിയന്ത്രിക്കേണ്ടതും നയിക്കേണ്ടതും വികസിപ്പിക്കേണ്ടതും എങ്ങനെയാണെന്ന് ചിന്തിക്കണം. യുദ്ധാനന്തരമുള്ള നേതൃത്വം വഹിക്കാൻ നമ്മുടെ നേതാക്കൾ പരിശീലനം ചെയ്യപ്പെടണം. അങ്ങനെയല്ലെങ്കിൽ പതിനെട്ടാം നൂറ്റാണ്ടിലെ ഫ്രഞ്ച് വിപ്ലവത്തിന് ശേഷം അവിടെയുണ്ടായ കുഴപ്പങ്ങളും കോലാഹലങ്ങളും ഭരണം നേടിക്കഴിഞ്ഞാൽ ഇവിടെയും ഉണ്ടാകാൻ സാദ്ധ്യതയുണ്ട്. ഇന്ത്യയുടെ സമരകാലത്തെ സേനാധിപർ രാജ്യത്തിന് സ്വാതന്ത്ര്യം കിട്ടിക്കഴിഞ്ഞാലുള്ള പരിഷ്കാര പ്രവർത്തനങ്ങളിൽ ഭാഗ

മാകേണ്ടതുണ്ട്. അങ്ങനെ മാത്രമേ പോരാട്ടത്തിനായി ജനങ്ങൾക്ക് നല്കിയ പ്രതീക്ഷയും ആഗ്രഹങ്ങളും നീതി പുലർത്താൻ പറ്റുള്ളൂ. പുതിയൊരു ഭരണകൂടം സ്ഥാപിതമായതിനുശേഷം അടുത്ത തലമുറയിലെ സ്ത്രീകളും പുരുഷന്മാരും പഠനവും പരിശീലനവും നേടുന്നതുവരേക്കും, അവർ ഈ രാജ്യത്തിന്റെ ഭരണകാര്യങ്ങളുടെ മുഴുവൻ ഉത്തരവാദിത്വങ്ങളും ഏറ്റെടുക്കാൻ പ്രാപ്തരാകുന്നതുവരേക്കും, ഈ നേതാക്കളുടെ ഉത്തരവാദിത്വം തീരുകയില്ല.

ഇന്ത്യയുടെ പഴയ നേതാക്കളുമായി ചേർന്നുപോകാൻ ഭാവിയിലെ സംഘടനയ്ക്ക് കഴിയില്ല. കാരണം, ബ്രിട്ടനുമായുള്ള പോരാട്ടത്തിന്റെ അടുത്ത ഘട്ടത്തിൽ ആവശ്യമായ തത്ത്വങ്ങളും, പദ്ധതികളും, നയങ്ങളും, തന്ത്രങ്ങളും അംഗീകരിക്കാൻ ഇവർക്ക് കഴിഞ്ഞെന്നു വരില്ല. ഒരു കാലഘട്ടത്തിന്റെ നേതാക്കൾ അടുത്ത ഘട്ടത്തിലും നേതാക്കളായി തുടരുകയെന്നത് ചരിത്രത്തിൽ സംഭവിക്കുന്ന കാര്യമാണെങ്കിൽ തന്നെ അത് വിരളമായിരിക്കും. കാലത്തിന് ആവശ്യമായ മനുഷ്യരെ അത് സൃഷ്ടിച്ചുകൊള്ളും, ഇന്ത്യയുടെ കാര്യത്തിലും ഇത് തന്നെയാകും സംഭവിക്കുക.

ഗ്രെയ്റ്റ് ബ്രിട്ടനെതിരായ ദേശീയ സമരത്തിൽ പോരാളികളുടെയും നേതാക്കളുടെയും ഭാഗം മാത്രമല്ല, പുതിയൊരു ഇന്ത്യയുടെ ശില്പികളും അവരായിരിക്കും. ഇന്ത്യൻ പ്രസ്ഥാനത്തിന് രണ്ട് ഘട്ടങ്ങളായിരിക്കും ഉണ്ടാവുക. ആദ്യഘട്ടത്തിൽ ഗ്രെയ്റ്റ് ബ്രിട്ടനെതിരായ പോരാട്ടം, അതിന്റെ നേതൃത്വം ഇന്ത്യയിലെ തൊഴിലാളികളെ പ്രതിനിധീകരിക്കുന്ന 'ജനങ്ങളുടെ പാർട്ടി'യുടെ കൈയിലായിരിക്കുമെങ്കിലും, ദേശീയതലത്തിൽ നടക്കുന്ന പോരാട്ടമായിരിക്കും ഉണ്ടാവുക. രണ്ടാംഘട്ടത്തിൽ വർഗ്ഗങ്ങൾ തമ്മിലുള്ള പോരാട്ടമായിരിക്കും നടക്കുക, അതിന്റെ നേതൃത്വവും പാർട്ടിക്ക് തന്നെയായിരിക്കും. സമരത്തിന്റെ ഈ ഘട്ടത്തിൽ എല്ലാ വിശേഷാവകാശങ്ങളും വേർതിരിവുകളും സ്ഥാപിത താല്പര്യങ്ങളും നമ്മൾ ഇല്ലാതാക്കേണ്ടതുണ്ട്. അങ്ങനെയെങ്കിൽ മാത്രമേ സാമൂഹികവും, സാമ്പത്തികവും, രാഷ്ട്രീയവുമായ, പൂർണ്ണമായ തുല്യത നിലനില്ക്കുന്ന രാജ്യമായി നമ്മുടെ രാജ്യം മാറുകയുള്ളൂ. ലോകചരിത്രത്തിൽ ഒരു പ്രധാനപ്പെട്ട പങ്ക് വഹിക്കാൻ ഇന്ത്യക്കൊരുങ്ങേണ്ട സമയം അടുത്തെത്തിക്കഴിഞ്ഞു. ഭരണഘടനയിൽ അടിസ്ഥാനപ്പെടുത്തിയ ഒരു ജനാധിപത്യ സർക്കാരിലൂടെ പതിനേഴാം നൂറ്റാണ്ടിൽ വളരെ വലിയൊരു സംഭാവനയാണ് ഇംഗ്ലണ്ട് ലോകസംസ്കാരത്തിന് നല്കിയത്. അതുപോലെ പതിനെട്ടാം നൂറ്റാണ്ടിൽ 'സ്വാതന്ത്ര്യം, സമത്വം, സാഹോദര്യം' എന്നീ ആശയങ്ങളിലൂടെ ഫ്രാൻസിന് ലോകത്തിന് മറ്റൊരു വലിയ സംഭാവന നല്കി. പത്തൊമ്പതാം നൂറ്റാണ്ടിൽ മാർക്സിയൻ സിദ്ധാന്തത്തിലൂടെയാണ് ജർമ്മനിയുടെ സംഭാവന ഉണ്ടായത്. ഇരുപതാം നൂറ്റാണ്ടിൽ ലോകസംസ്കാരത്തെ സമ്പന്നമാക്കിയത് തൊഴിലാളിവർഗ്ഗവിപ്ലവത്തിലും, തൊഴിലാളിവർഗ്ഗസർക്കാരിലും, തൊഴിലാളി സംസ്കാരത്തിലും ഉള്ള നേട്ടങ്ങൾ ഉണ്ടാക്കിയ റഷ്യയാണ്. ലോകസംസ്കാരത്തിന് അടുത്തതായി മഹ

ത്തായ സംഭാവന നല്കാൻ പോകുന്നത് ഇന്ത്യയായിരിക്കും.

ചിലപ്പോൾ നമ്മുടെ ബ്രിട്ടീഷ് സുഹൃത്തുക്കൾ പറയാറുള്ളത് ഇന്ത്യൻ വിഷയത്തിൽ ബ്രിട്ടീഷ് ജനതയ്ക്ക് തുറന്ന മനസ്സോടെ കാര്യങ്ങൾ കാണാൻ കഴിയുമെന്നാണ്. പ്രചാരണത്തിലൂടെ അവരുടെ അനുതാപം പിടിച്ചുപറ്റാൻ കഴിഞ്ഞാൽ നേട്ടങ്ങൾ ഉണ്ടാകുമെന്നും അവർ പറയാറുണ്ട്. ബ്രിട്ടീഷ് ജനതയ്ക്ക് ഇന്ത്യൻ വിഷയത്തിൽ ഒരു തുറന്ന മനസ്സാണ് ഉള്ളതെന്ന് എനിക്ക് വിശ്വസിക്കാൻ ബുദ്ധിമുട്ടുണ്ട്. ഇന്ത്യയിൽ ഭരണവും ചൂഷണവും ഒപ്പത്തിന് ഒപ്പമാണ് പോകുന്നത്. അത് ചില ബ്രിട്ടീഷ് മുതലാളിമാരുടെ സംഘം മാത്രം ചെയ്യുന്ന ചൂഷണമല്ല. മറിച്ച് ഇന്ത്യയെ ചൂഷണം ചെയ്യുന്നത് ഗ്രെയ്റ്റ് ബ്രിട്ടൻ എന്ന രാജ്യം മുഴുവനുമായാണ്. ഇന്ത്യയിൽ നിക്ഷേപം നടത്തിയിട്ടുള്ളത് സമ്പന്ന വിഭാഗത്തിൽപ്പെട്ട ബ്രിട്ടീഷ് മുതലാളിമാർ മാത്രമല്ല, അതിൽ മദ്ധ്യവർഗ്ഗത്തിൽപ്പെട്ടവരും അവരേക്കാൾ ദരിദ്രരായവരും പെടും. ഇന്ത്യയിലെ നെയ്ത്ത് വ്യവസായം ലാംകഷൈറിനെ ഇല്ലാതാക്കിക്കൊണ്ട് അഭിവൃദ്ധിപ്പെടുന്നത് ഗ്രെയ്റ്റ് ബ്രിട്ടനിലെ തൊഴിലാളികൾക്കുപോലും ചിന്തിക്കാൻ കഴിയില്ല. അതുകൊണ്ടാണ് ഇന്ത്യയുടെ വിഷയം ഗ്രെയ്റ്റ് ബ്രിട്ടനിലെ വലിയ രാഷ്ട്രീയ പാർട്ടികൾ പോലും ഉന്നയിക്കാത്തത്. അതുകൊണ്ടാണ് ലണ്ടനിൽ ഒരു തൊഴിലാളിവർഗ്ഗ പാർട്ടിയുടെ സർക്കാർ നിലനില്ക്കുമ്പോൾ പോലും ഇന്ത്യയിൽ ക്രൂരമായ രീതിയിൽ അടിച്ചമർത്തലുകളും വേട്ടയാടലുകളും നടക്കുന്നത്. സ്വാർത്ഥ താല്പര്യങ്ങൾക്കുംമേലെ ഉയരാൻ കഴിയുന്ന വ്യക്തികൾ ലേബർ പാർട്ടിയിൽ ഉണ്ടെന്ന് എനിക്കറിയാം. അവർ ഇന്ത്യക്ക് നീതി കിട്ടണമെന്ന് ആത്മാർത്ഥമായി ആഗ്രഹിക്കുന്നവരുമാണ്. പക്ഷേ, നമ്മൾ അവരെ എത്ര ആരാധിച്ചാലും ശരി, അവരുമായി എത്ര ഹൃദ്യമായ വ്യക്തിബന്ധം കാത്തുസൂക്ഷച്ചാലും ശരി, സംഘടനയുടെ നേതൃത്വത്തെ സ്വാധീനിക്കാനുള്ള കഴിവ് അവർക്കില്ലെന്ന് മനസ്സിലാക്കണം. പിന്നെ, പഴയകാല അനുഭവം വെച്ച് പറയുകയാണെങ്കിൽ ഡൗണിങ് തെരുവിൽ ഒരു സർക്കാർ മാറി മറ്റൊന്ന് വന്നതുകൊണ്ട് ഇന്ത്യയുടെ അവസ്ഥയ്ക്ക് എന്തെങ്കിലും മാറ്റമുണ്ടാകുമെന്ന് നമുക്ക് പ്രതീക്ഷിക്കാൻ കഴിയില്ല.

ഇന്ത്യയിൽ രാഷ്ട്രീയവും സാമ്പത്തികകാര്യങ്ങളും കെട്ടുപിണഞ്ഞു കിടക്കുന്നതിനാലും ഇന്ത്യയിൽ ബ്രിട്ടീഷുകാർ വന്നത് രാഷ്ട്രീയമായ അധികാരം പിടിച്ചെടുക്കാൻ മാത്രമല്ല, സാമ്പത്തിക ചൂഷണത്തിനും കൂടിയാണ് എന്നതിനാലും നമ്മളെ സംബന്ധിച്ച് രാഷ്ട്രീയമായ സ്വാതന്ത്ര്യം എന്നാൽ ഒരു സാമ്പത്തികമായ ആവശ്യം കൂടിയാണ്. ലക്ഷക്കണക്കിനുള്ള പട്ടിണിപ്പാവങ്ങൾക്ക് ഭക്ഷണം എത്തിക്കുന്നത്, അവർക്ക് ആവശ്യമായ വസ്ത്രവും വിദ്യാഭ്യാസവും നല്കുന്നതിന്, രാജ്യത്തെ മുഴുവൻ പേരുടെയും ആരോഗ്യവും ശാരീരികക്ഷമതയും മെച്ചപ്പെടുത്തുന്നതിന്, ഈ പ്രശ്നങ്ങളെല്ലാം പരിഹരിക്കാൻ ഇന്ത്യ അടിമത്തത്തിൽ കഴിയുന്നിടത്തോളം കാലം സാധിക്കുകയില്ല. ഇന്ത്യ രാഷ്ട്രീയമായി സ്വതന്ത്രയാ

കുന്നതിന് മുമ്പ് ഇവിടുത്തെ സാമ്പത്തിക അഭിവൃദ്ധിയും വ്യാവസായിക വളർച്ചയും പരിഗണിക്കുകയാണെങ്കിൽ അത് ഇരിക്കുന്നതിന് മുമ്പ് കാലു നീട്ടുന്നതിന് തുല്യമായിരിക്കും. ഇന്ത്യയിൽ ബ്രിട്ടീഷ് ഭരണം ഇല്ലാതായാൽ ഇവിടുത്തെ ആഭ്യന്തരാവസ്ഥ എന്തായിരിക്കുമെന്ന് നമ്മളോട് പലരും ചോദിക്കാറുണ്ട്. ബ്രിട്ടീഷ് പ്രചാരവേലയുടെ ഫലമായി ഇന്ത്യയെന്നത്, ഇംഗ്ലണ്ടിന്റെ ശക്തികൊണ്ട് മാത്രം സംരക്ഷിക്കപ്പെടുന്ന, ആഭ്യന്തര കലാപങ്ങളുടെ നാടായിട്ടാണ് പുറംലോകത്ത് അറിയപ്പെടുന്നത്. മറ്റേത് രാജ്യത്തേയുംപോലെ ഇന്ത്യയുടെ കഴിഞ്ഞ നാളുകളിലും ആഭ്യന്തര സംഘർഷങ്ങൾ തീർച്ചയായും ഉണ്ടായിട്ടുണ്ട്. പക്ഷേ, ഈ സംഘർഷങ്ങൾ ഇവിടുത്തെ ജനങ്ങൾ തന്നെയാണ് പരിഹരിക്കുന്നത്. അതുകൊണ്ടുതന്നെയാണ് വളരെ പുരാതന കാലം തൊട്ട് മഹാനായ അശോക ചക്രവർത്തിയെപ്പോലുള്ളവരുടെ സാമ്രാജ്യങ്ങൾ ഇന്ത്യയിൽ ധാരാളം ഉണ്ടായിട്ടുള്ളത്, അവരുടെ സാമ്രാജ്യത്തിന് കീഴിൽ ഇന്ത്യ ശാന്തിയുടെയും സമൃദ്ധിയുടെയും ഭൂമിയായി നിലനിന്നത്. പക്ഷേ, ഇന്ന് കാണാൻ കഴിയുന്ന സംഘർഷങ്ങൾ പുറമേനിന്നൊരു ശക്തി ഉണ്ടാക്കിയിട്ടുള്ളതാണ്, അത് താൽക്കാലികമായ സംഘർഷങ്ങളുമല്ല. മാത്രവുമല്ല, ഇന്ത്യയിൽ ബ്രിട്ടീഷ് ഭരണം നിലനില്ക്കുന്നിടത്തോളം ഇന്ത്യക്കാർക്കിടയിൽ ശരിയായ ഐക്യം ഉണ്ടാക്കാൻ കഴിയില്ലെന്നത് സംശയമില്ലാത്ത കാര്യമാണ്.

ഇംഗ്ലണ്ടിലെ ഒരു രാഷ്ട്രീയ പാർട്ടിയിൽനിന്നും ഒന്നും പ്രതീക്ഷിക്കാൻ കഴിയില്ലെങ്കിലും, ഇന്ത്യക്കുവേണ്ടി അന്താരാഷ്ട്രതലത്തിൽ പ്രചാരണപ്രവർത്തനങ്ങൾ നടത്തേണ്ടത് വളരെയധികം ആവശ്യമാണ്. കാര്യങ്ങൾ അറിയിക്കാനും ചിലത് നിഷേധിക്കാനുമാണ് ഈ പ്രചാരണങ്ങൾ നടത്തേണ്ടത്. ലോകമെമ്പാടും ഇന്ത്യയെക്കുറിച്ച് ബ്രിട്ടന്റെ ആളുകൾ ബോധപൂർവ്വമോ അല്ലാതെയോ പറഞ്ഞുപരത്തിയ നുണകൾ നമ്മൾ നിഷേധിക്കണം. ഇന്ത്യയുടെ സമ്പന്നമായ സംസ്കാരവും, ഇന്ത്യയുടെ പല തലങ്ങളിലുള്ള പരാതികളും ലോകശ്രദ്ധയിലെത്തിക്കാനും പ്രചാരണ പ്രവർത്തനങ്ങളിലൂടെ നമുക്ക് കഴിയണം. അന്താരാഷ്ട്ര പ്രചാരണ പരിപാടികളുടെ പ്രധാന കേന്ദ്രം ലണ്ടനായിരിക്കണമെന്നത് പ്രത്യേകം ശ്രദ്ധിക്കേണ്ട കാര്യമാണ്. ഇത്രയും കാലം അന്താരാഷ്ട്രതലത്തിൽ പ്രചാരണം നടത്തുന്നതിന്റെ മൂല്യവും ആവശ്യവും ഇന്ത്യൻ നാഷണൽ കോൺഗ്രസ് മനസ്സിലാക്കിയിരുന്നില്ലെന്നതിൽ വിഷമം തോന്നുന്നു. എന്നാൽ അന്താരാഷ്ട്ര തലത്തിലെ പ്രചാരണത്തിന്റെ മൂല്യം ഇനിവരുന്ന തലമുറയെങ്കിലും മനസ്സിലാക്കുമെന്നാണ് നമ്മളിപ്പോൾ പ്രതീക്ഷിക്കുന്നത്.

പ്രചാരണപ്രവർത്തനങ്ങൾ നടത്തുന്നതിന് ബ്രിട്ടീഷുകാർക്കുള്ള കഴിവ് പ്രശംസനീയമാണ്. ഒരു ബ്രിട്ടീഷുകാരൻ ജന്മനാതന്നെ പ്രചാരണപ്രവർത്തനങ്ങൾ നടത്താൻ കഴിവുള്ളവനായിരിക്കും. അവനെ സംബന്ധിച്ച് അതിന് പീരങ്കിയേക്കാൾ ശക്തിയുണ്ട്. ബ്രിട്ടനിൽ നിന്ന് ഈ പാഠം

പഠിച്ച മറ്റൊരു രാജ്യം യൂറോപ്പിലുണ്ട്. അത് റഷ്യയാണ്. തങ്ങളുടെ വിജയരഹസ്യം കണ്ടെത്തിക്കഴിഞ്ഞ റഷ്യയെ ബ്രിട്ടൻ ആത്മാർത്ഥമായി വെറുക്കുന്നുവെന്നതിലും ഭയക്കുന്നുവെന്നതിലും ആശ്ചര്യപ്പെടേണ്ടതില്ല.

ഇന്ത്യയെ ശത്രുപക്ഷത്തുനിർത്തിക്കൊണ്ട് ഒരുപാട് പ്രചാരണ പ്രവർത്തനങ്ങളാണ് ബ്രിട്ടീഷുകാർ ലോകമെമ്പാടും നടത്തിയിട്ടുള്ളത്. അതുകൊണ്ട് നമ്മുടെ യാഥാർത്ഥ്യങ്ങളും ബ്രിട്ടനോടുള്ള പരാതികളും ലോകത്തെ ബോധിപ്പിക്കാൻ കഴിഞ്ഞാൽ മാത്രമേ അന്താരാഷ്ട്രതലത്തിലുള്ള സഹാനുഭൂതി ഇന്ത്യക്കാർക്ക് കിട്ടുകയുള്ളൂ. ലോകമെമ്പാടും പ്രചാരണ പ്രവർത്തനങ്ങൾ നടത്തുമ്പോൾ നമ്മൾ ശ്രദ്ധിക്കേണ്ട വസ്തുതകളെക്കുറിച്ച് ഇനി ഞാൻ പറയാം:

1) ഇന്ത്യയിലെ രാഷ്ട്രീയ തടവുകാരെ വളരെ മോശമായി പരിഗണിക്കുന്നത്, ദീർഘകാല രാഷ്ട്രീയത്തടവുകാരെ ആന്തമാൻ ദ്വീപിലേക്ക് അയക്കുന്നത്, ഈയിടെ തടവിലായിരുന്ന രണ്ടുപേർ നിരാഹാര സത്യഗ്രഹം നടത്തി മരണമടഞ്ഞു.

2) ഇന്ത്യക്കാർക്ക് പാസ്പോർട്ട് അനുവദിക്കുന്നതിൽ സർക്കാർ കാണിക്കുന്ന അങ്ങേയറ്റത്തെ പ്രതികാരബുദ്ധി. (ഇന്ത്യക്കാർക്ക് ഇവിടെനിന്ന് പുറത്തുപോകാനും വിദേശത്ത് താമസിക്കുന്ന ഇന്ത്യക്കാർക്ക് ഇന്ത്യയിലേക്ക് വരാനും പാസ്പോർട്ട് അനുവദിക്കാതിരിക്കുന്ന വിഷയങ്ങൾ നിരവധി ഉണ്ടായിട്ടുണ്ട്. ഇതൊന്നും പുറംലോകത്തിന് അറിയില്ല.)

3) വിമാനമുപയോഗിച്ച് ഇന്ത്യയിൽ, പ്രത്യേകിച്ച് ഉത്തര-പശ്ചിമ അതിർത്തികളിൽ ബോംബ് വർഷം നടത്തി, അവിടുത്തെ ഗ്രാമനിവാസികളെ ഭയചകിതരാക്കുന്നത്.

4) കപ്പൽ നിർമ്മാണ വ്യവസായമടക്കമുള്ള ഇന്ത്യയുടെ തദ്ദേശീയമായ വ്യവസായങ്ങൾ ബ്രിട്ടന്റെ ഭരണത്തിന് കീഴിൽ ഞെരിഞ്ഞമരുന്നത്.

5) ഒട്ടാവാ പാക്ട് ഉൾപ്പെടെയുള്ള, സാമ്രാജ്യത്വത്തിന് അനുകൂലമായ പദ്ധതികൾക്ക് ഇന്ത്യയിൽ ജനകീയമായ പ്രതിഷേധം നേരിടേണ്ടിവരുന്നത്. (ഒട്ടാവാ പാക്ട് ഇന്ത്യ ഒരിക്കലും അംഗീകരിച്ചിരുന്നില്ലെന്നും അത് നിർബ്ബന്ധപൂർവ്വം അടിച്ചേല്പിക്കുകയായിരുന്നുവെന്നും ലോകം അറിയണം.)

6) ഇന്ത്യയിലെ ശൈശവദശയിലുള്ള വ്യവസായങ്ങൾക്ക് സംരക്ഷണം അത്യാവശ്യമായി വേണമെന്നുള്ളതിനാൽ ഇറക്കുമതിത്തീരുവ ഈടാക്കുന്നത് താല്ക്കാലികമായി നിർത്തിവെക്കുന്നതിനെതിരെ ഇന്ത്യയിൽ ജനകീയമായ പ്രതിരോധം ഉയരുന്നത്.

7) വിനിമയ നിരക്ക് തീരുമാനിക്കുന്ന കാര്യത്തിൽ ഇംഗ്ലണ്ട് തന്നിഷ്ടപ്രകാരവും ഇന്ത്യയുടെ താല്പര്യങ്ങൾക്കെതിരെ പക്ഷപാതത്തോടെയും പ്രവർത്തിക്കുന്നത്. വിനിമയ നിരക്കിൽ കൃത്രിമങ്ങൾ കാണിച്ചതിലൂടെ മാത്രം ഇന്ത്യയുടെ കോടിക്കണക്കിന് രൂപ ഗ്രെയ്റ്റ് ബ്രിട്ടൻ കൊള്ളയടിച്ചിട്ടുണ്ടെന്നത് ലോകമറിയണം.

8) ഇന്ത്യയുടെ പുറത്ത് ഗ്രെയ്റ്റ് ബ്രിട്ടൻ പൊതുകടത്തിന്റെ ഭീമ

മായ ഭാരം കെട്ടിവെച്ചതും ഇന്ത്യൻ ദേശീയവാദികൾ അതിന്റെ ഉത്തര വാദിത്വം ഏറ്റെടുക്കാൻ വിസമ്മതിച്ചതും ലോകം അറിയണം. 1922 ൽ തന്നെ ഇന്ത്യൻ നാഷണൽ കോൺഗ്രസിന്റെ ഗയയിൽ വെച്ചുനടന്ന സമ്മേളനത്തിൽ പൊതുകടത്തിന്റെ ഉത്തരവാദിത്വം കോൺഗ്രസ് ഏറ്റെ ടുക്കില്ലെന്ന് കാണിച്ച് സർക്കാരിന് നോട്ടീസ് നല്കിയിരുന്നു. ഇത്രയും കടം കൂടിയത് ഇന്ത്യയുടെ ആവശ്യത്തിനുവേണ്ടി ആയിരുന്നില്ലെന്നതും ബ്രിട്ടീഷ് സാമ്രാജ്യത്വ ശക്തികളുടെ താല്പര്യങ്ങൾക്ക് വേണ്ടിയാണെ ന്നതും എല്ലാവർക്കും അറിയുന്ന കാര്യമാണ്.

ലോക സാമ്പത്തിക സമ്മേളനത്തിലും നിരായുധീകരണ സമ്മേള നത്തിലും ഇന്ത്യയുടെ താല്പര്യങ്ങൾ സംരക്ഷിച്ചുകൊണ്ടുള്ള പ്രചാരണ പ്രവർത്തനങ്ങൾ നടത്തേണ്ടതുണ്ടെന്നത് വളരെ പ്രധാനവും അതുപോ ലെതന്നെ ആവശ്യവുമാണ്. ഗ്രേയ്റ്റ് ബ്രിട്ടനെതിരെയുള്ള ഇന്ത്യയുടെ സാമ്പത്തികമായ പരാധീനതകൾ ഉൾപ്പെടുന്നതും സാമ്പത്തിക വിഷയ ങ്ങളിൽ ഇന്ത്യയുടെ നിലപാട് വ്യക്തമാക്കുന്ന തരത്തിലുള്ളതുമായ ഒരു പത്രിക ലോക സാമ്പത്തിക സമ്മേളനത്തിലെ എല്ലാ അംഗങ്ങൾക്ക് മുമ്പിലും എത്തിക്കേണ്ടതുണ്ട്.

നിരായുധീകരണവുമായി ബന്ധപ്പെട്ട വിഷയത്തിൽ, ഇന്ത്യയിലെ അവസ്ഥ പരിഗണിച്ച് ബ്രിട്ടന്റെ ആത്മാർത്ഥതയെ പുനഃപരിശോധിക്ക ണമെന്നാണ് ലോകത്തെ അറിയിക്കേണ്ടത്. കഴിഞ്ഞ 80 വർഷത്തോളം നിരായുധരായി കഴിയുന്ന, ജനങ്ങളെ ഒന്നടങ്കം നിർജ്ജീവമാക്കിക്കഴിഞ്ഞ നാട്ടിൽ, കേന്ദ്ര വരുമാനത്തിന്റെ 50 ശതമാനത്തോളം സൈനികാവശ്യ ങ്ങൾക്ക് ചെലവഴിക്കുന്നതിന് എന്ത് ന്യായീകരണമാണുള്ളത്?

ഇതുമായി ബന്ധപ്പെട്ട കാര്യങ്ങളെല്ലാം ലോകത്തിന്റെ ശ്രദ്ധയിൽപ്പെ ടുത്താൻ കഴിഞ്ഞാൽ ഇംഗ്ലണ്ട് ഉത്തരം പറയാനാകാതെ പ്രതിക്കൂട്ടിലാ കുമെന്നതിൽ സംശയമില്ല.

ലോക സമ്മേളനങ്ങളിൽ ഇന്ത്യയുടെ വിഷയം ഉയർത്തപ്പെട്ടാൽ, ബ്രിട്ടീഷ് സാമ്രാജ്യത്വത്തിന് കീഴിലുള്ള ഇന്ത്യ ഗ്രേയ്റ്റ് ബ്രിട്ടന്റെ ആഭ്യ ന്തര കാര്യമാണെന്ന വാദമാണ് ഉയരാറുള്ളത്. ഇനിയും ഈയൊരു അവസ്ഥ അനുവദിച്ചുകൊടുക്കരുത്. ഇന്ത്യ ലീഗ് ഓഫ് നാഷൻസിൽ അംഗമാണെന്നുള്ളതുകൊണ്ടുതന്നെ അതിന് ഒരു രാജ്യത്തിനുള്ള അവ കാശങ്ങളും അധികാരങ്ങളുമുണ്ട്. അന്താരാഷ്ട്ര ഇടപാടുകളിൽ ഇന്ത്യ യുടെ നിലവിലെ അവസ്ഥ മാറ്റിയെടുക്കാൻ നമുക്ക് കഠിനമായ ഒരുപാട് പോരാട്ടങ്ങൾ നടത്തേണ്ടിവരുമെന്ന് എനിക്കുമറിയാം. എന്നിരുന്നാലും അതിനുള്ള ശ്രമങ്ങൾ ഇന്നുതന്നെ തുടങ്ങേണ്ടതുണ്ട്.

ധവളപത്രത്തിന്റെ ഉള്ളടക്കത്തെക്കുറിച്ച് ഒരു വിശദീകരണം നട ത്താൻ ഞാൻ ആഗ്രഹിക്കുന്നില്ല, കാരണം അങ്ങനൊന്ന് അത് അർഹി ക്കുന്നില്ല. നാട്ടുരാജാക്കന്മാരുമായി ചേർന്ന് ഒരു സംയുക്ത ഭരണം നട പ്പിലാക്കാനുള്ള ആശയം അസാദ്ധ്യമാണ്, അത് അംഗീകരിക്കാനും കഴി യില്ല. ഇന്ത്യയുടെ ഏകീകരണത്തിനായി നമ്മൾ തീർച്ചയായും പ്രവർത്തി

ക്കും, അത് ജനങ്ങളുടെ സഖ്യത്തിനുവേണ്ടിയായിരിക്കും. പക്ഷേ, നിയമനിർമ്മാണ സഭകളിലെ ഉദ്യോഗസ്ഥർക്ക് പകരം നാട്ടുരാജാക്കന്മാരെ നിയമിക്കാനുള്ള ആശയം മി. രാംസെ മെക്ഡൊണാൾഡിന്റെയോ അല്ലെങ്കിൽ സാങ്കീ പ്രഭുവിന്റെയോ വ്യാമോഹങ്ങളെ തൃപ്തിപ്പെടുത്താൻവേണ്ടി മാത്രമുള്ളതാണ്, അത് അംഗീകരിക്കാൻ കഴിയില്ല. ഒരേസമയം 'സ്വാതന്ത്ര്യ'ത്തെക്കുറിച്ചും 'സുരക്ഷാസംവിധാന'ങ്ങളെക്കുറിച്ചും സംസാരിക്കുന്നത് നിരർത്ഥകമാണ്. സ്വാതന്ത്ര്യമാണ് ഉള്ളതെങ്കിൽ അവിടെ സുരക്ഷാസംവിധാനങ്ങൾ ഉണ്ടാകില്ല, കാരണം സ്വാതന്ത്ര്യം തന്നെയാണ് നമുക്ക് ആകെയുള്ള സുരക്ഷാസംവിധാനം. ഇന്ത്യയുടെ താല്പര്യങ്ങൾക്കുവേണ്ടിയുള്ള സുരക്ഷാസംവിധാനമെന്നത് ആത്മവഞ്ചനാപരമായിരിക്കും.

ജനങ്ങൾക്ക് അധികാരം നല്കുന്ന ഒരു ഭരണഘടന എന്നാണ് നമുക്ക് ലഭിക്കുകയെന്ന് ഇപ്പോൾ പറയാൻ കഴിയില്ല. പക്ഷേ, അധികാരം കിട്ടിയാൽ ആയുധമേന്താനുള്ള അവകാശത്തിനായി ജനങ്ങൾ നിർബ്ബന്ധം പിടിക്കുമെന്നതിൽ സംശയമില്ല. അവർ ലോകത്തോട്, പ്രത്യേകിച്ച് ബ്രിട്ടീഷ് സർക്കാരിനോട് പറയും: 'നിരായുധരാവുക, അല്ലെങ്കിൽ ഞങ്ങൾ ആയുധം കൈയിലെടുക്കും.' ദുഃഖഗ്രസ്തമായ ഈ ലോകത്തിൽ സ്വമേധയാ ആയുധങ്ങൾ ഉപേക്ഷിക്കുന്നത് വളരെ വലിയ കാര്യമാണെങ്കിലും, ഇന്ത്യയിൽ കാണുന്നതുപോലെ അധീനതയിലാക്കപ്പെട്ട ജനങ്ങളെ 80 വർഷത്തോളം നിർബ്ബന്ധിതമായി നിരായുധരാക്കുന്നത് ദ്രോഹപരമായ നടപടിയാണ്. പാക്സ് ബ്രിട്ടാനിക്കാ എന്ന് അറിയപ്പെടുന്ന സമാധാനത്തിന്റെ കാലഘട്ടത്തിൽ ഇന്ത്യയിൽ ഉണ്ടായിരുന്നത് ആരോഗ്യകരമായ ഒരു ജീവിതത്തിന്റെ ശാന്തതയല്ല, മറിച്ച് ശ്മശാനത്തിന്റെ ശാന്തതയാണ്.

നമ്മുടെ പുതിയ പാർട്ടിയുടെ നിലനില്പിനെ ന്യായീകരിക്കാനായി അതിന് ഇരട്ട വേഷങ്ങൾ ചെയ്യേണ്ടതായുണ്ട്, അതിനെക്കുറിച്ച് ഞാൻ പരാമർശിച്ചിട്ടുള്ളതുമാണ്. രാഷ്ട്രീയാധികാരം പിടിച്ചെടുക്കാനും പുതിയൊരു സാമൂഹിക ക്രമം നിർമ്മിക്കാനായി അതിനെ ഉപയോഗിക്കാനും നമ്മുടെ ആളുകൾ പരിശീലനം നേടിയിരിക്കണം. ഇന്ത്യ സ്വതന്ത്രയാകുമ്പോൾ, നമ്മുടെ ദേശത്തിന്റെ പ്രശ്നങ്ങൾ പരിഹരിക്കുന്നതിൽ വിജയിക്കണമെങ്കിൽ തനതായ ചിന്തകളും പുതിയ അനുഭവങ്ങളും ആവശ്യമാണെന്നതിൽ സംശയമില്ല. പഴയ തലമുറയുടെ അനുഭവങ്ങളും ഇന്നലെകളുടെ പാഠങ്ങളും സഹായത്തിനെത്തിയെന്നു വരില്ല. സ്വതന്ത്ര ഇന്ത്യയുടെ സാമൂഹിക– സാമ്പത്തിക സ്ഥിതികൾ ഇന്നത്തേതിൽനിന്നും വളരെ വ്യത്യസ്തമായിരിക്കും. വ്യവസായത്തിലും, കാർഷിക രംഗത്തും, ഭൂമി പാട്ടവ്യവസ്ഥ, പണം, വിനിമയം, രൂപ, വിദ്യാഭ്യാസം, ജയിൽ ഭരണം, പൊതു ആരോഗ്യം, തുടങ്ങിയ കാര്യങ്ങളിലെല്ലാം പുതിയ സിദ്ധാന്തങ്ങളും പുതുമയാർന്ന അനുഭവങ്ങളും രൂപീകരിച്ചെടുക്കണം. ഉദാഹരണത്തിന്, സോവിയറ്റ് റഷ്യയിൽ ആ പ്രദേശത്തിന്റെ വസ്തുതകൾക്കും

സ്ഥിതികൾക്കും അനുസൃതമായ ഒരു പുതിയ ദേശീയ സാമ്പത്തികരംഗം തന്നെ രൂപപ്പെട്ടു വന്നത് നമുക്കറിയാമല്ലോ. അതുതന്നെ ഇന്ത്യയിലും സംഭവിക്കും. പിഗ്വോ അല്ലെങ്കിൽ മാർഷൽ പോലുള്ള ഇംഗ്ലീഷ് സാമ്പത്തിക ശാസ്ത്രജ്ഞർക്ക് നമ്മുടെ സാമ്പത്തിക പ്രശ്നങ്ങൾ പരിഹരിക്കാൻ കഴിയില്ല.

യൂറോപ്പിലും ഇംഗ്ലണ്ടിലും ഇപ്പോൾത്തന്നെ ജീവിതത്തിന്റെ എല്ലാ തുറകളിലും പഴയ സിദ്ധാന്തങ്ങളെല്ലാം ചോദ്യം ചെയ്യപ്പെട്ടുകൊണ്ടിരിക്കുകയാണ്. അതിന് പകരം അവിടെ പുതിയ സിദ്ധാന്തങ്ങൾ ഉണ്ടായിക്കൊണ്ടിരിക്കുകയുമാണ്. ഉദാഹരണത്തിന് സിൽവിയോ ഗെസല്ലിന്റെ പുതിയ സിദ്ധാന്തമായ 'ഫ്രീ മണി'യുടെ കാര്യമെടുക്കാം. അത് ജർമ്മനിയിലെ ഒരു ചെറിയ ജനവിഭാഗത്തിനിടയിൽ നടപ്പിലാക്കുകയും വളരെയധികം തൃപ്തികരമാണെന്ന് ബോദ്ധ്യപ്പെടുകയും ചെയ്തു. ഇതുതന്നെയാണ് ഇന്ത്യയിലും സംഭവിക്കാൻ പോകുന്നത്. സ്വതന്ത്ര ഇന്ത്യയിൽ ഭൂജന്മികളോ, മുതലാളികളോ, ജാതിവിഭാഗങ്ങളോ ഉണ്ടാകില്ല. സ്വതന്ത്ര ഇന്ത്യ സാമൂഹികമായും രാഷ്ട്രീയമായും ഒരു ജനാധിപത്യ രാജ്യമായിരിക്കും. സ്വതന്ത്ര ഇന്ത്യയുടെ പ്രശ്നങ്ങൾ ഇപ്പോഴത്തെ ഇന്ത്യയുടെ പ്രശ്നങ്ങളിൽ നിന്നും തികച്ചും വ്യത്യസ്തമായിരിക്കും. അതുകൊണ്ട് തന്നെ ഭാവിയെ മുന്നിൽക്കണ്ടുകൊണ്ട് സ്വതന്ത്ര ഇന്ത്യക്കുവേണ്ടി ചിന്തിക്കാൻ കഴിയുകയും കാലേകൂട്ടി പ്രശ്നങ്ങൾക്ക് പരിഹാരം കാണാൻ കഴിയുകയും ചെയ്യുന്നവരെ നമ്മൾ പരിശീലിപ്പിച്ച് എടുക്കേണ്ടതുണ്ട്. ചുരുക്കത്തിൽ പറഞ്ഞാൽ, സ്വതന്ത്ര ഇന്ത്യയുടെ ഭാവി മന്ത്രിസഭയെ നമ്മൾ ഇന്നുതന്നെ വിദ്യാഭ്യാസം നല്കി പരിശീലിപ്പിച്ച് എടുക്കേണ്ടത് ആവശ്യമാണ്.

എല്ലാ മഹത്തരമായ പ്രസ്ഥാനങ്ങളും ചെറിയ തുടക്കങ്ങളിൽ നിന്നാണ് ആരംഭിക്കുന്നത്, ഇന്ത്യയിലും അത് അങ്ങനെത്തന്നെ ആയിരിക്കും. നമ്മുടെ ദൗത്യത്തിൽ വിജയം നേടണമെങ്കിൽ കഠിനമായ യാതനകളും ത്യാഗങ്ങളും സഹിക്കാൻ തയ്യാറായ ഒരുകൂട്ടം യുവതീയുവാക്കളെ ഒന്നിച്ചുകൂട്ടുക എന്നതാണ്. അവർ മുഴുസമയ പ്രവർത്തകരായിരിക്കണം. പരാജയം കാരണം പിന്തിരിയാത്തവരും ബുദ്ധിമുട്ടുകൾ കാരണം വ്യതിചലിക്കാത്തവരും ആയിരിക്കണം അവർ. ജീവിതത്തിന്റെ അന്ത്യനാളുവരെ ഈ മഹത്തായ ദൗത്യത്തിനുവേണ്ടി പ്രവർത്തിക്കാനും പരിശ്രമിക്കാനും ശപഥം ചെയ്തവരായിരിക്കണം അവർ.

ഇങ്ങനെ 'ധാർമ്മികമായ തയ്യാറെടുപ്പു'കളോടെ എത്തുന്ന യുവതീയുവാക്കൾക്ക് ആവശ്യമായ ബൗദ്ധിക പരിശീലനം നല്കുകയാണ് നമ്മൾ വേണ്ടത്. അങ്ങനെയെങ്കിൽ മാത്രമേ മുന്നിലുള്ള ദൗത്യത്തിന്റെ വ്യാപ്തി അവർക്ക് മനസ്സിലാവുകയുള്ളൂ. മറ്റുള്ള പ്രദേശങ്ങളിലെ സ്വാതന്ത്ര്യസമരങ്ങളുടെ ചരിത്രത്തെക്കുറിച്ച് ശാസ്ത്രീയവും വിമർശനാത്മകവുമായ രീതിയിൽ അവർ പഠനങ്ങൾ നടത്തിയിരിക്കണം. അങ്ങനെയെങ്കിൽ മാത്രമേ സമാനമായ പ്രശ്നങ്ങൾ, സമാനമായ ബുദ്ധിമുട്ടുകളോടെ മറ്റു

ള്ളിടങ്ങളിൽ എങ്ങനെയാണ് പരിഹരിക്കപ്പെട്ടതെന്ന് മനസ്സിലാക്കാൻ കഴിയുകയുള്ളൂ. മറ്റ് കാലഘട്ടങ്ങളിൽ സാമ്രാജ്യങ്ങൾ വളർന്നതെങ്ങനെയെന്നും തകർന്നതെങ്ങനെയെന്നും അവർ ശാസ്ത്രീയമായും വിമർശനാത്മകമായും അവർ ഇതിന്റെ കൂടെ നടത്തിയിരിക്കണം. ഇത്തരത്തിലുള്ള അറിവിന്റെ ശക്തിയാൽ, ഇന്ത്യയിലെ ജനങ്ങളുമായി ബന്ധപ്പെട്ട് ബ്രിട്ടീഷ് സർക്കാരിന്റെ ശക്തി-ക്ഷയങ്ങളെക്കുറിച്ചും ബ്രിട്ടീഷ് സർക്കാരുമായി ബന്ധപ്പെട്ട് ഇന്ത്യൻ ജനങ്ങളുടെ ശക്തി- ക്ഷയങ്ങളെക്കുറിച്ചും ഒരു ശാസ്ത്രീയമായ പഠനവും അവർ നടത്തണം.

ഇത്തരത്തിലുള്ള ബൗദ്ധികമായ പരിശീലനം പൂർത്തീകരിച്ചുകഴിഞ്ഞാൽ അധികാരം പിടിച്ചെടുക്കുന്നതിനുള്ള കർമ്മപദ്ധതികളെക്കുറിച്ചും അതിനുശേഷം പുതിയൊരു ഭരണകൂടം നടത്തിക്കൊണ്ടുപോകുന്നതിന് ആവശ്യമായ പദ്ധതികളെക്കുറിച്ചും വ്യക്തമായൊരു ചിത്രം കിട്ടുകയുള്ളൂ. അതിനാൽത്തന്നെ, തങ്ങളുടെ ജീവിതം ഒരു മഹത്തായ കാര്യത്തിനുവേണ്ടി സമർപ്പിച്ച, മതിയായ ബൗദ്ധിക പരിശീലനം നേടിക്കഴിഞ്ഞ, അധികാരം പിടിച്ചെടുക്കുന്നതിനും അതിനുശേഷവും ചെയ്യേണ്ടുന്ന പ്രവൃത്തികളെക്കുറിച്ച് കൃത്യമായ ധാരണയുള്ള നിശ്ചയദാർഢ്യത്തോടെയുള്ള യുവതീയുവാക്കളുടെ പാർട്ടിയാണ് ആവശ്യമെന്നത് വ്യക്തമാണ്.

വിദേശീയമായ ചങ്ങലകളിൽനിന്ന് ഇന്ത്യയെ മോചിപ്പിക്കുകയെന്നത് ഈ പാർട്ടിയുടെ ദൗത്യമാണ്. ഒരു പുതിയ, സ്വതന്ത്രവും പരമാധികാരം നേടിയതുമായ ഇന്ത്യയെ ഉണ്ടാക്കിയെടുക്കുകയെന്നതും ഈ പാർട്ടിയുടെ ദൗത്യമാണ്. യുദ്ധാനന്തരഘട്ടത്തിൽ സാമൂഹികവും സാമ്പത്തികവുമായ പുനഃനിർമ്മാണത്തിന്റെ മുഴുവൻ പദ്ധതികളും നടപ്പിലാക്കേണ്ടതും ഈ പാർട്ടിയാണ്. ജീവിതത്തിന്റെ യുദ്ധത്തിന് ആവശ്യമായ പരിശീലനവും സന്നാഹങ്ങളും ഉള്ള യുവതീയുവാക്കളുടെ ഒരു പുതിയ തലമുറയെ വാർത്തെടുക്കുകയെന്നതും ഈ പാർട്ടിയുടെ ദൗത്യമാണ്. ഏറ്റവും അവസാനമായി, എന്നാൽ ഏറ്റവും പ്രധാനപ്പെട്ട ഒരുകാര്യം കൂടി പറയാം. ലോകത്തിലെ സ്വതന്ത്ര രാജ്യങ്ങളുടെയിടയിലേക്ക് ഇന്ത്യയെ നയിക്കുകയെന്നതും ഈ പാർട്ടിയുടെ ദൗത്യമാണ്.

സാമ്യവാദി സംഘ് എന്ന് ഈ പാർട്ടി അറിയപ്പെടട്ടെ. ഇത് കേന്ദ്രീകൃതവും അച്ചടക്കത്തോടുകൂടിയും ജനജീവിതത്തിന്റെ എല്ലാ മേഖലയിലും പ്രവർത്തിക്കുന്ന ഒരു അഖിലേന്ത്യാ പാർട്ടി ആയിരിക്കും. ഇന്ത്യൻ നാഷണൽ കോൺഗ്രസിലും, ആൾ ഇന്ത്യാ ട്രേഡ് യൂണിയൻ കോൺഗ്രസിലും, കർഷക സംഘടനകളിലും, സ്ത്രീ സംഘടനകളിലും, യുവസംഘടനകളിലും, വിദ്യാർത്ഥി സംഘടനകളിലും, അടിച്ചമർത്തപ്പെട്ടവരുടെ സംഘടനകളിലും ഈ പാർട്ടിയുടെ പ്രതിനിധികൾ ഉണ്ടായിരിക്കും. നമ്മുടെ മുന്നിലെ മഹത്തായ ലക്ഷ്യത്തെ കണക്കിലെടുത്ത് വർഗ്ഗീയവാദികളുടെ സംഘടനകളിൽപ്പോലും ഈ പാർട്ടിയുടെ പ്രതിനിധികൾ ഉണ്ടായിരിക്കും. വ്യത്യസ്തമായ സ്ഥലങ്ങളിലും മേഖലകളിലും പ്രവർത്തിക്കുന്ന പാർട്ടിയുടെ വ്യത്യസ്ത ശാഖകൾ പാർട്ടിയുടെ കേന്ദ്ര കമ്മിറ്റി

യുടെ നിയന്ത്രണത്തിലും നിർദ്ദേശത്തിലുമായിരിക്കണം.

ഇതേ ലക്ഷ്യത്തിനുവേണ്ടി പൊരുതുന്ന ഏതൊരു പാർട്ടിയോടും ഭാഗികമായോ പൂർണ്ണമായോ സഹകരിച്ചായിരിക്കും ഈ പാർട്ടി പ്രവർത്തിക്കുക. ഇതിന് ഏതെങ്കിലും പാർട്ടിയോടോ വ്യക്തിയോടോ ശത്രുത ഉണ്ടായിരിക്കില്ല, പക്ഷേ, അതേസമയം മുൻപ് പറഞ്ഞതുപോലെ ചരിത്രത്തിൽ പ്രത്യേകമായ ദൗത്യം നിർവ്വഹിക്കാൻ രൂപീകരിക്കപ്പെട്ട പാർട്ടി ആയിട്ടേ ഈ പാർട്ടി സ്വയം വിലയിരുത്തുകയുള്ളൂ.

മുൻപ് പറഞ്ഞതുപോലുള്ള പ്രവർത്തനങ്ങൾക്കുപുറമെ, സാമ്യവാദി സംഘിന്റെ ശാഖകൾ രാജ്യത്തെല്ലായിടത്തും അതിന്റെ ആദർശങ്ങളെയും ലക്ഷ്യങ്ങളെയും കുറിച്ച് പ്രചാരണം നടത്താനായി രൂപീകരിക്കപ്പെടണം. ഇന്ത്യൻ ജനതയുടെ പൂർണ്ണമായ സ്വാതന്ത്ര്യത്തിന് വേണ്ടി, അത്ായത് സാമൂഹികവും സാമ്പത്തികവും രാഷ്ട്രീയവുമായ സ്വാതന്ത്ര്യത്തിന് വേണ്ടിയാണ് സാമ്യവാദി സംഘ് നിലനില്ക്കുന്നത്. ജനങ്ങൾക്ക് യഥാർത്ഥത്തിൽ സ്വതന്ത്രരാകാൻ കഴിയുന്നതുവരെ എല്ലാ തരത്തിലുമുള്ള കെട്ടുപാടുകൾക്കെതിരെയും ഈ പാർട്ടി പോരാടും. നീതിയുടെയും സമത്വത്തിന്റെയും സ്വാതന്ത്ര്യത്തിന്റെയും അടിസ്ഥാനത്തിൽ സ്വതന്ത്ര ഇന്ത്യയിൽ പുതിയൊരു ഭരണകൂടം നിർമ്മിക്കാൻ അത് കൂടെനില്ക്കും. ഇന്ത്യയുടെ ദൗത്യത്തിന്റെ പരമമായ സാഫല്യത്തിനുവേണ്ടിയാണ് ഈ പാർട്ടി നിലകൊള്ളുന്നത്. എങ്കിൽമാത്രമേ, ലോകത്തിന് അതിന്റെ പാരമ്പര്യത്തിലൂന്നിയ സന്ദേശം നല്കാൻ ഇന്ത്യക്ക് കഴിയുകയുള്ളൂ.

ഇന്ത്യൻ ചരിത്രത്തിൽ മഹാത്മാഗാന്ധിയുടെ പങ്ക്

(1935 ൽ പുറത്തിറങ്ങിയ 'ദി ഇന്ത്യൻ സ്ട്രഗ്ൾ'ലെ പതിനാറാം അദ്ധ്യായം)

ചരിത്രത്തിൽ ഒരു മനുഷ്യൻ വഹിക്കുന്ന പങ്ക് ഭാഗികമായി അവന്റെ ശാരീരികവും മാനസികവുമായ സജ്ജീകരണത്തെയും ഭാഗികമായി ജനിച്ച കാലത്തിന്റെ പരിതസ്ഥിതിയെയും ആവശ്യങ്ങളെയും അനുസരിച്ചായിരിക്കും ഉണ്ടാവുക. ഇന്ത്യയിലെ ജനങ്ങളെ ആകർഷിക്കാൻ കഴിവുള്ള എന്തോ ഒന്ന് മഹാത്മാഗാന്ധിയിൽ ഉണ്ട്. മറ്റൊരു രാജ്യത്ത് ജനിച്ചിരുന്നെങ്കിൽ അദ്ദേഹം അവിടുത്തെ പരിതസ്ഥിതിയിൽ ഒരിക്കലും ഇണങ്ങിക്കഴിയാൻ പറ്റുന്ന ഒരാളായിരിക്കില്ല. ഉദാഹരണത്തിന് റഷ്യയോ ജർമ്മനിയോ ഇറ്റലിയോ പോലുള്ള രാജ്യങ്ങളിൽ അദ്ദേഹം എന്തുചെയ്യുമായിരുന്നു. അദ്ദേഹത്തിന്റെ അഹിംസാ സിദ്ധാന്തം കാരണം അദ്ദേഹത്തിന് കുരിശേറേണ്ടി വന്നേനെ, അല്ലെങ്കിൽ അദ്ദേഹം മാനസികാശുപത്രിയിലേക്ക് നയിക്കപ്പെട്ടേനെ. ഇന്ത്യയിൽ കാര്യങ്ങൾ വ്യത്യസ്തമാണ്. അദ്ദേഹത്തിന്റെ ലളിതമായ ജീവിതവും, സസ്യാഹാരക്രമവും, ആട്ടിൻപാൽ സേവിക്കുന്നതും, ആഴ്ചതോറും ആചരിച്ചുപോരുന്ന മൗനവ്രതവും, കസേരയിൽ ഇരിക്കുന്നതിന് പകരം നിലത്ത് ചമ്രംപടിഞ്ഞ് ഇരിക്കുന്ന ശീലവും, അദ്ദേഹത്തിന്റെ കൗപീനവും – അങ്ങനെ അദ്ദേഹവുമായി ബന്ധപ്പെട്ടതെല്ലാം തന്നെ അസാധാരണനായ ഒരു മഹാത്മാവായി അദ്ദേഹത്തെ അടയാളപ്പെടുത്തുകയും ജനങ്ങളോട് അദ്ദേഹത്തെ കൂടുതൽ അടുപ്പിക്കുകയും ചെയ്തു. എവിടെപ്പോയാലും അദ്ദേഹം ഇന്ത്യൻ മണ്ണിൽ കിളിർത്തവനാണെന്ന് ദരിദ്രരിൽ ദരിദ്രർക്കുപോലും തോന്നുന്നു. അദ്ദേഹം സംസാരിക്കുന്നത് അവർക്ക് എളുപ്പം ഉൾക്കൊള്ളാൻ കഴിയുന്ന ഭാഷയിലാണ്. അല്ലാതെ സർ സുരേന്ദ്രനാഥ് ബാനർജിയെപ്പോലുള്ളവർ സംസാരിക്കുന്നതുപോലെ ഹെർബർട്ട് സ്പെൻസറുടെയോ എഡ്മണ്ട് ബുർക്കിന്റെയോ ഭാഷയിലല്ല. മഹാത്മാ ഗാന്ധി സംസാരിക്കുന്നത് *ഭഗവദ്ഗീത*

യുടെയും *രാമായണ*ത്തിന്റെയും ഭാഷയിലാണ്. അദ്ദേഹം ജനങ്ങളോട് സ്വരാജിനെക്കുറിച്ച് സംസാരിക്കുമ്പോൾ സ്വയംഭരണാധികാരത്തിന്റെ മഹത്ത്വങ്ങളെക്കുറിച്ച് അവരോട് വിശദീകരിക്കുകയല്ല ചെയ്യുന്നത്, മറിച്ച് രാമരാജ്യത്തിന്റെ മഹാത്മ്യങ്ങൾ അവരെ ഓർമ്മിപ്പിക്കുകയാണ് ചെയ്യുന്നത്. അത് അവർക്ക് മനസ്സിലാവുകയും ചെയ്യുന്നു. അദ്ദേഹം സ്നേഹത്തിലൂടെയും അഹിംസയിലൂടെയും കീഴ്പ്പെടുത്തുന്നതിനെക്കുറിച്ച് സംസാരിക്കുമ്പോൾ അവർ ഓർക്കുന്നത് ബുദ്ധനെയും മഹാവീരനെയുമാണ്. അങ്ങനെയാണ് അവർ അദ്ദേഹത്തെ സ്വീകരിക്കുന്നത്.

എന്നാൽ ഇന്ത്യൻ ജനതയുടെ പരമ്പരാഗത രീതികളോടും പ്രകൃതത്തോടുമുള്ള മാനസികവും ഭൗതികവുമായ സജ്ജീകരണം മഹാത്മാവിന്റെ വിജയത്തിന് പിന്നിലെ ഒരു ഘടകം മാത്രമാണ്. ഇന്ത്യൻ ചരിത്രത്തിലെ മറ്റൊരു കാലഘട്ടത്തിലാണ് അദ്ദേഹം ജനിച്ചിരുന്നതെങ്കിൽ തന്നെ ഇത്ര നന്നായി തിരിച്ചറിയാൻ അദ്ദേഹത്തിന് കഴിഞ്ഞെന്ന് വരില്ല. ഒരുദാഹരണത്തിന്, 1857 ലെ വിപ്ലവത്തിന്റെ സമയത്ത്, ജനങ്ങൾ കൈയിൽ ആയുധമേന്തി പോരാടാൻ തയ്യാറായി നില്ക്കുമ്പോൾ, യുദ്ധത്തിൽ തങ്ങളെ നയിക്കാനായി ഒരു നേതാവിനെ ആവശ്യമാണെന്ന് കരുതുമ്പോൾ, അദ്ദേഹം എന്തുചെയ്യുമായിരിക്കും? ഒരു ഭാഗത്ത് ഭരണഘടനാ സംവിധാനത്തിൽ ഉറച്ചുനില്ക്കുന്നതിലും മറുഭാഗത്ത് സായുധവിപ്ലവങ്ങളുടെ കാര്യത്തിലും ഉണ്ടായ പരാജയമാണ് മഹാത്മാവിന്റെ വിജയത്തിന്റെ കാരണം. കഴിഞ്ഞ നൂറ്റാണ്ടിന്റെ എൺപതുകൾ തൊട്ട് ഭരണഘടനാപരമായ കാര്യങ്ങളിലുള്ള പോരാട്ടത്തിലാണ് നമ്മുടെ പ്രധാനപ്പെട്ട നേതാക്കളെല്ലാം ഇടപെട്ടുകൊണ്ടിരുന്നത്. അതിന് ആവശ്യമായ കഴിവുകൾ സംവാദാത്മകതയും വാചാലമായി സംസാരിക്കാനുള്ള കഴിവുമാണ്. അങ്ങനൊരു പരിതസ്ഥിതിയിൽ മഹാത്മാവിന് ഇത്രയും പ്രാധാന്യം കൈവരിക്കാൻ കഴിയുമെന്ന് തോന്നുന്നില്ല. ഈ നൂറ്റാണ്ട് പിറന്നതോടെ ജനങ്ങൾക്ക് നിയമപോരാട്ടത്തിന്റെ മാർഗ്ഗങ്ങളിൽ വിശ്വാസം നഷ്ടപ്പെടാൻ തുടങ്ങി. സ്വദേശി പ്രസ്ഥാനങ്ങളിലൂടെ പ്രാദേശിക വ്യവസായങ്ങൾ പുനരുജ്ജീവിപ്പിക്കാനും ഇംഗ്ലണ്ടിന്റെ ഉല്പന്നങ്ങൾ ബഹിഷ്കരിക്കാനും തുടങ്ങുകയും, അതിനൊപ്പംതന്നെ വിപ്ലവ പ്രസ്ഥാനങ്ങളും രൂപംകൊണ്ടു. വർഷങ്ങൾ കഴിയുന്തോറും വിപ്ലവ പ്രസ്ഥാനത്തിന്, പ്രത്യേകിച്ച് ഉത്തരേന്ത്യയിൽ വേരുറപ്പിക്കാൻ കഴിഞ്ഞു, മഹായുദ്ധത്തിന്റെ സമയത്ത് വിപ്ലവകരമായ മുന്നേറ്റം നടത്താനുള്ള ശ്രമവും ഉണ്ടായി. പൂർണ്ണസജ്ജരായി നില്ക്കുന്ന ബ്രിട്ടനെ മുട്ടുകുത്തിക്കാൻ കഴിയാതിരുന്നതും 1919 ലെ ദുരന്തപൂർണ്ണമായ സംഭവങ്ങളും കായികശേഷി ഉപയോഗിച്ചുകൊണ്ടുള്ള രീതിയിൽ കാര്യമില്ലെന്ന് ജനങ്ങളെക്കൊണ്ട് ചിന്തിപ്പിച്ചു. ബ്രിട്ടന് അതിന്റെ ശക്തി ഉപയോഗിച്ച് ഇത്തരത്തിലുള്ള ഏതൊരു നീക്കത്തെയും ഞെരുക്കിക്കളയാൻ കഴിയും. മുന്നേറ്റത്തിന്റെ ഫലമായി വിവരണാതീതമായ യാതനകളും അപമാനവുമായരിക്കും സഹിക്കേണ്ടി വരിക.

1920 ൽ ഇന്ത്യ ദിശയറിയാതെ നില്ക്കുകയായിരുന്നു. നിയമപോരാട്ടങ്ങൾക്ക് അന്ത്യമായിരിക്കുന്നു; സായുധവിപ്ലവം കേവലമായ ബുദ്ധിശൂന്യതയായി കണക്കാക്കാൻ തുടങ്ങിയിരിക്കുന്നു. പക്ഷേ, മൗനമായി വഴങ്ങിക്കൊടുക്കുകയെന്നതും സാദ്ധ്യമല്ലായിരുന്നു. രാജ്യം പുതിയൊരു മാർഗ്ഗത്തിനായി ഇരുട്ടിൽ തപ്പുന്ന കാലം, പുതിയ നേതാവിനെ തേടുന്ന കാലം. അപ്പോഴാണ് ഇന്ത്യക്കുവേണ്ടി ദൈവം പറഞ്ഞയച്ചതുപോലെ മഹാത്മാ ഗാന്ധി രംഗപ്രവേശം ചെയ്യുന്നത്. ഈ വർഷങ്ങളത്രയും തന്റെ മുന്നിലുള്ള മഹത്തരമായ ദൗത്യം നിർവ്വഹിക്കുന്നതിനായി നിശ്ശബ്ദം തയ്യാറെടുപ്പുകൾ നടത്തിക്കൊണ്ട് അദ്ദേഹം കാത്തിരിക്കുകയായിരുന്നു. അദ്ദേഹത്തിന് സ്വയം എന്താണെന്നതിനെക്കുറിച്ച് അറിവുണ്ടായിരുന്നു, ഈ രാജ്യത്തിന്റെ ആവശ്യങ്ങളെന്താണെന്ന് അറിയാമായിരുന്നു. ഇന്ത്യയിലെ പോരാട്ടങ്ങളുടെ അടുത്തഘട്ടത്തിൽ താൻതന്നെ നേതാവാകുമെന്നും അദ്ദേഹത്തിന് അറിയാമായിരുന്നു. ഒരു തരത്തിലുമുള്ള സങ്കോചങ്ങളും അദ്ദേഹത്തെ പിടികൂടിയില്ല, ഉറച്ച ശബ്ദത്തോടെ അദ്ദേഹം സംസാരിച്ചു, ജനങ്ങൾ അനുസരിക്കുകയും ചെയ്തു.

ഇന്നത്തെ ഇന്ത്യൻ നാഷണൽ കോൺഗ്രസ് കെട്ടിപ്പൊക്കിയതിൽ അദ്ദേഹത്തിന് വലിയ പങ്കുണ്ട്. കോൺഗ്രസിന്റെ ഭരണഘടന അദ്ദേഹമാണ് രൂപകല്പന ചെയ്തത്. സംസാരങ്ങൾ മാത്രം നടത്തിക്കൊണ്ടിരുന്ന കോൺഗ്രസിനെ ജീവസ്സുറ്റതും പോരാട്ടവീര്യമുള്ളതുമായ ഒരു സംഘടനയാക്കി മാറ്റിയതും അദ്ദേഹമാണ്. ഇന്ത്യയിലെ ഓരോ പട്ടണത്തിലും ഗ്രാമത്തിലും ഇതിന്റെ വളർച്ചയുണ്ടായി, ഒരൊറ്റ ശബ്ദം മാത്രം കേൾക്കാൻ ഇന്ത്യയുടെ മുഴുവൻ ജനങ്ങളും പരിശീലിപ്പിക്കപ്പെട്ടിരുന്നു. വ്യക്തിമാഹാത്മ്യവും സഹനത്തിനുള്ള കഴിവുമാണ് ഒരു നേതാവിന്റെ മാനദണ്ഡങ്ങളായി പരിഗണിക്കപ്പെട്ടിരിക്കുന്നത്. ഇന്ന് രാജ്യത്തെ ഏറ്റവും വലുതും, കൂടുതൽ പ്രാതിനിദ്ധ്യം ഉള്ളതുമായ ഒരു രാഷ്ട്രീയ സംഘടനയാണ് കോൺഗ്രസ്.

പക്ഷേ, എങ്ങനെയാണ് ഇത്രയും കാര്യങ്ങൾ ഇത്രയും ചെറിയ സമയത്തിനുള്ളിൽ നേടാൻ അദ്ദേഹത്തിന് കഴിഞ്ഞത്? അദ്ദേഹത്തിന്റെ ഏകാഗ്രമായ മനഃസമർപ്പണത്താലും കർക്കശമായ ഇച്ഛാശക്തിയാലും അക്ഷീണമായ പ്രവർത്തനത്താലും ആണത് സാദ്ധ്യമായത്. പോരാത്തതിന് ഏറ്റവും അനുകൂലമായ സമയത്ത്, ഏറ്റവും വിവേകബുദ്ധിയോടെയുള്ള നയങ്ങളാണ് അദ്ദേഹത്തിന്റെ പക്കലുള്ളത്. പരിവർത്തനാത്മകമായ ശക്തിയാണ് അദ്ദേഹത്തെ ചലിപ്പിക്കുന്നതെന്ന് പുറമെ തോന്നുമെങ്കിലും ഈ രാജ്യത്തെ ജനങ്ങളെ സംബന്ധിച്ചിടത്തോളം അദ്ദേഹം അത്രയ്ക്ക് വിപ്ലവകാരിയല്ല. അദ്ദേഹം ഒരു തീവ്ര വിപ്ലവകാരി ആയിരുന്നെങ്കിൽ ജനങ്ങളെ പ്രചോദിപ്പിക്കുന്നതിന് പകരം അവരെ പേടിപ്പിക്കാൻ മാത്രമേ അദ്ദേഹത്തിന് കഴിയുമായിരുന്നുള്ളൂ. അങ്ങനെയായിരുന്നെങ്കിൽ അവർ അടുക്കുന്നതിന് പകരം കൂടുതൽ അകലത്തിലേക്ക് പോയേനെ. അദ്ദേഹത്തിന്റെ നയം ഏകീകരണത്തിന്റേതായിരുന്നു. അദ്ദേഹം ഹിന്ദുവി

നെയും മുസൽമാനെയും ഒന്നിപ്പിക്കാൻ ആഗ്രഹിച്ചു, ഉന്നതജാതിയിൽ പ്പെട്ടവരെയും താഴ്ന്നജാതിയിൽപ്പെട്ടവരെയും; മുതലാളിയെയും തൊഴി ലാളിയെയും; ജന്മിയെയും കുടിയാനെയും ഒന്നിപ്പിക്കാൻ ആഗ്രഹിച്ചു. വെറുപ്പിൽനിന്ന് മോചിതമായ, മാനുഷികമായ ഒരു കാഴ്ചപ്പാടിന്റെ പുറത്ത് ശത്രുപാളയത്തിൽപ്പെട്ടവരിൽപ്പോലും അനുതാപ തരംഗങ്ങൾ ഉണ്ടാക്കാൻ അദ്ദേഹത്തിന് കഴിഞ്ഞു.

പക്ഷേ, സ്വരാജ് എന്നത് ഇപ്പോഴും ഒരു വിദൂര സ്വപ്നമാണ്. ഒരു വർഷത്തിന് പകരം, ജനങ്ങൾ കാത്തിരുന്നത് നീണ്ട പതിനാല് വർഷ ങ്ങളാണ്. ഇനിയും ഒരുപാട് വർഷങ്ങൾ കാത്തിരിക്കേണ്ടി വരികയും ചെയ്യും. ഇത്രയും സംശുദ്ധമായ സ്വഭാവഗുണങ്ങൾ ഉണ്ടായിട്ടും, മുമ്പി ല്ലാത്തവിധം ആളുകൾ പിന്നിൽ അണിനിരന്നിട്ടും ഇന്ത്യയെ സ്വതന്ത്രമാ ക്കുന്നതിൽ മഹാത്മാവ് എന്തുകൊണ്ടാണ് പരാജയപ്പെട്ടത്?

ഒരു നേതാവിന്റെ ശക്തിയിരിക്കുന്നത് അദ്ദേഹത്തിന്റെ അനുയായി കളിലുള്ള സംഖ്യാവർദ്ധനവിലല്ല, മറിച്ച് അനുയായികളുടെ സ്വഭാവവിശേ ഷത്തിലാണ്. ഇതാണ് അദ്ദേഹം പരാജയപ്പെടാൻ കാരണം. ഇതിലും കുറച്ചുമാത്രം അനുയായികൾ ഉണ്ടായിട്ടും മറ്റ് നേതാക്കൾക്ക് അവരുടെ രാജ്യത്തെ സ്വതന്ത്രമാക്കാൻ കഴിഞ്ഞിട്ടുണ്ട്. എന്നാൽ മഹാത്മാവിന് ഇത്ര യധികം അനുയായികൾ ഉണ്ടായിട്ടും ഇത് സാധിക്കുന്നില്ല. ഈ രാജ്യത്തെ ജനങ്ങളുടെ സ്വഭാവസവിശേഷതകൾ മനസ്സിലാക്കിയതുപോലെ നമ്മുടെ എതിരാളിയുടെ സ്വഭാവസവിശേഷതകൾ മനസ്സിലാക്കാൻ കഴിയാഞ്ഞ തിനാലാണ് അദ്ദേഹം പരാജയപ്പെട്ടത്. മഹാത്മാവിന്റെ യുക്തികൾ ജോൺ ബുള്ളിന് ബോധിക്കുന്ന യുക്തികളല്ല. സ്വയം സത്യസന്ധവും സുതാര്യവുമായി അവതരിപ്പിച്ചതുകൊണ്ടുമാത്രം കാര്യങ്ങൾ നടക്കില്ല. നമ്മുടേത് നമുക്ക് വേണമെന്ന് പറയാൻ നമുക്ക് കഴിയണം. രാഷ്ട്രീയ മായ ഒരു പോരാട്ടത്തിൽ നയതന്ത്രജ്ഞത എന്നത് നിസ്സാരമായ ഒരു കാര്യമല്ല. അന്താരാഷ്ട്രതലത്തിൽ ശ്രദ്ധ പിടിച്ചുപറ്റി അതിനെ ആയുധ മാക്കി ഉപയോഗിക്കുന്നതിലും അദ്ദേഹം പരാജയപ്പെട്ടു. അഹിംസാമാർഗ്ഗ ത്തിലൂടെയാണ് നമ്മൾ സ്വാതന്ത്ര്യം നേടാൻ പോകുന്നതെങ്കിൽ നയത ന്ത്രജ്ഞതയും അന്താരാഷ്ട്രതലത്തിലുള്ള പ്രചാരണപ്രവർത്തനങ്ങളും ഒഴിച്ചുകൂടാനാകാത്ത സംഗതികളാണ്. സഹജമായി എതിർചേരികളി ലുള്ള താല്പര്യങ്ങളെ ഏകീകരിക്കാൻ ശ്രമിക്കുന്നത് ഒരു രാഷ്ട്രീയ യുദ്ധത്തിൽ ശക്തിപകരുന്നതിന് പകരം നമ്മുടെ ദൗർബല്യങ്ങൾ കൂട്ടു കയേയുള്ളൂ. ഇതിന് ശ്രമിച്ചതു വഴി അദ്ദേഹം പരാജയപ്പെട്ടു. സ്വാതന്ത്ര്യം നേടാൻ എന്ത് ത്യാഗവും യാതനകളും സഹിക്കാൻ സന്നദ്ധരായ, സമൂ ലപരിഷ്കരണത്തിലും സായുധമുന്നേറ്റത്തിലും വിശ്വസിക്കുന്നവരുടെ കൈകളിലാണ് ഇന്ത്യയുടെ ഭാവിയുള്ളത്. മഹാത്മാവ് പരാജയപ്പെടാൻ മറ്റൊരു പ്രധാനപ്പെട്ട കാരണം കൂടിയുണ്ട്. അടിമകളാക്കപ്പെട്ട ജനത യുടെ നായകനായും ഒരു പുതിയ സിദ്ധാന്തം ലോകത്തെ പഠിപ്പിക്കുന്ന വിശ്വഗുരുവായും അദ്ദേഹത്തിന് ഇരട്ടവേഷം കെട്ടേണ്ടി വന്നു എന്നതാണ്

അത്. ഈയൊരു ഇരട്ടവേഷമാണ് വിൻസ്റ്റൺ ചർച്ചിലിന് ഗാന്ധി ഒരിക്കലും സമാധാനപ്പെടുത്താൻ കഴിയാത്ത എതിരാളിയായിട്ടും, മിസ് എലെൻ വിൽക്കിൻസണിന് ഗാന്ധി ഇംഗ്ലീഷുകാരുടെ ഏറ്റവും മികച്ച പൊലീസുകാരനായിട്ടും തോന്നാൻ കാരണം.

ഭാവിയെപ്പറ്റി എന്താണ് പറയുക? ഇനി വരാൻ പോകുന്ന നാളുകളിൽ മഹാത്മാ ഗാന്ധി എന്ത് പങ്കാണ് വഹിക്കുക? അദ്ദേഹത്തിന്റെ പ്രിയപ്പെട്ട രാജ്യത്തെ വിമോചിപ്പിക്കാൻ അദ്ദേത്തിന് കഴിയുമോ? പല ഘടകങ്ങളെ ഇവിടെ പരിശോധിക്കേണ്ടതുണ്ട്. അദ്ദേഹത്തിന്റെ ആരോഗ്യവും ഊർജ്ജസ്വലതയും കണക്കിലെടുത്താൽ അദ്ദേഹം ഇനിയും ഒരുപാട് വർഷം സജീവമായ പൊതുജീവിതം നയിക്കുമെന്ന് കണക്കാക്കാൻ കഴിയും. രാജ്യത്തിന്റെ സ്വാതന്ത്ര്യത്തിനുവേണ്ടി എന്തെങ്കിലും നേടാനുള്ള അദ്ദേഹത്തിന്റെ നിശ്ചയദാർഢ്യം അദ്ദേഹത്തിന്റെ ഊർജ്ജസ്വലതയെ ജ്വലിപ്പിക്കുകയും ചെയ്യും. അദ്ദേഹത്തിന്റെ ഇത്രയും നാളത്തെ ജനകീയതയും പ്രശസ്തിയും കണക്കിലെടുക്കുകയാണെങ്കിൽ അത് അദ്ദേഹത്തിന്റെ മരണംവരേക്കും ഉണ്ടാകുമെന്നതിൽ സംശയമില്ല. കാരണം, മറ്റ് രാഷ്ട്രീയനേതാക്കളെപ്പോലെ രാഷ്ട്രീയ നേതൃത്വത്തിന്റെ പിൻബലത്തിലല്ല അദ്ദേഹത്തിന് ജനപ്രിയതയും പ്രശസ്തിയും കിട്ടിയിട്ടുള്ളത്, മറിച്ച് അദ്ദേഹത്തിന്റെ സ്വഭാവഗുണങ്ങളിലൂടെയാണ്. ഈ സാഹചര്യത്തിൽ മഹാത്മാവ് അദ്ദേഹത്തിന്റെ രാഷ്ട്രീയ പ്രവർത്തനങ്ങൾ തുടരുമോ അതോ സ്വമേധയാ സജീവ രാഷ്ട്രീയ പ്രവർത്തനങ്ങളിൽ നിന്ന് പിൻവാങ്ങി, മുഴുവൻ സമയവും സാമൂഹികവും മാനുഷികവുമായ പ്രവർത്തനങ്ങളിൽ മുഴുകുമോ എന്നാണ്. മഹാത്മാവിന്റെ കാര്യത്തിൽ പ്രവചനം നടത്തുകയെന്നത് ബുദ്ധിമുട്ടുള്ള കാര്യമാണ്. എന്നിരുന്നാലും, ഒരു കാര്യം ഉറപ്പാണ്. അദ്ദേഹം ഒരിക്കലും മറ്റേതെങ്കിലും നേതാവിന് കീഴിൽ പ്രവർത്തിക്കില്ല. കോൺഗ്രസ് പ്രസ്ഥാനത്തെ നയിക്കാൻ കഴിയുന്നിടത്തോളം കാലം അദ്ദേഹം അതിൽത്തന്നെ ഉണ്ടാകും. പക്ഷേ, കോൺഗ്രസിന്റെ സമീപനത്തിൽ മാറ്റമുണ്ടാവുകയാണെങ്കിൽ അദ്ദേഹം സജീവ രാഷ്ട്രീയ പ്രവർത്തനങ്ങളിൽനിന്ന് വിരമിക്കാനാണ് സാദ്ധ്യത. ആ വിരമിക്കൽ താല്ക്കാലികമാകാം അല്ലെങ്കിൽ അത് പൂർണ്ണമായ പിൻവാങ്ങലാകാം. താല്ക്കാലികമായ വിരമിക്കൽ ഒരു നയതന്ത്രപരമായ പിൻവാങ്ങൽ പോലെയാണ്, അതിന് വലിയ പ്രധാന്യം കല്പിക്കാനാകാത്തതിന് കാരണം നായകൻ വീണ്ടും രംഗത്തേക്ക് തിരിച്ചു വരും എന്നതിനാലാണ്. 1924 മുതൽ 1928 വരെയുള്ള കാലഘട്ടത്തിൽ മഹാത്മാവിന്റെ ഒരു താല്ക്കാലിക വിരമിക്കൽ നമ്മൾ കണ്ടതാണ്. മഹാത്മാവിന്റെ പൂർണ്ണമായ പിൻവാങ്ങൽ ഉണ്ടാകുമോ ഇല്ലയോ എന്നത് കുറഞ്ഞപക്ഷമെങ്കിലും ബ്രിട്ടീഷ് സർക്കാരിന്റെ സമീപനത്തെക്കൂടി ആശ്രയിച്ചാണ് ഇരിക്കുന്നത്. രാജ്യത്തിന് വേണ്ടി എന്തെങ്കിലും നേടാൻ കഴിയുകയാണെങ്കിൽ ജനങ്ങൾക്കിടയിലെ അദ്ദേഹത്തിന്റെ സ്ഥാനം ചോദ്യം ചെയ്യാൻ കഴിയുന്നതാകില്ല. വിജയത്തേക്കാൾ വിജയകരമായി മറ്റൊന്നു

മില്ല. മഹാത്മാവിന്റെ വിജയം അദ്ദേഹത്തിന്റെ വ്യക്തിത്വത്തിന് മേലും അഹിംസയിലും നിസ്സഹകരണത്തിലും ഊന്നിയ പ്രവർത്തനങ്ങൾക്ക് മേലുമുള്ള പൊതുവിശ്വാസ്യത വർദ്ധിപ്പിക്കും. ഒരുതരത്തിലുമുള്ള ഒത്തു തീർപ്പിന് തയ്യാറാകാത്ത വിധത്തിൽ ബ്രിട്ടീഷ് ഇനിയും തുടരുകയാണെ ങ്കിൽ, ഒരു രാഷ്ട്രീയ നേതാവെന്ന രീതിയിൽ മഹാത്മാവിന് മേൽ പൊതു ജനത്തിനുള്ള വിശ്വാസ്യതയ്ക്കും അദ്ദേഹത്തിന്റെ സമരരീതികളോടുള്ള വിശ്വാസ്യതയ്ക്കും ഉലച്ചിൽ സംഭവിക്കും. അങ്ങനെയാകുമ്പോൾ അവർ പരിവർത്തനവാദികളായ നേതാക്കളിലേക്കും നയങ്ങളിലേക്കും കൂടുതൽ ആകർഷിതരാകും.

ഈ രാജ്യത്തെ ജനങ്ങൾക്കിടയിൽ സമാനമല്ലാത്ത ജനപ്രീതിയും പ്രശസ്തിയും ഉണ്ടെങ്കിലും അദ്ദേഹത്തിന്റെ അതുല്യമായ സ്ഥാനം രാഷ്ട്രീയമണ്ഡലത്തിലെ നേതൃത്വം കാരണമാണ് ഉണ്ടായിട്ടുള്ളത്. ജന കീയതയും രാഷ്ട്രീയമായി പിന്തുടർച്ചയെയും രണ്ടായിട്ട് തന്നെയാണ് മഹാത്മാവ് കാണുന്നത്. അതിൽ ജനകീയത മാത്രമുണ്ടാകുന്നതിൽ അദ്ദേഹം തൃപ്തനല്ല. ഇനി വരാൻപോകുന്ന വർഷങ്ങളിൽ ബ്രിട്ടീഷ് സർക്കാർ അതിന്റെ കടുംപിടിത്തം തുടരുന്ന സാഹചര്യത്തിൽ രാഷ്ട്രീ യപരമായ ഈ പിന്തുടർച്ച നിലനിർത്താൻ അദ്ദേഹത്തിന് കഴിയുമോ എന്നത് കൂടുതൽ സമൂലപരിവർത്തനം ആവശ്യപ്പെടുന്ന നയങ്ങളിലേക്ക് അദ്ദേഹം മാറുന്നതിനെ ആശ്രയിച്ചായിരിക്കും ഉണ്ടാവുക. രാജ്യത്തെ എല്ലാ ഘടകങ്ങളെയും ഒന്നിപ്പിക്കാനുള്ള ശ്രമം നിർത്തി, സമൂലപരി വർത്തനത്തിനായി പ്രവർത്തിക്കുന്നവരോട് യോജിച്ച് പ്രവർത്തിക്കാൻ അദ്ദേഹത്തിന് കഴിയുമോ? അങ്ങനെയാണെങ്കിൽ അദ്ദേഹത്തിന്റെ സ്ഥാനം ആർക്കും കൈയേറാൻ കഴിയില്ല. നിലവിലെ സമരഘട്ടത്തിന്റെ നായകൻ തന്നെയായിരിക്കും ഇന്ത്യയിൽ അടുത്ത ഘട്ടത്തിലെയും സമ രനായകൻ. പക്ഷേ, അതിനുള്ള സാദ്ധ്യത എത്രത്തോളമുണ്ട്?

മെയ് 1934 ൽ പാട്നയിൽ വെച്ച് നടന്ന അഖിലേന്ത്യാ കോൺഗ്രസ് സമിതി ഇതുമായി ബന്ധപ്പെട്ട രസകരമായ ഒരു നിരീക്ഷണം സാദ്ധ്യമാ ക്കുന്നുണ്ട്. നിയമനിർമ്മാണ കൗൺസിലുകളിൽ പ്രവേശിക്കണമെന്ന് നിർദ്ദേശിച്ചുകൊണ്ട് സ്വരാജ് പാർട്ടിയുടെ വിപ്ലവ പരിപാടികളിൽ ഇടം കോലുവെച്ചത് ഗാന്ധിയാണ്. എന്നാൽ, 1922–23 ലേത് പോലെ ഊർജ്ജ സ്വലരായ സ്വരാജിസ്റ്റുകൾ ആയിരുന്നില്ല 1934 ൽ ഉണ്ടായിരുന്നത്. അതി നാൽ അവരെ സ്വാധീനിക്കുന്നതിൽ അദ്ദേഹത്തിന് വിജയിക്കാൻ കഴി ഞ്ഞെങ്കിലും ഇടതുപക്ഷത്തെ അകറ്റാതിരിക്കാൻ അദ്ദേഹത്തിന് കഴി ഞ്ഞില്ല. ഇടതുപക്ഷത്തുള്ളവരിൽ പലരും ചേർന്നാണ് ഇപ്പോൾ കോൺഗ്രസ് സോഷ്യലിസ്റ്റ് പാർട്ടി രൂപീകരിച്ചിട്ടുള്ളത്. ഇന്ത്യൻ നാഷ ണൽ കോൺഗ്രസിനകത്ത് തന്നെ ഒരു സോഷ്യലിസ്റ്റ് പാർട്ടി പരസ്യ മായി തുടങ്ങുന്നത് ഇതാദ്യമായാണ്. ഇനിമുതൽ സാമ്പത്തിക പ്രശ്ന ങ്ങൾ മുന്നോട്ട് കൊണ്ടുവരാൻ സാദ്ധ്യത കൂടുതലുമാണ്. സാമ്പത്തിക പ്രശ്നങ്ങളിൽ വ്യക്തത വരുന്നതോടു കൂടി സംഘടനകൾ കോൺഗ്ര

സിനകത്തും ജനങ്ങൾക്കിടയിലും കൂടുതൽ ശാസ്ത്രീയപരമായ രീതിയിൽ സംഘടിക്കപ്പെടും.

ക്രമാനുഗതമായി പരിഷ്കാരങ്ങൾ നടപ്പാക്കണമെന്ന ആശയമുള്ള ഫാബിയൻ സോഷ്യലിസത്തിന്റെ സ്വാധീനതയിലാണ് കോൺഗ്രസ് സോഷ്യലിസ്റ്റുകൾ ഇപ്പോൾ കാണപ്പെടുന്നത്. അവരുടെ ചില ആശയങ്ങളും പ്രമാണവാക്യങ്ങളും നിരവധി ദശകങ്ങൾക്കപ്പുറത്തെ രീതി പ്രകാരമുള്ളതാണ്. എന്നിരുന്നാലും, കോൺഗ്രസിനകത്തെയും രാജ്യത്തെയും ഒരു റാഡിക്കൽ ശക്തിയാണ് കോൺഗ്രസ് സോഷ്യലിസ്റ്റുകൾ. അവരെ സജീവമായി സഹായിക്കാൻ കഴിയുമായിരുന്ന പലരും ഇന്ന് അവിടെയില്ല. അവരുടെ സഹായം കൂടി ഉണ്ടാവുമ്പോൾ സംഘടനയ്ക്ക് കൂടുതൽ പുരോഗതി പ്രാപിക്കാൻ കഴിയും.

മഹാത്മാവിന്റെ നയങ്ങൾക്ക് മറ്റൊരു വെല്ലുവിളി നിലവിൽ കോൺഗ്രസിനകത്ത്, കോൺഗ്രസ് നാഷണലിസ്റ്റ് പാർട്ടിക്ക് അകത്ത് കൂടുതൽ വ്യക്തമായി വന്നിട്ടുണ്ട്. പ്രധാനമന്ത്രി റാംസായ് മെക്ഡൊണാൾഡ് വിവിധ ജാതി-മത വിഭാഗങ്ങൾക്കായി പ്രത്യേകം ഇലക്ടൊറേറ്റ് രൂപീകരിക്കുന്നതുമായി ബന്ധപ്പെട്ട് ഒരു തർക്കം ഉടലെടുത്ത് കഴിഞ്ഞിട്ടുണ്ട്. ഈ തീരുമാനം ഉൾക്കൊള്ളുന്ന ധവളപത്രം പൂർണ്ണമായി നിരാകരിക്കാൻ ഔദ്യോഗിക കോൺഗ്രസ് പാർട്ടിയും കോൺഗ്രസ് നാഷണലിസ്റ്റ് പാർട്ടിയും തീരുമാനിച്ചു എന്നുള്ളതിനാൽ തർക്കം ഇതിനേക്കാൾ നിസാരമാണ് ഒന്നിനെച്ചൊല്ലിയാണ്. ഔദ്യോഗിക കോൺഗ്രസ് പാർട്ടി മാത്രമേ ഈ തീരുമാനത്തെ പരസ്യമായി അപലപിക്കുന്നതിനെ പേടിക്കുന്നുള്ളൂ. രാജ്യത്തെ കൂടുതൽ റാഡിക്കൽ ശക്തികളെയല്ല കോൺഗ്രസ് നാഷണലിസ്റ്റ് പാർട്ടി പ്രതിനിധീകരിക്കുന്നത് എന്നതിനാൽ മഹാത്മാവിന്റെ നേതൃത്വത്തിനുള്ള വെല്ലുവിളി ഒരിക്കലും അവിടെനിന്ന് ഉണ്ടാകാൻ സാദ്ധ്യതയില്ല.

കൃത്യമായ ഒരു പ്രവചനം ഇപ്പോൾ സാദ്ധ്യമാണ്. എന്തെന്നാൽ, കോൺഗ്രസിനകത്ത് തന്നെ ഭാവിയിൽ ഉണ്ടാകാൻ പോകുന്ന സംഘടനകൾ സാമ്പത്തിക പ്രശ്നങ്ങളെ അടിസ്ഥാനപ്പെടുത്തിക്കൊണ്ടുള്ളതായിരിക്കും. ഇടതുപക്ഷം കോൺഗ്രസ് പ്രവർത്തനസംവിധാനം പിടിച്ചെടുക്കുകയാണെങ്കിൽ, വലതുപക്ഷത്തിൽനിന്ന് വീണ്ടും ഒരു പിളർപ്പുണ്ടായി ഇന്നത്തെ ഇന്ത്യൻ ലിബറൽ ഫെഡറേഷൻ പോലൊരു വലതുപക്ഷ സംഘടന ഉണ്ടാകാനുള്ള സാദ്ധ്യത തള്ളിക്കളയാനാകില്ല. പൊതുജനങ്ങളുടെ ഇടയിൽ സാമ്പത്തിക വിഷയങ്ങളിൽ ഒരു വ്യക്തത കൈവരാൻ കാലതാമസമെടുക്കും. അതിനാൽ പാർട്ടികൾക്ക് വ്യക്തമായ പദ്ധതിയുടെയും സിദ്ധാന്തത്തിന്റെയും അടിസ്ഥാനത്തിൽ സംഘടിക്കാനുമാകും. ഇത്തരം പ്രശ്നങ്ങളിൽ വ്യക്തത കൊണ്ടുവരുന്നതുവരെ, 1924 ൽ ഉണ്ടായതുപോലെ താല്ക്കാലികമായ പിൻമാറൽ ഉണ്ടാകാമെങ്കിലും, മഹാത്മാ ഗാന്ധിയുടെ രാഷ്ട്രീയമായ മേല്ക്കോയ്മ തകർക്കപ്പെടില്ല. എന്നാൽ ഒരിക്കൽ ആ വ്യക്തത നേടിക്കഴിഞ്ഞാൽ, അദ്ദേഹത്തിന്റെ

രാഷ്ട്രീയ അനുയായിവൃന്ദത്തെ അത് കാര്യമായി ബാധിക്കും. നേരത്തെ പറഞ്ഞതുപോലെ, പരസ്പരം പോരടിച്ചുകൊണ്ടിരിക്കുന്ന എല്ലാ ഘടകങ്ങളെയും – ജന്മികളെയും കൃഷിക്കാരെയും; മുതലാളികളെയും തൊഴിലാളികളെയും; ധനികരെയും ദരിദ്രരെയും ഒന്നിച്ചുനിർത്താനാണ് അദ്ദേഹം ഇതുവരെ ശ്രമിച്ചിട്ടുള്ളത്. അതായിരുന്നു അദ്ദേഹത്തിന്റെ വിജയത്തിന്റെ രഹസ്യം, അതുതന്നെയായിരിക്കും അദ്ദേഹത്തിന്റെ പരാജയത്തിന്റെ പരമമായ കാരണവും. രാഷ്ട്രീയ സ്വാതന്ത്ര്യത്തിനുവേണ്ടി പരസ്പരം സംഘർഷത്തിലുള്ളവർ യോജിച്ചു പ്രവർത്തിക്കാൻ തുടങ്ങുകയാണെങ്കിൽ, ആഭ്യന്തരമായി നടക്കേണ്ടുന്ന സാമൂഹിക പോരാട്ടങ്ങൾ ദീർഘനാളത്തേക്ക് മാറ്റിവെക്കപ്പെടും. മഹാത്മാവിനെപ്പോലെ സമൂഹത്തിൽ സ്ഥാനമുള്ളവർ രാജ്യത്തിന്റെ പൊതുജീവിതത്തെ ഭരിക്കുന്നത് തുടർന്നുകൊണ്ടിരിക്കുകയും ചെയ്യും. എന്നാൽ ഇതൊരിക്കലും സംഭവിക്കാൻ പോകുന്നില്ല. ധനികരായ, സ്ഥാപിതതാല്പര്യക്കാരായവർ രാഷ്ട്രീയ പോരാട്ടത്തിൽ ദരിദ്രരുടെ കൂടെ നില്ക്കാൻ മടിക്കും, അവർ പതിയെ ബ്രിട്ടീഷ് സർക്കാരിന്റെ ഭാഗത്തേക്ക് ചായും. അതുകൊണ്ടു തന്നെ, ചരിത്രത്തിന്റെ യുക്തി അതിന്റെ വഴി തെറ്റാതെ തുടരും. രാഷ്ട്രീയ അധികാരത്തിനുവേണ്ടിയുള്ള പോരാട്ടവും സാമൂഹികമായ പോരാട്ടവും ഒപ്പത്തിനൊപ്പമാണ് നടക്കേണ്ടത്. ഇന്ത്യക്കുവേണ്ടി രാഷ്ട്രീയ സ്വാതന്ത്ര്യംനേടുന്ന പാർട്ടി തന്നെയായിരിക്കും ജനങ്ങൾക്കുവേണ്ടി സാമൂഹികവും സാമ്പത്തികവുമായ സ്വാതന്ത്ര്യം നേടുന്നതും. അസാധാരണമായ സേവനമാണ് മഹാത്മാ ഗാന്ധി അദ്ദേഹത്തിന്റെ രാജ്യത്തിന് വേണ്ടി നടത്തിയിട്ടുള്ളത്, അത് ഇനിയും തുടരുക തന്നെ ചെയ്യും. പക്ഷേ, അദ്ദേഹത്തിന്റെ നേതൃത്വത്തിന് കീഴിൽ ഇന്ത്യക്ക് വിമോചനം സാദ്ധ്യമാകില്ല.

ഇന്ത്യയും ജർമ്മനിയും

ഡോ. തിയർഫെൽഡറിന്

കുർഹോസ് ഹോച്ച്ലാന്റ്
ബഡ്ഗസ്റ്റെയ്ൻ
25 മാർച്ച്, 1936

പ്രിയപ്പെട്ട ഡോ. തിയർഫെൽഡർ,

ഇന്ത്യയിലേക്ക് തിരിച്ചുപോകാൻ എനിക്ക് സമയമായി. പക്ഷേ, തിരിച്ചുപോകുന്നതിന് മുമ്പ് ഒരു സുഹൃത്തിനോടെന്നപോലെ കുറച്ച് കാര്യങ്ങൾ തുറന്നുപറയേണ്ടതുണ്ടെന്ന് എനിക്ക് തോന്നുന്നു.

1933 ൽ ഞാൻ ആദ്യമായി ജർമ്മനി സന്ദർശിച്ചപ്പോൾ, പുതിയ ജർമ്മൻ രാഷ്ട്രം അതിന്റെ കരുത്തിനെക്കുറിച്ചും ആത്മാഭിമാനത്തെക്കുറിച്ചുമുള്ള ബോധതലത്തിലേക്ക് ഉയർന്നതായും ഇതേപാതയിൽ പോരാടിക്കൊണ്ടിരിക്കുന്ന രാജ്യങ്ങളോട് ആഴത്തിലുള്ള അനുതാപം സ്വാഭാവികമായും ഉടലെടുക്കുമെന്നും അന്ന് ഞാൻ പ്രതീക്ഷിച്ചിരുന്നു. ജർമ്മനിയുടെ പുതിയ ദേശീയത സങ്കുചിതവും സ്വാർത്ഥവും മാത്രമാണെന്നല്ല, ധാർഷ്ട്യത്തോടെയുള്ളതുമാണെന്ന് തിരിച്ചറിഞ്ഞുകൊണ്ടാണ് ഇന്ന് ഇന്ത്യയിലേക്ക് തിരിച്ചുപോകേണ്ടിവരുന്നത് എന്നതിൽ എനിക്ക് വിഷമമുണ്ട്. നാസി തത്ത്വദർശനത്തിന്റെ അന്തഃസത്ത എന്താണെന്ന് മ്യൂണിക്കിൽ ഹിറ്റ്ലർ നടത്തിയ ഏറ്റവും പുതിയ പ്രസംഗത്തിൽ നിന്ന് മനസ്സിലാകും. ജർമ്മൻ ന്യൂസ്ബ്യൂറോ ഈ പ്രസംഗവുമായി ബന്ധപ്പെട്ട ഒരു ഒദ്യോഗിക നിഷേധക്കുറിപ്പ് ഇന്ത്യയിലേക്കും ജപ്പാനിലേക്കും അയച്ചിട്ടുണ്ട്. പക്ഷേ, ഞങ്ങൾ ഈ നിഷേധക്കുറിപ്പ് സ്വീകരിക്കുകയില്ല, കാരണം, ഇത് ബ്രിട്ടീഷിലെയോ ജർമ്മനിയിലെയോ പത്രങ്ങളിൽ അച്ച

ടിച്ചിട്ടില്ല. വംശീയമായ ഈ പുതിയ ദർശനത്തിന്റെ ശാസ്ത്രീയ അടിത്തറ വളരെ ദുർബ്ബലമാണ്. അത് വെളുത്ത വംശജരെ, പ്രത്യേകിച്ച് ജർമ്മൻ വംശജരെ പ്രകീർത്തിക്കുന്നതിനു വേണ്ടിയുള്ളതാണ്. വെളുത്ത വംശജർ ലോകം മുഴുവൻ ഭരിക്കുന്നതിനെക്കുറിച്ച് ഹിറ്റ്ലർ സംസാരിച്ചിരുന്നു. പക്ഷേ, ഇതുവരേക്കും യുറോപ്യൻരാജ്യങ്ങൾ ഏഷ്യൻ രാജ്യങ്ങളെ ഭരിച്ചതിനേക്കാൾ കൂടുതൽ ഏഷ്യൻ രാജ്യങ്ങൾക്ക് യൂറോപ്യൻ രാജ്യങ്ങൾക്കുമേൽ ആധിപത്യം ഉണ്ടായിരുന്നുവെന്നതാണ് ചരിത്രപരമായ വസ്തുത. മംഗോളിയൻ വംശജരും, തുർക്കികളും, അറബികളും, ഹന്നുകളും, ഏഷ്യയിൽനിന്നുള്ള മറ്റ് വംശജരും യൂറോപ്പിൽ ആവർത്തിച്ച് കടന്നാക്രമണം നടത്തിയിരുന്നുവെന്നത് പരിഗണിച്ചാൽ എന്റെ വാദം ശക്തമാണെന്ന് മനസ്സിലാകും. ഇത് ഞാൻ പറയുന്നത് ഒരു വിഭാഗം ജനങ്ങൾ മറ്റൊരു വിഭാഗത്തിന്മേൽ ആധിപത്യം ഉറപ്പിക്കുന്നതിനെ പിന്തുണയ്ക്കുന്നതിനുവേണ്ടിയല്ല. മറിച്ച്, യൂറോപ്പും ഏഷ്യയും തമ്മിൽ സമാധാനം നിലനില്ക്കില്ലെന്ന് പറയുന്നത് ചരിത്രപരമായി ശരിയല്ലെന്ന് കാണിക്കാനാണ്. അതുകാരണം, ജർമ്മനിയിലെ പുതിയ ദേശീയത സ്വാർത്ഥതയുടെയും വംശീയമായ ധാർഷ്ട്യത്തിന്റെയും അടിസ്ഥാനത്തിലാണെന്നത് ഞങ്ങളെ വേദനിപ്പിക്കുന്നുണ്ട്. ഹിറ്റ്ലർ *മെയ്ൻ കാംഫിൽ* പഴയ കൊളോണിയൽ നയങ്ങളെ തള്ളിപ്പറയുന്നുണ്ട്. പക്ഷേ, നാസി ജർമ്മനി അതിന്റെ പഴയ കോളനികളെക്കുറിച്ച് സംസാരിച്ചു തുടങ്ങിയിരിക്കുന്നു.

വംശീയതയുടെ അടിസ്ഥാനത്തിലുള്ള ഈ ദർശനത്തിനും സ്വാർത്ഥമായ ദേശീയതയ്ക്കുമപ്പുറം ഞങ്ങളെ ബാധിക്കുന്ന മറ്റൊരു ഘടകം കൂടിയുണ്ട്. ബ്രിട്ടനെ പ്രീതിപ്പെടുത്തുന്നതിനായി ഇന്ത്യയെയും ഇന്ത്യൻ ജനതയെയും ആക്രമിക്കുന്നത് വളരെ സൗകര്യമായിട്ടാണ് ജർമ്മനി കാണുന്നത്. നാഷണൽ സോഷ്യലിസ്റ്റ് പാർട്ടിയുടെ ചരിത്രത്തിൽ ഇത്തരത്തിലുള്ള ഒരുപാട് ഉദാഹരണങ്ങളുണ്ട്. ഇത്തരത്തിലുള്ള ശ്രമം തുടങ്ങുന്നത് ഏകദേശം പത്ത് വർഷം മുന്നെയാണ്. അന്ന് ഇംഗ്ലണ്ടിൽ പ്രചാരണപ്രവർത്തനങ്ങൾ നടത്താൻവേണ്ടി ഇംഗ്ലീഷിൽ അച്ചടിച്ച ഒരു ലഘുലേഖയിൽ പാർട്ടി ഹിറ്റ്ലറിന്റെയും ഡോ. റോസംബർഗിന്റെയും പുസ്തകങ്ങളിൽ നിന്നെടുത്ത ഇന്ത്യാവിരുദ്ധ പരാമർശങ്ങൾ ഉൾപ്പെടുത്തിയിരുന്നു.

രണ്ട് രാജ്യങ്ങൾ തമ്മിലുള്ള ബന്ധം നിലനിർത്തുന്നതിന് താങ്കളും ജർമ്മൻ അക്കാദമിയും ചെയ്യുന്ന പ്രവർത്തനങ്ങളിൽ എനിക്ക് ആദരവുണ്ട്. എന്നാൽ ഈ പ്രവൃത്തികളിൽ മിക്കവയും മേൽപ്പറഞ്ഞ കാരണങ്ങളാൽ ഫലമില്ലാതായിത്തീർന്നിരിക്കുകയാണ് എന്ന് പറയുന്നതിൽ വിഷമമുണ്ട്. ദീർഘകാലാടിസ്ഥാനത്തിൽ നോക്കുകയാണെങ്കിൽ നിങ്ങളുടെ പ്രവർത്തനങ്ങൾ നിലനില്ക്കുമെന്ന് പ്രതീക്ഷിക്കാൻ മാത്രമേ എനിക്ക് കഴിയൂ. പക്ഷേ, ജർമ്മനിയുടെ നിലവിലെ അവസ്ഥ ഞങ്ങളെ അസ്വസ്ഥരാക്കുന്നുണ്ട്. വ്യത്യസ്തമായ ദർശനത്തിൽ വളർന്നുവന്ന പഴയ തലമുറയും പുതിയ ദർശനത്താൽ സ്വാധീനിക്കപ്പെട്ടവരും തമ്മിൽ വളരെ വലിയൊരു അന്തരമുണ്ട്. പഴയ സുഹൃത്തുക്കളെ നഷ്ടപ്പെടാൻ പാടി

ല്ലെന്ന് എനിക്കറിയാം. പക്ഷേ, പുതിയ തലമുറയിൽനിന്ന് സുഹൃത്തുക്കളെ നേടാൻ കഴിയുമോ എന്ന കാര്യത്തിൽ എനിക്ക് സംശയമുണ്ട്. ഞങ്ങളുടെ മുൻകാല അനുഭവം വെച്ച് ജർമ്മനിയിലുള്ളവർ വളരെ ഹൃദ്യമായി പെരുമാറുന്നവരും ഇന്ത്യക്കാരുമായി സൗഹൃദം കാത്തുസൂക്ഷിക്കുന്നവരും ആയിരുന്നു. എന്നാൽ പുതിയ വിദ്യാഭ്യാസം വളർന്നുവരുന്ന തലമുറയെ പൂർണ്ണമായും സ്വാധീനിക്കുകയാണെങ്കിൽ അതിന്റെ ഫലമെന്തായിരിക്കുമെന്ന് പറയാൻ നമുക്ക് കഴിയുമോ?

ജനുവരി അവസാനം കൂടിക്കാഴ്ച ഒരുക്കുന്നതിനായി താങ്കളെടുത്ത പരിശ്രമങ്ങൾക്ക് ഞാൻ വളരെയധികം നന്ദിയുള്ളവനാണ്. മിനിസ്റ്റീരിയൽ ഡയറക്ടർ ഡെയ്ക്ചോഫുമായും ഡോ. പഫറുമായും വളരെ ദീർഘമായ സംഭാഷണം നടത്താൻ എനിക്ക് കഴിഞ്ഞു. അവർ രണ്ടുപേരും മുമ്പത്തേത് പോലെ എന്നോട് വളരെ ഹൃദ്യമായാണ് പെരുമാറിയത്. എന്നാൽ കൂടിക്കാഴ്ചയ്ക്ക് ഒരു ഫലവും ഉണ്ടാക്കാൻ കഴിഞ്ഞില്ല. ഇന്ത്യൻ വിഷയത്തിന് അവർ ആവശ്യമായ പ്രാധാന്യം നല്കിയില്ലെന്ന ബോദ്ധ്യത്തോടെയാണ് ഞാൻ അവിടെ നിന്നിറങ്ങിയത്. ഇന്ത്യയുമായി ബന്ധപ്പെട്ട ധാരണ മനസ്സിലാക്കണമെങ്കിൽ മറ്റേതെങ്കിലും മന്ത്രാലയത്തെയാണ് സമീപിക്കേണ്ടതെന്ന തോന്നലും എനിക്കുണ്ടായി.

ഹിറ്റ്ലറിന്റെ പ്രസംഗം കേട്ടതിനുശേഷം ഇന്ത്യയിലെ പത്രങ്ങൾക്ക് വളരെ കടുത്ത ഭാഷയിൽ ഒരു പ്രസ്താവന ഞാൻ അയച്ചിട്ടുണ്ട്. അധികം വൈകാതെതന്നെ അത് പ്രസിദ്ധീകരിക്കപ്പെടും. എന്നാൽ ഇന്ത്യയും ജർമ്മനിയും തമ്മിൽ ഒരു ധാരണയിൽ എത്തുന്നതിനായി പ്രവർത്തിക്കാൻ ഞാനിപ്പോഴും തയ്യാറാണെന്ന് യൂറോപ്പ് വിടുന്നതിനുമുമ്പ് പറയാൻ ആഗ്രഹിക്കുന്നു. ഈ ധാരണ നമ്മുടെ ദേശത്തിന്റെ ആത്മാഭിമാനത്തിനൊപ്പം ചേർന്നുപോകുന്നതായിരിക്കണം. സ്വാതന്ത്ര്യത്തിനായി, നമ്മുടെ അവകാശങ്ങൾക്കായി ലോകത്തെ ഏറ്റവും വലിയ സാമ്രാജ്യത്വ ശക്തിയോട് പൊരുതിക്കൊണ്ടിരിക്കുമ്പോൾ, അന്തിമമായ വിജയത്തെക്കുറിച്ച് ആത്മവിശ്വാസം നേടിക്കഴിഞ്ഞൊരു ഘട്ടത്തിൽ, മറ്റൊരു രാജ്യത്തിന്റെ ഭാഗത്തുനിന്ന് അപമാനമോ വംശീയവും സാംസ്കാരികവുമായ അധിക്ഷേപമോ ക്ഷമിക്കാൻ ഞങ്ങൾക്ക് കഴിഞ്ഞെന്ന് വരില്ല.

ഞാനൊരു ശുഭാപ്തിവിശ്വാസിയാണ്. നിലവിലെ അവസ്ഥ മാറുമെന്നും ഒടുവിൽ നമ്മൾ ഒരു ധാരണയിലെത്തുമെന്നുമാണ് ഞാനിപ്പോഴും പ്രതീക്ഷിക്കുന്നത്. അതുവരേക്കും എന്റെ ഹൃദ്യമായ സ്നേഹം ഉറപ്പുതരുന്നു. ജർമ്മൻ അക്കാദമിയുടെ പ്രവർത്തനങ്ങളിൽ എനിക്കുള്ള മതിപ്പും ഞാൻ പങ്കുവെക്കുകയാണ്. ഈ കത്തിന് മറുപടി എഴുതേണ്ടതില്ല, കാരണം കുറച്ച് ദിവസങ്ങൾക്കുള്ളിൽ ഞാൻ ഇന്ത്യയിലേക്ക് യാത്ര തിരിക്കും. അവിടെ എത്തിയാൽ എന്നെ ജയിലിൽ അടയ്ക്കാനാണ് സാദ്ധ്യത.

ഹൃദ്യമായ ആശംസകളോടെ,

ആത്മാർത്ഥതയോടെ
സുഭാഷ് സി ബോസ്

അയർലാന്റിനെക്കുറിച്ചുള്ള അഭിപ്രായം

അയർലാന്റിനെക്കുറിച്ച് ബോസ് 30 മാർച്ച് 1936 ന് ലോസാന്നെ യിൽ വെച്ച് നല്കിയ പ്രസ്താവന

സ്വതന്ത്ര അയർലാന്റ് സന്ദർശിക്കാൻ, അങ്ങനെ എന്റെ ചിരകാല സ്വപ്നം സഫലീകരിക്കാൻ അവസരം തന്നതിനും ഡബ്ലിനിൽ എനിക്ക് നല്കിയ ഹൃദ്യമായ സ്വീകരണത്തിനും ഞാൻ പ്രസിഡന്റ് ഡി വലേറ യോട് കടപ്പെട്ടിരിക്കുന്നു. ഞാൻ നാട്ടിലേക്ക് മടങ്ങുന്നതിനുമുമ്പ് ഡബ്ലിൻ സന്ദർശിക്കണമെന്നതും ഇന്ത്യയും അയർലാന്റും തമ്മിലുള്ള ബന്ധം പുതുക്കണമെന്നതും അന്തരിച്ച വി ജെ പട്ടേലിന്റെ ആഗ്രഹവും നിർദ്ദേ ശവുമായിരുന്നു. എന്റെ അയർലാന്റ് സന്ദർശനം ആ തരത്തിൽ പ്രയോ ജനകരമായിരുന്നുവെന്നാണ് ഞാൻ കരുതുന്നത്.

അയർലാന്റിലായിരുന്നപ്പോൾ ആ രാജ്യത്തിന്റെ സാമൂഹികവും രാഷ്ട്രീയവുമായ ജീവിതത്തിന്റെ യഥാർത്ഥ ചിത്രം മനസ്സിലാക്കുന്നതി നായി കഴിയാവുന്നത്രയും രാഷ്ട്രീയ സംഘടനകളെയും വ്യക്തികളെയും കണ്ടുമുട്ടാൻ ഞാൻ പരിശ്രമിച്ചിട്ടുണ്ട്. ഇന്ത്യയുടെ കാര്യത്തിൽ ഗുണക രമായതും താല്പര്യമുളവാക്കുന്നതുമായ പല കാര്യങ്ങളും പഠിക്കാൻ കഴിഞ്ഞുവെന്നുതന്നെ ഞാൻ വിശ്വസിക്കുന്നു.

അയർലാന്റ് പാർലമെന്റായ ഡെയ്‌ലിൽ പ്രസിഡന്റ് ഡി വലേറയുടെ ഫിയന്നാ ഫെയ്ൽ പാർട്ടിക്കാണ് ഭൂരിപക്ഷം, അവർക്ക് മി. നോർട്ടൺ നയിക്കുന്ന ലേബർ പാർട്ടിയുടെ പിന്തുണയുമുണ്ട്. മി. കോസ്ഗ്രേവിന്റെ 'ഫൈൻ ഗീൽ' പാർട്ടിയാണ് പ്രതിപക്ഷത്തുള്ളത്. മി. കോസ്ഗ്രേവിന്റെ പാർട്ടിക്ക് വളരെ മികച്ച വാഗ്മികളും സംവാദത്തിന് കഴിവുള്ളവരും ഉണ്ട്. എന്നാൽ ജനങ്ങളുടെ മുഴുവൻ പിന്തുണ ഫിയന്നാ ഫെയ്‌ലിനാണ്. കാരണം കോസ്ഗ്രേവ് പാർട്ടി ഒരു ബ്രിട്ടീഷ് അനുകൂല പാർട്ടി ആയാണ്

അറിയപ്പെടുന്നത്, ഉത്തര അയർലാന്റിനെ ബ്രിട്ടീഷുമായി ചേർക്കുന്നതിനെ അനുകൂലിക്കുന്നവരുടെ പിന്തുണയും ഈ പാർട്ടിക്കാണ്. ബ്ലൂഷർട്ട്സ് എന്നറിയപ്പെടുന്ന യുവസംഘടനയുടെ സംഘാടകനായ ജനറൽ ഓ'ഡഫി കൂറുമാറിയതാണ് മി. കോസ്ഗ്രേവിന്റെ പാർട്ടി ദുർബ്ബലമാകാൻ കാരണം. അദ്ദേഹം അതിനുശേഷം ഫാസിസ്റ്റ് രീതിയിൽ വിശ്വസിക്കുന്ന നാഷണൽ കോർപ്പറേറ്റ് പാർട്ടി രൂപീകരിച്ചു. സ്വാഭാവികമായും ഈ സംഭവവും രാജ്യത്ത് ഫിയന്നാ ഫെയ്ലിന്റെ സ്ഥിതി മെച്ചപ്പെടുത്തി.

ഇന്നത്തെ അയർലാന്റ് രാഷ്ട്രീയത്തിൽ നിർഭാഗ്യകരമായ ഏക വസ്തുതയേ ഉള്ളൂ. അത് ഫിയന്നാ ഫെയ്ലും റിപ്പബ്ലിക്കൻ പാർട്ടിയും തമ്മിലുള്ള പിളർപ്പാണ്. വാക്കുനല്കിയിരുന്നതുപോലെ റിപ്പബ്ലിക് എന്ന സ്വപ്നത്തിലേക്ക് പ്രസിഡന്റ് ഡി വലേറ നീങ്ങുന്നില്ലെന്നും സർക്കാർ റിപ്പബ്ലിക് പാർട്ടി അംഗങ്ങളെ പീഡിപ്പിക്കുന്നുവെന്നുമാണ് റിപ്പബ്ലിക് പാർട്ടിയുടെ ആരോപണം. റിപ്പബ്ലിക് പാർട്ടിയുടെ ഇരുപത്തി അഞ്ചോളം പേർ തടവറയിലാണ്. റിപ്പബ്ലിക്കൻ പാർട്ടി തീരെ ക്ഷമയില്ലാത്തവരാണെന്നും നയരഹിതരാണെന്നുമാണ് സർക്കാരിന്റെ വാദം. ബ്രിട്ടീഷ് അനുകൂല പാർട്ടി രാജ്യത്ത് നിലനില്ക്കുന്നുണ്ടെന്നതും വിഭജിക്കപ്പെട്ട അയർലാന്റ് എന്നത് യാഥാർത്ഥ്യമാണെന്നതും മനസ്സിലാക്കാൻ അന്ധമായി വിമർശിക്കുന്ന റിപ്പബ്ലിക്കൻ പാർട്ടിക്ക് കഴിയുന്നില്ലെന്നും സർക്കാർ ആരോപിക്കുന്നു. ഇത്തരം സ്ഥിതി രാജ്യത്ത് നിലനില്ക്കുന്നതാണ് അയർലാന്റിനെ ഒറ്റയടിക്ക് റിപ്പബ്ലിക്കായി പ്രഖ്യാപിക്കുന്നതിന് ബുദ്ധിമുട്ട് സൃഷ്ടിക്കുന്നത്, എങ്കിലും അത് അസാദ്ധ്യമാണെന്ന് ഫിയന്നാ ഫെയ്ൽ പാർട്ടി പറയുന്നില്ല. റിപ്പബ്ലിക്കായി പ്രഖ്യാപിക്കുകയെന്നത് നിരവധി ഘടകങ്ങളെയും നിബന്ധനകളെയും ആശ്രയിച്ചാണിരിക്കുന്നതെന്ന് ഫിയന്നാ ഫെയ്ൽ പാർട്ടിയുടെ അംഗങ്ങളും ശരിവെക്കുന്നു. ഭരിക്കുന്ന പാർട്ടിയിൽനിന്ന് സ്വതന്ത്രമായ റിപ്പബ്ലിക്കൻ പാർട്ടിയുടെ നിലനില്പ് എന്റെ അഭിപ്രായത്തിൽ ഒരു അനുഗ്രഹം തന്നെയാണ്. ഫിയന്നാ ഫെയ്ൽ അതിന്റെ റിപ്പബ്ലിക്കൻ ലക്ഷ്യങ്ങൾ ഒരിക്കലും മറക്കില്ലെന്നത് അതുകൊണ്ട് ഉറപ്പാണ്. ഇനി അഥവാ മറക്കുകയാണെങ്കിൽ അതിന് ജനപിന്തുണ നഷ്ടമാവുകയും ചെയ്യും. പ്രസിഡന്റ് ഡി വലേറ 1932 ൽ ആദ്യമായി അധികാരത്തിൽ വന്നപ്പോൾ ഉണ്ടായിരുന്നതുപോലെ ഫിയന്നാ ഫെയ്ലും റിപ്പബ്ലിക്കൻ പാർട്ടിയും തമ്മിൽ ഹൃദ്യമായ ഒരു ബന്ധം തുടരുന്നത് കാണാനാണ് ഞാൻ ആഗ്രഹിക്കുന്നത്. പക്ഷേ, വ്യത്യസ്തരായ ആളുകളും അവരുടെ വ്യത്യസ്തമായ അഭിപ്രായങ്ങളും അവർ രണ്ടുപേരും തമ്മിൽ അകല്ച്ചയ്ക്ക് കാരണമായി.

മി. ഡി വലേറയുമായി നടത്തിയ ദീർഘ സംഭാഷണങ്ങൾക്ക് പുറമെ ഫിയന്നാ ഫെയ്ലിന്റെ മിക്ക മന്ത്രിമാരെയും ഞാൻ വ്യക്തിപരമായി കണ്ടുമുട്ടിയിരുന്നു. അവരെല്ലാം തന്നെ വളരെയധികം അനുതാപമുള്ളവരും പ്രാപ്യരും മനുഷ്യത്വപരമായി ഇടപെടുന്നവരുമാണ്. അവരൊന്നും ഇനിയും 'വിശിഷ്ടരായി' മാറിക്കഴിഞ്ഞിട്ടില്ല. സ്വാതന്ത്ര്യത്തിനുവേണ്ടി

പൊരുതുന്ന കാലഘട്ടത്തിൽ അവരൊക്കെയും ഒളിവിലായിരുന്നു, പിടിക്കപ്പെട്ടിരുന്നെങ്കിൽ ആ നിമിഷംതന്നെ അവർ വെടിയേറ്റ് കൊല്ലപ്പെട്ടിട്ടുണ്ടാകുമായിരുന്നു. അവർ ഇത്രയും കാലംകൊണ്ട് ഉദ്യോഗസ്ഥ ഭരണത്തിൽമാത്രം ഉറച്ച് വിശ്വസിക്കുന്ന മന്ത്രിമാരായി മാറിക്കഴിഞ്ഞിട്ടില്ല. ഔദ്യോഗികമായ ഒരു അകല്ച്ചയും എനിക്ക് അവരെക്കുറിച്ച് തോന്നിയില്ല. വലിയ തോട്ടങ്ങൾ വിലയ്ക്കെടുത്ത് ആ ഭൂമി കർഷകർക്കിടയിൽ വിതരണം ചെയ്ത് ജന്മിത്തം അവസാനിപ്പിക്കുന്ന അവരുടെ രീതിയെക്കുറിച്ചായിരുന്നു ഞാൻ ഭൂമിയുമായി ബന്ധപ്പെട്ട മന്ത്രിയോട് സംസാരിച്ചത്. ഭക്ഷ്യവിതരണത്തിന്റെ കാര്യത്തിൽ രാജ്യത്തെ സ്വയംപര്യാപ്തമാക്കാനുള്ള അവരുടെ പരിശ്രമങ്ങളെക്കുറിച്ച് കൃഷി മന്ത്രിയുമായി സംസാരിച്ചു. നിലവിൽ വലിയ പ്രദേശങ്ങളിൽ ഗോതമ്പും പഞ്ചസാര ഉല്പാദിപ്പിക്കാൻ കഴിയുന്ന കിഴങ്ങും കൃഷി ചെയ്യുന്നുണ്ടെന്ന് അറിയാൻ കഴിഞ്ഞു. കൃഷിയിലുള്ള പുരോഗതി കാരണം കന്നുകാലി വളർത്തലിനെ ആശ്രയിക്കുന്നത് കുറയ്ക്കാൻ കഴിഞ്ഞെന്നതും അതുവഴി അവർക്ക് ഇംഗ്ലണ്ടിന്റെ വിപണിയെ ആശ്രയിക്കേണ്ടി വരുന്നില്ലയെന്നതും താല്പര്യജനകമായി തോന്നി. ചണക്കൃഷി ഇന്ത്യയിൽ നിരോധിച്ചിട്ടുള്ള കാര്യം അദ്ദേഹത്തിന്റെ ശ്രദ്ധയിൽപ്പെടുത്തിയപ്പോൾ താൻ മന്ത്രി ആയിരുന്നെങ്കിൽ ഈ പ്രശ്നത്തെ എങ്ങനെ കൈകാര്യം ചെയ്യുമായിരുന്നുവെന്ന വിലപ്പെട്ട നിർദ്ദേശങ്ങളും അദ്ദേഹം എനിക്ക് തന്നു. സർക്കാരിന്റെ വ്യവസായ നയങ്ങളാണ് വ്യവസായ മന്ത്രിയുമായി ഞാൻ ചർച്ച ചെയ്തത്. കാർഷിക രംഗത്ത് മാത്രമല്ല, വ്യാവസായിക രംഗത്തും രാജ്യത്തെ സ്വയം പര്യാപ്തമാക്കാനാണ് തങ്ങളുടെ ശ്രമമെന്നാണ് അദ്ദേഹം എന്നോട് പറഞ്ഞത്. ഇത് രാജ്യത്തെ സാമ്പത്തിക സമൃദ്ധിയിലേക്ക് നയിക്കും, ഭാവിയിൽ സാമ്പത്തികമായ പ്രതികാര നടപടികൾ ഉണ്ടായാൽ രാജ്യത്തെ കൂടുതൽ സുരക്ഷിതമാക്കാനും ഇതുകൊണ്ട് കഴിയും. അതിബൃഹത്തായ പ്രവർത്തനങ്ങളാണ് രാജ്യത്ത് പുതിയ വ്യവസായങ്ങൾ സൃഷ്ടിച്ചെടുക്കാൻ വേണ്ടി കുറഞ്ഞ വർഷങ്ങൾക്കൊണ്ട് നടത്തിയിരിക്കുന്നത്. വ്യവസായ മേഖലയെ പുനരുജ്ജീവിപ്പിക്കാൻവേണ്ടി സർക്കാർ ചെയ്യുന്ന കാര്യങ്ങളെ പ്രശംസിച്ചുകൊണ്ടുതന്നെ പറയട്ടെ, കൂടുതൽ സർക്കാർ സംരംഭങ്ങൾ തുടങ്ങാൻ അവർക്ക് ശ്രമിക്കാമായിരുന്നുവെന്നാണ് എനിക്ക് തോന്നിയത്. സർവ്വവും പരിഗണിക്കുമ്പോൾ ഫിയന്നാ ഫെയ്ൽ മന്ത്രിമാരുടെ പ്രവർത്തനങ്ങൾ ഇന്ത്യക്ക് അതിന്റെ ദേശനിർമ്മാണത്തിന് ഏറെ വിലപ്പെട്ടതും താല്പര്യജനകമായതുമാണെന്നാണ് എനിക്ക് തോന്നുന്നത്.

അയർലാന്റിൽ വളരെയധികം കാര്യങ്ങൾ പഠിക്കാനുണ്ടായിരുന്നു, ഞാൻ അവിടെ തങ്ങിയത് വളരെ കുറഞ്ഞ കാലയളവിലുമായിരുന്നു. ഇംഗ്ലണ്ടിൽ വർഷങ്ങളോളം താമസിച്ച മറ്റ് ഇന്ത്യക്കാരൊന്നുംതന്നെ തൊട്ടടുത്തുള്ള അയർലാന്റിലേക്ക് പോകാൻ ശ്രമിച്ചില്ലെന്നത് ആശ്ചര്യകരമാണ്. ഇംഗ്ലണ്ടിൽനിന്നും വളരെ വ്യത്യസ്തമായ പ്രദേശമാണ് അയർലാന്റ്.

ആഭ്യന്തരമായി അഭിപ്രായവ്യത്യാസങ്ങളുണ്ടെങ്കിലും അയർലാന്റിലെ എല്ലാ പാർട്ടികളും ഇന്ത്യയുടെ വിഷയത്തിൽ അനുകമ്പയുള്ളവരാണെന്നതും ഇന്ത്യയുടെ സ്വാതന്ത്ര്യത്തെ പിന്താങ്ങുന്നവരാണെന്നതും എന്നിൽ ആശ്ചര്യമുണ്ടാക്കി. ഞാൻ അവിടെയായിരുന്നപ്പോൾ ഇന്ത്യക്കുവേണ്ടി ചില പ്രചാരണപ്രവർത്തനങ്ങൾ നടത്താൻ കഴിഞ്ഞുവെന്നതിൽ എനിക്ക് സന്തോഷമുണ്ട്. പല സ്വീകരണ ചടങ്ങുകളിലും പൊതുയോഗങ്ങളിലും ഇന്ത്യയുടെ നിലവിലെ അവസ്ഥകളെക്കുറിച്ചും സ്വാതന്ത്ര്യത്തിനുവേണ്ടിയുള്ള പോരാട്ടത്തെക്കുറിച്ചും സംസാരിക്കാൻ വേണ്ടി എന്നോട് ആവശ്യപ്പെട്ടിട്ടുണ്ടായിരുന്നു. അവരുടെ അതിർത്തികൾക്കപ്പുറം അവർക്ക് ഏറ്റവും താല്പര്യമുള്ള രണ്ട് രാജ്യങ്ങളാണ് ഇന്ത്യയും ഈജിപ്തും.

എമിലി ഷെൻക്ലിന് ഒരു കത്ത്
മാർച്ച് 1936

എന്റെ പ്രിയപ്പെട്ടവളേ,

ഹിമശിലകൾ പോലും ചിലപ്പോൾ ഉരുകിപ്പോകാറില്ലേ, അതുപോലെയാണ് ഞാനിപ്പോൾ. നിന്നോടുള്ള അഗാധമായ സ്നേഹത്തെക്കുറിച്ച് എഴുതാതിരിക്കാൻ ഇനിയുമെനിക്ക് ആവില്ല. എന്റെ പ്രിയപ്പെട്ടവളേ നീയെന്റെ ഹൃദയത്തിന്റെ രാജ്ഞിയാണ്. പക്ഷേ, നീ എന്നെ പ്രേമിക്കുന്നുണ്ടോ, എന്നെക്കുറിച്ച് ശ്രദ്ധിക്കുന്നുണ്ടോ, എനിക്കുവേണ്ടി കാത്തിരിക്കുന്നുണ്ടോ? ജീവനേക്കാൾ പ്രിയമുള്ളവനെന്ന് നീയെന്നെ വിളിച്ചു, അത് സത്യമാണോ? നീ നിന്റെ ജീവനേക്കാൾ അധികമായി എന്നെ സ്നേഹിക്കുന്നുണ്ടോ? അത് സാദ്ധ്യമാണോ? ഇന്ത്യൻ സ്ത്രീകൾ നൂറ്റാണ്ടുകളായി തങ്ങളുടെ പ്രേമത്തിനുവേണ്ടി ജീവിതം സമർപ്പിക്കുന്നവരായതുകൊണ്ട് ഇവിടെ അത് സാദ്ധ്യമായിരിക്കാം. എന്നാൽ നിങ്ങൾ യൂറോപ്പിൽ നിന്നുള്ളവർക്ക് വ്യത്യസ്തമായ സമ്പ്രദായമാണ്. അതിലുമുപരി ഞാനൊന്ന് ചോദിക്കട്ടെ, എന്തിനാണ് നീ എന്നെ നിന്റെ ജീവനേക്കാൾ കൂടുതൽ സ്നേഹിക്കുന്നത്? ദൂരെ നിന്നുവന്ന്, കുറച്ചുകാലം തങ്ങി, പിന്നെയും ദൂരെയുള്ള നാട്ടിലേക്ക് പറന്നുപോകുന്ന പക്ഷിയെപ്പോലെ അലഞ്ഞുനടക്കുന്നവനാണ് ഞാൻ. അങ്ങനെയൊരു വ്യക്തിയോട് നിനക്കിത്രയും പ്രേമം തോന്നാൻ കാരണമെന്താണ്?

എന്റെ പ്രിയപ്പെട്ടവളേ,

കുറച്ച് ആഴ്ചകൾക്കുള്ളിൽ ഞാനെന്റെ ദൂരെയുള്ള നാട്ടിലേക്ക് മടങ്ങും. എന്റെ രാജ്യം എന്നെ വിളിക്കുന്നുണ്ട്, എന്റെ കടമകൾ എന്നെ തിരികെ വിളിക്കുന്നുണ്ട്. ഞാൻ നിന്നെ വിട്ട് പോയേ മതിയാവുകയുള്ളൂ. എന്റെ രാജ്യമാണ് എന്റെ ആദ്യപ്രേമം. അവളുടെ അടുത്തേക്കാണ് ഞാൻ പോകുന്നത്. എന്റെ ആദ്യപ്രേമത്തിന് മുന്നിൽ എന്നെ സമർപ്പിച്ചുകഴിഞ്ഞതാണെന്ന് ഇടയ്ക്കിടെ ഞാൻ പറയാറില്ലേ. മറ്റുള്ള ആർക്കെങ്കിലും

കൊടുക്കാനായി വളരെക്കുറച്ച് പ്രേമം മാത്രമേ എന്റെ കൈയിലുള്ളൂ. അത് ഞാൻ നിനക്ക് തന്നുകഴിഞ്ഞു. അത് നിനക്കും നിന്റെ മഹത്തരമായ പ്രേമത്തിനും മുന്നിൽ ഒന്നുമല്ലായിരിക്കാം. പക്ഷേ, അത് മാത്രമേ എനിക്ക് തരാനുള്ളൂ, എന്നിൽ നിന്ന് കൂടുതൽ പ്രതീക്ഷിക്കാൻ നിനക്ക് കഴിയില്ല.

ഭാവി എനിക്കുവേണ്ടി എന്താണ് കരുതിവെച്ചിരിക്കുന്നതെന്ന് എനിക്കറിയില്ല. ചിലപ്പോൾ എനിക്കെന്റെ ജീവിതം മുഴുവൻ തടവറയിൽ കഴിയേണ്ടി വന്നേക്കാം, ചിലപ്പോൾ ഞാൻ തൂക്കിലേറ്റപ്പെടാം, വെടിവെച്ച് കൊല്ലപ്പെടാം. പക്ഷേ, എന്തുതന്നെ സംഭവിച്ചാലും ഞാൻ നിന്നെക്കുറിച്ച് ഓർക്കും, നീ എന്നോട് കാണിച്ച സ്നേഹത്തിനുള്ള നന്ദി ഞാൻ മൗനമായി ഉരുവിടും. ചിലപ്പോൾ ഞാൻ ഇനി നിന്നെ കാണുകയേ ഇല്ലായിരിക്കാം, ഇനി ഞാൻ തിരിച്ചുവന്നാലും നിനക്കായി കത്തുകൾ എഴുതാൻ കഴിഞ്ഞില്ലെന്നും വരാം. പക്ഷേ, എന്നെ വിശ്വസിക്കൂ, നീ എന്റെ ഹൃദയത്തിലും ചിന്തകളിലും സ്വപ്നങ്ങളിലും എന്നും നിറഞ്ഞുനില്ക്കും. വിധി നമ്മളെ ഈ ജന്മത്തിൽ വേർപിരിക്കുകയാണെങ്കിൽ അടുത്ത ജന്മത്തിൽ ഞാൻ നിനക്കായി കാത്തിരിക്കും. നീയെന്റെ മതത്തിൽ വിശ്വസിക്കുന്നുവെങ്കിൽ നീയും അത് തന്നെ പ്രാർത്ഥിക്കൂ.

എന്റെ മാലാഖേ! എന്നെ സ്നേഹിച്ചതിനും നിന്നെ സ്നേഹിക്കാൻ എന്നെ പഠിപ്പിച്ചതിനും ഞാൻ നിന്നോട് കടപ്പെട്ടിരിക്കുന്നു.

പ്രിയമുള്ളവളേ, നന്മയുള്ളവളും നിർമ്മലയുമായിരിക്കുക, എല്ലാത്തിലുമുപരി, നിസ്വാർത്ഥയായിരിക്കുക. ദുഃഖങ്ങളെക്കുറിച്ചും യാതനകളെക്കുറിച്ചും വ്യാകുലപ്പെടേണ്ടതില്ല. നിസ്വാർത്ഥയായിരിക്കുമ്പോൾ ഒരു ദുഃഖത്തിനും യാതനകൾക്കും നിന്റെ സന്തോഷം കെടുത്താൻ കഴിയില്ല. സ്വാർത്ഥയാകുമ്പോൾ ഒന്നിനും നിന്നെ സന്തോഷിപ്പിക്കാനും കഴിയില്ല. ഇത് മാത്രമാണ് എനിക്ക് നിനക്ക് നല്കാൻ കഴിയുന്ന ഉപദേശം, നീ ഒരിക്കൽ വിളിച്ചതുപോലെ നിന്റെ ഗുരുവിന്റെ ഉപദേശം. സ്വാർത്ഥതയെ ഞാൻ വെറുക്കുന്നു, സ്വാർത്ഥരെ എനിക്കിഷ്ടമല്ല. നിനക്ക് ഒരു നിസ്വാർത്ഥമായ ഹൃദയമുണ്ട്, അതിനാലാണ് എനിക്ക് നിന്നെ സ്നേഹിക്കാൻ കഴിഞ്ഞത്. ആ ഹൃദയം കൂടുതൽ നിസ്വാർത്ഥമായി മാറട്ടെ, അങ്ങനെ ജീവിതത്തിൽ സന്തോഷം വർദ്ധിപ്പിക്കുവാൻ നിനക്ക് കഴിയും.

എന്റെ രാജ്ഞി! ഞാൻ യൂറോപ്പ് വിട്ടതിനുശേഷം നമ്മൾ കണ്ടുമുട്ടിയില്ലെങ്കിൽ എന്നെക്കുറിച്ച് മോശമൊന്നും വിചാരിക്കരുതേ. ഇനിയും നിന്നെ സ്നേഹിക്കാതിരിക്കുന്നതിന് എന്നെ കുറ്റപ്പെടുത്തരുത്. എനിക്ക് നല്കാൻ കഴിയുന്നതെല്ലാം ഞാൻ നല്കിക്കഴിഞ്ഞു, അതിലും കൂടുതൽ നല്കാൻ എനിക്കെങ്ങനെയാണ് കഴിയുക? ഇപ്പോൾ ഒഴുകിക്കൊണ്ടിരിക്കുന്ന എന്റെ കണ്ണുനീരും ഈ വരികളുടെ കൂടെ നിനക്ക് അയക്കുകയാണ്.

ഒരു സ്ത്രീയുടെ പ്രേമത്തിൽ ഞാൻ അകപ്പെടുമെന്ന് ഞാൻ ഒരിക്കലും കരുതിയിരുന്നില്ല. ഇതിനുമുമ്പ് പലരും എന്നെ പ്രേമിച്ചിട്ടുണ്ട്,

പക്ഷേ, ഞാൻ അവരെ നോക്കിയതുപോലുമില്ല. പക്ഷേ, കുസൃതിപ്പെണ്ണേ, നീയെന്നെ പിടികൂടിക്കളഞ്ഞു. അതിനെന്താണ് കാരണം?

ഈ പ്രേമംകൊണ്ട് എന്തെങ്കിലും കാര്യമുണ്ടോ? രണ്ടു വ്യത്യസ്ത ദേശങ്ങളിൽ ജീവിക്കുന്നവർ – നമ്മൾ തമ്മിൽ എന്തെങ്കിലും സാമ്യതകളുണ്ടോ? എന്റെ രാജ്യം, എന്റെ ജനങ്ങൾ, എന്റെ പാരമ്പര്യം, ശീലങ്ങൾ, ആചാരങ്ങൾ, കാലാവസ്ഥ, എന്നുവേണ്ട എല്ലാം നിന്റേതിൽനിന്നും വ്യത്യസ്തമാണ്. എന്നിട്ടും നീ എന്തിനാണ് എന്നെ സ്നേഹിച്ചത്? എന്നിലുള്ള എന്താണ് നിന്നെ ആകർഷിച്ചതും സ്നേഹിക്കാൻ പ്രേരിപ്പിച്ചതും? എന്നോട് പറയാമോ.

നമ്മുടെ രാജ്യങ്ങൾ തമ്മിലുള്ള വ്യത്യാസങ്ങളെല്ലാം ഞാൻ ആ നിമിഷങ്ങളിൽ മറന്നുപോയിരുന്നു. ഞാൻ നിന്നിലെ സ്ത്രീയെ സ്നേഹിച്ചു, നിന്റെ ആത്മാവിനെ സ്നേഹിച്ചു. ഞാൻ സ്നേഹിച്ച ആദ്യ സ്ത്രീയാണ് നീ. ദൈവം സഹായിച്ച് നീ തന്നെയായിരിക്കണം അവസാനത്തേതും.

എന്റെ പ്രിയപ്പെട്ടവളേ, വിട!

കിഴക്കനേഷ്യയിൽ ജപ്പാന്റെ ധർമ്മം

'മോഡേൺ റിവ്യൂ'യിൽ 1937 ഒക്ടോബറിൽ പ്രസിദ്ധീകരിച്ചത്
19 സെപ്തംബർ 1937

ചൈനയും ജപ്പാനും തമ്മിലുള്ള സംഘർഷങ്ങളെക്കുറിച്ചുള്ള വാർത്തയാണ് ഇപ്പോഴെന്നും നമ്മുടെ ദിനപ്പത്രങ്ങളിൽ കാണാൻ കഴിയുക. വളരെ ദൂരെ നടക്കുന്ന കാര്യങ്ങളായതിനാൽ താല്പര്യമില്ലാതെ അത് മറിച്ചുപോവുകയാണ് നമ്മൾ ഇന്ത്യക്കാർ ചെയ്യാറുള്ളത്. മറ്റുള്ളവർ ഇത്തരത്തിലുള്ള വാർത്ത വായിക്കുന്നത് ഒരു ശീലത്തിന്റെ ഭാഗമായാണ്. എന്നാൽ ആരും റിപ്പോർട്ട് ചെയ്യപ്പെട്ട സംഭവങ്ങളുടെ പ്രാധാന്യം മനസ്സിലാക്കാത്തത് എന്താണെന്ന് ഞാൻ ആശ്ചര്യപ്പെടുകയാണ്.

ജപ്പാൻവംശജരുടെ ജന്മനാടായ ദ്വീപുകളിൽ ജനസംഖ്യ വളരെ കൂടുതലാണ്. 70 മില്യണോളം വരുന്ന ജനങ്ങളെയാണ് അവർക്ക് പരിപാലിക്കാനുള്ളത്. ഉയർന്ന ജനസംഖ്യകാരണം അവിടെ ജനത്തിരക്കും ഭൂമിക്ക് മേലുള്ള സമ്മർദ്ദവും കൂടുതലാണ്. പക്ഷേ, ഇതുമാത്രമല്ല പ്രശ്നങ്ങൾ. വളരെയധികം സന്താനപുഷ്ടിയുള്ള ഒരു ജനതയാണ് ജപ്പാനിലേത്, അവരുടെ ജനസംഖ്യയുടെ കാര്യത്തിൽ കുതിച്ചുചാട്ടം നടന്നുകൊണ്ടിരിക്കുകയാണ്. ഒരു ചതുരശ്ര മൈലിൽ 100 പേരാണ് ചൈനയിലുള്ളതെങ്കിൽ ജപ്പാനിലത് 313 പേരാണ്. അതിനുമപ്പുറം, ജപ്പാന്റെ ജനനനിരക്ക് ഗ്രെയ്റ്റ് ബ്രിട്ടന്റെ ഇരട്ടിയാണ്. അതിനാൽ ജപ്പാന് കൂടുതൽ ഭൂപ്രദേശം ആവശ്യമാണ്. അവിടെ വളർന്നുവരുന്ന കുട്ടികൾക്ക് വീടുവെക്കാനും വളർന്നുവരുന്ന വ്യവസായങ്ങൾക്ക് അസംസ്കൃതവസ്തുക്കൾ ഒരുക്കാനും ഉല്പന്നങ്ങൾക്ക് വിപണിയൊരുക്കാനും കൂടുതൽ ഭൂപ്രദേശം ആവശ്യമായിട്ടുണ്ട്. ഈ മൂന്ന് കാര്യങ്ങളും ആരും ജപ്പാന് സമ്മാനമായി നല്കാൻ പോകുന്നില്ല, അതിനാലാണ് അതിന് ശക്തി ഉപയോഗിക്കേണ്ടി വരുന്നത്.

ജപ്പാന് ആകെ മുന്നിലുള്ള മറ്റൊരു പരിഹാരം ജനനനിയന്ത്രണത്തിലൂടെ ജനസംഖ്യ നിയന്ത്രിച്ച് കൈവശമുള്ള വിഭവങ്ങൾക്കൊണ്ട് സംതൃപ്തരാവുക എന്നതാണ്. പക്ഷേ, ആ പരിഹാരം തീർച്ചയായും ജപ്പാന് സ്വീകാര്യമായിരിക്കില്ല. ജപ്പാൻ അതിന്റെ സാമ്രാജ്യം വികസിപ്പിക്കാനുള്ള പ്രധാന കാരണം ഇതാണ്.

ജപ്പാന് അതിന്റെ സാമ്രാജ്യം വികസിപ്പിക്കണമെങ്കിൽ ചൈനയുടെയും റഷ്യയുടെയും ബ്രിട്ടന്റെയും അമേരിക്കയുടെയും എതിർപ്പ് നേരിട്ടേ മതിയാവുകയുള്ളൂ. ഏഷ്യൻ ഭൂഖണ്ഡത്തെയാണ് അത് പരിഗണിക്കുന്നതെങ്കിൽ ചൈനയുടെയും റഷ്യയുടെയും കോപത്തിന് ഇരയാകേണ്ടി വരും. ദക്ഷിണമേഖലയെയാണ് പരിഗണിക്കുന്നതെങ്കിൽ, അതായത് ഫിലിപ്പൈൻ ദ്വീപുകളെയും ഓസ്ട്രേലിയെയുമാണ് പരിഗണിക്കുന്നതെങ്കിൽ അമേരിക്കൻ ഐക്യനാടുകളുമായും ഗ്രെയ്റ്റ് ബ്രിട്ടനുമായും സംഘർഷത്തിൽ ഏർപ്പെടേണ്ടി വരും. ആദ്യം പറഞ്ഞ രീതിയിൽ നീങ്ങാനാണ് ജപ്പാൻ തീരുമാനിച്ചതെന്ന് കരുതാനാകും. *ജപ്പാൻ ഇംഗ്ലണ്ടിനോട് പൊരുതണം* എന്ന പുസ്തകത്തിൽ ലെഫ്. കമാൻഡർ ഇഷിമാറു ആവശ്യപ്പെട്ടത് ചൈനയും റഷ്യയും അമേരിക്കൻ ഐക്യനാടുകളുമായുള്ള വിയോജിപ്പുകൾ അവസാനിപ്പിച്ച് ഇംഗ്ലണ്ടിനോട് പൊരുതുന്നതിൽ ശ്രദ്ധിക്കണമെന്നാണ്. ഏഷ്യൻ ഭൂഖണ്ഡത്തിൽ ജപ്പാന് കണ്ണുവെക്കാൻ കഴിയുന്ന പ്രദേശങ്ങൾ ഒന്നുകിൽ റഷ്യയുടെയോ അല്ലെങ്കിൽ ചൈനയുടെയോ കൈവശമാണുള്ളത്. റഷ്യയെ ആക്രമിക്കുകയെന്നത് ജപ്പാനെ സംബന്ധിച്ചിടത്തോളം ഒരു വ്യാമോഹമാണ്. കാരണം സോവിയറ്റ് ഭരണത്തിന്റെ കീഴിൽ റഷ്യ ഉണർന്നിരിക്കുകയാണ്. അതുകൂടാതെ, യൂറോപ്പിലും കിഴക്കനേഷ്യയിലും അതിന് ഒന്നാന്തരം സൈനിക സംവിധാനങ്ങളുണ്ട്.

അതുകൊണ്ട് സാമ്രാജ്യത്വ മോഹങ്ങൾ തൃപ്തിപ്പെടുത്താൻ ജപ്പാന് ലക്ഷ്യം വെക്കാൻ കഴിയുക ചൈനയെ മാത്രമാണ്. ചൈനയ്ക്ക് നഷ്ടം വരുന്ന തരത്തിലേ ജപ്പാന് വികസിക്കാൻ കഴിയുകയുള്ളൂ എന്നുണ്ടെങ്കിലും അതിന് റഷ്യയുടെ എതിർപ്പും നേരിടേണ്ടി വരും. അതിന്റെ കാരണങ്ങൾ വഴിയേ പറയാം. ഏഷ്യൻ ഭൂഖണ്ഡത്തിൽ ജപ്പാന്റെ പ്രബലത വളരുന്നത് എത്രകണ്ട് ഇഷ്ടമല്ലെങ്കിലും അതിന്റെ ശല്യങ്ങൾ സഹിക്കാനായിരിക്കും ബ്രിട്ടനെ സംബന്ധിച്ചിടത്തോളം പരിഗണന ഉണ്ടാവുക. അതല്ലെങ്കിൽ ദക്ഷിണമേഖലയിലേക്ക് വികസിച്ച് ജപ്പാനുമായി നേരിട്ട് ഒഴിവാക്കാനാവാത്ത വിധത്തിൽ സംഘർഷത്തിൽ ഏർപ്പെടുക എന്നതു മാത്രമായിരിക്കും ബദൽമാർഗ്ഗമെന്ന് ബ്രിട്ടന് നന്നായറിയാം. പിന്നെ നിലവിലെ അവസ്ഥയിൽ കിഴക്കനേഷ്യയിലെ ജപ്പാന്റെ താല്പര്യങ്ങൾക്ക് വിരുദ്ധമായി അമേരിക്കൻ ഐക്യനാടുകൾ യുദ്ധത്തിന് പോകില്ലെന്നത് ഉറപ്പാണ്.

ഒരു വലിയ ഭൂഖണ്ഡത്തിന് അരികെയുള്ള ഏഷ്യൻ രാജ്യമെന്ന നിലയ്ക്ക് സാമ്രാജ്യം വികസിപ്പിക്കുന്നതിനായി ജപ്പാൻ ഏഷ്യൻ വൻക

രയെ ലക്ഷ്യം വെച്ചത് സ്വാഭാവികമാണ്. മുമ്പ് സെലെസ്റ്റിയൻ എംപയർ എന്നറിയപ്പെട്ടിരുന്ന, ഇപ്പോഴത്തെ റിപ്പബ്ലിക് ഓഫ് ചൈന അങ്ങനെയാണ് ജപ്പാന്റെ ലക്ഷ്യമാകുന്നത്. മോശമായ ഭരണത്തോടെയും തമ്മിൽ ഐക്യമില്ലാതെയും എന്നാൽ ജപ്പാന് വികസിപ്പിക്കാൻ കഴിയുന്നതിലും വളരെയധികം വിഭവങ്ങളുമുള്ള വളരെ വലിയ ഒരു രാജ്യം, അതാണ് ജപ്പാനെ സംബന്ധിച്ചിടത്തോളം ചൈന. ചൈനയുടെ വിശാലതയും സമ്പന്നതയുടെ സാദ്ധ്യതകളും ആഭ്യന്തരകാര്യങ്ങളിലുള്ള ദൗർബല്യവും ജപ്പാന് വലിയ പ്രലോഭനമായിരുന്നു.

ഈ രണ്ട് ഏഷ്യൻ രാജ്യങ്ങളും തമ്മിലുള്ള സംഘർഷത്തിന് നാല്പത് വർഷത്തോളം പഴക്കമുണ്ട്. കഴിഞ്ഞ നൂറ്റാണ്ടിന്റെ അവസാനത്തോടെയാണ് അത് തുടങ്ങിയത്. ആ സമയമാകുമ്പോഴേക്കും ജപ്പാൻ ആധുനിക രീതികളിൽ ഭരണകൂട സംവിധാനങ്ങൾ വികസിപ്പിച്ചുകഴിഞ്ഞിരുന്നു, കൈവശം യുദ്ധത്തിനുള്ള ആധുനിക ആയുധങ്ങളുമുണ്ടായിരുന്നു. എല്ലാ വലിയ യൂറോപ്യൻ ശക്തികളും ചൈനയെ ചൂഷണം ചെയ്ത് സമ്പന്നരായിത്തുടങ്ങിയ കാര്യം ജപ്പാൻ മനസ്സിലാക്കി. അപ്പോൾ പിന്നെ എന്തുകൊണ്ട് തൊട്ടടുത്തുള്ള ഒരു ഏഷ്യൻ ശക്തിക്ക് ചൈനയിൽ ആധിപത്യംനേടി കിഴക്കിന്റെ വിഭവങ്ങൾ പാശ്ചാത്യ രാജ്യങ്ങൾ ഊറ്റിക്കൊണ്ടുപോകുന്നത് തടയാൻ പാടില്ല? ഈ യുക്തിയുടെ പുറത്തായിരുന്നു ജപ്പാൻ അതിന്റെ സാമ്രാജ്യത്വ വികസനത്തിനുള്ള തേരോട്ടം തുടങ്ങിയത്.

കഴിഞ്ഞ നാല്പത് വർഷത്തിനുള്ളിൽ ഒരിക്കൽപ്പോലും ചൈനീസ് സർക്കാരിന്റെ ആനുകൂല്യങ്ങൾ തട്ടിപ്പറിക്കാനുള്ള അവസരങ്ങൾ ജപ്പാൻ കളഞ്ഞിട്ടില്ല. ഈ കാലഘട്ടത്തിൽ പാശ്ചാത്യ ശക്തികളുടെ സ്വാധീനം പതിയെ എന്നാൽ നിർത്താതെ ജപ്പാൻ ദുർബ്ബലപ്പെടുത്തിക്കൊണ്ടിരിക്കുകയായിരുന്നു. ജപ്പാന്റെ ഏറ്റവും വലിയ പ്രതിയോഗികൾ റഷ്യയും ബ്രിട്ടനും അമേരിക്കൻ ഐക്യനാടുകളും ജർമ്മനിയുമായിരുന്നു. 1904–1905 കാലഘട്ടത്തിൽ റഷ്യയുമായുള്ള യുദ്ധത്തിൽ സാർ സാമ്രാജ്യത്തെ ജപ്പാൻ അടിയറവ് പറയിപ്പിച്ചിട്ടുണ്ട്. മഹായുദ്ധത്തിൽ ചൈനയുടെ ഭൂപടത്തിൽ നിന്ന് ജർമ്മനിയെ തുടച്ചുനീക്കാൻ ജപ്പാന് കഴിഞ്ഞിട്ടുണ്ട്. പക്ഷേ, ബ്രിട്ടനെയും അമേരിക്കൻ ഐക്യനാടുകളെയും കൈകാര്യം ചെയ്യാൻ അതിന് കഴിഞ്ഞിരുന്നില്ല. എന്നാൽ അതിനിടെ ഒരിക്കൽ പരാജയപ്പെട്ട റഷ്യ, പുതിയ ആയുധസന്നാഹങ്ങളോടെയും ശക്തിയോടെയും സോവിയറ്റ് ഭരണകൂടത്തിന്റെ രൂപത്തിൽ രംഗത്ത് വരികയാണുണ്ടായത്.

ചൈനയുടെ ശിഥിലീകരണം തുടങ്ങുന്നത് പത്തൊമ്പതാം നൂറ്റാണ്ടിന്റെ അവസാന പകുതിയിലാണ്. ബ്രിട്ടൻ, റഷ്യ, ജർമ്മനി തുടങ്ങിയ യൂറോപ്യൻ ശക്തികളും പിന്നെ യു എസ് എയും ചൈനയുടെ മേൽ സമ്മർദ്ദം ചെലുത്തുകയും കരാറുകളിലൂടെ ഹോങ്കോങ്, ഷാംങായ് തുടങ്ങിയ തുറമുഖ നഗരങ്ങൾ നേടിയെടുക്കുകയും ചെയ്തു. ഫലത്തിൽ

ചൈനയുടെ ഭൂപ്രദേശം അധീനതയിലാക്കുകയായിരുന്നു അവർ ചെയ്തത്. കഴിഞ്ഞ നൂറ്റാണ്ട് അവസാനിക്കുന്നതിന് തൊട്ടുമുമ്പ് ജപ്പാൻ രംഗപ്രവേശം ചെയ്യുകയും ചൈനയുമായുള്ള ഇടപാടുകളിൽ പാശ്ചാത്യ രീതികൾ അനുവർത്തിക്കുകയും ചെയ്തു.

ചൈനയുടെ തെക്ക്-കിഴക്ക് ഭാഗത്തുള്ള ഫോർമോസാ ദ്വീപിനെ ജപ്പാൻ കൈക്കലാക്കിയത് 1904-05 ലെ യുദ്ധത്തിലൂടെയാണ്. ഏതാണ്ട് അതേസമയംതന്നെ ക്വാങ്ടുങ് റെയിൽവേയും ചൈനയുടെ കിഴക്കൻ റെയിൽവേയുടെ മഞ്ചൂരിയിലൂടെ കടന്നുപോകുന്ന തെക്ക് ഭാഗവും ജപ്പാൻ പിടിച്ചെടുത്തു. അങ്ങനെ ദക്ഷിണ മഞ്ചൂരിയ ജപ്പാൻ അധീനതയിലുള്ള പ്രദേശമായി മാറി. ചൈനയുടെ അധീനതയിലായിരുന്ന കൊറിയയെ ജപ്പാൻ പരസ്യമായി പിടിച്ചെടുക്കുന്നത് 1910 ലാണ്. 1894 ൽ ജപ്പാൻ ചൈനയുമായി യുദ്ധത്തിന് തിരിച്ചപ്പോൾ ജപ്പാന്റെ സ്വാതന്ത്ര്യം സംരക്ഷിക്കുമെന്ന് പ്രഖ്യാപിച്ചിരുന്നുവെന്നതാണ് രസകരമായ വസ്തുത. മഹായുദ്ധത്തിന്റെ സമയത്ത് ജപ്പാൻ ജർമ്മനിയുമായി യുദ്ധപ്രഖ്യാപനം നടത്തുകയും ഷാങ്തുങ് ഉപഭൂഖണ്ഡത്തിലെ സിങ്താഗ അടക്കം ജർമ്മൻ അധീനതയിലുള്ള പ്രദേശങ്ങൾ പിടിച്ചടക്കാൻ പുറപ്പെടുകയും ചെയ്തു. 1915 ൽ എല്ലാ പാശ്ചാത്യ ശക്തികളും യുദ്ധത്തിൽ മുഴുകിയിരിക്കുന്ന സമയത്ത് ജപ്പാൻ 21 ആവശ്യങ്ങൾ ചൈനയ്ക്ക് സമർപ്പിക്കുകയും നിരവധി ആനുകൂല്യങ്ങൾ തട്ടിയെടുക്കുകയും ചെയ്തു. മുമ്പ് ജർമ്മനി ഭരിച്ചിരുന്ന പെസിഫിക് ദ്വീപുകളുടെ അധികാര പത്രമാണ് യുദ്ധാനന്തരം ജപ്പാന് ലഭിച്ചത്. അമേരിക്കയിൽ നിന്ന് ഫിലിപ്പൈൻ ദ്വീപുകളിലേക്കുള്ള നേരിട്ടുള്ള കടൽമാർഗ്ഗത്തിലാണ് സ്ഥിതി ചെയ്യുന്നത് എന്നതിനാൽ ദ്വീപുകൾക്ക് നയതന്ത്രപരമായ പ്രാധാന്യം കൈവന്നു.

പിടിച്ചടക്കിയതെല്ലാം ഉൾക്കൊള്ളാൻ സമയം ആവശ്യമുണ്ടെന്നതിനാൽ പിന്നീട് ജപ്പാന്റെ വികസനം മന്ദഗതിയിലായി. ജ്വരബാധയേറ്റതുപോലുള്ള പ്രവർത്തനങ്ങൾ. പിന്നീട് ജപ്പാൻ തുടങ്ങുന്നത് 1931 ലാണ്. മുമ്പ് ചൈനയുടെ അധീനതയിലായിരുന്ന മഞ്ചൂകോ അല്ലെങ്കിൽ മഞ്ചൂരിയ 1895 ൽ കൊറിയ ഉണ്ടായിരുന്നതുപോലെ ഒരു സ്വതന്ത്ര രാജ്യമായി പ്രഖ്യാപിച്ച് കഴിഞ്ഞപ്പോഴായിരുന്നു ജപ്പാൻ പിടിച്ചെടുത്തത്. ജപ്പാൻ 1941 മുതൽ തുടർന്നുകൊണ്ടിരിക്കുന്ന വികസിക്കാനുള്ള ഈ പ്രവണതയുടെ അടിവേര് കിടക്കുന്നത് 1928 ലെ പ്രശസ്തമായ അല്ലെങ്കിൽ കുപ്രസിദ്ധമായ തനാകാ ധാരണാപത്രത്തിലാണ്. ഏഷ്യൻ ഭൂഖണ്ഡത്തിൽ ഭാവിയിൽ നടത്താനിരിക്കുന്ന വ്യാപനത്തെക്കുറിച്ച് വ്യക്തമായി അവതരിപ്പിച്ച ധാരണാപത്രമായിരുന്നു അത്. ഈയൊരു ചുരുങ്ങിയ ചരിത്രം മനസ്സിലാക്കിയാൽ ഭൂമിയിൽ കൂടുതൽ ഇടംകണ്ടെത്താനുള്ള പരിശ്രമങ്ങൾ ജപ്പാന്റെ ദൃഢനിശ്ചയത്തിൽ നിന്നുണ്ടായതാണെന്നും അതിന് ഇളക്കമുണ്ടാകില്ലെന്നും മനസ്സിലാക്കാൻ കഴിയും. ബാഹ്യമായ സംഭവവികാസങ്ങൾക്ക് സാമ്രാജ്യം വികസിപ്പിക്കാനുള്ള ജപ്പാന്റെ ത്വരയെ തടസ്സപ്പെടുത്താൻ കഴിഞ്ഞിരുന്നില്ല. അതിന് കൂടിപ്പോയാൽ വ്യാപന

ത്തിന്റെ ദിശയും വേഗതയും നിർണ്ണയിക്കാൻ കഴിഞ്ഞിട്ടുണ്ട്.

1931 മുതലുള്ള ജപ്പാന്റെ സൈനികാക്രമണങ്ങളെ വിശദീകരിക്കാൻ ആ രാജ്യത്തിന്റെ ആഭ്യന്തര സമ്പദ്‌രംഗം ശാസ്ത്രീയമായി വിശകലനം ചെയ്താൽ മതിയാകും. വളർന്നുകൊണ്ടിരിക്കുന്ന ജനസംഖ്യകാരണം പുതിയ ഭൂപ്രദേശങ്ങളുടെ ആവശ്യമുണ്ടായിരുന്നുവെന്നും നിലവിലുള്ള ജനങ്ങൾക്ക് തന്നെ ആ പ്രദേശത്ത് വളരെ തിങ്ങിമാത്രമേ പാർക്കാൻ കഴിഞ്ഞിരുന്നുള്ളൂവെന്നും എളുപ്പത്തിൽ മനസ്സിലാക്കാൻ കഴിയും. ജപ്പാന്റെ വ്യാവസായിക സംവിധാനം നോക്കുകയാണെങ്കിൽ പരുത്തി, കമ്പിളിനൂൽ, പൾപ്പ്, ഇരുമ്പെണ്ണ തുടങ്ങിയ പ്രധാനപ്പെട്ട അസംസ്കൃത വസ്തുക്കളെല്ലാം തന്നെ വളരെ ദൂരത്തിൽനിന്ന് ഇറക്കുമതി ചെയ്യേണ്ട തായുണ്ടായിരുന്നു. കൂടുതൽ ഭൂപ്രദേശം ആവശ്യമാണെന്നതുപോലെ വ്യാവസായികരംഗം വികസിപ്പിക്കുകയെന്നതും വർദ്ധിച്ചുവരുന്ന ജന സംഖ്യ കാരണം ആവശ്യമായിരുന്നു. അതുകൊണ്ട്, വലിയൊരു ജന സംഖ്യയെ സംരക്ഷിക്കാൻ അസംസ്കൃത വസ്തുക്കളുടെ സുരക്ഷിതവും നിരന്തരവുമായ ഇറക്കുമതി വിതരണം ജപ്പാന് ആവശ്യമായിരുന്നു. വ്യവ സായങ്ങൾ വികസിപ്പിച്ചുകഴിഞ്ഞാൽ അതിന് പുതിയ വിപണികളും ആവ ശ്യമായി വന്നു.

എങ്ങനെയാണ് ഈ ആവശ്യങ്ങളെല്ലാം നിറവേറ്റപ്പെടാൻ പോകു ന്നത്? ചൈന സ്വമേധയാ അതിന്റെ ഭൂപ്രദേശങ്ങൾ ജപ്പാന് കോളനി കൾ സൃഷ്ടിക്കാൻ വിട്ടുകൊടുക്കുമോ? അസംസ്കൃത വസ്തുക്കളട ങ്ങിയ വിശാലമായ വിഭവങ്ങളും വിപുലമായ വിപണിയും ഉപയോഗി ക്കാൻ ജപ്പാനെ ചൈന അനുവദിക്കുമോ? ഒരിക്കലുമില്ല. ദേശത്തിന്റെ അഭിമാനവും താല്പര്യങ്ങളും വഴിമുടക്കി നില്ക്കും. കൂടാതെ, ചൈനയെയും അതിന്റെ വിഭവങ്ങളെയും വിപണിയെയും ജപ്പാൻ കുത്ത കവല്ക്കരിക്കുന്നത് യൂറോപ്യൻ ശക്തികളും അമേരിക്കയും വെറുതെ അനുവദിച്ചുകൊടുക്കുകയുമില്ല. പിടിച്ചടക്കിയ വിഭവങ്ങൾ എല്ലാ ശക്തി കൾക്കും പങ്കിടാൻ അവസരമൊരുക്കുന്ന 'തുറന്ന വാതിൽ' നയം ചൈനയിൽ ഉണ്ടാകണമെന്ന് അവർ അവസാനംവരേക്കും നിർബ്ബന്ധം പിടിക്കും. അതിനാൽത്തന്നെ ചൈനയുടെ ഭൂപ്രദേശം പിടിച്ചടക്കണമെ ങ്കിൽ ജപ്പാന് ബലം പ്രയോഗിച്ചേ മതിയാകൂ. പല ഘട്ടങ്ങളിലായി ചെറിയ ഭാഗങ്ങൾ പിടിച്ചെടുത്ത് അതിനെ ഉൾക്കൊള്ളാൻ സമയമെടുത്തുകൊണ്ട് മാത്രമാണ് ജപ്പാൻ ഇത് ചെയ്തുകൊണ്ടിരുന്നത്. ഓരോ ആക്രമ ണത്തിനും മുന്നോടിയായി അതിർത്തിയിൽ എന്തെങ്കിലും സംഭവങ്ങൾ ഉണ്ടാകും. അതൊക്കെയും ജപ്പാന്റെ കടന്നുകയറ്റത്തെ ന്യായീകരിക്കാൻ വളരെ ശ്രദ്ധാപൂർവ്വം അവതരിപ്പിക്കപ്പെട്ട നാടകങ്ങളായിരുന്നു. ഇന്ത്യ യുടെ വടക്ക്-പടിഞ്ഞാറൻ അതിർത്തിയിലും അബിസിനിയയിലെ വാൽവാളിലും കിഴക്കനേഷ്യയിലെ മഞ്ചൂരിയൻ അതിർത്തിയിലും, എവി ടെയാണെങ്കിലും തന്ത്രങ്ങൾ സമാനമാണ്.

ചൈനയുടെ മേൽ രാഷ്ട്രീയമായ ആധിപത്യം നേടാൻ കഴിഞ്ഞാൽ

മാത്രമേ, വെള്ളക്കാരെ ഒഴിവാക്കാൻ കഴിഞ്ഞാൽ മാത്രമേ, 'തുറന്ന വാതിൽ' നയം ഇല്ലാതാക്കിയാൽ മാത്രമേ കിഴക്കനേഷ്യയിലെ സാമ്രാജ്യത്ത താല്പര്യങ്ങളും ആവശ്യങ്ങളും ജപ്പാന് നിറവേറ്റാൻ കഴിയുകയുള്ളൂ. ജപ്പാനിലെ രാഷ്ട്രീയപ്രവർത്തകർ ഇക്കാര്യം ഒരുപാട് തവണ പറഞ്ഞുകഴിയുകയും ചെയ്തു. കിഴക്കനേഷ്യയിൽ ജപ്പാന് പ്രത്യേക താല്പര്യങ്ങൾ ഉണ്ടെന്നും അത് ഏതെങ്കിലും പാശ്ചാത്യ ശക്തികളുടെ താല്പര്യങ്ങളുമായി താരതമ്യം ചെയ്യാൻ കഴിയില്ലെന്നും കിഴക്കനേഷ്യയിൽ മദ്ധ്യസ്ഥം വഹിക്കാനും സമാധാനം നിലനിർത്താനുമാണ് ജപ്പാന്റെ ലക്ഷ്യമെന്നും ജപ്പാന്റെ വക്താവ് വ്യക്തമാക്കിയിരുന്നു. വെറും സാമ്പത്തിക താല്പര്യങ്ങൾക്കപ്പുറം ഒരു സാമ്രാജ്യം കെട്ടിപ്പടുക്കാനുള്ള ആഗ്രഹത്താലാണ് ജപ്പാൻകാർ നയിക്കപ്പെടുമെന്നതിൽ സംശയമില്ല. ആരുടെയും അധീനതയിലല്ലാത്ത വംശം എന്ന ബോധവും അതിന്റെ സാമ്രാജ്യത്ത താല്പര്യങ്ങൾക്ക് ഉത്സാഹം പകരുന്നുണ്ട്. വിദേശത്ത് ഒരു സാമ്രാജ്യം കണ്ടെത്താനായാൽ അത് ജപ്പാൻ സമൂഹത്തിലെ ഫാസിസ്റ്റ് ഘടകങ്ങൾക്ക് മേൽക്കൈ നല്കുന്നതായിരിക്കും.

ജപ്പാന്റെ രാഷ്ട്രീയവും സാമ്പത്തികവുമായ അധീശത്വം അംഗീകരിക്കാൻ ഏതെങ്കിലും തരത്തിൽ ചൈന തയ്യാറാവുകയാണെങ്കിൽ ചൈന –ജപ്പാൻ സംഘർഷം അപ്പോൾത്തന്നെ അവസാനിക്കും. ഇതാണ് കഴിഞ്ഞ മൂന്ന് വർഷമായി ജപ്പാന്റെ നയതന്ത്രജ്ഞൻ ഹിറോത്ത നേടാൻ ശ്രമിക്കുന്നത്. ചൈനയും ജപ്പാനും തമ്മിലുള്ള സഹകരണം ആവർത്തിച്ച് അഭ്യർത്ഥിക്കുന്ന തരത്തിലുള്ളതാണ് അദ്ദേഹത്തിന്റെ പ്രസംഗങ്ങൾ. ഇപ്പോൾ ഈ സഹകരണത്തിന്റെ ലക്ഷ്യമെന്താണ്? അത് തീർച്ചയായും ജപ്പാനെ കൂടുതൽ സമ്പന്നമാക്കാനും ചൈനയെ ഫലത്തിൽ അടിമയാക്കാനുമുള്ളതാണ്. പക്ഷേ, ഈ നഗ്ന സത്യം പുറത്ത് പുലമ്പാൻ കഴിയാത്തതുകൊണ്ട് 'കമ്യൂണിസത്തിനെതിരായ സംയുക്തപ്രതിരോധത്തിനുള്ള സഹകരണം' എന്ന മുദ്രാവാക്യം ഉണ്ടാക്കിയെന്ന് മാത്രം. ഈ മുദ്രാവാക്യം ജപ്പാന്റെ ദുരുദ്ദേശങ്ങളെ മറച്ചുവെക്കുന്നുവെന്ന് മാത്രമല്ല ചൈനയിലെയും ജപ്പാനിലെയും മറ്റെവിടെയുമുള്ള സോഷ്യലിസ്റ്റ് വിരുദ്ധ ഘടകങ്ങളെ അനുനയിപ്പിച്ച് നിർത്തുകയും ചെയ്യുന്നു. അങ്ങനെ 1937 ആഗസ്ത് 7 ലെ ഇന്ത്യൻ പത്രങ്ങളിൽ ഹിറോതയുടെ വിദേശ നയത്തെക്കുറിച്ച് നല്കിയ വാർത്ത ഇങ്ങനെയാണ്:

'ചൈനയോടുള്ള ജപ്പാന്റെ അഭ്യർത്ഥനകളുടെ പ്രധാന ആശയം കമ്യൂണിസത്തിനെതിരായ സംയുക്തപ്രതിരോധത്തിലുള്ള സഹകരണമാണെന്ന് ജനപ്രതിനിധിസഭയിൽ പ്രഖ്യാപിച്ച എം ഹിറോത, ചൈനയിലെ റാഡിക്കൽ ഘടകങ്ങളെ, പ്രത്യേകിച്ച് കമ്യൂണിസ്റ്റുകളെ ഫലവത്തായി നിയന്ത്രിക്കാൻ കഴിഞ്ഞാൽ മാത്രമേ ചൈനയും ജപ്പാനും തമ്മിലുള്ള സഹകരണം സാദ്ധ്യമാവുകയുള്ളൂ എന്ന് വിശ്വസിക്കുന്നതായി പറഞ്ഞു. ഉത്തര ചൈനയിലുണ്ടായ സംഭവത്തിൽ അവിടെവെച്ച് തന്നെ പ്രശ്നപരിഹാരം കണ്ടെത്താൻ ജപ്പാൻ സർക്കാർ ആഗ്രഹിച്ചിരുന്നു

വെന്നും സിനോ–ജപ്പാൻ ബന്ധത്തിൽ പുനഃക്രമീകരണങ്ങൾ നടത്താൻ ആഗ്രഹിക്കുന്നതായും അദ്ദേഹം കൂട്ടിച്ചേർത്തു.'

കുറച്ച് വർഷങ്ങൾക്ക് മുമ്പ് ഹിറോത ആദ്യമായി ജപ്പാൻ വിദേശ കാര്യ മന്ത്രിയായതുമുതല്ക്ക് സമാനമായ ഭാഷയിൽ സമാനമായ പ്രസ്താവനകൾ നല്കിക്കൊണ്ടിരിക്കുകയാണ്.

ഈ ആവശ്യങ്ങളോട്, അത് പ്രദേശത്ത് സമാധാനം കൊണ്ടുവരുമെങ്കിലും, അടിയറവ് പറയാൻ ചൈനയ്ക്ക് കഴിയുമോ? ഇക്കാര്യത്തിൽ നാങ്കിങ് കേന്ദ്ര സർക്കാരിന്റെ സ്വേച്ഛാധിപതിയായ മാർഷൽ ചിയാങ് കായ്–ഷെക്കിന് ഒരു തീരുമാനമെടുക്കേണ്ടി വരികയാണെങ്കിൽ ജപ്പാനോട് അടിയറവ് പറയുമെന്നാണ് എനിക്ക് തോന്നുന്നത്. ഹൃദയം കൊണ്ട് അദ്ദേഹം തീവ്രമായി കമ്യൂണിസ്റ്റ് വിരുദ്ധനാണ്. ചൈനീസ് ദേശീയ പാർട്ടിയായ കൗമിങ്ടാങ്ങിൽ 1927 ൽ പിളർപ്പുണ്ടാവുകയും തന്റെ അപ്രമാദിത്തം സ്ഥാപിക്കാൻ അവസരം ലഭിക്കുകയും ചെയ്തതിനുശേഷം ചൈനയിലെ കമ്യൂണിസ്റ്റുകളെയും അവരുടെ സഖ്യകക്ഷികളെയും ഉന്മൂലനാശം വരുത്താനുള്ള ഒരു അവസരവും കളഞ്ഞിട്ടില്ല. എന്നാൽ രണ്ട് ഭാഗങ്ങളിൽ നിന്നായി മാർഷൽ ചിയാങ്ങിന് നിരന്തരമായ എതിർപ്പ് നേരിടേണ്ടി വരികയാണ്. ചൈനയുടെ പശ്ചിമ പ്രദേശങ്ങൾ നാങ്കിങ്ങിൽ നിന്ന് സ്വതന്ത്രമായി നില്ക്കുന്ന പ്രദേശങ്ങളാണ്, അവ അറിയപ്പെടുന്നത് ചൈനീസ് സോവിയറ്റ് സ്റ്റേറ്റ്സ് എന്നാണ്. ഈ പ്രദേശം ജപ്പാനെതിരെയുള്ള പോരാട്ടത്തിൽ സജീവമാണ്, ഇക്കാര്യത്തിൽ അവർ ചൈനയിലെ ജനങ്ങളുടെ വികാരമാണ് പ്രതിദ്ധ്വനിപ്പിക്കുന്നത്. രണ്ടാമതായി, ചൈനയിൽ വിശാലമായ താല്പര്യങ്ങളുള്ള, കിഴക്കൻ വംശജർക്കിടയിൽ അന്തസ്സ് നിലനിർത്തണമെന്ന് ആഗ്രഹിക്കുന്ന പാശ്ചാത്യ ശക്തികൾക്ക് ലാറ്റിൻ അമേരിക്കയിൽ ചെയ്തതുപോലെ അവരുടെ വിദേശ നിക്ഷേപങ്ങൾ മുക്കിക്കളയാൻ പറ്റില്ല. ചൈനയിലെ ബ്രിട്ടീഷ് നിക്ഷേപത്തെക്കുറിച്ച് *ലണ്ടൻ ടൈംസിൽ* 1937 ആഗസ്ത് 19 ന് വന്ന കുറിപ്പ് കാര്യങ്ങൾക്ക് കൂടുതൽ വെളിച്ചം നല്കുന്നുണ്ട്:

'ചൈനയിലുള്ള ബ്രിട്ടീഷിന്റെ നേരിട്ടുള്ള താല്പര്യങ്ങൾക്ക് 250 മില്യൺ പൗണ്ടിനോളം മൂല്യമുണ്ട്. അതിൽ 200 മില്യൺ പൗണ്ട് വാണിജ്യ നിക്ഷേപങ്ങൾക്കും 50 മില്യൺ പൗണ്ട് സർക്കാർ ഉടമ്പടികൾക്കുവേണ്ടിയുമാണ് ചെലവാക്കിയത്. മൊത്തം സംഖ്യയിൽ, 180 മില്യണോളം പൗണ്ട് ഷാംങായിലാണ് ചെലവാക്കിയിട്ടുള്ളത്, ഇതിൽ വലിയൊരു ശതമാനം സൂചോ ക്രൂക്കിന് വടക്ക് ഭാഗത്തുള്ള ജനധിവാസ ജില്ലയിലേക്കുള്ളതാണ്. ഈ ജില്ലയിലാണ് ഇപ്പോൾ കൂടുതലായും ഷെല്ലാക്രമണങ്ങളും ബോംബാക്രമണങ്ങളും അനുഭവിക്കേണ്ടിവരുന്നത്. ഇവിടെയാണ് പൊതുകാര്യ സ്ഥാപനങ്ങളും പ്രവർത്തനങ്ങളും നടക്കുന്നത്, വലിയ കച്ചവടസ്ഥാപനങ്ങളും ഇവിടെയാണ് സ്ഥാപിതമായിട്ടുള്ളത്.'

ഞെട്ടലോടെ *ടൈംസ്* ലേഖകൻ മറ്റൊരു കാര്യം കൂടി പറയുന്നുണ്ട്. മുമ്പ് ഈ ജില്ല ബ്രിട്ടീഷ് സുപ്രണ്ടുമാരാണ് ഉണ്ടായിരുന്നതെങ്കിൽ

ഇപ്പോൾ പൊലീസ് സ്റ്റേഷനുകളെല്ലാം ജപ്പാൻകാർ കൈയേറിയിരിക്കുന്നു എന്നതാണത്. ചൈനയിൽ ജപ്പാന്റെ ആധിപത്യം ഉണ്ടാവുകയാണെങ്കിൽ അത് ചൈനയുടെ കീഴടങ്ങലിന് മാത്രമല്ല, കിഴക്കനേഷ്യയിൽനിന്ന് വെളുത്ത വംശജർ പുറത്താക്കപ്പെടാനും കാരണമാകുമെന്ന് യൂറോപ്യൻ ശക്തികൾ മനസ്സിലാക്കിയിരിക്കുകയാണ്. സൈനിക നയതന്ത്രം നിർണ്ണയിക്കുന്നത് ആ രാജ്യത്തിന്റെ ഭൂമിശാസ്ത്രമാണെന്നതിനാൽ ചൈനയുടെ ഭൂമിശാസ്ത്രത്തിന്റെ സവിശേഷതകൾ എന്താണെന്ന് അറിയേണ്ടത് ആവശ്യമാണ്.

മൂന്ന് മഹാനദികളാണ് ചൈനയെ തമ്മിൽ ബന്ധിപ്പിക്കുന്ന പ്രധാന വഴികൾ. അതിലൊന്ന് വടക്കൻ ചൈനയിലെ മഞ്ഞ നദിയെന്ന് അറിയപ്പെടുന്ന ഹ്വാങ് ഹോ, രണ്ടാമത്തേത് മദ്ധ്യചൈനയിലെ യാങ്-സേ, മൂന്നാമത്തേത് ദക്ഷിണ ചൈനയിലെ സി-കിയാങ്. സി-കിയാങ്ങിലേക്കുള്ള പ്രവേശനം നിയന്ത്രിക്കുന്നത് ബ്രിട്ടീഷ് തുറമുഖമായ ഹോങ്കോങ്ങാണ്. യാങ്-സേയിലേക്കുള്ള പ്രവേശനം നിയന്ത്രിക്കുന്നത് ബ്രിട്ടനും അമേരിക്കയും കൂടാതെ മറ്റ് വിദേശ ശക്തികളും ചേർന്ന് നിയന്ത്രിക്കുന്ന ഷാംങായിലൂടെയും. ഹ്വാങ്-ഹോയിലേക്കുള്ള പ്രവേശനം ജപ്പാന്റെ നിയന്ത്രണത്തിലാണ്, ആദ്യം കൊറിയയിൽ സ്ഥാനമുറപ്പിച്ചു, ഇപ്പോൾ മഞ്ചൂരിയയിലും. വടക്കേ ഭാഗത്തുകൂടിയാണ് ചൈനയിലേക്കുള്ള സാദ്ധ്യമായ കരമാർഗ്ഗം. ഈ മാർഗ്ഗത്തിലൂടെ മംഗോളിയരും മാഞ്ചൂസുകളും ചൈനയിലേക്ക് പ്രവേശിച്ചു. മഹായുദ്ധത്തിന് വർഷങ്ങൾ മുമ്പുതന്നെ റഷ്യക്കും ജപ്പാനും ഇതിന് മുകളിൽ കണ്ണുണ്ടായിരുന്നു. 1931 മുതൽ ഈ മാർഗ്ഗവും അതിനടുത്തുള്ള രാജ്യവും പിടിച്ചെടുക്കുന്നതിനായി ജപ്പാൻ ലക്ഷ്യംവെച്ചിരുന്നു. 1937 ജൂലൈ മുതൽ ഈ പ്രദേശത്ത് പോരാട്ടം നടന്നുകൊണ്ടിരിക്കുകയാണ്. ചൈനയുടെ പടിഞ്ഞാറൻ പ്രദേശവും മറ്റുള്ള പ്രദേശങ്ങളും തമ്മിൽ വേർതിരിക്കുന്നത് വലിയ പർവ്വതങ്ങളാണെന്നത് ഈയവസരത്തിൽ ഓർക്കണം. തൽഫലമായി ചൈനയിലേക്കുള്ള കരമാർഗ്ഗം വടക്ക് ഭാഗത്തുകൂടിയാണ്, ചരിത്രപരമായി നോക്കിയാൽ മാഞ്ചൂരിയ ഭരിക്കുന്ന ശക്തിക്ക് ചൈനയിൽ ആധിപത്യം പുലർത്താൻ ശക്തമായ സാദ്ധ്യതകളുണ്ടെന്ന് മനസ്സിലാകും.

1931 മുതല്ക്ക് കിഴക്കനേഷ്യയിൽ സംഭവിക്കുന്ന കാര്യങ്ങൾ ശരിയായി മനസ്സിലാക്കാൻ ജപ്പാൻ നയതന്ത്രത്തിന്റെ വിശാലമായ അർത്ഥം മനസ്സിലാക്കേണ്ടതായുണ്ട്. സമാധാനപരമായ കടന്നുകയറ്റത്തിലൂടെ ചൈനയിൽ ആധിപത്യമുറപ്പിക്കാൻ കഴിയില്ലെന്ന് മനസ്സിലാക്കിയ ജപ്പാൻ ഒരു സൈനികമായ പിടിച്ചടക്കലിനായി പദ്ധതികൾ തയ്യാറാക്കി. കുറഞ്ഞപക്ഷം സൈനികമായ സമ്മർദ്ദം ചെലുത്താനെങ്കിലും വേണ്ടിയാണ് ഇത് ചെയ്തത്. ഈ ലക്ഷ്യം നേടണമെങ്കിൽ ജപ്പാൻ നയതന്ത്രത്തിന് രണ്ട് ദിശയിലൂടെയാണ് സഞ്ചരിക്കേണ്ടിയിരുന്നത്; ഒന്ന്, ചൈനയുടെ ഐക്യത്തെ തകർക്കുക, രണ്ടാമതായി, മറ്റേതെങ്കിലും ശക്തി ചൈനയെ സഹായിക്കുകയെന്നത് അസാദ്ധ്യമാക്കിത്തീർക്കുക. ഈ ലക്ഷ്യം പ്രയോ

ജനപ്പെടണമെങ്കിൽ ചൈനയുടെ മാഞ്ചുക്കുഓ, മംഗോളിയ, മദ്ധ്യചൈനയുടെ ഉത്തരഭാഗം എന്നീ വടക്കൻ പ്രദേശങ്ങൾ മുഴുവനായും പിടിച്ചടക്കാൻ ജപ്പാന് കഴിയണം. ഈ ഭൂപ്രദേശങ്ങൾ ഒരുമിച്ചെടുത്തുകഴിഞ്ഞാൽ അത് മദ്ധ്യചൈനയിൽനിന്നും റഷ്യൻ സൈബീരിയയെ മുറിച്ചെടുക്കുന്നതുപോലെയിരിക്കും. പ്രദേശത്തിന്റെ മാപ്പ് പരിശോധിക്കുകയാണെങ്കിൽ ജപ്പാന് ഈ പ്രദേശം കൈയടക്കാൻ കഴിയുകയാണെങ്കിൽ റഷ്യയുമായി ഒരു യുദ്ധമുണ്ടാകുന്ന ഘട്ടത്തിൽ മംഗോളിയയുടെ ബാഹ്യപ്രദേശങ്ങളിലൂടെ നുഴഞ്ഞുകയറി, ബൈക്കാൽ തടാകത്തിൽവെച്ച് സൈബീരിയയ്ക്ക് പുറത്തേക്ക് പോകുന്ന റെയിൽവേ മാർഗ്ഗം വിച്ഛേദിക്കാൻ കഴിയും. റഷ്യയെ ഫലപ്രദമായി ഒറ്റപ്പെടുത്തുകയാണെങ്കിൽ മറ്റൊരു ശക്തിക്കും പ്രതിസന്ധിഘട്ടങ്ങളിൽ ചൈനയുടെ രക്ഷയ്ക്കായി എത്താൻ കഴിയില്ല. 1931 മുതൽ ജപ്പാൻ എങ്ങനെയാണ് ഈ പ്രദേശം കൈയേറുന്നതിൽ പുരോഗമിച്ചതെന്ന് അറിയേണ്ടതുണ്ട്.

ജപ്പാൻ ഒരിക്കലും അതിന്റെ ഉദ്ദേശ്യങ്ങൾ വെളിപ്പെടുത്താറില്ലെന്നതും, വളരെ ശ്രദ്ധയോടെ മാത്രമേ ആക്രമണങ്ങൾ നടത്താറുള്ളുവെന്നതും, ഭൂപ്രദേശങ്ങൾ കൈയടക്കിക്കഴിഞ്ഞിട്ടുണ്ടെങ്കിൽ മറ്റുള്ള ശക്തികളാൽ ആക്രമിക്കപ്പെടുന്നതിനെക്കുറിച്ച് ശ്രദ്ധകാട്ടാറുണ്ടെന്നതും പ്രത്യേകം ശ്രദ്ധിക്കേണ്ട കാര്യങ്ങളാണ്. മാത്രവുമല്ല ചൈനയുടെ ഭൂപ്രദേശം കൈയേറുന്നതിന് മുന്നോടിയായി എന്തെങ്കിലും 'സംഭവങ്ങൾ' അരങ്ങിലെത്തിക്കാനും ജപ്പാന് കഴിയാറുണ്ട്. അത്തരത്തിലുള്ള ആദ്യ 'സംഭവം' അരങ്ങിലെത്തിച്ചത് 1931 സെപ്തംബർ 18 ന് ജാപ്പനീസ് ഇംപീരിയൽ ആർമി ലെഫ്റ്റനന്റായ കവാമോട്ടോ ആണ്. ദക്ഷിണ മഞ്ചൂരിയായിലെ റെയിൽവേപാതയിൽ ശത്രുസൈന്യത്തിന്റെ നീക്കങ്ങൾ പരിശോധിക്കുകയായിരുന്നു അദ്ദേഹം. അടുത്ത ദിവസം തന്നെ മുക്ദേനിനെയും ചെറിയ കാലയളവിനുള്ളിൽ മഞ്ചൂരിയയെ മുഴുവനായും പിടിച്ചടക്കുന്നതിലേക്കാണ് ഇത് നയിക്കപ്പെട്ടത്. ആ സമയത്ത് ലോകം മുഴുവനും തീവ്രമായ സാമ്പത്തിക പ്രതിസന്ധി നേരിട്ടുകൊണ്ടിരിക്കുകയായിരുന്നു, റഷ്യ ജ്വരബാധയേറ്റതുപോലെ അതിന്റെ ആദ്യ പഞ്ചവത്സര പദ്ധതിയുമായി മുന്നോട്ട് പോവുകയായിരുന്നു. അതിനാൽത്തന്നെ ഫലപ്രദമായ രീതിയിൽ ഒരു എതിർപ്പുമില്ലാതെ നീക്കങ്ങൾ നടത്താൻ കഴിയുമെന്ന് ജപ്പാന് ഉറപ്പുണ്ടായിരുന്നു. ലീഗ് ഓഫ് നാഷൻസ് പറഞ്ഞയച്ച ലൈറ്റൺ കമ്മീഷൻ ജപ്പാനെതിരെ റിപ്പോർട്ട് നല്കി. അതിന് ശേഷം ലീഗ് അസംബ്ലി ജപ്പാന്റെ മഞ്ചൂരിയ പിടിച്ചടക്കലിനെ അപലപിച്ചു. പക്ഷേ, ലീഗിനെതിരെ വിരൽഞൊടിച്ചുകൊണ്ട് ജപ്പാൻ ഇറങ്ങിപ്പോവുകയാണുണ്ടായത്. അതിനുശേഷം 1933 ൽ സോവിയറ്റ് യൂണിയൻ ചൈനീസ് ഈസ്റ്റേൺ റെയിൽപ്പാത മഞ്ചൂകുവോക്ക് വിറ്റു, 1934 ൽ റഷ്യയും മഞ്ചൂകുവോയും തമ്മിൽ ജലപാതക്കരാർ ഉണ്ടായി. മഞ്ചൂകുവോയെ മറ്റ് ശക്തികളൊന്നും വേണ്ടത്ര പ്രാധാന്യം കൊടുത്തില്ലെങ്കിലും മഞ്ചൂകുവോ അത് നേടിയെടുക്കുകയായിരുന്നു.

കോളനിവല്ക്കരണത്തിന് ഒരുപാട് സാദ്ധ്യതകളുള്ള ഒരു വലിയ പ്രദേശമാണ് മഞ്ചൂകുവോ. കാലാവസ്ഥ ഇവിടെ കഠിനമാണെങ്കിലും കൽക്കരി അടക്കമുള്ള അസംസ്കൃത വസ്തുക്കളാൽ സമ്പന്നമാണ് ഈ പ്രദേശം. മാത്രവുമല്ല, സോവിയറ്റ് റഷ്യയുമായി ഒരു യുദ്ധമുണ്ടാകുന്ന ഘട്ടത്തിൽ ഈ പ്രദേശം ജപ്പാന് ഉപയോഗപ്രദമായിരിക്കും. മഞ്ചൂകുവോയെ വികസിപ്പിക്കാൻ ജപ്പാൻ വർഷങ്ങളെടുക്കുമെന്നും അതുവരേക്കും കിഴക്കനേഷ്യയിൽ സമാധാനമുണ്ടാകുമെന്നുമാണ് പലരും കരുതിയത്. പക്ഷേ, അവർക്ക് തെറ്റിപ്പോയി. സാമ്പത്തികമായും നയതന്ത്രപരമായും മഞ്ചൂകുവോ സ്വയംപര്യാപ്തമല്ല. ജപ്പാൻ ആഗ്രഹിച്ച അസംസ്കൃത വസ്തുക്കളുടെ ഒരു ഭാഗം മാത്രമേ അവിടെ നിന്ന് കണ്ടെത്താൻ കഴിഞ്ഞുള്ളൂവെന്ന് മാത്രമല്ല, മഞ്ചൂകുവോയിലെ വിപണി ജപ്പാന് ആവശ്യമുള്ളത്രയും വലിപ്പമുള്ളതുമല്ല. പോരാത്തതിന് മഞ്ചൂകുവോ നയതന്ത്രപരമായി ഒരു ദുർബ്ബലപ്രദേശമാണ്, അതിന് ചുറ്റും ശത്രു രാജ്യങ്ങളാണ്. തൽഫലമായി സാമ്പത്തിക താല്പര്യങ്ങൾ നിറവേറ്റുന്നതിന് പുതിയ പ്രദേശത്തിന്റെ സുരക്ഷ ഉറപ്പുവരുത്തുന്നതിനും ജപ്പാന് അതിന്റെ ആക്രമണങ്ങൾ തുടരേണ്ടി വന്നു.

1932 ൽ മറ്റൊരു 'സംഭവം' ഷാംങായിയിൽ ഉണ്ടായി, അങ്ങനെ ചൈനയും ജപ്പാനും തമ്മിൽ ഷാംങായ് യുദ്ധം തുടങ്ങി. ഷാംങായിക്ക് അടുത്തുള്ള പ്രദേശങ്ങളിൽനിന്ന് പിൻവലിക്കാനും ജപ്പാന്റെ മറ്റ് ചില വ്യവസ്ഥകൾക്ക് കീഴടങ്ങാനും ചൈന നിർബ്ബന്ധിതരായി എന്നതായിരുന്നു അതിന്റെ ഫലം. 1932 ൽ ഷാംങായിയുടെ നയതന്ത്രപ്രാധാന്യം വ്യക്തമായിരുന്നില്ല, പക്ഷേ, 1937 ൽ നടന്ന ഈ യുദ്ധം കാരണം അത് വ്യക്തമായി.

1933 ആകുമ്പോഴേക്കും ജപ്പാന്റെ ചൊൽപ്പടിക്ക് നില്ക്കുന്ന ചക്രവർത്തിയായ പൂ യിയുടെ കീഴിൽ മഞ്ചൂകുവോയുടെ ഏകീകരണം പൂർത്തിയാക്കുകയും ജപ്പാൻ അതിന്റെ അതിർത്തി കൂടുതൽ വിപുലീകരിക്കുന്നതിന് തയ്യാറാവുകയും ചെയ്തിരുന്നു. മഞ്ചൂകുവോയുടെ അതിർത്തിക്കപ്പുറം ഉത്തരചൈനയിലാണ് പോരാട്ടം നടന്നത്. ജപ്പാൻ സൈന്യം ജെഹോളും ചഹാറിന്റെ ഒരു ഭാഗവും പിടിച്ചടക്കുകയും പെക്കിങ്ങിന്റെ (ഇപ്പോൾ അത് അറിയപ്പെടുന്നത് പെയ്പ്പിങ് എന്നാണ്) അതിർത്തി വരെ മാർച്ചിങ് നടത്തുകയും ചെയ്തു. യുദ്ധത്തിൽ പരാജയപ്പെട്ട ചൈനയ്ക്ക് ജപ്പാൻ അതിന്റെ മറ്റൊരു ഭൂപ്രദേശം കൂടി പിടിച്ചെടുക്കുന്നത് നോക്കിനില്ക്കാനെ കഴിഞ്ഞുള്ളൂ. താങ്കു ഉടമ്പടി പ്രകാരം 1933 ലാണ് യുദ്ധം അവസാനിച്ചത്.

1934 ൽ പ്രത്യേകിച്ച് സംഭവങ്ങളൊന്നുമുണ്ടായില്ല, പക്ഷേ, 1935 ൽ വീണ്ടും യുദ്ധപ്രവർത്തനങ്ങൾ തുടങ്ങി. എന്നും ചെയ്യാറുള്ളതുപോലെ സമാശ്വാസം പകരുന്ന പ്രസംഗങ്ങൾക്കും വിദേശനയത്തിലെ മിതത്വപ്രകടനങ്ങൾക്കുംശേഷം പുതിയൊരു ആക്രമണത്തിന് ജപ്പാൻ മുതിർന്നു. 1935 ജനുവരി 23 ന് ഹിറോത നടത്തിയ പ്രസംഗത്തിൽ അക്രമരഹിത

നയം സ്വീകരിക്കുന്നതിനെക്കുറിച്ചും ചൈനയുമായി സൗഹൃദബന്ധം പുനഃസ്ഥാപിക്കുന്നതിന്റെ ഭാഗമായി 'നന്മയുള്ള അയൽക്കാരൻ' നയം സ്വീകരിക്കുന്നതിനെക്കുറിച്ചും സംസാരിച്ചു. ആ സമയം ജപ്പാൻ സ്വീകരിച്ച മുദ്രാവാക്യമാണ് സ്വയംഭരണാധികാരമുള്ള ഉത്തര ചൈന എന്നത് (സ്വയംഭരണാധികാരമുള്ള മഞ്ചുകുവോ എന്ന് പറഞ്ഞതുപോലെ). ചൈനയുടെ പുതിയ തലസ്ഥാനമായ നാങ്കിങ്ങിലെ കേന്ദ്ര സർക്കാരിനോട് ഉത്തരചൈനയുമായുള്ള ജപ്പാന്റെ പ്രവർത്തനങ്ങളിലും ചർച്ചകളിലും ഇടപെടരുതെന്ന് ആവശ്യപ്പെടുകയും ചെയ്തു. പക്ഷേ, നാങ്കിങ്ങിന് ജപ്പാനെ അതേപടി അനുസരിക്കാൻ കഴിഞ്ഞില്ല. 1931 ൽ മഞ്ചൂരിയൻ വിഭാഗങ്ങൾക്ക് പറ്റിയതുപോലെ ജപ്പാന്റെ കെണിയിലേക്ക് കണ്ണടച്ച് കയറിച്ചെല്ലാൻ ഉത്തരചൈനയിലെ ജനങ്ങൾ തയ്യാറല്ലായിരുന്നു. ഫലമായി ജപ്പാന്റെ പദ്ധതികൾ വിജയിച്ചില്ല. എന്നിരുന്നാലും സംഘർഷം അവസാനിച്ചപ്പോൾ ചൈനയ്ക്ക് വീണ്ടും അതിന്റെ ഭൂപ്രദേശത്തിന്റെ മറ്റൊരു ഭാഗം നഷ്ടപ്പെട്ടു.

1933 ൽ ജെഹോളും ചഹാറിന്റെ ഒരു ഭാഗവും മാഞ്ചുകുവോ പിടിച്ചടക്കിയിരുന്നു. ഇപ്പോൾ, ഹോപ്പീ പ്രവിശ്യയിൽനിന്ന് സൈന്യത്തെ പിൻവലിച്ചിരിക്കുകയാണ്. തങ്ചൗ തലസ്ഥാനമായ, പെയ്പ്പിങ്ങിൽ നിന്ന് 12 മൈൽ കിഴക്കോട്ട് മാറിയുള്ള ഈ സ്വയംഭരണപ്രദേശം അറിയപ്പെടുന്നത് കിഴക്കേ ഹോപ്പീ എന്നാണ്. ചൈനയിൽനിന്ന് കാലുമാറി വന്ന യിൻ– ജൂ– കെങ്ങിനാണ് ഈ പ്രദേശത്തിന്റെ മേൽനോട്ടച്ചുമതല, പ്രദേശം ജപ്പാന്റെ അധീനതയിലുമാണ്. (പിന്നീട് ജപ്പാന്റെ മൗനാനുവാദത്തോടുകൂടിയെന്ന് ഊഹിക്കാവുന്ന തരത്തിൽ വലിയതോതിലുള്ള കള്ളക്കടത്താണ് ചൈനയുടെ ചുങ്കപ്പിരിവ് മറികടക്കാൻ വേണ്ടി ഈ പ്രദേശത്ത് നടന്നിട്ടുള്ളത്.) കൂടാതെ ഹോപ്പീയുടെ പെയ്പ്പിങ്ങും ടിയെൻസിനും അടങ്ങുന്ന ബാക്കിയുള്ള പ്രദേശങ്ങളും ചഹാറിന്റെ ഒരു ഭാഗവും ഹോപ്പീ– ചഹാർ പൊളിറ്റിക്കൽ കൗൺസിൽ എന്ന പ്രത്യേക ഭരണസംവിധാനത്തിന്റെ കീഴിലാണ് ഉള്ളത്. നാങ്കിങ്ങിന് പുറത്തുള്ള ഏറ്റവും ശക്തനായ നേതാവായ ജനറൽ സുങ് ചെ യുവാനാണ് അതിന്റെ ഭരണച്ചുമതല വഹിക്കുന്നത്. ജപ്പാനെ തുറന്നെതിർക്കാൻ ഈ കൗൺസിലിന് പേടിയാണെങ്കിലും നാങ്കിങ്ങുമായുള്ള ബന്ധം വേർപെടുത്തിക്കളയാനും ആഗ്രഹിക്കുന്നില്ല. 1936 ഫെബ്രുവരിയിൽ ടോക്കിയോയിൽ ഒരു സൈനികപ്രക്ഷോഭം അരങ്ങേറിയിരുന്നു. ആ സമയം ജപ്പാൻ അതിന്റെ ആഭ്യന്തര കാര്യങ്ങളിൽ തിരക്കിലായിരുന്നു. എന്നിരുന്നാലും, അത് പൂർണ്ണമായും നിർജ്ജീവമാണെന്ന് പറയാൻ കഴിയില്ല. അന്താരാഷ്ട്രതലത്തിൽ അതിന്റെ നില ശക്തിപ്പെടുത്തുന്നതിനായി ജപ്പാൻ ജർമ്മനിയുമായി ഒരു ഉടമ്പടി ഉണ്ടാക്കി, അതാണ് കമ്മിന്റേൺ വിരുദ്ധ ഉടമ്പടി. ആ വർഷത്തിന്റെ ഒടുവിൽ 1936 നവംബറിൽ പെയ്പ്പിങ് – പാവോതാവോ റെയിൽപാതയ്ക്ക് കീഴെ മംഗോളിയയുടെ ഉൾഭാഗങ്ങളിലേക്ക് അതിക്രമിച്ചുകടക്കാനുള്ള ശ്രമവും ജപ്പാൻ നടത്തി. എന്നാൽ സൂയെൻ പ്രവിശ്യ

യിൽവെച്ച് ജനറൽ ഫൂ ത്സോ ഐ, നാങ്കിങ് സൈന്യത്തിന്റെ സഹായത്തോടെ ജപ്പാന്റെ മംഗോളിയയിൽനിന്നും മഞ്ചൂകുവോയിൽനിന്നുമുള്ള കൂലിപ്പട്ടാളക്കാരെ തടഞ്ഞു.

1931 മുതല്ക്ക് കിഴക്കനേഷ്യയുടെ കാര്യത്തിൽ മാത്രമല്ല, ലോക കാര്യങ്ങളിൽ പൊതുവായും കൂടുതൽ നിശ്ചയദാർഢ്യത്തോടുകൂടി ജപ്പാൻ പ്രവർത്തിച്ചു തുടങ്ങിയിരുന്നു. ആഗോളവൃത്തത്തിൽ സ്വയം ഒരു ശക്തിയായി തോന്നിയിരുന്നില്ലെങ്കിൽ അത് ഒരിക്കലും ചൈനയ്ക്കെതിരെ ഒരു ആക്രമണത്തിന് മുതിരില്ലായിരുന്നു. മഞ്ചൂരിയ പിടിച്ചെടുത്തതിന് ശേഷം ലീഗ് ഓഫ് നാഷൻസിൽനിന്ന് ഇറങ്ങിപ്പോയത് നമ്മൾ പ്രതിപാദിച്ചു കഴിഞ്ഞു. അതുകൂടാതെ ഇംഗ്ലണ്ടും ജപ്പാനും തമ്മിലുള്ള ഉടമ്പടിക്ക് കാലതാമസമുണ്ടാകാനും അത് അനുവദിച്ചു. ഉടമ്പടി കൂടാതെ തന്നെ ആവശ്യമുള്ള ശക്തിയുണ്ടെന്ന് അതിന് തോന്നിയിട്ടുണ്ടാകാം.

യുദ്ധക്കപ്പലുകളുടെ കാര്യത്തിൽ ബ്രിട്ടനും അമേരിക്കയും ജപ്പാനും 5:5:3 എന്ന അനുപാതത്തിൽ പ്രവർത്തിക്കുന്നതിന് ജപ്പാൻ സമ്മതിച്ചിരുന്നു. 1935 ൽ ഈ ഉടമ്പടിയിൽ വീഴ്ച ഉണ്ടായപ്പോൾ തുല്യമായ സ്ഥാനം വേണമെന്ന് ജപ്പാൻ നിർബ്ബന്ധം പിടിക്കുകയും, അത് അംഗീകരിക്കാൻ ലണ്ടൻ സമ്മേളനത്തിൽ മറ്റ് ശക്തികൾ തയ്യാറാകാതിരിക്കുകയും ചെയ്ത സാഹചര്യത്തിൽ ധിക്കാരപരമായി അതിൽനിന്ന് ഇറങ്ങിപ്പോവുകയാണ് ജപ്പാൻ ചെയ്തത്. ലോകവിപണികളുടെ കാര്യത്തിൽ ജപ്പാനുമായി സാമ്പത്തികമായ ഒരു ധാരണയിലെത്താൻ ബ്രിട്ടൻ ശ്രമിച്ചപ്പോൾ ബ്രിട്ടന് നേരിട്ട് നിയന്ത്രണമുള്ള വിപണികളെക്കുറിച്ചല്ലാതെ മറ്റൊരു വിപണിയെക്കുറിച്ചും ചർച്ച ചെയ്യാൻ ജപ്പാൻ തയ്യാറല്ലായിരുന്നു. അങ്ങനെ രണ്ട് ശക്തികൾ തമ്മിലുള്ള ബന്ധം വിച്ഛേദിക്കപ്പെട്ടു. ഈ വസ്തുതകളിൽ നിന്നെല്ലാം വ്യക്തമാകുന്നത് 1937 ന്റെ ഉദയമായപ്പോഴേക്കും കിഴക്കനേഷ്യയിൽ ഒരു പ്രബലമായ സംഘട്ടനം നടത്താൻ ധാർമ്മികമായും ആഗോളതലത്തിലും ജപ്പാൻ ഒരുങ്ങിക്കഴിഞ്ഞിരുന്നുവെന്നാണ്.

പക്ഷേ, ചിലപ്പോൾ കാര്യങ്ങൾ നന്നായി അറിയുന്നവർക്കുപോലും വഴിതെറ്റാറുണ്ട്. 1937 മാർച്ചിനും ജൂലൈയ്ക്കുമിടയിൽ രാജ്യം ഒരു സാമ്പത്തിക പ്രതിസന്ധിയിലൂടെ കടന്നുപോവുകയാണെന്നും അതുകൊണ്ട് ചൈനയ്ക്കെതിരെ ഏതെങ്കിലും തരത്തിൽ സൈനികാക്രമണം നടത്താൻ കഴിയില്ലെന്നുമുള്ള വിശ്വാസം ലോകത്തിന് മുഴുവൻ നല്കി ജപ്പാൻ ഒരു സമാധാനാന്തരീക്ഷം സൃഷ്ടിച്ചു. അമേരിക്കയിലെ ആനുകാലിക പ്രസിദ്ധീകരണങ്ങളിൽ ലോകം മുഴുവൻ സാമ്പത്തികരംഗം മെച്ചപ്പെട്ടതിന്റെ ആഘോഷങ്ങൾ നടക്കുമ്പോൾ ജപ്പാനിൽ കാര്യങ്ങൾ കീഴ്മേൽ മറിഞ്ഞാണിരിക്കുന്നതെന്ന് കാണിക്കുന്ന നിരവധി ലേഖനങ്ങൾ പ്രത്യക്ഷപ്പെട്ടു. സാമ്പത്തികരംഗം മെച്ചപ്പെട്ടതോടെ അസംസ്കൃതവസ്തുക്കളുടെ വിലയും കുതിച്ചുയർന്നു. ജപ്പാന് ഇത് വലിയ വില കൊടുത്ത് വാങ്ങേണ്ടിയിരുന്നതിനാൽ അവിടുത്തെ ഉല്പാദനച്ചെലവും വർദ്ധിച്ചു. ലോക വിപണിയിൽ മത്സരിക്കുകയെന്നത് ജപ്പാന്റെ കാര്യത്തിൽ അസാദ്ധ്യമാ

യിത്തീരുകയാണുണ്ടായത്. (എന്നാൽ നിലവിൽ ഇന്ത്യയിലെ ജപ്പാൻ പരുത്തി വ്യവസായം ഇതിനെ ശരിവെക്കുന്നില്ല.) ഈയൊരു സാമ്പത്തിക പ്രതിസന്ധിയാലാണ് ചൈനയെ ആക്രമിക്കുന്നതിൽ നിന്ന് ജപ്പാൻ പിന്തിരിഞ്ഞിരിക്കുന്നതെന്നും ചൈനയോട് സൗഹാർദ്ദത്തിലാകാൻ ശ്രമിക്കുന്നതെന്നും അമേരിക്കയിലെ പത്രപ്രവർത്തകർ എഴുതിപ്പിടിപ്പിച്ചു. ഇതേ കാരണത്താൽ തീവ്രവാദികൾക്ക് രാജ്യത്ത് നിലവിൽ പിന്തുണയില്ലെന്നും മിതവാദികൾക്കാണ് ജപ്പാനിൽ മുൻകൈയെന്നുംകൂടി അവർ വാദിച്ചു.

ശത്രുക്കളെ ഒരു സുരക്ഷിതബോധത്തിലേക്ക് സമാശ്വസിപ്പിക്കാനും യഥാർത്ഥ ഉദ്ദേശ്യങ്ങൾ മറച്ചുവെക്കാനുമുള്ള ഒരു മുഖംമൂടി മാത്രമായിരുന്നു ജപ്പാന്റെ മിതവാദങ്ങളെന്ന് ഇപ്പോൾ വ്യക്തമായിരിക്കുകയാണ്. ഈ പ്രത്യേക സന്ദർഭം ചൈനയെ ആക്രമിക്കാൻ വ്യക്തമായ കാരണങ്ങളായി ജപ്പാൻ തെരഞ്ഞെടുത്തു. യു എസ് എയോ ബ്രിട്ടനോ റഷ്യയോ യുദ്ധത്തിൽ ജപ്പാനെ എതിർക്കാൻ ഇപ്പോഴും സജ്ജരായിട്ടില്ല. അവരെല്ലാംതന്നെ ജ്വരബാധയേറ്റതുപോലെ യുദ്ധത്തിന് സജ്ജരായിക്കൊണ്ടിരിക്കുകയാണ്, യുദ്ധസാമഗ്രികൾ വാങ്ങിക്കൂട്ടുകയാണ്, രണ്ടോ മൂന്നോ വർഷങ്ങൾക്കുശേഷം ജപ്പാന്റെ അവസ്ഥയ്ക്ക് ഇത്ര തെളിച്ചമുണ്ടാകണമെന്നില്ല. അതുകൊണ്ടുതന്നെ 'ഇപ്പോൾ അല്ലെങ്കിൽ ഒരിക്കലുമില്ല' എന്ന അവസ്ഥയാണ് ജപ്പാന്റെ മുന്നിലുണ്ടായിരുന്നത്, ജപ്പാൻ ആക്രമിച്ചു. സമചിത്തതയോടെയുള്ള സംസാരത്തിന്റെയും മിതമായ പ്രവർത്തനങ്ങളുടെയും ഒരു കാലഘട്ടത്തിലൂടെയാണ് ഈയൊരു ആക്രമണത്തിന് വേണ്ടി ജപ്പാൻ തയ്യാറെടുത്തത്. ന്യൂയോർക്കിലെ പ്രശസ്തമായ പ്രസിദ്ധീകരണം, *ദി നാഷൻ*, 1937 ഏപ്രിൽ 24 ന് പറയുന്നത്: '1931 മുതൽ ഇതുവരെ ഇല്ലാത്ത തരത്തിൽ കിഴക്കനേഷ്യയിൽ സമാധാനത്തിന്റെ പ്രതീക്ഷ ഉയർന്നിട്ടുണ്ട്.' അതേ പ്രസിദ്ധീകരണം ജൂൺ 26 ന് പ്രസ്താവിച്ചത് ചൈനയ്ക്കെതിരെയുള്ള ജപ്പാന്റെ ആക്രമണങ്ങളിൽ ശമനമുണ്ടായിട്ടുണ്ടെന്നാണ്. പക്ഷേ, ഒരു കൊടുങ്കാറ്റിന് മുന്നേയുള്ള ശാന്തതയാണതെന്ന് ലേഖകൻ അറിഞ്ഞിട്ടുണ്ടായിരുന്നില്ല.

മറ്റൊരു ആക്രമണത്തിനായുള്ള ജപ്പാന്റെ തയ്യാറെടുപ്പ് കൂടാതെ കിഴക്കനേഷ്യയിലെ നിലവിലെ പ്രതിസന്ധി ത്വരിതപ്പെടുത്തിയത് മറ്റ് ചില ഘടകങ്ങൾ കൂടിയാണ്. സിയാൻ ഭരണഅട്ടിമറിയും, 1936 ൽ മാർഷൽ ചിയാങ് കായ് ഷെക്കിനെ തട്ടിക്കൊണ്ടുപോയതും ചൈനയുടെ 'ഐക്യ മുന്നണി' നയത്തിനുവേണ്ടുന്ന നിലമൊരുക്കിയിട്ടുണ്ട്. ചിയാങ്ങിനെ മോചിതനാക്കുന്നതിന് മുമ്പ് ചൈനയിലെ സോവിയറ്റുകളും നാങ്കിങ് സർക്കാരും തമ്മിൽ ജപ്പാനെതിരായ പ്രതിരോധത്തിന്റെ കാര്യത്തിൽ ധാരണയിലെത്തിയിട്ടുണ്ടെന്നതിൽ സംശയമില്ല. ഇടക്കാലചരിത്രത്തിലാദ്യമായി ചൈനയുടെ ഏകീകരണം പൂർത്തിയായി എന്നതാണ് ഈ ധാരണകൊണ്ട് അർത്ഥമാകുന്നത്. ചൈനയിലെ സോവിയറ്റുകൾ കമ്യൂണിസവും വിഘടനവാദവും അവസാനിപ്പിച്ച് നാങ്കിങ്ങിന്റെ വഴി തെരഞ്ഞെടുത്തു. ഏകീകരിക്കപ്പെട്ട ചൈനയെ ജപ്പാന്റെ ആക്രമണങ്ങൾക്കെതിരെ

നയിച്ചത് ചിയാങ് ആയിരുന്നു. കമ്യൂണിസ്റ്റ് നേതാക്കളായ ചൗ-എൻ-ലായിയും ചിയാങ്ങിന്റെ സ്വന്തം മകനും സമാനദിശയിൽ സഞ്ചരിക്കാൻ തയ്യാറായി. ഇതിനെക്കുറിച്ച് ജപ്പാൻ മനസ്സിലാക്കുകയും ഏകീകരിക്കപ്പെട്ട ചൈനയ്ക്ക് ഏകോപനപ്രവർത്തനങ്ങളിലൂടെ മുന്നേറാൻ കഴിയുന്നതിന് മുമ്പ് തന്നെ ആക്രമിക്കുകയും ചെയ്തു.

പലവിധത്തിലും ജപ്പാന് ഈയവസരം ഭാഗ്യകരമാണ്. ബ്രിട്ടന്റെയും റഷ്യയുടെയും അമേരിക്കയുടെയും ആയുധവിപുലീകരണം ത്വരിതഗതിയിൽ പുരോഗമിക്കുന്നുണ്ടെങ്കിലും അവരാരും തന്നെ നിലവിലൊരു ഏറ്റുമുട്ടലിന് തയ്യാറല്ല. സിംഗപ്പൂരിൽ അടിത്തറപാകിക്കഴിയുന്നതിന് ബ്രിട്ടന് ഇനിയും സമയമെടുക്കും. അമേരിക്കയിൽനിന്ന് ആയുധങ്ങളുടെ കയറ്റുമതി നിരോധിച്ചുകൊണ്ട് ന്യൂട്രാലിറ്റി ആക്ട് അമേരിക്ക പാസാക്കിയതും എല്ലാത്തരം അന്താരാഷ്ട്രസംഘർഷങ്ങളിൽനിന്ന് ഒഴിഞ്ഞുനില്ക്കാൻ വേണ്ടിയാണ്. റഷ്യൻ സൈന്യത്തിനകത്ത് അസന്തുഷ്ടികളാൽ രോഷം നുരഞ്ഞുപൊങ്ങുകയാണെന്നും പന്ത്രണ്ട് മാസങ്ങൾക്കുമുമ്പുള്ളത്രയും പ്രബലമല്ല സൈന്യമെന്നുമാണ് ഫാസിസ്റ്റ് റിപ്പോർട്ടുകൾ പുറത്തുവരുന്നത്. 1860 ലെ ചൈനയുമായുള്ള കരാർ പ്രകാരം റഷ്യയുടെ അധീനതയിലായ എന്നാൽ തർക്കഭൂമിയായിരുന്ന ദ്വീപുകളിൽനിന്ന് 1937 ജൂലൈ 4 ന് സോവിയറ്റ് സൈന്യം പിൻവാങ്ങിയതോടെ സോവിയറ്റ്-മഞ്ചൂകുവോ അതിർത്തിയിൽ സംഘർഷമുണ്ടായത് ഒരു യുദ്ധത്തിന് സോവിയറ്റ് സർക്കാർ തയ്യാറല്ലെന്നതിന്റെ തെളിവാണ്.

ആമുർ നദിയിൽനിന്ന് സോവിയറ്റ് സൈന്യം പിൻവാങ്ങിയതിന് മൂന്ന് ദിവസങ്ങൾക്കുശേഷം പെയ്പ്പിങ്ങിന്റെ അടുത്തായി ഒരു പുതിയ 'സംഭവം' നടക്കുകയും 1937 ജൂലൈ 8 ന് ചൈനയ്ക്ക് മേലുള്ള ആക്രമണം പുനരാരംഭിക്കുകയും ചെയ്തു.

ഒരു ദുരന്തം സംഭവിച്ചാൽ മനുഷ്യർ കൂടുതൽ വിവേകശാലികളായി മാറുമെന്നാണല്ലോ പറയാറ്. ഇപ്പോൾ വളരെ അറിവുള്ള പത്രപ്രവർത്തകർ റിപ്പോർട്ട് ചെയ്യുന്നത് ഈ യുദ്ധത്തിനായി കുറച്ചുകാലമായി ജപ്പാൻ തയ്യാറെടുപ്പുകൾ നടത്തിക്കൊണ്ടിരിക്കുന്നുവെന്നാണ്. മാഞ്ചൂകുവോയെ കൈയടക്കിയതുകൊണ്ട് അതിന് തൃപ്തിയായിട്ടില്ല. ജപ്പാനിൽ നിന്നുള്ള കുടിയേറ്റക്കാർക്ക് ഇവിടുത്തെ തണുപ്പ് സഹിക്കാൻ കഴിയില്ല. ജപ്പാൻ വ്യവസായത്തിന് ആവശ്യമായ അസംസ്കൃത വസ്തുക്കളുടെ ചെറിയൊരു വിഹിതം മാത്രമേ ഈ പ്രദേശത്തിന് നല്കാൻ കഴിഞ്ഞിട്ടുള്ളൂ. ജപ്പാനിലേക്കുള്ള വ്യാപാരത്തിൽ ചെറിയൊരു വർദ്ധനവ് ഉണ്ടായിട്ടുണ്ടെന്നതിൽ സംശയമില്ലെങ്കിലും ഭരണനിർവ്വഹണത്തിനുള്ള ചെലവും ജപ്പാൻ വിപണിയിൽ മാഞ്ചൂരിയിൽ നിന്നുള്ള ഉല്പന്നങ്ങളാലുണ്ടായ മത്സരം കാരണമുണ്ടായ നഷ്ടവും ഏതെങ്കിലും തരത്തിലുള്ള ഗുണങ്ങളെ മറികടക്കുന്ന വിധത്തിലുള്ളതായിരുന്നു. മറുവശത്ത്, ഉത്തരചൈന എന്നു വെച്ചാൽ ഷാങ്തുങ്, ഹോപ്പീ, ചാഹർ, ഷാൻസി, ദക്ഷിണഹോപ്പി എന്നീ പ്രവിശ്യകൾ മാഞ്ചൂകുവോയേക്കാൾ വളരെയധികം ലാഭമുണ്ടാക്കുമെന്ന

പ്രതീക്ഷയുമുണ്ട്. ചഹാറിലും ഷാൻസിയിലും ദക്ഷിണ ഹോപ്പിയിലും ഇരുമ്പ് നിക്ഷേപങ്ങളുണ്ട്. ഉന്നതനിലവാരമുള്ള കൽക്കരിയും ഷാൻസിയിൽ ലഭ്യമാണ്. പോരാത്തതിന് തകരം, ചെമ്പ്, സ്വർണ്ണം, എണ്ണ എന്നിവയെല്ലാം ഈ അഞ്ച് പ്രവിശ്യകളിലും ചിതറിക്കിടക്കുന്നുണ്ട്. മഞ്ഞനദിയുടെ, ഹ്വാങ്-ഹോയുടെ തീരം പരുത്തിക്കൃഷി നടത്താൻ യോജ്യമാണ്. അമേരിക്കയിൽനിന്നും ഇന്ത്യയിൽനിന്നുമാണ് പ്രതിവർഷം 400 മില്യൺ വിലയുള്ള പരുത്തി ഇന്ത്യയിലേക്ക് കയറ്റുമതി ചെയ്യുന്നത്. മഞ്ചൂകുവോയിലുള്ളതിനേക്കാൾ ജപ്പാൻ കുടിയേറ്റക്കാർക്കും കന്നുകാലിവളർത്തലിനും അനുയോജ്യമായ കാലാവസ്ഥയാണ് ഇവിടെയുള്ളത്.

കുറച്ചുകാലം മുമ്പ് ഈ പ്രദേശത്തെ പരമാവധി ചൂഷണം ചെയ്യാൻ ജപ്പാൻ പദ്ധതികൾ തയ്യാറാക്കിയിരുന്നു, എന്നാൽ പ്രദേശം ചൈനയുടെ പരമാധികാരത്തിൽ തുടരുന്നിടത്തോളംകാലം ജപ്പാനിലെ മുതലാളികൾക്ക് ഇവിടെ നിക്ഷേപം നടത്താൻ വൈമനസ്യമായിരുന്നു. അങ്ങനെ മുതലാളിത്തത്തെ സഹായിക്കാനായി സൈന്യത്തിന് വിഷയത്തിൽ ഇടപെടേണ്ടതായി വന്നു.

നിലവിലെ ആക്രമണങ്ങൾക്കുപിന്നിൽ സാമ്പത്തിക താല്പര്യങ്ങൾ കൂടാതെ മാനസികമായ ഘടകങ്ങൾകൂടി മറഞ്ഞിരിപ്പുണ്ട്. ഈ വർഷത്തിന്റെ തുടക്കം ജപ്പാനിലെ സാമ്പത്തിക പ്രതിസന്ധിയെക്കുറിച്ച് അമേരിക്കൻ പത്രങ്ങൾ എഴുതിയത് ഭാഗികമായി ശരിയായിരുന്നു, എന്നാൽ അവരുടെ നിഗമനമാണ് തെറ്റിപ്പോയത്. അവർ എഴുതിയതിൽനിന്നും വിഭിന്നമായി, സാമ്പത്തിക പ്രതിസന്ധി നേരിടുന്ന ഒരു സർവ്വാധിപത്യരാഷ്ട്രം രാജ്യത്തെ അസംതൃപ്തികൾ ശമിപ്പിക്കാനായി വിദേശത്ത് യുദ്ധം തുടങ്ങുകയാണ് ചെയ്യുക. അധികം വൈകാതെ ജർമ്മനിയെയും ഈ പ്രതിസന്ധി പിടികൂടും. ജപ്പാന്റെ കാര്യത്തിൽ ചുരുങ്ങിക്കൊണ്ടിരിക്കുന്ന വ്യാപാരങ്ങളുടെ ഫലമായി രാജ്യം നേരിട്ടുകൊണ്ടിരുന്ന സാമ്പത്തിക വിഷമതകളാണ് യുദ്ധമനശ്ശാസ്ത്രം പുതുക്കി പ്രയോഗിക്കാൻ അതിനെ പ്രേരിപ്പിച്ചത്.

കൂടാതെ, 1936 നവംബറിൽ ഉത്തര ചൈനയിലെ ഒരു പ്രവിശ്യയായ സ്യൂയാന് എതിരെ ജപ്പാന്റെ നേതൃത്വത്തിൽ നടന്ന യുദ്ധമുന്നേറ്റം പരാജയപ്പെട്ടതു മുതല്ക്ക്, ഉത്തരചൈന മുഴുവനായും കീഴ്പ്പെടുത്തിക്കഴിഞ്ഞാൽ മാത്രമേ മംഗോളിയയുടെ ഉൾപ്രദേശങ്ങൾ കീഴടക്കാൻ സാധിക്കുകയുള്ളൂവെന്ന് വ്യക്തമായതാണ്. ചഹാറിനെയും സ്യൂയാനെയും നിയന്ത്രിക്കാതെ മഞ്ചൂകുവോയുടെ വശത്തുനിന്ന് മംഗോളിയയുടെ ഉൾപ്രദേശങ്ങളിലേക്ക് അതിക്രമിച്ചുകടക്കാൻ കഴിയില്ല.

എന്തുകൊണ്ടാണ് ഒരു സാമ്പത്തികനേട്ടവും ഇല്ലാത്ത തരിശുഭൂമിയായ മംഗോളിയയുടെ ഉൾപ്രദേശങ്ങളെ പിടിച്ചടക്കാൻ ജപ്പാൻ ഇത്രയും ആകാംക്ഷ കാണിക്കുന്നത്? കാരണം സാമ്പത്തിക വിഷയത്തിനേക്കാൾ ഉപരി നയതന്ത്രപരമാണ്. മഞ്ചൂകുവോയെയും ഉത്തരചൈനയെയും മംഗോളിയയെയും ഉൾപ്പെടുത്തിക്കൊണ്ട് ഒരു ഭൂപ്രദേശം സ്വന്തമാക്കാൻ

ജപ്പാൻ ലക്ഷ്യം വെച്ചിരിക്കുകയാണെന്ന് നേരത്തെ പറഞ്ഞു. അതിനിടയിൽ സോവിയറ്റ് നയതന്ത്രങ്ങൾ പ്രവർത്തിക്കാതിരുന്നിട്ടില്ല, ചൈനീസ് റിപ്പബ്ലിക്കിന്റെ രണ്ട് വലിയ പ്രവിശ്യകളായ സിൻകിയാങ് (അല്ലെങ്കിൽ ചൈനീസ് തുർക്കിസ്ഥാൻ), മംഗോളിയയുടെ ബാഹ്യപ്രദേശങ്ങൾ (മംഗോളിയയുടെ സോവിയറ്റ് റഷ്യയുമായി സംഗമിക്കുന്ന മുകളിലത്തെ ഭാഗങ്ങൾ) റഷ്യൻ സ്വാധീനത്തിന്റെ കീഴിൽ കൈമാറ്റം ചെയ്യപ്പെട്ടുകഴിഞ്ഞു. ജപ്പാനെ സംബന്ധിച്ചിടത്തോളം സിൻകിയാങ് അത്രമേൽ നയതന്ത്രപ്രാധാന്യമുള്ള പ്രദേശമല്ല (എന്നാൽ ഈ പ്രദേശം ഇന്ത്യയോട് തൊട്ടടുത്ത് കിടക്കുന്നുവെന്നതിനാൽ സോവിയറ്റ് റഷ്യക്ക് പ്രധാനപ്പെട്ട പ്രദേശമാണ്). പക്ഷേ, ഔട്ടർ മംഗോളിയ ജപ്പാനെ സംബന്ധിച്ച് പ്രാധാന്യമേറിയ പ്രദേശമാണ്. ഔട്ടർ മംഗോളിയ നിയന്ത്രണത്തിലാക്കിയ സ്ഥിതിക്ക് സോവിയറ്റ് റഷ്യക്ക് ഉത്തര ചൈനയിലേക്ക് എളുപ്പത്തിൽ കടക്കാൻ കഴിയും. ഇത് തടഞ്ഞ് ചൈന പ്രോപ്പറിൽനിന്ന് റഷ്യയെ എന്നെന്നേക്കുമായി പുറത്താക്കാൻ ഇന്നർ മംഗോളിയയെയും (മംഗോളിയയുടെ ദക്ഷിണ ഭാഗം), ഉത്തരചൈനയെയും പിടിച്ചെടുത്തേ കഴിയുകയുള്ളൂ. അതുവഴി പടിഞ്ഞാറുനിന്ന് കിഴക്കോട്ടേക്ക് ഒരു ഇടനാഴി രൂപീകരിച്ച് റഷ്യൻ സൈബീരിയയെയും ഔട്ടർ മംഗോളിയയെയും ചൈന പ്രോപ്പറിൽനിന്ന് വേർതിരിക്കാൻ കഴിയും. ഈ ഭൂപ്രദേശം പിടിച്ചെടുക്കുകയെന്നതാണ് ജപ്പാന്റെ ഇപ്പോഴത്തെ ലക്ഷ്യം. ഈ പരിശ്രമത്തിൽ ജപ്പാൻ വിജയിക്കുകയാണെങ്കിൽ പുതുതായി പിടിച്ചെടുത്ത ഈ പ്രദേശത്ത് പടിഞ്ഞാറ് നിന്ന് കിഴക്കോട്ടേക്ക് ഒരു നയതന്ത്രപ്രധാനമായ റെയിൽപ്പാത നിർമ്മിക്കാനുള്ള പരിശ്രമത്തിലായിരിക്കും ജപ്പാൻ. അവിടെ സ്ഥാനം ഉറപ്പിക്കാൻ കഴിഞ്ഞാൽപ്പിന്നെ ഔട്ടർ മംഗോളിയയിലേക്ക് നീങ്ങുന്നതിനെക്കുറിച്ചായിരിക്കും ജപ്പാൻ ആലോചിക്കുക. അതിനുശേഷം എന്ത് സംഭവിക്കുമെന്ന് പ്രവചിക്കാൻ ബുദ്ധിമുട്ടാണ്. നിലവിൽ റഷ്യയുടെ അധീനതയിലാണ് ഔട്ടർ മംഗോളിയ ഉള്ളത്. ഈ പ്രദേശത്ത് ജപ്പാന്റെ ഭാഗത്തുനിന്നും എന്തെങ്കിലും നീക്കമുണ്ടായാൽ അത് വലിയ പ്രത്യാഘാതങ്ങൾ വിളിച്ചുവരുത്തുമെന്ന് സോവിയറ്റ് സർക്കാർ വ്യക്തമായി പ്രഖ്യാപിച്ചുകഴിഞ്ഞതാണ്.

പക്ഷേ, മംഗോളിയക്കാരെ ഭാവിയിലെപ്പോഴെങ്കിലും ഏകീകരിച്ച് ഭരിക്കാമെന്ന പ്രതീക്ഷ ജപ്പാനിപ്പോഴും കൈവെടിഞ്ഞിട്ടില്ല. അതിനാൽ, മംഗോളിയൻ വംശജർക്കെല്ലാം ഗുണകരമാകുന്ന രാഷ്ട്രീയ ആശയമാണ് 'മെങ്കുകുവോ' എന്ന് ജപ്പാന്റെ ഏജന്റുമാർ ഇടയ്ക്കിടെ പറയാറുണ്ട്. ഈ പദ്ധതി എപ്പോഴെങ്കിലും യാഥാർത്ഥ്യമാവുകയാണെങ്കിൽ അത് മാഞ്ചൂകുവോയുടെ പ്രതിരൂപമായിരിക്കും. ഇത് മംഗോളിയൻ വംശജർക്ക് സ്വന്തമായി രാഷ്ട്രമുണ്ടാകുന്നതിന് കാരണമാകും, അത് ഗിൽബർട്ടിയൻ രൂപത്തിലുള്ള സ്വയംഭരണപ്രദേശമാണെങ്കിലും യഥാർത്ഥത്തിൽ ജപ്പാന്റെ സംരക്ഷണത്തിന് കീഴിലായിരിക്കും. കിഴക്കനേഷ്യയിൽ ഏകദേശം 5 മില്യൺ മംഗോളിയൻ വംശജരാണ് ഉള്ളത്. മാഞ്ചൂകുവോയിലെ സിങ്ങാൻ

പ്രവിശ്യയിലാണ് ഇതിൽ 2 മില്യണോളം പേർ താമസിക്കുന്നത്. ഐക്യ നാടുകളുടെയത്രയും വിശാലമായ ഔട്ടർ മംഗോളിയയിലാണ് ഒരു മില്യൺ പേർ ജീവിക്കുന്നത്. മറ്റൊരു മില്യൺ പേർ ജീവിക്കുന്നത് ഇന്നർ മംഗോളിയയിലാണ്. ഇനിയൊരു മില്യൺ പേർ സിങ്കിയാങ്ങിലും (ചൈനീസ് തുർക്കിസ്ഥാൻ), ടിബറ്റിലും സോവിയറ്റ് റഷ്യയിലും(ബുറയാത്ത് റിപ്പബ്ലിക്) ചിതറിക്കിടക്കുകയാണ്. മംഗോളിയൻ പൊളിറ്റിക്കൽ കൗൺസിൽ നിലവിൽവന്നതോടെ ഭാവിയിലെ മംഗോളിയൻ രാഷ്ട്രമായ 'മെങ്കുകുവോ'യുടെ കേന്ദ്രബിന്ദു രൂപപ്പെട്ടുകഴിഞ്ഞിരിക്കുകയാണ്. മംഗോളിയൻ നേതാക്കളിൽ ലീ ഷൗഹ്സെയ്ൻ, പ്രിൻസ് തേ എന്നിവരാണ് ജപ്പാൻ സ്വാധീനത്തിന് കീഴിലുള്ളവർ.

'സ്വയംഭരണാധികാരമുള്ള' മെങ്കുകുവോ ജപ്പാന്റെ ഭാവിപദ്ധതിയാണെങ്കിലും ഉത്തരചൈനയിൽ സ്വയംഭരണാധികാരം കൊണ്ടുവരികയെന്നതാണ് ജപ്പാന്റെ ഏറ്റവുമടുത്ത ലക്ഷ്യം.

മാഞ്ചൂകുവോ പിടിച്ചടക്കിയതുമുതൽ ഉത്തരചൈനയിൽ ജപ്പാന്റെ സ്വാധീനം നിരന്തരമായി വർദ്ധിച്ചുകൊണ്ടിരിക്കുകയായിരുന്നു. കാര്യമായ ഏറ്റുമുട്ടൽ കൂടാതെ ഉത്തരചൈനയിലെ അഞ്ച് പ്രവിശ്യകളെ ചേർത്തുവെച്ച് മറ്റൊരു ഭൂപ്രദേശം തങ്ങളുടെ അധീനതയിൽ രൂപപ്പെടുത്തിയെടുക്കാമെന്ന് ജപ്പാൻ ആശിക്കുന്നതിന് ഇതൊരു കാരണമായിട്ടുണ്ട്. എന്നാൽ ഡിസംബർ അവസാനം മാർഷൽ ചിയാങ്ങും ചൈനയിലെ കമ്യൂണിസ്റ്റുകളും തമ്മിലുണ്ടായ ധാരണയിൽ കാന്റോൺ പ്രവിശ്യയെ നാങ്കിങ് മേഖലയ്ക്കകത്തേക്ക് ചേർത്തത് ജപ്പാന്റെ പ്രതീക്ഷകളെ നിലംപരിശാക്കിയിട്ടുണ്ടാകണം. ശക്തവും ഏകീകരിക്കപ്പെട്ടതുമായ ഒരു ചൈന ഉയർന്നുവരികയാണെന്നും, ചൈന അതിന്റെ വടക്കൻ പ്രവിശ്യകളെ വെറുതെ വിട്ടുകൊടുക്കില്ലെന്നും ലോകത്തിന് മുന്നിൽ തെളിഞ്ഞുവരികയായിരുന്നു.

1937 ജനുവരി മുതല്ക്ക് ഉത്തരചൈനാ ഉദ്യോഗസ്ഥരുടെ മേൽ നാങ്കിങ് അതിന്റെ സ്വാധീനം കൂടുതൽ ശക്തമായി പ്രയോഗിക്കാൻ തുടങ്ങി. ജപ്പാന്റെ സംരക്ഷണയിൽ ഈസ്റ്റ് ഹോപ്പിയിലൂടെ നടക്കുന്ന കള്ളക്കടത്ത് തടയാൻ അത് ഇടപെട്ടു. ചൈനയുടെ സമ്മതത്തോടു കൂടിയല്ലാതെ ജപ്പാൻ പുതുതായി സ്ഥാപിച്ച ടെയ്ൻസിൻ–ടോക്യോ വായുമാർഗ്ഗം പ്രവർത്തനരഹിതമാക്കാനുള്ള ഉത്തരവ് നാങ്കിങ് പേടികൂടാതെ പുറപ്പെടുവിച്ചു. ജപ്പാന്റെ അധീശത്വത്തിനെതിരെ ഉത്തരചഹാറിലെ മാഞ്ചൂകുവാനിലും മംഗോളിയൻ സൈനികർക്കിടയിലും ചെറിയ രീതിയിലുള്ള പ്രക്ഷോഭം നിലനില്ക്കുന്നുണ്ടായിരുന്നു. ജപ്പാൻ വിരുദ്ധ സംഭവങ്ങൾ പ്രദേശത്ത് നിരന്തരം സംഭവിക്കുകയും ജപ്പാന്റെ ആവശ്യങ്ങൾക്ക് വേണ്ടി നികൃഷ്ടമായ രീതിയിൽ കീഴടങ്ങുന്നതിലൂടെ അത് പരിഹരിക്കപ്പെട്ടിട്ടുമില്ലായിരുന്നു. നാങ്കിങ്ങും ചൈനീസ് കമ്യൂണിസ്റ്റുകളും തമ്മിൽ ധാരണയുണ്ടായിട്ടുണ്ടെന്നും ചൈനീസ് കമ്യൂണിസ്റ്റുകളുടെ 90,000ത്തോളം വരുന്ന പട്ടാളക്കാർ ജപ്പാനെതിരെ അണിനിരക്കുമെന്നു

മായിരുന്നു റിപ്പോർട്ടുകൾ.

1937 ജൂലൈ 3 ന് ജാപ്പനീസ് അംബാസഡർ ഷിഗേരു കവാഗോ നാങ്കിങ്ങുമായി ചർച്ചകൾ ആരംഭിച്ചു. ജപ്പാൻ അതിന്റെ കപ്പൽ സഞ്ചാരങ്ങൾ ക്രമീകരിക്കുകയും, മാഞ്ചൂകുവോയുടെ നിയമപരമായ അവകാശം അംഗീകരിക്കാൻ നാങ്കിങ് തയ്യാറാവുകയും ജപ്പാനുമായി സാമ്പത്തിക സഹകരണത്തിന് തയ്യാറാവുകയും ചെയ്യുന്ന പക്ഷം ഉത്തരചൈനയിൽ രാഷ്ട്രീയ നിയന്ത്രണം നേടാനുള്ള ശ്രമം പരിത്യജിക്കാൻ തയ്യാറാണെന്ന് അറിയിക്കുകയും ചെയ്തു. നാങ്കിങ് ഈ നിർദ്ദേശം തള്ളിക്കളഞ്ഞെന്നും, നാങ്കിങ് മുന്നോട്ടുവെച്ച നിർദ്ദേശങ്ങൾ ജപ്പാന് തൃപ്തികരമല്ലായിരുന്നുവെന്നുമാണ് റിപ്പോർട്ടുകൾ. പുതിയൊരു ചൈന നിലവിൽ വന്നുകഴിഞ്ഞെന്നും വടക്കൻ പ്രവിശ്യകളിൽ അടുത്ത കാലത്തുതന്നെ അതിന്റെ പൂർണ്ണമായ അധികാരം പ്രയോഗിച്ചുതുടങ്ങുമെന്നും മനസ്സിലാക്കാൻ ഇതിൽക്കൂടുതൽ തെളിവുകൾ ആവശ്യമുണ്ടായിരുന്നില്ല. അതുകൊണ്ട് ഒട്ടുംതാമസിക്കാതെ ജപ്പാൻ തിരിച്ചടിച്ചു, പോരാഞ്ഞ് പെയ്പ്പിങ്ങിൽനിന്ന് 18 മൈൽ പടിഞ്ഞാറുള്ള ലുക്കൗചൈനയിൽ ഒരു ‘സംഭവം’ ഉണ്ടാക്കുകയും ചെയ്തു. രാത്രിയിൽ ജപ്പാൻ സൈനികർ ആസൂത്രിത സൈനികാഭ്യാസപ്രകടനം നടത്തുമ്പോൾ പ്രദേശത്തെ ചൈനീസ് പട്ടാളം 29-ാമത് സൈന്യവുമായി ഏറ്റുമുട്ടലുണ്ടായി എന്നതായിരുന്നു ആ സംഭവം.

നിയമപരമായി നോക്കിയാൽ ജപ്പാന്റെ ഭാഗത്തായിരുന്നു തെറ്റെന്നതിൽ സംശയമൊന്നുമില്ല. പെയ്പ്പിങ് ലെഗേഷൻ ഭാഗങ്ങളിലും, പെയ്പ്പിങ്-ടിയെൻസിൻ റെയിൽറോഡിലെ ചില ഭാഗങ്ങളിലും സൈന്യത്തെ നിയോഗിക്കാൻ 1901 ലെ ബോക്സർ പെരുമാറ്റച്ചട്ടം പ്രകാരം ജപ്പാന് അധികാരമുണ്ട്. എന്നാൽ അവർ നിർദ്ദിഷ്ട പ്രദേശങ്ങൾക്ക് പുറത്തേക്ക് സൈന്യത്തെ അയക്കുകയും കടലുമായുള്ള ആശയവിനിമയ ബന്ധങ്ങൾ സംരക്ഷിക്കുന്നതിന് പകരം തടസ്സപ്പെടുത്തുകയും ചെയ്തു. പെരുമാറ്റച്ചട്ടം രൂപീകരിച്ചതിന്റെ ഉദ്ദേശ്യം തന്നെ കടലുമായുള്ള ആശയവിനിമയം സംരക്ഷിക്കുന്നതിനുവേണ്ടിയാണ്. എന്നിരുന്നാലും ‘സംഭവം’ നടന്നതിനുശേഷം ജപ്പാൻ സർക്കാർ താഴെപ്പറയുന്ന ആവശ്യങ്ങൾ ഉന്നയിച്ചു:

1) 29-ാം നമ്പർ സൈന്യം നിലവിൽ തമ്പടിച്ചിട്ടുള്ള പെയ്പ്പിങ്ങിന് പടിഞ്ഞാറുള്ള പ്രദേശത്തുനിന്ന് പിൻമാറണം.

2) ഏറ്റുമുട്ടലിന് കാരണക്കാരായ ചൈനീസ് പട്ടാളക്കാരെ ശിക്ഷിക്കുക.

3) ഉത്തരചൈനയിലെ എല്ലാ ജപ്പാൻ വിരുദ്ധ പ്രവർത്തനങ്ങളെയും മതിയായ രീതിയിൽ നിയന്ത്രിക്കുക.

4) കമ്യൂണിസത്തിനെതിരായ നടപടികൾ നടപ്പിലാക്കുക.

ഈ ആവശ്യങ്ങൾക്ക് മുന്നിൽ ഹോപ്പീ - ചഹാർ പൊളിറ്റിക്കൽ

കൗൺസിൽ കീഴടങ്ങിയെന്നാണ് റിപ്പോർട്ട്. ജൂലൈ 23 ന് ടോക്യോയിൽ ഒത്തുതീർപ്പിന്റെ വ്യവസ്ഥകൾ പ്രസിദ്ധീകരിക്കപ്പെട്ടിരുന്നു. ചൈനയുടെയും ജപ്പാന്റെയും സൈന്യങ്ങൾ മേഖലയിൽനിന്ന് പിൻവാങ്ങുമെന്നായിരുന്നു ചൈനയുടെ ഭാഗത്തുനിന്നുള്ള പ്രതീക്ഷ. നാങ്കിങ് മനസ്സില്ലാമനസ്സോടെ ആയിരിക്കും മേൽപ്പറഞ്ഞ ഒത്തുതീർപ്പ് അംഗീകരിച്ചിട്ടുണ്ടായിരിക്കുക എന്നതിന് വളരെ സാദ്ധ്യതയുണ്ട്. പക്ഷേ, പ്രദേശത്തുനിന്ന് ജപ്പാന്റെ സൈന്യം പിൻവലിയാതിരുന്നപ്പോൾ, ചൈനീസ് സൈന്യത്തിന്റെ കീഴുദ്യോഗസ്ഥരും ഭടന്മാരും പിന്മാറാൻ തയ്യാറായില്ല. ജൂലൈ 26 ന് ജപ്പാൻ ചൈനീസ് സൈന്യത്തിന് നല്കിയ അന്ത്യശാസനം ജൂലൈ 28 ന് ഉച്ചയോടെ പ്രദേശം വിട്ടുപോകണമെന്നാണ്. ഇതിന് വഴങ്ങിക്കൊടുക്കാൻ ചൈനീസ് സൈന്യം തയ്യാറായില്ല, അതിനുശേഷം അവരെ ബലമായി ഒഴിപ്പിക്കാനുള്ള ശ്രമമായിരുന്നു ജപ്പാൻ നടത്തിയത്. അങ്ങനെ യുദ്ധം തുടങ്ങി.

നാങ്കിങ്ങിന്റെ ഏകാധിപതിയായ മാർഷൽ ചിയാങ് യുദ്ധത്തിന് തയ്യാറല്ലാതിരുന്നിട്ടുകൂടി ജപ്പാന് എതിർനില്ക്കാൻ തയ്യാറായ സാഹചര്യത്തിൽ യുദ്ധമില്ലാതെ കീഴടങ്ങാൻ അദ്ദേഹം തയ്യാറാകുമെന്ന് കരുതാനാകില്ല.

ഒരു ദീർഘയുദ്ധത്തിന് വേണ്ടിയാണ് ജപ്പാൻ തയ്യാറെടുക്കുന്നത്, ജപ്പാൻ പാർലമെന്റ് പ്രചാരണപ്രവർത്തനങ്ങൾക്കായി വലിയ തുക ചെലവഴിക്കാനുള്ള ബില്ലിന് പിന്തുണച്ചുകൊണ്ട് വോട്ടു ചെയ്യുകയും ചെയ്തു. 1938 ജനുവരി അവസാനം വരെയുള്ള കാലഘട്ടത്തിലേക്കായി 11,76,50,000 യൂറോയാണ് ജപ്പാൻ ചെലവഴിക്കാൻ വേണ്ടി നീക്കിവെച്ചിട്ടുള്ളതെന്നാണ് റിപ്പോർട്ടുകൾ.

ഷാംങ്ങായി മേഖലയെച്ചൊല്ലിയുള്ള ഏറ്റുമുട്ടലിന്റെ തുടർച്ചയാണ് കിഴക്കനേഷ്യൻ യുദ്ധത്തിന്റെ കാര്യത്തിലുണ്ടായ ഏറ്റവും ഒടുവിലത്തെ സംഭവവികാസങ്ങളും. ഷാംങ്ങായിക്ക് അടുത്തുള്ള ഹുങ്ജാവോ വിമാനത്താവളത്തിൽ പുതിയൊരു 'സംഭവം' നടക്കുന്നത് ആഗസ്ത് 9 നാണ്. വിമാനത്താവളത്തിലേക്ക് കടക്കാൻ ശ്രമിക്കുന്നതിനിടെ രണ്ട് ജപ്പാൻ നാവിക ഉദ്യോഗസ്ഥരാണ് അന്ന് വെടിയേറ്റ് കൊല്ലപ്പെട്ടത്. ജപ്പാന്റെ നാവികസേന വെടിവെപ്പിനെതിരെയുള്ള പ്രതികാരനടപടികൾ സ്വീകരിച്ചു. ചൈനയുടെ എല്ലാ സൈന്യങ്ങളും ഷാംങ്ങായിൽനിന്നും 30 മൈലിൽ കുറയാത്ത അകലത്തിൽനിന്നും പിന്തിരിയണമെന്നും മേഖലയിൽ സജ്ജമാക്കിയ പ്രതിരോധസൈന്യത്തെ എത്രയും പെട്ടെന്നുതന്നെ പിൻവലിക്കണമെന്നും ജപ്പാൻ സൈന്യത്തിന്റെ അഡ്മിറൽ ആവശ്യപ്പെട്ടു. ഇതിനോടുള്ള പ്രതികരണം എന്ന നിലയിൽ ഷാംങ്ങായ് മേഖലയിലെ നാങ്കിങ്ങിൽനിന്നുള്ള 88-ാമത് ഡിവിഷനിലേക്ക് പ്രാദേശിക സൈന്യത്തെ വീണ്ടും സജ്ജമാക്കാൻ മുന്നേറുകയാണ് ചൈന ചെയ്തത്. 1932 ലെ കരാറുകളുടെ വളരെ സ്പഷ്ടമായ ലംഘനമായിട്ടാണ് ജപ്പാൻ ഇതിനെ കണ്ടത്. പക്ഷേ, ചൈനയുടെ ഭൂപ്രദേശത്ത് സൈന്യത്തെ വിന്യ

സിക്കുകയും പ്രകോപനകരമായ രീതിയിൽ വലിയ സൈനികക്കൂട്ടത്തെ രംഗത്തിറക്കുകയും ചെയ്ത ജപ്പാനോട് കരാറിന്റെ വ്യവസ്ഥയ്ക്ക് അനുസരിച്ചുള്ള ഒരു ബാദ്ധ്യതയും നിലനില്ക്കുന്നില്ലെന്ന് ചൈന തിരിച്ചടിച്ചു.

അങ്ങനെ യുദ്ധം ഇപ്പോൾ തുടരുന്നത് രണ്ട് അതിർത്തി പ്രദേശങ്ങളിലാണ്–പെയ്പ്പിങ്ങിലും ഷാംങായിലും. ഷാംങായ് പ്രദേശംവരെ യുദ്ധത്തെ വ്യാപിപ്പിക്കണമെന്നത് ഏത് കക്ഷിയുടെ ആഗ്രഹമായിരുന്നുവെന്നത് ഒരു വിവാദവിഷയമായിരിക്കാം. അതിന് എല്ലാ സാദ്ധ്യതയും ജപ്പാൻ തന്നെയാണ്.

നാങ്കിങ് സൈന്യം ഹോപ്പീ പ്രവിശ്യയിലേക്ക് നീങ്ങിയതിനെത്തുടർന്ന് കരമാർഗ്ഗം തടസ്സപ്പെട്ട ജപ്പാൻ സൈന്യം കടലിലേക്ക് തിരിഞ്ഞു. പെയ്പ്പിങ്ങിന് ചുറ്റും മാർഷൽ ചിയാങ് അർദ്ധവൃത്താകൃതിയിൽ തീർത്ത സൈനിക വലയം വളരെ സജ്ജീകരണത്തോടെയുള്ള പരിശ്രമങ്ങളുടെ അടിസ്ഥാനത്തിലായിരുന്നു, അത് വളരെ ധീരവും നയതന്ത്രപരവുമായ ഒരു നീക്കമായിരുന്നു. സർക്കാരിന്റെ സൈന്യത്തിന്റെ ഇടതുപാർശ്വഭാഗം നാങ്കൗവിൽ ആയിരുന്നു. ഈ പ്രസിദ്ധമായ ചുരത്തിലാണ് പെയ്പ്പിങ്–പവോതോ റെയിൽപ്പാത മലകളെ മുറിച്ച് കടന്നുപോകുന്നത്. അർദ്ധവൃത്തത്തിന്റെ കേന്ദ്രഭാഗം പവോതിങ്ഫുവിലാണ്, അത് പെയ്പ്പിങ്ങിൽ നിന്ന് 100 മൈൽ തെക്ക് ഭാഗത്തോട്ടാണ്. സൈന്യത്തിന്റെ വലതുപാർശ്വഭാഗം ജപ്പാൻ അധീനതയിലുള്ള ടിയെൻസിന്നിന്റെ 30 മൈൽ അടുത്തേക്ക് വളഞ്ഞുവരുന്നുണ്ട്. ഈ അർദ്ധവൃത്താകൃതിയിലുള്ള സൈന്യത്തിന് ആജ്ഞകൾ കൈമാറുകയെന്നത് വളരെ ദുർഘടമായൊരു കാര്യമാണ്. അതിനാലാണ് ഷാംങായിയെ ആക്രമിച്ചുകൊണ്ട് ചൈനയുടെ പ്രതിരോധത്തെ അട്ടിമറിക്കാനുള്ള നയതന്ത്രപരമായ തീരുമാനം ഉണ്ടായത്.

യാങ്സെ നദിയുടെ അഴിമുഖത്തുള്ള വാണിജ്യകേന്ദ്രങ്ങളാണ് ചൈനയുടെ ഹൃദയം. ജപ്പാൻ ചൈനയുടെ ഹൃദയഭാഗത്തുതന്നെ ആക്രമിക്കുന്നത് വിദേശ നിയന്ത്രണത്തിലുള്ള ചൈനയുടെ വ്യവസായ, വാണിജ്യ, സാമ്പത്തിക കേന്ദ്രത്തിൽ ക്രമക്കേടുകൾ ഉണ്ടാക്കാനാണ്. അതിലൂടെ കേന്ദ്ര സർക്കാരിന്റെ സാമ്പത്തികാടിത്തറ അപകടത്തിലാക്കാനും ദേശീയ വികാരം കെടുത്താനും, ചൈനയിലെ മുതലാളി വർഗ്ഗത്തെ പേടിപ്പിക്കാനുമാണ് ജപ്പാൻ ലക്ഷ്യമിടുന്നത്. ജപ്പാൻ നാവികസേനയുടെ ദയാവായ്പിലാണ് അക്ഷരാർത്ഥത്തിൽ ഷാംങായ് നഗരം. സമ്പന്നവും നിരന്തരം വളർന്നുകൊണ്ടിരിക്കുന്നതുമായ ഈ നഗരത്തിന്മേൽ ആക്രമണം നടത്തുകയെന്നത് യുദ്ധത്തെ പെട്ടെന്ന് അവസാനിപ്പിക്കാനുള്ള വ്യക്തമായ മാർഗ്ഗമാണ്. പക്ഷേ, ഈ ആക്രമണത്തിന്റെ ഫലപ്രാപ്തി ഏത് പരിധിവരെ വ്യാപാരം തകരാറിലാക്കുന്നുവെന്നതിനെയും യുദ്ധത്തിലൂടെ ഉണ്ടായ നഷ്ടത്തെയും ആശ്രയിച്ചാണ് ഇരിക്കുന്നത്.

കുറച്ചുകാലത്തേക്ക് യുദ്ധം തുടർന്നുകൊണ്ടിരിക്കും. ഒരു വിദഗ്ദ്ധ

നയതന്ത്രജ്ഞൻ പറഞ്ഞതുപോലെ– 'ചൈനയുടെ അവയവങ്ങൾ മുറിച്ചുമാറ്റാനായി ഹൃദയത്തെ സ്തംഭിപ്പിക്കാനുള്ള ശ്രമമാണ് ജപ്പാൻ നടത്തുന്നത്. അതുകൊണ്ട് ഷാംങ്ങായിലെ യുദ്ധത്തിന്റെ അവസാനം ചൈന ഒന്നുകിൽ പിടിച്ചുനില്ക്കണം, അല്ലെങ്കിൽ പരാജയപ്പെടണം.' ഈ രക്തക്കളിയെ അതിജീവിക്കാൻ ചൈനയ്ക്ക് കഴിയുമോ? ആയുധവിതരണത്തിനായി കാന്റോൺ തുറന്നുകിടക്കുകയാണെങ്കിൽ ഷാംങ്ങായിയിൽ നടത്തുന്ന പോരാട്ടത്തിലൂടെ നഷ്ടമാകുന്ന നികുതി ഗൗരവതരമല്ലെങ്കിൽ ജപ്പാന്റെ സാമൂഹികവും സാമ്പത്തികവുമായ ഉറച്ചുനില്പിനെ നശിപ്പിക്കാൻ മതിയാകുന്ന കാലത്തോളം തുടരാൻ ചൈനയ്ക്ക് കഴിയും. ജപ്പാൻ നാവികസേന ചൈനയുടെ തുറമുഖങ്ങൾ തടസ്സപ്പെടുത്തിക്കൊണ്ടിരിക്കുന്നത് ഇങ്ങനെയുള്ള പരിഗണനയ്ക്ക് എതിരായിട്ടുള്ള കാര്യമാണ്. ജപ്പാനിലെ ജനങ്ങൾക്ക് യുദ്ധക്കൊതിയുണ്ടെന്നതും അവിടത്തെ സൈന്യത്തിന്റെയും സാധാരണജനങ്ങളുടെയും ലക്ഷ്യങ്ങൾ തമ്മിൽ എന്തെങ്കിലും വ്യത്യാസമുള്ളതായി തോന്നാത്തതും ചൈനയ്ക്ക് അനുകൂലമായ കാര്യങ്ങളല്ല.

1931 ൽ ചെയ്തതുപോലെ ചൈന ഒരിക്കൽക്കൂടി ലീഗ് ഓഫ് നേഷൻസിൽ അപേക്ഷ നല്കി. ഇത്തരമൊരു പ്രതിസന്ധി ഘട്ടത്തിൽ ആസന്നമരണം കാത്തിരിക്കുന്ന ലീഗിന് എന്തുവിലയാണുള്ളത്? ലോകരാജ്യങ്ങളുടെ അഭിപ്രായം തീർച്ചയായും ചൈനയ്ക്ക് അനുകൂലമാണ്. പക്ഷേ, മെഷീൻ തോക്കുകൾക്ക് എതിരെ നില്ക്കുമ്പോൾ ലോകരാജ്യങ്ങളുടെ അഭിപ്രായത്തിന് വലിയ വിലയുണ്ടാകില്ല. വാസ്തവത്തിൽ ചൈനയുടേത് തമോവൃതമായൊരു അവസ്ഥയാണ്. നിലവിൽ ചൈനയുടെ സമയം നല്ലതാണെന്ന് സന്തോഷത്തിനുവണ്ടി പറഞ്ഞതുകൊണ്ട് ഇനി കാര്യമില്ല. ഇപ്പോൾ, ചൈന പൊരുതുന്നത് കാലത്തിനെതിരെയാണ്. ദൈവം വിചാരിക്കുകയാണെങ്കിൽ ചൈന വിജയിക്കും.

ഏഷ്യക്കും സ്വന്തം രാജ്യത്തിനും വേണ്ടി ജപ്പാൻ വലിയ കാര്യങ്ങളാണ് ചെയ്തിട്ടുള്ളത്. ഈ നൂറ്റാണ്ടിന്റെ തുടക്കത്തിൽ ജപ്പാന് പുത്തനുണർവ്വുണ്ടായത് നമ്മുടെ ഭൂഖണ്ഡത്തിലുടനീളം ചലനം സൃഷ്ടിച്ചിട്ടുണ്ട്. കിഴക്കനേഷ്യയിൽ വെള്ളക്കാരനുണ്ടായിരുന്ന അന്തസ്സിനെ തകർത്തത് ജപ്പാനാണ്. സൈനികരംഗത്ത് മാത്രമല്ല സാമ്പത്തികരംഗത്തും പാശ്ചാത്യ സാമ്രാജ്യത്വശക്തികളെ പ്രതിരോധത്തിലാക്കിയതും ജപ്പാനാണ്. ഏഷ്യൻ വംശമെന്നനിലയിലുള്ള ആത്മാഭിമാനത്തിന്റെ കാര്യത്തിൽ വളരെയധികം സംവേദനക്ഷമതയുള്ള രാജ്യമാണ് ജപ്പാൻ. കിഴക്കനേഷ്യയിൽനിന്ന് പാശ്ചാത്യ ശക്തികളെ തുരത്താനുള്ള നിശ്ചയദാർഢ്യമാണ് ആ രാജ്യത്തിനുള്ളത്. സാമ്രാജ്യത്വമെന്ന ആശയത്തിലൂന്നിയല്ലാതെ, ആത്മാഭിമാനമുള്ള, സംസ്കാരസമ്പന്നമായ, പുരാതനമായ മറ്റൊരു വംശത്തെ അപമാനിക്കാതെ, ചൈനീസ് റിപ്പബ്ലിക്കിനെ ഛിന്നഭിന്നമാക്കാതെ ഇതെല്ലാം നേടാൻ ജപ്പാന് കഴിയുമായിരുന്നില്ലേ? ജപ്പാനോടുള്ള എല്ലാ ആരാധനയുമുണ്ടെങ്കിലും പ്രതിസന്ധിഘട്ടത്തിൽ ചൈന

യുടെ കൂടെയാണ് നമ്മുടെ ഹൃദയം നിലകൊള്ളുന്നത്. മനുഷ്യരാശിക്കുവേണ്ടിയും ആ രാജ്യത്തിനുവേണ്ടിയും ചൈന നിലനില്ക്കണം. ഈ സംഘർഷങ്ങളുടെ ചാരത്തിൽനിന്നും മുമ്പത്തേതുപോലെ ഒരു ഫിനിക്സ് പക്ഷിയായി അത് പറന്നുയരും.

കിഴക്കനേഷ്യൻ സംഘർഷത്തിന്റെ പാഠങ്ങൾ നമുക്ക് പഠിക്കാം. മറ്റ് രാഷ്ട്രങ്ങളെ ഉപദ്രവിച്ചല്ലാതെ, അധികാരം വർദ്ധിപ്പിക്കുന്ന സാമ്രാജ്യത്വത്തിന്റെ രക്തപ്പുഴ താണ്ടാതെ ഇന്ത്യയെന്ന ദേശത്തിന് ആത്മസഫലീകരണം സാദ്ധ്യമാകട്ടെയെന്ന് ഒരു പുതുയുഗപ്പിറവിയുടെ പടിവാതില്ക്കൽ നില്ക്കുമ്പോൾ നമുക്ക് ആശിക്കാം.

എന്റെ വിശ്വാസം (തത്ത്വദർശനപരമായി)

ആൻ ഇന്ത്യൻ പിൽഗ്രിം (1937) എന്ന പൂർത്തിയാകാത്ത ആത്മകഥയിലെ അവസാന അദ്ധ്യായം.

ആയിരത്തിത്തൊള്ളായിരത്തി പതിനേഴിൽ ഞാൻ ഒരു ജെസ്യൂട്ട് ഫാദറുമായി വളരെ സൗഹൃദത്തിലായി. പൊതുവായി താല്പര്യമുള്ള വിഷയങ്ങളിൽ ഞങ്ങൾ ദീർഘസംഭാഷണങ്ങൾ നടത്താറുണ്ടായിരുന്നു. ഇഗ്നേഷ്യസ് ലൊയോല സ്ഥാപിച്ച ജെസ്യൂട്ട് നിയമത്തിൽ ദാരിദ്ര്യം, പരിശുദ്ധി, അനുസരണ എന്നീ മൂന്ന് പ്രതിജ്ഞകളെടുക്കുന്നതുപോലെ പല കാര്യങ്ങളും എന്നെ ആകർഷിച്ചു. മറ്റ് ജെസ്യൂട്ട് വൈദികരെപ്പോലെ ഇദ്ദേഹം മതത്തെ അന്ധമായി വിശ്വസിക്കുന്ന ഒരാളായിരുന്നില്ല, അദ്ദേത്തിന് ഹിന്ദു തത്ത്വദർശനങ്ങളെക്കുറിച്ചും അറിവുണ്ടായിരുന്നു. ഞങ്ങളുടെ ചർച്ചയിൽ സ്വാഭാവികമെന്നോണം അദ്ദേഹം പള്ളിയുടെ വ്യാഖ്യാനത്തിലുള്ള ക്രിസ്ത്യൻ ദൈവശാസ്ത്രത്തെക്കുറിച്ചും ഞാൻ ശങ്കരാചാര്യരുടെ വ്യാഖ്യാനത്തിലുള്ള വേദാന്തയെക്കുറിച്ചുമായിരുന്നു സംസാരിക്കാറ്. മായയെക്കുറിച്ചുള്ള ശങ്കര സിദ്ധാന്തം തീർച്ചയായും ഞാൻ അതിന്റെ അഗാധമായ അർത്ഥങ്ങളിൽ ഗ്രഹിച്ചിരുന്നില്ല, പക്ഷേ, അതിന്റെ പ്രധാന തത്ത്വങ്ങൾ ഞാൻ മനസ്സിലാക്കിയിരുന്നു, കുറഞ്ഞപക്ഷം ഞാനങ്ങനെ കരുതുകയെങ്കിലും ചെയ്തിരുന്നു. ഒരുദിവസം ജെസ്യൂട്ട് ഫാദർ എന്റെ അരികിൽ വന്നുപറഞ്ഞു, “ശങ്കരന്റെ വാദം യുക്തിപരമായി സാരഗർഭമാണെന്ന് ഞാൻ അംഗീകരിക്കുന്നു, പക്ഷേ, അത്രയും ഉന്നതിയിൽ ജീവിക്കാൻ കഴിയാത്തവർക്കായിട്ടാണ് ഞങ്ങളുടെ സിദ്ധാന്തമുള്ളത്.”

പരമമായ സത്യം എന്നത് മനുഷ്യമനസ്സിന് എത്തിപ്പിടിക്കാൻ കഴിയുന്ന അകലത്തിലാണെന്നും മായാസിദ്ധാന്തം അറിവിന്റെ സാരത്തെ

യാണ് പ്രതിനിധാനം ചെയ്യുന്നതെന്നും വിശ്വസിച്ചിരുന്ന ഒരു കാലമുണ്ടായിരുന്നു എനിക്ക്. ഇന്ന് ആ നിലപാട് സ്വീകരിക്കുന്നതിന് എനിക്ക് മടിയുണ്ട്. പരമമായ ഒന്നിലും ഞാനിന്ന് വിശ്വസിക്കുന്നില്ല, ഇപ്പോൾ ഞാൻ തികച്ചും പ്രായോഗികബുദ്ധിയുള്ള ഒരാളാണ്. ഒരു സിദ്ധാന്തത്തിന്റെ തലത്തിലേക്ക് ഉയർന്നുജീവിക്കാൻ കഴിയുന്നില്ലെങ്കിൽ, ഒരു സിദ്ധാന്തം പ്രാവർത്തികമാക്കാൻ കഴിയുന്നില്ലെങ്കിൽ അതിനെ ഒഴിവാക്കാനാണ് എനിക്കിപ്പോൾ തോന്നാറ്. ശങ്കരന്റെ മായാസിദ്ധാന്തം എന്നിൽ കുറേക്കാലം താല്പര്യം ജനിപ്പിച്ചിരുന്നു. പക്ഷേ, അതിനൊത്ത് ജീവിക്കാൻ കഴിയാത്തതുകൊണ്ടാണ് അത് സ്വീകരിക്കാൻ എനിക്ക് കഴിയാത്തതെന്ന് ഒടുവിൽ ഞാൻ കണ്ടെത്തി. അതുകൊണ്ട് ഞാൻ മറ്റൊരു ദർശനം അന്വേഷിച്ചു. പക്ഷേ, അതൊന്നും എന്നെ ക്രിസ്ത്യൻ ദൈവശാസ്ത്രത്തിലേക്ക് തിരിയാൻ പ്രേരിപ്പിച്ചില്ല. ലോകവും സൃഷ്ടികളും മായ അല്ലെന്നും യാഥാർത്ഥ്യമാണെന്നും പരിഗണിക്കുന്ന നിരവധി ചിന്താശാഖകൾ ഇന്ത്യൻ തത്ത്വദർശനത്തിലുണ്ട്. ഉദാഹരണത്തിന്, അദ്വൈതവാദസിദ്ധാന്തപ്രകാരം പരമമായ സത്യം എന്നത് ഒന്നാണ്, ഈ ലോകം അതിന്റെ ആവിഷ്കരണങ്ങളാണ്. രാമകൃഷ്ണയുടെ കാഴ്ചപ്പാടും സമാനമാണ്, ഒരു ദൈവമെന്നതും പല സൃഷ്ടികളെന്നതും ശരിയാണെന്നാണ് അദ്ദേഹത്തിന്റെ വാദം. സൃഷ്ടിയുടെ പ്രകൃതം വിശദീകരിക്കാൻ നിരവധി സിദ്ധാന്തങ്ങളാണ് രൂപീകരിക്കപ്പെട്ടിട്ടുള്ളത്. ചിലരെ സംബന്ധിച്ചിടത്തോളം ആനന്ദത്തിന്റെ അല്ലെങ്കിൽ ദിവ്യമായ നിർവൃതിയുടെ സാക്ഷാൽക്കാരമാണ് ഈ പ്രപഞ്ചമെന്നാണ്. മറ്റുള്ളവർ പറയുന്നത് ഇത് ദിവ്യ ലീലകളുടെ ആവിഷ്കാരമാണെന്നാണ്. പരമമായ ആ ഒന്നിനെ — ദൈവത്തെ — മനുഷ്യന്റെ ഭാഷയിലും ചിത്രങ്ങളിലും വിവരിക്കാനും നിരവധി ശ്രമങ്ങൾ നടന്നിട്ടുണ്ട്. വൈഷ്ണവർക്ക് ദൈവമെന്നാൽ സ്നേഹമാണ്, ശക്താസിനെപ്പോലുള്ള ചിലർക്ക് ദൈവമെന്നാൽ ശക്തിയാണ്, ഇനി മറ്റുചിലർക്ക് അവൻ അറിവാണ്, മറ്റുള്ളവർക്ക് ആനന്ദമാണ്. ഹിന്ദു തത്ത്വദർശനത്തിൽ 'സത്- ചിത്- ആനന്ദ'യായിട്ടാണ് പരമമായ സത്യത്തെ കാണുന്നത്. അതിനെ നിലനില്പ്- ബോധം- ആനന്ദം എന്ന് മൊഴിമാറ്റാൻ കഴിയും. മറ്റുള്ള താത്ത്വികാചാര്യന്മാർ പറയുന്നത് പരമമായ സത്യമെന്നത് അനിർവ്വചനീയമാണെന്നാണ്. ബുദ്ധനോട് എപ്പോഴൊക്കെ പരമമായ സത്യത്തെക്കുറിച്ച് ചോദ്യം ചോദിച്ചിട്ടുണ്ടോ അപ്പോഴൊക്കെ അദ്ദേഹം മൗനിയായി ഇരിക്കുകയാണ് ചെയ്തതെന്ന് റിപ്പോർട്ടുകൾ പറയുന്നുണ്ട്.

നമ്മൾ മനുഷ്യരുടെ ബുദ്ധിയുടെ എല്ലാ പരിമിതികൾകൊണ്ടും പരമമായ സത്യമെന്നത് ഗ്രഹിക്കുക അസാദ്ധ്യമാണ്. യാഥാർത്ഥ്യങ്ങളെ അതുപോലെ മനസ്സിലാക്കുകയല്ല, മറിച്ച് നമ്മുടെ വീക്ഷണകോണിൽ മനസ്സിലാക്കുകയാണ് നമ്മൾ ചെയ്യുന്നത്. ആ കാഴ്ച തരുന്നത് ബേക്കണിന്റെ 'ഐഡോള'യോ അല്ലെങ്കിൽ കാൻതിന്റെ 'ഗ്രഹിക്കലിന്റെ രൂപങ്ങൾ' അല്ലെങ്കിൽ മറ്റെന്തെങ്കിലുമോ ആയിരിക്കും. ജ്ഞാതയും

ജ്ഞേയയും രണ്ടായി നില്ക്കുന്നിടത്തോളം അറിവ് പൂർണ്ണമാവില്ലെന്ന് ഹിന്ദു താത്ത്വികാചാര്യന്മാർ പറയും. ഇത് രണ്ടും ഒന്നാകുമ്പോൾ മാത്രമേ, അദ്വൈതത്തിൽ മാത്രമേ പൂർണ്ണമായ അറിവ് നേടാൻ കഴിയുകയുള്ളൂ. ഇത് സാധാരണനിലയിൽ തുടരുന്ന ബോധത്തിലൂടെ സാദ്ധ്യമാകില്ല. ഉന്നതമായ ബോധതലത്തിൽ മാത്രമേ ഇത് സാദ്ധ്യമാവുകയുള്ളൂ. പക്ഷേ, ഉന്നതതലത്തിലുള്ള ബോധം എന്ന ആശയം ഹിന്ദു തത്ത്വദർശനത്തിൽ മാത്രം കാണാൻ കഴിയുന്ന ഒന്നാണ്, പടിഞ്ഞാറൻ തത്ത്വശാസ്ത്രജ്ഞർ ഈ ആശയത്തെ തള്ളിക്കളഞ്ഞിട്ടുണ്ട്. യോഗയിലൂടെ ലഭിക്കുന്ന ജ്ഞാനത്തിലൂടെ ഉന്നതതലത്തിലുള്ള ബോധത്തിൽ എത്തിയാൽ മാത്രമേ പൂർണ്ണമായ അറിവ് നേടാൻ കഴിയുകയുള്ളൂവെന്നാണ് ഹിന്ദു തത്ത്വദർശനം പറയുന്നത്, അത് അന്തർജ്ഞാനത്തെക്കുറിച്ചാണ് പറയുന്നത്. അറിവിന്റെ ഒരു ഉപകരണമെന്ന നിലയിൽ പാശ്ചാത്യ തത്ത്വദർശനവും ഹെന്റി ബെർഗ്സണ്ണിന്റെ കാലംതൊട്ട് അന്തർജ്ഞാനത്തെ പരിഗണിച്ചിട്ടുണ്ട്, ചില ഭാഗങ്ങളിൽ അതിന് അധിക്ഷേപം നേരിടേണ്ടി വരാറുണ്ടെങ്കിലും. എന്നാൽ ഉന്നതതലബോധത്തെയും യോഗാമാർഗ്ഗങ്ങളിലൂടെ അതിനെ ഗ്രഹിക്കാനുള്ള സാദ്ധ്യതയും ഇനിയും പാശ്ചാത്യ തത്ത്വദർശനം അംഗീകരിക്കാനിരിക്കുന്നേയുള്ളൂ.

പരമമായ സത്യമെന്നത് യോഗാമാർഗ്ഗങ്ങളിലൂടെ ഗ്രഹിക്കാൻ കഴിയുമെന്ന് വാദത്തിനുവേണ്ടി കരുതിയാൽപ്പോലും അതിനെ വിവരിക്കാനുള്ള ബുദ്ധിമുട്ട് അപ്പോഴും ബാക്കികിടക്കും. അതിനെ വിവരിക്കാൻ ശ്രമിക്കുമ്പോൾ നമ്മൾ സാധാരണ ബോധതലത്തിലേക്ക് എത്തിച്ചേരുകയും, മനുഷ്യബുദ്ധിയുടെ എല്ലാ പരിമിതികളാലും നമ്മുടെ കഴിവിനും വൈകല്യം സംഭവിക്കും. പരമമായ ദൈവത്തെക്കുറിച്ചുള്ള നമ്മുടെ വിശദീകരണങ്ങളെല്ലാം ഈശ്വരനിൽ മനുഷ്യരൂപാരോപണം നടത്തുന്നതിലേക്കാണ് എത്തിച്ചേരുക. അത്തരത്തിലൊന്ന് പരമമായ സത്യമാണെന്ന് പറയാൻ കഴിയില്ല.

യോഗാമുറകളിലൂടെ പരമമായ സത്യത്തെ ഗ്രഹിക്കാൻ നമുക്കാവുമോ? ഒരു വ്യക്തിക്ക് എത്തിപ്പെടാൻ കഴിയുന്ന ഉന്നതതലമായ മാനസികനിലയുണ്ടോ? അവിടെ താനും അന്യനും രണ്ടാണെന്ന ബോധം ഒന്നാണെന്ന് മാറിത്തീരുമോ? ഈ ചോദ്യങ്ങളോടുള്ള എന്റെ സമീപനം, ഇങ്ങനൊരു പ്രയോഗം ശരിയാണെങ്കിൽ, കരുണയുള്ള അജ്ഞേയതാവാദമായിരിക്കും. ഒരുവശത്ത്, ഒന്നും വിശ്വാസത്തിലെടുക്കാൻ ഞാനൊരുക്കമല്ല. സ്വന്തമായി അനുഭവത്തിൽ വന്നെങ്കിലേ എന്തെങ്കിലും വിശ്വസിക്കാൻ എനിക്ക് കഴിയുകയുള്ളൂ. പരമമായ സത്യത്തിന്റെ കാര്യത്തിൽ എന്നതുപോലുള്ള അനുഭവങ്ങൾ എനിക്ക് ലഭിക്കുകയുമില്ല. മറുവശത്ത്, നിരവധി വ്യക്തികൾ മുമ്പ് അനുഭവിച്ചുകഴിഞ്ഞെന്നു പറയുന്ന ഒരു കാര്യം അതിനെയെല്ലാം തിരസ്കരിക്കുമ്പോൾ വളരെ കൂടുതൽ കാര്യങ്ങൾ തിരസ്കരിക്കേണ്ടി വരും, അത് ചെയ്യാൻ ഞാൻ ഒരുക്കമല്ല. അതുകൊണ്ടുതന്നെ ഉന്നതതലമായ മാനസികനിലയെക്കുറിച്ചുള്ള ചോദ്യത്തിൽ ഒരു

തീർപ്പിലെത്തുന്നത് ഞാൻ എനിക്ക് നേരിട്ട് അനുഭവം ഉണ്ടാകുന്നതു വരേക്കും നീട്ടിവെക്കുകയാണ്. നിലവിൽ ആപേക്ഷികമായ നിലപാട് മാത്രമേ എനിക്ക് കഴിയുകയുള്ളൂ. എന്നുവെച്ചാൽ, നമ്മൾ മനസ്സിലാക്കിയ സത്യം പരമമായതല്ല, ആപേക്ഷികം മാത്രമാണ്. നമ്മുടെ സാധാരണ മാനസിക നിലയ്ക്ക് ആപേക്ഷികമാണത്.

പരമമായതിനെക്കുറിച്ചുള്ള നമ്മുടെ ധാരണ ആപേക്ഷികമാണെന്ന് നമ്മൾ അംഗീകരിച്ചുകഴിഞ്ഞാൽ താത്ത്വികമായ വലിയൊരു വിവാദവിഷയത്തിൽനിന്ന് നമുക്ക് മോചനം കിട്ടും. അത്തരത്തിലുള്ള ധാരണകൾ വിഭിന്നമാണെങ്കിൽക്കൂടിയും അതെല്ലാംതന്നെ തുല്യമായ രീതിയിൽ സത്യമായിരിക്കും, വ്യത്യാസങ്ങൾ ഉണ്ടാകുന്നത് ഓരോന്നിന്റെയും വ്യത്യസ്തമായ വ്യതിരിക്തത കൊണ്ടാകാം. കൂടാതെ, പരമമായ സത്യത്തെക്കുറിച്ചുള്ള ഒരേ വ്യക്തിയുടെ തന്നെ ധാരണകൾ അയാൾക്ക് മാനസിക വികാസം ഉണ്ടാകുന്നതിനനുസരിച്ച് കാലക്രമേണ മാറ്റമുണ്ടാകും. പക്ഷേ, ഇങ്ങനെയുണ്ടാകുന്ന ധാരണകളൊന്നും തന്നെ തെറ്റാണെന്ന് പറയാൻ കഴിയില്ല. വിവേകാനന്ദൻ പറയാറുള്ളതുപോലെ, 'മനുഷ്യൻ സഞ്ചരിക്കുന്നത് തെറ്റിൽനിന്ന് സത്യത്തിലേക്കല്ല, മറിച്ച് സത്യത്തിൽനിന്നും ഉന്നതമായ മറ്റൊരു സത്യത്തിലേക്കാണ്.' വിശാലമായ സഹിഷ്ണുതയുടെ സാദ്ധ്യതയാണ് ഉണ്ടാകേണ്ടത്.

ഇപ്പോൾ ഉയരുന്ന ചോദ്യം: പരമമായതല്ലാത്ത, ആപേക്ഷികമായ ആ യാഥാർത്ഥ്യത്തെ അംഗീകരിക്കുകയാണെങ്കിൽ അതിന്റെ പ്രകൃതമെന്തായിരിക്കും? ആദ്യത്തെ കാര്യം, അതിന് ഒരു വസ്തുനിഷ്ഠമായ നിലനില്പുണ്ടെന്നതും അത് മായ അല്ലെന്നുമാണ്. ഞാൻ ഈ നിഗമനത്തിൽ എത്തിയത് മുൻധാരണയുടെ അടിസ്ഥാനത്തിലുള്ള പരിഗണനകളിലൂടെയല്ല മറിച്ച് പ്രാവർത്തികമായ കാഴ്ചപ്പാടിൽ നിന്നുകൊണ്ടാണ്. മായയെക്കുറിച്ചുള്ള സിദ്ധാന്തം പ്രാവർത്തികമല്ല. ഞാൻ എന്റെ ജീവിതം അതുമായി ചേർന്നുനില്ക്കുന്ന തരത്തിലേക്ക് മാറ്റാൻ ശ്രമിച്ചാലും അത് സാധിക്കില്ല. അതുകൊണ്ട് എനിക്കതിനെ ഉപേക്ഷിച്ചേ പറ്റുള്ളൂ. മറുവശത്ത്, ലോകം യാഥാർത്ഥ്യമാണെന്ന് (തീർച്ചയായും പരമമായ അർത്ഥത്തിലല്ല, ആപേക്ഷിമായ അർത്ഥത്തിൽ) കരുതുകയാണെങ്കിൽ ജീവിതം രസകരമായിത്തീരും, അതിന് അർത്ഥവും ലക്ഷ്യവും ഉണ്ടാകും.

രണ്ടാമതായി, ഈ യാഥാർത്ഥ്യം എല്ലാക്കാലത്തും ഒരുപോലെ ഉള്ളതല്ല, മറിച്ച് ചലനാത്മകമാണ്, അതെപ്പോഴും മാറിക്കൊണ്ടിരിക്കും. ഈ മാറ്റത്തിന് എന്തെങ്കിലും ദിശയുണ്ടോ? അതെ, മാറ്റങ്ങൾക്ക് ഒരു ദിശയുണ്ട്, അത് ചലിക്കുന്നത് നിലനില്പിന്റെ മെച്ചപ്പെട്ട തലത്തിലേക്കാണ്. യഥാർത്ഥത്തിലുള്ള അനുഭവങ്ങൾ കാണിക്കുന്നത് മാറ്റങ്ങൾ ഉണ്ടാകുന്നത് പുരോഗതിയിലേക്കാണ്, അതൊരിക്കലും അർത്ഥമില്ലാത്ത ചലനമല്ല.

കൂടാതെ, എന്നെ സംബന്ധിച്ച് ഈ യാഥാർത്ഥ്യമെന്നത് ഒരു ഉദ്ദേ

ശ്യത്തിനുവേണ്ടി പരമാത്മാവ് സമയത്തിലൂടെയും ഇടത്തിലൂടെയും പ്രവർത്തിക്കുന്നതാണ്. എല്ലാക്കാലത്തും വിവരണാതീതമായിരുന്ന, നിലവിൽ എനിക്ക് ഗ്രഹിക്കാൻ കഴിയുന്നതിനും അപ്പുറത്തുള്ള പരമമായ സത്യത്തെയല്ല ഈ കാഴ്ചപ്പാട് തീർച്ചയായും പ്രതിനിധീകരിക്കുന്നത്. അതുകൊണ്ടുതന്നെ ഇത് ഒരു ആപേക്ഷികമായ സത്യമാണ്, എന്റെ മനസ്സിന് മാറ്റങ്ങളുണ്ടാകുന്നതനുസരിച്ച് അതിന് മാറ്റങ്ങളുണ്ടാവുകയും ചെയ്യും. യാഥാർത്ഥ്യമെന്താണെന്ന് മനസ്സിലാക്കാനുള്ള എന്റെ അങ്ങേയറ്റത്തെ ശ്രമത്തെ പ്രതിനിധീകരിക്കുന്ന ഒരു ആശയമാണിത്, ഇത് എന്റെ ജീവിതം അടിസ്ഥാനപ്പെടുത്താനുള്ള ഒരു അടിത്തറ നല്കുന്നു.

ഞാൻ എന്തിന് ആത്മാവിൽ വിശ്വസിക്കണം? കാരണം അത് പ്രായോഗിക തലത്തിലെ ആവശ്യമാണ്. എന്റെ പ്രകൃതം അത് ആവശ്യപ്പെടുന്നുണ്ട്. പ്രകൃതിയിലുള്ള എല്ലാത്തിനും എനിക്ക് ഉദ്ദേശ്യവും രൂപകല്പനയും കാണാൻ കഴിയും. അപ്പോൾ എന്റെ ജീവിതത്തിന്റെ ഉദ്ദേശ്യം ഞാൻ ഗ്രഹിച്ചെടുക്കും. ഞാൻ കണികകളുടെ വെറും ഒരു കൂട്ടം മാത്രമല്ലെന്ന് എനിക്ക് തോന്നുന്നു. യാഥാർത്ഥ്യം എന്നത് തന്മാത്രകളുടെ ആകസ്മികമായ കൂടിച്ചേരലല്ലെന്നും ഞാൻ മനസ്സിലാക്കുന്നുണ്ട്. മാത്രവുമല്ല, മറ്റൊരു സിദ്ധാന്തത്തിനും യാഥാർത്ഥ്യത്തെ ഇത്ര നന്നായി വിവരിക്കാൻ കഴിയില്ല. ചുരുക്കിപ്പറഞ്ഞാൽ ഈ സിദ്ധാന്തം എന്റെ ജീവിതത്തിന് ബൗദ്ധികവും ധാർമ്മികവുമായ ഒരു ആവശ്യമാണ്.

പരമാത്മാവിന്റെ ആവിഷ്കാരമാണ് ഈ ലോകമെന്നത്, ആത്മാവ് അനശ്വരമാണെന്നതുപോലെ സൃഷ്ടിയുടെ ലോകവും അനശ്വരമാണ്. സൃഷ്ടിയെന്നത് ഏതെങ്കിലും കാലത്ത് അവസാനിക്കുന്ന ഒന്നല്ല. വൈഷ്ണവ വിശ്വാസികളുടെ 'നിത്യ ലീല' എന്ന ആശയത്തോട് വളരെ ചേർന്നുനില്ക്കുന്ന ഒന്നാണ് ഈ കാഴ്ചപ്പാട്. സൃഷ്ടിയെന്നത് പാപത്തിൽനിന്ന് ഉണ്ടാവുന്നതല്ല, അത് ശങ്കരാചാര്യരിൽ വിശ്വസിക്കുന്ന വിഭാഗം പറയുന്നതുപോലെ 'അവിദദ്യ'യിൽ നിന്നോ 'അറിവില്ലായ്മ'യിൽ നിന്നോ ഉണ്ടാകുന്ന ഒന്നല്ല. അത് അനശ്വരശക്തികളുടെ അനശ്വരലീലകളാണ് പ്രകടമാക്കുന്നത്. വേണമെങ്കിൽ ദിവ്യലീലകൾ എന്നുപറയാം.

യാഥാർത്ഥ്യത്തിന്റെ പരമമായ പ്രകൃതമെന്താണ് എന്നതിനെക്കുറിച്ച് ഞാൻ എന്തിന് ചിന്താകുലനാകുന്നുവെന്നും എന്റെ അനുഭവങ്ങളിൽ ഞൻ തൃപ്തനാകാത്തത് എന്താണെന്നും ചോദിക്കാവുന്നതാണ്. അതിനുള്ള ഉത്തരം വളരെ സരളമാണ്. അനുഭവങ്ങളെ അപഗ്രഥിക്കുന്ന സമയത്ത് നമുക്ക് അഹത്തെയും അതിന് അനുഭവങ്ങൾ പ്രദാനം ചെയ്യുന്ന സ്രോതസ്സിനെയും സങ്കല്പിക്കേണ്ടി വരും. അഹത്തിന് പുറത്തുള്ള യാഥാർത്ഥ്യങ്ങൾ ഇവിടെയുണ്ട്, കണ്ണടച്ചതുകൊണ്ട് അതിന്റെ നിലനില്പ്പിനെ നമുക്ക് അവഗണിക്കാൻ കഴിയില്ല. നമ്മുടെ എല്ലാ അനുഭവങ്ങളുടെയും അടിസ്ഥാനമായിരിക്കുന്നത് ഈ യാഥാർത്ഥ്യമാണ്. അതിനെക്കുറിച്ചുള്ള ധാരണ ആശ്രയിക്കുന്നത് നമ്മുടെ സൈദ്ധാന്തികവും പ്രായോഗികവുമായ മൂല്യങ്ങളെയാണ്.

ഇല്ല, നമുക്ക് യാഥാർത്ഥ്യത്തെ അവഗണിക്കാൻ കഴിയില്ല. അതിന്റെ പ്രകൃതമെന്തെന്ന് മനസ്സിലാക്കാൻ നമ്മൾ പരിശ്രമിക്കുകയും വേണം, എന്നാൽ പരമമായ സത്യം എന്നൊന്ന് കണ്ടെത്താൻ കഴിയില്ലെന്നും നമ്മൾ കണ്ടെത്തുന്നത് ആപേക്ഷികം മാത്രമായിരിക്കുമെന്നും മനസ്സിലാക്കണം. ആപേക്ഷികമായ ഈ സത്യം നമ്മുടെ ജീവിതത്തിന്റെ അടിസ്ഥാനമായിരക്കും, ആപേക്ഷികമായതെന്തും മാറാനുള്ള സാദ്ധ്യതയുമുണ്ട്.

അങ്ങനെയെങ്കിൽ ആത്മാവ് എന്ന യാഥാർത്ഥ്യത്തിന്റെ പ്രകൃതമെന്താണ്? കുറേയധികം അന്ധന്മാർ ഒരു ആനയെ വിവരിക്കാൻ ശ്രമിക്കുന്ന കഥ രാമകൃഷ്ണ പറഞ്ഞത് ഓർമ്മ വരുന്നു. അതിൽ ഓരോരുത്തരും ആനയെ വിവരിക്കുന്നത് അവർ തൊട്ട അവയവത്തിന്റെ പ്രകൃതത്തിന് അനുസരിച്ചാണ്, അതുകൊണ്ട് മറ്റുള്ളവരുടെ കാഴ്ചപ്പാടോട് പൊരുത്തപ്പെടാത്ത അവർ പരസ്പരം പോരടിക്കുന്നുമുണ്ട്. യാഥാർത്ഥ്യത്തെക്കുറിച്ചുള്ള പല ധാരണകളും ഭാഗികമായി ശരിയാണെന്നാണ് എന്റെ കാഴ്ചപ്പാട്. അപ്പോൾപ്പിന്നെ ചോദ്യം ഏത് ധാരണയാണ് കൂടുതൽ സത്യമെന്നതാണ്. എന്നെ സംബന്ധിച്ച് യാഥാർത്ഥ്യത്തിന്റെ സത്തയെന്നത് സ്നേഹമാണ്. സ്നേഹമാണ് പ്രപഞ്ചത്തിന്റെ സത്ത, മനുഷ്യ ജീവിതത്തിന് പ്രധാനമായ തത്ത്വവും അതാണ്. ഈ ധാരണയും അപൂർണ്ണമാണെന്ന് ഞാൻ അംഗീകരിക്കുന്നു. കാരണം യാഥാർത്ഥ്യം എന്താണെന്ന് എനിക്കറിയില്ല, പരമമായ സത്യം ഞാൻ തിരിച്ചറിഞ്ഞുകഴിഞ്ഞുവെന്ന് ഇന്നെനിക്ക് അവകാശവാദം ഉന്നയിക്കാൻ കഴിയുകയുമില്ല. എന്നിരുന്നാലും, ഈ സിദ്ധാന്തമാണ്, അതിന്റെ എല്ലാ അപൂർണ്ണതയോടെയും, എന്നെ സംബന്ധിച്ച് ഏറ്റവും കൂടുതൽ പരമമായ സത്യത്തോട് അടുത്തു നില്ക്കുന്നത്.

യാഥാർത്ഥ്യത്തിന്റെ പ്രകൃതമെന്നത് സ്നേഹമാണെന്ന നിഗമനത്തിൽ ഞാൻ എങ്ങനെയാണ് എത്തിയതെന്ന് നിങ്ങൾ ചോദിച്ചേക്കാം. എന്റെ വിജ്ഞാനശാസ്ത്രം യാഥാസ്ഥിതികമല്ല. ഞാൻ ഈ നിഗമനത്തിൽ എത്തുന്നത് ജീവിതത്തിന്റെ എല്ലാ വശങ്ങളെയും യുക്തിപൂർവ്വമായി പഠിച്ചിട്ടാണ്. അത് ഭാഗികമായി സഹജാവബോധത്തിൽ നിന്നും ഭാഗികമായി പ്രായോഗികമായ പരിഗണനയിൽനിന്നുമാണ്. എനിക്ക് ചുറ്റും സ്നേഹത്തിന്റെ വിലായമാണ് എനിക്ക് കാണാൻ കഴിയുന്നത്; എന്റെ അകത്തുള്ളതും അതേ വികാരമാണ്; ജീവിത സാഫല്യം നേടുവാനായി സ്നേഹിക്കണമെന്നാണ് ഞാൻ കരുതുന്നത്; പിന്നെ എന്റെ ജീവിതം പുനഃനിർമ്മിക്കാൻ ആവശ്യമായ അടിസ്ഥാന തത്ത്വങ്ങളിൽ എനിക്ക് സ്നേഹം ആവശ്യമുണ്ടെന്നും ഞാൻ കരുതുന്നു. യാഥാർത്ഥ്യത്തിന്റെ സത്തയായ സ്നേഹം ചലനാത്മകമാണ്.

ഈ വെളിവാക്കൽ പ്രക്രിയയുടെ പ്രകൃതം എന്തായിരിക്കും? അത് മുന്നോട്ടേക്കുള്ള ചലനമാണോ അല്ലയോ എന്നതാണ് ആദ്യത്തെ ചോദ്യം. ഈ ചലനത്തിന് എന്തെങ്കിലും നിയമം അടിസ്ഥാനമായിട്ടുണ്ടോ

എന്നതാണ് രണ്ടാമത്തെ ചോദ്യം.

വെളിവാക്കൽ പ്രക്രിയയുടെ പ്രകൃതം പുരോഗമനപരമാണ്. ഈ വാദം ആധികാരികമായുള്ളതല്ല. പ്രകൃതിയെക്കുറിച്ചുള്ള പഠനവും നിരീക്ഷണവും നമ്മളെ എത്തിക്കുന്നത് എല്ലായിടത്തും പുരോഗമനം ഉണ്ടെന്ന നിഗമനത്തിലേയ്ക്കാണ്. ഏകാത്മകമായ വഴിയിലൂടെ ആയിരിക്കില്ല ഈ പുരോഗമനത്തിന്റെ സഞ്ചാരം, ഇടയ്ക്ക് അതിന് തിരിച്ചടികൾ ഉണ്ടാകുന്നുണ്ടാകാം. പക്ഷേ, മുഴുവനായി ദീർഘകാലാടിസ്ഥാനത്തിൽ നോക്കുമ്പോൾ പുരോഗമനം ഉണ്ടായിട്ടുള്ളതായി കാണാൻ കഴിയും. യുക്തിപരമായ ഇത്തരം കണ്ടെത്തലുകൾക്കപ്പുറം നമ്മൾ കാലത്തിനൊത്ത് മുന്നേറുകയാണെന്ന സഹജാവബോധവും എനിക്കുണ്ട്. മറ്റൊരു കാര്യമുള്ളത്, ജൈവികമായും ധാർമ്മികമായും പുരോഗതിയിൽ വിശ്വാസമുണ്ടായിരിക്കുക എന്നത് ആവശ്യമാണ്.

സത്യത്തെ മനസ്സിലാക്കാനും വിവരിക്കാനും നിരവധി ശ്രമങ്ങൾ നടന്നിട്ടുണ്ടെന്നതുപോലെ പുരോഗമനത്തിന്റെ നിയമം മനസ്സിലാക്കാൻ നിരവധി ശ്രമങ്ങൾ നടന്നിട്ടുണ്ട്. ഇതിൽ ഒരു പരിശ്രമവും പാഴല്ല, സത്യത്തിന്റെ നേരിയ കണം അതിലെല്ലാം നമുക്ക് കാണാൻകഴിയും. പ്രകൃതിയുടെ പരിണാമപ്രക്രിയയെക്കുറിച്ച് അറിയാൻ നടത്തിയ ഏറ്റവും പഴയ പരിശ്രമമാണ് ഹിന്ദുക്കളുടെ സാംഖ്യ തത്ത്വശാസ്ത്രം. അത് മുന്നോട്ടുവെക്കുന്ന പരിഹാരം ആധുനിക മനസ്സുകളെ തൃപ്തിപ്പെടുത്തിയെന്നുവരില്ല. അടുത്തകാലത്തായി, പരിണാമത്തെക്കുറിച്ച് നമുക്ക് നിരവധി സിദ്ധാന്തങ്ങൾ അല്ലെങ്കിൽ വിവരണങ്ങൾ ലഭ്യമായുണ്ട്. സ്പെൻസർ എന്ന സാമൂഹിക ദാർശനികനോട് യോജിക്കുന്നവർ പറയുന്നത് പരിണാമം എന്നത് ലളിതമായതിൽനിന്നും സങ്കീർണ്ണമായതിലേക്കുള്ള വികാസമാണെന്നാണ്. വോൺ ഹാട്ട്മാനെ അനുകൂലിക്കുന്നവർ പറയുന്നത് ലോകമെന്നത് അന്ധമായ ഇച്ഛയുടെ ആവിഷ്കാരമാണെന്നാണ്. അതിൽനിന്ന് മനസ്സിലാക്കുന്നത് എല്ലാത്തിനും അടിസ്ഥാനമായ ഒരു ആശയം കണ്ടെത്തുക എന്നത് പാഴ്ശ്രമമാണെന്നാണ്. സൃഷ്ടിപരമായ പരിണാമത്തെക്കുറിച്ചുള്ള സിദ്ധാന്തമാണ് ബെർഗ്സൺ മുന്നോട്ടുവെക്കുന്നത്. പരിണാമമെന്നാൽ പുതിയൊരു സൃഷ്ടിയായിരിക്കണമെന്നും അത് മനുഷ്യബുദ്ധികൊണ്ട് മുൻകൂട്ടി കണക്കുകൂട്ടാൻ കഴിയില്ലെന്നുമാണ് അദ്ദേഹം പറയുന്നത്. ഇതിന് വിപരീതമായി ഹെഗൽ പറയുന്നത് പരിണാമ പ്രക്രിയയുടെ പ്രകൃതം, അത് ചിന്താലോകത്താണെങ്കിലും യഥാർത്ഥ ലോകത്താണെങ്കിലും, വൈരുദ്ധ്യാത്മകമായിരിക്കുമെന്നാണ്. നമ്മൾ പുരോഗമിക്കുന്നത് സംഘർഷങ്ങളിലൂടെയും അതിന് പരിഹാരം കണ്ടെത്തുന്നതിലൂടെയുമാണെന്നാണ് അദ്ദേഹം പറയുന്നത്. ഓരോ സിദ്ധാന്തവും അതിന് വിപരീതമായ മറ്റൊരു സിദ്ധാന്തത്തിന് കാരണമാകുന്നുണ്ട്. ഇത് രണ്ടും തമ്മിലുള്ള സംഘർഷം പരിഹരിക്കപ്പെടുന്നത് ഒരു സംയോഗ സിദ്ധാന്തത്തിലൂടെ ആയിരിക്കും. അത് വീണ്ടും വിപരീതമായ മറ്റൊരു സിദ്ധാന്തം രൂപപ്പെടുന്നതിന് കാരണമാകും, അതങ്ങനെ

തുടരും.

ഈ സിദ്ധാന്തങ്ങളിലെല്ലാം തീർച്ചയായും സത്യത്തിന്റെ അംശം കലർന്നിട്ടുണ്ട്. ഇതിൽ ഓരോ ചിന്തകരും അവർ മനസ്സിലാക്കിയതുപോലുള്ള സത്യത്തെ വെളിപ്പെടുത്താനാണ് പരിശ്രമിച്ചിട്ടുള്ളത്. പക്ഷേ, ഹെഗലിന്റെ സിദ്ധാന്തമാണ് സത്യത്തോട് ഏറ്റവും അടുത്തുനില്ക്കുന്നത് എന്നതിൽ സംശയമില്ല. മറ്റേത് സിദ്ധാന്തത്തേക്കാളും തൃപ്തികരമായി വസ്തുതകളെ വിശദീകരിക്കുന്നതാണ്. അതേസമയം നമുക്കിന്ന് അറിയുന്ന എല്ലാ വസ്തുതകളും അതിനോട് ഒത്തുപോകുന്നതല്ലെന്നതുകൊണ്ട് ആ പറയുന്നതാണ് മുഴുവൻ സത്യമെന്ന് കണക്കാക്കാൻ കഴിയില്ല. എന്തുതന്നെയായാലും യഥാർത്ഥ്യമെന്നത് നമുക്ക് ഗ്രഹിക്കാൻ കഴിയുന്നതിനും അപ്പുറമാണ്. എന്നിരുന്നാലും പരമാവധി സത്യത്തെ ഉൾക്കൊള്ളുന്ന ഒരു സിദ്ധാന്തത്തെ അടിസ്ഥാനപ്പെടുത്തി ആയിരിക്കണം നമ്മൾ ജീവിതം കെട്ടിപ്പടുക്കേണ്ടത്. പരമമായ സത്യം എന്താണെന്ന് മനസ്സിലാക്കാൻ നമുക്ക് കഴിയാത്തതിന്റെ കാരണം പറഞ്ഞ് നമുക്ക് വെറുതെയിരിക്കാൻ കഴിയില്ല.

അതുകൊണ്ട്, പരസ്പര വിരുദ്ധമായ ശക്തികൾ തമ്മിലുള്ള ഏറ്റുമുട്ടലും അതിനുള്ള പരിഹാരങ്ങളും അനന്തമായി തുടരുന്ന ലീലയിലൂടെ സ്നേഹം സത്തയായുള്ള ആത്മാവ് പതിയെ അതിനെത്തന്നെ വെളിപ്പെടുത്തുന്നതാണ് സത്യം അല്ലെങ്കിൽ യാഥാർത്ഥ്യമെന്നത്.

ഹരിപുരയിൽ നടത്തിയ പ്രസംഗം

ഹരിപുരയിൽവെച്ച് 1938 ഫെബ്രുവരിയിൽ നടന്ന ഇന്ത്യൻ നാഷണൽ കോൺഗ്രസിന്റെ 51-ാമത് സെഷനിൽ നടത്തിയ അദ്ധ്യക്ഷ പ്രസംഗം.

ചെയർമാൻ, സുഹൃത്തുക്കളേ,

ഇന്ത്യൻ നാഷണൽ കോൺഗ്രസിന്റെ വരുംവർഷത്തെ അദ്ധ്യക്ഷനായി എന്നെ തെരഞ്ഞെടുത്തതിലൂടെ നിങ്ങൾ എന്നോട് കാണിച്ച ആദരവ് ഞാൻ ആഴത്തിൽ തിരിച്ചറിയുന്നു. ഈ മഹത്തായ അംഗീകാരത്തിന് എന്തെങ്കിലും തരത്തിൽ അർഹനാണെന്ന് ഒരു നിമിഷം ഞാൻ കരുതുകയാണെങ്കിൽ അതെന്റെ അഹങ്കാരമായിരിക്കും. ദേശീയ സമരത്തിൽ യുവാക്കളുടെ കൂട്ടായ സംഭാവനകൾ ഇല്ലായിരുന്നെങ്കിൽ നമ്മളിന്ന് ഇവിടം വരെ എത്തിച്ചേരില്ലായിരുന്നു. അതുകൊണ്ടുതന്നെ നിങ്ങളുടെ മഹാമനസ്കതയുടെ പ്രകാശനവും രാജ്യത്തെ യുവാക്കൾക്കുള്ള ഉപഹാരവുമായിട്ടാണ് ഞാൻ ഈ അംഗീകാരത്തെ കാണുന്നത്. നമ്മുടെ മാതൃരാജ്യത്തിന്റെ പുത്രന്മാരും പുത്രികളും വളരെ ബഹുമാനത്തോടെ കണ്ടുകൊണ്ടിരിക്കുന്ന ഈ സ്ഥാനത്തിലേക്ക് ഉൾഭയത്തോടെയും അമ്പരപ്പോടെയുമല്ലാതെ എനിക്ക് പ്രവേശിക്കാൻ കഴിയില്ല. എന്റെ നിരവധിയായ പരിമിതികളെക്കുറിച്ച് ഞാൻ ബോധവാനാണെന്നതുകൊണ്ടുതന്നെ, എന്റെമേൽ ഏല്പിക്കപ്പെട്ട ഉത്തരവാദിത്വം നിങ്ങളുടെ അനുതാപവും പിന്തുണയും ഉള്ളതുകൊണ്ട് നീതിപൂർവ്വം നിർവ്വഹിക്കാൻ കഴിയുമെന്ന് മാത്രമാണ് എനിക്ക് പ്രതീക്ഷിക്കാനും പ്രാർത്ഥിക്കാനും കഴിയുക.

ശ്രീമതി സ്വരൂപ്റാണി നെഹ്റുവിന്റെയും, ആചാര്യ ജഗദീഷ് ചന്ദ്ര ബോസിന്റെയും, ഡോ. ശരത്ചന്ദ്ര ചാറ്റർജിയുടെയും നിര്യാണത്തിലുള്ള

നമ്മുടെ അഗാധമായ ദുഃഖം നിങ്ങൾക്കുവേണ്ടി ഞാനിവിടെ തുടക്കത്തിൽത്തന്നെ രേഖപ്പെടുത്തിക്കൊള്ളട്ടെ? പണ്ഡിറ്റ് മോത്തിലാലിന്റെ ജീവിതസഖിയും പണ്ഡിറ്റ് ജവഹർലാൽ നെഹ്റുവിന്റെ മാതാവും മാത്രമായിരുന്നില്ല ശ്രീമതി സ്വരൂപ്റാണി നെഹ്റു. ഇന്ത്യൻ സ്വാതന്ത്ര്യസമരത്തിനുവേണ്ടി അവർ അനുഭവിച്ച യാതനകളും ത്യാഗങ്ങളും സേവനങ്ങളും ഏതൊരു വ്യക്തിയെയും അഭിമാനം കൊള്ളിക്കുന്നതാണ്. ഒരു ഇന്ത്യക്കാരൻ എന്ന നിലയിൽ അവരുടെ നിര്യാണത്തിലുള്ള അഗാധമായ ദുഃഖം ഞാനിവിടെ രേഖപ്പെടുത്തുകയും പണ്ഡിറ്റ് നെഹ്റുവിനോടും ആ കുടുംബത്തോടുമുള്ള അനുകമ്പ അറിയിക്കുകയും ചെയ്യുന്നു.

ആധുനിക ശാസ്ത്രലോകത്ത് ഇന്ത്യക്ക് ആദരണീയമായ ഒരു സ്ഥാനം നേടിക്കൊടുത്ത വ്യക്തിയാണ് ആചാര്യ ജഗദീഷ് ചന്ദ്ര ബോസ്. ഉള്ളിന്റെയുള്ളിൽ ഒരു ദേശസ്നേഹിയായിരുന്ന ആചാര്യ ജഗദീഷ് തന്റെ ജീവിതം ശാസ്ത്രത്തിനുവേണ്ടി മാത്രമല്ല, ഇന്ത്യയ്ക്കാകെ സമർപ്പിച്ചിട്ടുള്ളതാണ്. ഇന്ത്യ അത് തിരിച്ചറിഞ്ഞിട്ടുള്ളതിനാൽ അദ്ദേഹത്തോട് കടപ്പെട്ടിരിക്കുന്നു. അദ്ദേഹത്തിന്റെ ഭാര്യയുടെ ദുഃഖത്തിൽ നമ്മളും പങ്കുചേരുന്നു.

ഡോ. ശരത് ചന്ദ്ര ചാറ്റർജിയുടെ അകാലമായ മരണത്തിലൂടെ ഇന്ത്യയുടെ സാഹിത്യമണ്ഡലത്തിലെ തിളക്കമാർന്ന ഒരു നക്ഷത്രമാണ് മറഞ്ഞുപോയത്. വർഷങ്ങളോളം ബംഗാളിലെ സാധാരണ വീടുകളിൽ എന്നും കേൾക്കാൻ കഴിഞ്ഞിരുന്ന അദ്ദേഹത്തിന്റെ പേര് ഇന്ത്യയുടെ സാഹിത്യലോകത്തിന് അപരിചിതമേ ആയിരുന്നില്ല. ഒരു സാഹിത്യകാരനെന്ന നിലയിൽ അദ്ദേഹം മഹാനായിരുന്നെങ്കിലും ദേശസ്നേഹിയെന്ന നിലയിലായിരുന്നു അദ്ദേഹത്തിന്റെ ഔന്നത്യം കൂടുതൽ പ്രകടമായിരുന്നത്. അദ്ദേഹത്തിന്റെ മരണത്തിന് ശേഷം ബംഗാളിലെ കോൺഗ്രസ് വളരെ ദരിദ്രമായി മാറിയിരിക്കുകയാണ്. നമ്മുടെ ആത്മാർത്ഥമായ അനുശോചനം അദ്ദേഹത്തിന്റെ കുടുംബത്തെ അറിയിക്കുകയാണ്.

കൂടുതൽ കാര്യങ്ങളിലേക്ക് കടക്കുന്നതിനുമുമ്പ്, ഫെയ്സ്പൂരിൽ കഴിഞ്ഞവർഷംകൂടിയ കോൺഗ്രസ് സമ്മേളനത്തിനുശേഷം രാജ്യസേവനത്തിനായി സ്വന്തം ജീവിതം സമർപ്പിച്ചവരുടെ ഓർമ്മകൾക്ക് മുന്നിൽ ശിരസ്സ് നമിക്കാൻ ഞാൻ ആഗ്രഹിക്കുകയാണ്. ജയിലിലോ തടവിലിരിക്കയോ അതോ ജയിൽമോചനത്തിനുശേഷം ഉടൻതന്നെയോ മരണപ്പെട്ടവരെ പ്രത്യേകം പരാമർശിക്കേണ്ടതുണ്ട്. ഡെക്കാ സെൻട്രൽ ജയിലിൽ രാഷ്ട്രീയ തടവുകാരനായിരുന്ന ശ്രീമാൻ ഹരീന്ദ്ര മുൻഷിയെ പ്രത്യേകം പരാമർശിക്കേണ്ടതുണ്ട്. നിരാഹാര സത്യാഗ്രഹത്തിനിടെയാണ് അദ്ദേഹം മരണപ്പെട്ടത്. അദ്ദേഹത്തിന്റെ കാര്യത്തിൽ എന്റെ മനസ്സിലെ മുറിവ് ഇനിയും ഉണങ്ങിയിട്ടില്ലാത്തതിനാൽ ഇതിലുമധികം എന്തെങ്കിലും പറയാൻ എനിക്ക് കഴിയില്ല. ഉജ്ജ്വല വ്യക്തിത്വത്തിന് ഉടമകളായിരുന്ന ജതിൻ ദാസും, സർദാർ മഹാബീർ സിങ്ങും, രാമകൃഷ്ണ നാമദാസും, മോഹിത് മോഹൻ മൈത്രയും, ഹരേന്ദ്ര മുൻഷിയും അതുപോലെതന്നെ മറ്റുള്ള

വരും ജീവിതത്തിന് മുകളിൽ മരണത്തെ പ്രതിഷ്ഠിക്കുമ്പോൾ ഇവിടെ എന്തൊക്കെയോ കുഴപ്പങ്ങളുണ്ടെന്ന് നിങ്ങൾക്കും തോന്നുന്നില്ലേ എന്ന് മാത്രമാണ് എനിക്ക് ചോദിക്കാനുള്ളത്.

മനുഷ്യചരിത്രത്തെ മുഴുനീളം പരിശോധിക്കുകയാണെങ്കിൽ സാമ്രാജ്യങ്ങളുടെ ഉദയവും തകർച്ചയുമായിരിക്കും ശ്രദ്ധയിൽപ്പെടുക. സാമ്രാജ്യങ്ങൾ വികസിച്ചുവരികയും സമ്പദ്-സമൃദ്ധിയുടെ കൊടുമുടിയിൽ എത്തിയതിനുശേഷം അവ അപ്രസക്തമായ നിലയിലേക്ക് കൂപ്പുകുത്തുകയോ പൂർണ്ണമായി നശിക്കപ്പെടുകയോ ആണ് ഉണ്ടായിട്ടുള്ളത്. ഇത് കിഴക്കൻ പ്രദേശങ്ങളിലാണെങ്കിലും പാശ്ചാത്യലോകത്തിലാണെങ്കിലും മാറ്റമില്ലാതെ സംഭവിച്ചിരുന്നു. ഈ നിയമത്തിന് വിധേയമായ സാമ്രാജ്യങ്ങളാണ് പുരാതനകാലത്തെ റോമൻ സാമ്രാജ്യവും, ആധുനിക കാലത്തെ തുർക്കി സാമ്രാജ്യവും ആസ്ട്രോ-ഹംഗേറിയൻ സാമ്രാജ്യവും. ഇന്ത്യയിലെ മൗര്യൻ സാമ്രാജ്യവും, ഗുപ്ത സാമ്രാജ്യവും, മുഗൾ സാമ്രാജ്യവും ഇതിന് അപവാദങ്ങളല്ല. ഈയൊരു ചരിത്രവസ്തുത നിലനില്ക്കേ, ബ്രിട്ടീഷ് സാമ്രാജ്യത്തിന്റെ കാര്യത്തിൽ മാത്രം ഭാവി മറ്റൊന്നായിരിക്കുമെന്ന് ആർക്കെങ്കിലും പറയാൻ കഴിയുമോ? ചരിത്രപ്രധാനമായ ഒരു ഘട്ടത്തിലാണ് ആ സാമ്രാജ്യം നിലവിൽ എത്തിനില്ക്കുന്നത്. ഒന്നുകിൽ അത് മറ്റുള്ള സാമ്രാജ്യങ്ങൾ പോയവഴിതന്നെ പിന്തുടരും, അല്ലെങ്കിൽ അതിന് സ്വതന്ത്രരാജ്യങ്ങളുടെ ഒരു ഫെഡറേഷനായി പരിണമിച്ചേ പറ്റുകയുള്ളൂ. ഇതിൽ ഏത് വഴിയും തെരഞ്ഞെടുക്കാം. സാർ സാമ്രാജ്യം 1917 ലാണ് തകരുന്നത്, പക്ഷേ, അതിന്റെ അവശിഷ്ടങ്ങളിൽ നിന്നാണ് സോവിയറ്റ് സോഷ്യലിസ്റ്റ് റിപ്പബ്ലിക്സ് യൂണിയൻ ഉണ്ടാകുന്നത്. റഷ്യൻ ചരിത്രത്തിൽനിന്ന് പാഠങ്ങൾ ഉൾക്കൊള്ളാൻ ബ്രിട്ടന് ഇനിയും സമയമുണ്ട്. എന്നാൽ ആ സാമ്രാജ്യം അതിന് തയ്യാറാകുമോ?

രാഷ്ട്രീയത്തിലെ മിശ്രസ്വഭാവം പ്രകടമാക്കുന്ന ഒരു പ്രതിഭാസമാണ് ബ്രിട്ടീഷ് സാമ്രാജ്യം. സ്വയംഭരണമുള്ള രാജ്യങ്ങളുടെയും, പൂർണ്ണമായും സ്വയംഭരണമില്ലാത്ത ആശ്രിതരാജ്യങ്ങളുടെയും സ്വേച്ഛാധിപരമായി ഭരിക്കപ്പെടുന്ന കോളനികളുടെയും ഒരു പ്രത്യേകതരത്തിലുള്ള സമ്മിശ്രണമാണ് അത്. ഭരണഘടനാ സംവിധാനങ്ങൾക്കും മനുഷ്യവൈദഗ്ദ്ധ്യത്തിനും ഇതിനെ താങ്ങാൻ കഴിഞ്ഞാലും അത് ദീർഘകാലം തുടരാൻ കഴിയില്ല. ഉള്ളിലുള്ള പൊരുത്തക്കേടുകൾ ശരിയായ സമയത്ത് നീക്കിയില്ലെങ്കിൽ പുറത്തുനിന്നുള്ള സമ്മർദ്ദത്തിന് പുറമെ, അതിനകത്തുതന്നെയുള്ള കാരണങ്ങളാൽ സാമ്രാജ്യം തകർന്നുപോകുമെന്നതിൽ സംശയമില്ല. പക്ഷേ, സ്വതന്ത്രരാജ്യങ്ങളുടെ ഒരു ഫെഡറേഷനായി ബ്രിട്ടീഷ് സാമ്രാജ്യത്തിന് മാറാൻ കഴിയുമോ? ഇതിന് ഉത്തരം നല്കേണ്ടത് ബ്രിട്ടീഷ് ജനതയാണ്. പക്ഷേ, ഒരു കാര്യം തീർച്ചയാണ്. ഈയൊരു പരിണാമം ഉണ്ടാകണമെങ്കിൽ ബ്രിട്ടീഷ് ജനത സ്വന്തം നാട്ടിൽ സ്വതന്ത്രരായിത്തീരണം. എന്നുവെച്ചാൽ ബ്രിട്ടൻ ഒരു സോഷ്യലിസ്റ്റ് സ്റ്റേറ്റ് ആയാൽ മാത്രമേ ഇത് സംഭവിക്കുകയുള്ളൂ. ഗ്രെയ്റ്റ് ബ്രിട്ടനിലെ മുത

ലാളിത്ത ഭരണവർഗ്ഗവും വിദേശത്തെ കോളനികളും തമ്മിൽ അഭേദ്യ മായ ഒരു ബന്ധമുണ്ട്. ലെനിൻ വളരെക്കാലം മുമ്പുതന്നെ പറഞ്ഞിരുന്നു, 'ഗ്രെയ്റ്റ് ബ്രിട്ടനിലെ പ്രതിപ്രവർത്തനങ്ങൾക്കെല്ലാം കരുത്ത് പകരുന്നതും വളർത്തുന്നതും നിരവധി രാജ്യങ്ങളുടെ അടിമത്തമാണ്' എന്ന്. ചൂഷണം ചെയ്യാനായി കോളനികളും ആശ്രിതരും ഉണ്ടെന്നതിനാലാണ് ബ്രിട്ടീഷിൽ ഭരണവർഗ്ഗവും മുതലാളിവർഗ്ഗവും നിലനില്ക്കുന്നത്. കോളനികളും ആശ്രിതരും വിമോചിതരാവുകയാണെങ്കിൽ അത് ഗ്രെയ്റ്റ് ബ്രിട്ടനിലെ ഭരണവർഗ്ഗത്തെയാണ് ഉലയ്ക്കുക, അത് ആ രാജ്യത്ത് ഒരു സോഷ്യ ലിസ്റ്റ് ഭരണം സ്ഥാപിതമാകുന്നതിനെ ത്വരിതപ്പെടുത്തുകയും ചെയ്യും. അതുകൊണ്ടുതന്നെ കോളനികൾക്ക് സ്വാതന്ത്ര്യം കിട്ടാതെ ബ്രിട്ടനിൽ ഒരു സോഷ്യലിസ്റ്റ് ഭരണം ഉണ്ടാവുകയെന്നത് സാദ്ധ്യമല്ലെന്ന് വ്യക്ത മാണ്. എന്നുവെച്ചാൽ ഇന്ത്യയുടെ സ്വാതന്ത്ര്യത്തിനുവേണ്ടി നമ്മൾ പൊരുതുന്നതും ബ്രിട്ടന്റെ മറ്റുള്ള അടിമരാജ്യങ്ങൾ പൊരുതുന്നതും ബ്രിട്ടീഷ് ജനതയുടെകൂടി മോചനത്തിനുവേണ്ടിയാണ്.

ഓരോ സാമ്രാജ്യവും ഭിന്നിപ്പിച്ച് ഭരിക്കുന്ന നയങ്ങളാണ് പിന്തുടരു ന്നതെന്നത് ഒരു സാമാന്യോക്തിയാണ്. പക്ഷേ, ബ്രിട്ടന്റെ അത്രയും നൈപുണ്യത്തോടെയും വ്യവസ്ഥാനുസൃതമായും നിഷ്കരുണമായും അത് ലോകത്തെ മറ്റേതെങ്കിലും സാമ്രാജ്യം നടപ്പിലാക്കിയിട്ടുണ്ടെന്ന് പറയാൻ കഴിയില്ല. ഈ നയത്തിനനുസൃതമായാണ് ബ്രിട്ടീഷ് ജനതയ്ക്ക് അധികാരം കൈമാറ്റം ചെയ്യുമ്പോൾ അയർലാന്റിൽ നിന്ന് ഉൾസ്റ്റർ വിഭ ജിച്ചത്. അതുപോലെതന്നെ, പലസ്തീനികൾക്ക് എന്തെങ്കിലും തരത്തി ലുള്ള അധികാരം കൈമാറ്റം ചെയ്യപ്പെടുന്നതിന് മുമ്പുതന്നെ ജൂതന്മാരെ അറബികളിൽനിന്നും വേർപെടുത്തിയിരിക്കും. അധികാരക്കൈമാറ്റം നിർവ്വീര്യമാക്കുന്നതിനായി ആഭ്യന്തര വിഭജനം ആവശ്യമാണ്. പുതിയ ഇന്ത്യൻ ഭരണഘടനയിൽ ഇതേ വിഭജനതത്ത്വം മറ്റൊരു രൂപത്തിലാണ് ഉൾപ്പെടുത്തിയിരിക്കുന്നത്. വ്യത്യസ്ത സമുദായങ്ങളെ കണ്ടെത്തി അതിനെ പരസ്പര സമ്പർക്കമില്ലാത്ത അറകളിലേക്ക് മാറ്റാനാണ് ഇതിൽ ശ്രമിക്കുന്നത്. സ്വേച്ഛാധിപതികളായ രാജാക്കന്മാരുടെയും ബ്രിട്ടീഷ് ഇന്ത്യ യിൽനിന്ന് ജനാധിപത്യരീതിയിൽ തിരഞ്ഞെടുക്കപ്പെട്ട ജനപ്രതിനിധി കളും ഫെഡറൽ സ്കീമിൽ പരസ്പരം ചേർത്തുവെച്ചിരിക്കുകയാണ്. ബ്രിട്ടീഷ് ഇന്ത്യയിലെ എതിർപ്പും രാജാക്കന്മാർക്ക് അതിനോട് യോജി പ്പില്ലാത്തതും പരിഗണിച്ച് പുതിയ ഭരണഘടന തിരസ്കരിക്കപ്പെടുകയാ ണെങ്കിൽ, ഇന്ത്യയെ വിഭജിക്കാൻ ബ്രിട്ടീഷുകാർ മറ്റൊരു വഴി സ്വീകരി ക്കുമെന്നതിൽ എനിക്ക് സംശയമില്ല. അങ്ങനെയായിരിക്കും അവർ ഇന്ത്യൻ ജനതയ്ക്ക് അധികാരം കൈമാറുന്നതിനെ നിർവീര്യമാക്കാൻ പോകുന്നത്. അതുകൊണ്ടുതന്നെ, വൈറ്റ്ഹാളിന്റെ പിടിയിൽനിന്നും ഇന്ത്യയെ വിമോചിപ്പിക്കാനുള്ള ഏത് ഭരണഘടനയായാലും അത് അത്രയും ശ്രദ്ധയോടെയും ജാഗ്രതയോടെയും പരിശോധിക്കേണ്ടതുണ്ട്.

ഭിന്നിപ്പിച്ച് ഭരിക്കുകയെന്നതിന് ഗുണങ്ങളുണ്ടെങ്കിലും ഭരണവർഗ്ഗ

ത്തിന് അതുകൊണ്ട് ഗുണം മാത്രമേയുള്ളൂവെന്ന് പറയാൻ കഴിയില്ല. വസ്തുതാപരമായി പറയുകയാണെങ്കിൽ അത് പുതിയ പ്രശ്നങ്ങളും പുതിയ നാണക്കേടുകളും ഉണ്ടാക്കും. ഭിന്നിപ്പിച്ച് ഭരിക്കുക എന്ന നയത്തിന്റെ ഫലമായി അതിന്റെ തന്നെ രാഷ്ട്രീയ ദ്വന്ദ്വത്തിന്റെ കെണിയിൽ കുടുങ്ങിക്കിടക്കുകയാണ് ഗ്രെയ്റ്റ് ബ്രിട്ടൻ. ഇന്ത്യയിലെ ഹിന്ദുക്കളെയാണോ മുസ്ലീങ്ങളെയാണോ അത് പ്രീതിപ്പെടുത്തുക? പലസ്തീനിൽ അറബികളെയാണോ അതോ ജൂതന്മാരെയാണോ സഹായിക്കുക? ഇറാഖിൽ അറബികളെയാണോ കുർദുകളെയാണോ അത് പിന്തുണയ്ക്കുക? ഈജിപ്തിൽ രാജാവിന്റെ ഭാഗത്താണോ അതോ വഫ്ദിന്റെ ഭാഗത്താണോ ബ്രിട്ടൻ നിലയുറപ്പിക്കുക? സാമ്രാജ്യത്തിന് പുറത്തും ഇതേ തരത്തിലുള്ള ദ്വന്ദങ്ങൾ കാണാൻ കഴിയും. സ്പെയ്നിന്റെ കാര്യത്തിൽ ഫ്രാങ്കോ വേണോ അതോ നിയമപരമായ സർക്കാർ വേണോ എന്നത് സംബന്ധിച്ച ഭിന്നിപ്പിലാണ് ബ്രിട്ടനിലെ രാഷ്ട്രീയപ്രവർത്തകർ ചേരിതിരിഞ്ഞിരിക്കുന്നത്. വിശാലമായ തലത്തിൽ യൂറോപ്പിന്റെ രാഷ്ട്രീയം പരിഗണിക്കുകയാണെങ്കിൽ ഫ്രാൻസിന്റെയും ജർമ്മനിയുടെയും വശങ്ങളിലായാണ് ഈ ഭിന്നിപ്പ്. ബ്രിട്ടന്റെ വിദേശനയത്തിൽ കാണാൻ കഴിയുന്ന വൈരുദ്ധ്യങ്ങളും അസ്ഥിരതയും ആ സാമ്രാജ്യം നാനാവിധമായ കാര്യങ്ങളാൽ രൂപീകരിക്കപ്പെട്ടതിന്റെ ഫലമാണ്. ബ്രിട്ടനിലെ മന്ത്രിസഭയ്ക്ക് ജൂതന്മാരെ പ്രീതിപ്പെടുത്തേണ്ടതുണ്ട്, കാരണം, ജൂതന്മാരുടെ ഉയർന്ന സാമ്പത്തിക സ്ഥിതിയെ അവഗണിക്കാൻ ബ്രിട്ടന് കഴിയില്ല. മറുവശത്ത് ഇന്ത്യാ ഓഫീസിനും വിദേശനയ കാര്യാലയത്തിനും അറബികളെ പ്രീതിപ്പെടുത്തേണ്ടതുണ്ട്. ബ്രിട്ടന്റെ കിഴക്കൻ പ്രദേശങ്ങളിലും ഇന്ത്യയിലും സാമ്രാജ്യത്വ താല്പര്യങ്ങൾ ഉള്ളതുകൊണ്ടാണ് ഇങ്ങനെ ചെയ്യേണ്ടി വരുന്നത്. ഇത്തരത്തിലുള്ള വൈരുദ്ധ്യങ്ങളിൽനിന്നും അസ്ഥിരതയിൽനിന്നും മോചിതയാകണമെങ്കിൽ ബ്രിട്ടന് ചെയ്യാൻകഴിയുന്ന ഒരേയൊരു കാര്യം ഒരു സാമ്രാജ്യത്വ ശക്തിയെന്ന നിലയിൽനിന്ന് സ്വതന്ത്രരാജ്യങ്ങളുടെ ഫെഡറേഷനായി മാറുക എന്നതാണ്. ആ രാജ്യത്തിന് അങ്ങനെ ചെയ്യാൻ കഴിയുകയാണെങ്കിൽ, അത് ചരിത്രത്തിലെ ഒരു അദ്ഭുതസംഭവമായിരിക്കും. പക്ഷേ, ഇക്കാര്യത്തിൽ ബ്രിട്ടൻ പരാജയപ്പെടുകയാണെങ്കിൽ, സൂര്യനസ്തമിക്കാത്ത തന്റെ സാമ്രാജ്യം പതിയെപ്പതിയെ ഛിന്നഭിന്നമാകുന്നതിന് വഴങ്ങിക്കൊടുക്കുക മാത്രമേ അതിന് ചെയ്യാൻ കഴിയുകയുള്ളൂ. ആസ്ട്രോ- ഹംഗേറിയൻ സാമ്രാജ്യത്തിന്റെ പാഠങ്ങൾ ബ്രിട്ടീഷ് ജനത മറക്കാതിരിക്കട്ടെ.

നിരവധി വിഷയങ്ങളിൽ ആയാസപ്പെടുന്നതിലുള്ള വേദനയാണ് ഇന്നത്തെ ബ്രിട്ടീഷ് സാമ്രാജ്യത്തെ നയിക്കുന്നത്. സാമ്രാജ്യത്തിന്റെ അകത്തുതന്നെ, പടിഞ്ഞാറേയറ്റത്ത് അയർലാന്റും കിഴക്കേയറ്റത്ത് ഇന്ത്യയുമാണുള്ളത്. മദ്ധ്യഭാഗത്ത് പലസ്തീനും അതിന്റെ അടുത്തുതന്നെ ഈജിപ്തും ഇറാഖുമാണുള്ളത്. സാമ്രാജ്യത്തിന് പുറത്താണെങ്കിൽ, മെഡിറ്ററേനിയനിൽ ഇറ്റലിയും കിഴക്കനേഷ്യയിൽ ജപ്പാനും സമ്മർദ്ദം

ചെലുത്തുന്നുണ്ട്. ഈ രണ്ട് രാജ്യങ്ങളും സൈനികമായി ആക്രമിക്കാൻ തയ്യാറുള്ള സാമ്രാജ്യത്വ ശക്തികളാണ്. ഇത്തരം ആശങ്കകൾ നില നില്ക്കെ എതിർവശത്ത് സോവിയറ്റ് റഷ്യയുമുണ്ട്. അതിന്റെ നിലനില്പ് തന്നെ ഓരോ സാമ്രാജ്യത്വ രാജ്യങ്ങളിലെയും ഭരണവർഗ്ഗത്തെ ഭയപ്പെടുത്തുന്ന ഒന്നാണ്. ഇത്തരം സമ്മർദ്ദങ്ങളുടെയും കഠിനമായ ആയാസങ്ങളുടെയും ആകെത്തുകയെ എത്രകാലം ബ്രിട്ടീഷ് സാമ്രാജ്യത്തിന് താങ്ങാൻ കഴിയും.

ഇന്നത്തെ ബ്രിട്ടൻ ഒരു പ്രധാന നാവികശക്തിയല്ല. പതിനെട്ടാം നൂറ്റാണ്ടിലും പത്തൊൻമ്പതാം നൂറ്റാണ്ടിലും ആ സാമ്രാജ്യം അസാധാരണമായ വളർച്ച കൈവരിച്ചത് അതിന്റെ നാവികശക്തി കാരണമായിരുന്നു. ചരിത്രത്തിൽ ആദ്യമായി വ്യോമസേനയുടെ ഉത്ഭവമായിരിക്കും ഇരുപതാം നൂറ്റാണ്ടിൽ ബ്രിട്ടീഷ് സാമ്രാജ്യം ക്ഷയിക്കുന്നതിന് കാരണമായിത്തീരുക. മെഡിറ്ററേനിയനിലെ സുസജ്ജമായ ബ്രിട്ടീഷ് നാവികസേനയെ ധിക്കാരപൂർവ്വം വെല്ലുവിളിക്കാൻ ഇറ്റലിക്ക് കഴിയുന്നത് അതിന് വ്യോമസേനയുണ്ടെന്നതാണ്. കരസേനയിലും നാവികസേനയിലും വ്യോമസേനയിലും പരമാവധി ആയുധവല്ക്കരണം നടത്താൻ ബ്രിട്ടനു കഴിയും. വായുമാർഗ്ഗമുള്ള ബോംബോക്രമണങ്ങളോട് എതിരിടാൻ യുദ്ധക്കപ്പലുകൾക്ക് കഴിയുമെന്നിരിക്കും, എന്നിരുന്നാലും ആധുനിക യുദ്ധത്തിൽ വ്യോമസേന ഒരു ശക്തമായ സാന്നിദ്ധ്യമായി നിലനില്ക്കും. ദൂരങ്ങൾ ഇല്ലാതായിക്കഴിഞ്ഞു. വ്യോമസേനക്കെതിരെ എന്തുതരത്തിലുള്ള പ്രതിരോധം സൃഷ്ടിച്ചാലും എവിടെ നിന്നെങ്കിലും ബോംബ് വർഷിക്കാനെത്തുന്ന സൈനികവ്യൂഹത്തിന്റെ കാരുണ്യത്തിലാണ് ലണ്ടനിപ്പോൾ. ചുരുക്കിപ്പറഞ്ഞാൽ, ആധുനിക യുദ്ധവ്യവഹാരങ്ങളിൽ വിപ്ലവകരമായ മാറ്റമാണ് വ്യോമസേനയുടെ വരവോടെ ഉണ്ടായത്. അത് ബ്രിട്ടന്റെ സംരക്ഷണവലയത്തെ ഭേദിക്കുകയും ആഗോളരാഷ്ട്രീയത്തിൽ നിലനിന്നിരുന്ന അധികാരവ്യവസ്ഥയെ തകർക്കുകയും ചെയ്തു. ഒരു ബൃഹത്തായ സാമ്രാജ്യത്തിന്റെ ദൂഷ്യവശങ്ങൾ ഇന്ന് എല്ലാവർക്കും മുമ്പത്തേതിനേക്കാൾ വെളിപ്പെട്ടുകഴിഞ്ഞു.

അധികാരം സംബന്ധിച്ച് ലോകശക്തികൾ ഏർപ്പെടുന്ന ഇത്തരം കളികൾക്കിടയിൽ ഇന്ത്യ മുമ്പൊരിക്കലും ഇല്ലാത്ത വിധം ശക്തയായി മാറിക്കഴിഞ്ഞിരിക്കുകയാണ്. 350 മില്യൺ ജനസംഖ്യയുള്ള ഒരു വിശാലരാജ്യമാണ് നമ്മുടേത്. ഭൂപ്രദേശത്തിന്റെ വിസ്തൃതിയും ഉയർന്ന ജനസംഖ്യയും നമ്മുടെ ദൗർബല്യത്തിന്റെ കാരണമായിട്ടാണ് ഇതുവരെ മനസ്സിലാക്കിയിരുന്നത്. നമുക്ക് ഒന്നിച്ചുനിന്ന് ഭരണാധികാരികളോട് പോരാടാൻ കഴിയുമെങ്കിൽ മാത്രം ഇവയൊക്കെയും നമ്മുടെ ശക്തിസ്രോതസ്സുകളാണ്. ഇന്ത്യൻ ഐക്യത്തെക്കുറിച്ച് സംസാരിക്കുകയാണെങ്കിൽ ബ്രിട്ടീഷ് ഇന്ത്യയും ഇന്ത്യൻ നാട്ടുരാജ്യങ്ങളും തമ്മിലുള്ള വേർതിരിവ് വളരെ കൃത്രിമമായ ഒന്നാണെന്ന് പറയേണ്ടിവരും. ഇന്ത്യ ഒന്നാണ്, ബ്രിട്ടീഷ് ഇന്ത്യയിലെയും ഇന്ത്യൻ നാട്ടുരാജ്യങ്ങളിലെയും ജനങ്ങളുടെ

പ്രതീക്ഷയും അഭിലാഷങ്ങളും ഒന്നുതന്നെയാണ്. ഒരു സ്വതന്ത്ര ഇന്ത്യയാണ് നമ്മുടെ ലക്ഷ്യം. നാട്ടുരാജ്യങ്ങളും സംസ്ഥാനങ്ങളും അംഗങ്ങളാകുന്ന ഒരു ഫെഡറൽ റിപ്പബ്ലിക്കിലൂടെ മാത്രമേ അത് സാദ്ധ്യമാവുകയുള്ളൂവെന്നാണ് ഞാൻ കരുതുന്നത്. ഇന്ത്യക്കാരുടെ ഇന്ത്യയിൽ ഒരു ജനാധിപത്യ സർക്കാർ സ്ഥാപിക്കുന്നതിന് അവിടത്തെ ജനങ്ങൾ നടത്തിയ മുന്നേറ്റത്തോട് കോൺഗ്രസ് അനുകമ്പപ്രകടിപ്പിക്കുകയും അതിനെ പിന്തുണയ്ക്കുകയും ചെയ്തിട്ടുണ്ട്. പക്ഷേ, ഈ പ്രത്യേക സന്ദർഭത്തിൽ മറ്റനേകം പ്രവർത്തനങ്ങളിൽ ഏർപ്പെടേണ്ടതുള്ളതിനാലായിരിക്കാം നാട്ടുരാജ്യങ്ങളിലുള്ളവർക്കായി കൂടുതലൊന്നും ചെയ്യാൻ കോൺഗ്രസിന് കഴിയാതിരിക്കുന്നത്. പക്ഷേ, ഇപ്പോഴും വ്യക്തിപരമായി കോൺഗ്രസ് പ്രവർത്തകർക്ക് തങ്ങളുടെ നാട്ടുരാജ്യത്തിന്റെ താല്പര്യങ്ങൾക്കുവേണ്ടി പ്രവർത്തിക്കുന്നതിനും അവിടെയുള്ള സമരങ്ങളിൽ പങ്കുകൊള്ളുന്നതിനും ഒരു തടസ്സവുമില്ല. നാട്ടുരാജ്യങ്ങളിലെ ജനങ്ങളുടെ മുന്നേറ്റങ്ങളിൽ കോൺഗ്രസ് സജീവമായി പങ്കാളിയാകണമെന്ന് എന്നെപ്പോലെതന്നെ ആഗ്രഹിക്കുന്നവർ കോൺഗ്രസിലുണ്ട്. അടുത്തകാലത്തുതന്നെ ഇന്ത്യൻ നാഷണൽ കോൺഗ്രസ് ഇക്കാര്യത്തിൽ അനുകൂലമായ നിലപാടെടുക്കുമെന്നും നാട്ടുരാജ്യങ്ങളിൽ പോരാടിക്കൊണ്ടിരിക്കുന്നവർക്ക് മുന്നിൽ സഹായഹസ്തം നീട്ടുമെന്നുമാണ് ഞാൻ പ്രതീക്ഷിക്കുന്നത്. നമ്മുടെ അനുതാപവും സഹായവും അവർക്ക് ആവശ്യമുണ്ടെന്ന കാര്യം നമ്മൾ മറക്കരുത്.

ഇന്ത്യൻ ഐക്യത്തെക്കുറിച്ച് സംസാരിക്കുമ്പോൾ ശ്രദ്ധിക്കേണ്ട മറ്റൊരു കാര്യം ന്യൂനപക്ഷവിഭാഗങ്ങൾ അനുഭവിക്കുന്ന പ്രശ്നങ്ങളാണ്. ഇക്കാര്യത്തിൽ പലപ്പോഴായിട്ട് കോൺഗ്രസ് അതിന്റെ നയം വ്യക്തമാക്കിയിട്ടുള്ളതാണ്. 1937 ഒക്ടോബറിൽ കൽക്കത്തയിൽ വെച്ചുനടന്ന ഓൾ ഇന്ത്യാ കോൺഗ്രസ് കമ്മിറ്റിയുടെ കൂടിക്കാഴ്ചയിൽ നടത്തിയ ഔദ്യോഗിക പ്രഖ്യാപനം ഇങ്ങനെയാണ്:

ഇന്ത്യയിലെ ന്യൂനപക്ഷങ്ങളുടെ അവകാശങ്ങളുടെ കാര്യത്തിൽ കോൺഗ്രസ് വളരെയധികം ഗൗരവത്തോടെയും ആവർത്തിച്ചും അതിന്റെ നയം വ്യക്തിമാക്കിയിട്ടുള്ളതാണ്. ഈ വിഭാഗങ്ങളുടെ അവകാശം സംരക്ഷിക്കുകയെന്നതും, ഏറ്റവും വിശാലമായ തരത്തിൽ വികസനത്തിനാവശ്യമായ സാഹചര്യങ്ങൾ ഒരുക്കുകയെന്നതും, രാജ്യത്തിന്റെ രാഷ്ട്രീയവും സാമ്പത്തികവും സാംസ്കാരികവുമായ ജീവിതത്തിൽ അവരുടെ സമ്പൂർണ്ണമായ പങ്കാളിത്തം ഉറപ്പുവരുത്തുകയെന്നതും കോൺഗ്രസിന്റെ കടമയായിട്ടാണ് കണക്കാക്കുന്നതെന്ന് മുമ്പുതന്നെ പ്രസ്താവിച്ചതാണ്. ഏതെങ്കിലും വിഭാഗം വർഗ്ഗത്തിന്റെ പേരിലോ, ഭൂരിപക്ഷമായതിന്റെ പേരിലോ, ന്യൂനപക്ഷമായതിന്റെ പേരിലോ മറ്റൊരു വിഭാഗത്തെ ചൂഷണം ചെയ്യാത്ത സ്വതന്ത്രവും ഐക്യപ്പെട്ടതുമായ ഒരു ഇന്ത്യയെയാണ് കോൺഗ്രസ് സ്വപ്നം കാണുന്നത്. അവിടെ പൊതുനന്മയ്ക്കും രാജ്യത്തെ ജനങ്ങളെ അഭിവൃദ്ധിയിൽ എത്തിക്കുന്നതിനും വേണ്ടി എല്ലാവരും സഹക

രിച്ചു പ്രവർത്തിക്കും. ഐക്യത്തെയും പരസ്പര സഹകരണത്തെയും കുറിച്ച് സംസാരിക്കുന്നതിന്റെ അർത്ഥം ഇന്ത്യൻ ജീവിതത്തിന്റെ സമ്പന്നമായ സാംസ്കാരിക വൈവിദ്ധ്യങ്ങളെ അടിച്ചമർത്തേണ്ടതുണ്ട് എന്നല്ല. മറിച്ച് ഇത്തരത്തിലുള്ള വൈവിദ്ധ്യങ്ങൾ സംരക്ഷിച്ച് ഓരോ വ്യക്തിക്കും വിഭാഗങ്ങൾക്കും അതിന്റേതായ കഴിവിനും അഭിരുചിക്കുമനുസരിച്ച് വികസിക്കാനുള്ള സ്വാതന്ത്ര്യവും അവസരവുമൊരുക്കുകയാണ് വേണ്ടത്.

ഇക്കാര്യത്തിലുള്ള കോൺഗ്രസിന്റെ നയങ്ങളെ തെറ്റായി വ്യാഖ്യാനിക്കാനുള്ള ശ്രമങ്ങൾ നടക്കുന്നുണ്ട് എന്നതുകൊണ്ടുതന്നെ, അഖിലേന്ത്യാ കോൺഗ്രസ് സമിതി ഈ നയങ്ങൾ ആവർത്തിക്കാൻ ആഗ്രഹിക്കുകയാണ്. മൗലികാവകാശം സംബന്ധിച്ച പ്രമേയത്തിൽ കോൺഗ്രസ് ഉൾപ്പെടുത്തിയത് ഇവയൊക്കെയാണ്:

1) അഭിപ്രായങ്ങൾ സ്വതന്ത്രമായി പ്രകടിപ്പിക്കാനും, സ്വതന്ത്രമായി സംഘടനാപ്രവർത്തനങ്ങൾ നടത്താനും, നിയമപരമായതും ധാർമ്മികമായതുമായ കാര്യങ്ങളിൽ സമാധാനപരമായും ആയുധങ്ങളോടുകൂടിയുമല്ലാതെ കൂട്ടംകൂടാനും ഇന്ത്യയിലെ ഏതൊരു പൗരനും അവകാശമുണ്ട്.

2) എല്ലാ പൗരന്മാർക്കും പൊതുവ്യവസ്ഥയെയും ധാർമ്മികതയെയും പരിഗണിച്ചുകൊണ്ട് സ്വതന്ത്രമായ വിവേചനശക്തിയുടെ അടിസ്ഥാനത്തിൽ പ്രവർത്തിക്കാൻ കഴിയണം, സ്വതന്ത്രമായി തന്റെ മതം പരസ്യമായി പ്രഖ്യാപിക്കാനും മതപരമായി ജീവിക്കാനും കഴിയണം.

3) ന്യൂനപക്ഷങ്ങളുടെയും മറ്റ് ഭാഷയിൽപ്പെട്ടവരുടെയും സംസ്കാരവും ഭാഷയും കൃതികളും സംരക്ഷിക്കപ്പെടണം.

4) ഏതു മതത്തിൽപ്പെട്ടാലും ജാതിയിൽപ്പെട്ടാലും വംശത്തിൽപ്പെട്ടാലും ലിംഗത്തിൽപ്പെട്ടാലും നിയമത്തിന് മുന്നിൽ എല്ലാ പൗരന്മാരും തുല്യരാണ്.

5) പൊതുകാര്യസ്ഥാപനങ്ങളിലെ ജോലിയുടെ കാര്യത്തിലോ ഏതെങ്കിലും അധികാരസ്ഥാനങ്ങൾ ഏറ്റെടുക്കുന്നതിലോ എന്തെങ്കിലും തരത്തിലുള്ള വ്യാപാരപ്രവർത്തനങ്ങൾ നടത്തുന്നതിലോ, ഒരു തരത്തിലും മതത്തിന്റെയോ ജാതിയുടെയോ വംശത്തിന്റെയോ ലിംഗത്തിന്റെയോ പേരിൽ ഒരു പൗരനും വിവേചനമുണ്ടാകില്ല.

6) സർക്കാരിന്റെ നടത്തിപ്പിലുള്ളതോ, അല്ലെങ്കിൽ പ്രാദേശികമായ ഫണ്ടുകൾ ഉപയോഗിച്ച് പ്രവർത്തിക്കുന്നതോ, സ്വകാര്യ വ്യക്തികൾ പൊതുജനത്തിന് സമർപ്പിച്ചതോ ആയ കിണറുകളുടെയും ടാങ്കുകളുടെയും റോഡുകളുടെയും സ്കൂളുകളുടെയും പൊതുകേന്ദ്രങ്ങളുടെയും കാര്യങ്ങളിൽ എല്ലാ പൗരന്മാർക്കും തുല്യമായ അവകാശവും കടമയുമാണുള്ളത്.

7) മതങ്ങളുടെ കാര്യത്തിൽ സർക്കാരിന്റേത് നിഷ്പക്ഷ നയമായിരിക്കും.

8) പ്രായപൂർത്തിയായ എല്ലാ പൗരന്മാർക്കും വോട്ടവകാശമുണ്ടായിരിക്കും.

9) നിയമനടപടികളുടെയും സംരക്ഷണത്തിന്റെയും അടിസ്ഥാനത്തിൽ ഇന്ത്യയുടെ ഏതുഭാഗത്തും സഞ്ചരിക്കാനും സ്ഥിരതാമസമാക്കാനും സ്വത്തുവകകൾ സ്വന്തമാക്കാനും വ്യാപാരങ്ങൾ നടത്താനുമുള്ള സ്വാതന്ത്ര്യം ഓരോ പൗരനുമുണ്ട്.

ബോധതലത്തിലും മതത്തിന്റെയും സംസ്കാരത്തിന്റെയും കാര്യത്തിലും ഒരു തരത്തിലുമുള്ള ഇടപെടൽ ഉണ്ടാകാൻ പാടില്ലെന്നും ന്യൂനപക്ഷ വിഭാഗങ്ങൾക്ക് അവരുടേതായ നിയമം ഭൂരിപക്ഷ വിഭാഗങ്ങൾ അടിച്ചേല്പിക്കുന്ന തരത്തിലുള്ള മാറ്റങ്ങളില്ലാതെ പിന്തുടരാമെന്നും വ്യക്തമാക്കുന്നതാണ് മൗലികാവകാശങ്ങളുടെ ഈ വ്യവസ്ഥകൾ വ്യക്തമാക്കുന്നത്.

പ്രത്യേക സമുദായിക വിഭാഗങ്ങൾക്ക് പ്രത്യേക ഇലക്ടറേറ്റ് അനുവദിക്കുന്നതുമായി ബന്ധപ്പെട്ട വിഷയത്തിൽ കോൺഗ്രസിന്റെ നിലപാട് അതിന്റെ പ്രമേയങ്ങളിലും കഴിഞ്ഞ വർഷത്തെ തെരഞ്ഞെടുപ്പ് പ്രകടനപത്രികയിലും ആവർത്തിച്ച് വ്യക്തമാക്കിയിട്ടുള്ളതാണ്. ഈ തീരുമാനം ദേശവിരുദ്ധവും ജനാധിപത്യവിരുദ്ധവും ഇന്ത്യയുടെ സ്വാതന്ത്ര്യത്തിനും ഐക്യത്തിന്റെ വളർച്ചയ്ക്കും വിലങ്ങുതടിയാണെന്നതിനാൽ കോൺഗ്രസ് ഈ തീരുമാനത്തെ അനുകൂലിക്കുന്നില്ല. മാത്രവുമല്ല, ഈ വിഷയത്തെ പാടേ നിരാകരിക്കുകയോ ഏതെങ്കിലും തരത്തിൽ മാറ്റങ്ങൾ കൊണ്ടുവരികയോ ചെയ്യുകയാണെങ്കിൽ അത് ഇതുമായി ബന്ധപ്പെട്ട കക്ഷികളുടെ പരസ്പര സമ്മതത്തോടുകൂടി മാത്രമേ ചെയ്യാവൂയെന്ന് കോൺഗ്രസ് പ്രഖ്യാപിച്ചിട്ടുണ്ട്. പരസ്പര ധാരണയിൽ അത്തരത്തിലൊരു മാറ്റംകൊണ്ടുവരാനുള്ള ഏതൊരവസരവും ഉപയോഗിക്കാൻ സന്നദ്ധമായിട്ടാണ് കോൺഗ്രസ് എന്നും നിലകൊണ്ടിട്ടുള്ളത്.

ഇന്ത്യയിലെ ന്യൂനപക്ഷങ്ങളെ ബാധിക്കുന്ന എല്ലാ വിഷയങ്ങളിലും അവരുടെ സഹകരണത്തോടെയും പൊതുകാര്യങ്ങളിൽ ഇടപെടാനുള്ള അവരുടെ സൗമനസ്യത്തോടെയും മുന്നോട്ടുപോകാനാണ് കോൺഗ്രസ് ആഗ്രഹിക്കുന്നത്. ഇന്ത്യയിലെ ജനങ്ങളുടെ സ്വാതന്ത്ര്യത്തിനും സൗഖ്യത്തിനും വേണ്ടിയുള്ള ഒരു പൊതുലക്ഷ്യത്തിന് ഒത്തുള്ളതായിരിക്കും ഈ പ്രവർത്തനങ്ങൾ.

ഈ പ്രശ്നത്തിന് അന്തിമപരിഹാരം കാണാനായി പരിശ്രമങ്ങൾ നടത്താനുള്ള അവസരമാണ് നമുക്കിപ്പോൾ കിട്ടിയിരിക്കുന്നത്. ദേശീയതയുടെ മൗലികതത്ത്വങ്ങൾക്കൊപ്പം നില്ക്കുന്നതരത്തിലുള്ള പരിഹാരങ്ങളിലേക്ക് ഒന്നിച്ചെത്താനുള്ള കാര്യങ്ങൾ പരമാവധി ചെയ്യാൻ നമ്മൾ ഉത്സാഹത്തോടെ തയ്യാറാണെന്ന് പറയുമ്പോൾ എല്ലാ കോൺഗ്രസ് പ്രവർത്തകരുടെയും പ്രതിനിധിയായാണ് ഞാൻ സംസാരിക്കുന്നത് എന്ന് കരുതുന്നു. ഇതിനുള്ള പരിഹാരം എത്തരത്തിൽ ആയിരിക്കണമെന്നത് സംബന്ധിച്ചുള്ള വിശദാംശങ്ങളിലേക്ക് ഞാൻ കടക്കുന്നില്ല. ഇതിലേക്ക്

ആവശ്യമായ കുറേയധികം സാദ്ധ്യതകൾ ഇതിനുമുമ്പുള്ള സമ്മേളനങ്ങളിലും സംഭാഷണങ്ങളിലും ചർച്ചചെയ്തു കഴിഞ്ഞിട്ടുള്ളതാണ്. നമ്മുടെ സാമ്പത്തികവും രാഷ്ട്രീയവുമായ പൊതുതാല്പര്യങ്ങൾക്ക് പ്രാമുഖ്യം കൊടുത്തുകൊണ്ട് മാത്രമേ സാമുദായികമായ വിഭജനങ്ങളെയും അഭിപ്രായഭിന്നതകളെയും മറികടക്കാൻ കഴിയുകയുള്ളൂവെന്നാണ് ഞാൻ കരുതുന്നത്. മതപരമായ കാര്യങ്ങളിൽ ജീവിക്കുകയും മറ്റുള്ളവരെ ജീവിക്കാൻ അനുവദിക്കുകയും ചെയ്യുക, സാമ്പത്തികവും രാഷ്ട്രീയവുമായ കാര്യങ്ങളിൽ ധാരണകൾ ഉണ്ടാക്കിയെടുക്കുക, എന്നിവയായിരിക്കണം നമ്മുടെ ലക്ഷ്യം. ന്യൂനപക്ഷങ്ങളുടെ പ്രശ്നങ്ങളെക്കുറിച്ച് ചിന്തിക്കുമ്പോൾ മുസ്ലീം മതവിഭാഗത്തിൽപ്പെട്ടവരുടെ പ്രശ്നങ്ങളാണ് കൂടുതൽ ഉയർന്നുവരുന്നത് എന്നുണ്ടെങ്കിലും, ഈ വിഷയത്തിൽ പ്രശ്നപരിഹാരത്തിന് താല്പര്യമുണ്ടെങ്കിലും, മറ്റുള്ള ന്യൂനപക്ഷവിഭാഗങ്ങളോട്, പ്രത്യേകിച്ച് വളരെയധികം ജനസംഖ്യയുള്ള അടിച്ചമർത്തപ്പെട്ട വിഭാഗങ്ങളോട് നീതികാണിക്കണമെന്നും കോൺഗ്രസ് തുല്യമായ അളവിൽ ആഗ്രഹിക്കുന്നുണ്ട്. കോൺഗ്രസിന്റെ പദ്ധതികൾ നടപ്പിലാക്കിയാൽ ഭയപ്പെടേണ്ടതായിട്ടുണ്ടോയെന്നത് നിഷ്പക്ഷമായി പരിശോധിക്കാനുള്ള അവസരം ഇന്ത്യയിലും ന്യൂനപക്ഷ വിഭാഗങ്ങളിൽപ്പെട്ടവർക്കും ഞാൻ നല്കുകയാണ്. ഇന്ത്യൻ ജനതയുടെ ഒന്നടങ്കം രാഷ്ട്രീയവും സാമ്പത്തികവുമായ അവകാശങ്ങൾക്കുവേണ്ടിയാണ് കോൺഗ്രസ് നിലകൊള്ളുന്നത്. അതിന്റെ പരിപാടികൾ നടപ്പിലാക്കുന്നതിൽ കോൺഗ്രസ് വിജയിക്കുകയാണെങ്കിൽ ഇന്ത്യയിലെ മറ്റെല്ലാ വിഭാഗങ്ങൾക്കും കിട്ടുന്നതുപോലെത്തന്നെ ന്യൂനപക്ഷവിഭാഗങ്ങൾക്കും അതിന്റെ ഗുണങ്ങൾ കിട്ടും. രാഷ്ട്രീയാധികാരം പിടിച്ചെടുത്തതിനുശേഷം സോഷ്യലിസ്റ്റ് രീതിയിൽ ദേശീയ പുനഃനിർമ്മാണം നടക്കുകയാണെങ്കിൽ — അങ്ങനെതന്നെ നടക്കുമെന്ന് എനിക്കുറപ്പുണ്ട് — അത് ഗുണകരമാകാൻ പോകുന്നത് ദരിദ്രവിഭാഗത്തിൽപ്പെടുന്നവർക്കായിരിക്കും. ദരിദ്രവിഭാഗങ്ങളിൽപ്പെട്ട ഇന്ത്യൻ പൗരന്മാരെ വീണ്ടും തരംതിരിക്കേണ്ടത് ആവശ്യമായിവരും. പക്ഷേ, എന്നാലും ന്യൂനപക്ഷവിഭാഗങ്ങൾക്ക് ഉൽക്കണ്ഠ സൃഷ്ടിക്കാൻ ഉതകുന്ന ഒരു വിഷയം അപ്പോഴും ബാക്കിയാണ്, അത് മതവും മതവുമായി ബന്ധപ്പെട്ട സംസ്കാരത്തിന്റെയും വിഷയമായിരിക്കും. ഇക്കാര്യത്തിൽ കോൺഗ്രസിന്റെ നയം ജീവിക്കുക, ജീവിക്കാൻ അനുവദിക്കുക എന്നതാണ്. അത് ചിന്തകളുടെ തലത്തിലും മതത്തിന്റെയും സംസ്കാരത്തിന്റെയും കാര്യത്തിലും ഇടപെടൽ നടത്തില്ലെന്ന നയമാണ് കോൺഗ്രസിന്റേത്. വ്യത്യസ്ത ഭാഷാസമുദായങ്ങളുടെ സാംസ്കാരിക സ്വയംഭരണാധികാരത്തിന്റെ കാര്യത്തിലും ഇത്തരത്തിൽ ഇടപെടലുകൾ നടത്താതിരിക്കാനാണ് കോൺഗ്രസിന്റെ നയം. അതുകൊണ്ട് തന്നെ, ഇന്ത്യക്ക് സ്വാതന്ത്ര്യം കിട്ടുന്ന അവസരത്തിൽ മുസ്ലീം സമുദായത്തിന് ഭയപ്പെടേണ്ടതായി ഒന്നുമില്ല, മറിച്ച് നേട്ടങ്ങൾ മാത്രമേ ഉണ്ടാവുകയുമുള്ളൂ. അടിച്ചമർത്തപ്പെട്ട ജനവിഭാഗങ്ങളുടെ മതപരവും സാമൂഹികവുമായ ബല

ഹീനതകൾ പരിഗണിക്കുകയാണെങ്കിൽ അതിനെ ഇല്ലായ്മ ചെയ്യുന്നതിനായി എല്ലാ തരത്തിലും കോൺഗ്രസ് പരിശ്രമിച്ചിട്ടുണ്ട്. അത്തരം ബലഹീനതകൾ പൂർണ്ണമായും തുടച്ചുമാറ്റപ്പെടുന്ന കാലം അതിവിദൂരമല്ലെന്ന് എനിക്കുറപ്പുണ്ട്.

ഇനിയുള്ള വർഷങ്ങളിൽ കോൺഗ്രസ് പിന്തുടരേണ്ടരീതികൾ എന്താണെന്നും ദേശീയ സമരത്തിൽ അതിന്റെ പങ്ക് എന്തായിരിക്കുമെന്നും എന്നതിനെക്കുറിച്ചാണ് ഇനി ഞാൻ സംസാരിക്കാൻ പോകുന്നത്. നിയമലംഘനം ഉൾപ്പെടെയുള്ള സത്യാഗ്രഹമാർഗ്ഗങ്ങളിലും അഹിംസാപരമായ നിസ്സഹകരണമാർഗ്ഗങ്ങളിലും മുൻപത്തേതിനേക്കാളും എനിക്ക് വിശ്വാസമുണ്ട്. നിഷ്ക്രിയമായ പ്രതിരോധമെന്ന് ഈ മാർഗ്ഗത്തെ വിളിക്കുന്നത് ശരിയല്ല. ഞാൻ മനസ്സിലാക്കിയിടത്തോളം സത്യാഗ്രഹം നിഷ്ക്രിയമായ പ്രതിരോധമാർഗ്ഗമല്ല, അഹിംസയാണ് അതിന്റെ പ്രകൃതമെന്നതിനാൽ അതൊരു സക്രിയമായ പ്രതിരോധ മാർഗ്ഗമാണ്. നമ്മൾ വീണ്ടും സത്യഗ്രഹമാർഗ്ഗങ്ങളെയും അഹിംസാപരമായ നിസ്സഹകരണമാർഗ്ഗങ്ങളെയും അവലംബിക്കേണ്ടിവരുമെന്ന് നമ്മുടെ രാജ്യത്തുള്ളവരെ ഓർമ്മിപ്പിക്കേണ്ടതുണ്ട്. പ്രവിശ്യകളിലെ ഭരണസ്ഥാപനങ്ങളെ പരീക്ഷണാടിസ്ഥാനത്തിൽ നമ്മൾ അംഗീകരിക്കുന്നുവെന്നത് ഭാവിപരിപാടികൾ കണിശമായി ഭരണഘടനാനുസൃതമായിരിക്കുമെന്ന് കരുതാനിടയാക്കരുത്. ഫെഡറേഷൻ ബലപ്രയോഗത്തിലൂടെ നടപ്പിലാക്കുന്നതിനെതിരെ ശക്തമായ എതിർപ്പുണ്ടാവുകയാണെങ്കിൽ നിയമലംഘന സമരമാർഗ്ഗം സ്വീകരിക്കുന്നതിനായി ബൃഹത്തായ പ്രചാരണപ്രവർത്തനങ്ങൾ നടത്തേണ്ടതായി വരും.

സ്വാതന്ത്ര്യത്തിനുവേണ്ടിയുള്ള പോരാട്ടത്തിൽ രണ്ടു വഴികളിൽ ഏതെങ്കിലും ഒന്നാണ് നമുക്ക് സ്വീകരിക്കാൻ കഴിയുക. പൂർണ്ണസ്വാതന്ത്ര്യം ലഭിക്കുന്നതുവരെ നമ്മൾ പോരാട്ടം തുടരുകയും അതിനിടയിൽ ലഭിക്കുന്ന അധികാരങ്ങൾ പ്രയോഗിക്കുന്നതിൽനിന്ന് നമ്മൾ വിട്ടുനില്ക്കുകയും ചെയ്യും. മറ്റൊരുരീതിയിലാണെങ്കിൽ പൂർണ്ണസ്വരാജിനുവേണ്ടിയുള്ള പോരാട്ടം തുടരുന്നതിനിടെ നമ്മുടെ സ്ഥിതി നമ്മൾ കൂടുതൽ ബലപ്പെടുത്തിക്കൊണ്ടിരിക്കും. തത്ത്വങ്ങളുടെ കാഴ്ചപ്പാടിൽ നോക്കുമ്പോൾ ഇതിലേതുവഴിയാണെങ്കിലും സ്വീകാര്യമാണ്, ആശങ്കകളുടെ ആവശ്യമില്ല. പക്ഷേ, ഓരോ ഘട്ടത്തിലെത്തുമ്പോഴും ദേശത്തിന്റെ വികാസത്തിന് ഏറ്റവും അനുയോജ്യമായ വഴി ഏതാണെന്ന് നമ്മൾ ശ്രദ്ധാപൂർവ്വം തെരഞ്ഞെടുക്കേണ്ടതുണ്ട്. ഏത് രീതിയിലാണെങ്കിലും ബ്രിട്ടനുമായുള്ള ബന്ധം വിച്ഛേദിക്കുക എന്നതാണ് നമ്മുടെ വളർച്ചയുടെ അന്തിമഘട്ടം. ആ ബന്ധം വിച്ഛേദിക്കപ്പെട്ടാൽ, ബ്രിട്ടീഷ് അധീശത്വത്തിന്റെ അവശേഷിപ്പുകളൊന്നും ഇല്ലെന്ന് ഉറപ്പായിക്കഴിഞ്ഞാൽ, ഇരുകക്ഷികളും സ്വമേധയാ പ്രവേശിക്കുന്ന ഉടമ്പടിയിലൂടെയോ സഖ്യത്തിൽ ഏർപ്പെട്ടുകൊണ്ടോ ഗ്രെയ്റ്റ് ബ്രിട്ടനുമായുള്ള ഭാവിബന്ധം തീരുമാനിക്കുന്ന നിലയിലേക്ക് നമ്മൾ എത്തിച്ചേരണം. ഗ്രെയ്റ്റ് ബ്രിട്ടനുമായുള്ള ബന്ധം ഭാവി

യിൽ എങ്ങനെയാകണമെന്നോ എങ്ങനെയാകുമെന്നോ പറയാൻ ഇപ്പോൾ കഴിയില്ല. അത് ഏറ്റവും കൂടുതൽ ആശ്രയിച്ചിരിക്കുന്നത് ബ്രിട്ടീഷ് ജനതയുടെ നിലപാടിനെത്തന്നെയാണ്. നിലവിൽ അയർലാന്റിന്റെ പ്രസിഡന്റ് ഡി വലേറയുടെ സമീപനം എന്നെ ആകർഷിച്ചിട്ടുണ്ട്. ബ്രിട്ടീഷ് ജനതയോട് നമുക്ക് ശത്രുതയില്ലെന്ന് അദ്ദേഹത്തെപ്പോലെ ഞാനും പറയേണ്ടതുണ്ട്. നമ്മൾ പോരാടുന്നത് ഗ്രെയ്റ്റ് ബ്രിട്ടനോടാണ്, ആ രാജ്യവുമായി ഭാവിയിൽ എന്തു തരത്തിലുള്ള ബന്ധം സ്ഥാപിക്കണമെന്നത് സംബന്ധിച്ച പൂർണ്ണസ്വാതന്ത്ര്യമാണ് നമുക്കാവശ്യം. സ്വന്തമായി തീരുമാനങ്ങളെടുക്കാനുള്ള അധികാരം നമ്മൾ നേടിക്കഴിഞ്ഞാൽ ബ്രിട്ടീഷ് ജനതയുമായി ഏറ്റവും ഹൃദ്യമായ ബന്ധം തുടങ്ങാതിരിക്കാൻ എന്തെങ്കിലും കാരണമുള്ളതായി പറയാൻ കഴിയില്ല.

ദേശീയസമരചരിത്രത്തിൽ കോൺഗ്രസിന്റെ പങ്ക് എന്തായിരുന്നുവെന്നത് മിക്ക കോൺഗ്രസ് പ്രവർത്തകർക്കും അറിയില്ലെന്നാണ് എനിക്ക് തോന്നുന്നത്. സ്വാതന്ത്ര്യം എന്ന ലക്ഷ്യം നേടിക്കഴിഞ്ഞാൽ കോൺഗ്രസ് പാർട്ടി കൊഴിഞ്ഞുപോകുമെന്ന് വിചാരിക്കുന്ന ചില സുഹൃത്തുക്കളുണ്ടെന്നും എനിക്കറിയാം. തികച്ചും അതൊരു അബദ്ധധാരണയാണ്. ഇന്ത്യക്കുവേണ്ടി സ്വാതന്ത്ര്യം നേടുന്ന പാർട്ടി തന്നെയായിരിക്കും അതിനുശേഷം രാജ്യത്തെ പുനഃനിർമ്മിക്കാനുള്ള പദ്ധതികൾ പ്രാവർത്തികമാക്കുന്നതും. അധികാരം പിടിച്ചെടുത്തവർക്ക് മാത്രമേ അതിനെ ശരിയായ രീതിയിൽ കൈകാര്യം ചെയ്യാൻ കഴിയുകയുള്ളൂ. തങ്ങൾ കൈയടക്കാത്ത അധികാരം ആർക്കെങ്കിലും കൊടുക്കുകയാണെങ്കിൽ അവർക്ക് ഒരു വിപ്ലവകരമായ പുനർനിർമ്മാണത്തിന് ആവശ്യമായ കരുത്തും ആത്മവിശ്വാസവും ധാർമ്മികതയും ഉണ്ടാവുകയില്ല. പ്രവിശ്യകളുടെ കാര്യത്തിൽ കോൺഗ്രസ് മന്ത്രിസഭയുടെയും കോൺഗ്രസേതര മന്ത്രിസഭയുടെയും പരിപാടികളിൽ വ്യത്യാസമുണ്ടാകുന്നതും ഇത് കാരണമാണ്.

രാഷ്ട്രീയ സ്വാതന്ത്ര്യം നേടിക്കഴിഞ്ഞാൽ കോൺഗ്രസ് പാർട്ടി ഇല്ലാതാകുമെന്നത് സംബന്ധിച്ച് സംശയങ്ങൾപോലും ഉണ്ടാകാൻ കഴിയാത്തതാണ്. നേരെമറിച്ച്, പാർട്ടിക്ക് അധികാരം ഏറ്റെടുക്കേണ്ടതായുണ്ട്, ഭരണനിർവ്വഹണ ചുമതലകൾ ഏറ്റെടുത്ത് പുനഃനിർമ്മാണ പദ്ധതികൾ നടപ്പിലാക്കേണ്ടതായും ഉണ്ട്. എങ്കിൽ മാത്രമേ അതിന്റെ കർത്തവ്യം പൂർണ്ണമാവുകയുള്ളൂ. അതിനെ ബലപൂർവ്വം പിരിച്ചുവിടുകയാണെങ്കിൽ ജനങ്ങൾ പരിഭ്രാന്തരാവുകയേ ഉള്ളൂ. യുദ്ധാനന്തര യൂറോപ്പിലേക്ക് നോക്കുകയാണെങ്കിൽ അധികാരം പിടിച്ചെടുത്ത പാർട്ടിതന്നെ രാജ്യത്തിന്റെ പുനർനിർമ്മാണ പ്രവർത്തനങ്ങൾ ഏറ്റെടുത്ത പ്രദേശങ്ങളിൽ മാത്രമാണ് കൃത്യവും തുടർച്ചയുമായ അഭിവൃദ്ധിയുണ്ടായിട്ടുള്ളത്.

അത്തരം സാഹചര്യങ്ങളിൽ ഒരു പാർട്ടി ഭരണകൂടമായി തുടരുന്നത് ആ ഭരണത്തെ ഒരു സ്വേച്ഛാധിപത്യ ഭരണമായി മാറ്റുമെന്ന വാദം ഉണ്ടാകുമെന്ന് എനിക്കറിയാം. പക്ഷേ, ഞാൻ ആ പരാതിയോട് യോജിക്കു

ന്നില്ല. റഷ്യയിലും ജർമ്മനിയിലും ഇറ്റലിയിലും എന്നതുപോലെ ഒരു പാർട്ടി മാത്രമേ നിലവിലുള്ളൂവെങ്കിൽ മാത്രമേ ഭരണകൂടം സ്വേച്ഛാധിപത്യമായി മാറുകയുള്ളൂ. പക്ഷേ, മറ്റു പാർട്ടികളെ നിരോധിക്കുന്നതിന് ഒരു കാരണവുമില്ല. മാത്രവുമല്ല, ജനാധിപത്യപരമായ അടിസ്ഥാനത്തിലാണ് പാർട്ടി പ്രവർത്തിക്കുക, അല്ലാതെ നാസി പാർട്ടി ചെയ്യുന്നതുപോലെ നേതാവിന്റെ അടിസ്ഥാനത്തിലല്ല. ഒന്നിലധികം പാർട്ടികൾ നിലനില്ക്കുന്നതും കോൺഗ്രസ് പാർട്ടിയുടെ ജനാധിപത്യ അടിത്തറയും ഇന്ത്യയെ ഒരു സമഗ്രാധിപത്യ രാജ്യമാകുന്നതിൽനിന്നും തടയും. കൂടാതെ നേതാക്കൾ മുകളിൽനിന്ന് ജനങ്ങളിലേക്ക് അടിച്ചേല്പിക്കപ്പെട്ടവരായിരിക്കുകയില്ല മറിച്ച്, ജനങ്ങളാൽ തെരഞ്ഞെടുക്കപ്പെട്ടവരായിരിക്കുമെന്നത് പാർട്ടിയുടെ ജനാധിപത്യാടിത്തറ ഉറപ്പുവരുത്തുകയും ചെയ്യും.

രാജ്യത്തിന്റെ പുനർനിർമ്മാണത്തെക്കുറിച്ച് ഒരു വിശദമായ പദ്ധതിക്ക് ഇപ്പോൾ സമയമായിട്ടില്ലെങ്കിലും ഭാവിയിൽ നമ്മുടെ സാമൂഹിക പുനഃനിർമ്മാണം എന്തു തത്ത്വങ്ങളുടെ അടിസ്ഥാനത്തിലായിരിക്കണം എന്നതു സംബന്ധിച്ച് ധാരണകൾ ഉണ്ടായിരിക്കണം. ദാരിദ്ര്യം, നിരക്ഷരത, രോഗങ്ങൾ എന്നിവയുടെ നിർമ്മാർജനം, ശാസ്ത്രീയമായ ഉല്പാദനവും വിതരണവും എന്നതുമായി ബന്ധപ്പെട്ട നമ്മുടെ ദേശത്തിന്റെ പ്രധാനപ്രശ്നങ്ങളെ സോഷ്യലിസ്റ്റ് രീതിയിൽ മാത്രമേ തടയിടാൻ കഴിയൂവെന്നതിൽ എനിക്ക് സംശയമില്ല. ഭാവിയിൽ നമ്മുടെ ദേശീയ സർക്കാർ ചെയ്യേണ്ടുന്ന ആദ്യ കാര്യം, രാജ്യത്തിന്റെ പുനർനിർമ്മാണ പ്രവർത്തനങ്ങൾക്കായി ഒരു സമഗ്ര പദ്ധതി തയ്യാറാക്കാനായി ഒരു സമിതിയെ നിയമിക്കുകയെന്നതാണ്. ഈ പദ്ധതിക്ക് രണ്ടു ഭാഗങ്ങളാണ് ഉണ്ടാവുക– ഉടനടി നടത്തേണ്ട പദ്ധതികളും, ദീർഘകാലാടിസ്ഥാനത്തിൽ നടത്തേണ്ട പദ്ധതികളും ആയിരിക്കുമവ. ആദ്യഭാഗത്തുള്ള പദ്ധതികളിൽ ഉടനടി പരിഗണിക്കേണ്ട ലക്ഷ്യങ്ങൾ മൂന്നുതരത്തിലുള്ളതാണ്. ഒന്ന്, രാജ്യത്തുള്ളവരെ സ്വയംസമർപ്പണത്തിന് സജ്ജരാക്കുക, രണ്ട്, ഇന്ത്യയെ ഏകീകരിക്കുക, മൂന്ന്, പ്രാദേശികവും സാംസ്കാരികവുമായ സ്വയംഭരണത്തിനുള്ള അവസരങ്ങൾ നല്കുക. രണ്ടാമത്തെയും മൂന്നാമത്തെയും ലക്ഷ്യങ്ങൾ പരസ്പരവിരുദ്ധമാണെന്ന് തോന്നാമെങ്കിലും യഥാർത്ഥത്തിൽ അതങ്ങനെയല്ല. നമ്മുടെ ജനതയുടെ രാഷ്ട്രീയ വൈദഗ്ദ്ധ്യം ഈ രണ്ട് ലക്ഷ്യങ്ങൾ നേടുന്നതിനും വേണ്ടി നമ്മൾ പ്രയോഗിക്കണം.

ഒരുതരത്തിലുമുള്ള വിദേശ കടന്നുകയറ്റവും സാദ്ധ്യമാകാത്തതരത്തിൽ നമ്മൾ നമ്മുടെ രാജ്യത്തെ ഏകോപിപ്പിക്കണം. ഒരു കേന്ദ്ര സർക്കാരിലൂടെ രാജ്യത്തെ ഏകോപിപ്പിക്കുമ്പോഴും എല്ലാ ന്യൂനപക്ഷ സമുദായങ്ങൾക്കും പ്രവിശ്യകൾക്കും സംസ്കാരത്തിന്റെ കാര്യത്തിലും ഭരണകാര്യങ്ങളിലും വലിയതോതിലുള്ള സ്വയംഭരണാവകാശം നല്കണം. വിദേശാധിപത്യത്തിന്റെ ഭാരം നീങ്ങിക്കഴിഞ്ഞാലും നമ്മുടെ ജനതയെ ഒന്നിച്ചുനിർത്താൻ പ്രത്യേകമായ പരിശ്രമങ്ങൾ ആവശ്യമായി വരും, കാര

ണം, വിദേശ ഭരണം വലിയൊരളവുവരെ നമ്മുടെ ആത്മവീര്യം കെടുത്തിയിട്ടുണ്ട്, നമ്മളെ അസംഘടിതരാക്കിയിട്ടുണ്ട്. രാജ്യത്തിന്റെ ഐക്യം പ്രോത്സാഹിപ്പിക്കുന്നതിനായി നമ്മൾ ഒരു പൊതുഭാഷയും പൊതുലിപിയും വികസിപ്പിക്കേണ്ടതുണ്ട്. കൂടാതെ, വിമാനങ്ങൾ, ടെലിഫോൺ, റേഡിയോ, സിനിമകൾ, ടെലിവിഷൻ തുടങ്ങിയവയിലൂടെ ഇന്ത്യയുടെ വിവിധ പ്രദേശങ്ങളെ കൂട്ടിയിണക്കാൻ നമ്മൾ ശ്രമിക്കേണ്ടതുണ്ട്. ഒരു പൊതുവിദ്യാഭ്യാസ നയത്തിലൂടെ മുഴുവൻ ജനതയ്ക്കുമിടയിൽ എല്ലാവർക്കും പൊതുവായ ആദർശവും രൂപീകരിക്കേണ്ടത് ആവശ്യമാണ്.

നമ്മുടെ പൊതുഭാഷയെ സംബന്ധിച്ച് പറയുകയാണെങ്കിൽ ഹിന്ദിയും ഉർദുവും തമ്മിലുള്ള വ്യത്യാസം വെറും കൃത്രിമം മാത്രമാണെന്ന് പറയേണ്ടി വരും. ഏറ്റവും സ്വാഭാവികമായ പൊതുഭാഷ ഇത് രണ്ടിന്റെയും മിശ്രിതമായിരിക്കും. ഈ പൊതുഭാഷ ഒന്നുകിൽ നാഗരി ലിപിയിലോ അല്ലെങ്കിൽ ഉർദു ലിപിയിലോ എഴുതുകയും ചെയ്യാം. രണ്ടിൽ ഒരു ലിപിയെ ശക്തമായി പിന്തുണച്ച് മറ്റേ ലിപി പരിഗണിക്കപ്പെടരുതെന്ന് ആഗ്രഹിക്കുന്ന ഇന്ത്യക്കാർ ഉണ്ടെന്ന് എനിക്കറിയാം. എന്നിരുന്നാലും, ഒഴിവാക്കൽ നയം നമ്മൾ പിന്തുടരാൻ പാടില്ല. ഏത് ലിപിയും ഉപയോഗിക്കാനുള്ള വിശാലമായ അവസരമാണ് നമ്മൾ നല്കേണ്ടത്. അതേസമയം തന്നെ, ഈ വിഷയത്തിന്റെ അന്തിമവും മികച്ചതുമായ പരിഹാരം ലോകത്തെ മറ്റു രാജ്യങ്ങളുടെ കൂടെനില്ക്കാൻ കഴിയുന്ന ഒരു ലിപി തെരഞ്ഞെടുക്കുക എന്നതാണ്. റോമൻ ലിപി സ്വീകരിക്കണമെന്ന് പറയുമ്പോൾ നമ്മുടെ രാജ്യത്തെ ചിലരെങ്കിലും ആശങ്കാകുലരാകുമായിരിക്കാം, പക്ഷേ, അവരോട് ഈ പ്രശ്നത്തെ ശാസ്ത്രീയവും ചരിത്രപരവുമായ കാഴ്ചപ്പാടിൽ പരിഗണിക്കണമെന്ന് ഞാൻ അപേക്ഷിക്കുകയാണ്. നമ്മളങ്ങനെ ചെയ്യുകയാണെങ്കിൽ, ലിപിയുടെ കാര്യത്തിൽ അലംഘനീയമായി ഒന്നുമില്ലെന്ന് നമ്മൾ തിരിച്ചറിയും. നമ്മളിന്ന് കാണുന്ന നാഗരി ലിപി പരിണാമത്തിന്റെ പല ഘട്ടങ്ങളിലൂടെ കടന്നുപോയിട്ടുണ്ട്. പോരാത്തതിന്, ഇന്ത്യയിലെ പ്രധാനപ്പെട്ട പ്രവിശ്യകളിൽ മിക്കതിനും അവരുടെ സ്വന്തം ലിപിയുമുണ്ട്. ഇന്ത്യയിലെ ഉർദു സംസാരിക്കുന്ന ജനവിഭാഗം വലിയതോതിൽ ഉപയോഗിക്കുന്ന ലിപിയാണ് ഉർദു ലിപി. പഞ്ചാബിലെയും സിന്ദിലെയും ഹിന്ദുക്കളും ഇസ്ലാമുകളും ഈ ലിപി ഉപയോഗിക്കുന്നു. അത്തരത്തിലുള്ള വൈവിദ്ധ്യം പരിഗണിച്ചുകൊണ്ട്, മുഴുവൻ ഇന്ത്യക്കുമായുള്ള ഏകലിപി തെരഞ്ഞെടുക്കുന്നത് ശാസ്ത്രീയവും നിഷ്പക്ഷവുമായ ഉദ്ദേശ്യത്തിന്റെ പുറത്തായിരിക്കണം.

ഒരു വിദേശ ലിപി സ്വീകരിക്കുന്നത് ദേശവിരുദ്ധമാണെന്ന് കരുതിയിരുന്ന ഒരു കാലഘട്ടം എനിക്കുണ്ടായിരുന്നുവെന്ന് ഞാൻ തുറന്നുപറയട്ടെ. പക്ഷേ, 1934ലെ തുർക്കി സന്ദർശനത്തോടെ ആ സമീപനത്തിൽ നിന്ന് ഞാൻ മാറിച്ചിന്തിച്ചുതുടങ്ങി. ലോകത്തെ മറ്റ് പ്രദേശങ്ങളിലുള്ള അതേ ലിപി ഉണ്ടാകുന്നത് എത്രത്തോളം ഗുണകരമായിരിക്കുമെന്ന് അന്ന് ഞാൻ തിരിച്ചറിഞ്ഞു. ഇവിടുത്തെ ജനങ്ങളെ സംബന്ധിച്ചിടത്തോളം,

അവരിൽ 90 ശതമാനത്തിലേറെപ്പേർ നിരക്ഷരരായതുകൊണ്ടും ഒരു തരത്തിലുമുള്ള ലിപിയുമായി പരിചയമില്ലാത്തതുകൊണ്ടും രാജ്യം ഏത് ലിപിയാണ് സ്വീകരിക്കുന്നതെന്നത് ജനങ്ങളെ പഠിപ്പിക്കണം എന്നതല്ലാതെ മറ്റ് പ്രശ്നങ്ങൾക്ക് കാരണമാകുന്നില്ല. പോരാത്തതിന് റോമൻ ലിപി പഠിക്കുകയാണെങ്കിൽ അത് ഒരു യൂറോപ്യൻ ഭാഷയുടെ ലോകം തുറക്കാനാണ് സഹായിക്കുന്നത്. ഉടനടി റോമൻ ലിപി ഇവിടെ സ്വീകരിക്കുന്നത് ജനങ്ങൾക്കിടയിൽ അഭിപ്രായവ്യത്യാസത്തിന് കാരണമാകുമെന്ന് എനിക്ക് നന്നായറിയാം. എന്നിരുന്നാലും, ദീർഘകാലാടിസ്ഥാനത്തിൽ ഏറ്റവും ബുദ്ധിപരമായ പരിഹാരം അംഗീകരിക്കുന്നതിനായി ഇന്നാട്ടിലെ ജനങ്ങളോട് അപേക്ഷിക്കാൻ മാത്രമേ എനിക്ക് കഴിയൂ.

ഒരു സ്വതന്ത്ര ഇന്ത്യയുടെ ദീർഘകാല പരിപാടിയെ സംബന്ധിച്ച് പരിഹരിക്കപ്പെടേണ്ട പ്രഥമ വിഷയം നമ്മുടെ പെരുകുന്ന ജനസംഖ്യയാണ്. ഇന്ത്യയിൽ ജനസംഖ്യ അമിതമാണോ അല്ലയോ എന്ന സൈദ്ധാന്തിക ചർച്ചയിലേക്ക് കടക്കാൻ ഞാൻ ആഗ്രഹിക്കുന്നില്ല. പക്ഷേ, ഒരു കാര്യം ചൂണ്ടിക്കാണിക്കേണ്ടതുണ്ട്. ദാരിദ്ര്യവും പട്ടിണിയും രോഗങ്ങളും നിലനില്ക്കുന്ന ഒരു രാജ്യത്തിന്റെ ജനസംഖ്യ ഒരു ദശാബ്ദക്കാലത്ത് മുപ്പത് മില്ല്യൺ വളർച്ച നേടുന്നത് താങ്ങാൻ സാധിക്കുന്ന കാര്യമല്ല. ഇതുവരെ കാണാൻ കഴിഞ്ഞതുപോലെ നിയന്ത്രണാതീതമായി രാജ്യത്തിന്റെ ജനസംഖ്യ വളർന്നുകൊണ്ടിരിക്കുകയാണെങ്കിൽ നമ്മുടെ പദ്ധതികളെല്ലാം പരാജയപ്പെടും. അതുകൊണ്ടുതന്നെ, രാജ്യത്ത് നിലവിലുള്ളവർക്ക് ആവശ്യമായ ഭക്ഷണവും വസ്ത്രങ്ങളും വിദ്യാഭ്യാസവും നല്കാൻ കഴിയുന്നതുവരെ നമ്മുടെ ജനസംഖ്യയെ നിയന്ത്രിക്കുന്നതാണ് നല്ലത്. ജനസംഖ്യ ഇനിയും കൂടുന്നത് തടയാൻ സ്വീകരിക്കേണ്ട മാർഗ്ഗങ്ങൾ ഈ ഘട്ടത്തിൽ ശുപാർശ ചെയ്യേണ്ടതിന്റെ ആവശ്യമില്ലെങ്കിലും പൊതുജനശ്രദ്ധ ഈ വിഷയത്തിലേക്ക് കൊണ്ടുവരാൻ ഞാൻ ആഗ്രഹിക്കുകയാണ്.

രാജ്യത്തിന്റെ പുനർനിർമ്മാണത്തിന്റെ കാര്യത്തിൽ രാജ്യത്തെ ദാരിദ്ര്യം എങ്ങനെ ഇല്ലാതാക്കും എന്നതാണ് ഏറ്റവും പ്രധാന പ്രശ്നം. ജന്മിവ്യവസ്ഥ നിരോധിക്കുന്നത് ഉൾപ്പെടെയുള്ള സമൂലമായ പരിവർത്തനങ്ങൾ ഭൂവിഷയങ്ങളിൽ സംഭവിക്കുകയെന്നത് അതിന് ആവശ്യമാണ്. കാർഷിക കടങ്ങൾ എഴുതിത്തള്ളുകയും ഗ്രാമീണ ജനതയ്ക്ക് കുറഞ്ഞ പലിശനിരക്കിൽ കടങ്ങൾ ലഭിക്കാനുള്ള അവസരങ്ങൾ ഉണ്ടാക്കുകയും വേണം. സഹകരണ പ്രസ്ഥാനത്തെ വിപുലീകരിക്കുന്നത് ഉല്പാദകർക്കും ഉപഭോക്താക്കൾക്കും ഗുണകരമായിരിക്കും. ഭൂമിയിൽ നിന്ന് പരമാവധി വിളവ് കിട്ടുന്ന വിധത്തിൽ ശാസ്ത്രീയ രീതികളുടെ അടിസ്ഥാനത്തിൽ കൃഷി നടത്തണം.

കാർഷിക മേഖല അഭിവൃദ്ധിപ്പെട്ടതുകൊണ്ട് മാത്രം നമ്മുടെ സാമ്പത്തിക പ്രശ്നങ്ങൾക്ക് അറുതി ഉണ്ടാകില്ല. ഭരണകൂടത്തിന്റെ ഉടമസ്ഥതയിലും നിയന്ത്രണത്തിലും വ്യാവസായിക മേഖലയെ വികസിപ്പിക്കാനുള്ള

ഒരു സമഗ്ര പദ്ധതി അനിവാര്യമാണ്. ആവശ്യമായ വസ്തുക്കളുടെ നിർമ്മാണം രാജ്യത്തിന് പുറത്താണ് വലിയതോതിൽ നടന്നിരുന്നത് എന്നതിനാലും വിദേശീയരുടെ ഭരണവും കാരണം തകർന്നുപോയ പഴയ വ്യവസായ സംവിധാനങ്ങൾക്ക് പകരം പുതിയതൊന്ന് നിർമ്മിക്കേണ്ടതുണ്ട്. ആധുനിക വ്യവസായങ്ങളുടെ മണ്ഡലത്തിൽ വൻകിട ഉല്പാദനത്തെ പ്രോത്സാഹിപ്പിക്കേണ്ടതുണ്ട്. എന്നാൽ അതിന്റെ മത്സരങ്ങൾക്കിടയിലും ഏത് ദേശീയ വ്യവസായത്തിനാണ് ഉത്തേജനം നല്കേണ്ടതെന്ന് ആസൂത്രണ കമ്മീഷൻ ശ്രദ്ധയോടെ പരിഗണിച്ച് തീരുമാനമെടുക്കേണ്ട വിഷയമാണ്. നമ്മൾ ആധുനിക വ്യവസായവല്കരണത്തോട് എത്രതന്നെ അനിഷ്ടമുള്ളവരായാലും അതിന്റെ പ്രവാഹത്തിൽ ഉളവാകുന്ന വിനാശങ്ങളെ അപലപിച്ചാലും വ്യവസായവല്ക്കരണത്തിന് മുന്നെയുള്ള യുഗത്തിലേക്ക് നമ്മൾ ആഗ്രഹിച്ചാൽപ്പോലും തിരിച്ചുപോകാൻ കഴിയില്ല. അതുകൊണ്ടുതന്നെ വ്യവസായവല്ക്കരണത്തോടുള്ള ഇഷ്ടക്കേട് മാറ്റിവെച്ച് അതിന്റെ വിനാശങ്ങൾ കുറയ്ക്കാനുള്ള വഴികൾ കണ്ടെത്തുകയാണ് വേണ്ടത്. അതേസമയംതന്നെ കുടിൽവ്യവസായങ്ങൾക്ക് പുതുജീവൻ നല്കാനുള്ള സാദ്ധ്യതകൾ കണ്ടെത്തുകയും അതിനെ വൻകിട വ്യവസായങ്ങളുമായുള്ള മത്സരത്തിനെ അതിജീവിക്കാൻ സഹായിക്കുകയുമാണ് ചെയ്യേണ്ടത്. ഇന്ത്യപോലുള്ള ഒരു രാജ്യത്ത് കൈത്തറി, കൃഷി തുടങ്ങിയ കുടിൽവ്യവസായങ്ങൾക്ക് നിരവധി സാദ്ധ്യതകളുണ്ടാകും.

ഒടുവിൽ ഒരു പ്രധാനപ്പെട്ട കാര്യംകൂടി പറയട്ടെ. ആസൂത്രണ കമ്മീഷന്റെ നിർദ്ദേശപ്രകാരം സർക്കാർ നമ്മുടെ കാർഷിക, വ്യവസായിക സംവിധാനങ്ങൾ മുഴുവനായും സോഷ്യലിസ്റ്റ് പാതയിലേക്ക് നയിക്കാൻ സമഗ്ര പദ്ധതി തയ്യാറാക്കേണ്ടതുണ്ട്. ഇതിനുവേണ്ടുന്ന മൂലധനം ആഭ്യന്തര ലോണായോ, അന്താരാഷ്ട്ര ലോണായോ, അല്ലെങ്കിൽ വിലക്കയറ്റം സൃഷ്ടിച്ചുകൊണ്ടോ കണ്ടെത്തേണ്ടതാണ്.

ഭരണഘടനയുടെ പ്രവിശ്യകളുമായി ബന്ധപ്പെട്ട ഭാഗങ്ങളെ എതിർക്കുന്നതോ പ്രതിരോധിക്കുന്നതോ ഇനി സാദ്ധ്യമല്ല, കാരണം പതിനൊന്ന് പ്രവിശ്യകളിൽ ഒമ്പതെണ്ണത്തിലും കോൺഗ്രസ് പാർട്ടിയാണ് അധികാരത്തിലുള്ളത്. കോൺഗ്രസിനെ ശക്തിപ്പെടുത്തലും ഏകോപിപ്പിക്കലും മാത്രമേ ഇനി ചെയ്യാനുള്ളൂ. ഇവിടങ്ങളിൽ അധികാരം സ്വീകരിക്കുന്നതിനെ ഞാൻ എതിർത്തിരുന്നു, അതിന് കാരണം, അത് തെറ്റാണെന്നതുകൊണ്ടല്ല, അതുകൊണ്ട് ഗുണങ്ങൾ ഒന്നും ഉണ്ടാകില്ലെന്നത് കൊണ്ടുമല്ല, മറിച്ച് അധികാരം സ്വീകരിക്കുന്നതിന്റെ ഗുണങ്ങളേക്കാൾ കൂടുതൽ ദോഷങ്ങളാണ് ഉണ്ടാവുക എന്നതിനാലാണ്. എന്റെ അശുഭ ചിന്തകൾക്ക് കഴമ്പില്ലാതിരിക്കണമെന്ന് പ്രതീക്ഷിക്കാൻ മാത്രമേ എനിക്കിന്ന് കഴിയൂ.

നമ്മുടെ മന്ത്രിമാർ തന്നെ അധികാരം കൈയാളുമ്പോൾ നമുക്കെങ്ങനെയാണ് കോൺഗ്രസിനെ ശക്തിപ്പെടുത്താനും ഏകോപിപ്പിക്കാനും സാധിക്കുക? ആദ്യമായി ചെയ്യാനുള്ളത് ഉദ്യോഗസ്ഥഭരണത്തിന്റെ ഘട

നയിലും പ്രകൃതത്തിലും മാറ്റം വരുത്തുക എന്നതാണ്. ഇത് ചെയ്യാൻ കഴിഞ്ഞില്ലെങ്കിൽ കോൺഗ്രസ് പാർട്ടി പശ്ചാത്തപിക്കേണ്ടി വരും. എല്ലാ രാജ്യങ്ങളിലും മന്ത്രിമാർ വരുകയും പോവുകയും ചെയ്യും, എന്നാൽ ഉദ്യോഗസ്ഥ ഭരണം ഒരു ഇരുമ്പ് ചട്ടക്കൂടുപോലെ എന്നും നിലനില്ക്കുകയും ചെയ്യും. അതിന്റെ പ്രകൃതവും ഘടനയും മാറ്റിയില്ലെങ്കിൽ സർക്കാർ ഭരിക്കുന്ന പാർട്ടിക്കും മന്ത്രിസഭയ്ക്കും അതിന്റെ തത്ത്വങ്ങൾ പ്രാവർത്തികമാക്കാൻ കഴിയാതെ വരും. ഇതാണ് യുദ്ധാനന്തര ജർമ്മനിയിൽ സോഷ്യൽ ഡെമോക്രാറ്റിക് പാർട്ടിക്ക് സംഭവിച്ചത്. ഒരുപക്ഷേ, ഇതുതന്നെയാകാം ഗ്രെയ്റ്റ് ബ്രിട്ടനിൽ 1924 ലും 1929 ലും അധികാരത്തിൽ വന്ന ലേബർ പാർട്ടിയുടെ കാര്യത്തിലും സംഭവിച്ചത്. എല്ലാ രാജ്യത്തിന്റെയും ഭരണം യഥാർത്ഥത്തിൽ കൈയാളുന്നത് അവിടുത്തെ ഉദ്യോഗസ്ഥവർഗ്ഗമാണ്. ഇന്ത്യയിലെ ഉദ്യോഗസ്ഥവർഗ്ഗത്തെ സൃഷ്ടിച്ചത് ബ്രിട്ടീഷുകാരാണ്, ഇവിടുത്തെ ഉന്നതോദ്യോഗസ്ഥരെല്ലാം ബ്രിട്ടീഷുകാരുമാണ്. അവരുടെ കാഴ്ചപ്പാടുകളും സമീപനവും ഒരിക്കലും ദേശത്തിന് അനുകൂലമായിരുന്നില്ല. ഉദ്യോഗസ്ഥ ഭരണം അതിന്റെ കാഴ്ചപ്പാടിലും സമീപത്തിലും ദേശീയതാല്പര്യം ഉള്ളതല്ലെങ്കിൽ ഒരു ദേശീയനയം നടപ്പിലാക്കാൻ ഒരിക്കലും സാധിക്കില്ല. ഉന്നത ഉദ്യോഗസ്ഥ പദവികൾ ഇന്ത്യയുടെ സെക്രട്ടറി ഓഫ് സ്റ്റേറ്റിന്റെ നേരിട്ടുള്ള അധികാരപരിധിയിലാണെന്നതും പ്രവിശ്യാ സർക്കാരിന്റെ കീഴിൽ അല്ലെന്നതും ഉദ്യോഗസ്ഥഭരണത്തിന്റെ ഘടനയിൽ മാറ്റങ്ങൾ കൊണ്ടുവരുന്നതിന് വിഘാതങ്ങൾ സൃഷ്ടിക്കുന്നുണ്ട്.

രണ്ടാമതായി, വിവിധ പ്രവിശ്യകളിൽ അധികാരത്തിലിരിക്കുന്ന കോൺഗ്രസ് മന്ത്രിമാർ വിദ്യാഭ്യാസം, ആരോഗ്യം, ജയിൽ പരിഷ്കാരങ്ങൾ, ജലസേചനം, വ്യവസായം, ഭൂപരിഷ്കരണം, തൊഴിലാളിക്ഷേമം തുടങ്ങിയവയിൽ പുനർനിർമ്മാണ പദ്ധതികൾ കൊണ്ടുവരണം. ഇക്കാര്യത്തിൽ ഇന്ത്യയിൽ എല്ലായിടത്തും ഒരോ തരത്തിലുള്ള നയങ്ങൾ നടപ്പിലാക്കാൻ കരുതൽ ഉണ്ടാകണം. ഈ ഏകമാന സ്വഭാവം രണ്ടു തരത്തിൽ നേടാൻ കഴിയും. 1937 ഒക്ടോബറിൽ കൽക്കത്തയിൽവെച്ച് തൊഴിൽ മന്ത്രിമാർ കൂടിക്കാഴ്ച നടത്തിയതുപോലെ വ്യത്യസ്ത പ്രവിശ്യകളിലെ കോൺഗ്രസ് മന്ത്രിമാർക്ക് ഒന്നിച്ചുകൂടിയിരുന്ന് പദ്ധതികൾ തയ്യാറാക്കാവുന്നതാണ്. ഇതിനേക്കാളൊക്കെ ഉപരിയായി കോൺഗ്രസിന്റെ ഏറ്റവും ഉയർന്ന നിർവ്വാഹണസമിതിയായ കോൺഗ്രസ് വർക്കിങ് കമ്മിറ്റിക്ക് കോൺഗ്രസ് ഭരണത്തിലുള്ള പ്രവിശ്യകളിലെ സർക്കാരുകളെ വിവിധ വിഷയങ്ങളിൽ മാർഗ്ഗനിർദ്ദേശം നല്കി സഹായിക്കാവുന്നതാണ്. അതിന്റെ അർത്ഥം പ്രവിശ്യകളിലെ കോൺഗ്രസ് സർക്കാരുകളുടെ പരിധിയിൽവരുന്ന വിഷയങ്ങളിൽ കോൺഗ്രസ് പ്രവർത്തന സമിതി അംഗങ്ങൾ നിപുണരായിരിക്കണമെന്നാണ്. ഭരണകാര്യങ്ങളുടെ വിശദാംശങ്ങളിൽ ഇടപെടണമെന്നല്ല ഞാൻ ഉദ്ദേശിച്ചത്. വിവിധങ്ങളായ പ്രശ്നങ്ങളെക്കുറിച്ച് ധാരണയുണ്ടായിരിക്കുകയും അതിനനുസരിച്ച് നയങ്ങൾ

രൂപീകരിക്കാൻ സഹായിക്കുകയുമാണ് വേണ്ടത്. ഇക്കാര്യത്തിൽ കോൺഗ്രസിന്റെ പ്രവർത്തന സമിതിക്ക് ഇതുവരെ ചെയ്തതിനേക്കാളും കൂടുതൽ കാര്യങ്ങൾ ചെയ്യാനാകും. അങ്ങനെയുള്ള പ്രവർത്തനങ്ങൾ നടത്താൻ കഴിഞ്ഞില്ലെങ്കിൽ എങ്ങനെയാണ് കോൺഗ്രസ് സർക്കാരുകളെ കോൺഗ്രസിന് കാര്യക്ഷമമായ രീതിയിൽ നിയന്ത്രിക്കാൻ കഴിയുക?

ഈ ഘട്ടത്തിൽ കോൺഗ്രസ് പ്രവർത്തന സമിതിയുടെ പങ്കിനെ സംബന്ധിച്ച് കുറച്ചു കാര്യങ്ങൾ പറയാൻ ഞാൻ ആഗ്രഹിക്കുകയാണ്. എന്റെ അനുമാനത്തിൽ സ്വാതന്ത്ര്യത്തിനായി ഒരു ദേശീയ സേനയായി പോരാടുന്നവർക്ക് നിർദ്ദേശം നല്കാനുള്ള കേന്ദ്രം മാത്രമല്ല ഈ സമിതി. ഇത് സ്വതന്ത്ര ഇന്ത്യയുടെ നിഴൽ മന്ത്രിസഭയാണ്, അതുകൊണ്ട് അതിന്റെ പ്രവർത്തനങ്ങളും അത്തരത്തിൽ തന്നെയായിരിക്കണം. ഇത് ഞാനായി കണ്ടുപിടിച്ച കാര്യമല്ല. മറ്റുള്ളിടങ്ങളിൽ രാജ്യത്തിന്റെ വിമോചനത്തിനായി സമാനരീതികളിൽ പ്രവർത്തിച്ചുകൊണ്ടിരുന്ന സമിതികൾ ഇത്തരത്തിലുള്ള പങ്ക് നിർവ്വഹിക്കാനാണ് നിയോഗിക്കപ്പെട്ടിട്ടുള്ളത്. സ്വതന്ത്ര ഇന്ത്യയെക്കുറിച്ച്, നമ്മുടെ ജീവിതകാലത്തുതന്നെ ഇന്ത്യയിൽ ഒരു സ്വതന്ത്ര സർക്കാർ ഉണ്ടാകുന്നതിനെക്കുറിച്ച് ചിന്തിക്കുന്ന ഒരാളാണ് ഞാൻ. അതുകൊണ്ടുതന്നെ പ്രവർത്തന സമിതി ഇന്ത്യയുടെ നിഴൽ മന്ത്രിസഭയായി പ്രവർത്തിക്കണമെന്ന ഞങ്ങളുടെ ആഗ്രഹം സ്വാഭാവികം മാത്രമാണ്. ബ്രിട്ടീഷ് സർക്കാരിനെതിരെ പൊരുതുന്നതിനിടെ അയർലാന്റിന്റെ പ്രസിഡന്റ് ഡീ വലേറയുടെ റിപ്പബ്ലിക്കൻ സർക്കാർ ചെയ്തതും ഇതുതന്നെയായിരുന്നു. ഇതുതന്നെയാണ് ഈജിപ്തിലെ വഫ്ദ് പാർട്ടിയുടെ നിർവ്വാഹകസമിതിയും അധികാരത്തിൽ വരുന്നതിനുമുമ്പ് ചെയ്തത്. ദൈനംദിന പ്രവർത്തനങ്ങൾ നിർവ്വഹിക്കുന്നതിന്റെകൂടെ പ്രവർത്തന സമിതി രാഷ്ട്രീയാധികാരം നേടിക്കഴിഞ്ഞാൽ പരിഹരിക്കേണ്ട പ്രശ്നങ്ങളെക്കുറിച്ച് പഠിക്കുകയും വേണം.

കോൺഗ്രസ് സർക്കാരിന്റെ ശരിയായ പ്രവർത്തനം സംബന്ധിച്ച പ്രശ്നത്തേക്കാൾ പ്രധാനമാണ് ഭരണഘടനയിലെ ഫെഡറൽ ഭരണവുമായി ബന്ധപ്പെട്ട ഭാഗങ്ങളെ എതിർക്കുകയെന്നത്. നിർദ്ദിഷ്ട ഫെഡറൽ പദ്ധതിയെക്കുറിച്ചുള്ള കോൺഗ്രസിന്റെ അഭിപ്രായം 1938 ഫെബ്രുവരി 4ന് വാർദ്ധയിൽ ചേർന്ന അതിന്റെ പ്രവർത്തന സമിതി കൈക്കൊണ്ട പ്രമേയത്തിൽ വ്യക്തമാണ്. പ്രമേയം ഇപ്രകാരമാണ്:

പുതിയ ഭരണഘടന കോൺഗ്രസ് നിഷേധിച്ചിരിക്കുന്നു, കൂടാതെ ഇന്ത്യയിലെ ജനങ്ങൾ അംഗീകരിക്കുന്ന, ഇന്ത്യക്കുവേണ്ടിയുള്ള ഭരണഘടന സ്വാതന്ത്ര്യത്തിനെ അടിസ്ഥാനപ്പെടുത്തിയിട്ടുള്ളതായിരിക്കണമെന്നും, അത് ഒരു ഭരണഘടനാ നിർമ്മാണ സഭയുടെ സഹായത്തോടെ, വൈദേശികമായ അധികാരങ്ങളുടെ കൈകടത്തൽ കൂടാതെ, ഇന്ത്യയിലെ ജനങ്ങൾക്ക് മാത്രമേ രൂപീകരിക്കാൻ കഴിയുകയുള്ളൂവെന്ന് പ്രഖ്യാപിക്കുകയും ചെയ്തിരിക്കുന്നു. ഈ നയത്തിന്റെ അടിസ്ഥാനത്തിൽ പ്രവി

ശ്യകളിൽ കോൺഗ്രസ് മന്ത്രിസഭകൾ രൂപീകരിക്കുന്നതിനെ കോൺഗ്രസ് അംഗീകരിച്ചിട്ടുണ്ട്. സ്വാതന്ത്ര്യത്തിനായുള്ള പോരാട്ടത്തിൽ രാജ്യത്തെ ശക്തിപ്പെടുത്തുക എന്ന ഉദ്ദേശ്യത്തോടുകൂടിയാണ് ഇത് ചെയ്തിട്ടുള്ളത്. നിർദ്ദിഷ്ട ഫെഡറൽ സംവിധാനത്തെക്കുറിച്ച് പറയുകയാണെങ്കിൽ അത് താല്ക്കാലികമായിപ്പോലും ബാധകമല്ല. ഈ സംവിധാനം ഇന്ത്യക്ക് വലിയ പരിക്കുകളാണ് വരുത്തിത്തീർക്കുക. ഇത് സാമ്രാജ്യത്വ അധീശത്വത്തിന് കീഴിൽ രാജ്യത്തിന്റെ കെട്ടുപാടുകൾ മുറുക്കുകയാണ് ചെയ്യുക. ഫെഡറൽ സംവിധാനം സംബന്ധിച്ച പദ്ധതി, ഒരു സർക്കാരിന്റെ പ്രധാനപ്പെട്ട വ്യവഹാരമായ ഉത്തരവാദിത്വങ്ങളുടെ മേഖലയിൽ നിന്ന് ഒഴിഞ്ഞുനില്ക്കുകയാണ് ചെയ്യുന്നത്.

കോൺഗ്രസ് ഒരു ഫെഡറൽ സംവിധാനത്തിന് എതിരല്ല, പക്ഷേ, ഒരു യഥാർത്ഥ ഫെഡറേഷൻ രൂപീകരിക്കപ്പെടുന്നത് സ്വതന്ത്രമായ ഘടകങ്ങൾ ചേർന്നായിരിക്കണം. ആ ഘടകങ്ങളിൽ സ്വാതന്ത്ര്യവും പൗരസ്വാതന്ത്ര്യവും ജനാധിപത്യപരമായ തെരഞ്ഞെടുപ്പിലൂടെയുള്ള പ്രാതിനിധ്യവും ഉണ്ടായിരിക്കണം. പ്രാതിനിധ്യത്തിന്റെ അടിസ്ഥാനത്തിലുള്ള സ്ഥാപനങ്ങൾ രൂപീകരിക്കുന്നതിനും ഉത്തരവാദിത്വമുള്ള സർക്കാർ രൂപീകരിക്കുന്നതിനും പൗരസ്വാതന്ത്ര്യങ്ങളുടെ കാര്യത്തിലും ഫെഡറൽ സഭയിലേക്കുള്ള തെരഞ്ഞെടുപ്പിന്റെ കാര്യത്തിലും ഫെഡറേഷനിൽ അംഗമാകുന്ന സംസ്ഥാനങ്ങൾ പ്രവിശ്യകളെ സമീപിക്കേണ്ടതുണ്ട്. അങ്ങനെയല്ലാതെ ഇപ്പോൾ ചിന്തിക്കുന്ന തരത്തിലുള്ള ഫെഡറേഷനിൽ ഇന്ത്യയുടെ ഐക്യം രൂപീകരിക്കപ്പെടുന്നതിന് പകരം വിഘടനവാദമായിരിക്കും പ്രോത്സാഹിപ്പിക്കപ്പെടുക. അത് സംസ്ഥാനങ്ങൾക്കകത്തും തമ്മിലും സംഘർഷങ്ങൾക്ക് വഴിവെക്കുകയാണ് ചെയ്യുക.

കോൺഗ്രസ് അതിനാൽത്തന്നെ നിർദ്ദിഷ്ട പദ്ധതിയെ ആവർത്തിച്ച് അപലപിക്കുന്നു. കൂടാതെ ആ പദ്ധതി ആവിഷ്കരിക്കപ്പെടുന്നത് തടയാൻ പ്രവിശ്യകളിലെയും പ്രാദേശികമേഖലകളിലെയും കോൺഗ്രസ് സമിതികളോടും ജനങ്ങളോടും പ്രവിശ്യകളിലെ സർക്കാരിനോടും മന്ത്രിസഭകളോടും ആഹ്വാനം ചെയ്യുകയാണ്.

ജനങ്ങളുടെ ഇച്ഛയ്ക്കെതിരായി അത് അടിച്ചേല്പിക്കാനുള്ള എന്തെങ്കിലും ശ്രമങ്ങൾ നടക്കുകയാണെങ്കിൽ എല്ലാ വഴിയിലും അതിനെതിരെ പോരാടേണ്ടതുണ്ട്. പ്രവിശ്യയിലെ സർക്കാരുകളും മന്ത്രിസഭകളും അതിനോട് സഹകരിക്കാൻ വിസമ്മതിക്കേണ്ടതുണ്ട്.

അങ്ങനെയൊന്ന് സംഭവിക്കുകയാണെങ്കിൽ ഇക്കാര്യത്തിൽ എന്തു പ്രവർത്തനങ്ങളുമായി മുന്നോട്ട് പോകണമെന്നത് സംബന്ധിച്ച് തീരുമാനങ്ങളെടുക്കാനുള്ള അധികാരം എ ഐ സി സിക്ക് ഉണ്ടായിരിക്കും.

കുറച്ച് കാര്യങ്ങൾകൂടി ചേർത്തുകൊണ്ട് നിർദ്ദിഷ്ട ഫെഡറൽ സംവിധാനത്തെക്കുറിച്ചുള്ള നമ്മുടെ വിട്ടുവീഴ്ചയില്ലാത്ത എതിർപ്പിനെ വിശദീകരിച്ചുകൊണ്ടുള്ള വാദങ്ങൾ ഞാൻ മുന്നോട്ടുവെക്കട്ടെ. ഫെഡറൽ പദ്ധതിയിലെ ഏറ്റവും എതിർക്കപ്പെടേണ്ട കാര്യങ്ങളിലൊന്ന് പുതിയ

ഭരണഘടനയിൽ പറഞ്ഞിട്ടുള്ള വാണിജ്യപരവും സാമ്പത്തികവുമായ സുരക്ഷാസംവിധാനങ്ങളാണ്. പ്രതിരോധത്തിന്റെയും വിദേശനയത്തിന്റെയും കാര്യത്തിൽ ഇന്ത്യയിലെ ജനങ്ങൾക്ക് എന്തെങ്കിലും തരത്തിലുള്ള അധികാരം ലഭിക്കില്ലെന്ന് മാത്രമല്ല, ചെലവഴിക്കുന്ന തുകയുടെ ഭൂരിഭാഗവും ജനങ്ങളുടെ നിയന്ത്രണത്തിന് പുറത്തുമായിരിക്കും. 1937 –38 വർഷത്തെ കേന്ദ്ര സർക്കാർ ബഡ്ജറ്റ് പ്രകാരം, സൈന്യത്തിനുവേണ്ടി ചെലവഴിക്കുന്ന തുക 44.61 കോടിയോളം രൂപ വരും. മൊത്തം ചെലവ് 77.90 കോടി രൂപ മാത്രമായിരിക്കുമ്പോഴാണിത്. അതായത്, കേന്ദ്ര സർക്കാർ മൊത്തമായി ചെലവഴിക്കുന്ന തുകയുടെ 57 ശതമാനം പോകുന്നത് സൈനികാവശ്യങ്ങൾക്കാണ്. ഗവർണർ ജനറലിന്റെ പരിധിയിൽ വരുന്ന ഫെഡറൽ സർക്കാരിന്റെ ഭാഗങ്ങൾ കൈകാര്യം ചെയ്യുക സർക്കാരിന്റെ മൊത്തം ചെലവിന്റെ 80 ശതമാനത്തോളമായിരിക്കും. കൂടാതെ, റിസർവ്വ് ബാങ്ക് പോലുള്ള, ഫെഡറൽ റെയിൽവേസ് അതോറിറ്റി പോലുള്ള സംഘടനകൾ രൂപീകരിക്കപ്പെട്ടുകഴിഞ്ഞു, അല്ലെങ്കിൽ രൂപീകരിക്കപ്പെടും. അത് പ്രവർത്തിക്കുക സാമ്രാജ്യത്തിന് അകത്തെ മറ്റൊരു സാമ്രാജ്യം കണക്കെ, ഫെഡറൽ നിയമനിർമ്മാണങ്ങളാൽ നിയന്ത്രിക്കാൻ കഴിയാത്ത വിധത്തിൽ ആയിരിക്കും. റെയിൽവേ നയങ്ങളെ സ്വാധീനിക്കാനും വഴികാട്ടാനും നിയമനിർമ്മാണ സഭയ്ക്ക് ഇപ്പോഴുള്ള അധികാരം നഷ്ടപ്പെടും. അതിന് രാജ്യത്തിന്റെ നാണയവ്യവസ്ഥയുമായി ബന്ധപ്പെട്ടോ വിനിമയവുമായി ബന്ധപ്പെട്ടോ ഉള്ള നയങ്ങളിൽ തീരുമാനമെടുക്കാനുള്ള അധികാരം ഉണ്ടായിരിക്കില്ല. എന്നുവെച്ചാൽ രാജ്യത്തിന്റെ സാമ്പത്തിക വളർച്ചയെ നിർണ്ണയിക്കാൻ കഴിയുന്ന ഘടകങ്ങളിൽ അതിന് സ്വാധീനം ഉണ്ടായിരിക്കില്ല.

വിദേശകാര്യം ഫെഡറൽ സർക്കാരിന്റെ കീഴിൽ മാത്രം ഉൾപ്പെടുന്ന വിഷയമായിരിക്കുമെന്നതിനാൽ വ്യാപാര കരാറുകളുമായി ബന്ധപ്പെട്ട തീരുമാനങ്ങളെടുക്കുന്നതിന് ഇന്ത്യൻ നിയമനിർമ്മാണ സഭയ്ക്കുള്ള സ്വാതന്ത്ര്യത്തെ അത് ബാധിക്കും. ഫലത്തിൽ അതിന്റെ സാമ്പത്തികമായ സ്വയംഭരണാധികാരത്തെയാണ് ഇത് ഗൗരവതരമായി ബാധിക്കാൻ പോകുന്നത്. വ്യാപാര കരാറുകൾ നിയമസഭയുടെ പരിഗണനയ്ക്ക് കൊണ്ടുവരാനുള്ള ബാദ്ധ്യത ഭരണഘടനാപരമായി ഫെഡറൽ സർക്കാരിന് ഉണ്ടാവുകയില്ല. ഇന്ത്യയും ബ്രിട്ടനും തമ്മിലുള്ള വ്യാപാര കരാർ ഇന്ത്യൻ നിയമനിർമ്മാണ സഭയ്ക്കുമുന്നിൽ വെക്കാനുള്ള ശ്രമങ്ങൾ പോലും അവർ ഒഴിവാക്കുകയാണ് ചെയ്യുന്നത്. ഇന്ത്യൻ നിയമനിർമ്മാണ സഭയുടെ അംഗീകാരത്തോടെയല്ലാതെ ഇന്ത്യയുമായി ബന്ധപ്പെട്ട ഒരു വ്യാപാര കരാറിലും ആർക്കും ഒപ്പുവെക്കാൻ കഴിയില്ലെന്ന വ്യവസ്ഥയില്ലാത്തിടത്തോളം സാമ്പത്തിക കാര്യങ്ങളിൽ സ്വയംഭരണാവകാശത്തെക്കുറിച്ച് സമ്മേളനങ്ങൾ നടത്തിയിട്ട് കാര്യമില്ല. ഇതുമായി ബന്ധപ്പെട്ട് ഒരു കാര്യംകൂടി ഞാൻ പറയാൻ ആഗ്രഹിക്കുകയാണ്. ജർമ്മനി, ചെക്കോസ്ലോവാക്യ, ഇറ്റലി, അമേരിക്കൻ ഐക്യനാടുകൾ എന്നീ രാജ്യങ്ങളു

മായി ഇന്ത്യ ഉഭയകക്ഷി വ്യാപാര കരാറുകളിൽ ഒപ്പുവെക്കണമെന്ന അഭിപ്രായമാണ് എനിക്കുള്ളത്. പക്ഷേ, പുതിയ ഭരണഘടന പ്രകാരം അത്തരത്തിലുള്ള ഉഭയകക്ഷി വ്യാപാര കരാറുകളിൽ ഒപ്പുവെക്കാൻ ഫെഡറൽ സർക്കാരിനെ നിർബ്ബന്ധിക്കാനുള്ള അധികാരം ഫെഡറൽ നിയമസഭയ്ക്ക് ഇല്ല.

ഇന്ത്യയിലെ തദ്ദേശീയമായ വ്യവസായങ്ങളെ സംരക്ഷിക്കാനോ പ്രോത്സാഹിപ്പിക്കാനോ കഴിയുന്ന എന്തെങ്കിലും നടപടികൾ സ്വീകരിക്കാൻ പറ്റാത്ത തരത്തിൽ അന്യായവും നീതി പുലർത്താത്തതുമായ വാണിജ്യ സുരക്ഷാസംവിധാനങ്ങളാണ് നിയമത്തിൽ ഉൾപ്പെടുത്തിയിരിക്കുന്നത്, പ്രത്യേകിച്ച് ബ്രിട്ടന്റെ വാണിജ്യ- വ്യവസായ താല്പര്യങ്ങളുമായി ഏറ്റുമുട്ടലുണ്ടാകുന്ന ഘട്ടങ്ങളിൽ. നിയമത്തിൽ പറഞ്ഞിരിക്കുന്നത് പ്രകാരം വിവേചനവുമായി ബന്ധപ്പെട്ട വ്യവസ്ഥകൾ നടപ്പിലാക്കുന്നതിന് മേൽനോട്ടം വഹിക്കാനുള്ള പ്രത്യേക ഉത്തരവാദിത്വം ഗവർണർ ജനറലിനാണുള്ളത്. അതുകൂടാതെ ഇന്ത്യയിലേക്ക് ഇറക്കുമതി ചെയ്യപ്പെടുന്ന ബ്രിട്ടീഷ് ഉല്പന്നങ്ങൾക്ക് വിവേചനപരമായോ ശിക്ഷാനിയമം പ്രകാരമോ എന്തെങ്കിലും നടപടികൾ ഉണ്ടാവുകയാണെങ്കിൽ അതിനെ തടയാനുള്ള ഉത്തരവാദിത്വവും അദ്ദേഹത്തിനാണ്. ഈ കഠിനമായ വ്യവസ്ഥകളെ ശ്രദ്ധയോടെ പഠിക്കുകയാണെങ്കിൽ ഒന്ന് മനസ്സിലാകും, ബ്രിട്ടന്റെ ഭാഗത്തുനിന്നുണ്ടാകുന്ന മത്സരത്തിന് എതിരായിട്ട് ഇന്ത്യക്ക് ഒന്നും ചെയ്യാൻ കഴിയില്ല. നിയമപരമായോ ഭരണമേഖലയിലോ ഗവർണർ ജനറലിന് പോലും ഫലത്തിൽ ബ്രിട്ടനിൽനിന്നുള്ള മത്സരത്തെ തടയാനോ നിഷ്ഫലമാക്കാനോ കഴിയില്ല. ഒരേ വ്യവസ്ഥകൾക്ക് കീഴിൽ വിദേശീയർക്ക് ഇന്ത്യക്കാരുമായി മത്സരിക്കാനുള്ള അനുമതി കൊടുക്കുകയെന്നത് തീർച്ചയായും അസംബന്ധമാണ്. ഒരു ദേശീയ സാമ്പത്തിക നയം രൂപീകരിക്കാനും സ്വീകരിക്കാനും അധികാരം നിഷേധിക്കപ്പെടുകയാണെങ്കിൽ ഇന്ത്യക്ക് യഥാർത്ഥമായ സ്വരാജ് നേടാൻ കഴിഞ്ഞില്ലെന്നാണ് അർത്ഥം. ആവശ്യമെങ്കിൽ ആ സാമ്പത്തിക നയത്തിന്റെ അടിസ്ഥാനത്തിൽ ഇന്ത്യക്കാരും ഇന്ത്യക്കാരല്ലാത്തവരും തമ്മിൽ വേർതിരിവ് വെക്കാനുള്ള അധികാരവും രാജ്യത്തിനുണ്ട്. 1931 ലെ ഗാന്ധി- ഇർവിൻ ഉടമ്പടിക്ക് ശേഷം ഉടനെതന്നെ 'രാക്ഷസനും കുള്ളനും' എന്ന പേരിൽ പ്രസിദ്ധമായ ഒരു ലേഖനം മഹാത്മാഗാന്ധി *യങ്ങ് ഇന്ത്യ*യിൽ എഴുതിയിരുന്നു. ഇതിൽ ഇന്ത്യയുടെ താല്പര്യങ്ങളും ഇംഗ്ലണ്ടിന്റെയോ യൂറോപ്പിന്റെയോ താല്പര്യങ്ങളും തമ്മിൽ വേർതിരിവ് പാടില്ലെന്ന് പറയുന്നത് ഇന്ത്യയുടെ അധോഗതി ശാശ്വതമായി നിലനിർത്താൻ വേണ്ടിയാണെന്നും ഒരു രാക്ഷസന്റെയും കുള്ളന്റെയും അവകാശങ്ങൾ എങ്ങനെയാണ് തുല്യമാവുകയെന്നും മറച്ചുകെട്ടുകളില്ലാതെ തന്നെ ഗാന്ധി ചോദിച്ചിട്ടുണ്ട്.

ഇന്ത്യൻ തീരത്ത് വ്യാപാരം നടത്താനുള്ള അവകാശം ഇന്ത്യക്കാരുടെ ഉടമസ്ഥതയിലുള്ള, ഇന്ത്യക്കാർ കൈകാര്യം ചെയ്യുന്ന കപ്പലുകൾക്ക് മാത്രം നല്കിക്കൊണ്ട് നടപടിയെടുക്കാനുള്ള ചെറിയ അധികാരങ്ങൾ

പോലും പരിഷ്കരിക്കപ്പെട്ട ഭരണഘടനപ്രകാരം കേന്ദ്ര നിയമനിർമ്മാണ സഭയ്ക്ക് നഷ്ടപ്പെട്ടിരിക്കുകയാണ്. പ്രതിരോധമേഖലയിലും സാമ്പത്തിക മേഖലയിലും അത്യാവശ്യമായ, വളരെ പ്രധാനപ്പെട്ട ഒന്നാണ് കപ്പൽ വ്യവസായം. പക്ഷേ, ഈ പ്രധാനപ്പെട്ട വ്യവസായത്തെ വികസിപ്പിക്കാൻ ആവശ്യമായ നിയമപരവും സ്വീകാര്യവുമായ നടപടികൾ എടുക്കാനുള്ള അധികാരം ഇനിമുതൽ ഇന്ത്യക്ക് ഇല്ലാതാവുകയാണ് ചെയ്തത്. ഈ അധികാരങ്ങൾ ബ്രിട്ടന്റെ കീഴിൽ സ്വയംഭരണം നിലനില്ക്കുന്ന പ്രദേശങ്ങൾക്കുണ്ട് എന്നതും നമ്മൾ മനസ്സിലാക്കേണ്ടതുണ്ട്. നമ്മുടെ സ്വയംഭരണാധികാരത്തിനുമേൽ പരിമിതികൾ കല്പിച്ച് പരസ്പര ബന്ധത്തിന്റെയും പങ്കാളിത്തത്തിന്റെയും പേരിൽ അതിനെ ന്യായീകരിക്കുന്നത് മുറിവിന് മേൽ അപമാനവും കൂടി നല്കുന്നതിന് തുല്യമാണ്. ഇന്ത്യൻ പാർലമെന്റിന് ഭാവിയിൽ രാജ്യത്തിന്റെ താല്പര്യത്തിന് അനുസരിച്ച് ഇന്ത്യക്കാരും ഇന്ത്യക്കാരല്ലാത്തവരും തമ്മിൽ വേർതിരിവോ വിവേചനമോ നടപ്പിലാക്കാനുള്ള അധികാരം ഒന്നിനുവേണ്ടിയും ത്യജിക്കാൻ കഴിയില്ല. ഇതുമായി ബന്ധപ്പെട്ട് അയർലാന്റിലെ സമാനമായൊരു സംഭവം വിശദീകരിക്കാൻ ഞാൻ ആഗ്രഹിക്കുകയാണ്. 1935 ലെ അയർലാന്റിന്റെ ദേശീയ പൗരത്വനിയമപ്രകാരം തെരഞ്ഞെടുപ്പ് സംവിധാനവുമായി ബന്ധപ്പെട്ട്, പൊതുജീവിതത്തിൽ പ്രവേശനം ലഭിക്കുന്നത് സംബന്ധിച്ച്, വ്യാപാര കപ്പൽ നിയമത്തിന്റെ കാര്യത്തിൽ, വിമാനത്തിന്റെ കാര്യത്തിൽ, രാജ്യത്തെ വ്യവസായത്തെ സഹായിക്കുന്നത് സംബന്ധിച്ച് എല്ലാം ഭിന്നമായ ഐറിഷ് പൗരത്വമാണ് നല്കുന്നത്. മറ്റൊരു തരത്തിൽ പറഞ്ഞാൽ അയർലാന്റിന്റെ പൗരത്വം ബ്രിട്ടീഷ് പൗരത്വത്തിൽനിന്നും വ്യത്യസ്തമാണ്. ബ്രിട്ടന്റെ പൗരത്വംവെച്ച് അയർലാന്റിൽ തുല്യമായ അധികാരങ്ങൾ അവകാശപ്പെടാൻ കഴിയില്ല, കാരണം ബ്രിട്ടീഷ് പൗരത്വം അവിടെ അംഗീകരിക്കുന്നില്ല. ഇന്ത്യയും അതിനുമാത്രം പ്രത്യേകമായ ദേശീയത വികസിപ്പിക്കണമെന്നും അതിന്റെ സ്വന്തം പൗരത്വം സ്ഥാപിക്കണമെന്നുമാണ് എനിക്ക് തോന്നുന്നത്.

സാമ്പത്തിക സ്വയംഭരണാധികാരത്തിന്റെ കാര്യവും വാണിജ്യപരമായ കാര്യങ്ങളിൽ സുരക്ഷാസംവിധാനത്തിന്റെ കാര്യവും പരിഗണിക്കുമ്പോൾ ഇന്ത്യക്ക് സജീവമായ ഒരു വിദേശ വ്യാപാര നയം ഉണ്ടാകേണ്ടതിന്റെ ആവശ്യകതയെപ്പറ്റി വിശദീകരിക്കേണ്ടി വരും. പ്രത്യേകം പ്രത്യേകമായോ അല്ലെങ്കിൽ അടുക്കും ചിട്ടയുമില്ലാതെയോ അല്ല ഇന്ത്യയുടെ വിദേശ വ്യാപാരത്തെ വീക്ഷിക്കേണ്ടത്. അങ്ങനെ ചെയ്യുന്നത് ബ്രിട്ടീഷ് വ്യവസായത്തിന് താല്ക്കാലികമായ ലാഭങ്ങൾ ഉണ്ടാക്കിക്കൊടുക്കുകയേ ഉള്ളൂ. ഇന്ത്യയുടെ വിദേശ വ്യാപാരത്തെ സമഗ്രമായ രീതിയിൽ മനസ്സിലാക്കിയാൽ മാത്രമേ ഒരു വശത്ത് കയറ്റുമതി വ്യാപാരവും മറുവശത്ത് മറ്റുരാജ്യങ്ങളോടുള്ള നിയന്ത്രണങ്ങളും ഒരുമിച്ച് കൊണ്ടുപോകാൻ കഴിയുകയുള്ളൂ. ഇംഗ്ലണ്ടുമായി എന്തെങ്കിലും നിയന്ത്രണത്തിന് വിധേയമായ കരാറുകൾ ഇന്ത്യയുടെ കയറ്റുമതി വ്യാപാരത്തിന്റെ പ്രകൃതത്തോട് ചേരു

ന്നതല്ല. സാമ്രാജ്യത്വ ശക്തികളല്ലാത്ത, ഇന്ത്യയുടെ മികച്ച ഉപഭോക്താക്കളായ രാജ്യങ്ങളുമായുള്ള വ്യാപാരത്തെ അത് അപകടത്തിലാക്കും. മാത്രവുമല്ല, മറ്റു രാജ്യങ്ങളുമായുള്ള ഇന്ത്യയുടെ വിലപേശൽ കഴിവിനെ അത് ദുർബ്ബലപ്പെടുത്തുകയും ചെയ്യും. അത് നിർത്തലാക്കാനുള്ള നിയമനിർമ്മാണസഭയുടെ തീരുമാനത്തിന് ശേഷവും കാലാവധി കഴിഞ്ഞിട്ടും ഒട്ടാവാ ഉടമ്പടി തുടരുന്നത് അത് ബ്രിട്ടീഷ് വ്യവസായങ്ങൾക്ക് ഗുണകരമായതുകൊണ്ടാണ്. നിർഭാഗ്യവശാൽ ഇന്ത്യയും ബ്രിട്ടനും തമ്മിലുള്ള വ്യാപാര കരാറിന് വേണ്ടിയുള്ള ചർച്ചകൾ ഇപ്പോഴും നടന്നുകൊണ്ടിരിക്കുകയാണ്. നിലവിലെ രാഷ്ട്രീയ സാഹചര്യത്തിൽ ഇന്ത്യയും ഇംഗ്ലണ്ടും തമ്മിലുള്ള ഏത് വ്യാപാര കരാറും സമനീതിയിൽ അധിഷ്ഠിതമായിരിക്കില്ലെന്നത് ഉറപ്പാണ്. കാരണം ഇംഗ്ലണ്ടിന് ഇന്ത്യയുമായുള്ള രാഷ്ട്രീയബന്ധം ഇംഗ്ലണ്ടിനെ തുണക്കുന്നതാണ്. ബ്രിട്ടന്റെ മുൻഗണനാ സംവിധാനങ്ങൾ രാഷ്ട്രീയപരമാണെന്നും ഇന്ത്യയുടേതല്ലാത്ത സ്ഥാപിത താല്പര്യങ്ങൾ വ്യാപാര കരാറിലൂടെ ഈ രാജ്യത്ത് നടപ്പിലാക്കുന്നതിന് മുമ്പ് അതിന്റെ രാഷ്ട്രീയ അനുരണനങ്ങളെക്കുറിച്ചും സാമ്പത്തിക പ്രത്യാഘാതങ്ങളെക്കുറിച്ചും നമ്മൾ ബോധവാന്മാരായിരിക്കണം. മറ്റുള്ള രാജ്യങ്ങളുമായുള്ള ഉഭയകക്ഷി വ്യാപാര കരാറുകളിൽ ഏർപ്പെടുന്നതിന് നിലവിൽ ഇന്ത്യയും ബ്രിട്ടനും തമ്മിൽ വ്യാപാരസംബന്ധിയായി നടത്തുന്ന ചർച്ചകൾ വിലങ്ങുതടിയാകില്ലെന്ന് ഞാൻ വിശ്വസിക്കുന്നു. ഫലത്തിൽ അങ്ങനെയായേക്കാവുന്ന വ്യാപാര കരാറുകളിൽ ഇന്ത്യൻ നിയമനിർമ്മാണസഭയുടെ അംഗീകാരം ലഭിക്കാത്ത പക്ഷം ഇന്ത്യൻ സർക്കാർ ഒപ്പുവെക്കില്ലെന്നും ഞാൻ വിശ്വസിക്കുന്നു.

പ്രവിശ്യയിലെ മന്ത്രാലയങ്ങളുടെയും നിർദ്ദിഷ്ട ഫെഡറൽ സംവിധാനത്തിനകത്തുള്ള മന്ത്രാലയങ്ങളുടെയും അധികാരങ്ങൾ തമ്മിൽ സാദൃശ്യമില്ലെന്ന് മേല്പറഞ്ഞ കാര്യങ്ങളിൽ നിന്നുതന്നെ വ്യക്തമാണ്. കൂടാതെ ഫെഡറൽ നിയമസഭയുടെ ഘടന ഒരു പരിധിവരെ പ്രതിലോമപരമാണ്. ഇന്ത്യൻ നാട്ടുരാജ്യങ്ങളിലെ മൊത്തം ജനസംഖ്യ ആകെ ഇന്ത്യൻ ജനസംഖ്യയുടെ 24 ശതമാനമാണ്. അങ്ങനെയാണെങ്കിലും, നാട്ടുരാജ്യങ്ങളെ ഭരിക്കുന്നവർക്ക്, അവിടുത്തെ ജനങ്ങൾക്കല്ല, ഫെഡറൽ നിയമസഭയിൽ ലോവർ ഹൗസിൽ ആകെ സീറ്റുകളുടെ 33 ശതമാനവും അപ്പർ ഹൗസിൽ ആകെ സീറ്റുകളുടെ 40 ശതമാനവുമാണ് മാറ്റിവെച്ചിരിക്കുന്നത്. ഈയൊരു പരിതസ്ഥിതിയിൽ ഫെഡറൽ പദ്ധതിയെക്കുറിച്ചുള്ള കാഴ്ചപ്പാടിൽ നിന്ന് ഒരിക്കലും കോൺഗ്രസ് വ്യതിചലിക്കാൻ സാദ്ധ്യതയില്ലെന്നാണ് എന്റെ അഭിപ്രായം. ബ്രിട്ടീഷ് സർക്കാർ അടിച്ചേല്പിക്കാൻ ശ്രമിക്കുന്ന ഫെഡറൽ ഭരണത്തെ പ്രതിരോധിക്കുന്നതിനെ ആശ്രയിച്ചായിരിക്കും നമ്മുടെ ഇനിയുള്ള രാഷ്ട്രീയ ഭാവി. നിയമപരമായതും സമാധാനപരമായതുമായ എല്ലാ വഴികളിലൂടെയും നമ്മൾ ഫെഡറേഷനെ എതിർക്കേണ്ടതുണ്ട്. പോരാട്ടം വെറും ഭരണഘടനാവിധേയമാക്കി നടത്തുന്നതിൽ കാര്യമില്ല. ഏറ്റവും അവസാനത്തെ പ്രയോഗം എന്ന നില

യിൽ നിയമലംഘന പ്രസ്ഥാനത്തിനായി മുന്നിട്ടിറങ്ങണം. ഭാവിയിൽ അത്തരത്തിലൊരു പ്രചാരണപ്രവർത്തനങ്ങൾ നടക്കുന്ന സാഹചര്യത്തിൽ ബ്രിട്ടീഷ് ഇന്ത്യയിലെ മാത്രമല്ല, ഇന്ത്യയിലെ നാട്ടുരാജ്യങ്ങളിലെ ജനങ്ങളിലേക്കുകൂടി പദ്ധതി വികസിപ്പിക്കുമെന്നതിൽ സംശയിക്കേണ്ടതിന്റെ ആവശ്യമില്ല.

അടുത്ത ഭാവിയിൽ തന്നെ കാര്യക്ഷമമായ രീതിയിൽ ഒരു പോരാട്ടം മുന്നോട്ടുവെക്കണമെങ്കിൽ നമ്മുടെ നാടിനെ ചിട്ടയോടെ ഒതുക്കേണ്ടത് ആവശ്യമാണ്. കഴിഞ്ഞ കുറച്ചുവർഷങ്ങളായി നമ്മുടെ ജനങ്ങൾക്കിടയിൽ ആവേശം അതിന്റെ കൊടുമുടിയിൽ എത്തിനില്ക്കുകയാണ് എന്നതിനാൽ പാർട്ടിയുടെ സംഘാടനവുമായി ബന്ധപ്പെട്ട് പുതിയ പ്രശ്നങ്ങൾ ഉയർന്നിരിക്കുകയാണ്. അമ്പതിനായിരത്തോളം പുരുഷന്മാരും സ്ത്രീകളും പങ്കെടുക്കുന്ന യോഗങ്ങൾ ഇപ്പോൾ സാധാരണ സംഭവമായി മാറിയിരിക്കുന്നു. ചിലപ്പോഴെങ്കിലും സംഭവിക്കുന്നത് അത്തരത്തിലുള്ള യോഗങ്ങളും പ്രകടനങ്ങളും നിയന്ത്രിക്കാൻ നമ്മുടെ സംവിധാനങ്ങൾ പര്യാപ്തമല്ലെന്നതാണ്. വന്നുപോകുന്ന പ്രകടനങ്ങൾക്ക് അപ്പുറം ഇത്രയും വലിയ തോതിലുള്ള ജനങ്ങളുടെ ഊർജ്ജവും ആകാംക്ഷയും ഒരുമിച്ചുചേർത്ത് ശരിയായ ദിശയിൽ നയിക്കുക എന്നതാണ് കൂടുതൽ കഠിനമായ കാര്യം. പക്ഷേ, ഇത്തരത്തിൽ ഒരു ഉദ്യമത്തിനായി ശിക്ഷണം ലഭിച്ച സന്നദ്ധപ്രവർത്തകർ നമുക്കുണ്ടോ? ദേശസേവനം നടത്താൻ ഉദ്യോഗസ്ഥരുടെ ഒരു സംഘത്തെ ഉണ്ടാക്കിയെടുക്കാൻ നമുക്ക് സാധിച്ചിട്ടുണ്ടോ? പൊങ്ങിവരുന്ന നേതാക്കൾക്കും കഴിവുള്ള യുവപ്രവർത്തകർക്കും നമ്മൾ എന്തെങ്കിലും പരിശീലനം നല്കുന്നുണ്ടോ? ഈ ചോദ്യങ്ങൾക്കുള്ള ഉത്തരങ്ങൾ ഇനിയൊരു വിശദീകരണം ആവശ്യമില്ലാത്തതുപോലെ സ്പഷ്ടമാണ്. ഒരു ആധുനിക രാഷ്ട്രീയ പാർട്ടിക്ക് ആവശ്യമായ കാര്യങ്ങളിലൊന്നും നമ്മൾ ഇതുവരെ സജ്ജരായിട്ടില്ല. പക്ഷേ, ഇനിയും വൈകിക്കൂടാ. പരിശീലനം സിദ്ധിച്ച ഉദ്യോഗസ്ഥർ നയിക്കുന്ന, ശിക്ഷണം നേടിയ സന്നദ്ധസേവകരെ ഇന്ന് വളരെയധികം ആവശ്യമുണ്ട്. കൂടാതെ രാഷ്ട്രീയ പ്രവർത്തകർക്ക് വിദ്യാഭ്യാസവും പരിശീലനവും നല്കി ഭാവിയിൽ മികച്ച നേതാക്കളെ വാർത്തെടുക്കുന്നതിലും നമ്മൾ ശ്രദ്ധിക്കേണ്ടതുണ്ട്. ബ്രിട്ടനിലെ രാഷ്ട്രീയ പാർട്ടികൾ വേനൽക്കാല പരിശീനത്തിലൂടെയും മറ്റും ഇത്തരത്തിലുള്ള പരിശീലനം നല്കുന്നുണ്ട്, മാത്രവുമല്ല, സമഗ്രാധിപത്യ രാജ്യങ്ങളുടെ പ്രത്യേകതയും ഇതാണ്. നമ്മുടെ പോരാട്ടത്തിൽ മഹത്തരമായി ഭാഗമായവരോടുള്ള എല്ലാ ആദരവും നിലനിർത്തിക്കൊണ്ടുതന്നെ പാർട്ടിയിൽ ഇനിയും കഴിവുള്ളവരുടെ ആവശ്യമുണ്ടെന്ന് എനിക്ക് തുറന്നുപറയേണ്ടി വരും. കഴിവുള്ള യുവപ്രവർത്തകരെ കോൺഗ്രസിന്റെ അംഗങ്ങളാക്കിക്കൊണ്ടും നിലവിലുള്ള അംഗങ്ങൾക്ക് വിദ്യാഭ്യാസവും പരിശീലനവും നല്കിക്കൊണ്ടും ഈ പ്രശ്നത്തിന് പരിഹാരം കാണാൻ കഴിയും. ചില യൂറോപ്യൻ രാജ്യങ്ങൾ ഇത്തരത്തിലുള്ള പ്രശ്നങ്ങളെ എങ്ങനെയാണ് കൈകാര്യം ചെയ്യുന്നത്

എന്ന് എല്ലാവരും ശ്രദ്ധിച്ചുകാണും. നമ്മുടെ ആശയങ്ങളും രീതികളും അവരിൽ നിന്നും വ്യത്യസ്തമാണെങ്കിൽക്കൂടിയും ശാസ്ത്രീയ രീതിയിലുള്ള ഒരു സമഗ്രമായ പരിശീലനം നമ്മുടെ പ്രവർത്തകർക്ക് ആവശ്യമാണെന്നതിൽ സംശയമൊന്നുമില്ല. കൂടാതെ, നാസികളുടെ ലേബർ സർവ്വീസ് കോർപ്പ്സ് പോലുള്ള സ്ഥാപനങ്ങളെ ശ്രദ്ധയോടെ പഠിക്കേണ്ടതുണ്ട്, ഉചിതമായ പരിഷ്കാരങ്ങൾ നടത്തിയാൽ അത് ഇന്ത്യക്ക് പ്രയോജനകരമായിത്തീരും.

നമ്മുടെ സ്വന്തം പാർട്ടിക്കകത്ത് അച്ചടക്കം നടപ്പിലാക്കുന്ന വിഷയത്തെ കൈകാര്യം ചെയ്യുമ്പോൾ നമ്മളിൽ പലർക്കും വേവലാതിയും നാണക്കേടും ഉണ്ടാക്കുന്ന ഒരു പ്രശ്നം നമ്മൾ പരിഗണിക്കേണ്ടതുണ്ട്. ട്രേഡ് യൂണിയൻ കോൺഗ്രസിനെയും കിസാൻ സഭയെയും പോലുള്ള സംഘടനകളെക്കുറിച്ചും അതിന് ഇന്ത്യൻ നാഷണൽ കോൺഗ്രസുമായുള്ള ബന്ധത്തെക്കുറിച്ചുമാണ് ഞാൻ പറഞ്ഞുവരുന്നത്. ഇക്കാര്യത്തിൽ പരസ്പരം വിയോജിക്കുന്ന രണ്ട് ചിന്താധാരയാണുള്ളത്. കോൺഗ്രസിന് പുറത്തുള്ള ഏതൊരു സംഘടനയെയും കുറ്റപ്പെടുത്തുന്നവരും അതിനോട് യോജിക്കുന്നവരും. അവഗണിച്ചുകൊണ്ടോ കുറ്റപ്പെടുത്തിക്കൊണ്ടോ അത്തരത്തിലുള്ള സംഘടനകളെ നമുക്ക് റദ്ദുചെയ്തുകളയാൻ പറ്റില്ലെന്നാണ് എന്റെ വ്യക്തിപരമായ അഭിപ്രായം. അവയൊക്കെ നിലനില്ക്കുന്നുണ്ട് എന്നത് ഒരു വസ്തുതയാണ്. ആ സംഘടനകൾ നിലനില്ക്കുന്നുണ്ടെന്നതും പിരിച്ചുവിടാൻ പോകുന്നില്ല എന്നതും അതിന്റെ പിന്നിൽ ചരിത്രപരമായ ഒരു ആവശ്യകതയാണ് ഉള്ളത് എന്നാണ് കാണിക്കുന്നത്. കൂടാതെ, അത്തരത്തിലുള്ള സംഘടനകൾ മറ്റുരാജ്യങ്ങളിലും നിലനില്ക്കുന്നുണ്ട്. നമ്മൾ ഇഷ്ടപ്പെട്ടാലും ഇല്ലെങ്കിലും അതിന്റെ നിലനില്പിനോട് നമ്മൾ പൊരുത്തപ്പെടേണ്ടതുണ്ട്. കോൺഗ്രസ് എങ്ങനെയാണ് അവരെ പരിഗണിക്കേണ്ടത് എന്നതാണ് വിഷയം. തീർച്ചയായും അത്തരത്തിലുള്ള സംഘടനകൾ, ജനകീയമായ പോരാട്ടങ്ങളെ പ്രതിനിധാനം ചെയ്യുന്ന നാഷണൽ കോൺഗ്രസിന് ഒരു വെല്ലുവിളിയായിത്തീരരുത്. അതുകൊണ്ടുതന്നെ അവർ കോൺഗ്രസിന്റെ ആശയങ്ങളാലും രീതികളാലും പ്രചോദിതരായിക്കൊണ്ട് കോൺഗ്രസുമായി സഹകരിച്ചുപ്രവർത്തിക്കേണ്ടതുണ്ട്. ഇത് ഉറപ്പുവരുത്തുന്നതിനായി കോൺഗ്രസ് പ്രവർത്തകർ തൊഴിലാളി സംഘടനകളിലും കർഷക സംഘടനകളിലും പങ്കാളികളാകേണ്ടതുണ്ട്. തൊഴിലാളി സംഘടനകളിൽ പ്രവർത്തിച്ച എന്റെ അനുഭവംവെച്ച് പറയുകയാണെങ്കിൽ ഇക്കാര്യം ഒരുവിധത്തിലുമുള്ള അനിശ്ചിതത്വമോ സംഘർഷമോ കൂടാതെ എളുപ്പത്തിൽ ചെയ്യാൻ കഴിയും. തൊഴിലാളികളുടെയും കർഷകരുടെയും സാമ്പത്തിക പ്രശ്നങ്ങളാണ് ഈ സംഘടനകൾ കൈകാര്യം ചെയ്യുന്നതെങ്കിൽ, രാജ്യത്തിന്റെ രാഷ്ട്രീയ വിമോചനത്തിനായി പ്രവർത്തിക്കുന്ന എല്ലാവരുടെയും പൊതുവേദിയായി കോൺഗ്രസിനെ അംഗീകരിക്കുകയാണെങ്കിൽ ആ സംഘടനകളും കോൺഗ്രസും തമ്മിലുള്ള സഹകരണം സാദ്ധ്യ

മാണ്.

കോൺഗ്രസിന്റെ തൊഴിലാളി സംഘടനകളുടെയും കർഷക സംഘടനകളുടെയും കൂട്ടായ്മ സംബന്ധിച്ച വിഷമവൃത്താന്തത്തിലേക്കാണ് ഇത് വിരൽ ചൂണ്ടുന്നത്. എല്ലാ പുരോഗമന – സാമ്രാജ്യത്വ വിരുദ്ധ സംഘടകളെയും കോൺഗ്രസിന്റെ നിയന്ത്രണത്തിനും സ്വാധീനത്തിനും കീഴിൽ കൊണ്ടുവരാനായി ഇവയ്ക്കെല്ലാം കോൺഗ്രസിന്റെ അംഗത്വം നല്കേണ്ടുന്ന കാലം വരുമെന്നാണ് വ്യക്തിപരമായി ഞാൻ കരുതുന്നത്. എന്തു തരത്തിലാണ് ഇത് നടപ്പിലാക്കേണ്ടതെന്നും എത്രത്തോളം നടപ്പിലാക്കണമെന്നതും സംബന്ധിച്ച് തീർച്ചയായും അഭിപ്രായ വ്യത്യാസങ്ങളുണ്ടാകും. അത്തരത്തിലുള്ള സംഘടനകളുടെ പ്രകൃതവും സ്ഥിരതയും അംഗത്വം നല്കുന്നതിനുമുമ്പ് പരിശോധിക്കേണ്ടതുണ്ടെന്നതും അംഗീകരിക്കാനാകും. റഷ്യയിൽ തൊഴിലാളികളുടെയും കർഷകരുടെയും സൈനികരുടെയും തെരഞ്ഞെടുക്കപ്പെട്ട പ്രതിനിധികളുടെ ഐക്യമുന്നണി ഒക്ടോബർ വിപ്ലവത്തിൽ പ്രധാനപ്പെട്ട പങ്കുവഹിച്ചിട്ടുണ്ട്. പക്ഷേ, ഗ്രെയ്റ്റ് ബ്രിട്ടനിലെ അവസ്ഥ ഇത്തരത്തിലുള്ളതല്ല. അവിടെ ലേബർ പാർട്ടിയുടെ ദേശീയ നിർവ്വാഹക സമിതിയുടെ മേൽ ട്രേഡ് യൂണിയൻ കോൺഗ്രസിന് വളരെ പരിമിതമായ സ്വാധീനശക്തി മാത്രമേയുള്ളൂ. അംഗത്വം നല്കപ്പെടുകയാണെങ്കിൽ ഇന്ത്യയിൽ ട്രേഡ് യൂണിയൻ കോൺഗ്രസ്, കിസാൻസഭ പോലുള്ള സംഘടനകൾക്ക് എന്തു തരത്തിലുള്ള സ്വാധീനമാണ് ഇന്ത്യൻ നാഷണൽ കോൺഗ്രസിനുമേൽ ഉണ്ടാവുക എന്നതിനെക്കുറിച്ച് വളരെ ശ്രദ്ധാപൂർവ്വം നമ്മൾ ചിന്തിക്കേണ്ടതുണ്ട്. ഇത്തരത്തിലുള്ള സംഘടനകൾ ഉന്നയിക്കുന്ന സാമ്പത്തിക പ്രശ്നങ്ങൾ പരിഗണിച്ചില്ലെങ്കിൽ അവർ സമൂലമായ രാഷ്ട്രീയ പരിവർത്തനത്തിനുവേണ്ടി നിലകൊള്ളില്ലെന്നത് നമ്മൾ മറക്കാനും പാടില്ല. അത് എന്തുതന്നെയായാലും ഒരു സംഘടനയ്ക്ക് കീഴിൽ നില്ക്കുക എന്നതിനപ്പുറം ഇന്ത്യൻ നാഷണൽ കോൺഗ്രസും മറ്റ് സാമ്രാജ്യത്വ വിരുദ്ധ സംഘടനകളും തമ്മിൽ വളരെ അടുപ്പത്തിലുള്ള സഹകരണം ഉണ്ടായിരിക്കണം. ഇത് സാദ്ധ്യമാവുക മറ്റ് സംഘടനകളും ഇന്ത്യൻ നാഷണൽ കോൺഗ്രസിന്റെ തത്ത്വങ്ങളും രീതികളും പിൻപറ്റി പ്രവർത്തിക്കാൻ തുടങ്ങിയാൽ ആയിരിക്കും.

കോൺഗ്രസിനകത്ത് തന്നെ കോൺഗ്രസ് സോഷ്യലിസ്റ്റ് പാർട്ടി പോലൊരു പാർട്ടി രൂപീകരിക്കുന്നത് സംബന്ധിച്ച പ്രശ്നത്തിൽ വലിയ തോതിലുള്ള വിവാദം ഉണ്ടായിട്ടുണ്ട്. ഞാൻ കോൺഗ്രസ് സോഷ്യലിസ്റ്റ് പാർട്ടിക്കുവേണ്ടി വക്കാലത്ത് പിടിക്കുന്ന ഒരാളല്ല, ഞാൻ അതിന്റെ അംഗവുമല്ല. എന്നിരുന്നാലും, അതിന്റെ തത്ത്വങ്ങളെയും നയങ്ങളെയും ഞാൻ തുടക്കം മുതൽക്ക് അംഗീകരിക്കുന്നുണ്ടെന്ന് എനിക്ക് പറയേണ്ടിവരും. ഇടതുപക്ഷ ഘടകങ്ങളെല്ലാം ഒരു പാർട്ടിയിൽ ഒന്നിച്ചു നില്ക്കുന്നത് നല്ലതാണ് എന്നതാണ് പ്രധാനപ്പെട്ട കാര്യം. രണ്ടാമത്തെ കാര്യം, ഒരു ഇടതുപക്ഷം നിലനില്ക്കണമെങ്കിൽ അതിന് സോഷ്യലിസ്റ്റ് പ്രകൃതം

ഉണ്ടായേ മതിയാവുകയുള്ളൂ. അത്തരത്തിലുള്ള ഒരു മുന്നണിയെ പാർട്ടിയെന്ന് വിളിക്കുന്നതിൽ ചില സുഹൃത്തുക്കൾക്ക് എതിർപ്പുണ്ട്. പക്ഷേ, എന്നെ സംബന്ധിച്ചിടത്തോളം ആ മുന്നണിയെ പാർട്ടിയെന്നോ സംഘമെന്നോ സഖ്യമെന്നോ വിളിക്കുന്നതിൽ വ്യത്യാസങ്ങളില്ല. പക്ഷേ, ഒരു ഇടതുപക്ഷ സംഘം നിർവ്വഹിക്കുന്ന പങ്ക് തന്നെയായിരിക്കണം കോൺഗ്രസ് സോഷ്യലിസ്റ്റ് പാർട്ടിയാണെങ്കിലും മറ്റേതെങ്കിലും പാർട്ടിയാണെങ്കിലും നിർവ്വഹിക്കേണ്ടത്. സോഷ്യലിസം എന്നത് നമ്മളെ സംബന്ധിച്ച് ഉടനെ പരിഗണിക്കേണ്ട വിഷയമല്ലെങ്കിലും രാഷ്ട്രീയ സ്വാതന്ത്ര്യം നേടിക്കഴിഞ്ഞാൽ ഇന്ത്യയെ സോഷ്യലിസത്തിന്റെ പാതയിൽ സജ്ജമാക്കാൻ സോഷ്യലിസ്റ്റ് ആശയ പ്രചാരണത്തിന്റെ ആവശ്യമുണ്ട്. സോഷ്യലിസത്തിനു വേണ്ടി നിലകൊള്ളുന്നതും അതിൽ വിശ്വസിക്കുന്നതുമായ കോൺഗ്രസ് സോഷ്യലിസ്റ്റ് പാർട്ടിയെപ്പോലൊരു സംഘടനയിലൂടെ മാത്രമേ അത്തരത്തിൽ ആശയപ്രചാരണം സാദ്ധ്യമാവുകയുള്ളൂ.

കുറച്ചു വർഷങ്ങളായി ഞാൻ വ്യക്തിപരമായി താല്പര്യം കാണിച്ച ഒരു വിഷയമാണ് ഇന്ത്യയുടെ വിദേശ നയം എന്തായിരിക്കണമെന്നതും അന്താരാഷ്ട്ര തലത്തിൽ ബന്ധങ്ങൾ എങ്ങനെയാണ് വളർത്തേണ്ടത് എന്നതും. വരും വർഷങ്ങളിൽ ഇന്ത്യയിലെ നമ്മുടെ പോരാട്ടത്തിന് അന്താരാഷ്ട്രതലത്തിലുള്ള സംഭവവികാസങ്ങൾ ഗുണകരമാകുമെന്നതിനാൽ ഈ വിഷയത്തെ ഞാൻ വളരെ പ്രാധാന്യത്തോടെയാണ് കാണുന്നത്. പക്ഷേ, ലോകത്തിന്റെ അവസ്ഥകളെക്കുറിച്ചുള്ള കൃത്യമായ ധാരണ എല്ലാ ഘട്ടത്തിലും നമുക്കുണ്ടാവുകയും അതിനെ എങ്ങനെ ഉപയോഗിക്കാമെന്നത് അറിയുകയും വേണം. ഈജിപ്തിന്റെ പാഠം നമ്മുടെ മുന്നിൽ ഒരു ഉദ്ദാഹരണമായി നില്ക്കുന്നുണ്ട്. മദ്ധ്യധരണ്യാഴിയിൽ ബ്രിട്ടനും ഇറ്റലിയും തമ്മിലുള്ള സംഘർഷം എങ്ങനെ മുതലെടുക്കാമെന്ന് അറിയാവുന്നതുകൊണ്ടാണ് ഒരു വെടിപോലും ഉതിർക്കേണ്ടിവരാതെ ഗ്രെയ്റ്റ് ബ്രിട്ടനുമായുള്ള സഖ്യ ഉടമ്പടി ഈജിപ്തിന് നേടാൻ കഴിഞ്ഞത്.

നമ്മുടെ വിദേശ നയവുമായി ബന്ധപ്പെട്ട് എനിക്ക് മുന്നോട്ടുവെക്കാനുള്ള ആദ്യത്തെ നിർദ്ദേശം ഇതാണ്. ഏതെങ്കിലും രാജ്യത്തിന്റെ ആഭ്യന്തര രാഷ്ട്രീയത്താലോ അവിടുത്തെ ഭരണകൂടത്തിന്റെ പ്രകൃതത്തിന്റെ പേരിലോ നമ്മൾ സ്വാധീനിക്കപ്പെടരുത്. ഓരോ രാജ്യത്തും ഇന്ത്യയുടെ സ്വാതന്ത്ര്യത്തോട് അനുതാപമുള്ള സ്ത്രീകളെയും പുരുഷന്മാരെയും, അവരുടെ വ്യക്തിപരമായ രാഷ്ട്രീയം എന്താണെങ്കിൽ കൂടിയും കണ്ടെത്താൻ നമുക്ക് കഴിയണം. ഇക്കാര്യത്തിൽ നമ്മൾ സോവിയറ്റ് നയതന്ത്രത്തിന്റെ പാതയാണ് പിന്തുടരേണ്ടത്. സോവിയറ്റ് റഷ്യ ഒരു കമ്മ്യൂണിസ്റ്റ് രാഷ്ട്രമാണെങ്കിൽക്കൂടിയും സോഷ്യലിസ്റ്റ് ഭരണകൂടം ഇല്ലാത്ത രാജ്യങ്ങളുമായി ബന്ധം സ്ഥാപിക്കുന്നതിന് ആ രാജ്യത്തെ നയതന്ത്രജ്ഞർ ഒരിക്കലും മടി കാണിച്ചിട്ടില്ല. അവർ രാജ്യത്തോടുള്ള അനുകമ്പയും പിന്തുണയും ഏത് ഭാഗത്തുനിന്ന് വന്നാലും അതിനെ

സ്വീകരിക്കുകയാണ് ചെയ്യുക. അതുകൊണ്ടുതന്നെ ഓരോ രാജ്യത്തും ഇന്ത്യയോട് അനുകമ്പയുള്ള സ്ത്രീകളുടെയും പുരുഷന്മാരുടെയും ഒരു കേന്ദ്രം സൃഷ്ടിച്ചെടുക്കാനായിരിക്കണം നമ്മൾ ലക്ഷ്യം വെക്കേണ്ടത്. ഇതിനായി വിദേശ മാധ്യമങ്ങളിലൂടെയും ഇന്ത്യയിൽ നിർമ്മിച്ച സിനിമകളിലൂടെയും കലാപ്രദർശനങ്ങളിലൂടെയും ശ്രമിക്കുന്നത് സഹായകരമായിരിക്കും. ചൈനയുടെ കാര്യം ഉദാഹരണത്തിനായി പറയുകയാണെങ്കിൽ ആ രാജ്യത്തെ യൂറോപ്പിൽ പ്രശസ്തമാക്കിയത് കലാപ്രദർശനങ്ങളിലൂടെയാണ്. എല്ലാത്തിനുമുപരി വ്യക്തിപരമായ ബന്ധങ്ങൾ ആവശ്യമാണ്. അത്തരത്തിലുള്ള ബന്ധങ്ങളില്ലാതെ ഇന്ത്യയെ മറ്റ് രാജ്യങ്ങളിൽ പ്രശസ്തമാക്കാൻ കഴിയില്ല. ഇക്കാര്യത്തിൽ വിദേശത്ത് പഠിക്കുന്ന ഇന്ത്യൻ വിദ്യാർത്ഥികൾക്ക്, അവരുടെ ആവശ്യങ്ങൾ നമ്മൾ നിറവേറ്റി കൊടുക്കുകയാണെങ്കിൽ, സഹായിക്കാൻ കഴിയും. വിദേശത്ത് പഠിക്കുന്ന ഇന്ത്യൻ വിദ്യാർത്ഥികളും ഇന്ത്യൻ നാഷണൽ കോൺഗ്രസും തമ്മിൽ വളരെ അടുപ്പത്തിലുള്ള ബന്ധം ഉണ്ടായിരിക്കണം. സാംസ്കാരിക പ്രാധാന്യവും വൈജ്ഞാനിക പ്രാധാന്യവുമുള്ള സിനിമകൾ ഇന്ത്യയിൽ നിർമ്മിച്ച് പുറത്തേക്ക് അയയ്ക്കാൻ കഴിയുകയാണെങ്കിൽ വിദേശത്തുള്ള ജനങ്ങൾക്ക് ഇന്ത്യയെക്കുറിച്ച് അറിവുണ്ടാകുമെന്നും ഇന്ത്യൻ സംസ്കാരത്തോട് താല്പര്യമുണ്ടാകുമെന്നും എനിക്കുറപ്പാണ്. അത്തരത്തിലുള്ള സിനിമകൾ മറ്റു രാജ്യങ്ങളിലെ ഇന്ത്യൻ വിദ്യാർത്ഥികൾക്കും സ്ഥിരതാമസമാക്കിയവർക്കും വളരെയധികം ഉപയോഗപ്രദമായിരിക്കും. അവരാണ് ഇപ്പോൾ നമ്മുടെ അനൗദ്യോഗിക അംബാസിഡർമാർ.

'പ്രൊപഗണ്ട' എന്ന വാക്ക് എനിക്ക് ഇഷ്ടമല്ല, തെറ്റായ ഒരു കാര്യം പറയുന്നതു പോലുള്ള ഒരു തോന്നൽ അത് ഉണ്ടാക്കുന്നുണ്ട്. പക്ഷേ, ഇന്ത്യയെയും അതിന്റെ സംസ്കാരത്തെയും ലോകത്തെ അറിയിക്കേണ്ടതുണ്ടെന്ന് ഞാൻ നിർബ്ബന്ധം പിടിക്കുകയാണ്. അത്തരത്തിലുള്ള ശ്രമങ്ങൾ യൂറോപ്പിലെ ഓരോ രാജ്യങ്ങളിലും അമേരിക്കയിലും സ്വീകാര്യമായിരിക്കും എന്നത് അറിയുന്നതുകൊണ്ടാണ് ഞാനിത് പറയുന്നത്. ഈ പ്രവർത്തനവുമായി നമ്മൾ മുന്നോട്ടുപോവുകയാണെങ്കിൽ, മറ്റുള്ള രാജ്യങ്ങളിൽ ഭാവിയിൽ നയതന്ത്രകാര്യാലയങ്ങളും നയതന്ത്രദൗത്യസംഘങ്ങളും സൃഷ്ടിക്കുന്നതിന്റെ അടിത്തറ ഒരുക്കലായിരിക്കുമത്. നമ്മൾ ഗ്രെയ്റ്റ് ബ്രിട്ടനെയും ഒഴിവാക്കാൻ പാടില്ല. ആ രാജ്യത്തുപോലും ഇന്ത്യയുടെ അഭിലാഷങ്ങളോട് ആത്മാർത്ഥമായി അനുതാപമുള്ള വളരെ ചെറുതെങ്കിലും സ്വാധീനശക്തിയുള്ള സ്ത്രീകളുടെയും പുരുഷന്മാരുടെയും സംഘം ഉണ്ട്. പുതുതലമുറയിലും വിദ്യാർത്ഥികളിലും ഇന്ത്യയോടുള്ള താല്പര്യത്തിലും അനുകമ്പയിലും വളരെ വലിയ വർദ്ധനവാണുള്ളത്. ബ്രിട്ടനിലെ സർവ്വകലാശാലകൾ മാത്രം സന്ദർശിച്ചാൽ മതിയാകും ഇത് ബോദ്ധ്യപ്പെടാൻ.

ഈ പ്രവർത്തനം കാര്യക്ഷമമായി നടപ്പിലാക്കാൻ യൂറോപ്പിലും ഏഷ്യയിലും ആഫ്രിക്കയിലും ഉത്തര, മദ്ധ്യ, ദക്ഷിണ അമേരിക്കയിലും

ഇന്ത്യയോട് താല്പര്യമുള്ള പ്രദേശങ്ങളിൽ ഇന്ത്യൻ നാഷണൽ കോൺഗ്രസിന് വിശ്വസ്തരായ പ്രതിനിധികൾ ഉണ്ടായിരിക്കണം. അന്താരാഷ്ട്ര സാംസ്കാരിക പ്രവർത്തനങ്ങളിൽ ഏർപ്പെടുന്ന ഇന്ത്യയിലെ സാംസ്കാരിക സംഘടനകളും അന്താരാഷ്ട്ര വാണിജ്യമണ്ഡലത്തിൽ പ്രവർത്തിക്കുന്ന ഇന്ത്യൻ ചാംബേഴ്സ് ഓഫ് കൊമേഴ്സും അന്താരാഷ്ട്രതലത്തിൽ ബന്ധങ്ങൾ വളർത്താനുള്ള ഈ പ്രവർത്തനത്തിൽ കോൺഗ്രസിനെ സഹായിക്കാനുണ്ടായിരിക്കണം. കൂടാതെ, ഓരോ അന്താരാഷ്ട്ര സമ്മേളനങ്ങളിലും പങ്കെടുക്കുകയെന്നത് ഇന്ത്യക്കാർ വളരെ പ്രാധാന്യത്തോടെ കാണണം. അത്തരത്തിലുള്ള സമ്മേളനങ്ങളിൽ പങ്കെടുക്കുന്നത് ഇന്ത്യക്കുവേണ്ടിയുള്ള പ്രചാരണ പരിപാടികൾക്ക് വളരെ ഗുണകരമായിരിക്കും.

അന്താരാഷ്ട്ര തലത്തിലെ ബന്ധങ്ങളെക്കുറിച്ച് സംസാരിക്കുമ്പോൾ പലരുടെയും മനസ്സിലുണ്ടാകാൻ സാദ്ധ്യതയുള്ള ഒരു സംശയം ഞാൻ തീർക്കേണ്ടതുണ്ട്. അന്താരാഷ്ട്രതലത്തിൽ ബന്ധങ്ങൾ വളർത്തുകയെന്നതിന്റെ അർത്ഥം ബ്രിട്ടീഷ് സർക്കാരിനെതിരെ ഗൂഢാലോചന നടത്തുക എന്നല്ല. അത്തരത്തിലുള്ള ഒരു ശ്രമത്തിനും നമ്മൾ മുതിരരുത്, മാത്രവുമല്ല നമ്മുടെ എല്ലാ പ്രവർത്തനരീതികളും സുതാര്യവുമായിരിക്കണം. ഇന്ത്യക്കെതിരെ ലോകത്താകെ നടക്കുന്ന പ്രചാരണപ്രവർത്തനങ്ങൾ പറയുന്നത് ഇന്ത്യ ഒരു പ്രാകൃത രാജ്യമാണെന്നും ഇവിടെ സംസ്കാരം വളർത്തിയെടുക്കാൻ ബ്രിട്ടന്റെ ആവശ്യമുണ്ടെന്നുമാണ്. അതിന് മറുപടിയായി നമ്മളെന്താണെന്നും നമ്മുടെ സംസ്കാരം എത്തരത്തിലുള്ളതാണെന്നും ലോകത്തെ അറിയിക്കുക മാത്രമാണ് നമുക്ക് ചെയ്യാനുള്ളത്. നമുക്ക് അതു ചെയ്യാൻ സാധിക്കുകയാണെങ്കിൽ ഇന്ത്യയുടെ കാര്യത്തിൽ അന്താരാഷ്ട്രതലത്തിൽ അനുതാപം സൃഷ്ടിക്കാൻ കഴിയും. അങ്ങനെയാകുമ്പോൾ ലോകത്തിന്റെ മുമ്പിൽ ഇന്ത്യയുടെ വിഷയം തള്ളിക്കളയാൻ കഴിയാത്ത വിധത്തിലാകും.

ഏഷ്യയിലെയും ആഫ്രിക്കയിലെയും സാൻസിബാർ, കെനിയാ, സൗത്ത് ആഫ്രിക്ക, മലയാ, സിലോൺ പോലുള്ള വ്യത്യസ്ത പ്രദേശങ്ങളിൽ ഇന്ത്യക്കാർ അനുഭവിക്കുന്ന പ്രശ്നങ്ങളെക്കുറിച്ചും വിഷമതകളെക്കുറിച്ചും പറയാതിരിക്കാൻ എനിക്ക് കഴിയില്ല. അവരുടെ കാര്യത്തിൽ കോൺഗ്രസ് വളരെയധികം താല്പര്യം കാണിച്ചിട്ടുണ്ട്, ഭാവിയിലും അത് തുടരും. അവർക്കുവേണ്ടി കൂടുതലൊന്നും ചെയ്യാൻ നമുക്ക് കഴിഞ്ഞില്ലെങ്കിൽ അതിന്റെ കാരണം നമ്മൾ ഇവിടെ ഇന്ത്യയിൽ അടിമകളാണ് എന്നതാണ്. സ്വതന്ത്ര ഇന്ത്യ അന്താരാഷ്ട്ര രാഷ്ട്രീയത്തിൽ ആരോഗ്യകരമായതും കഴിവുറ്റതുമായ ഒരു ഘടകമായിരിക്കും. അതിന് വിദേശത്തുള്ള ഇന്ത്യക്കാരുടെ താല്പര്യങ്ങൾ സംരക്ഷിക്കുവാൻ വേണ്ടി പ്രവർത്തിക്കാൻ കഴിയും.

ഈ അവസരത്തിൽ പേർഷ്യ, അഫ്ഗാനിസ്ഥാൻ, നേപ്പാൾ, ചൈന, ബർമ്മ, സിയാം, മാലായ് സ്റ്റേറ്റ്സ്, ഈസ്റ്റ് ഇന്തീസ്, സിലോൺ തുടങ്ങിയ അയൽരാജ്യങ്ങളുമായി അടുത്ത ബന്ധം സ്ഥാപിക്കേണ്ടുന്നതിന്റെ

ആവശ്യകതയും അഭിലഷണീയതയും ഊന്നിപ്പറയാൻ ഞാൻ ആഗ്രഹിക്കുകയാണ്. നമ്മളെക്കുറിച്ച് അവർ കൂടുതൽ അറിയുന്നതും അവരെക്കുറിച്ച് നമ്മൾ കൂടുതൽ അറിയുന്നതും രണ്ടുപേർക്കും ഗുണകരമായ കാര്യമാണ്. കാലങ്ങളോളമുള്ള ബന്ധത്തിന്റെ അടിസ്ഥാനത്തിൽ ബർമ്മയും സിലോണുമായാണ് ഏറ്റവുമടുത്ത സാംസ്കാരികമായ കൊടുക്കൽ വാങ്ങലുകൾ നടത്തേണ്ടത്.

സുഹൃത്തുക്കളേ, ഞാൻ കരുതിയതിലും കൂടുതൽ സമയം ഞാൻ സംസാരിച്ചു, ക്ഷമിക്കുമല്ലോ. ഞാൻ എന്റെ വാക്കുകൾ ചുരുക്കുന്നതിന് മുമ്പ് ഒരു പ്രധാനപ്പെട്ട കാര്യംകൂടി പറയാൻ ആഗ്രഹിക്കുകയാണ്. രാഷ്ട്രീയത്തടവുകാരുടെ മോചനവുമായി ബന്ധപ്പെട്ട വിഷയത്തിൽ നിങ്ങളുടെ ശ്രദ്ധ പതിയണമെന്നാണ് ഞാൻ ആഗ്രഹിക്കുന്നത്. ഈ ചോദ്യം മുന്നോട്ടുകൊണ്ടുവരുന്നതിലും പൊതുശ്രദ്ധയിൽ എത്തിക്കുന്നതിലും അടുത്തിടെ നടന്ന നിരാഹാര സമരങ്ങൾ വിജയിച്ചിട്ടുണ്ട്. അവരെ ജയിൽമോചിതരാക്കുന്നതിനുവേണ്ടി മനുഷ്യരാൽ സാദ്ധ്യമായതെന്തും ചെയ്യണമെന്ന് ഞാൻ പറയുമ്പോൾ കോൺഗ്രസിനകത്തെ എല്ലാവരുടെയും ആഗ്രഹത്തെയാണ് ഞാൻ പ്രതിനിധീകരിക്കുന്നതെന്ന് കരുതുന്നു. ഇതുവരെയുള്ള കോൺഗ്രസ് മന്ത്രിസഭകളുടെ കാര്യമെടുക്കുകയാണെങ്കിൽ അവയിൽ ചിലത് പൊതുജനത്തിന്റെ പ്രതീക്ഷയ്ക്കൊത്ത് ഉയർന്നില്ലെന്ന് പറയേണ്ടിവരും. പൊതുജനാവശ്യങ്ങൾ എത്രയും പെട്ടെന്ന് പരിഹരിക്കുകയാണെങ്കിൽ അത് കോൺഗ്രസിനും കോൺഗ്രസേതര മന്ത്രിസഭകളുള്ള പ്രവിശ്യകളിൽ യാതനകൾ അനുഭവിക്കുന്ന ജനങ്ങൾക്കും ആശ്വാസകരമായിരിക്കും. ഇക്കാര്യം ഞാൻ വിശദീകരിക്കേണ്ടതുണ്ടെന്ന് തോന്നുന്നില്ല. കോൺഗ്രസ് മന്ത്രിസഭയുടെ പ്രവർത്തനങ്ങളെക്കുറിച്ച് ജനങ്ങൾക്കുള്ള പരാതികളെല്ലാം സമീപഭാവിയിൽ തന്നെ ഇല്ലാതാകുമെന്നാണ് ഞാൻ പ്രതീക്ഷിക്കുന്നത്.

ജയിലിലും തടവിലും കഴിയുന്ന രാഷ്ട്രീയത്തടവുകാർ മാത്രമല്ല യാതനകൾ അനുഭവിക്കുന്നത്. തടവറയിൽനിന്ന് മോചിതരായവരുടെ ജീവിതവും ചിലപ്പോൾ മികച്ചതല്ല. ആരോഗ്യം നശിച്ച നിലയിലും ക്ഷയരോഗംപോലുള്ള രോഗങ്ങളാൽ ബാധിതരായുമായാണ് അവർ പലപ്പോഴും വീടുകളിലേക്ക് മടങ്ങുന്നത്. കഠിനമായ പട്ടിണിയാണ് അവർക്ക് നേരിടാനുള്ളത്. അവരെ സ്നേഹിക്കുന്നവരുടെ പുഞ്ചിരിയല്ല മറിച്ച് കണ്ണുനീരാണ് അവരെ സ്വാഗതം ചെയ്യുന്നത്. രാജ്യസേവനത്തിനായി സ്വന്തം ജീവിതം സമർപ്പിച്ച് പകരമായി ദാരിദ്ര്യവും വേദനയും മാത്രം കിട്ടിയവരോട് നമ്മൾ ചെയ്യേണ്ട കടമകളില്ലേ? രാജ്യത്തെ സ്നേഹിച്ചുവെന്ന കുറ്റത്തിന്റെ പേരിൽ യാതനകൾ അനുഭവിച്ചവർക്ക് അതുകൊണ്ടുതന്നെ ആത്മാർത്ഥമായ അനുതാപം നേരാം. ദുഃഖങ്ങളിൽ നിന്ന് അവരെ കരകയറ്റാൻ നമ്മളാൽ കഴിയുന്ന സംഭാവനകൾ നല്കുകയും ചെയ്യാം.

സുഹൃത്തുക്കളേ, ഒരു കാര്യംകൂടി പറഞ്ഞ് ഞാൻ നിർത്തുകയാണ്. ഇന്ന് നമ്മൾ നേരിട്ടുകൊണ്ടിരിക്കുന്നത് വളരെ ഗൗരവതരമായ അവസ്ഥ

യാണ്. കോൺഗ്രസിനകത്തെ ഇടതുപക്ഷവും വലതുപക്ഷവും തമ്മിലുള്ള വേർതിരിവ് അവഗണിക്കാൻ കഴിയില്ല. പുറത്താണെങ്കിൽ നമുക്ക് നേരിടാനുള്ളത് ബ്രിട്ടന്റെ സാമ്രാജ്യത്തത്തോടാണ്. ഈ പ്രതിസന്ധിയിൽ നമ്മൾ എന്താണ് ചെയ്യേണ്ടത്? നമ്മുടെ വഴിയിൽ ആഞ്ഞടിക്കുന്ന കൊടുങ്കാറ്റുകൾക്കെതിരെ ഒറ്റക്കെട്ടായി നിന്ന് പൊരുതണമെന്നും ഭരണവർഗ്ഗം നടപ്പിലാക്കാൻ സാദ്ധ്യതയുള്ള എല്ലാ നടപടികളെയും പ്രതിരോധിക്കണമെന്നും ഞാൻ പറയേണ്ടതുണ്ടോ? പൊതുജനപോരാട്ടത്തിന്റെ ഒരു പ്രധാനപ്പെട്ട ആയുധമാണ് ഇന്ന് കോൺഗ്രസ്. അതിനകത്ത് ഇടതുപക്ഷവും വലതുപക്ഷവും ഉണ്ടാകാം, പക്ഷേ, ഇന്ത്യയുടെ വിമോചനത്തിനായി പൊരുതുന്ന സാമ്രാജ്യത്വ വിരുദ്ധ സംഘടനകളുടെ ഒരു പൊതുവേദിയാണ് അത്. അതുകൊണ്ട് രാജ്യത്തുള്ള മുഴുവൻ പേർക്കും ഇന്ത്യൻ നാഷണൽ കോൺഗ്രസിന്റെ കുടക്കീഴിൽ അണിനിരക്കാം. കോൺഗ്രസിനെ ജനാധിപത്യപരമാക്കാനും സാമ്രാജ്യത്വ വിരുദ്ധ ചേരിയിൽ അതിനെ പുനഃസംഘടിപ്പിക്കാനും രാജ്യത്തെ ഇടതുപക്ഷ സംഘടനകൾ അവരുടെ മുഴുവൻ ശക്തിയും പാടവവും സംഭരിക്കണമെന്നാണ് എനിക്ക് പറയാനുള്ളത്. ഇന്ത്യയെ സംബന്ധിച്ച വിഷയത്തിൽ ബ്രിട്ടീഷ് കമ്യൂണിസ്റ്റ് പാർട്ടിയുടെ നയം ഇന്ത്യൻ നാഷണൽ കോൺഗ്രസിനോട് യോജിച്ചുപോകുന്നതാണ്, അത് എന്നെ വളരെയധികം പ്രോത്സാഹിപ്പിച്ചിട്ടുണ്ട്.

രാജ്യത്തിന്റെ വരാനിരിക്കുന്ന അനേകം നാളുകളിൽ മഹാത്മാ ഗാന്ധിയുടെ സാന്നിദ്ധ്യം ഉണ്ടാകണമെന്ന ഇന്ത്യയിലെ മുഴുവൻ ജനങ്ങളുടെയും പ്രതീക്ഷയും പ്രാർത്ഥനയും ഞാനും ഏറ്റുപറയുകയാണ്. അദ്ദേഹത്തെ ഇത്തരമൊരു പ്രതിസന്ധിഘട്ടത്തിൽ ഇന്ത്യക്ക് നഷ്ടപ്പെടുത്താൻ കഴിയില്ല. നമ്മുടെ ജനങ്ങളെ ഒരുമിച്ച് നിർത്താൻ നമുക്ക് അദ്ദേഹത്തെ ആവശ്യമുണ്ട്. നമ്മുടെ പോരാട്ടം വെറുപ്പിൽനിന്ന് മാറ്റിനിർത്താൻ നമുക്ക് അദ്ദേഹത്തെ ആവശ്യമുണ്ട്. ഇന്ത്യക്ക് സ്വാതന്ത്ര്യം നേടുന്നതിനായി നമുക്ക് അദ്ദേഹത്തെ ആവശ്യമുണ്ട്. മനുഷ്യത്തം നിലനിർത്തുന്നതിന് നമുക്ക് അദ്ദേഹത്തെ ആവശ്യമുണ്ട്. നമ്മുടെ പോരാട്ടം ബ്രിട്ടീഷ് സാമ്രാജ്യത്തത്തിന് മാത്രമല്ല ലോക സാമ്രാജ്യത്തത്തിന് തന്നെ എതിരാണ്. അതുകൊണ്ടുതന്നെ നമ്മൾ പോരാടുന്നത് ഇന്ത്യക്കുവേണ്ടി മാത്രമല്ല, മനുഷ്യരാശിക്കു മുഴുവനും വേണ്ടിയാണ്. ഇന്ത്യ സ്വതന്ത്രമായി എന്നുവെച്ചാൽ മനുഷ്യരാശി രക്ഷപ്പെട്ടുവെന്നാണ്.

വന്ദേ മാതരം

സാധന

1939 ജനുവരി 21 ന് ശാന്തിനികേതനിൽ വെച്ച് രബീന്ദ്രനാഥ് ടാഗോർ നടത്തിയ സ്വാഗത പ്രസംഗത്തിന് മറുപടിയായി സുഭാഷ് ചന്ദ്രബോസ് തത്സമയം നടത്തിയ പ്രസംഗം

ബഹുമാന്യനായ ഗുരുദേവൻ,

ഇത്തവണ ഞാനിവിടെ സന്ദർശിച്ചതിന് പുതിയൊരു അർത്ഥമുണ്ട്. മുമ്പു പലപ്പോഴായി ഞാനിവിടെ വന്നിട്ടുണ്ട്. ചിലപ്പോൾ രണ്ടുപ്രാവശ്യമെങ്കിലും. പക്ഷേ, ഇന്നത്തെ എന്റെ വരവിന് മറ്റൊരു പ്രാധാന്യമുണ്ട്. രണ്ടുകാരണങ്ങളാണ് എന്റെ ഈ സന്ദർശനത്തിന് പിന്നിലുള്ളത്. അതിലൊന്ന് അങ്ങെന്നെ ക്ഷണിച്ചുവെന്നുള്ളതാണ്. രണ്ടാമത്തേത്, ഇങ്ങോട്ടുവരാൻ എന്റെയുള്ളിൽ ആഗ്രഹം തോന്നിയിരുന്നുവെന്നതാണ്.

സാധാരണക്കാരായവർ അല്ലെങ്കിൽ സാധാരണക്കാരായ ഇന്ത്യക്കാർ അങ്ങ് മുന്നോട്ടുവെക്കുന്ന സമഗ്ര ആശയമായ സാധന എന്താണെന്ന് മനസ്സിലാക്കുമെന്ന് പ്രതീക്ഷിക്കാൻ കഴിയില്ല. ഞാനും അത്തരത്തിലുള്ള സാധാരണപ്പെട്ട ഒരാളാണ്. അതുകൊണ്ടുതന്നെ അങ്ങയുടെ സാധനയുടെ മഹത്ത്വവും മാഹാത്മ്യവും ഗ്രഹിക്കാൻ കഴിയുമെന്ന് എനിക്ക് പ്രതീക്ഷയില്ല. അത് ഒരു ദിവസം പെട്ടെന്ന് എനിക്കുണ്ടാകുമെന്ന് കരുതാനും കഴിയില്ല. തിരിച്ചറിവ് പതിയെ ഉണ്ടാകുന്നതാണ്, അതിന് ഒരു ജീവിതകാലംതന്നെ വേണ്ടിവരും. എന്നിരുന്നാലും നമ്മൾ പരിശ്രമം തുടരുകയാണെങ്കിൽ തിരിച്ചറിവ് നേടാൻ കഴിയുമെന്നാണ് ഞാൻ കരുതുന്നത്.

ഇന്ത്യക്കാർ അങ്ങയെയും സാധനയെയും മനസ്സിലാക്കുന്നതിൽ പരാജിതരായെന്നത് അങ്ങയുടെ മനസ്സിൽ ഒരു വേദനയായി നിലനില്ക്കുന്നുണ്ട്. പക്ഷേ, അതിന്റെ പേരിൽ അങ്ങ് ഈ നാട്ടുകാരെ കുറ്റപ്പെടു

ത്തുമോ? അവർക്ക് അങ്ങയെ എളുപ്പത്തിൽ മനസ്സിലാക്കാൻ കഴിഞ്ഞിരുന്നുവെങ്കിൽ അവരും അങ്ങേക്ക് തുല്യരായി മാറിയേനെ. സൃഷ്ടാവിന് മുന്നിൽ സ്വയം വെളിപ്പെടുന്ന സത്യത്തെ മനസ്സിലാക്കാൻ സാധാരണക്കാരന് പ്രയാസമാണ്, വളരെയധികം സമയം ആവശ്യവുമാണ്. നമ്മൾ മുന്നോട്ടുപോകാൻ പരിശ്രമിച്ചുകൊണ്ടിരിക്കുകയാണ് എന്നു മാത്രമേ അവകാശപ്പെടാൻ കഴിയൂ. സൃഷ്ടാവിന്റെ പരമമായ സത്യം എന്താണെന്ന് തിരിച്ചറിയാൻ ഏറ്റവും ആത്മാർത്ഥമായി നമ്മൾ പരിശ്രമിച്ചുകൊണ്ടിരിക്കുകയാണ്. അങ്ങയുടെ സാധന നമ്മുടെ കഴിവിന്റെ പരമാവധി മനസ്സിലാക്കാൻ നമ്മൾ ശ്രമിച്ചുകൊണ്ടിരിക്കുകയാണ്. കാര്യം അങ്ങനെയായതുകൊണ്ട് അങ്ങേക്ക് ഇന്നാട്ടുകാരെ കുറ്റംപറയാൻ കഴിയില്ല. ഒരു പുതുവഴി വെട്ടുന്നവരുടെ, സത്യമെന്തെന്ന് ജനങ്ങളോട് പറയാൻ ശ്രമിക്കുന്നവരുടെ വിലയും മഹത്ത്വവും സാധാരണക്കാർ, അത് ഏത് രാജ്യത്താണെങ്കിലും, അംഗീകരിക്കാറില്ല. മറിച്ച് സത്യത്തിന് പുറകെ അലയുന്നവരെ, അവരുടെ സാധനയെ ഉപദ്രവിക്കുകയാണ് ചെയ്യാറ്. അതുകൊണ്ട് ഇന്ത്യക്കാരുടെ സ്വഭാവസവിശേഷതയായി അങ്ങ് മനസ്സിലാക്കിയ കാര്യങ്ങൾ ഇവിടെയുള്ളവരുടെ മാത്രം പ്രത്യേകതയല്ലെന്നും അത് മനുഷ്യരുടെയാകെയുള്ള പ്രകൃതമാണെന്നും അങ്ങ് മനസ്സിലാക്കണം. മനുഷ്യരുടെ ചിന്താശേഷി എത്ര ദരിദ്രമാണെങ്കിലും ആ ദാരിദ്ര്യത്തിനും അല്പത്തരത്തിനും അഴുക്കിനും അപ്പുറത്ത് ദിവ്യതയുണ്ടെന്നും ഇന്ന് മനസ്സിലാക്കാൻ കഴിയാത്ത സാധന നമ്മുടെ നാട്ടുകാർ ഭാവിയിൽ എപ്പോഴെങ്കിലും മനസ്സിലാക്കുമെന്നുമാണ് നമ്മളെപ്പോലെയുള്ള ശുഭാപ്തിവിശ്വാസികൾ കരുതുന്നത്.

അങ്ങ് ഇല്ലാതാകുന്ന കാലത്ത് അങ്ങയുടെ സാധനയുടെ ഭാവി എന്താകുമെന്ന് ഞങ്ങൾ ചർച്ച ചെയ്യാറുണ്ട്, ഒരുപക്ഷേ, അത് അങ്ങും മനസ്സിലാക്കിക്കാണും. ഒരു ദിവസം കൽക്കത്തയിൽ വെച്ച് ഈ ചോദ്യത്തിന് മറുപടി പറയാൻ ഞാൻ ശ്രമിക്കുകയുണ്ടായി. യഥാർത്ഥ മൂല്യമുള്ള ഒന്നും നശിക്കില്ലെന്നതുപോലെതന്നെ സാധനയും നശിക്കില്ലെന്ന് പറയാനാണ് ഞാൻ ആഗ്രഹിക്കുന്നത്. അങ്ങ് ഈ നാട്ടുകാരെ എന്താണ് പഠിപ്പിക്കാൻ ശ്രമിക്കുന്നതെന്ന്, മനസ്സിലാക്കിക്കൊടുക്കാൻ ആഗ്രഹിക്കുന്നതെന്ന് അവർ തിരിച്ചറിയാത്തിടത്തോളം അങ്ങയുടെ സാധനയ്ക്ക് നശിക്കാൻ കഴിയില്ല. അങ്ങയുടെ ജീവിതത്തിൽ പ്രകടമായിരുന്ന സത്യവും സാധനയും ഇന്ത്യയിലെ എല്ലാവരുടെയും മനസ്സിൽ സ്ഥാപിക്കപ്പെട്ടുകഴിഞ്ഞാൽ പിന്നെ ശാന്തിനികേതൻ നിലനില്ക്കുമോ ഇല്ലയോ എന്നതിനെക്കുറിച്ച് ചിന്തിക്കേണ്ടതില്ല. അതുവരേക്കും ശാന്തിനികേതനും ശ്രീനികേതനും ഇന്ത്യയിൽ ആവശ്യമാണ്. അതുമാത്രമല്ല, ഈ സാധന ഇന്ത്യയിൽ എല്ലായിടത്തും സ്വീകരിക്കപ്പെടുകയും ചെയ്യും.

രാജ്യത്തിന്റെ രാഷ്ട്രീയ കാര്യങ്ങളിൽ ഇടപെട്ട് ജീവിതം ചെലവഴിച്ച ഞങ്ങളെപ്പോലുള്ളവർക്ക് ആന്തരിക ജീവിതത്തിൽ ഞങ്ങൾ അനുഭവിക്കുന്ന ദാരിദ്ര്യത്തെച്ചൊല്ലി വ്യഥയുണ്ട്. മനസ്സ് ജ്ഞാനസമ്പുഷ്ടമാ

ക്കാൻ കഴിവുള്ള നിധിയാൽ പ്രചോദിതരാകാൻ ഞങ്ങൾക്കും ആഗ്രഹമുണ്ട്. അതില്ലാതെ ഒരു രാജ്യത്തിനും ഒരു മനുഷ്യനും ഉന്നതികളിലെത്താൻ സാധിക്കില്ല. കാരണം ആ പ്രചോദനവും സത്യവും ഒന്നു രുചിക്കാൻ കഴിയുകയാണെങ്കിൽ ഞങ്ങളുടെ പ്രവർത്തനമണ്ഡലത്തിലും ഭൗതിക ജീവിതത്തിലും സാഫല്യവും വിജയവും നേടാനുള്ള ഞങ്ങളുടെ സാധന നേടാൻ കഴിയുമെന്ന് ഞങ്ങൾക്കറിയാം. ആ പ്രചോദനമാണ് അങ്ങയിൽ ഞങ്ങൾ തേടുന്നത്.

ദേശത്തിന്റെ സ്വാതന്ത്ര്യം ലഭിക്കാനായി നമ്മൾ അക്ഷീണം പ്രവർത്തിച്ചുകൊണ്ടിരിക്കുകയാണെന്നതിൽ സംശയമില്ല, പക്ഷേ, നമ്മുടെ ആദർങ്ങൾ മഹത്തരമാണ്. വ്യക്തിപരവും ദേശത്തിന്റേതുമായ ജീവിതത്തിൽ പൂർണ്ണസാഫല്യമാണ് ഞങ്ങൾ ആഗ്രഹിക്കുന്നത്. രാജ്യത്തെ ഓരോ പുരുഷനും സ്ത്രീയും സത്യത്തെ തിരിച്ചറിയട്ടെ എന്ന് ഞങ്ങൾ ആഗ്രഹിക്കുന്നു. രാഷ്ട്രീയമായ സ്വാതന്ത്ര്യം എന്നത് ഇതിനായുള്ള അന്വേഷണത്തിന്റെ വഴി മാത്രമാണ്. നമ്മുടെ മുന്നിലുള്ള ആശയം, നമ്മളെ ആഴത്തിൽ ബാധിച്ചിട്ടുള്ള സ്വപ്നം വളരെ മഹത്തരമായതാണ്. ആ സ്വപ്നത്തെ, ആശയത്തെ യഥാർത്ഥ ലോകത്തേക്ക് കൊണ്ടുവരാൻ എത്രത്തോളം നമുക്ക് കഴിയുമെന്നത് ഞങ്ങൾക്കറിയില്ല. അങ്ങനെ ഒരു ഉദ്യമത്തിന് മുതിരാൻ എത്രത്തോളം കരുത്ത് നമുക്കുണ്ടെന്നും നമുക്കറിയില്ല. എത്രതന്നെ കരുത്താണ് ശേഷിക്കുന്നതെങ്കിലും ഈ മഹത്തായ ആശയത്തിന് പിറകെയുള്ള ഉദ്യമം തുടരാൻ ഞങ്ങൾ ശ്രമിക്കും. നമ്മളെ അനുഗമിക്കുന്നവർ കൂടുതൽ ശക്തരും സമർത്ഥരുമായിരിക്കും. നമ്മുടെ കുറവുകളും തെറ്റുകളും അവർ തിരുത്തിക്കൊള്ളും എന്ന വിശ്വാസത്തിലാണ് നമ്മൾ പ്രവർത്തിക്കുന്നത്. ഒരു മഹത്തായ ആശയത്തിലേക്കുള്ള പാത ദേശത്തിനും മുഴുവൻ മനുഷ്യരാശിക്കും തന്നെ അങ്ങ് കാണിച്ചുതന്നു. വഴി ചൂണ്ടിക്കാട്ടുക മാത്രമല്ല, അങ്ങ് ആ വഴിയിലൂടെ യാത്ര ചെയ്യുന്നവർക്ക് ഒരു മാർഗ്ഗദർശിയുമാണ്. അങ്ങയുടെ പരിശ്രമങ്ങൾ കത്തുകളിലും സാഹിത്യത്തിലും മാത്രം ഒതുങ്ങുന്നതായിരുന്നില്ല, ദിവ്യമായ ഒന്നിനെ ആരാധിക്കുന്നതിലേക്ക് അങ്ങയുടെ സാധന പരിമിതപ്പെട്ടിരുന്നുമില്ല. ആന്തരികമായ ആദർശത്തെ ഭൗതികമായ യാഥാർത്ഥ്യത്തിലേക്ക് അങ്ങ് രൂപാന്തരപ്പെടുത്തി. അത്യന്തം വിനയത്തോടെ അങ്ങേക്ക് മുന്നിൽ സ്വയം സമർപ്പിക്കാനാണ് ഞങ്ങൾ ആഗ്രഹിക്കുന്നത്. അങ്ങ് മുന്നോട്ടുവെച്ച ആദർശം ഞങ്ങളുടെ ജീവിതത്തിന്റെ ആദർശമാണ്, കാരണം അതാണ് ഞങ്ങളുടെ രാജ്യത്തിന്റെ ആദർശം. നമ്മുടെ ജീവിതകാലത്തിനിടയിൽ ആ ആദർശം നേടാൻ കഴിഞ്ഞാലും ഇല്ലെങ്കിലും അതിനെ ഞങ്ങൾ ഉള്ളാൽ സ്വീകരിച്ചുകഴിഞ്ഞു. അതിനെ പിന്തുടർന്ന് ജീവിക്കാൻ ഞങ്ങൾ ആഗ്രഹിക്കുന്നു.

വളരെ ചെറിയരീതിയിൽ പ്രവർത്തിക്കാൻ ശ്രമിക്കുന്ന ഞങ്ങളെപ്പോലുള്ളവർ അങ്ങയുടെ നിസ്സീമമായ സ്നേഹത്താലും, പ്രോത്സാഹനത്താലും, പ്രചോദനത്താലും അങ്ങേയറ്റം സംതൃപ്തി അനുഭവിക്കുക

യാണ്. ഞങ്ങൾക്ക് എല്ലാ തരത്തിലുമുള്ള കഠിനതകളും അപകടങ്ങളും നേരിടേണ്ടി വന്നിട്ടുണ്ട്, കഠോരമായ തടവറജീവിതത്തിൽ ഞങ്ങൾ യാതനകൾ അനുഭവിച്ചിട്ടുണ്ട്, ഞങ്ങൾ നിരാശരും മാനസികമായി ദുർബ്ബലരുമായ സന്ദർഭങ്ങൾ ഉണ്ടായിട്ടുണ്ട്. അപ്പോഴൊക്കെയും ഈ നാട്ടുകാരിൽ നിന്നും ഇവിടുത്തെ മഹാന്മാരായ നേതാക്കളിൽ നിന്നും ഞങ്ങൾക്ക് കിട്ടിയ നിസ്സീമമായ സ്നേഹവും പ്രചോദനവും കാരണം ഞങ്ങളുടെ ജീവിതം അനുഗ്രഹീതമാണെന്നും താല്ക്കാലികമായ വിഷമതകളും അപകടങ്ങളും ഒരു പ്രശ്നമേ അല്ലാതായിത്തീരുകയും ചെയ്തു.

നമ്മൾ ത്യാഗത്തെ തെറ്റായിട്ടാണ് വ്യാഖ്യാനിക്കാറുള്ളത്. അതിനകത്ത് വേദനയും യാതനയും ഉണ്ടെന്ന് നമുക്കു തോന്നും. ആത്മാർത്ഥമായ ത്യാഗത്തിൽ വേദനയില്ല. വേദന അനുഭവപ്പെടുകയാണെങ്കിൽ ഒരു മനുഷ്യനും ത്യാഗങ്ങൾ സഹിക്കാൻ കഴിയില്ല. ത്യാഗത്താൽ ജീവിതം സന്തുഷ്ടമാകുന്നത് അങ്ങ് ഞങ്ങൾക്ക് കാണിച്ചുതന്നിട്ടുണ്ട്. ആ ആനന്ദം ഞങ്ങളെയും പ്രചോദിപ്പിക്കണമെന്നതാണ് ഞങ്ങളുടെ പ്രാർത്ഥന. ഞങ്ങളുടെ ജീവിതത്തിന്റെ എല്ലാ നിമിഷങ്ങളിലും അങ്ങയുടെ ആശിർവാദം ഞങ്ങൾക്ക് വേണം. കാരണം, അങ്ങയുടെ അനുഗ്രഹം ഉള്ളിടത്തോളം ഞങ്ങൾ ശരിയായ വഴിയിലാണ് സഞ്ചരിക്കുന്നതെന്ന് ഞങ്ങൾക്ക് ഉറപ്പാണ്. ഞങ്ങളുടെ യാത്രയിലെ ഏറ്റവും വിലപിടിപ്പുള്ള സമ്പത്താണ് അങ്ങയുടെ അനുഗ്രഹമെന്ന് ഞങ്ങൾ തിരിച്ചറിയുന്നുണ്ട്.

ത്രിപുരയിൽ നടത്തിയ പ്രസംഗം

1939 മാർച്ചിൽ ത്രിപുരയിൽ വെച്ചു നടന്ന ഇന്ത്യൻ നാഷണൽ കോൺഗ്രസിന്റെ 52–ാമത് സെഷനിൽ നടത്തിയ അദ്ധ്യക്ഷ പ്രസംഗം.

ചെയർമാൻ സഖാവ്, സഹോദരി സഹോദരന്മാരേ,

ഇന്ത്യൻ നാഷണൽ കോൺഗ്രസിന്റെ അദ്ധ്യക്ഷ സ്ഥാനത്തേക്ക് എന്നെ വീണ്ടും തിരഞ്ഞെടുത്തുകൊണ്ട് എനിക്ക് നല്കിയ ആദരവിന് എന്റെ ഹൃദയത്തിന്റെ ഭാഷയിൽ ഞാൻ നന്ദി പറയുകയാണ്. ഇവിടെ ത്രിപുരയിൽ നിങ്ങൾ എനിക്ക് നല്കിയ ഹൃദ്യമായ സ്വീകരണത്തിനും ഞാൻ നന്ദി പറയുന്നു. എന്റെ അഭ്യർത്ഥന മാനിച്ച് ഇത്തരത്തിലുള്ള സന്ദർഭങ്ങളിൽ പൊതുവെ കാണിക്കാറുള്ള ആഡംബരങ്ങളിൽ നിങ്ങൾക്ക് വിട്ടുവീഴ്ച നടത്തേണ്ടിവന്നു എന്നത് ശരിയാണ്. പക്ഷേ, നിർബ്ബന്ധ പൂർവ്വം നടപ്പിലാക്കിയ ഈ നടപടി നിങ്ങളുടെ സ്വീകരണത്തിന്റെ ഹൃദ്യത ഒരുമാത്രപോലും കുറച്ചിട്ടില്ല. ആ നടപടിയിൽ ആരും ദുഃഖിക്കുന്നില്ലെന്ന് ഈ സന്ദർഭത്തിൽ ഞാൻ പ്രതീക്ഷിക്കുകയാണ്.

സുഹൃത്തുക്കളേ, ഞാൻ എന്റെ പ്രസംഗം തുടങ്ങുന്നതിനുമുമ്പ്, രാജ്കോട്ടിലേക്കുള്ള ദൗത്യത്തിൽ മഹാത്മാഗാന്ധി നേടിയ വിജയത്തിലും അതിനെത്തുടർന്ന് അദ്ദേഹം നിരാഹാരം അവസാനിപ്പിച്ചതിലും ഉള്ള നമ്മുടെ സന്തോഷം ഞാനിവിടെ പങ്കുവെക്കട്ടെ. അത് രാജ്യത്തുള്ള മുഴുവൻ പേർക്കും സന്തോഷവും ആശ്വാസവും പകർന്നിട്ടുണ്ട്.

സുഹൃത്തുക്കളേ, ഈ വർഷം പല രീതിയിൽ അസാധാരണവും അസാമാന്യവുമാണ്. ഇത്തവണ മുഷിപ്പൻ രീതിയിലുള്ള ഒരു തിരഞ്ഞെടുപ്പായിരുന്നില്ല അദ്ധ്യക്ഷ സ്ഥാനത്തേക്ക് നടന്നത്. തിരഞ്ഞെടുപ്പിനു ശേഷം നടന്ന സംഭവങ്ങളെത്തുടർന്ന് പ്രവർത്തക സമിതിയിലെ പതി

നഞ്ച് അംഗങ്ങളിൽ പന്ത്രണ്ട് പേരും സർദാർ വല്ലഭായ് പട്ടേൽ, മൗലാനാ അബ്ദുൾ കലാം ആസാദ്, ഡോ. രാജേന്ദ്ര പ്രസാദ് എന്നിവരുടെ നേതൃത്വത്തിൽ രാജിവെച്ചു. മറ്റൊരു പ്രധാനപ്പെട്ട പ്രവർത്തക സമിതിയംഗം പണ്ഡിറ്റ് ജവഹർലാൽ നെഹ്റു രാജിവെച്ചില്ലെങ്കിലും എല്ലാവരും അങ്ങനെ ധരിക്കുന്ന തരത്തിൽ ഒരു പ്രസ്താവനയിറക്കി. ത്രിപുര സമ്മേളനത്തിനു മുമ്പ് രാജ്കോട്ടിൽ വെച്ചുനടന്ന സംഭവങ്ങൾ മരണംവരെ നിരാഹാരം അനുഷ്ഠിക്കാനുള്ള പ്രതിജ്ഞയെടുക്കുന്നതിലേക്ക് മഹാത്മാ ഗാന്ധിയെ എത്തിച്ചു. അപ്പോഴാണ് ത്രിപുരയിൽ അദ്ധ്യക്ഷനായി കൂട്ടത്തിൽ ഏറ്റവും ബലഹീനനായ ഒരാൾ എത്തുന്നത്. അതുകൊണ്ടുതന്നെ അദ്ധ്യക്ഷ പ്രസംഗത്തിന്റെ ദൈർഘ്യത്തിന്റെ കാര്യത്തിൽ മുമ്പത്തെ രീതിയിൽ നിന്ന് മാറ്റമുണ്ടാകുന്നത് ഈ സാഹചര്യത്തിന് അനുയോജ്യമാണ്.

സുഹൃത്തുക്കളേ, ഈജിപ്തിലെ വഫ്ദ് പാർട്ടിയിൽ നിന്നുള്ള ഒരു പ്രതിനിധി സംഘം ഇന്ത്യൻ നാഷണൽ കോൺഗ്രസിന്റെ അതിഥിയായി നമുക്കിടയിൽ എത്തിയിട്ടുണ്ടെന്ന് എല്ലാവർക്കും അറിയാമല്ലോ. അവർക്കെല്ലാവർക്കും വളരെ ഹൃദ്യമായ സ്വാഗതം നമുക്കൊന്നിച്ച് നേരാം. നമ്മുടെ ക്ഷണം സ്വീകരിക്കാനും ഇന്ത്യയിലേക്ക് യാത്ര തിരിക്കാനുമുള്ള മനസ്സ് അവർ കാണിച്ചതിൽ നമ്മൾ വളരെയധികം സന്തോഷിക്കുന്നു. രാഷ്ട്രീയമായ അടിയന്തരാവസ്ഥകൾ കാരണം വഫ്ദ് പാർട്ടിയുടെ അദ്ധ്യക്ഷനായ മുസ്തഫാ എൽ നഹാസ് പാഷയ്ക്ക് ഈ പ്രതിനിധി സംഘത്തെ നയിക്കാൻ കഴിയാഞ്ഞതിലുള്ള ദുഃഖം മാത്രമേ നമുക്കുള്ളൂ. വഫ്ദ് പാർട്ടിയുടെ അദ്ധ്യക്ഷനെയും മറ്റ് പ്രധാനപ്പെട്ട അംഗങ്ങളെയും അറിയാമെന്നത് ഇന്ന് എനിക്ക് വളരെയധികം സന്തോഷം പകരുന്നു. ഒരിക്കൽക്കൂടി അവർക്ക് ഈ നാട്ടുകാരുടെ പേരിൽ ഏറ്റവും ഹൃദ്യമായ സ്വാഗതം നേരുന്നു.

1938 ഫെബ്രുവരിയിൽ ഹരിപുരയിൽ വെച്ച് നമ്മൾ കൂടിച്ചേർന്നതിനുശേഷം വളരെയധികം പ്രധാനപ്പെട്ട സംഭവങ്ങൾ അന്താരാഷ്ട്ര മണ്ഡലത്തിൽ സംഭവിച്ചിട്ടുണ്ട്. 1939 സെപ്തംബറിൽ നടന്ന മ്യൂണിക് ഉടമ്പടിയാണ് ഇതിൽ ഏറ്റവും പ്രധാനപ്പെട്ടത്. പാശ്ചാത്യ ശക്തികളായ ഫ്രാൻസും ഗ്രെയ്റ്റ് ബ്രിട്ടനും നാസി ജർമ്മനിക്ക് മുന്നിൽ ഉപാധികളില്ലാതെ കീഴടങ്ങിയെന്നാണ് അത് സൂചിപ്പിക്കുന്നത്. അതിന്റെ ഫലമായി, ഫ്രാൻസ് യൂറോപ്പിലെ പ്രബല ശക്തിയല്ലാതായി മാറി. ഒരു വെടി പോലും ഉതിർക്കേണ്ടി വരാതെ യൂറോപ്പിന്റെ ആധിപത്യം ജർമ്മനിയുടെ കൈകളിലെത്തി. ഈ അടുത്തകാലത്തായി സ്പെയ്നിലെ റിപ്പബ്ലിക്കൻ സർക്കാർ പതിയെപ്പതിയെ നശിച്ചുകൊണ്ടിരുന്നത് ഇറ്റലിയിലെ ഫാസിസ്റ്റ് ഭരണത്തിന്റെയും ജർമ്മനിയിലെ നാസി ഭരണത്തിന്റെയും കരുത്തും അന്തസ്സും വർദ്ധിപ്പിച്ചിട്ടുണ്ട്. ജനാധിപത്യ ശക്തികളെന്ന് വിളിക്കപ്പെടുന്ന ഫ്രാൻസും ഗ്രെയ്റ്റ് ബ്രിട്ടനും ഇറ്റലിയുടെയും ജർമ്മനിയുടെയും കൂടെ ചേർന്ന് യൂറോപ്യൻ രാഷ്ട്രീയത്തിൽ നിന്ന് സോവിയറ്റ് റഷ്യയെ തുര

ത്താനുള്ള ശ്രമത്തിലാണ്. പക്ഷേ, എത്രകാലം അതു സാദ്ധ്യമാകും? അടുത്തിടെ അന്താരാഷ്ട്ര തലത്തിൽ ഉണ്ടായ സംഭവവികാസങ്ങൾ യൂറോപ്പിലും ഏഷ്യയിലും ബ്രിട്ടീഷ് സാമ്രാജ്യത്തത്തിനും ഫ്രഞ്ച് സാമ്രാജ്യത്തത്തിനും ഉണ്ടായിരുന്ന കരുത്തിനും പ്രശസ്തിക്കും ഇടിവ് സംഭവിക്കാൻ കാരണമായിട്ടുണ്ട്.

ആഭ്യന്തര രാഷ്ട്രീയത്തെക്കുറിച്ച് സംസാരിക്കുമ്പോൾ, എന്റെ ആരോഗ്യപ്രശ്നങ്ങൾ കാരണം, വളരെക്കുറച്ച് പ്രധാനപ്പെട്ട വിഷയങ്ങൾ മാത്രം സംസാരിക്കാനാണ് ഞാൻ ആഗ്രഹിക്കുന്നത്. സ്വരാജ് എന്ന വിഷയം ഉയർത്തിപ്പിടിക്കാനും നമ്മുടെ ദേശത്തിന്റെ ആവശ്യം ബ്രിട്ടീഷ് സർക്കാരിന്റെ മുന്നിൽ ഒരു അന്ത്യശാസനത്തിന്റെ രൂപത്തിൽ സമർപ്പിക്കാനും സമയമായെന്ന് എനിക്ക് ഈയിടെയായി തോന്നാറുണ്ട്. ആദ്യം തന്നെ അതിനെ സംബന്ധിച്ച് കൃത്യമായ ഒരു ചിത്രം നല്കാനാണ് ഞാൻ ആഗ്രഹിക്കുന്നത്. ഫെഡറൽ പദ്ധതി നമ്മുടെ മേൽ അടിച്ചേല്പിക്കുന്നത് കാത്തുനിന്നുകൊണ്ടുള്ള നിഷ്ക്രിയമായ സമീപനം ഉപേക്ഷിക്കാനുള്ള സമയം അതിക്രമിച്ചിരിക്കുന്നു. ഫെഡറൽ പദ്ധതി എപ്പോൾ അടിച്ചേല്പിക്കും എന്നതല്ല ഇപ്പോഴത്തെ പ്രശ്നം. യൂറോപ്പിൽ സമാധാനം പുനഃസ്ഥാപിക്കപ്പെടുന്നതുവരെ ഫെഡറൽ പദ്ധതി സൗകര്യപൂർവ്വം മാറ്റിവെക്കുകയാണെങ്കിൽ എന്താണ് നമ്മൾ ചെയ്യേണ്ടത് എന്നാണ് നമ്മൾ ആലോചിക്കേണ്ട വിഷയം. നാല് ശക്തികൾ തമ്മിലുള്ള ഉടമ്പടിയിലൂടെയോ മറ്റേതെങ്കിലും വഴിയിലൂടെയോ യൂറോപ്പിൽ സമാധാനം സ്ഥാപിതമായാൽപ്പിന്നെ, ഗ്രെയ്റ്റ് ബ്രിട്ടൻ വളരെ ശക്തമായ ഒരു സാമ്രാജ്യത്വനയം സ്വീകരിക്കുമെന്നതിൽ സംശയമില്ല. പലസ്തീനിലെ ജൂതന്മാർക്കെതിരെ അറബികളെ അണിനിരത്താൻ ബ്രിട്ടൻ ശ്രമിക്കുന്നത് അന്താരാഷ്ട്ര മണ്ഡലത്തിൽ തങ്ങൾ ദുർബ്ബലമാണെന്ന തോന്നൽ ആ രാജ്യത്തിന് ഉള്ളതുകൊണ്ടാണ്. അതുകൊണ്ട്, എന്റെ അഭിപ്രായത്തിൽ നമ്മൾ നമ്മുടെ ദേശത്തിന്റെ ആവശ്യം ഒരു അന്തിമശാസനത്തിന്റെ രൂപത്തിൽ ബ്രിട്ടീഷ് സർക്കാരിന് കൈമാറുകയും മറുപടി നല്കാൻ ഒരു സമയപരിധി നിശ്ചയിക്കുകയും ചെയ്യേണ്ടതാണ്. ആ കാലയളവിനുള്ളിൽ മറുപടി കിട്ടുന്നില്ല അല്ലെങ്കിൽ തൃപ്തികരമായ മറുപടി അല്ല കിട്ടിയത് എന്നാണെങ്കിൽ നമ്മുടെ ദേശത്തിന്റെ ആവശ്യം നിറവേറ്റുന്നതിന് ആവശ്യമായ നടപടികളിലേക്ക് നമ്മൾ കടക്കണം. കൂട്ടമായി നിയമലംഘനം നടത്തുക സത്യഗ്രഹം അനുഷ്ഠിക്കുക എന്നീ മാർഗ്ഗങ്ങളാണ് നമ്മുടെ മുന്നിലുള്ളത്. ഇന്ത്യ മുഴുവനായും ദീർഘകാലത്തേക്ക് സത്യഗ്രഹം അനുഷ്ഠിക്കുകയാണെങ്കിൽ അതിനെ നേരിടാനുള്ള ഒരു അവസ്ഥയിൽ അല്ല ബ്രിട്ടീഷ് സർക്കാർ ഇപ്പോഴുള്ളത്.

ബ്രിട്ടീഷ് സർക്കാരിനെതിരെ ശക്തമായ ആക്രമണം നടത്താൻ ഇനിയും സമയമായിട്ടില്ലെന്ന് കരുതുന്ന കോൺഗ്രസ് പ്രവർത്തകർ ഉണ്ടെന്നത് എന്നെ വേദനിപ്പിക്കുന്നുണ്ട്. സാഹചര്യങ്ങളെ സൂക്ഷ്മമായും ഗാഢമായും പരിശോധിച്ചുകഴിയുമ്പോൾ ദുസൂചകമായിട്ടുള്ള കാര്യങ്ങൾ ഇല്ലെ

ന്നാണ് എനിക്ക് തോന്നുന്നത്. എട്ട് പ്രവിശ്യകളിൽ ഭരണം കൈയാളുന്നു എന്നതുകൊണ്ടുതന്നെ കോൺഗ്രസിന്റെ കരുത്തും സ്ഥിതിയും വർദ്ധിച്ചിട്ടുണ്ട്. ബ്രിട്ടീഷ് ഇന്ത്യയിൽ പൊതുജനമുന്നേറ്റങ്ങൾ മികച്ചതരത്തിൽ പ്രാമുഖ്യം നേടിയെടുത്തിട്ടുണ്ട്. മറ്റൊരു പ്രധാനപ്പെട്ട കാര്യം ഇന്ത്യൻ നാട്ടുരാജ്യങ്ങളിൽ ഇതുവരെയില്ലാത്ത ഒരുണർവ്വും പ്രകടമായിട്ടുണ്ട്. സ്വരാജിന്റെ ദിശയിലേക്ക് നീങ്ങാൻ ഇതിനേക്കാൾ മികച്ച ഒരു സമയം രാജ്യത്തിന്റെ ചരിത്രത്തിൽ നമുക്ക് കണ്ടെത്താൻ കഴിയുമോ, പ്രത്യേകിച്ച് അന്താരാഷ്ട്ര തലത്തിലെ സാഹചര്യങ്ങൾ നമുക്ക് അനുകൂലമായി നില്ക്കുമ്പോൾ? പൂർണ്ണമായും യാഥാർത്ഥ്യബോധത്തോടെ സംസാരിക്കുകയാണെങ്കിൽ നിലവിലെ എല്ലാ സാഹചര്യങ്ങളും നമുക്ക് അനുകൂലമാണെന്നും ഈ അവസരത്തിൽ ഏതൊരാളും ശുഭപ്രതീക്ഷ കാത്തുസൂക്ഷിക്കേണ്ടതുണ്ടെന്നുമാണ് പറയാൻ കഴിയുക. നമ്മുടെ ഭിന്നതകൾ മറന്ന്, എല്ലാ ശക്തിയും ദേശീയ സമരത്തിൽ ഏകോപിപ്പിച്ചാൽ ബ്രിട്ടീഷ് സാമ്രാജ്യത്തത്തിനെതിരെ ആർക്കും തടുക്കാനാവാത്ത ആക്രമണം നടത്താൻ നമുക്ക് കഴിയും. നമ്മൾ നിലവിലെ അനുകൂല സാഹചര്യം മുതലെടുക്കാനുള്ള രാഷ്ട്രീയ ദീർഘവീക്ഷണം കാണിക്കണോ അതോ അസുലഭമായി മാത്രം കിട്ടുന്ന ഈയൊരു അവസരം കളയണോ?

ഇന്ത്യൻ പ്രവിശ്യകളിൽ ഉണ്ടായ ഉണർവ്വിനെക്കുറിച്ച് ഞാൻ സൂചിപ്പിച്ചുകഴിഞ്ഞു. ഹരിപുര സമ്മേളനത്തിന്റെ പ്രമേയത്തിൽ പറഞ്ഞതുപോലെ പ്രവിശ്യകളോടുള്ള നമ്മുടെ സമീപനത്തിൽ മാറ്റങ്ങൾ കൊണ്ടുവരണമെന്ന കാഴ്ചപ്പാടാണ് എനിക്കുള്ളത്. കോൺഗ്രസിന്റെ പേരിൽ ചിലരീതിയിലുള്ള പ്രവർത്തനങ്ങൾ പ്രവിശ്യകളിൽ തടഞ്ഞുകൊണ്ടായിരുന്നു ആ പ്രമേയം. പ്രമേയപ്രകാരം പാർലമെന്ററി പ്രവർത്തനങ്ങളോ ഭരണകൂടത്തിന് എതിരായ സമരങ്ങളോ കോൺഗ്രസിന്റെ പേരിൽ നടത്താൻ കഴിയില്ല. പക്ഷേ, ഹരിപുരയ്ക്ക് ശേഷം പലതും സംഭവിച്ചുകഴിഞ്ഞു. ഇന്ന് നമുക്ക് കാണാൻ കഴിയുന്നത് വൻശക്തികൾ പലയിടത്തും ഭരണകൂടവുമായി സഖ്യത്തിലാണെന്നാണ്. അത്തരത്തിൽ ഒരു സാഹചര്യത്തിൽ കോൺഗ്രസ് അവിടെയുള്ള ജനങ്ങളോട് കൂടുതൽ അടുത്ത് നില്ക്കുകയല്ലേ വേണ്ടത്? നമ്മുടെ കടമ എന്താണെന്നതിനെക്കുറിച്ച് എനിക്ക് യാതൊരു സംശയവുമില്ല.

മേല്പറഞ്ഞ നിരോധനം ഒഴിവാക്കുന്നതിനോടൊപ്പം, പൗരസ്വാതന്ത്ര്യത്തിന്റെ പേരിലും ഉത്തരവാദിത്തമുള്ള സർക്കാർ ആവശ്യപ്പെട്ടുകൊണ്ടും പ്രവിശ്യകളിൽ നടക്കുന്ന ജനകീയ മുന്നേറ്റങ്ങൾക്ക് മാർഗ്ഗദർശനം നല്കേണ്ടത് കോൺഗ്രസിന്റെ പ്രവർത്തക സമിതിയാണ്. അത് സമഗ്രവും ചിട്ടയോടുകൂടിയും ആയിരിക്കണം. അങ്ങിങ്ങായി ചില പ്രവർത്തികൾ ചെയ്യുകയാണ് ഇതുവരെ ചെയ്തത്. അതിന് പിന്നിൽ ഒരു ആസൂത്രണമോ പദ്ധതിയോ ഇല്ലായിരുന്നു. പക്ഷേ, ഈ ഉത്തരവാദിത്തം പ്രവർത്തക സമിതി ഏറ്റെടുത്ത് സമഗ്രവും വ്യവസ്ഥാനുസൃതവുമായി നിറവേറ്റേണ്ട സമയം സംജാതമായിരിക്കുന്നു. ഇതിനായി ആവ

ശ്യമെങ്കിൽ ഒരു പ്രത്യേക ഉപസമിതിയെ നിയമിക്കാവുന്നതാണ്. മഹാത്മാ ഗാന്ധിയുടെയും അഖിലേന്ത്യ സ്റ്റേറ്റ്സ് പീപ്പിൾസ് സമ്മേളനത്തിന്റെയും സഹകരണവും മാർഗ്ഗദർശനവും പൂർണ്ണമായ അർത്ഥത്തിൽ ഉപയോഗിക്കേണ്ടതുണ്ട്.

സ്വരാജിനുവേണ്ടി അവസാനമായി ഒരു മുന്നേറ്റം നടത്തുന്നതിന്റെ ഗുണങ്ങളെപ്പറ്റി ഞാൻ സംസാരിച്ചുകഴിഞ്ഞു. അതിന് മതിയായ സജ്ജീകരണം ആവശ്യമാണ്. ആദ്യമായി അധികാരത്തിന്റെ പ്രലോഭനത്താൽ നമ്മുടെ പ്രവർത്തകർക്കിടയിൽ കയറിക്കൂടിയിട്ടുള്ള അഴിമതിയും മറ്റ് ബലഹീനതകളും മാറ്റാൻ കഠിനമായ നടപടികൾ നമുക്ക് സ്വീകരിക്കേണ്ടി വരും. കർഷകരുടെയും തൊഴിലാളികളുടെയും മുന്നേറ്റങ്ങളടക്കം രാജ്യത്തെ എല്ലാ സാമ്രാജ്യത്വ വിരുദ്ധ സംഘടനകളോടും സഹകരണത്തോടെ പ്രവർത്തിക്കുക എന്നതാണ് അടുത്തത്. രാജ്യത്തെ എല്ലാ റാഡിക്കൽ ഘടകങ്ങളും ഒത്തൊരുമിച്ച് നില്ക്കുകയും സഹകരിക്കുകയും ചെയ്യേണ്ടതുണ്ട്. എല്ലാ സാമ്രാജ്യത്വ വിരുദ്ധ സംഘടനകളുടെയും പ്രവർത്തനം അങ്ങനെ ബ്രിട്ടീഷ് സാമ്രാജ്യത്വത്തെ തകർക്കുക എന്ന ഏകദിശയിലേക്ക് തിരിക്കാൻ കഴിയണം.

സുഹൃത്തുക്കളേ, നിലവിൽ മേഘാവൃതമായ ഒരു അന്തരീക്ഷമാണ് കോൺഗ്രസിനകത്തുള്ളത്, അഭിപ്രായഭിന്നതകൾ ഉണ്ടായിട്ടുമുണ്ട്. നമ്മുടെ പല സുഹൃത്തുക്കളും അതിന്റെ ഫലമായി നിരാശരും നിരുത്സാഹരുമാണ്. ഇന്ന് നമ്മളെ മൂടിയിട്ടുള്ള മേഘം കടന്നുപോകും. നമ്മുടെ നാട്ടുകാരുടെ ദേശസ്നേഹത്തിൽ എനിക്ക് വിശ്വാസമുണ്ട്. അധികം വൈകാതെ നിലവിലെ പ്രതിസന്ധികളെ മറികടന്നുകൊണ്ട് നമ്മുടെ പ്രവർത്തകർക്കിടയിൽ ഐക്യം ഉടലെടുക്കുമെന്നും എനിക്കുറപ്പുണ്ട്. 1922 ലെ ഗയാ സമ്മേളനത്തിലും സമാനമായ സംഭവങ്ങൾ നടന്നിരുന്നു. അതിനുശേഷമാണ് ദേശബന്ധു ദാസും, പണ്ഡിറ്റ് മോത്തിലാൽ നെഹ്റുവും സ്വരാജ്യ പാർട്ടി തുടങ്ങുന്നത്. അന്തരിച്ച എന്റെ ഗുരുവിന്റെയും ആരാദ്ധ്യനായ മോത്തിലാൽജിയുടെയും മറ്റു മഹാന്മാരുടെയും ആത്മാവ് നിലവിലെ പ്രതിസന്ധിയിൽ നമ്മളെ തുണയ്ക്കട്ടെ. നിലവിലെ വിഷമവൃത്തത്തിൽ നിന്ന് കോൺഗ്രസിനെ രക്ഷിക്കാനുള്ള മാർഗ്ഗനിർദ്ദേശങ്ങളും സഹായങ്ങളും മഹാത്മാഗാന്ധിക്ക് നല്കാൻ കഴിയട്ടെയെന്നും ഞാൻ പ്രാർത്ഥിക്കുന്നു.

എന്റെ വിചിത്രമായ അസുഖം

*മോഡേൺ റിവ്യൂ*യിൽ 1939 ഏപ്രിലിൽ പ്രസിദ്ധീകരിച്ച ലേഖനത്തിന്റെ മുഴുവൻ രൂപം.

ആയിരത്തിത്തൊള്ളായിരത്തി മുപ്പത്തിയൊൻപത് ഫെബ്രുവരി 15. ഷിഗാഓണിൽ വെച്ച് മഹാത്മാഗാന്ധിയുമായി ദീർഘമായ കൂടിക്കാഴ്ച നടത്തിയതിനുശേഷം ഞാൻ വൈകുന്നേരം 6 മണിയോടെ വാർദ്ധയിലേക്ക് മടങ്ങി. രാത്രിയിൽ കുറച്ച് സുഹൃത്തുക്കൾ എന്നെ കാണാൻ വന്നു. പ്രധാനപ്പെട്ട കാര്യങ്ങളൊന്നും അന്ന് ചെയ്യാനില്ലാതിരുന്നതിനാൽ ഞങ്ങൾ സംസാരിച്ചിരിക്കുകയായിരുന്നു. അപ്പോഴാണ് എനിക്ക് എന്തോ അസ്വസ്ഥത തോന്നാൻ തുടങ്ങിയത്, അവരുടെ സാന്നിദ്ധ്യത്തിൽ ഞാൻ എന്റെ ശരീരത്തിന്റെ ചൂട് പരിശോധിച്ചു. അത് 99.4 ആയിരുന്നു. എന്നിരുന്നാലും ഞാൻ അതിനെ ഗൗരവത്തിൽ എടുത്തിരുന്നില്ല.

പിറ്റേന്ന്, ഫെബ്രുവരി 16ന് രാവിലെ എനിക്ക് വാർദ്ധയിൽനിന്ന് കൽക്കത്തയിലേക്ക് പോകേണ്ടതുണ്ടായിരുന്നു. എന്നാൽ രാവിലെ ആയപ്പോഴേക്കും എനിക്ക് സുഖം തോന്നിയില്ലെന്ന് മാത്രമല്ല ശാരീരികമായ അസ്വസ്ഥതകൾ ഉണ്ടുതാനും. ഞാൻ കരുതി രാത്രിയിൽ ശരിയായ ഉറക്കം കിട്ടാത്തതുകൊണ്ടുള്ള അസ്വസ്ഥതകളായിരിക്കും അത് എന്നാണ്. വാർദ്ധയിലും നാഗ്പൂരിലും റെയിൽവേസ്റ്റേഷനിൽ ഒരുപാട് സുഹൃത്തുക്കൾ എന്നെ കണാൻ വന്നിരുന്നു, അതുകൊണ്ടുന്നെ എനിക്ക് എന്നെക്കുറിച്ച് ചിന്തിക്കാൻ സമയം കിട്ടിയിരുന്നില്ല. നാഗ്പൂരിൽ നിന്ന് തീവണ്ടി പുറപ്പെട്ടതിന് ശേഷം മാത്രമാണ് എന്റെ അസുഖം അങ്ങേയറ്റം മൂർച്ഛിച്ചിട്ടുണ്ടെന്ന് മനസ്സിലായത്. അപ്പോൾ ഞാൻ എന്റെ താപനില പരിശോധിച്ചപ്പോൾ അത് 101 ആയിരുന്നു. അതുകൊണ്ട് ഞാൻ നേരെ കിടക്കുക

യാണ് ചെയ്തത്.

രണ്ട് മണിക്കൂറെങ്ങാനും കഴിഞ്ഞിട്ടുണ്ടാകും, ആംഗ്ലോ- ഇന്ത്യൻ വംശജനായ ഒരു മാന്യൻ എന്റെ കംപാർട്ട്മെന്റിലേക്ക് വന്നു. അദ്ദേഹം അവിടേക്ക് വന്നതിൽ എനിക്ക് തീരെ താല്പര്യം തോന്നിയില്ല, പ്രത്യേകിച്ച് അദ്ദേഹവും കൽക്കത്തയിലേക്കാണ് പോകുന്നത് എന്ന് എനിക്ക് മനസ്സിലാക്കാൻ കഴിഞ്ഞതിനുശേഷം. ഈയൊരവസ്ഥയിൽ ഒറ്റയ്ക്ക് കിടക്കണമെന്ന എന്റെ തോന്നലാണ് ഇതിന് കാരണം. പക്ഷേ, എനിക്ക് ഒന്നും ചെയ്യാൻ കഴിയുമായിരുന്നില്ല, ആ കംപാർട്ട്മെന്റിൽ എനിക്കുള്ള അത്രയും അവകാശം അദ്ദേഹത്തിനുമുണ്ട്. കുറച്ച് കഴിഞ്ഞതിനുശേഷം അദ്ദേഹം എന്നെ ശ്രദ്ധയോടെ നോക്കിക്കൊണ്ട് അലിവോടെ ചോദിച്ചു, "താങ്കൾക്ക് എന്തുപറ്റി? താങ്കൾ വളരെ ക്ഷീണിതനായി കാണുന്നു." എനിക്ക് സുഖമില്ലെന്നും പനിയുണ്ടെന്നും ഞാൻ മറുപടി നല്കി. അപ്പോൾ അദ്ദേഹം തുടർന്നു, "താങ്കൾക്ക് നന്നായി വിയർക്കുന്നുണ്ടല്ലോ. പകർച്ചപ്പനി പിടിപ്പെട്ടിട്ടുണ്ടെന്ന് ഉറപ്പാണ്."

ഒരു പകലും രാത്രിയും മുഴുവൻ ഞാൻ എന്റെ ബെർത്തിൽ കിടന്നു, അപ്പോഴെല്ലാം ഞാൻ വിയർത്തൊലിച്ചുകൊണ്ടിരിക്കുകയായിരുന്നു. അദ്ദേഹം പറഞ്ഞ വാക്കുകൾ ഞാൻ വീണ്ടും വീണ്ടും അയവിറക്കിക്കൊണ്ടിരുന്നു. എങ്ങനെയാണ് ഞാൻ അത്രയും ക്ഷീണിതനായി കാണപ്പെടുക? ദീർഘകാലം അസുഖബാധിതനായതിനു ശേഷവും എന്റെ മുഖത്ത് ക്ഷീണം തോന്നാറേയില്ല. മാത്രവുമല്ല, ഒരുദിവസത്തെ അസുഖംകൊണ്ട് ഞാൻ അത്രയ്ക്ക് ക്ഷീണിതനായി മാറുമോ? ഞാൻ ചിന്താക്കുഴപ്പത്തിലായി.

കാണുമ്പോൾ അസുഖം തോന്നാത്ത വിധത്തിൽ എന്നെ മാറ്റിയെടുക്കാൻ ഉറപ്പിച്ചുകൊണ്ടാണ് പിറ്റേന്ന് രാവിലെ ഞാൻ ഉറക്കമുണർന്നത്. കംപാർട്ട്മെന്റിലെ കുളിമുറിയിൽ പോയി താടി വടിച്ചുകളയുകയും കുളിക്കുകയും ചെയ്തു. അങ്ങനെ തലേന്ന് ഉണ്ടായിരുന്നതിനേക്കാൾ മെച്ചപ്പെട്ട രൂപത്തിൽ ഞാൻ പുറത്തുവന്നു. കൂടെ യാത്ര ചെയ്തിരുന്ന അദ്ദേഹം ഇപ്പോൾ സുഖം തോന്നുന്നുണ്ടോ എന്ന് വളരെ അനുകമ്പയോടെ ചോദിച്ചു. എന്റെ മറുപടി കേട്ടതിനുശേഷം അദ്ദേഹം പറഞ്ഞു, "അതെ, ഇപ്പോൾ താങ്കൾ കുറച്ച് സുഖം പ്രാപിച്ചുവെന്ന് തോന്നുന്നു. എന്നാൽ ഇന്നലെ താങ്കൾ വളരെ ക്ഷീണിതനായിരുന്നു."

സ്റ്റേഷനിൽ നിന്ന് ഞാൻ നേരെ വീട്ടിലേക്ക് പോയി, അവിടെയും എന്നെക്കാത്ത് കുറച്ച് സുഹൃത്തുക്കൾ ഇരിപ്പുണ്ടായിരുന്നു. വളരെ പണിപ്പെട്ട് അവരുമായി സംഭാഷണത്തിൽ ഏർപ്പെടാൻ ശ്രമിച്ചു, പക്ഷേ, പതിനൊന്ന് മണി ആയപ്പോഴേക്കും ഞാൻ വളരെ അവശനായിത്തീർന്നിരുന്നു. അവരോട് യാത്ര പറഞ്ഞ് ഞാൻ കിടക്കയിൽ പോയി കിടന്നു. പല ആഴ്ചകൾ ആ കിടക്കയിൽ കിടക്കാനായിരുന്നു എന്റെ വിധി.

ഡോക്ടർ വന്നു, എന്നെ പരിശോധിച്ചതിനുശേഷം വളരെ ഗൗരവമായ രോഗമാണെന്ന തരത്തിൽ അദ്ദേഹം തല കുലുക്കി. പിന്നീട് പാ

ത്തോളജിസ്റ്റ് വരികയും രക്തം മുതലായ കാര്യങ്ങളുടെ സാമ്പിൾ പരിശോധനയ്ക്കായി എടുത്തുകൊണ്ടുപോവുകയും ചെയ്തു. കൽക്കത്ത മെഡിക്കൽ കോളേജിലെ ആദ്യത്തെ ഫിസിഷ്യനായ നിൽരത്തൻ സിർക്കർ അടക്കമുള്ള ഡോക്ടർമാർ പിന്നീട് വന്നു.

ഡോക്ടർമാർ വരികയും എന്റെ രോഗത്തെക്കുറിച്ച് ആശങ്കാകുലരാവുകയും എങ്ങനെ അതിനെ എതിരിടണമെന്ന് ആലോചിക്കുകയും ചെയ്യുമ്പോൾ എന്റെ ചിന്ത മുഴുവനും എന്റെ പൊതുപരിപാടികളെക്കുറിച്ചായിരുന്നു. ഫെബ്രുവരി 18 നും 19 നും ബീഹാറിലെ ഹാജിപൂരിലും മുസാഫർപൂരിലും എനിക്ക് പൊതുപരിപാടികളിൽ പങ്കെടുക്കേണ്ടതുണ്ടായിരുന്നു. ഫെബ്രുവരി 22 ന് വാർദ്ധയിൽവെച്ച് കോൺഗ്രസ് പ്രവർത്തക സമിതി യോഗം ചേരാനും തീരുമാനിച്ചിരുന്നു. ഫെബ്രുവരി 17 നാണ് ഞാൻ വാർദ്ധയിൽ നിന്ന് കൽക്കത്തയിലെത്തിയത്. അന്ന് വൈകുന്നേരം തന്നെ എനിക്ക് പാട്നയിലേക്ക് പോകേണ്ടതുണ്ടായിരുന്നു. പരിപാടിയുമായി ബന്ധപ്പെട്ട് അന്വേഷണങ്ങളുമായി ബീഹാറിൽ നിന്നും ഫോൺകോളുകളും ടെലിഗ്രാമും വന്നു. എനിക്ക് സുഖമില്ലെങ്കിലും എന്തും സഹിച്ച് ഞാൻ പരിപാടിയിൽ പങ്കെടുക്കുമെന്ന് മറുപടി നല്കി. ജാഥകളെല്ലാം റദ്ദാക്കണമെന്നും എന്റെ പരിപാടി ഏറ്റവും ലളിതമാക്കണമെന്നുമാണ് ആവശ്യപ്പെട്ടത്. ഡോക്ടർമാർ എന്തു പറഞ്ഞാലും അതേ രാത്രി തന്നെ ഞാൻ ഹാജിപൂരിലേക്ക് യാത്ര തിരിക്കുമെന്നും 18, 19 തിയതികളിലെ പരിപാടികളിൽ പങ്കെടുക്കുമെന്നും ഞാൻ വീട്ടുകാരോട് പറഞ്ഞു. ഇതിൽ ഡോക്ടർമാരുടെ ഉപദേശം തേടാൻ ഞാൻ നിർബ്ബന്ധിതനായി. താപനില 105 ൽ എത്തിയാലും യാത്ര തുടങ്ങുമെന്ന് എനിക്ക് കടുത്ത ഭാഷയിൽത്തന്നെ പറയേണ്ടി വന്നു. അതിനുശേഷം ടിക്കറ്റ് വാങ്ങിക്കാനും ബെർത്ത് റിസർവ്വ് ചെയ്യാനും ഞാൻ നിർദ്ദേശം നല്കി.

പക്ഷേ, മണിക്കൂറുകൾ കഴിയുന്തോറും എന്റെ ശരീരത്തിന്റെ ചൂട് കൂടിക്കൊണ്ടിരുന്നു. പോരാത്തതിന് കഠിനമായ തലവേദനയും തുടങ്ങി. പോകാനുള്ള സമയമായപ്പോൾ മറ്റെല്ലാ കാര്യങ്ങളും സജ്ജമായിരുന്നെങ്കിലും എനിക്ക് എന്റെ തല പൊക്കാൻ കഴിയാത്ത അവസ്ഥയായിരുന്നു. വളരെ വിഷമത്തോടെ എന്റെ നിർബ്ബന്ധബുദ്ധിമാറ്റിവെച്ച് എനിക്ക് യാത്ര റദ്ദാക്കേണ്ടി വന്നു. അന്ന് രാത്രി എനിക്ക് യാത്ര തുടങ്ങാൻ കഴിയാത്തതിൽ ക്ഷമ ചോദിച്ചുകൊണ്ടും അടുത്തദിവസം രാത്രിതന്നെ യാത്ര തുടങ്ങാനുള്ള എല്ലാ ഒരുക്കവും നടത്തുമെന്ന് അറിയിച്ചുകൊണ്ടും അവർക്ക് ടെലിഗ്രാമുകൾ അയക്കേണ്ടി വന്നു. അടുത്ത ദിവസം എന്റെ സ്ഥിതി മെച്ചപ്പെട്ടില്ലെന്ന് മാത്രമല്ല, കൂടുതൽ മോശമാവുകയും ചെയ്തു. മാത്രവുമല്ല, ഞാൻ അന്ന് പോകാഞ്ഞതിനെത്തുടർന്ന് എല്ലാ സജ്ജീകരണങ്ങളും അലങ്കോലപ്പെടുകയും ചെയ്തിരുന്നു. അതുകൊണ്ട് മുസാഫർപൂർ യാത്ര മുഴുവനായും വേണ്ടെന്ന് വെക്കേണ്ടി വന്നു. അപ്രതീക്ഷിതമായ ഈയൊരു സംഭവവികാസത്തിൽ എനിക്കുണ്ടായ മനോദുഃഖം വിവരണാതീതമാണ്.

മുസാഫർപൂർ യാത്ര ഉപേക്ഷിച്ചെങ്കിലും ഫെബ്രുവരി 18 ന് ശേഷം എന്റെ മനസ്സ് സ്വസ്ഥമായിരുന്നില്ല. വാർദ്ധയിലെ പ്രവർത്തക സമിതി യോഗത്തിൽ പങ്കെടുക്കുന്നതിനുള്ള തയ്യാറെടുപ്പുകൾ ഞാൻ തുടങ്ങി. വാർദ്ധയിലേക്ക് പോകുന്നത് സാദ്ധ്യമല്ലെന്ന് ഡോക്ടർമാർ നിരവധി തവണ എനിക്ക് മുന്നറിയിപ്പു തന്നു. പ്രവർത്തക സമിതി യോഗത്തെ ക്കുറിച്ചുള്ള ചിന്തകൾ മാറ്റിവെച്ച് അസുഖം മാറുന്നതിലേക്ക് മനസ്സ് ഏകാ ഗ്രമാക്കിയാൽ ത്രിപുര സമ്മേളനത്തിലെങ്കിലും പങ്കെടുക്കാൻ കഴിയും, ഇല്ലെങ്കിൽ അതുപോലും സാദ്ധ്യമാകില്ല. പക്ഷേ, ഇത്തരത്തിലുള്ള മുന്ന റിയിപ്പുകളും വിലക്കുകളും എന്റെ മുന്നിൽ വിലപ്പോയില്ല. ഡോക്ടർമാ രുടെ ഉപദേശങ്ങൾ പരിഗണിക്കാതെ ഞാൻ യാത്രയ്ക്കുള്ള ഒരുക്കങ്ങൾ തുടങ്ങി. ചില സുഹൃത്തുക്കളുടെ സഹായത്താൽ 22 ഫെബ്രുവരിയിൽ എനിക്ക് നാഗ്പൂർ വരെ പോകാൻ ഒരു വിമാനം തയ്യാറായിക്കിട്ടി.

21–ാം തിയതി ഡോക്ടർമാർ പറഞ്ഞതു ശരിയായിരുന്നെന്നും വാർദ്ധ യിലേക്ക് തീവണ്ടിയിലോ വിമാനത്തിലോ പോവുകയെന്നത് അസാദ്ധ്യ മാണെന്നും ഞാൻ പതുക്കെ തിരിച്ചറിഞ്ഞു. ഇക്കാര്യം അറിയിച്ചുകൊണ്ട് ഞാൻ മഹാത്മാഗാന്ധിക്കും സർദ്ദാർ പട്ടേലിനും കമ്പി സന്ദേശം അയ ക്കുകയും, പ്രവർത്തക സമിതി യോഗം ത്രിപുര സമ്മേളനം വരേക്കും നീട്ടിവെക്കണമെന്ന് ആവശ്യപ്പെടുകയും ചെയ്തു. എന്നാൽ വളരെ പെട്ടെന്ന് തന്നെ പ്രവർത്തക സമിതിയിലെ പതിമൂന്ന് അംഗങ്ങളിൽ പന്ത്രണ്ട് പേരും രാജിവെക്കുമെന്നതിനെക്കുറിച്ച് എനിക്ക് അന്നേരം നേരിയ ധാരണ പോലും ഉണ്ടായിരുന്നില്ല.

മേല്പറഞ്ഞ രണ്ട് ടെലിഗ്രാമുകളെച്ചൊല്ലി തല്പരകക്ഷികൾ വലി യരീതിയിൽ കോലാഹലങ്ങൾ സൃഷ്ടിക്കുകയും പ്രവർത്തക സമിതി യുടെ സ്വാഭാവിക പ്രവർത്തനങ്ങൾ പോലും നടത്താൻ ഞാൻ അനുവ ദിച്ചില്ലെന്ന് ആരോപിക്കുകയും ചെയ്തു. അത്തരമൊരു ആരോപണത്തിന് യാതൊരു അടിസ്ഥാനവുമില്ലായിരുന്നു. പ്രവർത്തക സമിതിയുടെ സ്വാഭാ വിക പ്രവർത്തനങ്ങൾ തടയുന്ന തരത്തിൽ ഉള്ളതൊന്നും ആ ടെലിഗ്രാ മുകളിൽ ഉണ്ടായിരുന്നില്ല എന്നതാണ് ആദ്യത്തെ കാര്യം. സമ്മേളനത്തിന് വേണ്ടിയുള്ള പ്രമേയങ്ങളുടെ കരട് റിപ്പോർട്ടിനെക്കുറിച്ചായിരുന്നു എന്റെ ചിന്ത. അത് സ്വാഭാവികമായും വാർഷിക സമ്മേളനത്തിന് മുന്നോടിയാ യാണ് പ്രവർത്തക സമിതി തയ്യാറാക്കാറുള്ളത്. രണ്ടാമത്തെ കാര്യം, സർദ്ദാർ പട്ടേലിനുള്ള ടെലിഗ്രാമിൽ യോഗം മാറ്റിവെക്കുന്നത് സംബ ന്ധിച്ച എന്റെ അഭിപ്രായം അറിയിച്ചതിനുശേഷം മറ്റുള്ള അംഗങ്ങളുടെ അഭിപ്രായം ഉറപ്പു വരുത്തണമെന്നും അത് എന്നെ അറിയിക്കണമെന്നും ആവശ്യപ്പെട്ടിരുന്നു. എന്റെ ടെലിഗ്രാമിന് മറുപടിയായി വന്നത് പ്രവർത്തക സമിതിയിലെ പന്ത്രണ്ട് അംഗങ്ങളുടെ രാജിക്കത്താണ്. ത്രിപുര സമ്മേളനത്തിനുള്ള പ്രമേയങ്ങൾ എന്റെ അഭാവത്തിൽ തയ്യാറാ ക്കണമെന്ന് ഈ അംഗങ്ങൾക്ക് താല്പര്യമുണ്ടായിരുന്നെങ്കിൽ ഞാൻ ഒരി ക്കലും അതിന് തടസ്സം നില്ക്കില്ലായിരുന്നു. പ്രവർത്തക സമിതിയിലെ

മറ്റ് അംഗങ്ങൾക്ക് യോഗം മാറ്റിവെക്കുന്നതിനോട് യോജിപ്പില്ലായിരുന്നെങ്കിൽ, അവർക്ക് എന്റെ യഥാർത്ഥ ഉദ്ദേശ്യത്തെക്കുറിച്ച് സംശയമുണ്ടായിരുന്നെങ്കിൽ ഒരു ട്രങ്ക് കോളിലൂടെയോ ടെലിഗ്രാമിലൂടെയോ എന്നോട് കാര്യങ്ങൾ അന്വേഷിക്കാമായിരുന്നു. സ്വാഭാവികമായ പ്രവർത്തനങ്ങൾ നടക്കുന്നതിന് എന്റെ ഭാഗത്തുനിന്നും നേരിയ രീതിയിൽ പോലും എതിർപ്പ് ഉണ്ടായിരുന്നില്ല. മറിച്ച് അവർ എന്നെ വിളിച്ച് അന്വേഷിച്ചിരുന്നെങ്കിൽ, എന്റെ അഭാവത്തിലും യോഗം ചേരണമെന്ന് അഭിപ്രായപ്പെട്ടിരുന്നെങ്കിൽ അതിൽ എനിക്ക് തടസ്സമേ ഉണ്ടാകുമായിരുന്നില്ല. പ്രവർത്തക സമിതിയിലെ എല്ലാ അംഗങ്ങളും അംഗീകരിക്കുന്ന ഒരു പ്രമേയം സമ്മേളനത്തിനുവേണ്ടി തയ്യാറാക്കുന്നതിനെക്കുറിച്ചായിരുന്നു എന്റെ ഉൽക്കണ്ഠ. അങ്ങനെയല്ലെങ്കിൽ, സബ്ജക്ട് കമ്മിറ്റിക്ക് മുന്നിൽ ഒരു 'ഔദ്യോഗിക' പ്രമേയം അവതരിപ്പിക്കപ്പെടുകയും പ്രവർത്തക സമിതി അംഗങ്ങൾ അതിന്റെ പേരിൽ ചേരി തിരിയുകയുമാണ് സംഭവിക്കുക. പ്രമേയത്തിന്മേൽ ആർക്കും അഭിപ്രായ വ്യത്യാസം ഇല്ലാതിരിക്കണമെങ്കിൽ അതിന്റെ കരട് രൂപം തയ്യാറാക്കുന്ന പ്രവർത്തക സമിതി യോഗത്തിൽ ഞാനും പങ്കെടുക്കേണ്ടതുണ്ടായിരുന്നു. അതിനാലാണ് പ്രവർത്തക സമിതി യോഗം ത്രിപുര സമ്മേളനം വരെ മാറ്റിവെക്കാൻ ഞാൻ ആവശ്യപ്പെട്ടത്. പ്രവർത്തക സമിതിയിലെ പന്ത്രണ്ട് അംഗങ്ങൾ രാജിക്കത്ത് നല്കി പൊട്ടിത്തെറി സൃഷ്ടിച്ചില്ലായിരുന്നെങ്കിൽ എന്റെ ശുപാർശ നല്ല രീതിയിൽ നടപ്പിലായേനെ.

ഫെബ്രുവരി 21 ന് സർദാർ പട്ടേലിന് ഞാൻ അയച്ച ടെലിഗ്രാമാണ് ചുവടെ:

മഹാത്മജിക്ക് ഞാൻ അയച്ച ടെലിഗ്രാം ദയവായി കണ്ടാലും. സമ്മേളനം തുടങ്ങുന്നതുവരെ പ്രവർത്തക സമിതി യോഗം നീട്ടിവെക്കേണ്ടതുണ്ട് എന്ന് ദുഃഖത്തോടെ അറിയിക്കുന്നു. മറ്റ് അംഗങ്ങളുമായി ചർച്ച ചെയ്ത് അഭിപ്രായം എന്നെ അറിയിക്കുമല്ലോ — സുഭാഷ്.

ഞാൻ വിഷയത്തിൽ നിന്നും വ്യതിചലിച്ചുപോയി എന്നതിൽ എന്നോട് ക്ഷമിക്കണം. ഇതൊരു രാഷ്ട്രീയ വിഷയം കൈകാര്യം ചെയ്യുന്ന ലേഖനമല്ല. ഇക്കാര്യങ്ങൾ ഞാൻ കുത്തിക്കുറിക്കാൻ തുടങ്ങിയപ്പോൾ 'എന്റെ വിചിത്രമായ അസുഖ'ത്തെക്കുറിച്ച് എഴുതണമെന്നും എന്തുകൊണ്ടാണ് അതിനെ 'വിചിത്ര'മെന്ന് വിളിക്കുന്നതെന്ന് വിശദീകരിക്കണമെന്നും തോന്നി. ഇനി ഞാനെന്റെ കഥ തുടരാം.

ഫെബ്രുവരി 21 ന് വൈകുന്നേരം വരെ പ്രവർത്തക സമിതിയുടെ യോഗത്തിൽ എനിക്ക് പങ്കെടുക്കാൻ കഴിയുമെന്നും 22 നെങ്കിലും അവിടേക്ക് പറക്കാൻ കഴിയുമെന്നും ഞാൻ പ്രതീക്ഷിച്ചു. പക്ഷേ, ഡോക്ടർമാർക്ക് ഇക്കാര്യത്തിൽ ആശങ്ക ഉണ്ടായിരുന്നില്ല. അവർ വാർദ്ധയെക്കുറിച്ച് ചിന്തിച്ചേയിരുന്നില്ല, അവരുടെ ലക്ഷ്യം ത്രിപുര സമ്മേളനമായിരുന്നു. അടുത്ത കുറച്ച് ദിവസങ്ങൾക്കുള്ളിൽ എന്നെ എഴുന്നേല്പിച്ച് നിർത്താനും ത്രിപുര സമ്മേളനത്തിനായുള്ള യാത്രയ്ക്ക് വേണ്ടി എന്നെ

സജ്ജമാക്കാനും ആയിരുന്നു അവരുടെ ശ്രമം. ഡോക്ടർ നിൽരത്തൻ സിർക്കാരിന്റെ നിർദ്ദേശപ്രകാരം എനിക്ക് ത്രിപുര സമ്മേളനത്തിൽ പോലും പങ്കെടുക്കാൻ കഴിയില്ലായിരുന്നു. പക്ഷേ, ഞാൻ അവരോട് അപേക്ഷിക്കുകയും വാദിക്കുകയും ചെയ്തു. ചരിത്രത്തിൽ ഇത്രയും വലിയൊരു പ്രതിസന്ധി നേരിട്ടുകൊണ്ടിരിക്കുമ്പോൾ എനിക്ക് ജീവനുണ്ടെങ്കിൽ ത്രിപുര സമ്മേളനത്തിൽ പങ്കെടുക്കാതിരിക്കാൻ കഴിയില്ലെന്ന് ഒടുവിൽ ഞാൻ ഉറപ്പിച്ച് പറഞ്ഞു. സമ്മേളനത്തിൽ പങ്കെടുക്കാൻ എന്നെ സജ്ജമാക്കുന്നതിനായി മനുഷ്യരാൽ കഴിയുന്ന കാര്യങ്ങളെല്ലാം അവർ എനിക്ക് ചെയ്തുതന്നുവെന്ന് ഞാൻ നന്ദിപൂർവ്വം കുറ്റസമ്മതം നടത്തട്ടെ.

അഞ്ച് ആഴ്ച നീണ്ടുനിന്ന് അസുഖത്തെക്കുറിച്ച് ചിന്തിക്കുമ്പോൾ ഒരുകാര്യത്തിൽ കുറ്റസമ്മതം നടത്താതിരിക്കാൻ എനിക്ക് കഴിയില്ല. തുടക്കം തൊട്ട് ഞാൻ എന്റെ രോഗത്തെ ഗൗരവമായി എടുത്തിട്ടുണ്ടായിരുന്നില്ല. ഡോക്ടർമാർ ആവശ്യമില്ലാതെ മുന്നറിയിപ്പുകൾ തന്നുകൊണ്ടിരിക്കുകയാണെന്നാണ് ഞാൻ കരുതിയിരുന്നത്. ഞാൻ അവരോട് ആവശ്യമുള്ള തരത്തിൽ സഹകരിച്ചിരുന്നില്ല. മറുവശത്ത്, എന്റെ പക്കൽ വളരെ ന്യായമായ ഒരു വിശദീകരണമുണ്ട്. പൂർണ്ണമായും ശാരീരികവും മാനസികവുമായ വിശ്രമം എനിക്ക് സാദ്ധ്യമായിരുന്നില്ല. എനിക്ക് അസുഖം വന്നത് വളരെ സുപ്രധാനമായൊരു ഘട്ടത്തിൽ ആയിരുന്നു. പ്രവർത്തക സമിതി അംഗങ്ങൾ രാജിവെച്ചത് പ്രതിസന്ധി കൂടുതൽ വഷളാക്കി. എനിക്കെതിരെയുള്ള പ്രസ്താവനകൾ പുറത്തുവന്നുകൊണ്ടിരിക്കുകയായിരുന്നു. അതിൽ ഏറ്റവും ക്രൂരമായ ആക്രമണങ്ങൾ ഉണ്ടായത് ഒരിക്കലും പ്രതീക്ഷിക്കാത്ത ഇടങ്ങളിൽ നിന്നായിരുന്നു. കോൺഗ്രസിന്റെ ജനറൽ സെക്രട്ടറി രാജിവെച്ചപ്പോൾ അഖിലേന്ത്യാ കോൺഗ്രസ് സമിതിയുടെ ഓഫീസിൽ നിന്ന് ഉടനടി ഇടപെടാൻ ആവശ്യപ്പെട്ട കാര്യത്തിൽ ഇടപെടാൻ ഞാൻ നിർബ്ബന്ധിതനായി. കൂടിക്കാഴ്ചകളുടെ കാര്യത്തിൽ, എനിക്കെന്റെ സുഹൃത്തുക്കളെയും സന്ദർശകരെയും കാണുന്നത് ഒഴിവാക്കാൻ കഴിയുമായിരുന്നു, പക്ഷേ, കോൺഗ്രസ് പ്രസിഡന്റിനെ കണ്ട് കോൺഗ്രസിന്റെ പ്രവർത്തനങ്ങൾ ചർച്ച ചെയ്യാനായി ദൂരങ്ങളിൽ നിന്ന് വരുന്ന കോൺഗ്രസ് പ്രവർത്തകരെ കാണാതിരിക്കാൻ എനിക്ക് കഴിയില്ലായിരുന്നു. ഇതും ഇതുപോലുള്ള മറ്റു കാരണങ്ങളാലും ഞാൻ എത്രതന്നെ ശ്രമിച്ചാലും എനിക്ക് ഡോക്ടർമാരുടെ നിർദ്ദേശത്തിനു വിധേയമായി പൂർണ്ണ വിശ്രമം എടുക്കാൻ കഴിയില്ലായിരുന്നു.

പ്രസക്തമായ ഒരു സംഭവം ഞാൻ ഇവിടെ പറയാം. എനിക്കെതിരെ പ്രസ്താവനകൾ ഒന്നിനുപിറകെ ഒന്നായി ഇറങ്ങിക്കൊണ്ടിരിക്കുമ്പോൾ എന്റെ മൗനവും തെറ്റായി വ്യാഖ്യാനിക്കപ്പെട്ടുകൊണ്ടിരിക്കുകയായിരുന്നു. മറ്റു പ്രവിശ്യകളിൽ നിന്നുള്ള വളരെ ഉൾനാടുകളിൽ നിന്നുപോലുമുള്ള സുഹൃത്തുക്കൾ എനിക്കെതിരെയുള്ള അടിസ്ഥാനരഹിതമായ ചില ആരോപണങ്ങളെയെങ്കിലും എതിർക്കാനായി എന്തെങ്കിലും തരത്തിലുള്ള

മറുപടി തയ്യാറാക്കണമെന്ന് എന്നോട് ആവശ്യപ്പെട്ടു. എന്റെ അസുഖം കാരണം അത് വീണ്ടും മാറ്റിവെച്ചെങ്കിലും ഒരു മദ്ധ്യാഹ്നത്തിൽ എന്തു തന്നെ സംഭവിച്ചാലും എന്റേതായ ഒരു പ്രസ്താവനയെഴുതാൻ ഞാൻ മനസ്സുകൊണ്ടുറച്ചു. എന്നിരുന്നാലും, അത് വളരെ എളുപ്പത്തിൽ ചെയ്തു തീർക്കാൻ കഴിയുന്ന ഒരു ജോലിയായിരുന്നില്ല. എനിക്കെതിരെയുള്ള ആരോപണങ്ങൾ എന്തൊക്കെയായിരുന്നുവെന്ന് മനസ്സിലാക്കുന്നതിനായി ഇതുവരെ വന്ന പ്രസ്താവനകളിലൂടെ കടന്നുപോവുകയെന്നതായിരുന്നു ആദ്യം ചെയ്യാനുണ്ടായിരുന്നത്. അതിനുശേഷം മാത്രമേ എന്റെ പ്രസ്താവന മറ്റൊരാളെക്കൊണ്ട് എഴുതിക്കാൻ എനിക്ക് കഴിയുമായിരുന്നുള്ളൂ. അത് പൂർത്തിയാക്കി ടൈപ്പ് ചെയ്ത പകർപ്പിലൂടെ കണ്ണോടിച്ച്, പ്രസിദ്ധീകരണത്തിനായി കൊടുക്കുമ്പോൾ അർദ്ധരാത്രി ആയിട്ടുണ്ടായിരുന്നു. അപ്പോൾ എന്റെ ശരീരത്തിന്റെ ചൂട് 103 ൽ എത്തിയിരുന്നു. അതിനുമുമ്പ് എന്റെ അവസ്ഥ ചെറുതായി മെച്ചപ്പെട്ടു വരികയായിരുന്നു, കഴിഞ്ഞ രണ്ട് ദിവസങ്ങളായി ശരീരത്തിന്റെ ചൂട് വൈകുന്നേരങ്ങളിൽ 101 ന് മുകളിൽ പോയിരുന്നില്ല. അതുകൊണ്ടുതന്നെ കാര്യഗൗരവമില്ലാതെ ബൗദ്ധികവ്യായാമം ആവശ്യമായ ജോലികളിലേർപ്പെട്ട് ആരോഗ്യം വഷളാക്കിയതിന് ഡോക്ടർമാർ എന്നെ പഴിചാരി. പക്ഷേ, അതിൽ ഞാൻ നിസ്സഹായനായിരുന്നു, സാഹചര്യങ്ങളുടെ സമ്മർദ്ദമാണ് എന്നെ നയിച്ചിരുന്നത്.

ഇനി ഞാൻ എന്റെ വിഷമതകളുടെ പ്രധാനപ്പെട്ട ഭാഗത്തേക്ക് വരാം, കാരണം, എങ്കിൽ മാത്രമേ എന്താണ് സംഭവിച്ചതെന്ന് എനിക്ക് വിശദീകരിക്കാൻ കഴിയുകയുള്ളൂ. ഫെബ്രുവരി 17 ന് വാർദ്ധയിൽനിന്ന് മടങ്ങിയെത്തിയതിനുശേഷം കൽക്കത്തയിൽ ഞാൻ സുഖമില്ലാതെ കിടക്കുമ്പോൾ എന്റെ അസുഖം വ്യാജമാണെന്നും ഫെബ്രുവരി 22 നുള്ള കോൺഗ്രസ് പ്രവർത്തക സമിതിയോഗത്തിൽ പങ്കെടുക്കാതിരിക്കാൻ വേണ്ടിയുള്ള കാരണമായി ഇതിനെ ഉപയോഗിക്കുകയാണെന്നും തല്പരകക്ഷികൾ പരക്കെ പറഞ്ഞുപരത്തി. വിവിധ പ്രവിശ്യകളിലെ സുഹൃത്തുക്കൾ എന്നെ ഈ വാർത്ത അറിയിച്ചു, അതിന്റെ ആധികാരികതയെ എനിക്ക് സംശയിക്കാനുമാകുമായിരുന്നില്ല. ഡോക്ടർ നിൽരത്തൻ സിർക്കർ പുറപ്പെടുവിച്ച ബുള്ളറ്റിൻ പോലും ബോധപൂർവ്വം തെറ്റായ പ്രചാരണം നടത്തിക്കൊണ്ടിരുന്നവർ ശ്രദ്ധിച്ചില്ല. ഇതേ പ്രചാരണം ജുബുൽപൂരിലും ത്രിപുരയിലും എത്തിയിരുന്നു. മാർച്ച് 6 ന് വൈകുന്നേരം ഞാൻ ജുബുൽപൂരിൽ എത്തുമ്പോൾ എന്റെ ശരീരത്തിന്റെ ചൂട് 101 ആയിരുന്നു. ത്രിപുരയിലെ ക്യാമ്പിലേക്ക് ആംബുലൻസിൽ എത്തിയപ്പോൾ അത് 103 ലേക്ക് എത്തി. ത്രിപുരയിൽ എത്തിയതിനുശേഷം സ്വീകരണ സമിതി തയ്യാറാക്കിയ ഡോക്ടർമാരാണ് എന്നെ പരിചരിച്ചത്. എന്നെ പരിശോധിച്ചതിനുശേഷം അതിൽ ഒരു ഡോക്ടർ മറ്റൊരു ഡോക്ടറെ എന്തോ പ്രത്യേകമായി നോക്കിയത് ഞാൻ ശ്രദ്ധിച്ചു. കുറച്ചു ദിവസങ്ങൾക്കു ശേഷമാണ് ഞാൻ മുഴുവൻ സംഭവങ്ങളും അറിയുന്നത്. ത്രിപുരയിലെ എല്ലാവരോടും പറഞ്ഞിരുന്നത് എനിക്ക് അസുഖമൊന്നും

ഇല്ലെന്നായിരുന്നു, ഡോക്ടർമാരും ഇത് വിശ്വസിച്ചിരുന്നു. ഞാൻ എത്തിയതിനുശേഷം എന്നെ പരിശോധിച്ച് വളരെ മോശം അവസ്ഥയിലാണ് ഞാനെന്ന് മനസ്സിലാക്കിയപ്പോൾ അവർ ആശ്ചര്യപ്പെട്ടു. തെറ്റും വിദ്വേഷപൂർണ്ണവുമായ പ്രചാരപ്രവർത്തനങ്ങൾ അവിടെ നടന്നിരുന്നുവെന്നതിൽ അവർ ധാർമ്മികരോഷംകൊണ്ടു. അവരുടെ ബുള്ളറ്റിനുകൾ പോലും ത്രിപുരയിലെ തല്പര കക്ഷികൾ വിശ്വസിച്ചില്ലെന്നതാണ് അവരെ കൂടുതൽ കോപാകുലരാക്കിയത്.

ഉദാഹരണത്തിന് പ്രവർത്തക സമിതിയിലെ പ്രധാനപ്പെട്ട ഒരു മുൻ അംഗം സ്വീകരണസമിതി ഏർപ്പെടുത്തിയ ഡോക്ടർമാരോട് ഒരുദിവസം ചോദിച്ചത് എന്റെ താപനില യഥാർത്ഥത്തിൽ 102 ൽ എത്തിയിരുന്നോ എന്നും ഡോക്ടർ തന്നെയാണോ താപനില പരിശോധിച്ചത് എന്നുമായിരുന്നു. എനിക്ക് അസുഖമായിരുന്നുവെന്നത് ഉന്നതകേന്ദ്രങ്ങളിലുള്ളവർപോലും വിശ്വസിച്ചിരുന്നില്ലെന്ന് നിരവധി സ്വതന്ത്ര വ്യക്തികൾ നല്കിയ വിവരങ്ങളിൽ നിന്ന് എനിക്ക് മനസ്സിലായി. സ്വീകരണസമിതി ഏർപ്പാടാക്കിയ ഡോക്ടർമാർ തീവ്രമായ പ്രകോപനത്തിന്റെ ഫലമായി ഒരുദിവസം ഒരു മെഡിക്കൽ ബോർഡിനെ ഇക്കാര്യത്തിനായി അയച്ചു. അതിൽ സിവിൽ ആശുപത്രികളുടെ ഇൻസ്പെക്ടർ ജനറലും ജുബുൽപൂരിലെ സിവിൽ സർജന്റും ഉണ്ടായിരുന്നു. അവർ സംയുക്തമായി പ്രസ്താവന ഇറക്കിയപ്പോൾ നിലനിന്നിരുന്ന അവസ്ഥയ്ക്ക് മാറ്റമുണ്ടായി. പക്ഷേ, ഉന്നതരായ ഉദ്യോഗസ്ഥരെ കൊണ്ടുവന്നതിന്റെ ഫലമായി സമ്മേളനത്തിന്റെ ഓപ്പൺ സെഷനിൽ പങ്കെടുക്കാനുള്ള എന്റെ അവസരം നഷ്ടപ്പെട്ടു. ആദ്യം എന്നെ പരിശോധിച്ച ഡോക്ടർമാരായിരുന്നെങ്കിൽ അവരെ എങ്ങനെയെങ്കിലും പാട്ടിലാക്കി അവരിൽ നിന്ന് സമ്മേളനത്തിന്റെ പ്ലീനറി സെഷനിൽ പങ്കെടുക്കാനുള്ള അനുവാദം ഞാൻ നേടിയേനെ. പക്ഷേ വിഷയത്തിൽ ഉന്നത ഉദ്യോഗസ്ഥർ ഇടപെട്ട സ്ഥിതിക്ക് ഇത് സാദ്ധ്യമായിരുന്നില്ല. റിപ്പോർട്ട് പുറത്തുവിടുന്നതിനുമുമ്പ് വളരെ തന്ത്രപൂർവ്വം അവരെന്നോട് ചോദിച്ചത്, അവരുടെ അഭിപ്രായം വിശ്വസിച്ച് അവരുടെ ഉപദേശങ്ങൾ സ്വീകരിക്കാൻ ഞാൻ തയ്യാറാണോ എന്നതാണ്. സ്വാഭാവികമായും അതിനു സമ്മതിക്കുക മാത്രമേ എനിക്ക് വഴിയുണ്ടായിരുന്നുള്ളൂ. പക്ഷേ, സമ്മേളനത്തിന്റെ ഓപ്പൺ സെഷനിൽ പങ്കെടുക്കാൻ കഴിയില്ലെന്ന് പറഞ്ഞപ്പോൾ ഞാൻ ശരിക്കും കുടുക്കിലായി. സ്വീകരണസമിതി എനിക്കുവേണ്ടി ഒരുക്കിയ സജ്ജീകരണങ്ങളെല്ലാം തൃപ്തികരമായിരുന്നു, അതുകൊണ്ടുതന്നെ ഒരു കാര്യത്തിനും എനിക്ക് പരാതി പറയാൻ കഴിയില്ലായിരുന്നു. പക്ഷേ, മേല്പറഞ്ഞതും അല്ലാത്തതുമായ കാരണങ്ങളാൽ, ത്രിപുരയിലെ അന്തരീക്ഷം തീരെ സുഖകരമായിരുന്നില്ല. ഇതുപോലൊരനുഭവം കോൺഗ്രസിന്റെ മുമ്പത്തെ സെഷനുകളിലൊന്നും ഞാൻ അനുഭവിച്ചിട്ടില്ല.

ഫെബ്രുവരി 17 മുതൽ എനിക്ക് കിട്ടിക്കൊണ്ടിരുന്ന കത്തുകളും ടെലിഗ്രാമുകളും വായിക്കാൻ വളരെ രസകരമായവ ആയിരുന്നുവെന്ന് മാത്ര

മല്ല, സ്ഥിരമായി ഒരു കെട്ട് കത്തുകൾ എത്തിക്കൊണ്ടുമിരുന്നിരുന്നു. എല്ലാ ദിവസവും നിരവധി കത്തുകളും ടെലിഗ്രാമുകളും എനിക്ക് കിട്ടിക്കൊണ്ടിരുന്നു. കത്തുകൾ മാത്രമല്ല മരുന്നുകൾ അടങ്ങുന്ന പാർസലുകളും പൊതികളും അതിന്റെ കൂട്ടത്തിലുണ്ടായിരുന്നു. കത്ത് എഴുതിയവരെ അവരുടെ മതവിശ്വാസത്തിനനുസരിച്ച് അപഗ്രഥിച്ചപ്പോൾ എല്ലാ മതവിശ്വാസികളും എനിക്ക് കത്തയച്ചവരുടെ കൂട്ടത്തിലുണ്ടെന്ന് മനസ്സിലായി. എല്ലാ മതത്തിലും പെട്ടവർ ഉണ്ടെന്ന് മാത്രമല്ല, എല്ലാ ചികിത്സാ സമ്പ്രദായത്തില്പെടുന്ന മരുന്നുകളും എനിക്ക് കിട്ടിയതിൽപ്പെടുന്നു. ഇതൊക്കെയും അയച്ചതിൽ പുരുഷന്മാർ മാത്രമല്ല, സ്ത്രീകളുമുണ്ടായിരുന്നു. ഹിന്ദുക്കളും മുസ്ലീങ്ങളും ക്രിസ്ത്യാനികളും പാർസികളും തുടങ്ങി, അലോപ്പതിയിൽ വിശ്വസിക്കുന്നവരും, ഹോമിയോപ്പതി നിർദ്ദേശിക്കുന്നവരും വൈദ്യന്മാരും ഹക്കീമുകളും പ്രകൃതിചികിത്സകരും സ്ത്രീകളും പുരുഷന്മാരും, എല്ലാവരും എനിക്ക് എഴുതിയിട്ടുണ്ടായിരുന്നു. തീർച്ചയായും ഇത്രയും പേർക്ക് മറുപടി നല്കാനും അവരുടെ കാരുണ്യത്തിന് നന്ദി പറയാനും എനിക്ക് കഴിഞ്ഞില്ല. ചിലപ്പോൾ എന്റെ മറുപടി കിട്ടാത്തപ്പോൾ അവരിൽ ചിലർ എനിക്ക് ഒന്നിൽക്കൂടുതൽ തവണ കത്തുകളയച്ചിരുന്നു. അയച്ചുതന്ന കുറിപ്പടികളെ എന്താണ് ചെയ്യേണ്ടിയിരുന്നത് എന്ന് എനിക്ക് അറിയില്ലായിരുന്നു. ഞാൻ ആദ്യം ചെയ്തത് അത് എന്റെ ഡോക്ടർമാർക്ക് കൈമാറുക എന്നതായിരുന്നു, കാരണം എങ്ങനെ അതിനെ ഉപയോഗപ്പെടുത്താമെന്ന് അവർക്ക് പറയാൻ കഴിയും. പക്ഷേ, മിക്കവാറും അയച്ചുകിട്ടിയ മരുന്നുകൾ ഉപയോഗിക്കുന്നതിൽ ഡോക്ടർമാർ വിമുഖരായിരുന്നു. അത് അവരോട് ചെയ്യുന്ന മര്യാദകേട് അല്ലേയെന്നാണ് ഞാൻ ആലോചിക്കുന്നത്.

മരുന്നുകൾക്കും കുറിപ്പടികൾക്കും പുറമെ, പല തരത്തിലുള്ള കത്തുകളും പാർസലുകളും എനിക്ക് ലഭിച്ചുകൊണ്ടിരുന്നു. ജോത്സ്യന്മാരും സന്ന്യാസിമാരും ഏലസ്സുകളും അവരുടെ അനുഗ്രഹങ്ങളും എനിക്ക് അയച്ചുതരാറുണ്ട്. എന്നെ സ്നേഹിക്കുന്ന, എനിക്കറിയാത്ത മറ്റു ചിലർ അമ്പലങ്ങളിലും മറ്റ് ആരാധനാലയങ്ങളിലും എന്റെ ആരോഗ്യത്തിനും സൗഖ്യത്തിനുംവേണ്ടി പ്രാർത്ഥിച്ച് പ്രസാദമായി കിട്ടിയ പൂക്കളും എനിക്ക് അയച്ചുതന്നിരുന്നു. ആചാര പ്രകാരം ഇത്തരത്തിൽ പ്രസാദമായി കിട്ടുന്ന പൂക്കളാണെങ്കിലും ഇലകളാണെങ്കിലും ഭസ്മമാണെങ്കിലും ഭക്തിയോടെ വാങ്ങിച്ച് തലയിലോ നെറ്റിയിലോ വെക്കേണ്ടതാണ്. എന്നാൽ വീട്ടിലെ സ്ത്രീകൾ ഇതുകൊണ്ട് നിർത്തിയില്ല. ഇങ്ങനെ ചെയ്ത് ബാക്കിയുള്ളത് എറിഞ്ഞു കളയാൻ അവർക്ക് മടിയായിരുന്നു. അതിന്റെ ഫലമായി എന്റെ തലയണയ്ക്കടിയിൽ അസംഖ്യം ഏലസ്സുകളും പൊതികളും കാണാൻ കഴിയുമായിരുന്നു. അതാണെങ്കിൽ ദിവസം കഴിയുന്തോറും കൂടുകയുമാണ്. ഞാനെന്ന വ്യക്തി യുക്തിപരമായി ചിന്തിക്കുന്ന ഒരാളാണ്, പക്ഷേ, എനിക്ക് അഭിപ്രായ വ്യത്യാസമുണ്ടാകാമെങ്കിലും മറ്റുള്ളവരുടെ വിശ്വാസങ്ങളും വികാരങ്ങളും ഞാൻ മാനിക്കാറുണ്ട്.

അതുകൊണ്ട് ഈ കുറിപ്പടികളുടെയും മരുന്നുകളുടെയും ഏലസ്സുകളുടെയും പൂക്കളുടെയും ഭസ്മത്തിന്റെയും യഥാർത്ഥ വില എന്താണെന്ന് ഞാൻ മനസ്സിൽ ആലോചിച്ചുകൊണ്ടിരുന്നു. വിശാലമായ ഇന്ത്യൻ സമൂഹത്തിന്റെ എല്ലാ വിഭാഗങ്ങളിൽ നിന്നും കാശ്മീർ മുതൽ കേപ് കോമൊറിൻ വരെയുള്ള ഓരോ മൂലയിൽ നിന്നും ഇവ എത്തിയിരുന്നുവെന്നത് എന്റെ മനസ്സിനെ ഗാഢമായി സ്പർശിച്ചു. എന്റെ സൗഖ്യം ആഗ്രഹിക്കുന്ന, അതിനുവേണ്ടി പ്രാർത്ഥിക്കുന്ന ഇത്രയധികം പേരുണ്ടെന്ന് ഞാൻ മനസ്സിലാക്കിയപ്പോൾ എന്റെ കണ്ണുകൾ കൃതജ്ഞതയാൽ നിറഞ്ഞു. ഇങ്ങനൊന്ന് ഞാനെന്റെ സ്വപ്നത്തിൽ പോലും പ്രതീക്ഷിച്ചിരുന്നില്ല. കത്തെഴുതിയവരിൽ ചിലർ അത് പ്രശസ്തിക്ക് വേണ്ടി ചെയ്തതായിരിക്കാം, എന്നാൽ ഭൂരിപക്ഷം പേരും ഇതിന് മുതിർന്നത് എന്റെ ബുദ്ധിമുട്ടിൽ സഹായിക്കാനുള്ള തോന്നൽ ആത്മാർത്ഥമായി ഉണ്ടായതുകൊണ്ടുതന്നെയാണ്. കുറിപ്പടികളോ മരുന്നുകളോ ഏലസ്സുകളോ എന്റെ അസുഖം ഭേദമാകുന്നതിന് സഹായിച്ചെന്നിരിക്കില്ല, പക്ഷേ, ഇതിനെല്ലാം പിന്നിൽ ആത്മാർത്ഥമായ സ്നേഹവും അനുകമ്പയുമാണ് ഉള്ളത്. അതുകൊണ്ടുതന്നെ ഇവയെല്ലാം എനിക്ക് വളരെ വിലപ്പെട്ടതും പ്രാധാന്യമുള്ളതുമാണ്. ഈ അനുഗ്രഹങ്ങൾ മറ്റേത് മരുന്നിനേക്കാളും ജോത്സ്യരുടെ മന്ത്രതകിടുകളെക്കാളും എന്റെ ആരോഗ്യം വീണ്ടെടുക്കാൻ സഹായിക്കുമെന്നതിൽ എനിക്കുറപ്പുണ്ട്. എനിക്ക് കിട്ടിയ മരുന്നുകളും ഡോക്ടർമാരുടെ ഉപദേശങ്ങളും ഏലസ്സുകളും എനിക്ക് ഉപയോഗിക്കാൻ കഴിഞ്ഞില്ലെങ്കിലും, അയച്ചുതന്നവരുടെ ഹൃദയത്തിൽ നിന്നു നേർന്ന അനുഗ്രഹങ്ങൾ ഞാൻ നന്ദിയോടെ ഏറ്റുവാങ്ങുകയാണ്.

ധാർമ്മികമായ രീതിയിൽ നോക്കുമ്പോൾ ത്രിപുരയിലെ അന്തരീക്ഷം വളരെ അസ്വാസ്ഥ്യജനകമായിരുന്നു. അതുകാരണം അവിടെനിന്ന് മടങ്ങുമ്പോൾ കഴിഞ്ഞ പത്തൊമ്പത് വർഷത്തോളമുള്ള എന്റെ രാഷ്ട്രീയ ജീവിതത്തിൽ തോന്നാത്ത വെറുപ്പും മടുപ്പും എനിക്ക് രാഷ്ട്രീയത്തോട് തോന്നി. ജാമദോബയിൽ രാവും പകലും ഞാൻ കിടക്കയിൽ തന്നെ തിരിഞ്ഞും മറിഞ്ഞും കിടന്ന് ആലോചിച്ചുകൊണ്ടിരിക്കുകയായിരുന്നു. സമൂഹത്തിലെ ഉന്നതരായവരുടെ ഉള്ളിൽപ്പോലും ഇത്രയധികം അല്പത്തരവും പ്രതികാരബുദ്ധിയും ഉണ്ടെന്നാണെങ്കിൽ നമ്മുടെ പൊതുജീവിതത്തിന്റെ അവസ്ഥ എന്തായി മാറുമെന്ന് ഞാൻ എന്നോടുതന്നെ ചോദിച്ചുകൊണ്ടിരുന്നു. സ്വാഭാവികമായും എന്റെ ചിന്തകൾ എന്റെ ജീവിതത്തിലെ ആദ്യ പ്രണയത്തിലേക്ക് തിരിഞ്ഞു. അനശ്വരമായ ഹിമാലയ മലനിരകൾ എന്നെ വിളിക്കുന്നതായി തോന്നി. നമ്മുടെ രാഷ്ട്രീയത്തിന്റെ പരിണിതി ഇങ്ങനെയാണെങ്കിൽ അരബിന്ദോ ഘോഷ് പ്രകീർത്തിച്ച ജീവിതത്തിന്റെ ദിവ്യതയിൽ നിന്ന് ഞാൻ എന്തിന് മാറിനില്ക്കണം എന്ന് ഞാൻ സ്വയം ചോദിച്ചു. മായയുടെ മറ വലിച്ചുകീറി എല്ലാ സ്നേഹത്തിന്റെയും ഉറവിടത്തിലേക്ക് തിരിച്ചുപോകാനുള്ള സമയമായിക്കഴിഞ്ഞോ? ധാർമ്മികമായ സന്ദേഹവും അനിശ്ചിതത്വവും എന്നെ രാപ്പ

കൽ വലച്ചു. ചില സമയത്ത് ഹിമാലയത്തിലേക്ക് പോകാനുള്ള ആഗ്രഹം എന്നിൽ പിടിമുറുക്കുന്നുണ്ടായിരുന്നു. ഇരുൾമൂടിയ എന്റെ മനസ്സിലേക്ക് വെളിച്ചം വീശാൻ ഞാൻ പ്രാർത്ഥിച്ചുകൊണ്ടിരുന്നു. പിന്നെ പതിയെ ഒരു പുതിയ ദർശനം എന്നിൽ വെളിച്ചംവീശാൻ തുടങ്ങി. അങ്ങനെ ഞാൻ മാനസികമായ സ്ഥിരത കൈവരിക്കാൻ തുടങ്ങി. കൂടെ മനുഷ്യരിലും എന്റെ നാട്ടുകാരിലുമുള്ള വിശ്വാസവും എന്നിലേക്ക് തിരിച്ചുവരാൻ തുടങ്ങി. എന്തുപറഞ്ഞാലും, ത്രിപുരയെന്നത് ഇന്ത്യ അല്ലല്ലോ. ഈ കത്തുകളിലും കുറിപ്പടികളും മരുന്നുകളിലും പൂക്കളിലും അനാവൃതമാകുന്ന മറ്റൊരു ഇന്ത്യ ഉണ്ടെന്ന് എനിക്ക് ബോദ്ധ്യമായി. ഒരുപക്ഷേ, അതായിരിക്കും യഥാർത്ഥ ഇന്ത്യ. ആ ഇന്ത്യയോട് എന്തു പരാതിയാണ് എനിക്ക് പറയാനുള്ളത്. മറ്റൊരു കാര്യംകൂടി എന്റെ മനസ്സിലേക്ക് വന്നു, ത്രിപുരയിൽ രണ്ട് ലോകം ഉണ്ടായിരുന്നുവെന്നതാണത്. ഞാൻ ഇരയാകേണ്ടി വന്ന അല്പത്തരവും പ്രതികാരബുദ്ധിയും ത്രിപുരയുടെ ഒരു ഭാഗം മാത്രമാണ്. മറ്റൊരു ഭാഗത്തെക്കുറിച്ച് എന്താണ് പറയാനുള്ളത്? ആ ഭാഗത്തുള്ളവരോട് എന്ത് പരാതിയാണ് എനിക്കുള്ളത്? കൂടാതെ, ത്രിപുരയിൽ ഞാൻ എന്തുതന്നെ അനുഭവിച്ചാലും എനിക്ക് മനുഷ്യരിൽ അടിസ്ഥാനമായുള്ള വിശ്വാസം എങ്ങനെയാണ് നഷ്ടപ്പെടുത്താൻ കഴിയുക? മനുഷ്യനെ അവിശ്വസിക്കുക എന്നാൽ അവനിലെ ദിവ്യത്വത്തെ അവിശ്വസിക്കുക എന്നാണ്, ഒരാളുടെ നിലനില്പിനെ തന്നെ അവിശ്വസിക്കുക എന്നാണ്. അങ്ങനെ പതിയെ എന്റെ എല്ലാ സന്ദേഹങ്ങളും ദൂരീകരിക്കപ്പെടുകയും എന്റെ സ്വാഭാവിക പ്രകൃതമായിരുന്ന ശുഭാപ്തിവിശ്വാസം എനിക്ക് കൈവരികയും ചെയ്തു. എന്റെ സ്വാഭാവിക പ്രകൃതം വീണ്ടെടുക്കാൻ എന്നെ സഹായിച്ചത് ഈ കുറിപ്പടികളും മരുന്നുകളും ഏലസ്സുകളും പൂക്കളുമാണ്.

ശാരീരകമായ വിഷമതകൾ ഞാൻ ഒരുപാട് അനുഭവിച്ചിട്ടുണ്ട്. വളരെയധികം രോഗങ്ങളും എനിക്കുണ്ടായിട്ടുണ്ട്. ചിലപ്പോൾ എനിക്കു തോന്നും ഇതുവരെ കണ്ടുപിടിച്ച രോഗങ്ങളൊക്കെയും എനിക്ക് വന്നിട്ടുണ്ടെന്ന്. വീട്ടിലായിരിക്കുമ്പോഴും വിദേശത്തായിരുന്നപ്പോഴും ജയിലിൽ ആയിരുന്നപ്പോഴും എനിക്ക് രോഗങ്ങൾ വന്നിട്ടുണ്ട്. സത്യം പറഞ്ഞാൽ ഞാനിപ്പോഴും ജീവനോടെ ഉണ്ടെന്നതിൽ ഇടയ്ക്ക് എനിക്ക് ആശ്ചര്യം തോന്നാറുണ്ട്. പക്ഷേ, ഒരു മാസത്തോളം ഇത്രയും തീവ്രമായ തോതിൽ ശാരീരികാസ്വാസ്ഥ്യം ഞാൻ 1939 ഫെബ്രുവരി 17ന് അല്ലാതെ ജീവിതത്തിലൊരിക്കലും അനുഭവിച്ചിട്ടില്ല. ഞാൻ ജയിലിൽ കുറേയധികം യാതനകൾ അനുഭവിച്ചിട്ടുണ്ടെന്നത് നേരാണ്. പക്ഷേ, ആ യാതന ഞാൻ ദീർഘകാലംകൊണ്ടാണ് അനുഭവിച്ചുതീർത്തത്. ഇത്തവണ എനിക്കെന്താണ് സംഭവിച്ചത്? കഴിഞ്ഞ മാസത്തിന്റെ ആദ്യ ദിനങ്ങളിൽ ഞാൻ താരതമ്യേന നല്ല ആരോഗ്യവാനായാണ് കാണപ്പെട്ടിരുന്നത്. പിന്നെന്തുകൊണ്ടാണ്, എങ്ങനെയാണ് ഞാൻ പെട്ടെന്ന് വളരെ ഗുരുതരമായ രോഗത്തിന്റെ പിടിയിലായത്? ഒരുപക്ഷേ, ഇതിനുത്തരം ഒരു ഡോക്ടർക്ക്

മാത്രമേ നല്കാൻ കഴിയുകയുള്ളൂ. എന്നാലും ഒരു സാധാരണക്കാരനും — അല്ലെങ്കിൽ രോഗിക്ക് തന്നെ — ഇതിന് ഉത്തരം കണ്ടെത്താൻ ശ്രമിച്ചു കൂടേ?

ഡോക്ടർമാരുടെ മുന്നിൽ രോഗനിർണ്ണയ റിപ്പോർട്ടുകളുടെ ഒരു കൂമ്പാരം തന്നെയുണ്ട്. പോരാത്തതിന് അവരെന്നെ പലതവണ പരിശോധിക്കുകയും ചെയ്തു. എന്നിട്ടും രോഗത്തെക്കുറിച്ചുള്ള കൃത്യമായ ധാരണ രോഗിക്ക് നല്കാൻ അവർക്ക് കഴിഞ്ഞിട്ടില്ല. ഞാൻ മനസ്സിലാക്കുന്നത് എന്റെ ഇപ്പോഴത്തെ രോഗാവസ്ഥ ഏതെങ്കിലും തരത്തിലുള്ള ന്യൂമോണിയയുടെ കൂടെ കരളിന്റെയും കുടലിന്റെയും പ്രവർത്തനങ്ങളിൽ ക്രമക്കേട് ഉണ്ടായതാകാം എന്നാണ്. അവർ കൂട്ടിച്ചേർക്കുന്ന ഒരു കാര്യം രക്തസമ്മർദ്ദം അസാധാരണമാംവിധം കുറവാണെന്നാണ്. പോരാത്തതിന് സെഡിമെന്റേഷൻ ടെസ്റ്റുകൾ പോലെയുള്ളവയിലൂടെ മനസ്സിലാക്കാൻ കഴിഞ്ഞത് പ്രതിരോധ ശേഷി വളരെ കുറവാണെന്നും ശരീരം വളരെയധികം ദുർബ്ബലമാണെന്നുമാണ്. രോഗബാധയെ ചെറുക്കാനും സ്വാഭാവികമായ അവസ്ഥയിലേക്ക് തിരിച്ചെത്താനും ആവശ്യമായ കരുത്ത് ശരീരത്തിന് ഇല്ല. ഇത് മതിയായ വിശദീകരണമാണോ? എനിക്കറിയില്ല.

എന്തോ കാരണത്താൽ ശാരീരികമായ എന്റെ ശക്തി ക്ഷയിച്ചിട്ടുണ്ടെന്ന് പറയുന്നതിനപ്പുറം ഇത്രയും ദീർഘമായ രോഗത്തിന്റെയും ശാരീരികപീഢയുടെയും യഥാർത്ഥ കാരണമെന്താണെന്ന് വെളിപ്പെടുത്താൻ ക്ലിനിക്കുകളിലൂടെയും മറ്റും നടത്തിയ പരിശോധനകളിലൂടെ കഴിഞ്ഞിട്ടുണ്ടോ? ഞാൻ രോഗബാധിതനായി കിടപ്പിലായതിന് കുറച്ച് ദിവസങ്ങൾക്ക് ശേഷം എന്റെ രോഗത്തിന്റെ പ്രകൃതം ഇന്നതായിരിക്കുമെന്ന് നിർദ്ദേശിച്ചുകൊണ്ട് നിരവധി കത്തുകൾ എനിക്ക് കിട്ടിയിരുന്നു. അതിൽ ചില കത്തുകളിൽ പറയുന്നത് എനിക്ക് ആരോ വിഷം തന്നതാകാമെന്നായിരുന്നു. എന്റെ ഡോക്ടർമാർ ആദ്യം ഇതിനെ കാര്യമാക്കി എടുത്തിട്ടുണ്ടായിരുന്നില്ല. പിന്നീട് അവർ അതിനെക്കുറിച്ച് കൂടുതൽ ചിന്തിക്കുകയും അതിനുവേണ്ടുന്ന പരിശോധനകൾ നടത്തുകയും ചെയ്തെങ്കിലും ആ സിദ്ധാന്തത്തെ സാധൂകരിക്കാൻ പോന്ന ക്ലിനിക്കൽ വിവരങ്ങൾ അവർക്ക് കിട്ടിയില്ല. അതുകൊണ്ട് അവർ അത് മാറ്റിവെച്ചു.

കുറച്ചു ദിവസങ്ങൾക്കുശേഷം എന്നെ കാണാൻ കൽക്കത്ത യൂണിവേഴ്സിറ്റിയിൽ നിന്നും ഒരു പ്രൊഫസർ വന്നു. അദ്ദേഹം സംസ്കൃത ഗ്രന്ഥങ്ങളെക്കുറിച്ച് വളരെ ആഴത്തിൽ അറിവുള്ളയാളും ഞങ്ങളുടെ കുടുംബം വളരെ ബഹുമാനത്തോടെ കാണുന്ന വ്യക്തിയുമായിരുന്നു. അദ്ദേഹം ഒരു സന്ദേശവാഹകനായിട്ടായിരുന്നു എത്തിയത്. എന്റെ രോഗത്തെക്കുറിച്ച് ചർച്ച ചെയ്യാനായി അദ്ദേഹവും മറ്റ് പണ്ഡിറ്റുകളും തലേന്ന് ഒരു യോഗം ചേർന്നിരുന്നു. വിചിത്രവും തീവ്രവുമായ എന്റെ രോഗത്തിന് പിന്നിൽ സാധാരണമായ കാരണങ്ങൾ അല്ലെന്ന നിഗമനത്തിലാണ് അവർ എത്തിച്ചേർന്നത്. രാജ്യത്തിന്റെ ഏതോ ഭാഗത്തുള്ള ഏതോ ഒരാൾ തന്ത്ര–

ശാസ്ത്രത്തിലുള്ള മരണക്രിയകൾ, അതായത് താന്ത്രികമായ പ്രക്രിയ കളിലൂടെയും ഇച്ഛാശക്തിയിലൂടെയും കൊല്ലാനുള്ള ശ്രമങ്ങൾ നടത്തു കയാണെന്നാണ് അവരുടെ കാഴ്ചപ്പാട്. ഇതെല്ലാവരെയും അമ്പരിപ്പിച്ചു. താന്ത്രികമായ മാനസിക ക്രിയകളിലൂടെയുള്ള അസാധാരണമായ ഇച്ഛാ ശക്തിയുടെ സാദ്ധ്യത അവിശ്വസിക്കാതെ തന്നെ ചോദിക്കട്ടെ. 1939 എന്ന വർഷത്തിൽ മരണം, ഉച്ഛാടനം, വശീകരണം പോലുള്ള മാനസിക പ്രതി ഭാസങ്ങൾ സംഭവിക്കുക എന്നത് സാദ്ധ്യമാണോ? അത്തരത്തിലുള്ള പ്രതി ഭാസങ്ങൾ ഇപ്പോൾ കുറവാണെങ്കിലും അത് സംഭവിക്കുന്നുണ്ടെന്നതിൽ സന്ദർശകന് നല്ല ഉറപ്പുണ്ടായിരുന്നു. പോരാത്തതിന് അദ്ദേഹം ഉദ്ദാഹര ണങ്ങൾ നിരത്തുകയും ചെയ്തു. മരണ ക്രിയ നടന്നിട്ടുണ്ടെങ്കിലും എന്റെ കരുത്ത് കാരണം അതിന് എന്റെ ആരോഗ്യത്തെ ക്ഷയിപ്പിക്കാൻ മാത്രമേ കഴിയുകയുള്ളൂവെന്ന് അദ്ദേഹം കൂട്ടിച്ചേർത്തു. എന്റെ ആരോഗ്യം സംര ക്ഷിക്കുന്നതിൽ എന്തൊക്കെ ശ്രദ്ധിക്കണമെന്ന ഉപദേശം തന്നതിന് ശേഷം മാത്രമേ അദ്ദേഹം സംസാരം അവസാനിപ്പിച്ചുള്ളൂ.

ഈ സംഭാഷണം എനിക്ക് ഒരു തരിപോലും ബോദ്ധ്യപ്പെട്ടിരുന്നി ല്ല. പക്ഷേ, നിഗൂഢമായ എന്തോ ഒരു തോന്നൽ എന്നിലുണ്ടാക്കാൻ അതിന് കഴിഞ്ഞു. എന്റെ മനസ്സിന്റെയുള്ളിൽ വളരെ മങ്ങിയതോതിൽ ഒരു ചോദ്യചിഹ്നം നില്പുണ്ടായിരുന്നു. മറ്റേതെങ്കിലും ഒരാളാണ് ഇത്ത രത്തിൽ സംസാരിക്കുന്നതെങ്കിൽ അതിനെ ഒരു സംശയവുമില്ലാതെ തള്ളി ക്കളയാമായിരുന്നു. പക്ഷേ, ഈ മാന്യദേഹത്തിന്റെ സത്യസന്ധതയിലും നിരാക്ഷേപമായ സ്വഭാവഗുണത്തിലും ഗാഢമായ പാണ്ഡിത്യത്തിലും എനിക്ക് സംശയമുണ്ടായിരുന്നില്ല. അദ്ദേഹത്തിന് രാഷ്ട്രീയത്തിൽ ഇട പെട്ടതുകൊണ്ട് പ്രത്യേകിച്ച് ഗുണമൊന്നും ഇല്ലയെന്ന കാരണത്താലും അദ്ദേഹം പറഞ്ഞത് ഗൗരവമായി എടുത്തില്ലെങ്കിലും കേൾക്കാതിരിക്കാൻ കഴിയില്ലായിരുന്നു.

ഈ സമയം ആയപ്പോഴേക്കും, അതായത് ഞാൻ ത്രിപുരയിലേക്ക് പോകുന്നതിനു കുറച്ചുദിവസങ്ങൾക്കു മുമ്പ്, എന്റെ ആരോഗ്യം വീണ്ടെ ടുക്കുന്നതിനായി ഏലസ്സുകൾ ധരിക്കണമെന്ന് കുറേയധികം സുഹൃത്തു ക്കൾ നിർബ്ബന്ധംപിടിക്കാൻ തുടങ്ങി. യുക്തിക്ക് നിരക്കുന്ന തരത്തിൽ മാത്രം ചിന്തിച്ചിരുന്ന ഞാൻ ആദ്യം സമ്മതിച്ചില്ലെങ്കിലും ഒരു ദുർബ്ബല നിമിഷത്തിൽ അതിന് വഴങ്ങേണ്ടി വന്നു. രണ്ട് മോതിരങ്ങളും നാല് ഏല സ്സുകളും ധരിക്കാൻ ഞാൻ സമ്മതിച്ചു. എനിക്കറിയുന്ന സുഹൃത്തുക്ക ളിൽ നിന്ന് മാത്രമാണ് ഞാൻ ഇതൊക്കെയും സ്വീകരിച്ചത്. അവർ ഇത് തരുന്നത് രാഷ്ട്രീയമായ ലാക്കോടുകൂടിയല്ലെന്ന് എനിക്ക് ഉറപ്പും ഉണ്ടാ യിരുന്നു. എനിക്ക് വ്യക്തിപരമായി അറിയാത്തവരുടെ പക്കലിൽ നിന്നുള്ള ഏലസ്സുകൾ ഞാൻ ധരിച്ചിരുന്നില്ല. അവയെല്ലാം ധരിക്കുകയാണെങ്കിൽ എന്റെ ശരീരം ഏലസ്സ് പ്രദർശിപ്പിക്കാൻ വെച്ച ഒരു വസ്തുവായിത്തീരു മായിരുന്നു. ത്രിപുര സമ്മേളനം ആകുമ്പോഴേക്കും അസുഖം മാറണ മെന്ന അതിയായ ആഗ്രഹം എനിക്കുണ്ടായിരുന്നു. അതുകൊണ്ടുതന്നെ

സുഖപ്പെടുന്നതിന് 5 ശതമാനം സാദ്ധ്യതയെങ്കിലും ഉണ്ടെങ്കിൽ ഏലസ്സ് എന്തിന് ധരിക്കാതിരിക്കണമെന്ന് ഞാൻ എന്നോടുതന്നെ തർക്കിച്ചുകൊണ്ടിരുന്നു. അതുകൊണ്ട് എന്റെ യുക്തിചിന്തയെ തല്ക്കാലത്തേക്ക് കൈവെടിഞ്ഞു. ത്രിപുര സമ്മേളനം കഴിഞ്ഞയുടനെ രണ്ട് മോതിരങ്ങളും നാല് ഏലസ്സുകളും ഞാൻ ഉപേക്ഷിച്ചു. അതുകൊണ്ട് ഇപ്പോൾ എന്റെ യുക്തിബോധം സുരക്ഷിതമാണ്, പ്രകൃതിയെയും ഭാഗ്യത്തെയും എനിക്ക് ഇപ്പോൾ വിശ്വസിക്കാൻ കഴിയും.

ഒരു സാധാരണക്കാരൻ എന്ന നിലയിൽ എനിക്ക് പിടികിട്ടാത്ത പല കാര്യങ്ങളും എന്റെ രോഗത്തെ സംബന്ധിച്ച് പറയാനുണ്ട്. അതിന് ഒരു കാലക്രമം ഇല്ലായിരുന്നു. ചില ദിവസങ്ങളിൽ ഉച്ചയാകുമ്പോൾ ശരീരത്തിന്റെ ചൂട് കൂടുകയും വൈകുന്നേരം ആറ് മണിയോടെ അതിന്റെ പരമാവധി നിലയിൽ എത്തുകയും പിന്നെ പതിയെ കുറയുകയും ചെയ്യും. പിറ്റേന്ന് രാവിലെ അത് സാധാരണ നിലയിലായിരിക്കും. അസ്സഹനീയമായ തലവേദനയോടു കൂടിയാണ് ശരീരത്തിന്റെ ചൂട് വർദ്ധിക്കാറുള്ളത്. നാലോ അഞ്ചോ മണിക്കൂറെങ്കിലും ഐസ് വെച്ചാൽ മാത്രമേ അതിന് ശമനം ഉണ്ടാകാറുള്ളൂ. അതോടുകൂടി ഞാൻ നന്നായി വിയർക്കാൻ തുടങ്ങുകയും ഭയങ്കരമായി ക്ഷീണിതനാവുകയും ചെയ്യും. പിന്നെ പെട്ടെന്ന് ഈ ക്രമത്തിൽ മാറ്റമുണ്ടാകും. രാവും പകലും തീക്ഷ്ണത കുറയാതെ നീണ്ടുനില്ക്കുന്ന, എന്നാൽ ചിലപ്പോൾ ഭീകരമായി ഉയരുന്ന പനിയായിരിക്കും പിന്നീട് ഉണ്ടാവുക. ചിലസമയങ്ങളിൽ ഇതിന്റെ ലക്ഷണം കണ്ടാൽ മാരകമായ മലേറിയ ആണെന്ന് തോന്നും, ചിലപ്പോൾ കുടൽസംബന്ധിയായ പനിയാണെന്ന് തോന്നും, മറ്റ് ചിലപ്പോൾ ഇത് മറ്റെന്തോ ആണെന്നും തോന്നും.

പക്ഷേ, ഇതിൽ ഒന്നുപോലും പരിശോധനയിലൂടെ കണ്ടെത്താൻ കഴിഞ്ഞതുമില്ല. ഒരു ദിവസം പനി 104 ഡിഗ്രിയിൽ എത്തിയെങ്കിൽ അടുത്ത ദിവസം അത് സാധാരണ നിലയിൽ എത്തും, ആരാണെങ്കിലും പനി ശമിക്കുകയാണെന്നേ കരുതുകയുള്ളൂ. പക്ഷേ, മൂന്നാം ദിവസം അത് പിന്നെയും കുതിച്ചുയരും. പനിയുടെ അനിയന്ത്രിതമായ അവസ്ഥയും പലവിധത്തിലുള്ള രോഗലക്ഷണങ്ങളും ഡോക്ടർമാരെയും സാധാരണക്കാരെയും കുഴയ്ക്കുന്നതരത്തിൽ ഉള്ളതായിരുന്നു. അതിതീവ്രമായി അനുഭവപ്പെട്ട ശാരീരികമായ ബലക്ഷയത്തിന്റെ കാരണം ഇപ്പോഴും നിഗൂഢമാണ്.

കഴിഞ്ഞ അഞ്ചോ അതിൽ ഏറെയോ ആഴ്ചകളിൽ എന്റെ പുറംലോകവുമായുള്ള ബന്ധങ്ങൾ മുഴുവനും വിച്ഛേദിക്കപ്പെട്ടിരുന്നെങ്കിലും മറ്റൊരുതരത്തിൽ പറയുകയാണെങ്കിൽ അവരുമായി ഞാൻ വളരെ അടുത്ത ബന്ധത്തിലായിരുന്നു. രാഷ്ട്രീയവുമായി ഒരു തരത്തിലും ബന്ധമില്ലാത്തവർ, എനിക്ക് വ്യക്തിപരമായി അറിഞ്ഞേകൂടാത്തവർ, രാജ്യത്തിന്റെ ഏതോ കോണുക്കളിലുള്ളവർ, പരമ്പരാഗത വിശ്വാസികളായ പണ്ഡിറ്റുകൾ പോലും എന്റെ രോഗാവസ്ഥയിൽ കാണിച്ച ഉൽക്കണ്ഠയും

അനുകമ്പയും പ്രതീക്ഷിച്ചതിനും അപ്പുറമായിരുന്നു. ഞാൻ എന്നോട് തന്നെ ഇടയ്ക്ക് ചോദിക്കാറുണ്ട് – 'നമ്മളെ തമ്മിൽ ബന്ധിപ്പിക്കുന്നതെന്താണ്? എന്റെ കാര്യത്തിൽ അവർക്കെന്താണ് ഇത്ര ഉൽക്കണ്ഠ തോന്നാൻ കാരണം? ഇത്തരത്തിലുള്ള സ്നേഹം നേടുന്നതിന് ഞാൻ എന്താണ് ചെയ്തത്?' ഈ ചോദ്യങ്ങൾക്കുള്ള ഉത്തരം അവർക്ക് മാത്രമേ തരാൻ കഴിയുകയുള്ളൂ.

എനിക്ക് ഒരു കാര്യം അറിയാം. നമ്മൾ പരിശ്രമിക്കുന്നതും യാതനകൾ അനുഭവിക്കുന്നതും ഈ ഇന്ത്യക്ക് വേണ്ടിയാണ്. ഒരാൾക്ക് അയാളുടെ ജീവൻപോലും ബലികൊടുക്കാൻ കഴിയുന്നത് ഈ ഇന്ത്യക്ക് വേണ്ടിയാണ്. ഒരാൾക്ക് ഒരിക്കലും കെടാത്ത വിശ്വാസം സൂക്ഷിക്കാൻ കഴിയുന്ന ഇന്ത്യയാണ് ഇത്, ത്രിപുരയിൽ എന്തു നടന്നാലും അത് പ്രശ്നമല്ല.

ജാമദോബ
ജിയൽഗോര പി ഒ
മാൻഭും ജില്ല.

www.ingramcontent.com/pod-product-compliance
Lightning Source LLC
La Vergne TN
LVHW101411051026
849519LV00005BC/1734
* 9 7 8 9 3 9 0 3 0 1 9 3 5 *